સત્યનું પ્રોજેક્ટર

ડૉ. કૌશિક ચૌધરીના શરૂઆતી પ્રબુદ્ધ લેખો અને લઘુકથાઓનો સંગ્રહ

ડૉ. કૌશિક ચૌધરી

Made with ♥ on the Notion Press Platform
www.notionpress.com

સમર્પિત છે,

મારા જૈવિક માતા પિતા પ્રવીણભાઈ અને લીલાબેનને અને મારા આધ્યાત્મિક
માતા પિતા શિવ અને શક્તિને...

સામગ્રી

પ્રસ્તાવના xi

સ્વીકૃતિઓ xv

ઈતિહાસ

1. ભારતીય ઉપખંડ : વિશ્વની તમામ સભ્યતાઓનો જનક 3
2. માનવ-સભ્યતાની મઝીયારી શરૂઆત અંગે શાસ્ત્રોના સંકેતો 7
3. ઈજીપ્તના પિરામિડોવાળી સંસ્કૃતિ ભારતીયોએ ઊભી કરી હતી? 11
4. અબ્રાહમ અને ગ્રીક સંસ્કૃતિનું વૈદિક મૂળ 15
5. આદિવાસી વિરુદ્ધ શહેરી કે માનવ વિરુદ્ધ પ્રકૃતિ 19
6. આખરે, પદમાવત જોયું.. 22
7. પદ્માવતીનું જૌહર આજના સમય મુજબ કેટલું સાચું..? 26
8. પેશ્વા બાજીરાવ અને મેવાડના રાણા વચ્ચેનો ઐતિહાસિક પ્રસંગ 30
9. પેશ્વાઓથી થયેલી એક મોટી ભૂલ જે આજના હિંદુ સંગઠનો અને વિવિધ ગાદી પર બેઠેલા આચાર્યો માટે એક મોટો સબક છે 33
10. આખરે, ભારતે પોતાનું 'સ્વ' ક્યાં ગુમાવ્યું? 38
11. સ્વામી વિવેકાનંદનું કન્યાકુમારીમાં ધ્યાન કયા ઐતિહાસિક ટરનિંગ પૉઈન્ટનું મૂળ છે? 42
12. સનાતન પરંપરામાં જૈન પંથની સ્થાપના અને તેનો સમયકાળ 46

રાજનીતિ

13. આપણા દેશનું નામ રાજા ભરત પરથી જ કેમ પડ્યું...? 53
14. હિંદુ રાષ્ટ્ર અને હિંદુ રાજ્ય વચ્ચેનો ફર્ક 57
15. તથાકથિત હિન્દુરાષ્ટ્ર શરુ થતાં દેશની હાલત શું હશે તેનું ટ્રેઇલર શરુ થઇ ચુક્યું છે 61
16. ભારતને અખંડિત રાખવા માટે આજે પણ ચાણક્ય શ્રેષ્ઠ માર્ગદર્શક 65
17. પશ્ચિમ બંગાળ બીજું કાશ્મીર બનવાના પંથે તો નથી ને...? 69
18. ભારતને આઝાદી ગાંધી નહિ બોઝના લીધે મળી હતી...? 73

સામગ્રી

19. ગાંધી, સરદાર અને બોઝ ભારતની મહાનતા ટકાવી રાખવા માટેનો 77
ત્રિવેણીસંધમ

20. ગાંધીજીની વિચારધારા આજે કેટલી અમલમાં છે અને કેટલી 81
પ્રાસંગિક છે?

21. ગાંધીજીની અહિંસા અને જીસસ ક્રાઇસ્ટ વિશેનું સત્ય 86

22. સામ્યવાદી લેફ્ટ : આદર્શવાદ અને આતંકવાદ વચ્ચે ઝોલાં ખાતી 88
વિચારધારા

23. ભારતમાં સામ્યવાદનો ઈતિહાસ : લોકશાહી માર્ગ થી નક્સલવાદી 92
માર્ગ સુધી

24. RSS : આધ્યાત્મ અને સંપ્રદાય વચ્ચે ગૂંચવાયેલી વિચારધારા 96

25. રાષ્ટ્રીય સ્વયંસેવક સંઘ (RSS) ના બે સંભવિત ભવિષ્ય 100

26. ધ લાસ્ટ સામુરાઇ: જાપાનમાં આધુનિકતા અને પરંપરાના અદભૂત 104
સમન્વયનું કારણ

27. અર્જુનનો વિષાદયોગ : ડાબેરી વિચારધારાની ઉત્પત્તિનું મૂળ 108

28. મહારાણા પ્રતાપ : અકબરની ગૌરવગાથા નીચે દબાયેલો એક 112
મહાન સંદેશ

29. જેને ભારત પર રાજ કરવું છે તે પહેલા ભારતને સમજી લે 116

30. લેફ્ટ, મિડલ અને રાઇટ ભારતમાં આ ત્રણનો ત્રિવેણી સંગમ ક્યાં ? 120

31. નોટબંધીનું સમુદ્ર-મંથન વિષને પચાવવા અને અમૃતને વહેંચવા 124
સક્ષમ છીએ... ?

32. 'જાગતે રહો..!' નવો યુગ દેશના નયન ચૂમી રહ્યો છે... 128

33. જમણેરીઓની પરતંત્રતા 132

34. ડાબેરીઓ અને મિથ્યાજ્ઞાનીઓની પરતંત્રતા 136

35. આપણે રાઇટ કે લેફ્ટ નથી, આપણે આર્ય છીએ 140

36. 'મ્યુનિક' : ઇઝરાયેલના લડાયક અભિગમની કિંમત સમજવી જરૂરી 144

સામગ્રી

37. મોદી, બ્રીકઝીટ અને હવે ટ્રમ્પ મીડિયાના લિબરલ રોમાન્સને તમાચો 148

38. વિશ્વનું ભવિષ્ય પશ્ચિમી સેક્યુલારીઝમ કે સનાતની હિંદુત્વ? 152

39. સ્થાપના દિને જ કોંગ્રેસની ફજેતી.. 156

40. અટલ બિહારી વાજપાઈ શાલીનતા સાથેની મક્કમતાના યુગનો અંત 159

41. હિંદુસ્તાન અને પાકિસ્તાનનો ફર્ક "શશી થરૂર અને હામિદ અન્સારીને જવાબ" 162

42. બાબા વાન્ગાની રાજનૈતિક ભવિષ્યવાણીઓનું અર્થઘટન 166

સમાજ જીવન

43. જેણે એક જીવન બચાવ્યું તેણે આખી દુનિયાને બચાવી લીધી 173

44. ભારતીય સ્ત્રી - શાસ્ત્રોમાં દેવી પણ સમાજમાં દૂધ પીતી 178

45. દીકરીનો જન્મ માનવજીવનની તમામ સમસ્યાઓને ઉકેલતું વરદાન 182

46. યુનિફોર્મ સિવિલ કોડમાં પુત્ર પ્રાપ્તિ માટે ત્રીજા સંતાનની અનુમતિ રાખવા બાબત 186

47. સ્ત્રીના દમનનું એક અવગણાયેલું કારણ 189

48. જો ફિઝિક્સ અભ્યાસક્રમમાં છે તો વેદાન્ત કેમ નહિ? 194

49. વક્તાઓ અને વિચારકો હાર્યા છે અને મોકેલો જીત્યો છે 198

50. બાળકને માતૃભાષામાં જ શિક્ષણ આપવું જોઇએ તેનું વિજ્ઞાન 202

51. વિવેકાનંદનું વૈશ્વિક જ્ઞાન વિરુદ્ધ નેહરુની વૈશ્વિક માહિતી 206

52. જ્ઞાન વિનાની માહિતી : એક ભયંકર ભવિષ્યનું એંધાણ...! 209

53. જો બકા ! અનામત માટે આટલું તો વિચારવું પડશે... 212

54. જો બકા! અનામત કાઢતા પહેલા આટલું કરવું પડશે... 215

55. જાતીપ્રથાના વૈદિક સત્યને સમાજમાં પુનઃસ્થાપિત કરીએ 219

સામગ્રી

56. જાતિવાદ : એક અભિશાપ જાતિવ્યવસ્થા : એક આશીર્વાદ 223

57. અસ્પૃશ્યતા નિવારણ : એક સામાજિક મૃગજળ 227

58. દલિત ઉત્થાન હોય કે મનુષ્ય ઉત્થાન : આટલું જરૂરી છે... 231

59. ભારતની ગરીબીનું કારણ : અધ્યાત્મનું ખોટું અર્થઘટન 235

60. ધર્માંતરણો - માનવતાનું અપમાન અને ભાવિ લુપ્તતાનું કારણ 238

61. રેડીકલાઈઝેશન અને ધાર્મિક રેડીકલાઈઝેશન ચાલો પહેલા શબ્દોના અર્થ સમજીએ 242

62. Batman Vs Superman એટલે મનુષ્ય વિરુદ્ધ ઈશ્વર 246

63. પ્રકૃતિ માતા ઋગ્વેદના પુરુષ-પ્રકૃતિથી આજની જુલિયા રોબર્ટ્સ સુધી 250

64. પ્રાચીન ભારતથી અર્વાચીન પશ્ચિમ : જ્ઞાનના સુર્યની પૂર્વથી પશ્ચિમ તરફ ઢળવાની યાત્રા 254

65. એન્ટીબાયોટિક પ્રલય' : વિનાશ નજીક છે, શું તમે તૈયાર છો? 258

66. મીરાં : પહાડ જેવા અવરોધોને ચીરતો પ્રેમનો અવિરત પ્રવાહ 262

67. ડાયવોર્સ પછીના જીવનને કેવીરીતે સંભાળવું..? 266

68. માનવજાતિમાં લગ્નવ્યવસ્થાની શરુઆત કેવી રીતે થઈ? 270

69. દારૂ અને ડ્રગથી મુક્તિ શા માટે...? 277

70. રામ અને રાવણ 281

71. રામાયણ - અ લવ સ્ટોરી 284

72. રામનો સીતા ત્યાગ માનવ-ઇતિહાસનો સૌથી મહાન નિર્ણય 287

73. સોલમેટ (soul-mate) નું વિજ્ઞાન 291

74. પ્રેમલગ્નોની નિષ્ફળતાનું કારણ 293

75. નવા ભારતમાં વર્ણ અને જાતી વ્યવસ્થાનું પુનર્ગઠન 296

76. નવા ભારતમાં શિક્ષણ વ્યવસ્થાનું પુનર્ગઠન 301

77. નવા ભારતની અર્થનીતિ અને વિદેશનીતિનું પુનરગઠન 307

સામગ્રી

78. નવા ભારતમાં કૌટુંબિક જીવનનું પુનર્ગઠન 313

79. સ્ત્રી-પુરુષના સબંધોનું પુનર્ગઠન : મહારાસની વ્યવસ્થાનો ઉદય 320

ભારતનો ધર્મ

80. ધર્મમાં દોષ છે, ફક્ત એટલા માટે કે મનુષ્યમાં દોષ છે. 333

81. બ્રહ્મા, વિષ્ણુ અને મહેશ: સૃષ્ટિની શરૂઆતમાં ઉત્પન્ન થયેલી શક્તિની ત્રણ વિશિષ્ટ ડીઝાઈનો 337

82. સેક્સ - એક અનંત મૃગજળ ભક્તિ - એક અનંત સેક્સ 342

83. જડભરત : એક એવો અવતાર જેણે માર્કેટિંગ ના કર્યું 346

84. યયાતિ-સિન્ડ્રોમ: પૃથ્વી અને માનવસમાજની બદહાલીનું મૂળ કારણ 350

85. ગ્રેવીટેશનલ ટાઈમ ડાઈલેશન : શ્રીમદ ભાગવતથી ઇન્ટરસ્ટેલર સુધી 354

86. ભારતનો ધર્મ : એક અલ્લાહથી તેત્રીસ કોટી દેવો સુધી 358

87. ગૌ-હત્યા કોઈ પ્રાણીની નહિ માનવતાની હત્યા છે 362

88. હિંદુ આત્મા, મુસ્લિમ શરીર અને ખ્રિસ્તી હૃદય એટલે સંપૂર્ણ ધર્મ 366

89. ઉપનીષદોનો સનાતન ધર્મ અને આજનો હિંદુ ધર્મ 369

90. 'હિંદુ' શબ્દ : આપણી ગુલામીની માનસિકતાનું સૌથી સજ્જડ પ્રતિક 375

91. શિવલિંગ : આપણી મૂળ સ્થિતિનું દર્શન 380

92. આત્મન અને બ્રહ્મન વચ્ચેનો ફર્ક 385

93. વિષ્ણુ અને શિવ બનવાથી મોક્ષ સુધીનો માર્ગ 388

94. આત્માના જન્માંતરોનું વિજ્ઞાન : માતા-પિતા માટે એક રેડસિગ્નલ 392

95. હરમન હેસનો સિધ્ધાર્થ : રજસ પછી જ સત્વ આવે છે 398

96. સિધ્ધાર્થનો સાક્ષાત્કાર : બ્રાહ્મણ જન્મથી બ્રાહ્મણ સ્થિતિ સુધી 401

97. મહાન દલાઈ લામાની ભારતીય યુવાનોને આજીજી 404

98. ભારતીય 'મેરી ક્રિસ્મસ' 408

સામગ્રી

99. યોગ અને ગ્રહણ - કોનું પલડું ભારે? 411

સુવિચારો અને મંતવ્યો

100. સુવિચારો 415

101. મંતવ્યો 421

લઘુકથાઓ

102. દ્રૌપદી વસ્ત્રાહરણ: આધુનિક સમજ સાથે 439

103. સિધ્ધાર્થનું બુધ્ધત્વ અને યશોધરા 445

104. પૃથુ 458

105. વિદેહી 465

પ્રસ્તાવના

ના હું, ના મને બાળપણમાં જાણનાર મારું કોઈ સ્વજન એ કલ્પના કરી શકતું હતું કે હું આટલું બધું લખી દઈશ. હું શાળાજીવનમાં હોંશિયાર વિધાર્થીઓમાં આવતો હતો, વર્ગમાં એકથી ત્રણમાં રહેતો, ઘણીવાર પ્રથમ આવતો, અને વિધાર્થી જીવનમાં મારું એક આગવું નામ અને સમ્માન હતું. પણ જે બે વસ્તુઓમાં હું ગજબનો આળસુ હતો તે હતી-લખવું અને વાંચવું. તો પરીક્ષાઓમાં પ્રથમ કેવી રીતે આવતો? આખા વર્ષ દરમિયાન વર્ગમાં જે ભણાવાતું એમાં મારું ધ્યાન અને ચિંતન બહુ ઊંચા દરજ્જાનું હોતું. જે વિષયમાં જે વાત શીખવી હોય એનાથી બે ત્રણ પગલા આગળની વાતો હું તારણમાં કાઢી લેતો, જે ઘણીવાર આગળના ધોરણોમાં અભ્યાસક્રમમાં આવતી. એટલે શિક્ષક વર્ગમાં જે ચલાવે એજ મારા મનમાં રહેતું, અને થોડું ઘણું છેલ્લા દિવસોમાં પાઠ્યપુસ્તક જોઈ હું પરીક્ષા આપતો. જો કે હું માનું છું કે આ રીત બીજા ઘણા હોંશિયાર વિદ્યાર્થીઓની પણ રહી હશે, પણ વાંચવા-લખવાની મારી આળસ આ વાતને થોડી ખાસ બનાવે છે.

લખવાની આળસના લીધે મારા અક્ષર કે જેને આપણે હેન્ડ રાઈટીંગ કહીએ છીએ તે આજીવન ખરાબ રહ્યું, અને પાઠ્યપુસ્તકોથી ઈતર પહેલું પુસ્તક મેં કોલેજના અંતિમ સમયમાં મારી ઇન્ટર્નશીપ દરમિયાન વાંચ્યું. કારણ પણ એ હતું કે હું આધ્યાત્મિક સાક્ષાત્કારોથી પસાર થયેલો અને મારું જીવન, મનોસ્થિતિ બધું બદલાઈ ગયેલું. એ બધું શું છે તેને સમજવા અને શબ્દોમાં સમજાવવા હું પુસ્તકો શોધી રહ્યો હતો. પહેલું પુસ્તક ગૌતમ બુદ્ધના જીવન પર આધારિત કોઈ નાનું ઓનલાઈન પુસ્તક હતું, અને ત્યાંથી સીધું સ્વામી વિવેકાનંદનું જીવનચરિત્ર વાંચીને મેં શાંતિ મેળવેલી.

છતાંય, શરૂથી લઈને અંત સુધી આખા વાંચ્યા હોય તેવા પુસ્તકોની સંખ્યા આજેપણ વીસ સુધી પહોંચી નથી. હવે હું પુસ્તકોમાં સર્જીકલ સ્ટ્રાઈક કરતો હોય તેમ પ્રવેશું છું, જે જોઈતું હોય તેને શોધવા માટે, અને શાસ્ત્રોમાં તે કેવી રીતે સમજાવાયું છે તે આગળ પાછળની વાત સમજવા માટે. અને એ રીતનું વાંચન મારું હવે ગુગલ અને ઓનલાઈન - ઓફલાઈન પુસ્તકો મારફતે ચાલુ રહે છે. લખવાનું કાર્ય એટલે સફળ બન્યું કારણકે ઇન્લેટર્પનશીપમાં મને મારું પહેલું લેપટોપ મળ્યું. અને લખવાનો અર્થ હેન્ડ રાઈટીંગથી હટીને ટાઈપીંગ થઇ ગયો. પછી મોબાઈલ આવ્યા, તેમાં ગુજરાતી અને હિન્દી ભાષામાં લખવું સરળ બન્યું અને એ રીતે હું બોલવા કરતાં લખવા વધુ લાગ્યો. કારણકે મારી આજુબાજુ મને સાંભળવાવાળા ઓછા હતા, પણ ક્યારેય ન મળ્યા હોય તેવા દુર દરાસના મને

વાંચવાવાળા લોકો અનેક હતા. આજસુધી વિશ્વભરના વિવિધ વિષયો પર મારું જે ચિંતન એકઠું થયેલું હતું તે આત્મબોધના અમૃતમાં ભળીને બહાર નીકળવા ઉછાળા મારવા લાગ્યું.

કોલેજથી બહાર નીકળી સૃષ્ટિનું નવું મોડલ આપતું મારું પહેલું અંગ્રેજી પુસ્તક રજૂ થવાનું હતું તે પહેલાં મેં સંદેશમાં કાર્ય કરતાં ગુજરાતના પ્રસિધ્ધ પત્રકાર અને લેખક પદ્મશ્રી દેવેન્દ્રભાઈ પટેલને મારા પુસ્તકનો વિષય લઈને મળવા ગયો હતો. તેમને એ ચકાસીને જો એકાદ લેખ લખાય તો લખવા કહ્યું હતું. તેમને વિષય બહુ પસંદ આવ્યો, અને તેમને મને ત્રણ પાનામાં પુસ્તકનો સાર અને વિષય લખીને આપવા કહ્યું. ૨૦૧૪ નો એ ડીસેમ્બર મહિનો હતો. મેં જે ત્રણ પેજ એમને લખીને મોકલ્યા એ મારા ધ્વારા લખાયેલ એક રીતનો પહેલો લેખ હતો. કારણકે તેમાંથી જ સંપાદન કરીને દેવેન્દ્રભાઈએ એમનો લેખ તૈયાર કર્યો હતો જે સંદેશની રવિપૂર્તિમાં છપાયો હતો. આ પછી મેં એ પુસ્તક ગુજરાત સમાચારના પ્રખર અને સીનીયર કટારલેખક શ્રી ભવેનભાઈ કચ્છી અને ગુજરાત સમાચારમાં જ વિજ્ઞાન વિષે કોલમ લખતા જાણીતા વિજ્ઞાન લેખક શ્રી કે. આર. ચૌધરીને મોકલ્યું. શ્રી કે. આર. ચૌધરીએ વિજ્ઞાન વિષયક હોવાથી પુસ્તક વાંચ્યું અને તેની વિવેચના તેમની કોલમ ફ્યુચર સાયન્સમાં લખી. ભવેન ભાઈએ મને કહ્યું કે પુસ્તકમાંથી તો ઘણું બધું લખાઈ શકે છે, પણ તમે જે વિષય પર ભાર આપવા માંગતા હોય તે વિષય પર એક લેખ લખીને મોકલો તો એ હું સંપાદિત કરીને આપીશ. મેં એક લેખ આપ્યો, પણ ભવેનભાઈની જાણ બહાર એમાંથી મારું નામ અને પુસ્તકનું નામ એડિટ કરી દેવાયા, કારણકે ગુજરાતના કોઈ વ્યક્તિનું એ રીતે પૂર્તિઓમાં નામ ન આપવું એ એક નિયમ હતો. પાછળના બે લેખ એક ગુજરાતી લેખકે લખેલા આંતરરાષ્ટ્રીય પુસ્તકના નામે છપાઈ ગયા હતા. પણ ભવેનભાઈની વિવિધા કોલમમાં છપાયેલ આ લેખ તેમના જ એક વિશેષ લેખ તરીકે છપાયો. અને આ વાતે એ પવિત્ર હૃદયના નાગર બ્રાહ્મણને ઘણું દુખ થયું. તે વારંવાર મને ફોન કરીને કહેતા રહ્યા કે 'મને કહેવાયું નહિ કે એમાંથી તમારું અને પુસ્તકનું નામ હટાવી લેવાયું છે, નહીતર હું લેખ જ પાછો ખેંચી લેત. આ તો તમારા વિચારો મારા નામથી છપાયા.' હું તેમને કહેતો રહ્યો કે 'એમાં કંઈ ખોટું નથી થયું. આટલા જરૂરી વિચારો બહાર ગયા એ જરૂરી છે, અને એ મારા જેવા કોઈ અજાણ્યા માણસના નામે જાય એના કરતાં તમારા જેવા કિર્તિવાન લેખકના નામે ફેલાય એજ વધુ ફાયદાકારક પણ છે.'

પણ ભવેન ભાઈ ચુપ ન બેઠા. તેમણે કહ્યું કે 'તમે મને કોઈ એક લેખ આપો. હું તેને મારી કોલમના સ્થાને તમારા નામે છપાવીશ.' મેં કહ્યું, 'એવું

નથી કરવું. જો શક્ય હોય તો એક કામમાં મને મદદ કરો. મારી પાસે ઘણા બધા વિષયો પર ઘણું બધું ચિંતન છે, અને દરેક વિષય પર હું પુસ્તક નહિ લખી શકું. જો એક કોલમ લખવા મને મળે તો એ બધું ચિંતન બહાર નીકળી શકે.' તેમને પણ આ વિચાર ગમ્યો. તેમણે ચાર અલગ અલગ વિષય પર ચાર અલગ લેખ માંગ્યા અને ગુજરાત સમાચારની તંત્રી ટીમને મને એક કોલમ આપવા મનાવી લીધી. મારી કોલમનું નામ પણ મેં તેમને રાખવા કહ્યું. તેમણે કોલમને એજ નામ આપ્યું જે આ પુસ્તકના શીર્ષકમાં પણ છે - 'પ્રોજેક્ટર'. આ રીતે ગુજરાત સમાચારની રવિપૂર્તિમાં 'પ્રોજેક્ટર' નામની કોલમ હેઠળ મારા લેખ શરુ થયા, અને તેમાંના મોટા ભાગના આ પુસ્તકમાં સમાવાયા છે. સ્પષ્ટ છે હું ભવેનભાઈનો અને ગુજરાત સમાચારના તે સમયના તંત્રીશ્રી શ્રેયાંશભાઈ શાહનો આ શરૂઆત બદલ આજે પણ અંતઃકરણથી આભારી છું.

લગભગ બે વર્ષ પ્રોજેક્ટર કોલમ લખ્યા પછી ૨૦૧૭ માં હું ગુજરાત સમાચારમાં લખવાનું છોડી સ્વતંત્ર રૂપે ફેસબુક પર લખવા લાગ્યો, કારણકે હવે મારે મારા અનુભવો સાથે કેટલાક ઊંડા વિષયોમાં વાતો કહેવી હતી અને વર્તમાનપત્રોના કોલમ લેખનમાં એ રીતે 'હું' અને 'મારા અનુભવો' સાથે વાત કહેવાની પરવાનગી નથી હોતી. અને એ એક શ્રેષ્ઠ નિયમ છે કારણકે તે વાચકને આત્મશ્લાઘાથી મુક્ત વાંચન આપે છે. પણ મારે હવે એ માર્ગે જઈને ઘણું બધું કહેવાનું હતું. તો ત્યારથી ૨૦૨૦ ના કોરોના કાળ સુધી જે લખાયું એ મોટાભાગે ફેસબુક પર છે. આ પુસ્તક વર્ષ ૨૦૧૫ માં ગુજરાત સમાચારમાં લખવાનું શરુ કર્યું ત્યાંથી કોરોના શરુ થયો ત્યાં સુધી મેં લખેલા વિવિધ લેખો, સુવિચાર, મંતવ્યો અને લઘુકથાઓનો સંગ્રહ છે.

કોરોના કાળમાં મને થોડો સમય મળતાં હું ભારતીય પ્રમાણિત શાસ્ત્રોમાં ઊંડો ઉતર્યો છું, અને એ કારણે મારા વિચારો વધુ સૈધ્ધાંતિક બન્યા છે. અને છતાંય, એ આ શરૂઆતી ચાર વર્ષના મારા લેખોને કે જે શુધ્ધ આત્મચેતનાથી લખાયેલા છે, તેને ક્યાંય સૈદ્ધાંતિક રીતે કાપતા નથી. અને આજ વાત આ લેખોને નિર્દોષ બનાવે છે કે જ્યારે હું કોઈ સંગઠન કે ધાર્મિક વિચાર સાથે જોડાયેલો નહોતો, ત્યારે દરેક વિષય પર મારા આત્મબોધથી મેં જે અનુભવ્યું તે એમાં લખ્યું. અને એટલે જ એ ચાર વર્ષોના લેખોને અલગ કરીને મેં આ પુસ્તક તૈયાર કર્યું છે. જાતી અને ઈતિહાસ જેવા કોઈ વિષયમાં મારા નવા વિચાર જુના વિચાર કરતાં વધુ સટીક અને પ્રમાણિત બન્યા છે તો ત્યાં મેં ત્રણ-ચાર લેખ કોરોના કાળ પછીના સમયમાંથી લઈને આ પુસ્તકમાં મુક્યા છે. એ સિવાયના લેખોને હું જોડણી સુધારવા પણ ફરીથી વાંચવા નથી રહ્યો, કારણકે મને ડર હતો કે હું એ લેખોને એડિટ કરીને સુધારવા લાગીશ. આઠ -નવ વર્ષ પછીના આ વધુ

અનુભવી બનેલા વ્યક્તિના વિચાર કોલેજથી આત્મજ્ઞાન સાથે નીકળેલા એ યુવાનના વિચારોમાં ભેળસેળ ઉત્પન્ન કરશે. એટલે દરેક લેખ એજ હાલતમાં મુકવામાં આવ્યો છે જેવો તે છપાયો હતો, કે સોશિયલ મીડિયા પર મુકાયો હતો. આથી, જોડણીની એ બધી ભૂલોને અવગણવા એક ક્ષમાની માંગ સહિતની વિનંતી છે. આશા રાખું છું કે આ લેખ અને વિચાર જ્યારે પણ વંચાશે ત્યારે તે વાચકના માનસપટલને કંઈક વધુ પ્રજ્જવલિત કરવાનું અને કંઈક વધુ વિસ્તરણ આપવાનું કાર્ય કરશે. સર્વ વાચકોને સસ્નેહ પ્રણામ.

- ડૉ. કૌશિક ચૌધરી

સ્વીકૃતિઓ

વિનમ્ર આભારભાવ

શ્રી શ્રેયાંશભાઈ શાહ, તંત્રી શ્રી ગુજરાત સમાચાર

શ્રી ભવેનભાઈ કચ્છી, પત્રકાર અને કટારલેખક, ગુજરાત સમાચાર

ગુજરાત સમાચારના પૂર્વ તંત્રીશ્રી શ્રેયાંશભાઈ શાહ જેમણે મારા હમેશા આદરણીય રહેલા શ્રી ભવેનભાઈ કચ્છીની ભલામણથી મને સત્તાવીસ વર્ષની યુવા વયે ગુજરાત સમાચારમાં કોલમ લખવાનું સદ્ભાગ્ય આપ્યું, તે એ સમય અને સ્થાન હતું જ્યાં હું મારા વિચારોને લેખ સ્વરૂપે ઢાળતા શીખ્યો, જ્યાં હું કટારલેખનની બારીકીઓ અને શિસ્ત શીખ્યો, જ્યાં પુસ્તકના લેખકથી આગળ વધી ગુજરાત સમાચાર રવિપુર્તીના લેખક રૂપે ઘર ઘરમાં નામના મેળવી. લેખ રૂપે ઢળાયેલ આ તમામ વિચારો, સત્યનું આ પ્રોજેક્ટર આ બે મહાનુભાવોને આભારી છે. હું તેમનો વિનમ્રભાવે આભાર માનું છું.

સાથે આભાર માનું છું...

પ્રસિધ્ધ પત્રકાર અને લેખક પદ્મશ્રી દેવેન્દ્રભાઈ પટેલનો...

જેમણે મારા પ્રથમ અંગ્રેજી પુસ્તક વિષે એ સમયે પોતાની પ્રસિધ્ધ કોલમમાં લેખ લખ્યો જ્યારે હું ફક્ત એક કોલેજમાંથી બહાર નીકળેલો યુવાન હતો જેણે પોતાના ઓરડામાં બેસીને બ્રહ્માંડ વિષે એક પુસ્તક લખી દીધું હતું. જ્યારે તેને જાણવાવાળું, ઓળખવાવાળું કોઈ નહોતું ત્યારે માનનીય દેવેન્દ્રભાઇએ તેનામાં દર્શાવેલ વિશ્વાસે તેનો આત્મવિશ્વાસ વધારેલો, અને તેને એ શરૂઆતી નામના અપાવી જેનાથી તે આગળ ગુજરાત સમાચારમાં લેખ લખવા આમંત્રિત કરી શકાય એ લાયક દેખાયો. એ તેના લાયક બન્યો કે નહિ એ નિર્ણય આ પુસ્તકના દરેક વાચકના હાથમાં છોડું છું.

આપ સર્વને પ્રણામ.

ઈતિહાસ

1

ભારતીય ઉપખંડ : વિશ્વની તમામ સભ્યતાઓનો જનક

"ડીએનએની આ વૈજ્ઞાનિક શોધખોળ આપણને જવાબ આપે છે કે સિંધુખીણની વૈદિક સંસ્કૃતિ એ આફ્રિકાથી બહાર નીકળેલા માનવોના સૌથી પહેલા સમૂહે ઉભી કરેલી સભ્યતા હતી જેમાંથી સમયે સમયે લોકો સ્થળાંતર કરીને અલગ અલગ પ્રદેશોમાં ગયા."

એ હવે સર્વવિદિત થઇ ચૂક્યું છે કે માનવની ઉત્પત્તિ આફ્રિકા ખંડમાં થઇ. આફ્રિકાના જંગલોમાં જ ચિમ્પાન્ઝીઓમાંથી હોમો ઇરેક્ટસ જેવા આદિમાનવો ઉત્ક્રાંતિ પામ્યા. આફ્રિકામાંથી આખી દુનિયામાં માનવજાતિ કેવી રીતે ફેલાઈ એની અત્યાર સુધી એક થીયરી હતી. આ થીયરી પ્રમાણે હોમો ઇરેક્ટસ નામના આદિમાનવો જ આફ્રિકાથી બહાર નીકળ્યા અને યુરોપ, મીડલ ઇસ્ટ અને ભારતીય ઉપખંડના માર્ગે આખી દુનિયામાં ફેલાયા. અને સમય સાથે આખી દુનિયામાં ફેલાયેલા એ આદિમાનવો દુનિયાના એ અલગ અલગ પ્રદેશમાં આધુનિક માનવો તરીકે હોમો સેપિયન્સમાં એટલે કે આપણામાં ઉત્ક્રાંતિ પામ્યા. આ થીયરી પહેલા મનુષ્યના કોષમાં રહેલા રૃ રંગસૂત્ર પર આધારીત હતી. પરંતુ, છેલ્લા કેટલાક દશકોમાં વિજ્ઞાને પ્રગતિ કરી અને હવે કોષોના કણાભસૂત્રમાં રહેલા ડીએનએને પણ ચકાસી શકાયું. અને આ શોધે માનવ ઇતિહાસ વિશેની આપણી સમજને એક નવો વળાંક આપી દીધો.

કણાભસૂત્રીય ડીએનએની એક ખાસીયત છે કે તે ફક્ત સ્ત્રીમાં જ હોય છે. એટલે કે તે માતાથી તેની પુત્રીમાં જ વારસાગત રીતે આવે છે. પુત્રમાં નહીં. આ કારણે માનવને જન્મ આપનારી માતાનું જ મૂળ જાણવાની તક મળી. ૧૯૯૦ના દશકથી આ કામ શરુ થયું અને એની શરુઆત કરનારાઓમાં એક હતા બ્રિટીશ વૈજ્ઞાનિક સ્ટીફન ઓપેનહેર. ઓપેનહેરે વિશ્વના અલગ અલગ દેશો અને ખંડોમાં જઇ દરેક પ્રકારની પ્રજાતિઓના ડીએનએ સેમ્પલ લીધા અને વર્ષો પછી તેમના સંશોધન પરથી તારણ કાઢીને ૧૯૯૮માં એક પુસ્તક બહાર પાડયું 'ઇડન ઇન ધ ઇસ્ટ'. મતલબ આદમ અને ઇવનું નિવાસસ્થાન પૂર્વમાં છે.

ઓપેનહેરે કણાભસૂત્રીય ડીએનએના અભ્યાસ પરથી જાણ્યું કે અસલમાં આજના સમયમાં આફ્રિકાની બહાર જેટલી પણ માનવજાતિ વસે છે તે દરેક આફ્રિકાથી કોઈ એક સમયે બહાર આવેલ કોઈ એક જ માનવસમૂહના વંશજ છે. મતલબ, આપણી પહેલાની પૂર્વધારણા કે-આધુનિક માનવ પહેલા જે આદિમાનવો આફ્રિકા બહાર જુદા જુદા પ્રદેશોમાં ગયા હતા. તેમનામાંથી જ ઉત્ક્રાંતિ પામેલા આધુનિક માનવો આજે તે પ્રદેશમાં વસતા માનવોના વંશજ છે - તે હવે ખોટી સાબિત થઇ છે. આદિમાનવો આફ્રિકા બહાર ગયા હતા પણ તેઓ આજના આફ્રિકા બહાર રહેલા આધુનિક માનવોના પૂર્વજ નથી. તેઓ લુપ્ત પામ્યા હતા.

ઓપેનહરે વિશ્વની વસ્તી કેવી રીતે ફેલાઈ એનો સુંદર જીનેટીકલ રીસર્ચ વિશ્વ સામે તેમના વિવિધ પુસ્તકો અને ડોક્યુમેન્ટરી ફીલ્મો મારફતે પ્રગટ કર્યો છે અને આજે તેમના કાર્ય અને સંશોધનને બીબીસી અને યુનેસ્કો સુધી પ્રમાણિત કરી ચૂક્યા છે. ઓપેનેહરે કહ્યું કે, કણાભસૂત્રમાં એક સ્ત્રીનું ડીએનએ તેના આગળના વંશમાં થોડું થોડું ઉત્ક્રાંતિ પામતુ જાય છે. અને અમુક પેઢીઓ પછી તે નવી ઉત્ક્રાંતિ પામ્યા હોય તેવા જીન્સની એક આખી ડાળી બનાવી દે છે. અમુક પેઢીઓ પછી એ ડાળીથી આગળ ઉત્ક્રાંતિ પામીને બીજી ડાળી બને છે અને એમાંથી ત્રીજી. આમ, કણાભસૂત્રીય ડીએનએ એક વૃક્ષની જેમ ફેલાતું જાય છે જેમાં તમે એક છેલ્લી ડાળીને પકડીને તે ડાળી ક્યાંથી આવે છે તે શોધવા નીકળો તો એના થડ સુધી પહોંચી શકો છો. આ રીતે શોધતાં ખબર પડી કે આજની મહિલાઓના કણાભસૂત્રીય ડીએનએની ડાળીઓમાં નીચેની તરફ જતાં એક એવું સ્થાન આવે છે જે આફ્રિકન મહિલાઓમાં પણ છે અને આફ્રિકા બહારની મહિલાઓમાં પણ. આ સ્થાનને L3 નામ આપવામાં આવ્યું છે. આ L3 પછી જેટલી પણ નવી ડીએનએની ડાળીઓ બની તે આફ્રિકા બહારની મહિલાઓમાં જ જોવા મળે છે. મતલબ, આ L3 પ્રકારનું કણાભસૂત્રીય ડીએનએ ધરાવતી મહિલા આફ્રિકા બહાર નીકળી અને એ પાછી આફ્રિકા ક્યારેય ન ગઈ. તેમના જે પણ

સંતાનો આવ્યા તેમણે આફ્રિકા બહાર જ જીવન કાઢ્યું હવે બીજો મહત્ત્વપૂર્ણ ખુલાસો. આ L3 પછી જીન્સની જે પહેલી ડાળી બની તેને M , બીજી ડાળીને N અને ત્રીજી ડાળીને R નામ આપવામાં આવ્યું છે.

આ M ડાળીવાળી મહિલાઓ મળી છે આજના અફઘાનિસ્તાન અને ઇરાનના પ્રદેશમાં એટલે કે પ્રાચીન સિંધુખીણની સંસ્કૃતિના પ્રદેશમાં, N વાળી મહિલાઓ મળી છે. મધ્ય-દક્ષિણ ભારત, દક્ષિણ પૂર્વ એશિયાના પ્રદેશ અને ઓસ્ટ્રેલીયાના મૂળ રહેવાસીઓમાં અને R ડીએનએવાળી મહિલાઓ છે મધ્ય-પૂર્વ એશિયા એટલે કે આરબ દેશોમાં. R પછીની જે ડાળી મળી છે તે જાય છે દક્ષિણ અને મધ્ય યુરોપમાં. અને ત્યાંથી પછી ધીરે ધીરે સમગ્ર વિશ્વની મહિલાઓની ડીએનએ લાઈન અને તેમનો સમય મળે છે.

તો આ રીતે સ્ટીફન ઓપેનહેર અને તેમના વિશ્વ વિખ્યાત બ્રેડ-શો ફાઉન્ડેશને માનવજાતિના વિશ્વભરમાં સ્થળાંતર કરવાની જે સંપૂર્ણ રુપરેખા આપી છે તે કંઇક આ પ્રકારે છે. આજથી આશરે એક લાખ પચાસ હજાર વર્ષ પહેલા આધુનિક મનુષ્ય એટલે કે હોમો સેપિન્સના કણાભસૂત્રીય ડીએનએની શરુઆત આફ્રિકામાં થાય છે. પંદરેક હજાર વર્ષ આફ્રિકામાં રખડયા પછી આ આધુનિક માનવોનો એક સમૂહ પહેલીવાર આફ્રિકા બહાર જવાની કોશિશ કરે છે. ૧,૩૫,૦૦૦ થી ૧,૧૫,૦૦૦ વર્ષ પહેલા આ સમૂહ સહારાના ઉત્તરેથી મેડિટેરીઅન સમુદ્ર ઓળંગી દક્ષિણ યુરોપના લીવેન્ટ પ્રદેશમાં જ્યાં આજે ક્રીટ ટાપુ આવેલો છે ત્યાં પહોંચે છે. પરંતુ ૯૦,૦૦૦ વર્ષ પહેલાના સમય સુધીમાં આ પ્રદેશ અતિશય વરસાદ અને શીત યુગના પ્રદેશમાં ફેરવાઈ જાય છે અને ત્યાં પહોંચેલા તમામ હોમો સેપિયન્સ નાશ પામે છે.

ક્રીટમાંથી મળેલા એમના અવશેષોમાંથી ડીએનએ અભ્યાસ કરતાં ખબર પડી કે તેઓ હોમો સેપિયન્સનું જ કણાભસૂત્રીયડી એનએ ધરાવે છે. પરંતુ તેમના ડીએનએની આગળની કોઈ ડાળીઓ વિશ્વમાં ક્યાંય મળતી નથી. આ ઘટનાના દસ હજાર વર્ષ બાદ અને આજથી ૮૦,૦૦૦ વર્ષ પહેલા આફ્રિકાના હોમો સેપિયન્સોનો બીજો એક સમૂહ આફ્રિકા બહાર નીકળે છે. પરંતુ તે ઉત્તર તરફ ન જતાં પૂર્વ તરફ રાતા સમુદ્રની ધુનીને ઓળંગી ભારતીય ઉપખંડ તરફ પ્રયાણ કરે છે. કણાભસૂત્રીય ડીએનએ પ્રમાણે આફ્રિકા બહારની આજની સમગ્ર માનવજાતિ આ ભારતીય ઉપખંડ તરફ ગયેલા માનવસમૂહની વંશજ છે. આ સમૂહ આજના ઇરાન અને અફઘાનિસ્તાનના પ્રદેશમાં સભ્યતા ઉભી કરે છે. એના પાંચ હજાર વર્ષથી દસ હજાર વર્ષ સુધીના સમયગાળામાં આ સભ્યતાનો એક માનવસમૂહ આજના મધ્ય અને દક્ષિણ ભારત તથા દક્ષિણ એશિયા અને ઓસ્ટ્રેલીયા તરફ જાય છે. એના વીસ હજાર વર્ષ પછી અને આજથી આશરે

પચાસ હજાર વર્ષ પહેલા ભારતીય ઉપખંડની એ મૂળ માનવ વસાહતમાંથી કેટલોક સમૂહ આજના મધ્ય-પૂર્વ દેશો અને યુરોપ તરફ પ્રયાણ કરે છે. ત્યારબાદ આજથી આશરે ૪૦,૦૦૦ વર્ષ પહેલા કેટલાક લોકો આ મૂળ ભારતીય વસાહતમાંથી ચીન, જાપાન અને ઉત્તર એશિયા તરફ પહોંચે છે. અને ત્યાં પહોંચેલો માનવસમૂહ આજથી લગભગ ૧૯,૦૦૦ વર્ષ પહેલા આજના ઉત્તર અને દક્ષિણ અમેરિકા ખંડોમાં પહોંચે છે.

આમ, ડીએનએની આ વૈજ્ઞાનિક શોધખોળ આપણને જવાબ આપે છે કે સિંધુખીણની વૈદિક સંસ્કૃતિ એ આફ્રિકાથી બહાર નીકળેલા માનવોના સૌથી પહેલા સમૂહે ઉભી કરેલી સભ્યતા હતી જેમાંથી સમયે સમયે લોકો સ્થળાંતર કરીને અલગ અલગ પ્રદેશોમાં ગયા, ના કે કોઈ બહારથી એમાં આવ્યા. આર્યોના અતિક્રમણની થીયરી ઉંધા માથે પટકાણી એના પાછળ આ બધા વૈજ્ઞાનિક સંશોધનો છે. હવે એ વિકૃત થીયરીને આપણા ઇતિહાસના પુસ્તકોમાંથી ક્યારે મુક્તિ મળે છે એ જોવાનું છે.

"સપ્ટેમ્બર ૧૦, ૨૦૧૬, ગુજરાત સમાચાર - રવિપૂર્તિ."

2

માનવ-સભ્યતાની મઝીયારી શરૂઆત અંગે શાસ્ત્રોના સંકેતો

ગયા અંકમાં આપણે આફ્રિકાથી બહાર નીકળેલી માનવજાતિનું વિશ્વભરમાં સ્થળાંતર તેના ડીએનએ રીપોર્ટથી જોયું. આજે આપણે એ જોઈએ કે આફ્રિકાથી બહાર નીકળેલ એ માનવસમૂહે જે શાસ્ત્રો લખ્યાં એમાં તેમની મઝીયારી શરુઆત વિશે શું સંકેત મળે છે. ભારતીય શાસ્ત્રોમાં શરુઆતના સમયનું વર્ણન 'સતયુગ' કે 'ક્રીત-યુગ' તરીકે આવે છે. આદમ અને ઈવના પેલા ફળ અરોગ્યા પહેલા આવા જ એક સુવર્ણયુગની વાત બાઈબલના જૂના કરારમાં પણ છે. હવે, બંને શાસ્ત્રોમાં આ સતયુગના અંતિમ સમયમાં માનવજાતિના એક રક્ષકની વાત આવે છે. ભારતીય શાસ્ત્રોમાં તેને 'મનુ' અને બાઈબલમાં તેને 'નોહ' તરીકે ઓળખાવાયો છે.

સતયુગના અંતિમ સમયે મત્સ્ય સ્વરુપે સ્વયં ઈશ્વર આ મનુ પાસે આવ્યા અને કહ્યું કે આજથી અમુક સમય પછી એક ભયંકર પૂર આવશે અને માનવ વસવાટના આ પ્રદેશને પાણીથી ઢાંકી દેશે. આથી, મનુએ એક મોટું જહાજ બનાવવું અને મનુષ્ય સહિત બાકીના તમામ સજીવોના અમુક પ્રતિનિધિઓને તેમના બીજ તરીકે તે જહાજમાં બેસાડી અહીંથી દૂર લઈ જવા. બાઈબલમાં બિલકુલ આ જ રીતે ઈશ્વરના દૂતો નોહ પાસે આવ્યા અને તેને પણ તમામ સજીવોના બીજને એક મોટા જહાજમાં લઈ ત્યાંથી દૂર લઈ જવા આદેશ આપ્યો. મનુ અને નોહે ઈશ્વરના કહેવા અનુસાર કર્યું અને પૂર સમયે તમામ પ્રાણીઓ

અને વનસ્પતિઓના બીજ લઈને તે જહાજમાં આગળ નીકળી ગયા અને એક પર્વતની ચોટી પર જઈને જહાજ પાર્ક કર્યું. મનુની વાતમાં એ પર્વતને મલય પર્વત કહે છે અને નોહની વાતમાં એને 'હર-મેની' પર્વત કહે છે. પાણી જ્યારે ઓસરી ગયું ત્યારે તે તમામ સજીવ બીજોમાંથી સજીવ સૃષ્ટિ આગળ વિકસી. મનુના વંશજો જ 'મનુ-ષ્ય' કહેવાયા જેના પરથી 'માનવ', 'મેન', 'હ્યુમન' વગેરે નામો અપભ્રંશ થયા.

હવે, બેબીલોનીઓન સંસ્કૃતિના શાસ્ત્રોમાં પણ બિલકુલ આ જ વાર્તા 'ઉત્તનાપીશ્તીમ' નામના રક્ષક સાથે કહેવામાં આવી છે. ઓસ્ટ્રેલીયાના મૂળ રહેવાસીઓમાં પણ માનવજાતિના રક્ષકની બિલકુલ આવી જ વાર્તા છે. તો શું દુનિયાની દરેક સભ્યતામાં પૂર આવ્યું અને તે દરેક જગ્યાએ વસતા લોકોમાંથી કોઈ એક પાસે ઈશ્વર કોઈના કોઈ સ્વરુપે આવ્યા અને તે દરેકને બોટ બનાવવાનું જ કહ્યું અને સજીવોના બીજ લઈને એક પર્વતની ટોચે પહોંચવા કહ્યું? યા તો પછી બીજી શક્યતા છે જે વધારે પ્રબળ છે. એ કે અસલમાં આવી એક જ ઘટના બની, જેનું નિરુપણ માનવજાતિના કોઈ એક શરુઆતી સમૂહે પોતાના શાસ્ત્રોમાં કર્યું. અને જ્યારે તે સમૂહમાંથી માનવોના ટોળાઓએ અલગ અલગ સ્થાને સ્થળાંતર કરી નવી સભ્યતાઓને જન્મ આપ્યો ત્યારે તે દરેક સભ્યતામાં માનવજાતિના મૂળ રક્ષક એવા મનુ, નોહ કે ઉત્તનાપીશ્તીમની વાત ચાલુ રાખવામાં આવી. એ રક્ષકના અલગ અલગ નામો પાછળ પણ સામ્યતા મળી આવે છે.

મનુને સંસ્કૃતમાં મનુઃ (મનુહ) તરીકે ઉચ્ચારવામાં આવે છે. આ 'મનુહ'માંથી 'મનોહ' અને તેમાંથી ધીરે ધીરે 'નોહ' થયું. મહાભારતમાં 'ઉત્તાનપાદ' નામના મનુના પુત્રની વાત છે જેનું રાજ્ય પશ્ચિમમાં હતું. મનુની વાત બેબિલોનીઓનોમાં મનુના પુત્ર એવા આ ઉત્તાનપાદના નામે ચઢી હશે એવું માનવામાં આવે છે. અને આવું ત્યારે જ થાય જ્યારે બાઈબલ અને બેબિલોનીઓન સંસ્કૃતિ શરૂ કરવાવાળા લોકો ક્યારેક મનુની લખવાવાળી એ શરુઆતી વૈદિક સભ્યતાના અંગ રહ્યા હોય. આ તર્કને બીજો પૂરાવો એ મળે છે કે ખાલી વૈદિક સભ્યતા જ આવી છે જેના શાસ્ત્રોમાં આફ્રિકાનું વર્ણન છે. મહાભારતમાં, બૌધ્ધ અને જૈન ધર્મના શાસ્ત્રોમાં અને આપણા પાનબાઈના ભજનોમાં વારંવાર સાંભળવા મળતો 'મેરુ પર્વત' અસલમાં આફ્રિકામાં છે. હા, 'માઉન્ટ મેરુ' એટલે કે 'મેરુ પર્વત' નામે ઓળખાતો એ પર્વત આફ્રિકાના તાન્ઝાનીઆ દેશના આરુશ પ્રદેશમાં આવેલો છે. આરુશ પ્રદેશ જે નદીના કીનારે આવેલો છે તે નદીનું નામ ઉષા છે. મહાભારતમાં આરુશ પ્રદેશથી આવેલી મનુની પુત્રી આરુશીનો ઉલ્લેખ છે. તન્ઝાનીઆ એ જ પ્રદેશ છે જ્યાંથી આધુનિક

માનવોએ આફ્રિકાથી બહાર ભારતીય ઉપખંડ તરફ સ્થળાંતર કર્યું હતું. પણ વિશ્વભરમાં જેણે ભારે સન્નાટો ફેલાવ્યો હોય એવો કીસ્સો તો છે આફ્રિકાની પ્રખ્યાત નાઈલ નદીના પુરાણોમાં મળતા ઉલ્લેખનો.

ઓગણીસમી સદીની શરૂઆતમાં સર રીચાર્ડ બર્ટને તેમના કમીશન સાથે મળીને નાઈલ નદીના ઉદગમને તન્ગાન્યીકા તળાવ પાસે શોધેલું, પણ એ શોધ સાચી હોવાના પૂરાવા હજી નહોતા મળ્યા. એવામાં ઈ.સ. ૧૮૪૪માં જ્હોન સ્પીક નામનો એક અંગ્રેજ ભારતમાં એક બનારસી પંડિતના સંપર્કમાં આવ્યો. પંડિતે તેને કહ્યું કે 'તમે લોકોએ શોધેલું નાઈલનું મુખ ખોટું છે. અમારા પુરાણોમાં નાઈલને 'નીલા' અને 'કાલી' એમ બે નામથી ઓળખવામાં આવે છે અને એ બંનેનું મુખ સોમગીરી પર્વતની તળેટીમાં આવેલા એક વિશાળ તળાવમાં છે.' રોબર્ટ સ્પીકે સોમગીરીનું અંગ્રેજીમાં અનુવાદ કરતાં તેને ખબર પડી કે 'સોમ' એટલે 'મૂન' અને ગીરી એટલે માઉન્ટેઈન. પંડિત મધ્ય આફ્રિકાના પ્રખ્યાત 'મૂન માઉન્ટેઈન'ની તળેટીમાં આવેલા 'વિક્ટોરીઆ તળાવ'ની વાત કરતા હતા. સ્પીકે નાઈલ એક્સપેન્ડીટર કમીશનને પત્ર લખીને આ વાત જણાવી અને પંડિતની વાત સાચી પડી. નાઈલ નદીનું સાચું ઉદગમ ત્યાં જ મળ્યું જ્યાં પંડિતે કહ્યું હતું. આ વાત જ્હોન સ્પીકે તેમના ૧૮૬૩માં પ્રસિધ્ધ થયેલ પુસ્તક 'જર્નલ ઓફ ધ ડીસ્કવરી ઓફ ધ સોર્સ ઓફ નાઈલ'માં કરી છે.

ભારતીય શાસ્ત્રોમાં આ બધા વર્ણનો પરથી એવું લાગે છે કે આફ્રિકાથી બહાર નીકળેલા મનુષ્યો તેમની જન્મભૂમિ આફ્રિકાને ભૂલ્યા નહોતા. મેરુ પર્વત તેમના માટે શ્રધ્ધાનું કેન્દ્ર હતો. તેઓએ જ્યાં જ્યાં કોઈ ઉંચો પર્વત જોયો તેને તેઓએ મેરુ કહ્યો કે મેરુ સાથે સરખાવ્યો. પશ્ચિમના કેટલાક સંશોધકો મેરુ પર્વતને એ જ 'હર-મેની' પર્વત માને છે જ્યાં નોહે પોતાનું જહાજ પાર્ક કર્યું હતું. કારણ કે આફ્રિકામાં મેરુને 'મેની પર્વત' પણ કહે છે.

મનુ કે નોહ સમયના સતયુગ વિશે પણ હવે એવું માની શકાય એમ છે કે આધુનિક માનવોએ આફ્રિકાથી ઉત્તરમાં લીવેન્ડ તરફ પહેલું સ્થળાંતર કરીને જ્યારે ક્રીટ ટાપુ પર વસવાટ કર્યો તે સભ્યતા જ સતયુગ કે 'ક્રીત યુગ' હોઈ શકે. કારણ કે તે ટાપુનું નામ 'ક્રીટ' ક્યાંથી પડયું એની પશ્ચિમમાં કોઈ જાણકારી નથી. ગ્રીક કે બીજી અન્ય પશ્ચિમની ભાષામાં એવો કોઈ શબ્દ જ નથી. હોઈ શકે એ સંસ્કૃત શબ્દ 'ક્રીત' પરથી જ આવ્યો હોય. હોઈ શકે એ સભ્યતા જ્યારે પૂર અને શીત યુગથી નાશ પામી ત્યારે જ મનુ જેવો એક રક્ષક સજીવોના એક સમુહને પાછો આફ્રિકા લઈ આવ્યો હોય. અને દસ હજાર વર્ષ પછી જ્યારે આધુનિક મનુષ્યોએ આફ્રિકાથી બીજી વાર બહાર નીકળી ભારતીય ઉપખંડમાં સભ્યતા ઉભી કરી ત્યારે 'ક્રીત-યુગ' અને મનુની કથાના વર્ણન સાથે જ પોતાના શાસ્ત્રો

શરૂ કર્યા હોય. અને ત્યારબાદ જે પણ છૂટા છવાયા મનુષ્યો અને જાતિઓ તેમના સંપર્કમાં આવ્યા હોય તેમને તેમણે મનુના જ પુત્ર કે પુત્રીની ઓળખ આપી બાકીની માનવજાતિ સાથે એકસૂત્રતામાં બાંધવાની કોશિશ કરી હોય.

આમ, હિંદુ શાસ્ત્રો અને સભ્યતા કોઈ એક ધર્મની જ સભ્યતા નથી. તે આફ્રિકા બહાર નીકળેલા એ સૌ પહેલા માનવોનો દસ્તાવેજ છે જેને આપણે ભારતીયોએ આટલા હજારો વર્ષો સુધી માનવજાતિની એક અમૂલ્ય વિરાસતની જેમ જાળવી રાખ્યો છે.

"સપ્ટેમ્બર ૧૭, ૨૦૧૬, ગુજરાત સમાચાર - રવિપૂર્તિ."

3

ઈજીપ્તના પિરામિડોવાળી સંસ્કૃતિ ભારતીયોએ ઊભી કરી હતી?

જીપીએસસી અને યુપીએસસીની પરીક્ષાઓ માટે જો આજે પણ તમે એ આઉટ ઓફ કોન્ટેક્સ થઇ ચૂકેલો ઈતિહાસ વાંચતા હોય કે માનવસભ્યતાનું પારણું એટલે પ્રાચીન ઈજીપ્તઅન સંસ્કૃતિ, તો હવે સજાગ રહેવું કારણ કે બહુ જલદી વૈશ્વિક સ્તરે એ ઈતિહાસ બદલાઇ શકે છે. આઇઆઇટી ખડગપુર અને આર્કીઓલોજીકલ સર્વે ઓફ ઈન્ડિયા (ASI) ના વૈજ્ઞાનિકોએ વર્ષોના સંશોધન પછી એવા પ્રમાણ રજૂ કર્યા છે કે સિંધુખીણની સંસ્કૃતિ જે આજસુધી પાંચ હજાર વર્ષ જૂની મનાય છે તે અસલમાં નવ હજાર વર્ષ જૂની (ઈસ પૂર્વે ૭૦૦૦ વર્ષની) છે. આ રીતે તે પ્રાચીન ઈજીપ્તીઅન સંસ્કૃતિથી પણ એક હજાર વર્ષ જૂની છે અને ચાલુ વર્ષે ૨૫ મેના રોજ ભારતીય વૈજ્ઞાનિકોની આ શોધને વિશ્વના સૌથી સમ્માનીય એવા 'નેચર' મેગેઝીને એવા શબ્દો સાથે પ્રકાશિત કરી છે કે 'વિશ્વભરના ઈતિહાસલક્ષી પાઠયપુસ્તકોને ફરીથી લખવાનો સમય આવી ચૂક્યો છે.'

અસલમાં આ શોધ કંઇ આજની નથી. છેક ઈસ પૂર્વના સમયમાં પ્રખ્યાત ગ્રીક લેખક ઉસેબીઅસે લખ્યું હતું કે 'શરુઆતી ઈજીપ્તીઅનો સિંધુ કીનારેથી સ્થળાંતર પામી ઈજીપ્તમાં આવ્યા હતા.'

ઈસ ૧૬૪૨માં બ્રિટીશ ઈતિહાસકાર એડવર્ડ પોકોક કહે છે કે, 'સિંધુના મુખ પાસે દરીયાખેડૂ, સાહસિક અને સક્રિય લોકો વસતા હતા જે પશ્ચિમ તરફ સ્થળાંતર કરતા રહ્યા અને રાતા સમુદ્રને પાર કરી ઈજીપ્ત, નબીઆ અને એબીસિનીઆ રાજ્યો ઊભા કર્યા.'

અઢારમી સદીના ઈજીપ્તોલોજીસ્ટ અનીલ્ડ હર્મન લુડવિંગ કેરેને કહ્યું છે કે, 'એ સંપૂર્ણ રીતે માની લેવું જોઇએ કે સિંધુ કીનારેના વેપારી પરીવારો આફ્રિકા ગયા અને ત્યાં પોતાના વ્યવસાય જ નહીં ધર્મને પણ લઇ ગયા.'

સર વિલીયમ જોન્સ કહે છે કે, 'વિશ્વએ એક સ્વરમાં કહ્યું છે કે ઈથોપીયાની સભ્યતા હિંદુઓએ શરુ કરી હતી. ઈથોપીયા અને ભારત બંને સભ્યતાઓ એક જ મહાન જાતિના લોકોએ ઊભી કરી છે. સ્કન્ધ પુરાણમાં ઈજિપ્તને સચ-દ્વિપ કહેવામાં આવ્યો છે.'

ફ્રેન્ચ લેખક લુઇસ જેકોલીઓટ લખે છે કે 'ઈજીપ્તે ભારત પાસેથી જે ધર્મ મેળવ્યો એમાં આટલી બધી સમાનતા છે - ઈજીપ્તમાં પણ આર્યોની ચાર વર્ણોમાં વહેંચાયેલી સામાજીક વ્યવસ્થા હતી જેમાં પુજારી સર્વોચ્ચ છે. રાજા બીજો. વેપારી ત્રીજો અને મજૂર વર્ગ ચોથો છે. ઈજીપ્તીઅનો પણ સૂર્યને પણ મુખ્ય દેવ માને છે અને ગાય, નદી, પર્વત વૃક્ષોની પૂજા કરે છે. ઈજીપ્તમાં પણ બ્રહ્માંડના સર્જન પહેલા આદિજળની વાત છે. હિંદુઓમાં બ્રહ્મજળમાંથી વિષ્ણુ અને વિષ્ણુની નાભિમાંથી કમળ નીકળે છે એ રીતે પ્રાચીન ઈજીપ્તીઅનોમાં આદિજળમાંથી એક ઢગલો બને છે અને એ ઢગલામાંથી કમળ નીકળે છે. ભારતમાં એ કમળ પર બ્રહ્મા બેસે છે અને સૃષ્ટિનું સર્જન કરે છે જ્યારે ઈજીપ્તમાં તે કમળ પર તેમના મુખ્ય દેવતા 'રા' (સૂર્ય) બેસે છે અને સૃષ્ટિને પ્રકાશિત કરે છે. આર્યોની અદીતી ઈજીપ્તમાં ઈસીસ છે. ઈજીપ્ત અને બેબિલોનીઓનોનું આખું ખગોળશાસ્ત્ર રજેરજ ભારતીયો જેવું છે.'

ભારતીયોની મૃત્યુ પછી પુનર્જન્મની માન્યતા જ ઈજીપ્તના લોકોમાં મૃત્યુ પછી એ જ શરીરમાં ફરી જીવન મેળવવાની માન્યતા રુપે પરીવર્તન પામી હતી. આ માટે તેઓ મૃતદેહોને ભારતમાંથી જ આવતા સુતરાઉ કાપડમાં લપેટીને પીરામીડોમાં સંગરતા હતા. હવે તો લોથલ અને મોંહેજોદરોમાં પણ આવું સુતરાઉ કાપડમાં લપેટાયેલું મમી મળી આવ્યું છે જે ઈશારો કરે છે કે સિંધુ-ખીણ સંસ્કૃતિમાં પણ કોઇ કોઇ સમૂહો આ માન્યતા ધરાવતા હતા અને એ જ સમૂહોએ ઈજીપ્ત તરફ સ્થળાંતર કર્યું હોઇ શકે. ઓગણીસમી સદીના પ્રખ્યાત લેખક એડોલ્ફ ઈર્મન કહે છેકે 'પ્રાચીન ઈજીપ્તીઅનો કહેતા કે તેઓ કોઇ પુન્ટ પ્રદેશથી આવ્યા છે. તેઓ એ પ્રદેશના વર્ણનમાં કહેતા કે "તે પ્રદેશને ચારે બાજુએથી સમુદ્ર ધોતો હતો, ત્યાં અસંખ્ય ખીણો અને નદીઓ હતી, ત્યાં તડકો હતો, મોંઘી

ધાતુઓ હતી, ચિત્તા, વાઘ, કૂતરા અને લાંબી પૂંછડીઓવાળા વાંદરા હતા. ત્યાં અસંખ્ય ઘટાદાર વૃક્ષો અને નાળીયેરીઓ હતી." આ વર્ણન કોઇ રીતે ભારતથી ભિન્ન બીજા કોઇ દેશ તરફ ઈશારો નથી કરતું. પ્રાચીન ઈજીપ્તીઅન મંદિરોમાં જોવા મળતી વેંતિયાઓની પ્રતિમાઓ ભારતમાં જોવા મળતી વેંતિયા 'યક્ષો'ની પ્રતિમાઓ જેવી જ છે.'

પુસ્તક એમ્પાયર ઓફ સોલમાં પોલ વિલીયમ રોબર્ટસ કહે છે કે 'વર્તમાન સંશોધનો એવું સ્પષ્ટ બતાવે છે કે વૈદિક સંસ્કૃતિ એ એક ખોવાયેલી સભ્યતા છે જેને પ્રાચીન ઈજીપ્તીઅનો અને આજના ભારતીયોએ અપનાવી હતી.' આ સિવાય ઈજીપ્તના મૂળ અંગે બીજા અનેક ઈતિહાસકારો અને લેખકોના પુસ્તકો, જર્નલો અને લેખના લેખ ભર્યા પડયા છે પણ આપણે આ લીસ્ટને ઈજીપ્ત વિશે ઈતિહાસના સૌથી વિશ્વસનીય ઈતિહાસકાર હેનરીચ કાર્લ બુ્રગચના આ શબ્દો સાથે સમેટી લઇએ, 'આપણને અધિકાર છે શક કરતાં વધુ વિશ્વાસ કરવાનો કે આઠ હજાર વર્ષ પહેલા ભારતે ઈજીપ્તમાં એક વસાહત મોકલી જે પોતાની સાથે તેમની કળા અને સભ્યતા લઇ ગઇ અને પ્રાચીન ઈજીપ્તીઅન સંસ્કૃતિની શરુઆત કરી.'

તો પછી સવાલ એ છે કે સદીઓથી આટલા બધા ખ્યાતનામ ઈતિહાસકારોના કહેવા છતાં આપણે કેમ ભણતા રહ્યા કે ઈજીપ્ત વિશ્વની સૌથી જૂની સભ્યતા છે ? કારણ હતું ભારતની ગુલામી. અંગ્રેજો હતા ત્યાં સુધી તેમણે ઈજીપ્ત અને મેસોપોટેમીઅન સભ્યતાને જ મૂળ બતાવવાના પ્રયાસો પણ કર્યા કારણ કે તે સભ્યતાઓને આજની પશ્ચિમી સભ્યતાની જનક માનવામાં આવે છે. અંગ્રેજોના ગયા પછી તેમના ચેલાઓ તરીકે ડાબેરીઓ અને સ્યુડો-સેક્યુલરો આવ્યા જેમનામાં પોતાની જ સભ્યતા પ્રત્યે અંગ્રેજોએ હીનતાની ભાવના જન્માવેલી હતી. પરંતુ, નસીબ આગળનું કે સત્ય આગળનું પાંદડુ ત્યારે ખસ્યું જ્યારે ઈસ ૧૯૭૪માં ફ્રેંન્ચ પુરાતત્વવિદ જીન ફ્રાન્કોઇસ જેરીની અગુવાઇમાં ૧૯૭૪થી ૧૯૮૬ સુધી અને ૧૯૯૭થી ૨૦૦૦ સુધી બલુચિસ્તાનના મેહરગાહ ખાતે ખોદકામ કરવામાં આવ્યું અને ત્યાંથી સિંધુખીણની સંસ્કૃતિની શરુઆત દર્શાવતું આશરે બે ચો.કીમીમાં ફેલાયેલું એક શહેર મળી આવ્યું. જ્યારે રેડિયોકાર્બન પધ્ધતિથી તેનો સમય માપવામાં આવ્યો ત્યારે સ્થાપિત ઈતિહાસ પર અત્યાર સુધીનો સૌથી મોટો ફટકો પડયો. કારણ કે તે શહેર ઈસ પૂર્વે ૭૦૦૦ વર્ષમાં બનેલું હતું. મતલબ, આજથી નવ હજાર વર્ષ પહેલા, જ્યારે માનવસભ્યતાનું પારણું મનાતા ઈજીપ્તની સંસ્કૃતિનો સૌથી જૂનો અવશેષ ઈસ પૂર્વે ૬૦૦૦ આસપાસ જ મળે છે. મતલબ, સિંધુખીણ સંસ્કૃતિનું આ શહેર ઈજીપ્તની સંસ્કૃતિ અસ્તિત્વમાં આવી એના એક હજાર વર્ષ પહેલા અસ્તિત્વ

ધરાવતું હતું. ત્યારબાદ આઇઆઇટી ખડગપુર અને એએસઆઇના વૈજ્ઞાનિકોએ મેહરગાહ ઉપરાંત ભિરાના અને રાખીગારી (હરીયાણા), લોથલ, ધોળાવીરા, કાલીબન્ગન, મોંહેજોદરો અને લોથલ એ તમામ સિંધુખીણ સભ્યતાના શહેરો પર એક સળંગ સંશોધન હાથ ધર્યું અને સિંધુખીણની સભ્યતાને વિશ્વની સૌથી પ્રાચીન સભ્યતા સાબિત કરતા આખરી વૈજ્ઞાનિક પૂરાવા નેચર મેગેઝીન મારફતે દુનિયા સામે જાહેર કર્યા. આ જાહેરાતે માનવ સભ્યતાના પારણા વિશે વૈશ્વિક પુનઃચિંતન શરૂ કરી દીધું છે. ખેર, વિશ્વમાં ઈતિહાસલક્ષી પુસ્તકોમાં તો દર છ વર્ષે નવા સંશોધનો અનુસાર સુધારા કરવામાં આવે છે એટલે ત્યાં તો ઈતિહાસ બદલાઇ જશે. પણ ઉદારતાના નામે નિષ્ક્રિય બનેલી ભારતની વ્યવસ્થા જોતાં લાગે છે કે હજી આપણી આવનારી પેઢીને પણ જીપીએસસી અને યુપીએસસીના પેપરમાં ઈજીપ્તને જ માનવ-સભ્યતાનું પારણું લખવું પડશે.

"સપ્ટેમ્બર, ૨૦૧૬, ગુજરાત સમાચાર - રવિપૂર્તિ."

4

અબ્રાહમ અને ગ્રીક સંસ્કૃતિનું વૈદિક મૂળ

પહેલાં આપણે આજના માનવ-ડીએનએ પરથી જાણ્યું કે આફ્રિકા બહાર જીવતા આજના તમામ માનવો એક લાખ વર્ષ પહેલા આફ્રિકાથી બહાર નીકળેલા કોઇ એક જ સમૂહના વંશજ છે. આ માનવસમૂહે સૌપ્રથમ આજના અફઘાનિસ્તાન અને બલુચીસ્તાનના પ્રદેશમાં વૈદિક સભ્યતા ઊભી કરી. સદીઓ વીતતાં ધીમે ધીમે એ સભ્યતામાંથી માનવોનાં ટોળાં દુનિયાના અન્ય વિસ્તારોમાં સ્થળાંતર પામ્યા અને નવી સભ્યતાઓ ઊભી થઇ. આ વાત આપણે વિશ્વના વિવિધ શાસ્ત્રોમાં મળતા પૂરાવાના આધારે પણ ચકાસી જોઇ. આપણે જાણ્યું હતું કે વૈદિક સભ્યતાના લોકોએ જ સ્થળાંતર કરીને બીજા નંબરની સૌથી પ્રાચીન ગણાતી ઈજીપ્તની સભ્યતા ઊભી કરી હતી. અને આજે આ સફરના છેલ્લા પડાવ પર આપણે જાણીશું કે ઈજીપ્ત પછી ઉત્પન્ન થયેલી બીજી બે પ્રાચીન સભ્યતાઓ, ગ્રીક અને અબ્રાહમની સભ્યતાઓનું મૂળ પણ વૈદિક સંસ્કૃતિમાં જ છે.

પુરાણોમાં અને મહાભારતમાં ગ્રીકોને યવનો કહેવામાં આવ્યા છે. ભારતીય શાસ્ત્રોમાં યવનો વિશેનો સૌથી પહેલો ઉલ્લેખ છેક યયાતિથી શરૂ થાય છે. યયાતિના ચાર પુત્રોમાંથી સૌથી નાના પુત્રનું નામ હતું યવન, જેને યયાતિએ પશ્ચિમમાં સૌથી દૂરના પ્રદેશમાં રાજ્ય સ્થાપવા કહ્યું હતું. આ યવનના વંશજો કે એક રીતે તેણે સ્થાપેલા રાજ્યના નાગરીકોને યવનો કહેવામાં આવ્યા. વૈદિક સંસ્કૃતિના જ આ એક રાજકુમાર દ્વારા પશ્ચિમમાં જઇને ગ્રીક રાજ્ય ઊભું કરવાનો મહાભારતનો આ દાવો વીસમી સદીના જાણીતા ઈતિહાસકાર એલન ડેનિયલોઉની આ પ્રખ્યાત નોંધમાં સાચો સાબિત થાય છે, 'ગ્રીકો હંમેશા એવું કહેતા કે ભારત તેમના દેવ ડાયોનિસસની પવિત્ર ભૂમિ છે. સિકંદરના

ઈતિહાસકારોએ એવું સ્પષ્ટ લખ્યું છે કે પુરાણો જ ડાયોનિસસની કથાઓનો સ્રોત છે.'

વૈદિક સભ્યતાની શરૂઆતમાં બ્રહ્મા, વિષ્ણુ અને મહેશની ત્રિમૂર્તિનો વિચાર નહોતો આવ્યો ત્યારે સ્વર્ગના દેવોને પૂજ્ય ગણવામાં આવતા. દેવો ઉપર સ્વર્ગમાં રહેતા અને મનુષ્યો ધરતી પર, મનુષ્યો પોતાની જરૂરીઆતો પૂરી કરવા માટે દેવોને રીઝવતા. બિલકુલ આ જ રીતની પૌરાણિક દંતકથાઓથી ગ્રીક સંસ્કૃતિ શરૂ થાય છે. ત્યાં પણ સ્વર્ગના દેવતાઓ છે અને ધરતી પર વસતા મનુષ્યો છે જે તેમને પૂજે છે. પરંતુ, વૈદિક કાળમાં આગળ જતાં બ્રહ્મ અને અદ્વૈતવાદનું જે વિજ્ઞાન વિકસ્યું એ ગ્રીક સભ્યતામાં દેખાતું નથી. મતલબ, વૈદિક સંસ્કૃતિમાં એ ઉત્ક્રાંતિ શરૂ થયા પહેલા જ તેના એક સમૂહે પશ્ચિમ તરફ સ્થળાંતર કરી નવી ગ્રીક સભ્યતા ઊભી કરી હતી, જેમાં ફક્ત દેવતાઓના નામ જ બદલવામાં આવ્યા હતા.

વૈદિક દેવતાઓ અને ગ્રીક દેવતાઓમાં કેટલું સામ્ય છે એ જોઇએ. વેદોમાં આકાશના દેવતા અને દેવોના પિતા 'દ્રૌષપિતૃ' કહેવાય છે, જેને 'ડાયસ (Dyaus)' પણ કહે છે. એ જ આકાશના દેવતાને ગ્રીકો 'ઝીઅસ (Zeus)' કહે છે જે પણ દેવતાઓના પિતા છે. વેદોના વરુણ દેવ ગ્રીકોમાં ઓરેનોસ કહેવાય છે અને વેદોની પ્રભાતની દેવી ઉષા ગ્રીકોમાં ઔરોરા કહેવાય છે. વેદોમાં ક્રોધ માટે જાણીતા રુદ્ર દેવ (શિવ) ગ્રીક સભ્યતામાં ક્રોધી દેવતા પોસાયડન કહેવાય છે. સમાનતાની હદ ત્યાં છે કે બંનેનું મુખ્ય શસ્ત્ર પણ ત્રિશૂળ છે. પ્રજા ઉત્પન્ન કરનારા વેદોના પ્રજાપતિ ગ્રીક સભ્યતામાં પ્રોટોગોનોસ તરીકે ઓળખાય છે. પ્રોટોગોનોસના ચાર મસ્તક છે, એક અજગરનું, એક બળદનું, એક મનુષ્યનું અને એક દેવતાનું. એ જ રીતે બ્રહ્માંડ પુરાણમાં પ્રજાપતિને પણ ચાર મસ્તકવાળા કહેવામાં આવ્યા છે. જ્યાં તેમનું એક મસ્તક દેવતાનું, એક ઋષિનું, એક પિતૃઓનું અને એક મનુષ્યનું છે. ભારતીય નામોને બદલીને ગ્રીક નામ આપવાનું ગ્રીકોનું આ ચલણ ચંદ્રગુપ્ત મૌર્ય અને અશોક સુધી ચાલુ રહ્યું હતું. ગ્રીસમાં ચંદ્રગુપ્ત મૌર્યને એન્ડ્રોકોટસ અને અશોકને એલીટ્રોકેડસ તરીકે ઓળખવામાં આવતા હતા.

વેદોમાં સંસ્કૃત શ્લોકોના યોગ્ય ઉચ્ચારણને 'વાક' કહેવામાં આવ્યું છે. 'વાક' એક શક્તિશાળી દેવી છે જે પોતાનામાં દેવતાઓને ધારણ કરીને આગળ વધે છે અને લોકોમાં દિવ્યતા ઉત્પન્ન કરે છે. ગ્રીકોમાં બિલકુલ આ જ દૈવી ઉચ્ચારણને 'લોગોસ' કહેવામાં આવ્યું છે. વેદોમાં જે લોકો યોગ્ય રીતે વાકનો ઉચ્ચાર ન કરે તેમને 'બાર્બર' (તોતડા) કીધા છે. ગ્રીકોમાં તેમને 'બાર્બરોઇ' કીધા છે. પ્રાચીન ગ્રીક લેખક હોમરના ઇલિયાડ અને ઓડિસી મહાકાવ્યોમાં દર્શાવેલ

સમાજજીવન અને વેદો તથા મહાભારતમાં દર્શાવેલ સમાજજીવનમાં અદભુત સામ્યતા છે. હોમરની રચનાઓમાં દર્શાવેલા દેવતાઓ ઘોડાઓથી બાંધેલા રથ લઇને આવે છે. જ્યારે ઘોડાથી ચાલતા રથ ફક્ત વૈદિક આર્યોની ઓળખ હતી.

હવે વાત અબ્રાહમની. અબ્રાહમ એટલે યહુદીઓ અને આરબોના પૂર્વજ. અબ્રાહમના બે દિકરા હતા. એક ઇસાક અને બીજો ઇસ્માઇલ. ઇસાકના વંશજો યહૂદી કહેવાયા અને ઇસ્માઇલના વંશજો આરબો કહેવાયા. એ યહૂદીઓમાંથી ખ્રિસ્તી ધર્મ અસ્તિત્વમાં આવ્યો અને આરબોમાંથી મુસ્લિમ ધર્મ અસ્તિત્વમાં આવ્યો. ઇસ ૩૭ થી ઇસ ૧૦૦ વચ્ચે થઇ ગયેલા પ્રખ્યાત યહુદી ઈતિહાસકાર ફ્લેવીઅસ જોસેફ્સે નોંધ્યું છે કે 'સોક્રેટીસ, પ્લુટો અને એરીસ્ટોટલ એવું કહેતા હતા કે આ યહુદીઓ ભારતમાંથી આવેલા પેલા બ્રાહ્મણ તત્વચિંતક અબ્રહામના વંશજ છે.' એરીસ્ટોટલનો સમકાલીન ઇતિહાસકાર ક્લીઅરકુશ લખે છે કે 'યહુદીઓ ભારતીય ફીલોસોફરના વંશજ છે જે ભારતમાંથી સિરિયા તરફ સ્થળાંતર પામ્યા.' ઇસ પૂર્વે ૩૦૦માં સેલ્યુકસ નીકેટરે મેગાસ્થેન્સ નામના એક સંશોધકને ભારત મોકલેલો જેણે ભારતના સંશોધન પરથી નોંધ્યું હતું કે 'યહુદીઓ અસલમાં પશ્ચિમ ભારતની કલાની જાતિના બ્રાહ્મણો છે.'

અઢારમી સદીના સૌથી મહાન આત્મજ્ઞાની લેખક અને વિચારક ગણાતા વોલ્ટેરે લખ્યું છે કે 'અબ્રાહમ ભારતના પશ્ચિમ છેડામાંથી આવેલા બ્રાહ્મણ હતા જેમણે પશ્ચિમમાં જ્ઞાનનો ફેલાવો કરવા માટે ભારત છોડયું.' બાઇબલના જૂના કરારમાં કહેવામાં આવ્યું છે કે અબ્રાહમ પૂર્વમાં આવેલા 'ચૌલ્ડીઅનોના ઉર'માંથી સ્થળાંતર કરી પશ્ચિમના બેબિલોનીઓન પ્રદેશમાં ગયા હતા, જ્યાં તેમણે એકેશ્વરવાદનો સંદેશ આપ્યો. 'ઉર'નો અર્થ થાય છે 'પ્રદેશ'. ચૌલ્ડીઅન અસલમાં પ્રાચીન સમયના 'કૌલ પંડિતો'માંથી આવેલી કાશ્મીરી બ્રાહ્મણોની જાતિ હતી, જે તે સમયે આજના અફઘાનિસ્તાન સુધી ફેલાયેલી હતી. અબ્રાહમને જે ઉર પ્રદેશમાંથી આવેલા મનાય છે તે આજના અફઘાનિસ્તાન અને ઇરાનની સીમા પર આવેલો બેક્ટ્રીયા પ્રદેશ છે તેવું સંશોધકો અને પ્રાચીન ઇરાનીઓ માને છે.

અબરાહમના નામનો અર્થ પણ કાશ્મીરી પંડિતોની ભાષામાંથી જ મળે છે. 'અબ'નો કાશ્મીરીમાં અર્થ થાય છે પિતા. અને 'રહમ' શબ્દ 'રામ' શબ્દ પરથી આવ્યો છે જેનો અર્થ થાય છે 'સર્વોચ્ચ બ્રાહ્મણ'. આમ, અબરાહમ કાશ્મીરી પંડિતોની જ એક જાતિના બ્રાહ્મણ હતા જેમણે એકેશ્વરવાદનો ફેલાવો કરવા પશ્ચિમ તરફ પ્રયાણ કર્યું અને યહૂદીઓ અને આરબોના જનક બન્યા. યહુદીઓને પોતાની કાશ્મીરી મૂળની જાણ હતી. એટલે જ તો જ્યારે જ્યારે યહુદીઓ પર અત્યાચાર થયા ત્યારે ત્યારે તેમના સમૂહો સીધા કાશ્મીરમાં આવીને વસ્યા.

મોસીસ જેવા પયગંબર પણ અંતિમ સમયે કાશ્મીરમાં રહ્યા હતા એવા સંકેત મળ્યા છે. મુસ્લિમ ધર્માંતરણ થયા પહેલા કાશ્મીરમાં યહુદી વસ્તી સારા એવા પ્રમાણમાં જોવા મળતી હતી.

આમ, જગતની કોઇ એવી સભ્યતા નથી જેના મૂળ પૂર્વની પ્રાચીન ભારતીય સભ્યતામાં ન મળતા હોય. આ તથ્યો એ વૈજ્ઞાનિક અને જીનેટીકલ પૂરાવાઓને સહમતિ આપે છે કે ભારતીય સભ્યતામાંથી છૂટી પડીને જ જગતની બાકી બધી માનવ સભ્યતાઓ અસ્તિત્વમાં આવી છે.

"ઓક્ટોમ્બર, ૨૦૧૬, ગુજરાત સમાચાર - રવિપૂર્તિ."

5

આદિવાસી વિરુદ્ધ શહેરી કે માનવ વિરુદ્ધ પ્રકૃતિ

લેખકશ્રી હરિભાઈ દેસાઈનો 9 ઓગસ્ટ, વિશ્વ આદિવાસી દિન પરનો લેખ ગમ્યો. ઘણી સારી માહિતી છે એમાં પણ કેટલાક મુદ્દાઓ પર મારો વિરોધ છે અને તેને હું અહી કહી રહ્યો છું.

પહેલા તો લેખકે અને તેમણે જે સંશોધનકર્તાનું નામ આપ્યું છે તેમને 'આદીવાસી' શબ્દની વ્યાખ્યા કરવી જોઈએ. 'જે જંગલમાં રહેતા હોય એ આદિવાસી' એવી વ્યાખ્યા પર આધારિત આ તારણ હોય તો જસ્ટિસ કાતજુનું વિવરણ કે ભારત 92 ટકા આદિવાસીઓનો દેશ હતો અને પછી સમયે સમયે બહારના લોકોએ આવીને તેમનાથી દેશ પચાવી પાડ્યો- એ ગામ સામે ગોળા નાખવાની તથાકથિત લિબરલ અને માર્કસિસ્ટ સોચનું પ્રતિબિંબ છે. કારણ કે આખી માનવજાતિ આફ્રિકાના જંગલોમાંથી જ આવી છે અને એ જંગલોમાંથી માઈગ્રેશન કરીને જ હોમોસેપિયન્સ મેદાની પ્રદેશોમાં આવ્યા હતા. મતલબ જેમણે મેદાની સભ્યતા શરૂ કરી તે માનવો પણ ક્યારેક આદિવાસી હતા. ભારત નહીં આખી પૃથ્વી આદિવાસીઓની જ હતી. મેદાની સભ્યતા ઉભી કરનાર આદિવાસીઓ જ્યારે હજી જંગલોમાં વસતા આદિવાસીઓ સાથે સંપર્કમાં આવ્યા ત્યારે હંમેશની જેમ બે સમાંતર પ્રક્રિયાઓ શરૂ થઈ. એક, જંગલની આદિવાસી પ્રજા મેદાની સભ્યતાની આધુનિકતા, આકર્ષકતા અને સમૃદ્ધિથી અંજાઈ.

અને બીજું, મેદાની લોકોની લાલચી દ્રષ્ટિ આદિવાસીઓની જમીનો અને વિવિધ ઔદ્યોગિક કાચો માલ આપતા જંગલો પર પડી. આદિવાસીઓની મેદાની પ્રદેશની સમૃદ્ધિ મેળવવાની ઈચ્છાને જાણી જતાં મેદાની પ્રદેશના લોકો આદિવાસીઓને પોતાના કામ સોંપી એ સભ્યતાનો હિસ્સો બનાવતા થયા. આ

રીતે આ બે સભ્યતાઓ સંપર્કમાં પણ આવી અને આગળ જતાં એકબીજાના સંસાધનો પર વર્ચસ્વ જમાવવાના સંઘર્ષમાં પણ. આદિવાસીઓને મેદાની પ્રદેશની સમૃદ્ધિ મેળવવાની ઈચ્છા અને લાલચ ન જાગી હોત તો આદિવાસીઓનું ક્યારેય કોઈ બગાડી ન શકત. પણ તેમની એ લાલચે તેમને મેદાની સભ્યતાના ગુલામ બનવા તરફ ધકેલ્યા અને પછી એ સભ્યતાનો મુખ્ય હિસ્સો બનવાના સંઘર્ષ તરફ. આ લગભગ પૃથ્વીના દરેક હિસ્સામાં બન્યું. બસ ભારત જ એ દેશ છે જ્યાં અમેરિકા અને યુરોપની જેમ આદિવાસી સભ્યતાને મારીને સંપૂર્ણપણે લુપ્ત કરવામાં નથી આવી અને આદિકાળથી હંમેશા પરસ્પરના સંઘર્ષને મટાવી તેમને મેદાની સભ્યતાનો એક સ્પેશિયલ હિસ્સો બનાવવાની કોશિશ થઈ છે. વાલ્મિકી, વેદ વ્યાસ અને ભૃગુ જેવા બીજા અનેક ઋષિમુનિઓ એ આદિવાસી લોકોમાંથી આવ્યા અને તેમના ગ્રંથો આજેપણ હિન્દૂ સભ્યતાનું મૂળ છે. આજ એકમાત્ર દેશ છે જ્યાં આદિવાસી લોકોએ લખેલા ગ્રંથોને મેદાની સભ્યતાના લોકો પોતાના ધર્મગ્રંથો માનીને પૂજે છે અને તેનું અનુસરણ કરે છે. આ આદિવાસીઓને આત્મજ્ઞાની ઋષિઓ બનાવી દેનાર દેશ છે. સાચું ચિત્ર આ છે. એનો મતલબ એ નથી કે આજે આદિવાસીઓ સાથે કોઈ અન્યાય થતો હોય તો પ્રાચીન ભારતની આ મહાનતાને આગળ ધરી તેનાથી આંખ આડા કાન કરવા, પણ એનો અર્થ એ પણ નથી કે 'ભારત આદિવાસીઓનો દેશ હતો અને પછી બહારથી આવેલા લોકોએ તેમનાથી બધું છીનવી લીધું' - આવા નિવેદનોને પ્રત્સાહન આપવું, જે અસલમાં માર્કસવાદને સમર્થન અને નક્સલવાદને શક્તિ આપવાનું કામ કરે છે. બુદ્ધિજીવી બનવાની લાયમાં આ બનાવટી માન્યતાને સમર્થન આપવાના સ્થાને સ્વતંત્ર રહીને પોતાનું સ્વતંત્ર ચિંતન કરવું જોઈએ જે સંપૂર્ણ અને સાચા ચિત્રને પેશ કરે. લેખકશ્રી અને તેમણે જે સંશોધકશ્રીનો ઉલ્લેખ કર્યો છે તે બંનેને મારી આ સલાહ અને વિનંતી છે.

જ્યાં સુધી મારી અંગત રાય છે, મને આદિવાસીઓની કોઈ ચિંતા નથી. મને જંગલોની અને પ્રકૃતિની ચિંતા છે. આદિવાસીઓ પણ માનવો જ છે અને જેમ મેં કહ્યું તેમ બધા માનવો ક્યારેકને ક્યારેક આદિવાસી જ હતા. મેદાની સભ્યતાની આધુનિકતા એક બહુ મોટા પરિવર્તન તરીકે ઉપસી આવી જે આદિવાસીઓને લાલચાવનારી તો હતી જ સાથે એટલી શક્તિશાળી પણ હતી કે આદિવાસીઓને ગમે ત્યારે પોતાના ગુલામ બનાવી શકે. એટલે જંગલમાં વસતા માનવો સમૃદ્ધિની લાલચ અને અસ્તિત્વ ટકાવી રાખવાની વૃત્તિના જોરે મેદાની પ્રદેશમાં આવ્યા અને પોતાનું સ્થાન શોધવાનો પ્રયાસ કર્યો. સાથે સાથે ભૌતિક સમૃદ્ધિના લાલચી બની ચૂકેલા મેદાની પ્રદેશોના લોકોની નજર આદિવાસીઓની જમીન અને જંગલો પર પડી. જ્યારે આવું થયું ત્યારે અમેરિકાએ તો ત્યાંના રેડ ઇન્ડિયન

આદિવાસીઓ સામે હિંસક સંઘર્ષ કરી તેમને લુપ્ત કરી દીધા, ભારતના બ્રિટિશ રાજે તેમની જમીનો પડાવી તેમને ખેત મજૂર બનાવી દીધા. પણ આઝાદ ભારતમાં તેમને અનામત આપી મુખ્યધારામાં લાવવાની કોશિશ થઈ અને તેના સુંદર પરિણામો મળ્યા છે. એટલે ડોકટર, એન્જીનીઅર અને સરકારી બાબુ બનેલા એ આદિવાસી હવે આદિવાસી રહેવાના નથી. એમની ચિંતા કરવાનો કોઈ અર્થ નથી. એમને હવે આદિવાસી નહીં પણ માનવ તરીકે કે ભારતીય તરીકે જોવાના છે. પણ જે જંગલો એ છોડીને આવ્યા છે તે જંગલોને તે આદિવાસીઓના મેદાની બાબુ બનવાથી નુકશાન જ થવાનું છે. એ લોકો જંગલોનું હવે એવું સંવર્ધન નહીં કરે જેવું પહેલા કરતા હતા. મેદાની પ્રદેશોની ભૌતિક ભાગદોડમાં પ્રવેશીને ક્યારેક તે એ જંગલોને કાપીને આધુનિક વ્યવસાયો પણ ઉભા કરે. તો, સાચી ચિંતા આદિવાસીઓની નહીં, તેમના રહેઠાણ એવા જંગલો અને જમીનની કરવાની છે. આદિવાસી તરીકે પણ તે સુખી છે અને પ્રકૃતિને સાચવી રહ્યા છે. પણ વોટ માટે કે ધર્માંતરણ કરાવવા માટે તેમને ભૌતિકવાદી બનાવવાની આ જે રેસ ચાલી છે એમાં નુકશાન છેલ્લે જંગલોનું અને પ્રકૃતિનું જ છે. ક્રિસ્ટીઅન મિશનરીઓ અને તેમને સંલગ્ન સંસ્થાઓ આદિવાસીઓના ઉદ્ધારના નામે આદિવાસીઓની કેટલીયે જમીન પર કબજો કરી ચુકી છે, જેમાં કેટલાક નેતાઓનો પણ ભાગ હોય છે. એટલે આદિવાસી વિરુદ્ધ શહેરીનો સંઘર્ષ સંપૂર્ણ રાજકીય પેદાશ છે. અસલી સંઘર્ષ છે માનવ વિરુદ્ધ પ્રકૃતિનો.

"ઓગસ્ટ ૧૨, ૨૦૧૮, ફેસબુક."

6

આખરે, પદમાવત જોયું..

તો, કાલે પદ્માવતિ જોયું. રાતે એક વાગે જયારે ફિલ્મ પુરી થઇ ત્યારે છેલ્લા અડધો કલાકથી ભરાઈ રહેલી પીડા આંસુ બનીને નીકળી પડી. મેં પહેલા પણ કહેલું છે કે ભારતના ઇતિહાસમાં સીતા અને પદ્માવતી સાથે જે થયું એ હું ક્યારેય સહન નથી કરી શક્યો. પણ કાલે રડવું ખાલી માં પદ્માવતીના બલિદાન પર ના આવ્યું. કાલે રડવું આવ્યું આ દેશના દુર્ભાગ્ય પર કે જે ફિલ્મ રિલીઝ થતા સમયે સમગ્ર દેશમાં ઉત્સવનો માહોલ હોવો જોઈતો હતો, જે ફિલ્મ જોવા માટે જેમ સૈનિકો માર્ચ કરતા હોય તેમ દરેક નાગરિક થિએટરમાં પ્રવેશતો હોવો જોઈતો હતો તે ફિલ્મ અને તેને બનાવવાવાળાઓને આ હદે હેરાન કરવામાં આવ્યા. રડવું આવ્યું એ બનીબેઠેલા મૂર્ખ દેશભક્તો અને હિન્દુભક્તો પર જે વગર ફિલ્મ જોયે સડકો પર અને સોશ્યિલ મીડિયા પર ફિલ્મનો વિરોધ કરવામાં પોતાના જીવનની સાર્થકતા સમજી રહ્યા હતા. રડવું આવ્યું એ વાતનું કે લેફટીસ્ટ અને મુસ્લીમોથી ભરેલી ફિલ્મ ઇન્ડસ્ટ્રી જ્યાં અકબર પર તો બે બે મોટી ફિલ્મો બની ગઈ પણ મહારાણા પ્રતાપ પર એક ફિલ્મ બનાવવાનું કોઈનામાં સાહસ ન થયું એવી ઇન્ડસ્ટ્રીમાં પેશ્વા બાજીરાવ અને રાની પદ્માવતી પર બે-બે ભવ્ય ફિલ્મો બનાવનાર સંજય લીલા ભણસાલી પર જે અત્યાચારો થયા એ પછી શું બીજો કોઈ આ મૂર્ખ હિંદુઓ માટે કોઈ ફિલ્મ બનાવવાનું સાહસ કરશે..? રાની પદ્માવતીને ઊંડાણથી જીવી લેનાર દીપિકા પાદુકોણના માથા વાઢી લાવવાની ઘોષણાઓ થઇ ત્યારે એને શું થયું હશે કે પદ્માવતીએ આખરે કોના માટે બલિદાન આપ્યું..? આ જીવાત માટે..? રડવું આવ્યું એ વાહિયાત નેતાઓ પર જે ફિલ્મોનો 'ફ' પણ ન જાણતા હોવા છતાં ખાલી કોઈના વોટ લેવા માટે ફિલ્મને રિલીઝ ન થવા દેવાની ધમકીઓ અને ઘોષણાઓ કરી રહ્યા હતા. વાહિયાત એટલા માટે કારણ કે એ લોકોની હૈસિયત જ નથી હિન્દુત્વ માટે કંઈ કરવાની, એમને તો બસ

એમના વોટ જોઈએ છે. હિંદુત્વ અને ક્ષત્રીયતાને સાચા અર્થમાં પ્રગટાવી મૂકે એવું કામ તો આ ગુજરાતી ફિલ્મ મેકરે કર્યું છે, જેની ફિલ્મ ગુજરાતમાં જ રિલીઝ ન થવા દેવાઈ. તો ટૂંકમાં,

Shame! Shame! Shame! On that every fool and bastard who gave his/her bit to harass this film without watching it.

હવે ફિલ્મની વાત. રાજા રતનસિંહ મોતીનો હાર તૂટી જવાથી રિસાયેલી એમની પહેલી પત્નીને મનાવવા સિંઘલ દેશમાં મોતી લેવા જાય છે. ત્યાં સિંઘલની સુંદર રાજકુમારી પદ્માવતી અને રાજા રતનસિંહ પ્રેમમાં પડે છે. બંને લગ્ન કરીને જ મેવાડ પાછા આવે છે. મેવાડમાં પદ્માવતીની સુંદરતાથી અંજાયેલો એક બ્રાહ્મણ જે રાજા રાતનસિંહનો ગુરુ પણ છે તે ચોરી છુપે રતનસિંહ અને પદ્માવતીના પ્રણયને જોવાની કોશિશ કરે છે. પદ્માવતી આ જાણી જાય છે અને તે બ્રાહ્મણને દેશ નીકાળો કરાવી દે છે. બ્રાહ્મણ પદ્માવતીનો બદલો લેવા દિલ્લીના ઘાતકી અને સ્ત્રીઓના શોખીન સુલતાન અલ્લાઉદ્દીન ખીલજી પાસે જાય છે અને કહે છે, 'આખા ભારતની સૌથી સુંદર સ્ત્રી તો પદ્માવતી છે. જો તમે એને નથી મેળવી તો બીજું કંઈ નથી મેળવ્યું.' આ સાંભળતા જ ક્રૂર ખીલજી પદ્માવતીને મેળવવા સેના લઈને મેવાડ પર ચડાઈ કરવા આવી જાય છે. અને અહીંથી શરુ થાય છે પોતાની રાણીની શાન બચાવવા માટે મેવાડના બહાદુર રાજપૂતોનો સંઘર્ષ. ખીલજી સામે બહાદુરીથી લડતો રતનસિંહ જાણે ખાલી પોતાની પત્ની અને પ્રેમ માટે જ ન લડતા પોતાની સંસ્કૃતિ માટે લડતો હોય તેવો દેખાય છે. જયારે તે અલ્લાઉદ્દીન ખીલજીને હરાવીને મારવા જ જતો હોય છે ત્યારે ખીલજી કપટથી તેને મારી નાખે છે. આ સમાચાર મળતા જ પદ્માવતી બધી રાજપૂતાણીઓને પોતાના ભવનમાં બોલાવી દઈ ભવન બંધ કરાવી દે છે. અહીં પદ્માવતીએ રાજપૂતાણીઓને જૌહર કરી લેવા આપેલી સ્પીચ ભવ્ય છે. ખીલજી અને તેના સૈનિકો ભવનમાં પ્રવેશે તે પહેલા પદ્માવતી પાછળ બધી રાજપૂતાણીઓ જૌહર કરીને સળગી જાય છે. જે અલ્લાઉદ્દીન પદ્માવતીને મેળવવા આવ્યો હોય છે, તેને પદ્માવતીનો ચહેરો તો દૂર તેનો પડછાયો કે તેનું મૃત શરીર પણ જોવા નથી મળતું. આજ તેની મોટી હાર હોય છે.

ઇસ ૭૧૨ માં પહેલો ઇસ્લામી આક્રાંતા મોહમ્મદ બિન કાસમ ભારતમાં આવ્યો ત્યારથી આજ ઇસ્લામનું યુદ્ધ મોડલ હતું. કાસમની સેનાએ સિંધ અને બલુચિસ્તાનમાં હિન્દૂ પુરુષોને ગળું કાપીને મારી નાખેલા અને તેમની સ્ત્રીઓને ગુલામ બનાવેલી. એ ગુલામ સ્ત્રીઓમાંથી પાંચમા ભાગની સ્ત્રીઓ આરબમાં તેમના ખલીફાને મોકલવામાં આવતી અને બાકીની સેનાના સૈનિકોમાં વહેંચી દેવામાં આવતી. આ સમયથી આ જાનવરોથી બચવા હિન્દૂ સ્ત્રીઓએ પોતાનું

શરીર જ બાળીને ભસ્મ કરી દેવાની જૌહરની રીત શોધેલી. એક યા બીજી રીતે આજેપણ જે જે વિસ્તાર મુસ્લિમ બહુમતી હેઠળ આવ્યો ત્યાં અન્ય ધર્મીની સ્ત્રીઓ સાથે આજ કરવામાં આવ્યું છે, ચાહે તે પાકિસ્તાન હોય, બાંગ્લાદેશ હોય કે કાશ્મીર ઘાટીમાં પંડિતો સાથે જે થયું તે હોય. પણ માં પદ્માવતીનું જૌહર આ બધામાં ગૌરવશાળી ગણાય છે કારણ કે તે કોઈ ડરથી કરાયેલું જૌહર નહોતું. તે જૌહર ખીલજીને હરાવવા માટે કરાયું હતું. એમાં જ ખીલજીની હાર હતી. અને જૌહર કરતી વખતે દીપિકા પાદુકોણે એજ સ્વાભિમાની હાવભાવ આપ્યા છે જે માં પદ્માવતીની ઓળખ છે. આખરી સંવાદો અને દ્રશ્યોમાં પદ્માવતી એક દેવી તરીકે ઉપજી આવે છે જે અધર્મને હરાવવા અને સત્યની રક્ષા કરવા ગર્વભેર આગની જ્વાળાઓમાં ચાલી જાય છે. આજ એ બલિદાન છે, આજ એ સ્વાભિમાન છે જેણે આઠસો વર્ષ સુધી આ જાનવરો જેવા વિદેશી શાશકોથી આ સભ્યતાને બચાવી છે. આ ફિલ્મનો વિરોધ ટીવી ચેનલો પર મોહમ્મદ બિન કાસમ, અલ્લાઉદ્દીન ખીલજી અને ઔરંગઝેબને ખુલ્લેઆમ પોતાના હીરો ગણાવતા ભારતીય મૌલાના અને મૌલવીઓએ કર્યો હોત તો સમજી શકાય એમ છે. પણ જેમના સ્વાભિમાન માટે ફિલ્મ બનાવાઈ એ લોકોએ જ છેલ્લા કેટલાક મહિનાઓમાં જે કર્યું તેણે ખરેખર આપણને દુનિયા સામે હાસ્યાસ્પદ બનાવી દીધા છે. એકબાજુ ડાબેરી પત્રકારો અને ફિલ્મકારો આ ફિલ્મને મુસ્લિમ વિરોધી અને પ્રખર હિન્દુવાદી કહીને સંજય લીલા ભણસાલીને લતાડી રહ્યા છે અને બીજી બાજુ પ્રખર હિન્દુવાદીઓએ જ ફિલ્મને અનેક રાજ્યોમાં રિલીઝ થવાથી રોકી રાખી છે. આ કિસ્સામાં દીપિકા પાદુકોણે જે કહ્યું એજ પૂરતું છે, 'આપણે (આટલા અત્યચારો અને ગુલામી પછી) રિગ્રેસીવ થઇ ગયા છીએ.' આપણો આત્મવિશ્વાસ ખોવાઈ ચુક્યો છે. આપણે દરેક વાતને સંદેહથી જોઈએ છીએ. કઈ વસ્તુ આપણા સારા માટે છે અને કઈ વસ્તુ આપણા ખોટા માટે એ ઓળખવાની શક્તિ આપણે ખોઈ ચુક્યા છીએ. આપણે આપણા જ લોકોને અને આપણા જ હિત માટે થતા કાર્યોને નિષ્ફળ બનાવવાની કોશિશ કરીએ છીએ. એક રીતે માં પદ્માવતીના બલિદાનનું વર્તમાન પરિણામ આ જ છે, જે આપણને માં પદ્માવતી પર ફિલ્મ બનવાથી જ ખબર પડી.

છેલ્લે, જેએનયુમાં દેશવિરોધી નારા લગાવનારાઓનું સમર્થન કરનારી ડાબેરી માનસિકતાવાળી, 'પ્રેમ રતન ધન પાયો' માં સલમાન ખાનની બહેનનો રોલ કરનારી સ્વરા ભાસ્કરને જવાબ. આ બહેને પદ્માવતી જોઈને એક ડાબેરી વેબસાઈટ પર પત્ર લખી કહ્યું, 'બકવાસ ફિલ્મ. ફિલ્મ પત્યા પછી ખાલી એટલો જ સંદેશ મળ્યો કે મારી વજાઇનાનું કંઈક મૂલ્ય છે.'

ડીઅર સ્વરા, એમાં એવું છે બકા કે આ દેશની સંસ્કૃતિ જયારે શરુ થઇ ત્યારે માં તરીકે અને શક્તિ તરીકે વજાઇનાની જ પૂજા કરાતી હતી. કારણ કે ત્યાંથી જ આપણું અસ્તિત્વ શરુ થાય છે. એટલે કેટલીક વજાઈના ખરેખર બહુ દિવ્ય અને મૂલ્યવાન હોય છે કારણ કે તે કેટલાક મહાન લોકોને જન્મ આપે છે તો કેટલાક મહાન લોકોના સંતાનોને જન્મ આપે છે. પણ બેશક, કેટલીક વજાઈના મૂલ્યહીન જ હોય છે. કારણ કે તે દરેક માટે ઈઝીલી અવેલેબલ હોય છે અને તેમાંથી મોટાભાગે ઉત્પાત મચાવનારા કીડા જ જન્મે છે. અને આવી કોઈ વજાઇનાને જો આ ફિલ્મ જોવાથી પોતાનું થોડું મૂલ્ય સમજાયું હોય તો ખરેખર એજ આ ફિલ્મની મુખ્ય સફળતા છે.

"ફેબ્રુઆરી, ૨૦૧૮, ફેસબુક."

7

પદ્માવતીનું જૌહર આજના સમય મુજબ કેટલું સાચું..?

તો કાલનો પદ્માવતીવાળો આર્ટિકલ ઘણો ગુંજ્યો. ઘણા બધા વખાણ મળ્યા તો કેટલાક વિરોધના સવાલો પણ. મોટાભાગના સવાલો ફિલ્મનો વિરોધ કરનારા લોકોના હતા જે હજી ખોટા ફેક્ટ્સ સાથે પોતાનો આખરી વધ્યો-ફૂટ્યો લૂલો બચાવ કરી રહ્યા હતા. હવે તો તેમના માટે એ પણ મુશ્કેલ બની જશે કારણ કે ગયા શુક્રવારે કરની સેનાની રાષ્ટ્રીય શાખાએ પણ ફિલ્મના વખાણ કરી આંદોલન પાછું ખેંચવાની ઘોષણા કરી દીધી છે. પણ છતાંય એક સવાલ બહુ સુંદર અને બુદ્ધિજીવી હતો જેના પર અમારા વચ્ચે જે ચર્ચા થઇ એ જ્ઞાનવર્ધક છે. એ ચર્ચા અહીંયા આપી રહ્યો છું.

સવાલ: તમે સ્વરા ભાસ્કરને જે જવાબ આપ્યો એ અદભુત છે. કાશ દીપિકા અને શાહિદે જે જવાબ આપ્યા એ પણ આટલા આકરા હોત. છતાંય મેં જયારે સ્વરા ભાસ્કરનો એ પત્ર વાંચ્યો એટલે આટલો ડાઉટ મને પણ થયો હતો કે શું આધુનિક સમય મુજબ રાની પદ્માવતીની આત્મહત્યા વધારે પડતું ન કહેવાય..? શું સ્ત્રીના જીવનનું મહત્વ ખાલી તેની વજાઇનાને સાચવવામાં જ છે..? શું રાની પદ્માવતીનું જ્ઞાન, તેમની હોંશિયારી અને તેમની બીજી બધી ખૂબીઓ ખાલી એ માટે જતી રહી કે કોઈ તેમના સાથે સેક્સ ના કરી શકે..? મારા ખ્યાલથી આ સવાલને ખાલી ધાક-ધમકી અને વિરોધોથી દબાવી દેવામાં આવે એમાં નુકશાન છે કારણ કે આપણે જે રીતે મોડર્ન અને લિબરલ થઇ રહ્યા છીએ અને જે રીતે

સ્ત્રી સશક્તિકરણની ઝુંબેશ પ્રબળ બની રહી છે એમાં કોઈ દિવસ આ સવાલ બહુ પ્રબળતાથી સામે આવશે. પણ આ સવાલને હું જાહેરમાં પૂછીને મુસીબત માથા પર ન ઉઠાવી લઉં એટલે તમને અંગતમાં પૂછ્યો. કારણ કે હિન્દુવાદી લોકોમાં ભારતીય સભ્યતાને તાર્કિકતાથી સમજાવવાની તમારી ક્ષમતા ખરેખર ક્રાંતિકારી છે.

જવાબ: તમારો સવાલ ખરેખર સુંદર છે અને એ પૂછવામાં ડરવાની કોઈ જરૂર નહોતી કારણ કે પ્રાચીન ભારતમાં આવા વિરોધાભાસી સવાલો પર હંમેશા સખત બહેસો થતી અને એના પછી જ કોઈ વિચારને સ્વીકારાતો. પણ આજે આપણે આવા મુશ્કેલ સવાલોનો જવાબ આપવા સક્ષમ નથી રહ્યા એટલે ભાવનાઓ આહત થઇ જવાના નામે એને ગાળો બોલીને દબાવી દઈએ છીએ.

રાની પદ્માવતીના જૌહરને પતિ પાછળ સતી થતી પત્ની તરીકે પુરુષ પ્રધાન સમાજે ફેલાવ્યું, કારણ કે એમાં સ્ત્રીઓને ફરી સીતા જેવી કોઈ દેવી દેખાડીને પુરુષો પ્રત્યે સમર્પિત રહેવાનું કહેવામાં આસાની થઇ. આ વાતથી સમાજમાં સતી પ્રથાની ખરાબીને નૈતિક જોર મળેલું જેને દૂર કરતા કરતા છ સદીઓ વીતી ગયેલી. રાની પદ્માવતીના જૌહરને રાજપુતી આદર્શોની શાન સાથે રાજપૂતોએ જોડ્યું, જેમાં હું ખાસ કંઈ નુકશાન થયેલું જોતો નથી. પણ અસલમાં છેલ્લા આઠસો વર્ષના ઇતિહાસમાં હજારો રાજપૂતાણીઓના જૌહર આગળ રાની પદ્માવતીનું જૌહર સૌથી સમ્માનીય એટલા માટે ગણાય છે કારણ કે તે પોતાના પ્રેમ માટે અપાયેલું એક બલિદાન હતું. રાજા રતનસિંહ અને પદ્માવતીના પ્રેમને હજી એક વર્ષ પણ નહોતું થયું અને અલ્લાઉદીન ખીલજી નામનો એક બળાત્કારી વિલન તેમને વિખૂટો પાડવા આવી ગયો. તે બંને એકબીજાના ગાઢ પ્રેમમાં હતા, બે શરીર એક આત્માની જેમ, અને એક બળાત્કારી ગુન્ડો તેમાંથી એકને બીજા પાસેથી છીનવા આવી ગયો. તે બંને એ બળાત્કારીથી લડ્યા. રાજા રતનસિંહ યુદ્ધભૂમિમાં અને પદ્માવતી પોતાના મહેલમાં. જેમાં રાજા રતનસિંહને કપટપૂર્વક મારી દેવામાં આવ્યા. પદ્માવતીનું જૌહર કે જેને તમે આત્મહત્યા કહી તે એ માણસને નિષ્ફળ કરી દેવા માટે હતી જેણે પદ્માવતીથી એનો પ્રેમ છીનવ્યો. જો પદ્માવતી અને અન્ય રાજપૂતાણીઓ તલવારથી લડી હોત તો પણ ખીલજી અને તેના સૈનિકો પદ્માવતીને જીવતી પકડવા જ કોશિશ કરત. અને એનાથી બચવા તેને બીજી રીતે આત્મહત્યા કરવી પડત. પણ પદ્માવતીએ જે કર્યું તેનાથી ખીલજીને તેનું શરીર તો દૂર પદ્માવતી કેવી હતી તે જાણવા તેણીનો ચહેરો પણ જોવા ન મળ્યો. આજ ખીલજીની મોટી હાર હતી અને એ જૌહરથી જ થઇ શકે એમ હતું. પદ્માવતીએ ઇજ્જતના ડરથી જૌહર ના કર્યું તેણે પોતાના પ્રેમને જીતાડવા અને પોતાના આત્માને એક બળાત્કારીની છાપથી દૂર રાખવા

જૌહર કર્યું. અને એ આજે નહિ આજથી પાંચ હજાર વર્ષ પછીના અતિઆધુનિક સમયમાં પણ સાચું જ કહેવાશે. કોઈપણ બળાત્કારી સામે તાબે થવા કરતા તેની સામે લડીને મરવું જ ધર્મ છે. એમાં વાત વજાઇનાની નથી, વાત છે સ્ત્રીના આત્મસમ્માનની. મૂલ્ય વજાઇનાનું નથી, મૂલ્ય છે મનુષ્યના આત્માનું જે કોઈ સાથે પ્રેમથી જોડાયેલો છે અને કોઈ બીજાનો પડછાયો પણ પોતાના પર પડવા દેવા માંગતો નથી. આ પ્રેમ વિરુદ્ધ બળાત્કારની લડાઈ છે. આ આત્માના પ્રેમ વિરુદ્ધ શારીરિક વાસનાની લડાઈ છે અને માં પદ્માવતી

વાસના સામે પ્રેમને જીતાડવા જૌહર કરે છે. એટલે જ તેને અધર્મનો નાશ કરી સત્યને જીતાડતી દેવી તરીકે પૂજવામાં આવે છે. પ્રેમ સત્ય છે અને શારીરિક વાસના અધર્મ છે. એટલે જ આજે પણ રાજસ્થાન, મધ્ય પ્રદેશ અને ગુજરાતમાં કેટલાક સ્થાને પદ્માવતીના મંદિરો છે અને પ્રેમીઓ પોતાના પ્રેમને જીતાડવા તથા પ્રેમમાં રુકાવટ બનતા પરિબળોને હરાવવા ત્યાં પ્રાર્થના કરવા જાય છે.

સવાલ: તો શું આજેપણ કોઈ સ્ત્રી કે છોકરીએ સામે કોઈ બળાત્કારી આવી જાય તો લડવું કે મરવું એજ બે વિકલ્પ વિચારવા જોઈએ..?

જવાબ: નહિ, નહિ. હજી તમે બે વચ્ચેનો ફર્ક સમજવામાં ભૂલ કરી રહ્યા છો. આજે

કોઈ છોકરી આવા કોઈ બળાત્કારીઓ વચ્ચે ફસાઈ જાય તો સ્વબચાવ માટે સંઘર્ષ કરવો જોઈએ પણ જીવ બચાવી લેવો જોઈએ. બળાત્કાર થઇ પણ ગયો તો કોઈ ઈજ્જત નથી લૂંટાઈ જતી. એમાં આત્મહત્યા કરવાની જરૂર નથી. બળાત્કારથી શરીરમાંથી કંઈ લૂંટાઈ નથી જતું, ના કોઈ વજાઈના અપવિત્ર થઇ જાય છે. સ્ત્રીનું શરીર એક મંદિર છે. અને એ મંદિરમાં સ્ત્રીની ઈચ્છા વિરુદ્ધ પ્રવેશવું એ તેના આત્મસમ્માન પર હુમલો છે. બળાત્કાર બસ આજ છે. તેને એનાથી મોટું મહત્વ આપવાની જરૂર નથી. બળાત્કાર થયેલ છોકરીએ એટલા જ સ્વાભિમાનથી જીવવાનું છે જેટલા બીજા જીવે છે. તેને તેના આત્મસમ્માનનું હનન કરનાર લોકોને સજા અપાવડાવવાની છે અને એ બધાથી વધારે એક એવું સમૃદ્ધ જીવન જીવવાનું છે કે જે વિશ્વ માટે પ્રેરણારૂપ બને, જેવું અમેરિકન એંકર ઓપ્રાહ વિન્ફ્રેએ બળાત્કાર થયા પછી જીવી બતાવ્યું.

પણ રાની પદ્માવતીનો કિસ્સો અલગ છે. અહીં પદ્માવતીના જીવવાનું કારણ એવો તેનો પ્રેમ તેણીને બચાવતા મૃત્યુ પામી ચુક્યો છે. હવે તેણી પાસે જીવવા જેવું કંઈ વધ્યું નથી અને રતનસિંહના બલિદાનને સફળ બનાવવાનો તેની પાસે એક જ માર્ગ છે કે ખીલજીના હાથમાં તેનું શરીર તો શું તેનો પડછાયો પણ ન આવે. અને એ માટે તે સૌથી મુશ્કેલ માર્ગ અપનાવે છે, પોતાના શરીરને અગ્નિના હવાલે કરી દેવાનો. તો ટૂંકમાં ફર્ક આ છે, જો પદ્માવતી કુંવારી હોત અને

ખીલજી સામે આ રીતે આવ્યો હોત તો તેણી એની સામે પોતાના આત્મસમ્માન માટે શસ્ત્રથી યુદ્ધ કરત. જો કદાચ ખીલજી તેણી સાથે બળજબરી કરી ચુક્યો હોત તો પણ તેણી આત્મહત્યા ન કરત. એ ખીલજીને એની સજા આપવા જીવન વીતાવત. પણ જો રતનસિંહ સાથે તે પ્રેમમાં હોત પણ હજી લગ્ન ન થયા હોત અને ખીલજી આ રીતે સામે આવ્યો હોત તો પણ રાતનસિંહના મૃત્યુ પછી તે ખીલજીને હરાવવા આ રીતે જ જૌહર કરત. એમાં જ તેના પ્રેમની અને તેના આત્માની જીત હતી. સત્ય અને અસત્ય વચ્ચે બારીક તફાવત હોય છે. પદ્માવતીએ વિપરીત સમયમાં સત્યના સાચા માર્ગને ઓળખી કાઢ્યો, જે સૌથી વધુ પીડાદાયક હતો. છતાંય તેણીએ એ માર્ગને ગર્વ સાથે ચાલી બતાવ્યો. આજ વાતે તેને પદ્માવતીમાંથી ‘માં પદ્માવતી’ અને ‘દેવી પદ્માવતી’ બનાવી.

“ફેબ્રુઆરી, ૨૦૧૮, ફેસબુક.”

8

પેશ્વા બાજીરાવ અને મેવાડના રાણા વચ્ચેનો ઐતિહાસિક પ્રસંગ

ઇસ 1736 માં પેશ્વા બાજીરાવ પોતાની બંને પત્નિઓ કાશિબાઇ અને મસ્તાની સાથે રાજસ્થાનની યાત્રાએ ગયા. સાથે તેમની સેનાની એક ટ્રકડી પણ હતી. સૌપ્રથમ તે મેવાડ પ્રાંતના રાણા જગત સિંહ કે જે મહારાણા પ્રતાપના વંશજ હતા તેમને મળવા ઉદેપુર ગયા. પેશ્વા બાજીરાવ ઉદેપુર આવી રહ્યા છે એ જાણતાં જ રાણા જગત સિંહ તેમના તમામ દરબારી મંત્રીઓ અને રાજ્યના મુખ્ય સામાન્તો સાથે શહેરની બહાર મુખ્ય દ્વાર સુધી ગયા અને બાજીરાવનું તેમના કાફલા સાથે સ્વાગત કર્યું. આ એ સમય હતો જ્યારે પેશ્વા બાજીરાવે પોતાના સોળ વર્ષના કેરિયરમાં 35થી વધુ યુધ્ધ લડ્યા હતા અને દરેકમાં વિજય મેળવી લગભગ બે તૃતીયાંશ ભારત પર ભગવો ધ્વજ લહેરાવી દીધો હતો. આ એ સમય હતો જ્યારે બાજીરાવની સમગ્ર ભારતના સૌથી મોટા અને અપરાજીત યોધ્ધા તરીકે ચારે બાજુ ધાક હતી. તમામ હિંદુ રાજાઓ અને હિંદુ પ્રજાનો તે હિરો અને આશાનું કિરણ હતો. લોકો માની રહ્યા હતા કે જે ઝડપે બાજીરાવ મોગલોના હાથમાંથી ભારત કબ્જે કરી રહ્યો હતો એ ઝડપે બીજા દસ કે પંદર વર્ષમાં તે સમગ્ર ભારત પર મરાઠા સામ્રાજ્ય સ્થાપી દેશે અને સદીઓ બાદ ફરી દિલ્લીમાં હિંદુ રાજા રાજ કરતો હશે. પણ બાજીરાવના પોતાના મનમાં મહારાણા પ્રતાપ વિશે બાળપણથી જ એક પૂજ્યભાવ અને આદર્શભાવ બંધાયેલો હતો. તે ચાહતો હતો કે જ્યારે તે દિલ્લી કબ્જે કરે ત્યારે દિલ્લીના

હિંદુ રાજા તરીકે છત્રપતિ શિવાજીના વંશજ સાહુ નહીં, પણ મહારાણા પ્રતાપના વંશજ એવા કોઇ રાણા બેશે. આ રીતે તે મોગલો સામે સ્વતંત્રતા માટે લડતાં શિખવનાર મહારાણા પ્રતાપને આઝાદ હિંદુ પ્રજા તરફથી એક શ્રધ્ધાંજલિ આપવા માંગતો હતો. આ કારણે તે મેવાડના રાણા સાથે અંગત અને પારિવારિક સબંધ સ્થાપવાના ઉદેશ્યથી પોતાની સેના અને સામન્તોના સ્થાને પોતાની બે પત્નિઓને સાથે લઈને આવ્યો હતો.

રાણા જગતસિંહે શહેર બહાર આવી પેશ્વા સામે નમન કર્યું અને જવાબમાં બાજીરાવે તેમને બ્રાહ્મણ તરીકે આશીર્વાદ આપ્યા. પેશ્વા અને તેમના સમગ્ર કાફલાને વિશાળ ચમન બાગમાં ઉતારો આપવામાં આવ્યો. ચમન બાગ અને ઉદેપુરના મહેલને પ્રકાશ અને ફૂલોથી શણગારવામાં આવ્યો અને સમગ્ર મેવાડ પ્રાંતના જાગીરદારોને પેશ્વાની મુલાકાતે મોકલવામાં આવ્યા. બીજા દિવસે પેશ્વાને ઉદેપુરના મહેલમાં દરબારમાં આમંત્રિત કરવામાં આવ્યા, જ્યાં સામે બે રાજ સિંહાસન બાજુ બાજુમાં રાખવામાં આવ્યાં હતાં. પેશ્વાએ એનું કારણ પુછ્યું તો રાણાએ કહ્યું, 'તમારાથી ઉપર બેસી શકે એવો કોઇ રાજા નથી પેશ્વા અને કારણકે આ મારા પૂર્વજોએ સ્થાપેલું સિંહાસન છે એટલે અહિં હું કોઇથી નીચે બેસી શકું એમ નથી. એટલે હું મારા બરોબર તમને સિંહાસન પર બેસવા આમંત્રણ આપું છું.'

પેશ્વા આગળ વધ્યા અને તેમાંના એક સિંહાસનના નીચે બેસી ગયા. રાણા સહિત ત્યાં હાજર સેંકડો માણસો અવાચક રહી ગયા. રાણાએ કહ્યું, 'આ શું શ્રીમંત..? આપ..' પેશ્વાએ કહ્યું, 'જે સિંહાસન પર મહારાણા પ્રતાપ બેસેલા હોય તેની બરોબરીમાં હું કેવી રીતે બેસી શકું છું રાણા..? એ આપનું સ્થાન છે, આપ બેસો. હું સાચા સ્થાને બેઠો છું.'

આ અસામાન્ય વાત રાજસ્થાનના રાજ્યોમાં વાયુવેગે પ્રસરી. એ વાત જયપુરના રાજા સવાઇ જયસિંઘ સુધી પહોંચી અને પેશ્વા પણ ઉદેપુરથી સીધા જયપુર જ જવાના હતા. પેશ્વા જયપુર પહોંચ્યા એટલે સવાઇ જયસિંઘે પણ પેશ્વાની એવી જ ભવ્ય આગતા સ્વાગતા કરી. જયસિંઘની ઈચ્છા હતી કે પેશ્વા જયપુરના દરબારમાં જયસિંઘને પણ રાણા જેવું જ સમ્માન આપે. પેશ્વાએ દરબારમાં પ્રવેશતા જ જોયું કે એક જ સિંહાસન છે. તે જયસિંહની મનની વાત કળી ગયા. પેશ્વાએ જયસિંહને કહ્યું, 'રાજા, સિંહાસન કેમ એક જ છે..? તમે ક્યાં બેસશો..?' આ સાંભળી જયસિંહની આંખો પહોળી થઈ ગઈ. જયસિંહે કહ્યું, 'શું તમે મને રાણા જેવું સમ્માન નહી આપો..?'

પેશ્વાએ કહ્યું, 'જયસિંહ, મેવાડના રાણાઓએ ક્યારેય મોઘલોની આધિનતા સ્વીકારી નથી. તેમણે ધન-વૈભવ ગુમાવી દીધો પણ પોતાની સ્વતંત્રતા ક્યારેય

ન છોડી. એવું જ અમે મરાઠાઓએ પણ હમેશાં કર્યું છે. એટલે તે અમારા સમકક્ષ છે. જ્યારે તમારા પૂર્વજોએ અને ખુદ તમે પણ સમયે સમયે પોતાનું રાજ્ય અને વૈભવ બચાવવા મોઘલોની આધિનતા સ્વીકારી છે. તમે અમારા કરતાં ઉતરતા છો. છતાંય, હું તમને આજે મારા સમકક્ષ બેસવાની પરવાનગી આપું છું. બીજું સિંહાસન મૂકાવો અને મારી સાથે બેસો.'

આખો દરબાર સ્તબ્ધ હતો. જયસિંહે વિનમ્ર બનીને એ કર્યું. આ બનાવ પેશ્વાની સ્પષ્ટ વિચારધારા, આત્મવિશ્વાસ, શૂરવીરતા, કુનેહ અને દુરદ્રષ્ટિભરી કૂટનીતિનો પરિચય આપે છે. આ એક મુલાકાતથી તેણે રાણાને સમય આવ્યે દિલ્લિમાં બેસાડવાની તમામ તૈયારી કરી દીધેલી. તેણે મેવાડના રાણાને પોતાના સમકક્ષ બતાવી અને જયસિંહને તેમનું સ્થાન દેખાડી રાજસ્થાનના અન્ય રાજપુત રાજાઓમાં રાણાની સ્વિકાર્યતા સ્થાપવાનું કાર્ય કર્યું હતું, જેથી આગળ જતાં એ રાજાઓ રાણાની ઇર્શામાં તેમના વિરૂધ્ધ કાર્ય ન કરે અને તેમને યાદ રહે કે રાણા ઉપર મરાઠા સામ્રાજ્યનો હાથ છે.

કમનસીબે, ચાર વર્ષ બાદ પેશ્વાની તબિયત લથળી અને તે યુધ્ધ અભિયાન દરમિયાન જ નર્મદા કિનારે મૃત્યુ પામ્યા. અને આ આખી યોજના અધુરી રહી ગઈ. એકવીસ વર્ષ બાદ મરાઠાઓ દિલ્લી પર પોતાનું શાષન સ્થાપવામાં સફળ થયા, પણ પરિસ્થિતિઓ એવી હતી કે તેમને મોઘલ વંશના જ કોઇ વંશજને કઠપૂતળી રાજા તરીકે દિલ્લીમાં બેસાડવો પડ્યો. અને એ જ સમયે પાણીપતમાં મરાઠાઓ હારતાં તેમની તાકાત કમજોર થઈ ગઈ અને અંગ્રેજો રુપે એક નવી વિદેશી શક્તિનો ઉદય થયો.

"એપ્રિલ ૦૭, ૨૦૨૦, ફેસબુક."

૯

પેશ્વાઓથી થયેલી એક મોટી ભૂલ જે આજના હિંદુ સંગઠનો અને વિવિધ ગાદી પર બેઠેલા આચાર્યો માટે એક મોટો સબક છે

છત્રપતિ શિવાજીએ સ્થાપેલું હિંદુ સ્વરાજ તેમના પૌત્રનો સમય આવતાં આવતાં સમેટાઇને એક તાલુકા જેવડું બની ગયું હતું. એમાં પણ શિવાજીની વિવિધ પત્નીઓથી થયેલા પુત્રો વચ્ચે મરાઠા રાજ્યની ગાદી માટે પણ સંઘર્ષ ચાલુ હતો. શિવાજીની બીજી પત્નીના પુત્ર રાજારામની પત્ની તારાબાઈ અને પહેલી પત્નીના પુત્ર સાંભાજીના દીકરા સાહુ વચ્ચે મરાઠા રાજ્યનો સાચો વારસો કોના પાસે છે એનો સંઘર્ષ ચાલુ હતો. તારબાઈએ પોતાના બાળવયના પુત્રને રાજા ઘોષિત કરી દિધો હતો, અને આ બાજુ સાહુએ પોતાને છત્રપતિ ઘોષિત કરી દીધા હતા. આ આખા સંઘર્ષનો અંત લાવ્યો સાહુના સેનાપતિ તરીકે નિમાયેલા ચિતપાવન કુળના પહેલા પેશ્વા બાલાજી વિશ્વનાથે. બાલાજી વિશ્વનાથે યુધ્ધો અને સંધીઓ કરીને મુગલો સહિત બીજા રાજાઓ સામે એ સ્થાપિત કરી દીધું

કે છત્રપતિ શિવાજીના વંશજ રૂપે મરાઠા રાજ્ય છત્રપતિ સાહુ પાસે જ છે. એક તાલુકા જેટલા પ્રદેશમાં ફેલાયેલા મરાઠા રાજ્યને બાલાજી વિશ્વનાથે એક જિલ્લા જેટલું બનાવ્યું, અને ૧૭૨૦ માં મૃત્યુ પામ્યા. અને પછી પેશ્વા પદે આવ્યા તેમના પુત્ર બાજીરાવ પ્રથમ. બાજીરાવ એ ક્રાંતિ હતી જેણે ૧૭૨૦ થી ૧૭૪૦ સુધીમાં એક જિલ્લામાં ફેલાયેલા મરાઠા રાજ્યને બે તૃતિયાંશ ભારતમાં ફેલાવી મરાઠા સામ્રાજ્ય બનાવી દીધું. હવે દિલ્લી હાથવગુ હતું. અનેકવાર અવસર મળતા કે દિલ્લી જીતી બાદશાહને હટાવી મરાઠાઓ બેસી જાય. પણ બાજીરાવ પેશ્વા જે પોતાના જીવનમાં લડેલા ૪૧ યુદ્ધોમાંથી એકેયમાં હાર્યા નહોતા, તેમની દૂરંદેશી દૃષ્ટિ કાર્ય કરી રહી હતી.

બાજીરાવે મરાઠાઓને સ્પષ્ટ સૂચના આપી, 'દિલ્લીના બાદશાહને હટાવવાની ઉતાવળ ક્યારેય ન કરતા. એ સૌથી છેલ્લું કાર્ય છે, અને સમજદારીથી કરવાનું છે.' બાજીરાવે મહારાણા પ્રતાપ પ્રત્યેના પોતાના પુજ્યભાવના કારણે મેવાડના તત્કાલીન રાણાને વાત પણ કરી રાખી હતી કે 'જો બાદશાહને હટાવીને આપણે બેસવાનું થાય, તો દિલ્લીની ગાદી પર મહારાણા પ્રતાપના વંશજ તરીકે તમારે બેસવાનું છે.' શિવાજીનો વંશ આંતરિક વિખવાદ અને યુધ્ધ સ્તરે નિષ્ક્રિયતાના કારણે બાજીરાવની દિલ્લી યોજનામાં નહોતો એ અહીં દેખાય છે. પણ ૧૭૪૦ માં બાજીરાવનું લીવરની તકલીફના લીધે મૃત્યુ થયું, અને તેમના પછી પેશ્વા બનેલા તેમના પુત્ર નાનાસાહેબે બાજીરાવે કહ્યું હતું એનાથી સાવ ઊલટું કર્યું. ૧૭૪૭ માં છત્રપતિ સાહુના મૃત્યુ પછી નાનાસાહેબે સાહુનાં વંશજોને કિનારા પર લગાવી, આખું મરાઠા સામ્રાજ્ય પોતાના આધીન કરી દીધું. મરાઠા સામ્રાજ્યનું કેન્દ્ર છત્રપતિઓના સતારાથી હટીને પેશ્વાઓના પુણેમાં કેન્દ્રિત થઈ ગયું. માનસિકતા કાંઈક એજ હતી કે બધી લડાઈઓ અમે જીતીએ છીએ, કામ અમે સંભાળીએ છીએ, તો સત્તા પણ અમારી પાસે હોવી જોઈએ. પેશ્વા નાનાસાહેબ રાજા બની પુણેમાં સ્થિર થયા, અને બાજીરાવે તૈયાર કરેલા અને તે પછીની પેઢીના મરાઠા સરદારો યુધ્ધ અભિયાનો ચલાવતા. ધીરે ધીરે આખું ભારત મરાઠાઓના આધીન થઈ ગયું. ૧૭૫૭ માં જ્યારે અંગ્રેજોએ બંગાળમાં પ્લાસીનું યુધ્ધ જીતી ભારતમાં સત્તાનો પાયો નાખ્યો, ત્યારે દિલ્લીનો બાદશાહ મરાઠાઓને ટેકસ ભરતો હતો, તેમનો રબર સ્ટેમ્પ હતો. પેશ્વા નાનાસાહેબે બાદશાહને હટાવી પોતાના દીકરાને ત્યાં બેસાડી દેવાની કોશિશો પણ શરૂ કરી દીધી હતી. પણ અહિંથી આગળ જે થયું એ બાજીરાવની દૂરંદેશી સમજનો પુરાવો હતો, અને મરાઠાઓની ભૂલનું પરિણામ હતું.

પેશ્વા તરીકે પુણેમાં બેસી રહેતા નાનાસાહેબ સાથે પણ એજ થવા લાગ્યું જે તેમણે સાહુના વંશજો સાથે કર્યું હતું. બાજીરાવ નીચે તૈયાર થયેલા સરદારો જે

જે પ્રદેશમાં યુધ્ધો જીત્યા ત્યાંની જાગીર અને રાજ્ય પોતાના હાથમાં રાખ્યા. બધું માન ખાતર પેશ્વાના મરાઠા સામ્રાજ્યનું કહેવાતું, પણ એની સત્તા એ મરાઠા સરદારો સ્વતંત્ર બની સંભાળતા. એવામાં ૧૭૬૧ માં પાણીપતનું યુધ્ધ મરાઠાઓ હાર્યા, અને ખુવાર થયા. મુખ્ય મુખ્ય યોધ્ધાઓ યુધ્ધમાં વીરગતિ પામ્યા, અને નાનાસાહેબ એ સહન ન થતાં મહેલમાં મૃત્યુ પામ્યા. અને પછી પેશ્વાની ગાદી માટે બાજીરાવની પેઢીમાં પણ એજ થવા લાગ્યું જે શિવાજીના વંશજોમાં થયું હતું. એક ઘટના તો મુગલો જેવી બની. નાનાસાહેબના નાના ભાઈએ પેશ્વા પદે બેસેલા નાનાસાહેબના નાના દીકરાને શનિવાર વાડાના એજ મહેલમાં મરાવી દીધો, જે પેશવાઇ પર એક કલંક સમાન બની રહ્યો. ૧૭૭૧ માં પેશ્વા માધવરાવે આવી અમુક સમય સુધી મરાઠા સામ્રાજ્યને ફરી મુગલોના ઉપર રાજ કરતું બનાવ્યું, પણ ત્યાં સુધીમાં અંગ્રેજી શક્તિશાળી થવા લાગ્યા હતા. અંગ્રેજોએ એ અલગ અલગ સ્થાનોએ રાજા સમાન બની બેઠેલા મરાઠા સરદારોને વિવિધ સંધીઓ કરી, વેપાર અને પેન્શનના વ્યસની બનાવી તલવારો અને યુધ્ધ છોડાવી દીધા. સિંધિયા, ભોંસલે, ગાયકવાડ, શિંદે, રાજે જેવા એ મરાઠા સરદારો જે ગુજરાત, મધ્ય પ્રદેશ, મહારાષ્ટ્ર અને રાજસ્થાનમાં રાજાની જેમ જીવતા હતા, તેમના બેસી ગયા પછી પુણે જીતવું આસાન હતું. છેલ્લે ૧૮૧૮ માં બાજીરાવ બીજા નામે એક તદ્દન કાયર મનાતો પેશ્વા આવ્યો જેણે અંગ્રેજો સામે બધી રીતે શરણાગતિ સ્વીકારી લીધી. કોઈ યુધ્ધ વિના, બસ પેન્શન મેળવી બેઠા બેઠા જાહોજલાલી કરવા. તો, આ રીતે અંગ્રેજોએ મુઘાલોને નહીં મરાઠાઓને હરાવી ભારત કબ્જે કર્યું.

તો, આ આખી કથા એટલે કરી જેથી સમજી શકાય કે બાજીરાવની યોજના કયાં જઈ રહી હતી, અને એની વાતથી વિપરીત જઈ મરાઠાઓ કંઈ દિશામાં ગયા! બાજીરાવ ભલ્લાડ એ મૂળ વાતને જાણતા હતા કે રાષ્ટ્ર અને સમાજની રક્ષા કરવા લડવાવાળા સેનાપતિઓ અલગ વસ્તુ છે, અને સત્તાના કેન્દ્ર તરીકે રાજગાદી પર બેઠેલો વ્યક્તિ અલગ વસ્તુ છે. રાજાશાહીમાં રાજા કે લોકશાહીમાં સરકાર સેનાના કારણે જ ગાદી પર બેસેલી રહે છે. જો સેના પોતાની શક્તિનો ઉપયોગ પોતાના જ રાજા ઉપર કરે તો રાજા તો હટી જાય છે, પણ તમારા માટે એ સ્થાન નથી રહેતું જેના માટે તમે લડી રહા છો. બાજીરાવે ભારત કબજે કરતી વખતે સાહુને એ કેન્દ્ર સ્થાન તરીકે જાળવી રાખ્યા હતા. અને આગળ દિલ્લીની મોટી ગાદી હલાવતાં પહેલા એ ત્યાં બેસવા રાણા પ્રતાપના વંશજ ને તૈયાર કરી રહ્યા હતા. રાજા અને તેનું સિંહાસન એક પવિત્ર આદર્શના પ્રતિક રૂપે હોય છે, એને સત્તાનું સ્થાન સમજી સૈનિકો જો રાજાને પદભ્રષ્ટ કરી એ સ્થાને ગોઠવાઈ જવાનું કોશિશ કરવા લાગે, તો હાલત પાકિસ્તાન જેવી થાય

છે. એટલે હિંદુ સંગઠનો જેમ પોતાની સામાજિક અને રાજકીય શક્તિ વધે તેમ સનાતન ધર્મના એ મૂળ કેન્દ્ર સ્થાનોને પોતાના હસ્તક લેવાની અને હિન્દુત્વ શું છે, સનાતન ધર્મ શું છે એના પોતાના સગવડિયા અર્થઘટનો સમાજ પર થોપવાની ભૂલ ન કરે. આ આખું હિન્દુત્વ, આ આખી ભારતીય સભ્યતા વેદાંતના એ કેન્દ્રની ફરતે છે, જે પુરાણોના પંચદેવ રૂપે સાકાર ઇશ્વરો તરીકે સામે દેખાય છે. એને યથાસ્વરુપ જાળવી રાખો, અને એ જ્ઞાનને આત્મસાત કરેલા સાચા લોકોને હંમેશા ત્યાં કેન્દ્રમાં માર્ગદર્શન માટે અને પ્રતીક તરીકે જાળવી રાખો. સમાજની રક્ષા કરનારા સૈનિક છો, તો એજ બની રહો, પોતાના પર બળજબરી કરીને એ બની રહો, જેમ બાજીરાવ કરી રહ્યા હતા.

વિવિધ શાખાઓના આચાર્યોને પણ કહેવાનું કે ચાહે આદિ શંકરાચાર્ય હોય કે રામાનુજાચાર્ય હોય, તે આત્મજ્ઞાની મનુષ્યો હતા, જેમણે મનુષ્ય જીવનના એ પરમ લક્ષ્યને પ્રાપ્ત કરી દીધું હતું. તેમણે પોતાના પાછળ મઠો કે ગાદીઓની સ્થાપના કરી ત્યારે એ પણ જાણતા હતા કે આત્મજ્ઞાનની એ દિવ્યતા તો ગાદીઓ પર બેસવાથી નહીં આવે. કે ગાદી પર બેઠેલ વ્યક્તિ એવો આત્મજ્ઞાની હશે જ એ પણ જળવાવવાનું નથી. પણ છતાંય તેમણે એ ગાદીઓ અને મઠો સ્થાપ્યા. કેમ? સમાજની સેવા માટે. જેથી એ ગાદી પર બેઠેલા આચાર્યો સમાજમાં સનાતન ધર્મના સાચા જ્ઞાનનું અને એ જ્ઞાન મુજબના સાચા જીવનનું માર્ગદર્શન આપતા રહે. જ્યારે તેમણે નિયમ આપ્યો કે આચાર્ય પદે બેસનાર બ્રાહ્મણ હોવો જોઈએ અને શાસ્ત્રોનો જાણકાર હોવો જોઈએ, ત્યારે તે એ સત્વગુણી બ્રાહ્મણની વાત કરી રહ્યા હતા જેની ચેતના ફક્ત અને ફક્ત સત્યની શોધ અને સત્યના ચિંતનમાં રહે છે. જે કોઈપણ જાતની સત્તાને મેળવવા કે ધારણ કરવા નથી માંગતો. એવો વ્યક્તિ જ શાસ્ત્રોના અર્થ સાચી રીતે સમજી શકે છે, અને તેના જ અર્થઘટનોમાં પવિત્રતા જળવાય છે. એવા બ્રાહ્મણ ગુણ અને ચરિત્રના માણસ મઠની ગાદી પર બેઠા હોય તો સમાજને ધર્મ પ્રત્યે જાગૃત રાખી શકે. સમાજમાં ધર્મના નામે અધર્મ અને પાખંડ ના પ્રગટે. તો એ આચાર્યગણ પણ સેવક છે. ના ભગવાન છે, ના ખાલી એ ગાદી પર બેસવાથી સનાતન ધર્મમાં સર્વોચ્ચ અવસ્થા ગણાતા બ્રહ્મજ્ઞાની છે. તો, એ પણ સેવક ભાવથી જ કાર્ય કરે, અને આત્મજ્ઞાનથી સામે આવતા વિવેકાનંદ, સદગુરૂ જેવા યોગીઓને માનવજાતિની સફળતાના પ્રતીક તરીકે જુએ. એ બ્રહ્મજ્ઞાની લોકો ધર્મના કેન્દ્ર સ્થાને રહેલા એ આદર્શ પ્રતીકો છે. એમાંથી જ સમય આવ્યે નવી પેઢીના આદિ શંકરાચાર્ય બહાર આવે છે, ગાદીઓથી નહિ. ધર્મની સફળતાનું પ્રતિક ગણાતા એ આત્મજ્ઞાનીઓને એ કેન્દ્ર સ્થાનેથી હટાવી પોતાને મૂળ કેન્દ્ર બનાવવાની કોશિશ કોઈ ગાદીપતિ આચાર્યગણ ન કરે એજ ઈચ્છનીય છે. જે સત્તા ગુણ અને આત્માની અવસ્થાઓ

સાથે દાયિત્વ રૂપે આવે છે, તેને જન્મ અને પદ સાથે જોડીને ધર્મની સીમાઓનું અતિક્રમણ ન કરે. એ કેન્દ્રને બચાવી રાખો જે તમને સાર્થકતા આપે છે, જેના માટે તમારા બધા કર્મો છે.

"૨૯ ફેબ્રુઆરી, ૨૦૨૪, ફેસબુક."

10

આખરે, ભારતે પોતાનું 'સ્વ' ક્યાં ગુમાવ્યું?

આપણે લગભગ સાતસો વર્ષ મુસ્લીમ આક્રાંતાઓથી લડ્યા, અને અઢારમી સદીમાં મરાઠાઓએ દિલ્લીના બાદશાહને ચોથ ભરતો કરી દઈ ફરી ભારત પોતાના હાથ નીચે લઈ લીધું. મુસ્લિમ પંથમાં પણ એક જ ઈશ્વર એવા નિરાકાર અલ્લાહની વાત હતી, પણ એ સાતસો વર્ષમાં ક્યારેય કોઈ હિંદુ ધર્મમાં સુધારણાના આંદોલનો ન થયા. બસ સાચા સંતોના ભક્તિ આંદોલનો થયા જેણે વિદેશી સંસ્કૃતિની સત્તા હેઠળ પણ ભારતીયતાને બચાવી રાખી. અને એ બધા ભક્તિ આંદોલનો વિષ્ણુ, શિવ, શક્તિ અને ગણેશ જેવા સાકાર ઈશ્વરો પાછળ જ થયા. કોઈ સુધારણાની વાત નહિ. પણ ૧૭૭૦ ના દશકથી પ્લાસી અને બક્સરના યુધ્ધ સાથે અંગ્રેજોએ બંગાળમાં પોતાની રાજધાની સ્થાપી, અને અંગ્રેજ શાસનનો પાયો નખાયો. અને ૧૭૯૮ માં રાજા રામમોહન રૉય જેમને અંગ્રેજી શિક્ષણ આપી અંગ્રેજો દ્વારા બાઇબલનું ભારતીય ભાષાઓમાં અને ભારતીય ગ્રંથોનું અંગ્રેજીમાં ભાષાંતર કરવાનું કામ અપાયું હતું, તેમણે હિંદુ સમાજમાં સુધારણાનો પવન ફૂંક્યો. સતી પ્રથા અને વિધવા પુનર્લગ્ન જેવા નાના મોટા સામાજિક મુદ્દાઓ સાથે બે આધ્યાત્મિક મુદ્દા તેમણે ઉઠાવ્યા જ્યાં ભારતના ધર્મને અબ્રહામિક પંથોથી નિમ્ન અને અતાર્કિક બતાવ્યો. આવો જોઈએ એ બે મુદ્દા.

૧. એક જ ઈશ્વર, અને ૨. નિરાકાર ઈશ્વર:

અંગ્રેજો અને મુસ્લિમો - 'ભગવાન તો એક જ છે. અંગ્રેજો માટે ભગવાન એટલે God. અને ગોડ તો એક જ છે, જે નિરાકાર છે. તે પોતે સંસારની આ રમતમાં આવતો નથી, પણ તેણે જીસસ રૂપે પોતાના દીકરાને મોકલ્યો હતો

સત્ય કહેવા. ઇસ્લામમાં એ એક જ નિરાકાર ભગવાનને અલ્લાહ કહે છે, જેના સંદેશ મોહમ્મદ પયગંબરે માનવજાતિને આપ્યા. તમે તો કેવા અંધશ્રધ્ધા અને મુર્ખામીથી ભરેલા છો. તમારે તો ૩૩ કરોડ દેવતાઓ છે. ભગવાન પણ કેટલા? વિષ્ણુ, શિવ, અને પાછા માતાજી, અને હાથીની સૂંઢ વાળા ગણેશ. તમે એ બધી ચિત્ર વિચિત્ર મૂર્તિઓને ભગવાન કહો છો, જે પથ્થરની બનેલી છે. હા.. હા.. હા. આવો તે ધર્મ હોય કે આવા તે ભગવાન હોય.'

સનાતન ધર્મનું સત્ય શું હતું? - સનાતન ધર્મમાં કોઈ GOD કે ભગવાન નહોતો. સનાતન ધર્મમાં સમગ્ર સૃષ્ટી એક તત્વથી વ્યાપ્ત હતી, જેને બ્રહ્મ અને પરબ્રહ્મ કહેવાયું. એ તત્ત્વ જ એકમાત્ર ઈશ તત્ત્વ છે, આ કારણે તેને ઇશ્વર કહેવાય છે. એ ઈશ તત્વ મૂળ રૂપે નિરાકાર, અવ્યક્ત અને નિર્ગુણ છે. પણ તેણે આકાર ધારણ કરી પોતાને વ્યક્ત કર્યું અને જીવસૃષ્ટિ રૂપે સગુણ અભિવ્યક્તિ કરી. એટલે બ્રહ્માંડમાં જે પણ બન્યું તે એ મૂળ તત્વ જ હતું, અને તેની જ અભિવ્યકિત હતી. આ કારણે આકાશ, વાયુ, જળ, અગ્નિ, પર્વત વગેરે સ્વરૂપોને પણ દેવ રૂપે દેખાડી તે તત્વનું આહવાન કરાયું. પ્રકૃત્તિ પૂજા આ સિદ્ધાંતથી શરૂ થઈ. જીવસૃષ્ટિમાં એ તત્ત્વ પ્રાણીઓના આત્મા રૂપે રહીને પોતાની અભિવ્યકિત કરતું હતું. આ કારણે મહાન અને આત્મજાગૃત મનુષ્યો રૂપે એ તત્વની સર્વોચ્ચ અભિવ્યક્તિ થઈ. અહીં તે તત્વના સર્વોચ્ચ ગુણ, ભાવ, કાર્યો અને લક્ષણો દર્શાવવા માટે પંચદેવ તરીકે તે તત્વને સાકાર મનુષ્ય રૂપમાં દર્શાવવામાં આવ્યું. આ રીતે પંચદેવની સાકાર મૂર્તિની આરાધના દ્વારા તે નિરાકાર તત્વ સાથે એકરૂપ થવાનો માર્ગ વેદોમાં આવ્યો. એ પંચદેવ છે વિષ્ણુ, શિવ, શક્તિ, ગણેશ અને સૂર્ય કે બ્રહ્મા. સાધક અને ભક્ત પોતાની સ્થિતી અને પ્રકૃતિ મુજબ એ પાંચમાંથી કોઇપણ એકને પોતાના આરાધ્ય માને છે, અને બાકીના ચારને તે એકના જ અન્ય સ્વરૂપ માને છે. આટલો લિબરલ ધર્મ સ્થપાયો ભારતમાં જેણે મનુષ્યને તેની પ્રકૃતિ મુજબ તે ઈશ તત્વ સુધી પહોંચવાના અનેક માર્ગ આપ્યા. એક જ માર્ગ, અને એક જ લક્ષણ કે આકારમાં સંસારના કારણરૂપ એ ઈશતત્વને ન સ્થાપ્યું.

હવે જોઈએ કે અઢારમી અને ઓગણીસમી સદીમાં આપણા સુધારકોએ અંગ્રેજોને આ જવાબ આપવાના સ્થાને શું કર્યું.

રાજા રામ મોહન રૉય : જી, જી, જી, નામદાર. ભૂલ થઈ છે, ધર્મમાં સડો પેસી ગયો છે. વેદોમાં તો એક જ નિરાકાર બ્રહમની વાત છે ઈશ્વર તરીકે. વેદાંતમાં પણ મૂર્તિ પૂજા કે સાકાર ઈશ્વરની વાત નથી. આ બધું પુરાણોમાં ઘુસાડી દેવાયુ છે.

દયાનંદ સરસ્વતી: દયાનંદ સરસ્વતીને ખબર પડી કે વેદાંતમાં અદ્વૈતની વાત છે, જે પ્રકૃતિમાં અને દરેકે દરેક કણમાં ઈશ્વરીય ચેતનાની વાત કરે છે, મનુષ્યના આત્માને પણ પરમાત્મા રૂપે એજ બ્રહ્મ કહે છે. તો દયાનંદજીએ વેદોમાંથી બ્રાહ્મણ ગ્રંથ, આરણ્યક અને ઉપનિષદો એટલે કે વેદાંતને અલગ કરી દીધું, અને કહ્યું વેદો ખાલી સંહિતાઓ છે. એટલે રામમોહન રૉય વેદાંતથી સુધારાની વાત કરતા હતા એમાં પણ દયાનંદજીએ સુધારો કર્યો, અને વેદોને વેદાંતથી મુક્ત કરી સંહિતા સુધી સીમિત કર્યા. એ વેદાંતનો સાર ગણાતી ભગવત ગીતાને પણ તેમણે ૭૦૦ શ્લોકોમાંથી ૭૦ શ્લોકોની કરી દીધી. શ્રીકૃષ્ણની એ બધી 'હું જ પર્વત છું, હું જ ઋષિ છું, હું જ નદી છું' વાળી અહમ બ્રહ્માસ્મિ વાળી વાતો ગાયબ કરી દીધી. પણ હજી એક સમસ્યા હતી. સંહિતાઓમાં પણ નિરાકાર ઈશ્વર પ્રકૃતિના તત્વો રૂપે વ્યાપ્ત હતો, અને ઈશ્વરનું આહ્વાન એ પ્રકૃતિના દેવો રૂપે થતું હતું. ૩૩ પ્રકારના દેવો એ સંહિતાઓમાં જ હતા. આનો પણ તોલ દયાનંદજીએ કાઢ્યો.

તેમણે સંસ્કૃત શબ્દોના અર્થ પલટી નવા વેદ કે નવી સંહિતાઓ બહાર પાડી, જેમાં જ્યાં જ્યાં ઋચાઓમાં અગ્નિ, વરુણ, મિત્ર, ઈન્દ્ર, વિષ્ણુ, રુદ્ર, દેવી વગેરે દેવતાઓના નામ આવતા હતા, ત્યાં તેમણે એક જ અર્થ કર્યો. અને એ હતો - ઈશ્વર. મતલબ, આ બધા નામે તે એક નિરાકાર ઈશ્વરને જ પુકારાઈ રહ્યા છે. એટલે પ્રકૃતિ પૂજા છે જ નહિ હિંદુ ધર્મમાં. થઈ ગઈ સુધારેલી વાનગી તૈયાર અંગ્રેજો અને મુસ્લિમો માટે. વેદોમાં મૂર્તિ પૂજા નથી, પ્રકૃતિ પૂજા નથી. અલ્લાહ અને God ની જેમ ઇશ્વર પણ જીવથી એટલે કે આત્માથી અલગ છે, અને પ્રકૃતિ એ બંનેથી અલગ છે. એટલે જેમ તમે એ નિરાકાર અલ્લાહની નમાજ પઢો છો, તેમ હિંદુ ધર્મમાં એ નિરાકાર ઈશ્વરના આહ્વાન માટે યજ્ઞ થાય છે. બસ, આવું કહી તેમણે પાછો નારો આપ્યો, 'વેદો તરફ પાછા ફરો', જેનો અસલમાં અર્થ થતો હતો એ સુધારેલી (બગાડેલી) સંહિતાઓને જ સાચી માનો. આમ કહી તેમણે મુસ્લિમોને હિંદુ ધર્મમાં ઘર વાપસી કરાવવાનું શુદ્ધિ આંદોલન પણ શરૂ કર્યું, પણ એનું પરિણામ હિંદુ સમાજમાં જ એ આવ્યું કે ભારત અને પાકિસ્તાનના એ સંયુક્ત પંજાબ પ્રાંતમાં હિંદુ ધર્મ આર્યસમાજ જેવો થઈ ગયો. પરિણામે ગરીબ અને મુસ્લિમ એરિયામાં ફસાયેલા હિન્દુઓનું ઇસ્લામ અને ખ્રિસ્તી ધર્મમાં મતાંતરણ વધુ સરળ થઈ ગયું. આજના પંજાબની સ્થિતિમાં આ વાતનો બહુ મોટો ફાળો છે.

સહજાનંદ સ્વામી: આપણા આ સ્વામી સંપ્રદાયના સહજાનંદ સ્વામીનું યોગદાન આમાં કેવી રીતે ભુલાય, કારણકે તેમણે પેલો એક જ ઈશ્વરને ભજવાનો તોલ કાઢ્યો. ખ્રિસ્તી પંથમાં ઉપર બેઠેલા તે નિરાકાર God અને તેના પુત્ર જીસસ

હવે એક થવા લાગ્યા હતા. બસ એ ખ્રિસ્તી સંપર્કમાં આવીને સહજાનંદ સ્વામીએ તેમને મળેલા ઉદ્ધવ સંપ્રદાય કે જે એક કૃષ્ણ ભક્તિનો વૈષ્ણવ સંપ્રદાય હતો, તેને જીસસ જેવા એક સર્વોપરી ભગવાન પાછળ ચાલતા પંથમાં ફેરવી દીધો. ભગવાન વિષ્ણુના એક નામને ચોરીને સહજાનંદ પોતે જિસસ જેવા ઈશ્વર થઈ બેઠા અને સનાતન ધર્મના બધા સાકાર ઈશ્વરોને પોતાના દાસ બનાવી દીધા. બિલકુલ એજ રીતે જેમ મોહમ્મદ પયગંબરે આરબ સભ્યતાના અનેક દેવી દેવતાઓ ઉપર એકમાત્ર ઈશ્વર એવા અલ્લાહને બેસાડી દીધા હતા. રીત એ ઇસ્લામની હતી, સ્વરૂપ ખ્રિસ્તી પંથનું સાકાર જીસસનું હતું.

તો આ રીતે આપણે ગુલામી માનસિકતામાં ખ્રિસ્તી પંથ અને ઇસ્લામના બંને મૂળભૂત સ્વરૂપોને સ્વીકારી, આપણા હિંદુ ધર્મમાં ફેરફાર કરી, સનાતન ધર્મને તેમના પંથ જેવો બતાવવાની કોશિશ કરી. અને આજે પણ અનેક સનાતાનીઓ આ બે પંથોમાં હિંદુ નામ સાથે ઇસ્લામ અને ખ્રિસ્તી પંથના સિદ્ધાંતો જીવે છે. લગભગ ૧૮૧૦ ના દશકથી રાજા રામમોહન રોય, ૧૮૩૦ થી સહજાનંદનો સ્વામી સંપ્રદાય અને ૧૮૫૦ થી દયાનંદ સરસ્વતીજી દ્વારા સુધારાના નામે જે આ બધું ચાલ્યું, ત્યાંજ હજાર વર્ષથી ચાલી આવતી ગુલામીમાં ભારતે પહેલીવાર પોતાનો સ્વ ગુમાવ્યો. આનો પહેલો આધ્યાત્મિક વિરોધ રામકૃષ્ણ પરમહંસ દ્વારા મા કાળીની મૂર્તિ મારફતે આત્મ સાક્ષાત્કાર થવાથી થયો, અને પછી તેમના હેઠળ તૈયાર થયેલા સ્વામી વિવેકાનંદે સુધારા નામે હિંદુ ધર્મમાં ચાલતી એ વિનાશકારી પ્રવૃત્તિનો વિરોધ કરી ૧૮૯૦ ના દશકમાં એના પર બ્રેક લગાવી દીધી. પણ જે સંસ્થાઓ અને સંપ્રદાયો એ માનસિકતામાં રચાઈ ગયા તે આજે પણ હિંદુત્વના ઓઠા હેઠળ એજ રીતે ચાલે છે. તેમને હવે સાચા માર્ગે લાવવાની જરૂર છે. એ કામ હિંદુ સમાજ અને હિંદુ સંગઠનોએ બહાર બીજે લડવા જતાં પહેલાં કરવાનું છે.

"૫ જુલાઈ, ૨૦૨૪, ફેસબુક."

11

સ્વામી વિવેકાનંદનું કન્યાકુમારીમાં ધ્યાન કયા ઐતિહાસિક ટરનિંગ પોઈન્ટનું મૂળ છે?

નરેન્દ્ર મોદીજીનું ચૂંટણી પ્રચાર પછી વિવેકાનંદ રૉક મેમોરિયલ પર કેમેરા લઈને ધ્યાન કરવા જવું નૈતિક રીતે યોગ્ય છે કે નહિ? બિલકુલ છે. એ પરિસ્થિતિમાં કે જ્યારે સામેનો આખો વિપક્ષ તુષ્ટિકરણની રાજનીતિમાં હિંદુ વિરોધી માનસિકતાવાળો બની ચૂક્યો છે. ચૂંટણીમાં કર્મ યોગ કર્યા પછી તમે ઈટલીના પબમાં જાઓ, એનો પણ ફોટો સોશિયલ મીડિયા પર મૂકી શકો છો કે 'જુઓ, હવે રિલેક્સ થાઉં છું.' એજ રીતે કોઈ વ્યક્તિ ધ્યાન કરવા જઈ રહ્યો છે તો એનો ફોટો મૂકી રહ્યો છે. એનો એ ફોટો મૂકવાથી તમને ચૂંટણીમાં નુકશાન થશે એ ભય અને અહેસાસ થઈ રહ્યો છે તે જ તમને આત્મ મંથન કરવા પ્રેરવો જોઈએ કે એવું કેમ છે? શું ભારત દેશ જે સનાતન ધર્મની સભ્યતાનું ઘર અને ઉદભવસ્થાન છે, તેના બંને પક્ષના રાજકીય નેતાઓ ચૂંટણી પછી આ રીતે સાચા હૃદયે ધ્યાન કરવા જતાં હોત, તો નાગરિકો સભ્યતાની સુરક્ષા બાબતે બેફિકર થઈને બીજા મુદ્દાઓ પર વોટ ના આપી શકત? પણ બીજો પક્ષ હિંદુ સભ્યતાના વિનાશને આમંત્રણ આપવા તુષ્ટિકરણની જે વિકૃતિ ધારણ કરી ચૂક્યો છે તેને નરેન્દ્ર મોદીનું આ એક પગલું પણ ખોટા અને ભટકેલા સાબિત કરે છે. તો આ વાત થઈ ભાજપના પક્ષમાં જે વાત છે તેની. પણ હવે વાત કરીએ ભાજપના

લોકોની વિવેકાનંદ પ્રત્યેના અજ્ઞાની છીછરાપણાની.

કાલથી ભાજપના અનેક મોટા નેતાઓ અને પ્રવક્તાઓના મોંઢે અલગ અલગ વાત સાંભળી ચૂક્યો છું કે વિવેકાનંદ ત્યાં ધ્યાન કરવા કેમ ગયા હતા? અને દરેકની વાત ખોટી તો ખોટી, હાસ્યાસ્પદ છે. એક જમાનામાં સ્કૂલમાં જે વાત અમે સાંભળતા તે આજે આટલા મોટા નેતાઓને ખબર નથી એ તેમના રાજનીતિ માટે વિવેકાનંદના નામનો ઉપયોગ કરવાના છીછરાપણાનું ઉદાહરણ છે. કાલે તમિલનાડુ બીજેપીના પોસ્ટર બોય અનનામલાઈએ પણ કહ્યું, 'નરેન્દ્રનાથ દત્ત નામનો એક સામાન્ય માણસ તેની ભારત ભ્રમણ યાત્રા દરમિયાન ૧૮૯૨ ના ડિસેમ્બર મહિનાની ૨૪ તારીખે આ રૉક પર આવ્યો અને તેણે ત્રણ રાત્રી ત્યાં ધ્યાન કર્યું અને તે સ્વામી વિવેકાનંદ બનીને બહાર આવ્યો.' બીજાની વાતો પણ આવી જ છીછરી છે. તો, આ આખી વાતનું સત્ય કાંઈક આવું ઐતિહાસિક છે.

અસલમાં નરેન્દ્રનાથ દત્ત અને તેમના ગુરુભાઈઓએ રામકૃષ્ણ પરમહંસના આખરી દિવસોમાં સન્યાસ લઈ લીધેલો, અને પોતાના સન્યાસી નામ રાખી દીધેલા. નરેન્દ્રનાથ સ્વામી વિવેકાનંદ ત્યાં બન્યા. એ પહેલાં જ તેમને રામકૃષ્ણ પરમહંસના સાનિધ્યમાં આત્મ સાક્ષાત્કારની નિર્વિકલ્પ સમાધિનો અનુભવ થઈ ચૂકેલો. રામકૃષ્ણ પરમહંસના દેહ છોડ્યા પહેલાં તેમણે તેમના તમામ શિષ્યોની જવાબદારી સ્વામી વિવેકાનંદને સોંપી અને તે કહે તેમ બીજા ગુરુભાઈઓને કરવા કહ્યું. ગુરુના નિધન પછી વિવેકાનંદનો ગુરુભાઇઓને પહેલો આદેશ હતો ભારત ભ્રમણ કરી ભારતને જાણવાનો અને સાથે આત્મજ્ઞાન માટે સાધના કરવાનો. આ રીતે વિવેકાનંદ પોતે પણ ભારત ભ્રમણ પર નીકળ્યા.

આજ સમયે અમેરિકાના શિકાગોમાં પહેલી વિશ્વધર્મપરિષદની તૈયારીઓ ચાલી રહી હતી. વિશ્વભરમાં દરેક ધર્મના લોકોને તેમના પ્રતિનિધિઓ મોકલવા નિમંત્રણ પત્રિકાઓ મોકલાઈ રહી હતી. ભારતમાં બુદ્ધિજીવીઓમાં મંથન ચાલી રહ્યું હતું કે હિંદુ ધર્મના પ્રતિનિધિ તરીકે કોને મોકલવા? વિવેકાનંદ તેમની યાત્રામાં ઉત્તર ભારતથી પશ્ચિમ કિનારા તરફ આવી દક્ષિણ ભારત તરફ જઈ રહ્યા હતા અને માર્ગમાં રાજસ્થાનમાં ખેતડીના રાજા, ગુજરાતમાં રાજા ગાયકવાડથી લઈને મુંબઈ, મૈસોર અને મદ્રાસ સુધી જે પણ રાજા, રંક, અધ્યાપક કે છાત્રને તે મળ્યા, ભારતીય આધ્યાત્મની આત્મઅનુભૂતિ વાળી વાતોથી તે બધાને આંજી દીધા. આ સમય દરમિયાન વિવેકાનંદે શિકાગોની ધર્મ પરિષદના આયોજન વિશે એ લોકોથી જ સાંભળ્યું. ખેતડી અને મૈસોરના રાજા અને મદ્રાસ યુનિવર્સિટીના અધ્યાપકો અને વિદ્યાર્થીઓ વિવેકાનંદને એ ધર્મપરિષદમાં હિન્દુ ધર્મનું પ્રતિનિધિત્વ કરવા દબાણ કરતા રહ્યા. પણ

વિવેકાનંદે એ કહીને હંમેશા ના પાડી કે હિંદુ સન્યાસીને દરિયો ન ઓળંગવાનો નિયમ છે. પણ જ્યારે મદ્રાસ (આજનું ચેન્નાઇ)માં વિદ્યાર્થીઓએ તેમને કહ્યું કે કોઈ માણસ તેમની જેમ આત્મઅનુભૂતિ સાથે સનાતન ધર્મના જ્ઞાનને દુનિયા સામે નહીં રાખી શકે, આ કામ તેમને જ કરવું જોઈએ - તો એ વાત વિવેકાનંદના મનમાં ધમાસાણ મચાવવા લાગી.

તે મદ્રાસથી નીકળી ગયા અને કન્યાકુમારી આવી દરિયાકિનારે પહોંચ્યા. તેમનું મન દ્વન્દ્વોથી ભરેલું હતું. તેમણે સામે દરિયામાં એક પથ્થર જોયો. તેમણે શાંતિ મેળવવા દરિયામાં ઝંપલાવી દીધું અને તરતા તરતા એ પથ્થર પર પહોંચ્યા. તેમણે ત્યાં પલાંઠીવાળી અને તેમના ગુરુદેવને પ્રાર્થના કરીને કહ્યું, ‘જ્યાં સુધી તમારો આ બાબતે આદેશ નહિ મળે, ત્યાં સુધી અહીંથી ઉઠીશ નહિ.’ આખરે, બે દિવસ ત્યાં એકાંતમાં ધ્યાન કર્યા બાદ તેમને ધ્યાનમાં રામકૃષ્ણ પરમહંસ દેખાયા, જે તેમને પોતાના પાછળ આવવાનો ઈશારો કરી રહ્યા હતા. અને પછી તે દરિયા પર પેલે પાર જવા માટે ચાલવા લાગ્યા.‘ આ સ્પષ્ટ સંકેત મળતાં જ વિવેકાનંદની આંખો ખુલી ગઈ. તેમના મનનું કોહરામ શાંત થઈ ચૂક્યું હતું. તે ફરી પાછા મદ્રાસ આવ્યા, અને પોતાનો નિર્ણય સંભળાવ્યો. મદ્રાસ યુનિવર્સિટીના અધ્યાપક અને વિદ્યાર્થીઓ ખુશીથી ઝૂમી ઉઠ્યા અને ઘરે ઘર ફરી તેમની યાત્રાના ખર્ચ માટે ફાળો ઉઘરાવવા લાગ્યા. પાંચ મહિના પછી, ૩૧ મી મે ૧૮૯૩ ના રોજ સ્વામી વિવેકાનંદે મુંબઈથી શિકાગો જવા માટેનું સ્ટીમર લીધું.

આ રીતે ભારતના હજારો વર્ષના ઈતિહાસમાં પહેલીવાર કોઈ આત્મજ્ઞાની સન્યાસીએ દરિયો ઓળંગી વિશ્વના બીજા છેડે સનાતન ધર્મના જ્ઞાનનો પરિચય કરાવ્યો. છેલ્લી કેટલીક સદીઓથી ગુલામ રહેલી પ્રજાનો એક પ્રતિનિધિ તેને ગુલામ બનાવનારી સભ્યતા વચ્ચે જઈને પોતાની સભ્યતાનો પરિચય કરાવતાં જે બોલ્યો, તેણે પશ્ચિમી વિશ્વને હચમચાવી મૂક્યું. ત્યાંના વર્તમાન પત્રોએ લેખ લખ્યા, 'આવા આધ્યાત્મના ઊંડાણથી ભરેલા દેશને ધર્મ શીખવવા આપણે ખ્રિસ્તી મિશનરીઓ મોકલીએ છીએ તે ઇતિહાસનો સૌથી મોટો મજાક છે.' અમેરિકા અને યુરોપના અનેક સ્ત્રી - પુરુષો સન્યાસ લઈ વિવેકાનંદ પાછળ ચાલી નીકળ્યા. કેટલાક ત્યાંજ વેદાંત સેન્ટર ચલાવવા લાગ્યા, તો કેટલાક ભારત આવી ભારતની સેવામાં લાગી ગયા. આવું ભારતના ઇતિહાસમાં પહેલીવાર થયું હતું. અને અહીંથી ભારતની પ્રજાએ, ભારતના યુવાનોએ જે આત્મવિશ્વાસ મેળવ્યો, તેણે જ ભારતના સ્વાતંત્ર્ય સંગ્રામના આંદોલનને જન્મ આપ્યો. વિવેકાનંદના વિચારોમાંથી જ રવીન્દ્રનાથ ટાગોર, મહર્ષિ અરવિંદ, સુભાષચંદ્ર બોઝ, ડૉ. એની બેસંટ, અને ગાંધીજી જેવા લોકો નીકળ્યા. આ આખો ટર્નિંગ પોઇન્ટ એ પથ્થર પર કરેલા ધ્યાનથી આવ્યો હતો, જે આજે વિવેકાનંદ

રૉક મેમોરિયલ બની ચૂક્યો છે.

"૩૧ મે, ૨૦૨૪, ફેસબુક."

12

સનાતન પરંપરામાં જૈન પંથની સ્થાપના અને તેનો સમયકાળ

બહુ જ પ્રચલિત અર્થમાં મનાય છે કે જૈન પંથની સ્થાપના મહાવીર સ્વામી દ્વારા થઈ, અને તેમના અગિયાર શિષ્યો વડે ભગવાન મહાવીરના ઉપદેશો પરથી જૈન દર્શન અને તત્વજ્ઞાન ઘડાયું. જૈન શબ્દ સંસ્કૃત શબ્દ 'જીન' પરથી આવે છે જેનો અર્થ થાય છે સ્વયં (ઇન્દ્રિયો) પર વિજય પ્રાપ્ત કરવો. જે એવું કરી દે છે તે આત્મા અનંત જ્ઞાન, અનંત શક્તિ અને અનંત આનંદને પ્રાપ્ત કરી અરિહંત બની જાય છે. અને પોતાના આત્માને એવા અરિહંત બનાવી દેનાર વ્યક્તિને કહેવાય છે તીર્થંકર. મોટા ભાગે જે પહેલા તીર્થંકર ભારતમાં ખ્યાતિ પ્રાપ્ત થયા કે સામે આવ્યા તે મહાવીર જ હતા, અને જૈન દર્શન તેમના આપેલા ઉપદેશો અને તત્વજ્ઞાનથી જ રચાયું. પરંતુ, મહાવીરના શિષ્યો દ્વારા તેમની શ્રમનિક પરંપરા જે શૈવ યોગીઓની પરંપરાથી મળતી આવતી હતી, તેને મહાવીરથી પાછળ ભૂતકાળમાં જઈને એક ઇતિહાસ અપાયો. કહેવાયું કે મહાવીર પહેલા તીર્થંકર નથી, તે અસલમાં ચોવીસમા અને છેલ્લા તીર્થંકર છે. સૌથી પહેલા તીર્થંકર આદિનાથ હતા જેમને ઋષભદેવ પણ કહેવાય છે.

આ રીતે ઋષભદેવ કે આદીનાથની કથા સામે આવી, અને તેમના પછી આવેલા મહાવીર સિવાયના બીજા બાવીસ તીર્થંકરના નામ સામે આવ્યા. તેમાંથી કોઈ રામના સમયે થઈ ગયેલા હતા તો કોઈ અરિષ્ટનેમી નામે કૃષ્ણના સંબંધીઓમાંથી એક નામ હતું. આ રીતે જૈન પંથને વેદોના સમયથી સમાંતર

ચાલતી પરંપરા બતાવવાની કોશિશ થઈ. કાંઈક એવું જ જેમ આરબમાં મોહમ્મદ પયગંબરે ઇસ્લામ સાથે એક નવો પંથ સ્થાપ્યો, પણ સાથે ભૂતકાળના બીજા પયગંબરોને પણ એ નવા પંથ અને નવા ઈશ્વર સાથે જોડ્યા, અને પોતાને છેલ્લા કહ્યા. બૌદ્ધ પંથ સિવાય લગભગ દરેક નવા પંથ સાથે આ કાર્ય થયું છે, એ નવા પંથને ભૂતકાળનો એક આધાર આપવાનું કામ.

વેદો અને ઉપનિષદોમાં ઋષભ શબ્દ કેટલાક સ્થાને બળદ માટે વાપરવામાં આવ્યો છે જ્યાં અગ્નિ દેવને પ્રાર્થના કરાઈ રહી છે, તો કેટલાક સ્થાને તે કોઈપણ નર પ્રાણી માટે તો કોઈ સ્થાને શ્રેષ્ઠ શબ્દના પર્યાયવાચી તરીકે. ઋગ્વેદના દસમા મંડળના એકસો છાસઠમા સુક્તમાં રુદ્ર દેવને 'મને સમાન પદવાળા વ્યક્તિઓમાં શ્રેષ્ઠ બનાવ' એવી પ્રાર્થના કરાઈ છે, જ્યાં ઋષભનો શબ્દનો અર્થ 'શ્રેષ્ઠ' એવો કરવામાં આવ્યો છે. આ સિવાય અથર્વવેદ અને તૈતેરેય બ્રાહ્મણમાં પણ ઋષભ શબ્દ આવા અર્થ સાથે ઉપલબ્ધ છે. પણ પુરાણોમાં આવતાં આવતાં ઋષભ શબ્દ એક અવતાર અને દેવનું સ્થાન લઈ લે છે. લિંગ પુરાણમાં તે શિવના ૨૮ અવતારોમાંથી એક છે, તો શ્રીમદ ભગવદમાં તે વિષ્ણુના ૨૪ અવતારોમાંથી એક બતાવાયા છે, અને જૈન પંથની સ્થાપના એમના દ્વારા થઈ એવું પણ કહેવાયું છે. અને મોટાભાગના પુરાણોની રચના મહાવીર અને બુદ્ધના સમય દરમિયાન તો કેટલાકની તે પછી થઈ હોવાનું પ્રમાણિત થયેલું છે. આમ, ઋષભદેવ કે આદિનાથ જૈન પંથના સ્થાપક અને પહેલા તીર્થંકર તરીકે મહાવીરના સમય પછી જ સ્થાપિત થયા એ લગભગ પ્રમાણિત દેખાય છે. એનું સૌથી મોટું પ્રમાણ આદિનાથની કથા કહેતા આદીપુરાણથી મળે છે.

ઇસ સાતમી સદીમાં આચાર્ય જીનસેન દ્વારા લખાયેલ આદિપુરાણમાં આદિ તીર્થંકર ઋષભનાથ કે આદિનાથના પૂર્વ જન્મો અને તેમના આદિનાથ તરીકેના જીવનનું વૃત્તાંત કહેવામાં આવ્યું છે. અને એ વૃત્તાંતમાં આદીનાથ અયોધ્યાના રાજા નાભિરાજ અને તેમની પત્ની મરુદેવીના પુત્ર તરીકે જન્મે છે. મરુદેવીનું ધરતી પરનાં ઈન્દ્રાણી તરીકે વર્ણન કરાયું છે. આદિનાથના જન્મ પહેલાં ઇન્દ્ર શ્રી, હ્રીં, ધૃતિ, કીર્તિ, બુદ્ધિ વગેરે દેવીઓને ગર્ભવતી માતા મરુદેવીની સેવા કરવા માટે મોકલે છે. જ્યારે આદિનાથનો જન્મ થાય છે ત્યારે ઇન્દ્રાસન કંપી ઊઠે છે, અને ઇન્દ્ર પોતાનું આસન ડગમગાતું જોઈ ભયભીત થઈ ઊઠે છે. ઇન્દ્ર આસન ઉપરથી ઉતરી બાળક આદીનાથને પ્રણામ કરે છે, અને દેવી દેવતાઓને તેમના દર્શન કરવા સ્વર્ગમાંથી ધરતી પર મોકલે છે, જ્યારે પોતે ઈન્દ્રાણી સાથે ઐરાવત હાથી પર સવાર થઈને નીકળે છે. તે અયોધ્યા આવી આદિનાથને ભગવાન તરીકે હાથમાં લે છે અને પ્રણામ કરે છે, અને ત્યાર પછી સતત ભગવાન આદિનાથની સેવા અર્થે સમયે સમયે આયોધ્યા આવી તેમના કાર્ય

કરે છે. આ આખું વર્ણન હિંદુ પુરાણોના સ્વર્ગની ગાદી પર બેસેલા ઇન્દ્ર અને ઈન્દ્રાણીનું છે, જે વૈદિક ધર્મમાં વેદ અને મુખ્ય ઉપનિષદોની રચના સમયે વૈદીક ગ્રંથોમાં નથી. વેદોના ઈન્દ્ર એક નિરાકાર દેવ છે, જેનું યજ્ઞો મારફતે આહ્વાન થાય છે.

એટલે જ વેદોમાં અને ઉપનિષદોમાં ઋષભ શબ્દનો અર્થ બળદ, નર પશુ કે શ્રેષ્ઠતા માટે ઉપયોગમાં છે, પણ કોઈ દેવ તરીકે નહિ. ત્યાં સુધી કે ઉપનિષદો બાદ પણ પુરાણો પહેલાં લખાયેલા રામાયણ અને મહાભારત જેવા બૃહદ ઇતિહાસ ગ્રંથમાં પણ જૈન પરંપરા કે તેમના કોઈ તીર્થંકરનો કોઈ ઉલ્લેખ નથી. તેનો ઉલ્લેખ ફક્ત પુરાણોમાં જ મળે છે. ભગવાન મહાવીરના સમય બાદ વેદોના ઋષભ શબ્દનો ઉપયોગ કરી હિંદુ પુરાણોના સમયમાં જૈન પંથને એક ભૂતકાળ આપવાનો પ્રયાસ થયો છે, જેનું વર્ણન વેદો અને ઉપનિષદો જેવું ન હોતાં પુરાણોના દેવી દેવતા જેવું જ છે. એક રીતે પુરાણોના પંચદેવ જેમ ઇન્દ્ર અને સ્વર્ગથી ઉપર પરબ્રહ્મ તરીકે એક સ્થાન ધરાવે છે, તે રીતે જ આદિનાથને જૈન માર્ગના ભગવાન તરીકે ઇન્દ્ર અને સ્વર્ગથી ઉપર તીર્થંકરનું સ્થાન આપી તેમનું એક સિદ્ધાલય નામે ધામ અપાયું છે. આ સિધ્ધાલયમાં તમામ અરિહંત બનેલા આત્માઓ અનંત જ્ઞાન, અનંત શક્તિ અને અનંત આનંદ સાથે હંમેશા માટે નિવાસ કરે છે. જૈન પંથમાં એજ મુક્તિ કે મોક્ષની સ્થિતિ છે.

આ સિવાય જૈન પંથમાં અન્ય એક અપ્રમાણિત વાત કહેવાય છે જે પણ અહીં ખોટી સાબિત થાય છે. જૈન પંથમાં આદિનાથના સૌથી મોટા દીકરાનું નામ હોય છે ભરત. અને જૈન પંથમાં કહેવાય છે કે આપણા દેશનું નામ ભારત એ રાજા ભરતથી પડ્યું છે. આ પણ પ્રમાણથી વિમુખ છે. કારણકે રામાયણમાં આપણા દેશને જંબુદ્વીપ અને આર્યાવર્ત કહેવામાં આવ્યું છે. બસ મહાભારતમાં કુરુવંશી દુષ્યંતના દીકરા રાજા ભરતના કાળ બાદ જ મહાભારતમાં પણ ભારતવર્ષ શબ્દ આવે છે. અને જેમ આપણે જાણ્યું કે જૈન માર્ગ કે તેના કોઈ તીર્થંકર વિશેનો કોઈ ઉલ્લેખ રામાયણ અને મહાભારતમાં નથી. જૈન સાહિત્ય જે રામાયણ અને મહાભારત બાદના પૌરાણિક કાળમાં લખાયું છે, તે રામ અને કૃષ્ણના કાળમાં કોઈ અજાણ્યા પુરુષોને તીર્થંકર બતાવી રહ્યું છે. જ્યારે આદિનાથ અને તેમના દીકરા ભરતને જૈન પંથમાં રામાયણથી પણ પ્રાચીન વેદોના સમયમાં કહેવાયા છે.

આમ, જૈન પંથ ભગવાન મહાવીર સાથે શરૂ થયેલો માલૂમ પડે છે, અને ત્યારબાદ તેના અન્ય તીર્થંકરોના પૌરાણિક સ્વરૂપને ઘડવામાં આવ્યું છે. આ વાત એ તથ્યને પ્રમાણિત કરે છે કે જૈન પંથ પુરાણોના સમયમાં રચાયો છે, અને વેદ અને ઉપનિષદના સમયમાં જૈન શ્રમણિક પરંપરાનું કોઈ સ્વતંત્ર

અસ્તિત્વ નહોતું. જો કોઈ શ્રમણીક જેવી સાધનાનું અસ્તિત્વ હતું, તો તે વૈદિક ઋષિમુનિઓની સાધનાની કોઈ વિધિઓ તરીકે જ હતું. કારણકે જૈન તત્વ અને દર્શન બિલકુલ વૈદિક ધર્મના સાંખ્ય અને યોગ દર્શનનું જ આબેહૂબ નિરૂપણ છે. અને સાંખ્ય દર્શનનું વર્ણન રામાયણ અને મહાભારતમાં આવે છે. આમ, અલગ શબ્દો સાથેનું જૈન દર્શન, તત્વજ્ઞાન કે સાધનાનો માર્ગ તે સમયે નહોતો. તે ભગવાન મહાવીર પછી રચાયું, જેમાં ડગલે ને પગલે વૈદિક દર્શનોનું આબેહૂબ નિરૂપણ જોવા મળે છે. આવનારા લેખોમાં આપણે એ સુંદર અને પવિત્ર તપ સાધનના મૂર્તિ સમાન જૈન તત્વદર્શનને જાણીશું.

"૮ ઓગસ્ટ, ૨૦૨૪, લોકસત્તા જનસત્તા"

રાજનીતિ

13

આપણા દેશનું નામ રાજા ભરત પરથી જ કેમ પડ્યું...?

દસમા ધોરણના ક્લાસમાં એકવાર ઈન્સપેક્શનવાળા સાહેબ આવ્યા. તેમણે વિદ્યાર્થીઓને એક સવાલ પૂછ્યો. સવાલ હતો કે ભારત દેશનું નામ રાજા ભરત પરથી જ કેમ પડયું ? વિદ્યાર્થીઓ એક ક્ષણ શાંત થઈ ગયા. બધાને ખબર હતી કે ભારતનું નામ રાજા ભરત પરથી પડયું. પણ ભરત પરથી જ કેમ પડયું એ સવાલ તેમણે પહેલીવાર સાંભળ્યો હતો. એક વિદ્યાર્થી જેની મમ્મી હાઈસ્કૂલ ટીચર હતી. તેણે જવાબ આપ્યો, "કારણ કે તે બહુ પરાક્રમી હતા. નાના હતા એટલે સિંહના મોંઢામાંથી દાંત ગણતા હતા." સાહેબ ખડખડાટ હસ્યા અને બોલ્યા, "એટલે એના ઉપરથી આખા દેશનું નામ પાડી દીધું ?" તેમણે સાચો જવાબ આપવા માટે વાત શરૂ કરી.

રાજા ભરત - જે યયાતિના પાંચ પુત્રોમાંના એક પુત્ર રાજા પુરુના વંશજ દુષ્યંતનો પુત્ર હતો - તે એક મહાન સમ્રાટ હતો. ભરત જ્યારે વૃદ્ધ થવા આવ્યો ત્યારે હસ્તિનાપુર (આજનું દિલ્લી) ની ગાદી સોંપવા યોગ્ય વારસદાર શોધવા લાગ્યો. તેના કુલ નવ પુત્રો હતા. તેણે આ નવે પુત્રો માટે વિવિધ પ્રતિયોગીતાઓ યોજી તેમાંથી શ્રેષ્ઠને રાજા બનાવવાનો નિર્ણય કર્યો. આ એકેય પ્રતિયોગીતા તેના એકપણ પુત્રએ પાસ ન કરી. પરંતુ તેના એક અંગરક્ષક ભુમાયુએ આ તમામ પરીક્ષાઓ પાસ કરી. આ પહેલા પણ એકવાર યુદ્ધમાં રાજા ભરત ઘાયલ થતાં તેની સેનામાં ભગદડ મચી ગયેલી અને સેનાપતિ સુધ્ધાં

છોડી રાજાને લઈ ભાગવા લાગેલા. પરંતુ, તે સમયે સેનામાં એક સામાન્ય સૈનિક તરીકે રહેલા ભુમાયુએ આખી સેનાને ભાગતાં અટકાવી ફરીથી યુદ્ધમાં જોડેલી અને યુદ્ધ જીતેલું. ભરતે જોયું કે એક રાજા બનવા માટેના કોઈ ગુણ તેના નવ પુત્રોમાં નથી, પરંતુ એ બધા જ શ્રેષ્ઠ ગુણ ભુમાયુમાં છે. અંતે ભરતે પોતાના નવ પુત્રોને અવગણી ભુમાયુને નવા સમ્રાટ તરીકે પોતાનો અનુગામી જાહેર કર્યો.

ભરતના આ નિર્ણયથી તેના પુત્રો, ત્રણ પત્નીઓ અને તેની માતા શકુંતલા નારાજ થયા. શકુંતલાએ જ્યારે વિરોધ કર્યો ત્યારે ભરતે કહ્યું, "મા, તમે એક માતા છો. તમને મમતાએ બાંધી રાખ્યા છે. હું એક રાજા છું. મને રાજધર્મે બાંધી રાખ્યો છે. તમને તમારા પુત્રોની ચિંતા છે. મને મારી પ્રજાની. મનુષ્યની ઓળખ તેના કર્મથી હોય છે. જન્મથી નહીં. જે લાયક છે તે જ રાજા બનશે." ભરતનો આ નિર્ણય સમગ્ર આર્યવ્રત માટે એક ક્રાંન્તિકારી વિચાર હતો. અસલમાં તે સમયની જાતિપ્રથા પણ કર્મ આધારિત હતી. જે શિક્ષણ આપવાનું કર્મ કરતાં તે બ્રાહ્મણ હતા. યોદ્ધા અને રાજધર્મનું વહન કરતા લોકો ક્ષત્રિય, વેપાર કરનાર વૈશ્ય અને મજૂરીયાત વર્ગ શુદ્ર કહેવાતો. પરંતુ આ કર્મ આધારીત જાતિપ્રથાનું પાલન કરીને કોઈ રાજા પોતાના વંશને અવગણી દે અને એક સામાન્ય માણસને રાજા બનાવી દે એવું આર્યવ્રતની ધરતી પર આ પહેલીવાર બન્યું હતું. આથી, ભરતના નામ દ્વારા કર્મથી જ મનુષ્યને ઓળખવાના ભારતીય જાતિપ્રથાના એ મહાન સિદ્ધાંતને યુગો સુધી બળ મળી રહે અને તે મહાન સિદ્ધાંત ક્યારેય લુપ્ત ન થાય તે ઉદ્દેશ્યથી તે સમયના બ્રાહ્મણો અને બુદ્ધિજીવીઓએ આખા આર્યવ્રતને 'ભારતવર્ષ' નામ આપવાનું નક્કી કર્યું. ભરતના વિચારોનું વહન કરતો પ્રદેશ અને આ જ એક ભારતીય હોવાનો સાચો અર્થ છે. ભારતીય એટલે એક એવો મનુષ્ય જે દરેક મનુષ્યને તેના કર્મથી મૂલવે છે.

પરંતુ, ભરતનો જ વંશ શાંતનુ સુધી આવતાં આ સિદ્ધાંતથી ભટકી ગયો. શાંતનું એક સુંદરી સત્યવતીના પ્રેમમાં પડયો અને સત્યવતીના પિતા સમક્ષ લગ્નની માંગ મૂકી. સત્યવતીના પિતાએ શરત મૂકી કે જો શાંતનુ તેના પુત્ર દેવવ્રતના સ્થાને સત્યવતીના ભવિષ્યમાં જન્મવાવાળા પુત્રને રાજા બનાવે તો જ સત્યવતી સાથે લગ્ન કરી શકે. આ શરતના લીધે ઉદાસ થયેલા પિતાને જ્યારે દેવવ્રતે જોયા તો સત્યવતીના પુત્રને જ રાજા બનાવવાની ગેરેન્ટી રૂપે પોતે ક્યારેય રાજા ન બનવાની અને આજીવન બ્રહ્મચારી રહેવાની ભીષણ પ્રતિજ્ઞા લઈ લીધી અને મહાન ભિષ્મ કહેવાયા. આમ, એક મહાન અને શક્તિશાળી સમ્રાટ બનવાની ક્ષમતા ધરાવતા ભિષ્મ સામે સત્યવતીના ન જન્મેલા બાળકને રાજા બનાવવાનું નક્કી થયું. જન્મના નામે રાજા બનવાની આ ભ્રષ્ટતા ધૃતરાષ્ટ્રના સમયમાં એની પરાકાષ્ઠાએ પહોંચી અને તેણે આજીવન ધર્મરાજ

કહેવાતા યુધિષ્ઠિર સામે પોતાના દુર્ગુણી અને મૂર્ખ પુત્ર દુર્યોધનને રાજા બનાવવાની કોશિશોમાં મહાભારતના ભીષણ યુદ્ધને નિમંત્રણ આપ્યું. શાંતનુ અને ધૃતરાષ્ટ્રના સમયની આ ભ્રષ્ટતા રાજપરીવારમાંથી સામાન્ય સમાજમાં પણ પહોંચી અને જાતિપ્રથાના ઉચ્ચ સિદ્ધાંતો કુંઠીત બન્યા. લોકો પોતાનો વ્યવસાય સંતાનોને વારસામાં સોંપવાની કોશિશ કરવા લાગ્યા. આમાં સૌથી વધુ ફાયદો ઉચ્ચ ગણાતા બ્રાહ્મણ અને ક્ષત્રિય વર્ગને હતો અને તે બંને વર્ગો શક્તિશાળી હોવાથી બાકીના વર્ગ માટે તેનો વિરોધ કરવો મુશ્કેલ બની રહ્યો. લોકો પોતાના સંતાનોને તેમના જન્મ સાથે જ ઉંચા કહેવડાવવાનું સર્ટીફિકેટ મેળવવા લાગ્યા. આ આખી ભ્રષ્ટતામાં સૌથી વધુ અન્યાય અને શોષણ શુદ્રોને થયું. શુદ્ર પિતાના ઘરમાં પેદા થયેલા કેટલાક મહાજ્ઞાની અને ગુણવાન માણસોને પણ શુદ્ર ગણી ધિક્કારવામાં આવ્યા અને અહીંથી ભારતનું ક્રમિક પતન શરૂ થયું. કારણ કે ભારતવર્ષમાંથી 'ભારતીય' શબ્દનો અર્થ જ ખતમ થઈ ગયો.

બ્રાહ્મણોએ તેમની સત્તાને નિરંકુશ બનાવવા માટે શુદ્રોના દમનના નવા નવા નિયમો બનાવ્યા જેમ કે તેમને વેદો અને ગીતા સાંભળવાની મનાઈ ફરમાવવામાં આવી. તેમનો સ્પર્શ પણ વર્જીત ગણવામાં આવ્યો. તેમના માટે મંદિરોના દરવાજા બંધ કરી દેવામાં આવ્યા. અરે, તેમને થૂકવા માટે પણ એક માટલી ગળામાં રાખવી પડતી. આમ, જે મહાન ભરતે કર્મના આધારે એક સામાન્ય માણસને રાજા બનાવી દીધેલો, તેના જ વંશજોએ નિરંકુશ ધાર્મિક અને સામાજીક સત્તા માટે તે જ સામાન્ય માણસોને જાનવરોથી પણ બત્તર જીવન ગુજારવા મજબૂર કર્યા. અને આ દમન એક નહીં તો બીજી રીતે આજે પણ ચાલુ છે. છ મહિના પહેલા હરીયાણાના એક ગામમાં ઊંચી જાતિના કહેવાતા કેટલાક આદમખોરોએ ગામના દલિતોને ગામમાંથી નીકળી જવાની ધમકી આપી. તેમના ઘર સળગાવી દીધા. દલિતો પોતાના ઘરબાર એમના એમ મૂકી ગામ છોડી નીકળી ગયા અને રેલવે પ્લેટફોર્મો પર રાતો ગુજારી. પરંતુ એક દલિત પરીવાર ત્યાં રહી ગયો. તેને ધમકી આપવામાં આવી કે જો ગામ નહીં છોડે તો તેનો વંશ ખતમ કરી નાખશે. અને અઠવાડિયા પછી એ લોકોએ તે દલિત યુવકના ત્રણ વર્ષના દીકરા અને એક વર્ષની દીકરીને જીવતા સળગાવી દઈ તેનો વંશ સાચે જ ખતમ કરી દીધો. આ બનાવ આજના એકવીસમી સદીના ડીજીટલ ઈન્ડિયાના સમયનો છે.

આપણે કઈ ભારતીયતાનો દંભ ભરીને ગર્વ કરીએ છીએ એ સમજાતું નથી. ભારતીયતા તો આપણે ક્યારના ય ખોઈ ચૂક્યા છીએ. આપણે ભારતીય નથી રહ્યા અને આવા લોકોને એ મહાન ભરતના નામ સાથે જોડવા એ તે મહાન

પૂર્વજનું અપમાન છે. જ્યાં સુધી આ દેશમાં એક પણ અછૂત છે ત્યાં સુધી આ આખો દેશ અછૂત છે. આ સમગ્ર માનવજાતિ અછૂત છે. જે સમાજ એક જીવતા જાગતા મનુષ્યને તેના જન્મના કારણે નીચ કહે છે તે આખો સમાજ જ નીચ છે. આપણે બધા નીચ છીએ. જ્યાં સુધી આપણામાંથી એકપણ માણસ તેના જન્મના કારણે અપમાન અને ધૃણા મેળવે છે ત્યાં સુધી આપણે સભ્ય નથી બન્યા. સામાજીક, ધાર્મિક અને આર્થિક સત્તાના લોભમાં આપણે તો એ જાનવરોથી પણ બત્તર બન્યા છીએ જેમનામાંથી આપણી ઉત્ક્રાંતિ થઈ હતી. જો ખરેખર કોઈ પોતાને ભારતીય સમજતું હોય, જો ખરેખર કોઈ પોતાને માનવ સમજતું હોય તો તે પહેલા આ ધરતી પર તિરસ્કાર અને શોષણ પામેલા એ મનુષ્યો પાસે જાય અને તેમની વેદનાને સાંભળે અને તેમના માનવ તરીકેનું સન્માન પાછું આપવા જાનવરોથી ભરેલા આ ભ્રષ્ટ સમાજ સામે સંઘર્ષ કરે.

આટલું સાંભળી દસમા ધોરણનો પેલો વિદ્યાર્થી જ્યારે ઘરે આવ્યો ત્યારે તેણે બે વર્ષ પછી નિવૃત્ત થનારી તેની હાઈસ્કૂલ ટીચર મમ્મીને એ જ સવાલ પૂછ્યો, "મમ્મી, આપણા દેશનું નામ ભરત પરથી જ કેમ પડયું ?" મમ્મીએ કહ્યું, "અરે ! એ બહુ પરાક્રમી હતો. સિંહના મોંઢામાંથી દાંત ગણી લેતો હતો, એટલે !!!???" (આ જ છે આપણું શિક્ષણ!)

"૧૫ ઓક્ટોમ્બર, ૨૦૧૫, ગુજરાત સમાચાર - રવિપૂર્તિ."

14

હિંદુ રાષ્ટ્ર અને હિંદુ રાજ્ય વચ્ચેનો ફર્ક

૧૮૯૩ની શિકાગોની ધર્મ પરીષદમાં સમગ્ર વિશ્વને હિંદુ સંસ્કૃતિના મહાન સિધ્ધાંતોનું દર્શન કરાવ્યા પછી જ્યારે લોકો સ્વામી વિવેકાનંદથી પુરી રીતે અભિભૂત થઈ ચૂક્યા હતા, ત્યારે વિવેકાનંદે તે હજારોની સંખ્યામાં આવેલા લોકોને કહ્યું, "ડરો નહીં. મારા ધર્મની આ મહાનતા બતાવીને હું તમને વટલાવવા નથી આવ્યો. હું કોઈ ખ્રિસ્તીને હિંદુ બનાવવા નથી આવ્યો. હું કોઈ મુસ્લિમને હિંદુ બનાવવા નથી આવ્યો. ના કોઈ મેથોડોલોજીસ્ટને હિંદુ બનાવવા આવ્યો છું. હું એ ધર્મનો પ્રતિનિધિ છું જે કહે છે કે દરેક ખ્રિસ્તી હજુ વધારે સારો ખ્રિસ્તી બને, જેથી તે સત્યને પામી લે. દરેક મુસ્લીમ હજુ સારો મુસ્લીમ બને જેથી તે સત્યને પામી શકે. દરેક મેથોડોલોજીસ્ટ કે વૈજ્ઞાનિક હજી વધારે સારો વૈજ્ઞાનિક બને જેથી તે સૃષ્ટિના સત્યને પામી લે. સત્ય એ જ છે કે આપણે બધા એક જ અદ્વૈત શક્તિમાંથી બન્યા છીએ અને આપણે બધાને છેલ્લે એ અદ્વૈતની સ્થિતિએ પહોંચી જવાનું છે. તમે તમારા ખ્રિસ્તી કે મુસ્લીમ રસ્તેથી ત્યાં પહોંચો. હું મારા હિંદુ રસ્તાથી ત્યાં પહોંચીશ. સત્યના તે સ્થાને આપણે બધા ભેગા મળીશું. આપણે બધા એક હોઈશું."

આ જ છે હિંદુત્વ. આ જ છે ભારતીય વિચારધારા અને આ જ છે ભારતીય સંસ્કૃતિ. જે વ્યક્તિ જે સ્થાને છે ત્યાં જ રહીને સત્ય સુધી પહોંચે. પોત-પોતાના માર્ગે. કોઈ બીજા પર પોતાનો માર્ગ થોપે નહીં. સત્ય લક્ષ્ય છે. સંપ્રદાય માર્ગ. લક્ષ્ય મુખ્ય છે, માર્ગ ગૌણ. આ ભારતીય વિચારધારાને સુપ્રીમ કોર્ટે હિંદુત્વની વ્યાખ્યા માની છે અને તેને ભારતીય સંવિધાનનું હાર્દ કહ્યું છે, "હિંદુત્વ ઈઝ ધી કોર ઓફ ઈન્ડિયન કોન્સ્ટીટયુશન". આમ, જો કોઈ હિંદુ કોઈ મુસલમાનને

એમ કહે કે તારા નમાઝ કરતાં મારી પ્રાર્થના અને તારી ટોપી કરતાં મારા તિલક અને ભગવા કપડાં વધુ સાચા છે તો એ હિન્દુરાષ્ટ્રનો જ વિરોધ કરી રહ્યો છે એમ કહેવાય. હિંદુરાષ્ટ્ર એટલે હિંદુઓ રાજ કરતા હોય તેવું રાષ્ટ્ર નહીં. હિંદુરાષ્ટ્ર એટલે હિંદુઓની આ સનાતન વિચારધારા પ્રમાણે ચાલતું હોય તેવું રાષ્ટ્ર. હિંદુઓ રાજ કરતા હોય તેવા રાષ્ટ્રને 'હિંદુરાજ્ય' કહેવામાં આવ્યું છે. હિંદુરાજ્યનો ઝંડો કેસરીયો છે. ઈસ્લામી રાજ્યનો ઝંડો લીલો છે. પરંતુ, હિંદુરાષ્ટ્રનો ઝંડો તિરંગો છે. કેસરીયા અને લીલા કલર સાથે શાંતિ અને સત્યનો સફેદ રંગ દર્શાવતો તિરંગો એટલે હિન્દુરાષ્ટ્રનું સાચું પ્રતિક.

આમ, હિન્દુરાષ્ટ્રની વિચારધારાથી મોટું કોઈ સેક્યુલારીઝમ નથી. સેક્યુલારીઝમ શબ્દ પણ દુનિયામાં એક તટસ્થ ધાર્મિક નીતિના રૂપે અમલમાં આવ્યો હતો. જ્યારે દરેક ધર્મના લોકો દરેક દેશોમાં એકસાથે રહેવા લાગ્યા ત્યારે તેમના વચ્ચે વૈમનસ્ય ઘટાડવા માટે એક એવી વિચારધારાને જન્મ આપવામાં આવ્યો જેમાં કહેવામાં આવ્યું કે ધર્મ દરેક વ્યક્તિનો અંગત વિષય છે. તેને રાજ્યના વહીવટ સાથે કોઈ સંબંધ નથી. રાજ્યના કાયદા દરેક માણસ માટે સમાન હશે, તેમાં ધર્મને વચ્ચે લાવવામાં નહીં આવે. કેટલાક દેશોમાં તો ધર્મને એ હદે વ્યક્તિગત વિષય માનવામાં આવ્યો કે કોઈ માણસ જાહેરમાં પોતાના ધર્મની વિચારધારા કે તેના ચિહ્નોનું પ્રદર્શન જ ન કરી શકે. એકરીતે જાણે ધર્મ કોઈ અનિષ્ટ હોય અને તેને છુપાવવું પડે કે, ઘરમાં જ રાખવું પડે તેવા વિચારનો જન્મ એટલે સેક્યુલારીઝમ. પરંતુ, હિન્દુરાષ્ટ્ર સેક્યુલારીઝમથી પણ મહાન વિચાર છે.

હિંદુરાષ્ટ્રમાં પણ કાયદો તો દરેક માણસ માટે સમાન હોય જ પરંતુ, અહીં રાજ્ય જ દરેક ધર્મને પોતાના માર્ગે આગળ વધવા પ્રેરીત કરે છે અને સત્યની આખરી સ્થિતિએ પહોંચવા બધા ધર્મોને આહવાન કરે છે. આમ, હિંદુરાષ્ટ્રમાં માનવજાતિના સત્ય પ્રાપ્તિના લક્ષ્યને મુખ્ય માનવામાં આવ્યું છે અને ત્યાં સુધી પહોંચવા માટેના કોઈપણ સંપ્રદાયના રસ્તાને પ્રશાસનિક સ્વીકૃતિ આપવામાં આવી છે. પરંતુ, એક સંપ્રદાય પોતાના રસ્તાને બીજા કરતા ચડિયાતો સમજે તેનો એમાં તીવ્ર વિરોધ છે. ભારતમાં કેટલીક રાજકીય પાર્ટીઓએ ફક્ત સત્તા માટે હિંદુરાષ્ટ્રના આ મહાન વિચારને 'હિન્દુરાજ્ય'ના સાંપ્રદાયિક વિચાર સાથે જોડી તેનો દુષ્પ્રચાર કર્યો છે. તેઓ મુસ્લીમ તુષ્ટિકરણ કરવા માટે તિરંગામાંથી લીલા રંગને વધારે ખેંચે છે અને તેની સામે હિંદુ વિચારધારાનો કક્કો પણ ન જાણતા લોકો ભગવો રંગ ખેંચવા લાગે છે. પરીણામે વચ્ચે રહેલો સત્યનો સફેદ રંગ ચીરે ચીરા થઈને નષ્ટ પામે છે.

હિંદુ કોઈ ધર્મ નથી. તે એક જીવન પધ્ધતિ છે. 'સમગ્ર બ્રહ્માંડ એક જ બ્રહ્મમાંથી ઉત્પન્ન થયું છે. આથી જે પણ માર્ગ યોગ્ય લાગે તે માર્ગે બ્રહ્મની તે આખરી એકતાને ધારણ કરવી' - આ જ હિંદુ જીવન પધ્ધતિ છે. તો આ જીવન પધ્ધતિ પ્રમાણે મુસલમાન અલ્લાહને પોકારે, નમાઝ પઢે કે ટોપી પહેરે કે દાઢી વધારે તેને હિંદુરાષ્ટ્ર સાથે કોઈ વિરોધાભાસ નથી. જ્યાં સુધી તે એ માર્ગ દ્વારા અલ્લાહ સુધી પહોંચવાની કોશિશ કરી રહ્યો છે તે હિંદુત્વનું જ પાલન કરી રહ્યો છે. પરંતુ, જ્યારે કોઈ મુસલમાન પેલી સાઉદી આરબની વિચારધારાને મનમાં વસાવે છે કે - "મુસ્લીમ જ એકમાત્ર પવિત્ર છે અને જ્યાં સુધી આખી દુનિયા મુસ્લિમ ઉપાસના પધ્ધતિ અને મુસ્લીમ વેશભૂષા નહી અપનાવે ત્યાં સુધી પવિત્ર નહી થાય." - ત્યારે તે સનાતન ભારતીય સંસ્કૃતિનું અપમાન કરે છે. પેશ્વા બાજીરાવ પહેલાને જ્યારે કહેવામાં આવ્યું કે "તું એકબાજુ મુસલમાનોથી લડે છે અને બીજી તરફ બાજુ એક મુસ્લીમ છોકરી મસ્તાનીને પ્રેમ કરે છે." ત્યારે બાજીરાવે કહેલું "આપણી લડાઈ મુસ્લીમ ધર્મ સાથે નથી, આપણી લડાઈ તેમની સલ્તનત અને તેમની અત્યાચારો દ્વારા પોતાનો ધર્મ બીજા પર થોપી બેસાડવાની વિદેશી વિચારધારા સામે છે." શિવાજીએ જે હિંદુ-રાષ્ટ્રનો વિચાર આપ્યો તે પણ આ જ હતો. સાવરકરના હિંદુરાષ્ટ્રની કલ્પના પણ આ જ હતી.

આમ, હિન્દુરાષ્ટ્રના મુસલમાનોનો કોઈ વિરોધ નથી. પણ સત્ય સુધી પહોંચવાનો અમારો માર્ગ જ સાચો છે અને બાકીના ખોટા-આરબોની એ મુસ્લીમ વિચારધારાનો હિંદુરાષ્ટ્ર ઘોર વિરોધ કરે છે. આ વિચારધારા પરદેશી છે અને તે ભારતીય સંસ્કૃતિ માટે અપમાનજનક છે. આ કારણે જ હિન્દુરાષ્ટ્રની વિચારધારામાં ધર્માંતરણ પણ અપ્રાસાંગિક છે. હિન્દુરાષ્ટ્રમાં કોઈ હિન્દુને મસ્જીદ જવું હોય તો જાય. કુરાનના તત્ત્વજ્ઞાનનો અભ્યાસ કરે, અલ્લાહને પૂજે અને નમાઝ પણ પઢે. તે જે ઉપાસના પધ્ધતિ ચાહે અપનાવી શકે છે. સત્ય મુખ્ય છે. માર્ગ ગૌણ, પરંતુ, આવું કરવા માટે જયારે તે હિન્દુને કાશીરામ માંથી કરીમ ખાન બનાવવામાં આવે છે ત્યારે ભારતીય વિચાર જડમૂળથી વિરોધ નોંધાવે છે. નામ અને વેશભૂષા બદલવાની આ ચાલાકી ધર્મ નથી. તે સંખ્યાબળની રાજનીતિ છે. ધર્માંતરણનું આ દૂષિત રાજકારણ જ્યાં સુધી આ દેશમાં છે ત્યાં સુધી હિંદુરાષ્ટ્રનો આ મહાન સનાતન વિચાર આપણા દેશમાં અધૂરો છે. ધર્માંતરણ સાથે સાથે જ્યાં સુધી આ દેશમાં ધર્મના નામે કાયદા અલગ અલગ છે ત્યાં સુધી આપણે હીંદુરાષ્ટ્ર તો શું તેનાથી નીચેની સ્થિતિ એવા સેક્યુલર રાષ્ટ્ર પણ નથી.

આ ઉપરાંત, હિંદુરાષ્ટ્ર દરેક ધર્મના તત્વજ્ઞાનને સત્યપ્રાપ્તિના લક્ષ્ય માટે મુખ્ય સાધન માને છે. આથી, હિંદુરાષ્ટ્રની સંપૂર્ણ સ્થાપના માટે દરેક ધર્મના

ક્રિયાકાંડો અને ઉપાસના પધ્ધતિઓને એક બાજુ રાખી તે ધર્મોના તત્વજ્ઞાન અને આધ્યાત્મને એકસૂત્રતામાં બાંધવા જરૂરી છે, જેથી તે સહીયારા તત્વજ્ઞાનને એક વિષય તરીકે શાળામાં બાળકોને ભણાવી શકાય. બધા ધર્મોનું એ સહીયારું તત્વજ્ઞાન જ કરોડો હિંદુવાસીઓને તેમનું લક્ષ્ય એક હોવાની અનુભૂતિ કરાવશે અને તેમને એકબીજા સાથે જોડશે.

આમ, સમય આવી ચૂક્યો છે કે આપણે ભારતના નાગરીકો જ હિન્દુરાષ્ટ્રના સાચા આ અર્થને સમજી લઈએ જેથી બીજો કોઈ આપણને તેનો વિકૃત અર્થ સમજાવવા ન આવે. આપણે જ એને કહીએ કે "હા, હું હિંદુ છું અને એ જ મારા સેક્યુલર હોવાનું પ્રમાણ છે. હિંદુરાષ્ટ્ર કોઈ ધર્મનું નહીં પણ માનવતાનું રાજ્ય છે. જ્યારે આખું વિશ્વ એ સનાતન હિંદુરાષ્ટ્રનો વિચાર સમજશે ત્યારે જ માનવતા તેનું સાચું ધ્યેય પ્રાપ્ત કરી શકશે. હિંદુરાષ્ટ્રના વિચારની આ સાચી સમજ વગર માનવજાતિ તેના લક્ષ્યના માર્ગમાં નિહથ્થી છે."

"૧૬ જાન્યુઆરી, ૨૦૧૬, ગુજરાત સમાચાર - રવિપૂર્તિ."

15

તથાકથિત હિન્દુરાષ્ટ્ર શરુ થતાં દેશની હાલત શું હશે તેનું ટ્રેઇલર શરુ થઇ ચુક્યું છે

૧૬મી મે, ૨૦૧૪ના દિવસે સોળમી લોકસભાનું પરીણામ આવ્યું અને એક ખુલ્લો સંદેશ ભારતીય રાજનીતિમાં ગયો. એ સંદેશ હતો કે મુસલમાન કોઈ વોટબેંક નથી. એ ભારતીય નાગરીક છે. અને છતાંય જો તેને વોટબેંક બનીને જ એકસાથે વોટીંગ કરવું હોય તો સમજી લે કે આ દેશમાં ૭૯ ટકા હિંદુઓ છે અને સરકાર તેમની જ બનશે. આ એક સ્પષ્ટ સંદેશ હતો જે ભારતની દરેક રાજનૈતિક પાર્ટીએ સમજવો પડયો. એ.કે. એન્ટોનીએ કોંગ્રેસની હાર માટેના જે કારણો રજૂ કર્યા તેમાં એક જ મુખ્ય કારણ મુસ્લિમ તુષ્ટીકરણ હતું. અને એટલે જ મુસ્લિમ તુષ્ટિકરણને જ પોતાની યુએસપી માનતી પાર્ટીઓએ હિંદુ વિરોધી વલણને દૂર કરવાની કોશિશ શરુ કરી. તાજેતરમાં બનેલા દાદરી કાંડમાં એક મુસ્લિમ ગૌમાંસ ખાય છે એવી માત્ર અફવાના પગલે એક ધર્મઝનૂની ટોળાએ તેની હત્યા કરી દીધી. મુલાયમ સિંહ યાદવે તેની રીપોર્ટ કેન્દ્ર સરકારને મોકલી તો એમાં ગૌમાંસનો મુદ્દો જ ગાયબ હતો. રાહુલ ગાંધી તે ગામમાં જઈને આવ્યા અને ટ્વીટર એક જ કોમેન્ટ આપી કે ત્યાંના લોકો શાંતિ જાળવવા કટીબધ્ધ છે. આમ, જે હિંદુ રાષ્ટ્ર બનાવવાના સ્વપ્ન સંઘે જોયા હતા તેનું એક ટ્રેઈલર તો કમસે કમ હવે શરૂ થઈ ચૂક્યું છે. અને એટલે જ એનું સર્વગામી પૃથ્થકરણ

કરવું જરૂરી છે કે આ ટ્રેઈલર ભારતના અને સનાતન હિંદુ ધર્મના ખરેખર કેટલા ભલામાં છે અને કેટલા બુરામાં.

આ રાજનૈતિક પરીવર્તનના કારણે એક વર્ષમાં ન્યૂટનના ત્રીજા નિયમ મુજબ ઓવેશી જેવા કટ્ટર મુસ્લિમ નેતાઓ અને આતંકવાદીઓના હાથા બની ચૂકેલા કશ્મીરી મુસલમાનો પહેલાથી વધુ ઉગ્ર બન્યા અને આ કારણે દેશમાં ધર્મનું રાજનિતીકરણ વધુ તેજ બન્યું. બીજી તરફ ગુજરાતને ફરીથી રાજનિતિની લેબોરેટરી બનાવવામાં આવી પણ આ વખતે ધર્મના સ્થાને પૃષ્ઠભૂમિ તરીકે જાતિ હતી. રાજ્યમાં એક એવી જાતિએ અનામત મેળવવાની આક્રમક માંગ શરૂ કરી જે આર્થિક રીતે સૌથી સંપન્ન અને શૈક્ષણિક રીતે સૌથી વધુ જાગૃત હતી તેમજ રાજ્યમાં મુખ્યમંત્રીથી લઈને આઠ મંત્રીઓ અને ૪૪ ધારાસભ્યો ધરાવતી હતી. જાતિ આધારીત આરક્ષણ દૂર કરવા શરૂ થયેલા આ પ્રયોગમાં રાજ્યની પછાત જાતિઓનું અનામતનો લાભ લેવાના આરોપસર વારંવાર અપમાન કરવામાં આવ્યું. સરદાર જેવા રાષ્ટ્રીય લોકનાયકને એક જાતિની પ્રાઈવેટ પ્રોપર્ટી બનાવી દેવાઈ અને તેમના નામનો ઉપયોગ એવા વિચારો માટે કરવામાં આવ્યો જેનાથી સરદારને પોતાને નફરત હતી. કરોડોની સરકારી સંપત્તિને આગ ચાંપવામાં આવી, કેટલાક નિર્દોષ યુવાનોએ જીવ ગુમાવ્યા અને અસામાજીક તત્વોને પોતાની વિકૃતિઓ બતાવવાનું ખુલ્લું મેદાન મળ્યું. સરકારે તરત જ બિનઅનામત જાતિઓના ગરીબ અને મધ્યમવર્ગીય પરીવારો માટે લાભદાયી પેકેજ જાહેર કર્યું અને કેટલીક જોગવાઈઓ દૂર કરી ન્યાય કર્યો. પણ હજીયે આંદોલન ચાલુ છે અને આંદોલનના નામે તોફાનો મચાવતા, લોકોના ગુપ્તાંગ કાપી નાખવા અને રાજ્યના પોલીસ અધિકારીઓને મારી નાખવાનો આદેશ આપતા લોકો ખુલ્લે આમ ફરી રહ્યા છે. અને સરકાર કોઈ કારણસર ચૂપ છે એટલે આગળ શું થશે એ એક રહસ્ય છે.

જેમ હંમેશા થયું છે તેમ ગુજરાતનો પ્રયોગ દેશમાં આગળ વધ્યો અને આરએસએસ સુપ્રીમોએ બહાર આવીને વર્ષો જૂના પોતાના અનામત વિરોધી એજન્ડાને આગળ ધર્યો અને એટલામાં તો લાલુ અને માયાવતી મેદાનમાં આવ્યા. લાલુએ "કોઈના બાપની તાકાત હોય તો અનામત હટાવે" જેવા ખુલ્લા જાતિવાદી નિવેદનો આપીને આખા બિહાર ઈલેક્શનને ઉજળિયાત જાતિઓ વિરુધ્ધ પછાત જાતિઓની લડાઈનું રૂપ આપી દીધું. માયાવતીએ પણ 'મરી જઈશ પણ અનામત નહીં જવા દઉં'ના ડાયલોગ મારી દલિત સમાજને ટાઈટ કર્યો. આજે પણ ગુજરાતમાં અમેરીકાની શેરીઓમાં, ઝુકરબર્ગના ફેસબુક એકાઉન્ટમાં અને રાજકોટ વન ડે મેચમાં અનામત માગવાના અને બિહારમાં આગલી અને પાછલી જાતિઓને લડાવવાના નવા નવા નુસખા રોજ બહાર

આવી રહ્યા છે. ૨૦૧૪ની લોકસભા ચૂંટણીમાં જે મુસલમાન સમાજના વિરોધમાં મતદાન થયું એ તો બિચારો ચૂપચાપ પોતાના ઘરમાં બેઠો ધંધો કરી રહ્યો છે. જ્યારે આ આખો નગ્ન નાચ તો આપણા એ જ તથાકથિત હિંદુરાષ્ટ્રનો છે જેની આજ સુધી આપણે રાહ જોઈ રહ્યાં હતાં.

મુસ્લિમ અને અંગ્રેજ સંસ્કૃતિ આ દેશમાં આવી અને પહેલા પણ આ દેશમાં જાતિઓ વચ્ચેનો આ જ નગ્ન નાચ ચાલતો હતો. સો ટકા હિંદુઓના દેશમાંથી જો આજે ૭૯ ટકા હિંદુઓ થઈ ગયા હોય તો એના પાછળ આ જ સ્વાર્થી જાતિવાદ છે. ભારતના એ સત્તર કરોડ મુસલમાનો અને ત્રણ કરોડ ખ્રિસ્તીઓ કોઈ વિદેશમાંથી આયાત નથી થયા. તે આ દેશના જ શોષિતો હતા જેમને તેમના જન્મના કારણે તુચ્છ ગણીને અડકવા લાયક સમજવામાં નહોતા આવ્યા. અને આ પૃથ્વી ઉપર જન્મ લીધા પછી કંઈક સન્માનજનક જીવન જીવી શકાય તે માટે તેમણે વિદેશી સંસ્કૃતિ અને વિદેશી ધર્મનો આશરો લીધો. પરંતુ હિંદુરાષ્ટ્રની એક નાની ઝલક જ જો આવી છે કે જ્યાં કહેવાતી ઉચ્ચ જાતિઓ પોતાના આર્થિક શક્તિ પ્રદર્શન અને રાજનૈતિક મીલીભગતના જોરે પોતાની સામાજીક સત્તા થોડીપણ ઢીલી પડવા દેવા તૈયાર નથી. જો શોષિત અને કચડાયેલા વર્ગને દબાવી રાખી તેમના ઉપર રાજ કરવાની તેમની માનસિકતા આજે પણ એમની એમ જ છે તો એનો અર્થ એ છે કે સદીઓ વીત્યા પછી અને આટલી યાતનાઓ વેઠયા પછી પણ હિંદુ સમાજમાં કંઈ બદલાયું નથી. આપણે આપણી ભૂલોમાંથી કંઈ નથી શીખ્યા.

આથી જો હિંદુરાષ્ટ્ર કદાચ બન્યું પણ તો જે લોકો આજે હિંદુ અને મુસ્લિમને અલગ પાડીને રાજ કરે છે તે પછી બ્રાહ્મણને ક્ષત્રિયથી અને ક્ષત્રિયને વૈશ્યો અને શુદ્રોથી અલગ પાડીને રાજ કરશે. જે લોકો આજે એમ કહે છે કે આ દેશ હિંદુઓનો છે તે પછી એમ કહેશે આ દેશમાં બ્રાહ્મણ સૌથી ઉચ્ચ છે કારણ કે તે વિષ્ણુના માથામાંથી પેદા થયો છે અને શુદ્ર તુચ્છ છે કારણ કે તે વિષ્ણુના પગમાંથી પેદા થયો છે. ગાંધી અને દીનદયાલ ઉપાધ્યાય જેવા એક બે વિચારકો તો ઉત્પન્ન થઈ જશે પણ એમની વાતો તાળીઓ પાડવા અને ચોપડીઓમાં ભણાવવા પૂરતી જ રહેશે. સમાજ એવો જ રહેશે જેવો આટઆટલી ગુલામી વેઠયાના બારસો વર્ષ પછી પણ આપણે જોઈ રહ્યા છીએ. જાતિને જ આપણો સમાજ માની બેઠેલા આપણને ઘોર આત્મમંથનની જરુર છે. એક બહુ મોટા વૈચારીક મંથનની જે આપણને જાતિગત સ્વાર્થની હદોથી બહાર લઈ જઈ શકે અને એકબીજા માટે વિચારતા કરી શકે. કારણ કે જાતિગત સ્વાર્થની આ પરાકાષ્ઠામાં આપણામાંથી કોઈ નિર્દોષ નથી. જનરલ કેટેગરીવાળો પોતાને ઓબીસી વાળો એસ.સી. કેટેગરીવાળાને જોઈને અને એસ.સી. વાળો એસ.ટી. વાળાને જોઈને પોતાને ઉંચો કહે છે. જનરલ, ઓબીસી અને એસસી કેટેગરીની જાતિઓ

અંદરોઅંદર પણ એકબીજાથી ઉચ્ચ હોવાના દંભ સાથે જીવે છે. આવા દંભી અને સ્વાર્થી હિંદુસમાજથી આપણે એક રાષ્ટ્રનું નિર્માણ કેવી રીતે કરી શકીશું?

આપણાથી દૂર ગયેલા એ સત્તર કરોડ મુસ્લિમો અને ત્રણ કરોડ ખ્રિસ્તીઓ આપણી સૌથી મોટી હાર છે. જ્યાં સુધી આપણે તેમને પોતાના નથી બનાવી શકતા ત્યાં સુધી આપણે સાચા હિંદુ કહેવડાવવાને લાયક નથી. હિંદુ તો એ લોકો હતા જે સિંધુ નદીના કિનારે સનાતન વિચારધારાથી જીવતા હતા. જેમના વિચારોમાં દરેક ઉપાસના પધ્ધતિ અને દરેક તત્વજ્ઞાનને સમાવી લેવાની શક્તિ હતી. હિંદુ સભ્યતા એ હતી જેના ખોળે જે પણ જતો એ પોતાની ઉપાસના પધ્ધતિઓ અને માન્યતાઓનો આધાર ઉપનિષદોના એ અથાગ જ્ઞાનસાગરમાં મેળવી લેતો અને એ જ હિંદુ સંસ્કૃતિમાં પોતાને ઓગાળી તેનો એક ભાગ બની જતો. પરંતુ જો લોકો પાછળથી એવું ન કરી શક્યા તો એનો અર્થ એ જ છે કે આપણે આપણી વિસ્તૃતતા અને મહાનતા ગુમાવી. આપણે સંકુચિત અને સ્વાર્થી બન્યા. અને જ્યાં સુધી પોતાના જ લોકોથી પોતાને ઉચ્ચ કહી સત્તા ભોગવવાની આ વિકૃતિ આપણામાં છે. હિંદુ સમાજ પુનઃઉત્થાન પામી શકે તેમ નથી. તો ચાલો સાચી હિંદુ વિચારધારા માટે આત્મમંથન કરીએ. ઉત્તિષ્ઠ ભારત...

“ ઓક્ટોમ્બર, ૨૦૧૫, ગુજરાત સમાચાર - રવિપૂર્તિ.”

16

ભારતને અખંડિત રાખવા માટે આજે પણ ચાણક્ય શ્રેષ્ઠ માર્ગદર્શક

મગધનો ભોગવિલાસી અને ભ્રષ્ટ શાસક ધનાનંદ અડધી રાતે તેના સભાગૃહમાં બેઠો પૂર્વમહામંત્રી શક્ટારની રાહ જોઈ રહ્યો છે. તેના ચહેરા પર એટલી પીડા છે કે હાલ શક્ટાર આવે અને તે તેનો આક્રંદ શરુ કરે. હમણા થોડા દિવસ પહેલાં જ તેણે જે પુત્રને યુવરાજ ઘોષિત કર્યો હતો તેની થોડી ક્ષણો પહેલા હત્યા થઈ ચૂકી છે અને તે હત્યા કરી છે તેના જ બીજા પુત્રએ. મગધના સેનાપતિએ આ બીજા પુત્રને સાથ આપ્યો છે. જ્યારે ઉપસેનાપતિ રાજાને વફાદાર રહ્યા છે. આમ, મગધની સેના બે ટુકડીમાં વહેંચાઈને અંદરો અંદર લડાઈ રહી છે. આ બીજા યુવરાજે પિતા ધનાનંદને પણ બંધી બનાવી રાજાના તમામ વફાદારોની હત્યા કરવા કહ્યું હતું. આ કારણે રાજાના ખાસ વફાદાર અને હીતચિંતક એવા આમાત્ય રાક્ષસ ક્યાંક છુપાઈ ચૂક્યા છે. એવામાં તો બંધી બનેલા રાજા સુધી સમાચાર આવ્યા કે તેમનો બીજો પુત્ર પણ આ ગૃહયુધ્ધમાં માર્યો ગયો છે અને સેના મરેલા સેનાપતિઓના નામે અંદરો અંદર લડી રહી છે. રાજા ધનાનંદ હવે મુક્ત છે પરંતુ આ કાળી રાત્રીના થોડા કલાકોમાં જ છેલ્લા દોડસો વર્ષથી મગધ પર રાજ કરતો તેનો નંદવંશ નાશ પામ્યો છે. એકબાજુ ચંદ્રગુપ્ત તેના સાથી રાજાઓની સેના સાથે મગધ બહાર છાવણી નાખીને બેઠો છે અને બીજી બાજુ મગધ ગૃહયુધ્ધમાં સળગી રહ્યું છે. આ બધા વચ્ચે ધનાનંદના દરેક રાજકીય નિર્ણયો લેતા આમાત્ય રાક્ષસ તેના સુધી પહોંચી શકે તેમ નથી. આથી, ધનાનંદે

પૂર્વ મહામંત્રી શક્ટારને બોલાવ્યા છે જેમણે વર્ષો પહેલાં ધનાનંદના ભ્રષ્ટાચારી સામે અવાજ ઉઠાવ્યો હતો અને બદલામાં ધનાનંદે "મગધ મારી મુઠીમાં છે અને હું જ મગધ છું." એમ કહીને તેમને પદભ્રષ્ટ કર્યા હતા.

શક્ટારના આવતાં જ ધનાનંદ આક્રંદ કરી મૂકે છે કે, "મારો સમગ્ર વંશ ખતમ થઈ ગયો હવે તું જ બોલ હું મગધનું શું કરું?" શક્ટાર ધનાનંદને કહે છે કે આ સંજોગોમાં તને એક જ માણસ ઉગારી શકે છે અને તે છે વિષ્ણુગુપ્ત ચાણક્ય. ત્યારે ધનાનંદને સમજાય છે કે એક રાત્રીમાં ઉભો થયેલો આ વિદ્રોહ છેલ્લા કેટલાક મહિનાઓથી તક્ષશિલા મગધ આવી પહોંચેલા વિવાદાસ્પદ આચાર્ય ચાણક્યએ જ જન્માવ્યો છે. તેણે જ તેના બીજા પુત્રની સત્તાલાલચનો ફાયદો ઉઠાવી સેનાપતિને તેના સાથે ભેળવ્યો હતો. અને જ્યારે તે બંનેએ યુવરાજને મારી નાખ્યો એટલે ચાણક્યના જ ગુપ્તચરોએ બીજા રાજકુમાર અને સેનાપતિને પણ મારી નાખ્યા. અને આખું કાવતરું એવી રીતે ઘડવામાં આવ્યું કે જેથી આખા ષડયંત્ર પાછળ બધા જ પ્રમાણો છુપાઈ ગયેલા. આમાત્ય રાક્ષસ વિરુધ્ધ જાય. પરંતુ, હવે મોડું થઈ ગયું હતું અને ધનાનંદ કંઈ હરકત કરે તો ચંદ્રગુપ્ત મગધમાં ઘુસી બધું તહેસ-નહેર કરી દે તેમ હતો. આથી, ધનાનંદે પોતાની હાર સ્વીકારી ચાણક્યને ચાણક્યએ આવીને ધનાનંદને વાનપ્રસ્થાશ્રમ માટે વનમાં મોકલી દીધો. આમ, એક જ રાત્રીમાં મગધનું સત્તાપરીવર્તન થયું અને નંદવંશનો અંત આવ્યો.

પરંતુ, ચાણક્ય માટે અસલી મુસીબતો તો હવે શરૂ થઈ. દોડસો વર્ષ સુધી નંદ વંશના ત્રણ રાજાઓએ રાજ કર્યું હોવાથી પાટલીપુત્રના નગરશેઠો, વેપારીઓ અને આચાર્યોમાં તેમના અનેક હીતચિંતકો અને ફેમીલી ફ્રેન્ડસ હતા. આમાત્ય રાક્ષસ, ઉપસેનાપતિ, વર્તમાન મહામંત્રી અને ગુપ્તચર વિભાગના વડા ભગુરાયણ જેવા મગધની રાજ્યવ્યવસ્થાના લોકો ચાણક્યને મગધ પર આક્રમણ કરનારા આક્રાંતા તરીકે જોવા લાગ્યા. અને પ્રજામાં પણ એવું પરસેપ્શન ઉભુ કરવામાં આવ્યું કે ચાણક્યએ ષડયંત્ર કરીને આપણા રાજપરીવારની હત્યા કરાવી દીધી. ધનાનંદથી પ્રજા ત્રાસેલી હતી પણ છતાંય રાજપરીવારની હત્યા અને આમાત્ય રાક્ષસ જેવા રાજ્યનિષ્ઠ લોકોની દુશ્મનાવટના લીધે લોકો પણ ચાણક્યને એક સત્તાલાલચુ કુટિલ બ્રાહ્મણ તરીકે જોવા લાગ્યા. આમાત્ય રાક્ષસની ટોળકીએ ચંદ્રગુપ્ત અને ચાણક્યને મારી નાંખવાના અનેક ષડયંત્રો કર્યા પરંતુ ચાણક્ય દરેક વખતે તેમનાથી બે કદમ આગળ હતો. ચાણક્ય શું કરવા માગે છે એ હવે ચંદ્રગુપ્તની પણ સમજ બહાર હતું. તેણે હવે ચાણક્યને પૂછ્યું કે "તમે આ આમાત્ય રાક્ષસ અને તેની ટોળકીની હત્યા કેમ નથી કરાવી દેતા?" તો ચાણક્યએ કહ્યું કે "આમાત્ય રાક્ષસ અને

ભગુરાયણ જેવા ધર્મનિષ્ઠ અને રાજ્યનિષ્ઠ માણસોને ભારતની ભૂમિ પરથી ઓછા કરવા એમાં મારી હાર છે. તેમની સમસ્યા એ છે કે તેઓ દશકોથી નંદોના શાસનને કારણે નંદવંશને જ મગધ માનવા લાગ્યા છે. અને હું તેમને જણાવવા માગું છું કે નંદો પહેલા પણ મગધ હતું અને નંદો પછી પણ મગધ હશે. મગધ અહીં વસતા લોકો અને મગધનું હીત અહીં વસતા લોકોનું હીત છે. હું તેમને જણાવવા માગું છું કે ચંદ્રગુપ્ત તેમનો અત્યાર સુધીનો શ્રેષ્ઠ શાસક બને તેમ છે જો એમનો સાથ એને મળી રહે." આ વિચારથી ધીરે ધીરે તે મહામંત્રી, ઉપસેનાપતિ અને ભગુરાયણને મનાવી લે છે. પૂર્વ મહામંત્રી શક્ટાર આમાં તેની મદદ કરે છે. પરંતુ છુપાયેલો આમાત્ય રાક્ષસ હજી તેના પ્રિય રાજાનો બદલો લેવા માંગતો હોય છે. આથી, ચાણક્ય તેના પરીવારને તેમજ તેના નગરશેઠ મિત્રોને કેદ કરે છે અને જો રાક્ષસ ચાણક્ય સામે ઉપસ્થિત ન થાય તો તેમને ફાંસી આપવાનું ખોટું ફરમાન જારી કરે છે. આથી પોતાના પરીવાર અને મિત્રોને બચાવવા ગુસ્સે ભરાયેલા રાક્ષસ ચાણક્ય સામે આવે છે. તે સામે આવતાં જ ચાણક્ય પોતે મગધનું આમાત્યપદ છોડી રાક્ષસને સજા તરીકે સમ્રાટ ચંદ્રગુપ્ત મોર્યના આમાત્ય તરીકે ઘોષિત કરે છે. અહીં આમાત્ય રાક્ષસ સમજી જાય છે કે ચાણક્યનું સ્વપ્ન અને તેનો ધર્મ ધનાનંદ કરતાં ઘણો ઊંચો છે તથા નાશ તો નંદવંશનો જ થયો છે. મગધને તો પુનર્જીવન મળ્યું છે.

હવે જેમ દોડસો વર્ષ રાજ કરવાથી નંદવંશના આંધળા હીતેચ્છુઓ તરીકે કેટલાક ધર્મનિષ્ઠ લોકો હતા તે રીતે છેલ્લા સાઠીંઠ વર્ષથી આઝાદ ભારત પર રાજ કરતા નહેરુ-ગાંધી વંશના હીતેચ્છુ તરીકે પણ આવા ઘણા સારા લોકો છે. આ લોકોમાં ઘણા શ્રેષ્ઠ સાહિત્યકારો છે તો કેટલાક શ્રેષ્ઠ પત્રકારો. કોઈ શ્રેષ્ઠ મૂર્તિકારો અને વૈજ્ઞાનિકો તો કોઈ શ્રેષ્ઠ બુધ્ધિજીવો. આ લોકોના નહેરુ, ઈન્દિરા ગાંધી અને રાજીવ ગાંધીથી ગાઢ અને પ્રેમભર્યા સંબંધ રહ્યા છે. પ્રેમ હંમેશા આંધળો હોય છે. જેમ આપણે આપણા સંબંધીઓના દોષ જોઈ નથી શકતા એમ ઈન્દિરા ગાંધીની મહાનતા અને નહેરુ તથા રાજીવ ગાંધીના ઉંચા આદર્શોવાળી વાતોથી અંજાયેલા આ લોકો એ સમજવા તૈયાર નથી કે નહેરુ-ગાંધી પરીવારના અત્યારના વંશજોમાંથી ભારતીયતા ખોવાયેલી છે અને એટલે જ ભારતની જ જનતાએ તેમને આટલા તળિયે ફેંક્યા છે.

એટલે જ્યારે દશકો જૂના કોઈ શાસનનો અંત આવે ત્યારે તેના "એવોર્ડ વાપસી અભિયાન" જેવા આફ્ટર શોક્સ હંમેશા જોવા મળતા હોય છે. આવા સમયે નવા શાસક પક્ષને ચાણક્યનિતિથી તેમને પોતાના બનાવવાનું કામ કરવું પડે છે અને એ સમજાવવું પડે છે કે દરેક સમય પોતાની જરૂરીયાત પ્રમાણે નવો શાસક લઈને આવે છે. આપણે આપણા વ્યક્તિગત સંબંધોને અને

વિચારોને સમયના આ વહાણમાં અડચણ બનાવવાના સ્થાને તેને સમયને અનુકૂળ બનાવી સમયની માંગ સમજી લેવી જોઈએ. અને ભારતમાં આ સમયની માંગ છે સમાનતા... ભારતના દરેક નાગરીક માટે સમાન કાયદો. ના કોઈ બહુમતી. ના કોઈ લઘુમતી. જે કંઈ મળશે તે બધા ભારતીયોને જ મળશે. હિંદુઓને, મુસલમાનોને કે ખ્રિસ્તીઓને નહી. પરંતુ, આવી સમાનતાવાદી નીતિની વાત કરતી મોદી સરકારે સત્તાપરીવર્તનથી હૃદયભંગ થયેલા આ લોકોને પોતાના વિચારો સમજાવવાની કે તેમને પોતાના બનાવવાની તૈયારી નથી બતાવી. તેણે પોતાના કાર્યમાં શ્રેષ્ઠ રહેલા આ લોકોને દેશવિરોધી કહેવામાં સમય કાઢ્યો છે અને તેણે જ સરકાર વિરુધ્ધ આ અસહિષ્ણુતાના મુદ્દાને વેગ આપી દેશને બદનામ કર્યો છે. ચાણક્યએ જ અખંડ ભારતની સૌપ્રથમ સ્થાપના કરી હતી અને સમાજના શ્રેષ્ઠ લોકો શાસનથી વિમુખ ન થઈ જાય તે માટેના ચાણક્યનો પુરુષાર્થ જ અખંડ ભારતનું મૂળ છે. આશા રાખીએ કે આપણી સરકાર ચાણક્યની એ મહાનતાને ધારણ કરવા સક્ષમ બને.

“૧૯ ડીસેમ્બર, ૨૦૧૫, ગુજરાત સમાચાર - રવિપૂર્તિ.”

17

પશ્ચિમ બંગાળ બીજું કાશ્મીર બનવાના પંથે તો નથી ને...?

કમલેશ તિવારીના વિવાદાસ્પદ નિવેદન પછી ડિસેમ્બરના આખરી અઠવાડિયામાં જ્યારે દેશભરમાં મુસ્લિમ સમાજ દ્વારા શાંતિપૂર્ણ વિરોધ પ્રદર્શન થઇ રહ્યા હતા ત્યારે પશ્ચિમ બંગાળના માલદા જીલ્લાના કાલીઆચાક વિસ્તારમાં ઘરે ઘરે એક પેમ્પલેટ વહેંચાઈ રહ્યું હતું. કાલીઆચાકની ૩,૯૨,૦૦૦ ની વસ્તીમાંથી ૩,૫૦,૦૦૦ જેટલી નેવું ટકા વસ્તી મુસ્લિમ છે. આ પેમ્પલેટ બધા મુસ્લિમોને ત્રીજી જાન્યુઆરીએ કમલેશ તિવારીના નિવેદનનો વિરોધ કરવા એકસ્થળે ભેગા કરવા માટે હતું. ત્રીજી તારીખે સમગ્ર કાલીઆચાક વિસ્તારના દોઢ લાખથી વધુ મુસ્લિમો ભેગા થયા અને ભડકાઉ ભાષણો સાંભળીને ઉન્માદે ચડયા. ભારે સાંપ્રદાયિક ઉન્માદ સાથે તે ટોળુ રસ્તાઓ પર ઉતરી આવ્યું અને નેશનલ હાઇવેને બ્લોક કરી દીધો. અને ત્યારબાદ શરુ થયો એ ઘટનાક્રમ જેણે કાશ્મીરી પંડિતોના વિસ્થાપન દિવસની યાદ કરાવી દીધી.

ટોળાએ ત્યાં ઉભેલી પોલીસ અને બીએસએફની ગાડીઓને આગ ચાંપી દીધી અને ત્યાંના પોલીસ સ્ટેશનમાં ઘુસી ગયું. ત્યાંના પોલિસ અધિકારીઓ સ્ટેશન છોડી ભાગી ગયા તો ટોળાએ બધી મહત્વપૂર્ણ કેસ-ફાઇલો સળગાવી દીધી. પણ આટલેથી ટોળુ અટક્યું નહીં. તે હવે ત્યાં લઘુમતીમાં ફેરવાઇ ગયેલા હિન્દુઓના મકાનો અને દુકાનો તરફ વળ્યું. તેણે હિન્દુઓના મકાનો અને દુકાનોને આગ લગાડવાનું અને લૂંટવાનું શરુ કર્યું. કેટલાકને રીવોલ્વરથી ગોળી મારી ઘાયલ

કર્યા. હિન્દુ સ્ત્રીઓ સાથે ગેરવ્યવહાર કર્યો. કલાકો સુધી ચાલેલા અત્યાચારો પર આખરે બીએસએફની એક મોટી ટુકડીએ આવીને લગામ કસી. એકસાથે લાખોની સંખ્યામાં ઉતરેલા અને 'દુશ્મન' ને સબક શીખવવાનું આહ્વાન કરતા એ ટોળાને જોઈને ત્યાંના હિન્દુ રહેવાસીઓ એ હદે ડર અને અસલામતિ અનુભવવા લાગ્યા કે બીજા જ દિવસથી તેમાંના ઘણાખરા પોતાના ઘર અને સંપત્તિ છોડી છોડીને માલદાથી બહાર ચાલ્યા ગયા. અને હવે હિન્દુઓની એ સંપત્તિ તેની મૂળ કિંમતથી દસ-વીસ ટકા કિંમતે ત્યાંના સ્થાનિક મુસલમાનો ખરીદી રહ્યા છે. આ આખી વાતને જીણવટથી અહીંયા એટલે કહેવામાં આવી છે કારણ કે દાદરીમાં એક મુસલમાનના મૃત્યુ પર એવોર્ડ પાછા કરનારા સેંકડો સાહિત્યકારો, સુપરસ્ટારો અને 'સેક્યુલર મસીહા' એવા પત્રકારોના મોંઢામાંથી માલદાની આ 'એલાર્મિંગ' ઘટના વિશે 'ચું' પણ નીકળ્યું નથી.

આ લોકો ૧૯ જાન્યુઆરી ૧૯૮૯ના એ દિવસે પણ નહોતા બોલ્યા જ્યારે કાશ્મીરની એક મસ્જિદમાંથી એવી ઘોષણા થઈ હતી કે કાશ્મીરમાં હવે હિન્દુ પુરુષો માટે કોઈ જગ્યા નથી. અહીં ફક્ત હિન્દુ સ્ત્રીઓ જ રહી શકે છે. માલદાની જેમ ત્યાં પણ એ રાત્રે લાખો લોકો હથિયાર લઈને રસ્તાઓ પર આવી ગયા અને શરૂ કર્યો કત્લેઆમ, બળાત્કાર અને અત્યાચારોનો એ ખેલ જેણે ભારતના આત્માને કંપાવી મૂક્યો. ૧૧૦૦ કાશ્મીર પંડિતોને મારી નાંખવામાં આવ્યા. ત્રણ થી ચાર લાખ પંડિતો પોતાના આલીશાન મકાનો છોડી હાથમાં જે આવ્યું તે લઇને ત્યાંથી ભાગી આવ્યા અને વર્ષો સુધી તંબુઓમાં જીવન કાઢ્યું. એ વખતની ફારુક અબ્દુલ્લા સરકાર પણ એ રીતે જ શાંત હતી જે રીતે મમતા બેનજીની સરકાર માલદામાં શાંત છે. આજે કાશ્મીરમાં ફક્ત ૩૭૦૦ પંડિતો છે. જે એક સમયે હિંદુ આધ્યાત્મની રાજધાની ગણાતા કાશ્મીરની આજની એકમાત્ર હિન્દુ વસ્તી છે.

હિન્દુઓ પર થતા આ અત્યાચારો વિશે લખવું એ આજે આ દેશમાં સાંપ્રદાયિકતા કહેવાય છે. એટલા માટે ગમે તેટલી આદર્શ હોય તો પણ હિંદુત્વની વાત લખતાં અને વિચારતાં દરેક બુદ્ધિજીવી ડરે છે. તે ડરે છે કે હમણાં કોઈક ઉભું થઈને તેને રાઇટવીંગ કે આરએસએસનો એજન્ટ કહી દેશે. અને એટલે જ મોટાભાગના બુદ્ધિજીવીઓ ઓફ ધ રેકોર્ડ હિન્દુઓના ભવિષ્ય વિશે ચિંતા વ્યક્ત કરે છે પણ જાહેરમાં બોલવાનું ટાળે છે. હિન્દુ હિતની વાત કરતાં આટલો ડર તો ત્યારે પણ નહીં લાગ્યો હોય જ્યારે અહીંયા મોગલો રાજ કરતા હતા. અને એટલે જ હિન્દુ ઇતિહાસનો આ સૌથી કસોટીભર્યો અને નિર્ણાયક સમય છે. જ્યારે આઝાદી મળી ત્યારે ભારતે તેની બે બાજુઓને પાકિસ્તાન અને બાંગ્લાદેશ રુપે એ માટે કાપીને અલગ કરી દીધી હતી કે જેથી ફક્ત મુસ્લિમલક્ષી નિતિઓ બનાવવા માગતા

અને મુસ્લિમ તુષ્ટિકરણ કરવા માગતા લોકો એ જમીન પર જઈને વસે અને ધર્મના નામે તુષ્ટિકરણની નિતીથી ભારતની આ ભૂમિ પર બચી શકાય. પરંતુ, સત્તા માટે કેટલાક રાજકીય પક્ષોએ મુસ્લિમ તુષ્ટિકરણને આ વધેલા ભારતમાં પણ એવો વેગ આપ્યો કે પાકિસ્તાન પણ શરમાઈ જાય.

અને આ જ પાકિસ્તાની નીતિને પૂરબહારમાં ખીલવવાનું કામ હવે પશ્ચિમ બંગાળમાં મમતા બેનર્જીએ શરુ કર્યું છે. મમતા બેનર્જીની સરકારે અત્યારે પશ્ચિમ બંગાળમાં મદરેસાઓમાં ભણાવતા મુસ્લિમ ઉલેમા અને ઇમામોને પગાર આપે છે. મદરેસાઓમાં જવા માટે મુસ્લિમ બાળકીઓને સાઇકલ અને મદરેસાઓમાં ઉંચા ગુણ લાવનારા મુસ્લિમ વિદ્યાર્થીઓને લેપટોપ આપવામાં આવે છે. ઉર્દુને બંગાળની બીજી રાજકીય ભાષા ઘોષિત કરવામાં આવી છે. અરે, કલકત્તાની આત્મા એવા દુર્ગા પૂજાના મહોત્સવને મુસલમાનો ઇદની ઉજવણી ખુલા મનથી કરી શકે તે માટે મોકૂફ રાખવામાં આવે છે. માલદાની ઘટનામાં મમતા બેનર્જી સરકારે ખાલી નવ લોકોની ધરપકડ કરી હતી જેમાંના છ લોકોને તાત્કાલીક જામીન મળી ગયા કારણ કે તેમના પર બહુ સામાન્ય કલમો લગાડવામાં આવેલી. આજે પશ્ચિમ બંગાળમાં મુસ્લિમ વસ્તી ૨૭ ટકા છે જે એક સાથે એક બ્લોક બનીને વોટ કરે છે અને આ કારણે કોઈપણ પાર્ટી માટે તે સૌથી મોટી વોટ બેંક છે. પણ ક્ષણિક સત્તા માટે દેશના ભવિષ્યને હંમેશા માટે તાક પર મૂકી રહેલી આ પાર્ટીઓ એ હકીકતથી આંખ આડા કાન કરી રહી છે કે દુનિયાના એ તમામ ૫૬ દેશો જ્યાં મુસ્લિમ વસ્તી ૫૦ ટકા ઉપર ગઈ છે ત્યાં બાકીની લઘુમતીનું નિકંદન કાઢી નાખવામાં આવ્યું છે. અને ભારતમાં પણ એ જ સ્ટાઈલનું અનુસરણ થઈ રહ્યું છે. તેના ભયાનક સંકેતો કાશ્મીર અને માલદાના બનાવો આપી ચૂકયા છે. આપણે એ ખોટા ભ્રમથી સંતુષ્ટ છીએ કે આટલી સદીઓની ગુલામી પછી પણ હિન્દુઓ ભારતમાં એમના એમ ટકી રહ્યા છે. પરંતુ આપણે એ ભૂલી જઈએ છીએ કે ક્યારેક હિન્દુઓના દેશ અને લોકો તરીકે અફઘાનિસ્તાન, પાકિસ્તાન, બાંગ્લાદેશ અને ઇન્ડોનેશિયા પણ હતા. જ્યાં આજે શરીઆ કાનુન ચાલે છે. બાકી વધેલા ભારતમાં પણ કાશ્મીર તથા બંગાળ અને આસામના માલદા જેવા જીલ્લાઓમાં હિન્દુ સંસ્કૃતિ લુપ્ત થવાના આરે છે. આપણે ક્રમિક રીતે આપણું ઘર ગુમાવી રહ્યા છીએ. બસ એની ગતિ ધીમી છે એટલે તત્કાલ અનુભવાતી નથી.

ઇતિહાસ હંમેશા સદીઓમાં પલટાય છે. ૧૬૦૦ની સાલમાં અંગ્રેજો ભારતમાં વેપાર કરતા હતા. ૧૭૫૭માં તેઓ ભારતમાં રાજ કરતા થઈ ગયેલા અને ૧૮૫૭ સુધીમાં તો ભારત એમની એટલી સખત કેદમાં હતું કે એક આખો વિપ્લવ પણ તેમને ઉથલાવી શક્યો નહોતો. આમ, આજે આપણે એ જાણી લેવું પડશે

કે જે રીતે આ દેશ આજે ચાલી રહ્યો છે તે રીતે જ જો સો વર્ષ ચાલતો રહેશે તો ૨૧૧૬માં પણ હિન્દુઓ સંખ્યામાં તો કરોડો હશે પણ પૃથ્વી પર એક પણ પ્રદેશ એવો નહીં હોય જેને તેઓ પોતાનો કહી શકે. તેઓ દુનિયામાં એ રીતે જ લાવારીસ ફરતા હશે જેમ તિબેટીઅન બૌધ્ધો આજે ફરે છે અને જેમ ક્યારેક યહૂદીઓ સદીઓ સુધી ફર્યા હતા. એ દિવસે આ દેશનું નામ ભારત નહીં હોય. તેને આરબ નામ અને આરબ સંસ્કૃતિ આપી દેવામાં આવ્યા હશે. અને પેલા વિકૃત સેક્યુલરવાદીઓની આવનારી પેઢીઓ તેમના જ કર્મોની સજા ભોગવતી હશે. આ કોઈ કલ્પના નથી. આ એક નિમંત્રિત થઈ રહેલું ભવિષ્ય છે.

"૧૯ ડીસેમ્બર, ૨૦૧, ગુજરાત સમાચાર - રવિપૂર્તિ."

18

ભારતને આઝાદી ગાંધી નહિ બોઝના લીધે મળી હતી...?

નેતાજી સુભાષચંદ્ર બોઝ વિશેની ગુપ્ત રખાયેલી ફાઈલો ખુલવાની શરુ થતા અને જનરલ જી.ડી. બક્ષીના પુસ્તક 'બોઝ- ધી ઇન્ડીઅન સામુરાઈ'માં થયેલ ખુલાસાઓ પછી ફરીથી એ દર્દનાક હકીકત બહાર આવી રહી છે કે કેવી રીતે કેટલાક લોકોની સત્તાને જાળવી રાખવા માટે આપણો સાચો ઇતિહાસ મીટાવી દેવામાં આવ્યો છે. પરંતુ, સત્ય ક્યારેય હારતું નથી. સિત્તેર વર્ષ સુધી ભારતની બબ્બે પેઢીઓને જે કૂઠીત ઇતિહાસ કહેવામાં આવ્યો છે એનો પાયો હવે ધરાશાયી થવા લાગ્યો છે. અને પાયો બન્યો છે એ મૂળ પ્રશ્નથી કે ભારતને આઝાદી કોણે અપાવી ? અહીંસા અને શાંતિપ્રિય સત્યાગ્રહો કરવાવાળા ગાંધીજીએ કે આખી ફોજ ઊભી કરી અંગ્રેજો સાથે યુધ્ધ ચડેલા નેતાજી સુભાષચંદ્ર બોઝે ?

ફેબુ્રઆરી ૧૯૫૫માં બીબીસીના ફ્રાન્સીસ વોટસનને આપેલા એક ઇન્ટરવ્યુમાં બાબાસાહેબ આંબેડકરે કહ્યું હતું કે, 'હું નથી જાણતો કેમ વડાપ્રધાન એટલી અચાનક ૧૯૪૭માં ભારતને આઝાદી આપવા તૈયાર થઈ ગયા. આ એક રહસ્ય છે જે હું માનું છું કે એટલી એક દિવસ જરુર બહાર પાડશે. એ બોઝ અને તેમણે ઉભી કરેલી આઝાદ હિંદ ફોજ હતી જેણે અંગ્રેજોને ગભરાવી મૂકેલા. અંગ્રેજો જાણતા હતા કે ગાંધીનો અહીંસાવાળો માર્ગ બ્રિટીશ સેનામાં રહેલા ભારતીય સૈનિકોને આઝાદી માટે જાગૃત નહીં કરી શકે. અને સેનામાં રહેલા ભારતીય સૈનિકો સિવાય બ્રિટીશ સરકારને ભારતમાંથી કોઈ ઉથલાવી શકે તેમ નહોતું.

પણ બોઝે અંગ્રેજોના એ ભ્રમના ટુકડે-ટુકડા કરી દીધા. બોઝે બતાવી દીધું કે ભારતીય સૈનિકોને બ્રિટીશ રાજ વિરુધ્ધ દેશની આઝાદી માટે તૈયાર કરી શકાય છે. આઝાદ હિંદ ફોજ પ્રત્યે ભારતીય સૈનિકોમાં સહાનુભૂતિ અને દેશપ્રેમ ઉભો થઈ ચૂકેલો અને ભારતમાં રહેલા બ્રિટીશ અમલદારો એનો સામનો કરવા તૈયાર નહોતા. આથી, તેમણે જ બ્રિટનની સરકારને હિંદ છોડવા દબાણ કર્યું.

આંબેડકરના આ ઇન્ટરવ્યુંના એક વર્ષ પછી ૧૯૫૬માં જ ક્લેમેન્ટ એટલી, કે જેમણે ૧૯૪૭માં બ્રિટનના વડાપ્રધાન તરીકે ભારતને આઝાદ કરવાના નિર્ણય પર સહી કરી હતી. તેમણે આંબેડકરની આ વાતને કબૂલી. ૧૯૫૬માં એટલી ભારત આવેલા અને તે સમયના કલકત્તાના રાજ્યપાલ જસ્ટીસ પી. બી. ચક્રવર્તીના મહેમાન બનેલા. પી. બી. ચક્રવર્તીએ પોતાની આત્મકથામાં લખ્યું છે કે તેમણે એટલીને સીધો જ સવાલ પૂછયો કે, 'જ્યારે ગાંધીની હિંદ છોડો ચળવળ ૧૯૪૩માં જ ઠરી ગયેલી ત્યારે છેક ૧૯૪૭માં અંગ્રેજોને એવો કયો ડર લાગ્યો કે તેમણે ભારત છોડવું જરુરી માન્યું ? એટલીએ કહ્યું કે મુખ્ય કારણ એક જ હતું. નેતાજી બોઝે ભારતીય સૈનિકોમાં બ્રિટીશ રાજ પ્રત્યેની વફાદારી નષ્ટ કરી દીધેલી. મેં અમારી વાતચીતના અંતમાં એમને પૂછયું કે ભારત છોડવાના બ્રિટનના નિર્ણય પાછળ ગાંધીનો પ્રભાવ કેટલો માનો છો ? તો એમણે દબેલા હોઠે સ્માઇલ આપી અને ધીમા અવાજે કહ્યું, મામુલી‘ (minimal).'

ગાંધીજીના વિચારોથી પ્રભાવિત થઈને જ કોંગ્રેસમાં આવેલા નેતાજી સુભાષચંદ્ર બોઝ ૧૯૩૦ના દશકના અંત સુધી ગાંધીના વિચારોથી અલગ પડવા લાગ્યા હતા. ૧૯૩૯માં તેમણે કહ્યું કે અંગ્રેજોને છ મહીનામાં ભારત છોડવાનું અલ્ટીમેટમ આપી દેવું જોઈએ. પરંતુ, ગાંધી અંગ્રેજોને એવું દબાણ કરવાને પણ એક રીતની હીંસા માનતા હતા. તે જ વર્ષે બોઝ ગાધી દ્વારા ઉભા કરાયેલા સીતારમૈયાને હરાવી જ્યારે કોંગ્રેસ-પ્રમુખ બન્યા ત્યારે ગાંધીજીએ પોતાનો અણગમો સ્પષ્ટ વ્યક્ત કરતાં કહ્યું, 'સુભાષની જીત એ મારી હાર છે.' કોંગ્રેસ અંદરના આ વૈચારીક ટકરાવથી કંટાળીને બોઝે થોડા જ સમયમાં કોંગ્રેસમાંથી રાજીનામું આપી દીધું. ૧૯૪૨માં ગાંધીજીએ બોઝે કહ્યું હતું કંઈક એવા જ વિચારવાળું 'હિંદ છોડો' આંદોલન ચાલુ કર્યું પણ એક વર્ષની અંદર જ તે સમેટાઈ ગયું. એ જ ૧૯૪૨માં બોઝે અંગ્રેજો વિરુધ્ધ ભારતીય સૈનિકોમાં પ્રાણ ફૂંકયો અને સૈનિકો, સ્ત્રીઓ અને યુધ્ધકેદીઓને ભેગા કરી ૬૦,૦૦૦ લડવૈયાઓની એક આખી ફોજ બનાવી. જેમાં સ્ત્રીઓની એક આખી બટાલીઅન હતી. તેમણે આ ફોજને 'આઝાદ હીંદ ફોજ' અને તેને ચલાવતી સરકારને 'આઝાદ હિંદ સરકાર' નામ આપી મંત્રીપદો સ્થાપ્યાં. આ એક લલકાર હતો કે ભારતની આઝાદી હવે માંગવામાં નહીં આવે. છીનવામાં આવશે. આઝાદ હિંદ

ફોજે જાપાનમાં લશ્કરી તાલીમ અને હથીયાર મેળવ્યા અને જાપાનની મદદથી ભારતના પૂર્વોત્તર ભાગ પર હુમલો કરી દીધો. તેમણે અંદમાન નિકોબાર જીતી લીધો અને ઇમ્ફાલ અને કોહીમામા ચડી આવ્યા. પરંતુ ૧૯૪૫માં બીજા વિશ્વયુદ્ધમાં જાપાનની હાર થતાં આઝાદ હિંદ ફોજને મળતી મદદ બંધ થઈ ગઈ. છેલ્લી ક્ષણો સુધી લડયા બાદ રંગૂનમાં તેની હાર થઈ. આ યુદ્ધમાં આઝાદ હિંદ ફોજના ૨૬૦૦૦ સૈનિકો માર્યા ગયા અને ૨૩૦૦૦ યુધ્ધકેદી બન્યા. સુભાષચંદ્ર બોઝ ફોજના અન્ય સૈનિકો સાથે છટકીને રંગુનથી નીકળી ગયા. બોઝ લડાઈ ચાલુ રાખવા મદદ માટે જાપાન રવાના થયા અને રસ્તામાં પ્લેન અકસ્માતમાં તેમનું મૃત્યુ થયું જે આજે પણ સવાલોના ઘેરામાં છે.

બોઝના મૃત્યુ પછી આઝાદ હિંદ ફોજના યુધ્ધ કેદી સૈનિકો પર દેશદ્રોહ અને હત્યાની કલમ લગાડીને કોર્ટ માર્શલ કરવા લાલ કિલ્લામાં લાવવામાં આવ્યા. અને અહીં આખા દેશમાં રોષ ભભૂકી ઉઠયો. ભારતની પ્રજા અને બ્રિટીશ રાજના ભારતીય સૈનિકો આ યુધ્ધકેદીઓને સ્વતંત્રસેનાની ગણાવ્યા અને તેમના પર લગાવેલા આરોપોને રદ કરવાની દેશવ્યાપી માંગ શરુ કરી. નેહરુ અને કોંગ્રેસે પણ તેમને દેશદ્રોહી ન માનતા 'ભટકેલા લોકો' કહીને સજા માફ કરવાની માંગ કરી. નવેમ્બર ૧૯૪૫ આવતા સુધીમાં કલકત્તા, લાહોર, કોહાટ, અલાહાબાદ, બામરોલી, કાનપુર જેવા અનેક શહેરોમાં લાખોની સંખ્યામાં લોકો એકઠા થવા લાગ્યા. દરેક સામાજીક વર્ગ અને દરેક સામાજીક તથા ધાર્મિક સંસ્થાએ આ સભાઓ માટે દાન આપ્યું. દીલ્લીમાં એવા ખુલ્લેઆમ પોસ્ટરો ચીપકાવવામાં આવ્યા કે આઝાદ હિંદ ફોજનો એક સૈનિક મરશે તો એના સામે દસ અંગ્રેજોને મરવું પડશે. આમ, નેતાજી અને આઝાદ હિંદ ફોજ યુધ્ધ હારીને પણ બાજી જીતી ગયા.

પણ બ્રિટીશ રાજના પગ નીચેથી જમીન તો ત્યારે સરકી ગઈ જ્યારે ફેબ્રુઆરી ૧૯૪૬માં બ્રિટીશ ભારતની નેવીના ૨૦,૦૦૦ ભારતીય સૈનિકોએ ૭૮ જહાજોમાં બ્રિટીશ રાજ વિરુધ્ધ વિદ્રોહ કરી દીધો. તેમણે જહાજમાં રહેલા અંગ્રેજ અમલદારોને કેદ કરી તેમની પાસે 'જય હિંદ' બોલાવડાવ્યું અને જહાજ પરથી બ્રિટીશ ઝંડો ઉતારી તિરંગો લહેરાવી દીધો. તેઓ આ જહાજો લઈને મુંબઈ પહોંચ્યા. તે પછીના દિવસોમાં એર ફોર્સના સૈનિકો અને જબલપુરમાં પેદલ સેનાના ભારતીય સૈનિકોએ પણ આ રીતે વિદ્રોહ કર્યો. તે સમયની બ્રિટીશ સેનામાં અંગ્રેજ સૈનિકો ચાલીસ હજાર હતા જ્યારે ભારતીય સૈનિકો ૨૫ લાખ હતા. અંગ્રેજ સૈનિકો અને અમલદારો સમજી ગયા કે તેઓ સળગતી ભઠ્ઠીમાં જીવી રહ્યા છે. આથી, તેમણે બ્રિટન સામે ભારત છોડવાના ઇરાદા જાહેર કરી દીધા. અને તે જ મહિને બ્રિટનના એક સંસદસભ્ય વડાપ્રધાન એટલીને મળીને

કહ્યું, 'આ સ્થિતિમાં આપણી પાસે બે જ વિકલ્પો છે. એક, હિંદ છોડવાની તૈયારી શરુ કરો કે બીજુ, રાહ જુઓ એ જાણવા માટે કે આપણને કેવી રીતે કાઢવામાં આવે છે.' અને ત્યારબાદ ભારતના સૈનિકો આવી કોઈ હરકત ના કરે એ હેતુથી ૧૯૪૭ની શરુઆતમાં જ એટલીએ એલાન કરી દીધું કે બ્રિટન ૧૯૪૮ પહેલા ભારત છોડી દેશે.

આમ, ભારતની આઝાદી બોજના આઝાદી અને સાર્વભૌમત્વની રક્ષા માટે યુધ્ધે ચડવું એ જ ધર્મ છે - એ આદર્શનું પરીણામ હતું. પરંતુ, આ વાતને દબાવવા માટે નેહરુએ આઝાદી પછી એક જાહેરનામુ બહાર પાડયું જેમાં કહેવામાં આવ્યું કે ભારતની આઝાદી ગાંધીના અહીંસાવાળા 'સોફ્ટ' રસ્તાથી જ મળી છે. ત્યારબાદ નેહરુના રેશમી ઇતિહાસકારોએ ભારતની સ્વતંત્રતા-સંઘર્ષના ઇતિહાસમાંથી બોઝનું પત્તું કાપી નાખ્યું અને ગાંધીજીને એકમાત્ર આદર્શ સ્થાપીને નેહરુને તેમના પ્રિય શિષ્ય તરીકે ઉપજાવી કાઢ્યા. ગાંધીજીના આદર્શો સામાજીક અને આધ્યાત્મિક જીવન માટે ઉત્તમ હતા. પણ સ્વાર્થ અને સત્તા માટે બેલગામ દુનિયામાં અસ્તિત્વ ટકાવી રાખવાના રાજનૈતિક ઉદ્દેશ્યમાં એ મહાત્માના વિચારો અવ્યવહારીક નીકળ્યા. જો બોઝના પ્રદાનને રાજનીતિનું ગ્રહણ લગાડવામાં આવ્યું ન હોત અને આઝાદ ભારત માટે ગાંધી અને બોઝના શ્રેષ્ઠ આદર્શોનો ઉત્તમ સમન્વય કરવામાં આવ્યો હોત તો POK અને સીયાચીન આજે આપણી પાસે હોત.

"૧ ફેબ્રુઆરી, ૨૦૧૬, ગુજરાત સમાચાર - રવિપૂર્તિ."

19

ગાંધી, સરદાર અને બોઝ ભારતની મહાનતા ટકાવી રાખવા માટેનો ત્રિવેણીસંગમ

ગુલાબ વિશ્વને સુંદરતા અને સુગંધ બક્ષે છે. એ હકારાત્મકતાનું પ્રતિક છે. દુનિયા હકારાત્મક અને નકારાત્મક તત્વો વચ્ચે સમાનરુપે વહેંચાયેલી છે અને તેમના વચ્ચે સતત સંઘર્ષ ચાલે છે. હકારાત્મકતા પ્રેમ, મહાન આદર્શો અને સંયમ સાથે જોડાયેલી હોય છે જ્યારે નકારાત્મકતાના કોઇ નિયમો હોતા નથી. તે બસ બધું પોતાની સત્તામાં લઇ લેવા માગે છે. આમ, એક રીતે આ સંઘર્ષ સત્ય અને સત્તા વચ્ચે છે. ગાંધીના વિચારો સત્યની હકારાત્મકતાનું પ્રતિક છે જ્યારે ખાલી સત્તા મેળવવાના વિચારો નકારાત્મકતાનું પ્રતિક. પણ સત્ય ફક્ત સાચુ બોલવુ, અહિંસા અને પ્રેમ રાખવા ત્યાં સુધી જ સિમિત નથી. અહીંસા અને પ્રેમના દુશ્મનો જ્યારે ક્રૂર બનીને પોતાના વિરોધીઓને નષ્ટ કરી દેવા માગતા હોય ત્યારે તે જ પ્રેમ અને અહીંસાનું સમાજમાં અસ્તિત્વ ટકાવી રાખવા માટે લડવું એ પણ સત્યની જ પરીભાષામાં આવે છે. આ જ વાત ગીતામાં ભગવાન ક્રિષ્નએ અને કરબલાના મેદાનમાં પયંગબર મોહમ્મદ સાહેબે શીખવાડી હતી અને એ જ વાત ગુલાબનું રક્ષણ કરતા કાંટા પણ આપણને શીખવાડે છે.

પરંતુ, આઝાદ ભારતમાં ભગવાન ક્રિષ્ન અને મોહમ્મદ સાહેબના એ સંદેશને બાજુમાં કરી દેવામાં આવ્યો છે અને ગાંધીની વિચારધારાને કાયરતા અને

કમજોરીના પ્રતિક સમાન બનાવી દેવામાં આવી છે. ગાંધીજી મહાન છે એ વાત સત્ય છે, પણ ફક્ત ગાંધીજી જ મહાન છે એ વિચાર ફરી એ જ સત્તાલાલચુ નકારાત્મક લોકોએ પોતાના ફાયદા માટે ફેલાવ્યો છે. ગાંધી સાચા છે એ આપણો ગર્વ છે. પણ ફક્ત ગાંધી જ સાચા છે, એ વાત આપણી કમજોરીનું કારણ બની ચૂકી છે.

ગાંધીના વિચારો માનવતાને સશક્ત અને અર્થસભર બનાવવા માટે હતા. પરંતુ, જ્યારે સત્તાની લાલચ માટે ઝીણાએ ભારતના ભાગલા પાડવાની વાત કરી અને લાખો લોકોની હત્યાને નિમંત્રણ આપ્યું ત્યારે તે ગાંધીજીના માનવતાવાદી વિચારોની કાબુ બહાર જતો રહેલો. અને આવા સમયે એન્ટ્રી થઇ સરદાર પટેલની. આવો સમય ફરી ત્યારે આવ્યો જ્યારે ભારત-પાકિસ્તાન વચ્ચે સૈન્યની વહેંચણી કરવાની વાત આવી. ગાંધીજીએ કહ્યું આપણે તો અહીંસાના માર્ગે દેશને ચલાવવાનો છે. આપણે સૈન્યની શું જરુર છે. બધું જ સૈન્ય પાકિસ્તાનને આપી દો. તે સમયે સરદારે ગાંધીજીથી ઉપરવટ જઇને નિર્ણયો લીધેલા અને કહેલું કે "તમારા કહેવાથી કદાચ આઝાદી મળી હશે પણ દેશ નહીં ચાલે." આજે આપણે સમજી શકીએ છીએ કે જો આખુ સૈન્ય પાકિસ્તાનને આપી દેવામાં આવ્યું હોત તો તે કાશ્મીરની સાથે આખુ ભારત પડાવી લેત. ગાંધીજી જે રીતે ભારતને જીવાડવા માગતા હતા તે રીતે તે સમયે તિબેટ જીવતું હતું. ના કોઇ સૈન્ય, ના કોઇ વિદેશનીતિ. ફક્ત અધ્યાત્મ અને અહીંસાના રસ્તે જીવન જીવતો દેશ. પરંતુ. ગાંધીજીના મૃત્યુના બે વર્ષો પછી જ ચીને તિબેટમાં સૈન્ય મોકલીને દસ લાખ તિબેટીઅનોનો નરસંહાર કર્યો અને તિબેટને પોતાના કબજામાં લઇ લીધું. આમ, આઝાદી પછી તરત જ પાકિસ્તાનના કાશ્મીર પરના હુમલા અને ચીનના તિબેટ અને ભારત પરના હુમલાઓએ એ વાત સાબિત કરી દીધી હતી કે ગાંધીજીના આદર્શો સત્યનો એક જ હીસ્સો દર્શાવે છે. સત્ય ગાંધીજીથી આગળ પણ કંઇક છે. અને એ બાકીનું અધૂરું સત્ય છે સરદાર અને બોઝ. એટલે તો દુનિયાને પણ સરદાર અને બોઝની મહાનતાની સાચી જાણ ત્યારે જ થઇ જ્યારે ગાંધીજીનો માર્ગ પરિણામહીન દેખાવા લાગ્યો. જ્યાં ગાંધીજીનું સત્ય પૂરું થયું ત્યાંથી સરદાર અને બોઝનું સત્ય શરુ થયું.

સરદારનું સત્ય એ હતું કે માનવતા ધારણ કરવા માટે પહેલા માનવનું અસ્તિત્વમાં રહેવું જરૂરી છે. એવો કોઇ પણ મહાન આદર્શ કે માનવના અસ્તિત્વને જોખમમાં મૂકી દે, તે ક્યારેય સત્ય ન હોઇ શકે. સરદારે સેંકડો રજવાડાં ભેંગા કરીને એક ભારતનું નિર્માણ કરવા માટે જે સામ, દામ, દંડ, ભેદની રીત અપનાવી તે તેમના એ આદર્શનું પ્રતિબિંબ હતી કે કોઇપણ આદર્શ જ્યાં સુધી વ્યવહારીક હોય ત્યાં સુધી જ એ સત્ય છે. સત્ય વ્યવહારીકતામાં

છે, ખોખલા અને અવ્યવહારીક આદર્શોમાં નહીં. સરદારે કાશ્મીર અને ચીનના મુદ્દામાં નેહરુને આપેલી સલાહો અને બોઝની આઝાદ હિંદ ફોજ એ જ કૃષ્ણનીતિનું પ્રતિનિધિત્વ હતું જેનું પાલન કૃષ્ણએ મહાભારતમાં કર્યું હતું.

સરદાર અને સુભાષચંદ્ર બોઝ બંનેએ પોતાના રાજનૈતિક કેરીઅરની શરુઆત ગાંધીજીના અહીંસાના સિધ્ધાંતોથી જ કરી હતી. પરંતુ, ઘણા વર્ષો સુધી ભારતે અહીંસાના માનવતાવાદી માર્ગે વિરોધ કર્યો હોવા છતાં જ્યારે અંગ્રેજો ટસના મસ ના થયા ત્યારે બોઝે તે અન્યાય સામે એકલા હાથે યુધ્ધે ચડવાનું શરૂ કર્યું. બોઝનો આદર્શ એ કહે છે કે તમે એક મહાન વિચારને આગળ ધરી તમારા માનવતાવાદી ઈરાદા બતાવી રહ્યા છો અને કહી રહ્યા છો કે જે પણ થઇ રહ્યું છે તે માનવતાના વિરુધ્ધ છે. છતાંય જો સામે પક્ષે એની અસર નથી અને આપણી માનવતાને તેઓ કાયરતા સમજી બેઠા છે તો આપણે એ માનવતાના રક્ષણ માટે જ એ અન્યાયી લોકો સામે યુધ્ધે ચડવું જોઇએ. માનવતા આ પૃથ્વી પર જીવતી રહે તે માટે માનવતાવાદી માણસે પોતાના છેલ્લા ઉપાય તરીકે યુધ્ધ માટે હંમેશા તૈયાર રહેવું જોઇએ. ગાંધીજીના જે મહાન આદર્શોથી પ્રભાવિત થઇને બોઝ અને સરદાર સ્વાતંત્ર સંગ્રામમાં જોડાયા હતા. તે જ આદર્શો આ દુનિયા પર ભારતીયો દ્વારા જીવતા રહે તે માટે સરદાર અને બોઝે ગાંધીજીથી વિરુધ્ધ માર્ગ અપનાવ્યો હતો.

આમ, ભારતીય સમાજમાં બેશક ગાંધીજીના પ્રેમ અને અહીંસા જ આપણા મુખ્ય આદર્શ છે. તે આપણને વેદોના એ મહાન સંદેશને વારંવાર યાદ કરાવે છે કે માનવતા મનુષ્યની મુખ્ય પહેચાન છે અને તે જ રસ્તે મનુષ્ય તેના મુખ્ય ધ્યેયને પહોંચી શકશે. પરંતુ, એ મહાન સિધ્ધાંતો પૃથ્વી પરની આવનારી પેઢીઓ સુધી પહોંચી શકે તે માટે તેના વિરુધ્ધ ઉઠવાવાળા દરેક હાથને જડમૂળથી ઉખાડી ફેંકવો એ પણ આપણી મુખ્ય જવાબદારી છે. એ પણ વેદોના જ્ઞાનકાંડ એવા ઉપનિષદો અને ભાગવત ગીતાનો મુખ્ય સંદેશ છે. અને એ સંદેશ સરદાર અને બોઝે અનુસરી બતાવ્યો. આમ, ગાંધી, સરદાર અને બોઝના આદર્શોનો ત્રિવેણી સંગમ જ સદીઓથી ચાલી આવતી ભારતીય સંસ્કૃતિના મુખ્ય આદર્શ છે. તે જ ભારતીય વિચારધારાનું સંપૂર્ણ સત્ય છે. પરંતુ, આઝાદી પછી ભારતીય રાજનીતિમાં વ્યક્તિગત સ્વાર્થ માટે એ સંપૂર્ણ સત્યનું દમન થયું છે અને એના લીધે જ ગોડસે જેવા અને ગોડસેનું મંદિર બનાવવાવાળાઓ જેવા વિકૃત લોકો સમાજમાં પેદા થયા છે. ગાંધીજીના આદર્શો બગીચામાં ઉગેલા ગુલાબના સુગંધિત ફુલ સમાન છે અને સરદારના આદર્શો તે ગુલાબની રક્ષા કરનારા કાંટા છે. જ્યારે બોઝ એ બગીચાના માળી છે. જે એ ગુલાબના ફૂલને તોડીને નષ્ટ કરવા ઊઠતા દરેક હાથ સામે યુધ્ધે ચડે છે અને તેને ઉખાડી ફેંકે છે.

આ ત્રણ આદર્શોનો ત્રિવેણી સંગમ જ ભારતીય રાજનીતિની મુખ્ય નીતિ હોવી જોઇએ જેથી ભારત દેશને માનવતાના એક ઉત્તમ પ્રતિનિધિ તરીકે આ દુનિયા પર હંમેશા જીવંત રાખી શકાય અને ભારત દ્વારા માનવજાતિની આવનારી પેઢીઓ એ જાણી શકે કે માનવતા શું છે અને તેનું રક્ષણ કેવી રીતે કરવું.

"૨૧ ફેબ્રુઆરી, ૨૦૧૬, ગુજરાત સમાચાર - રવિપૂર્તિ."

20

ગાંધીજીની વિચારધારા આજે કેટલી અમલમાં છે અને કેટલી પ્રાસંગિક છે?

ગાંધીજીનું જીવન તેમની અમુક ભૂલોના કારણે વિભાજિત ધ્રુવો પર મૂલ્યાંકન કરાય છે. મારા મનમાં પણ એવું છે. કોઈ મને એમના વખાણ કરવાનું કહે તો આ લેખમાં ક્યારેક મેં લખેલું એ કહું, અને પછી સાચું કહેવાનું કહે, તો આટલું રાખ્યા બાદ એમની એ ખિલાફત આંદોલન અને એ પછીની મુસ્લિમ તુષ્ટિકરણની ભૂલો વિશે ઘણું કહું. એ હું અવારનવાર લખતો આવ્યો છું, પણ એમના વિશે હું સકારાત્મક જે માનું છું એ આ લેખમાં છે. આ લેખ જ્યારે છપાયો એટલે બહુ વખણાયો હતો, પણ મારી ફેસબુક ટાઈમલાઈન પર ઉપલબ્ધ નહોતો. તો, આજે એને ઉપલબ્ધ કરી રહ્યો છું. પણ બીજી એક વાત જે ગાંધી પક્ષમાં હું પણ થોડીઘણી ગંભીરતાથી લઉં છું એ લેખમાં નથી કહેલી, તો અહીં કહી દઉં. આ લેખ પછીનો બીજા અઠવાડિયાનો લેખ મેં ભારતને આઝાદી ગાંધી નહિ બોઝના કારણે મળી છે એ લખ્યો હતો. પણ એ બાબતે મારાથી વિપરીત ગાંધી પક્ષ મૂકતા લોકોનો એક તર્ક મને હંમેશા બહુ શક્તિશાળી અને સંભવિત લાગ્યો છે. એ વિરોધી તર્ક એ છે કે ભારતને બોઝની આઝાદ હિંદ ફોજના કારણે આઝાદી મળી છે એવું પ્રતિપાદિત થયું હોત તો આઝાદી પછી સત્તા વિરૂદ્ધ જેમ ગાંધી માર્ગે અનેક જન આંદોલનો અને સત્યાગ્રહો થયાં, તેમ સંભાવના હતી કે આઝાદી

પછી પણ લોકો હિંસક ફોજના માર્ગે સત્તાનો વિરોધ કરીને બળવો કરવાનું ચાલુ રાખત. સંભાવના હતી કે પાકિસ્તાનની જેમ સત્તા વિરૂદ્ધ સૈન્ય વિદ્રોહ આઝાદ ભારતમાં પણ એક રોજિંદો માર્ગ બની રહત. ગાંધીના અહિંસક માર્ગે જ આઝાદી મળી છે એવું કહેવામાં આઝાદ ભારતને આ સંભાવના ટાળવામાં ફાયદો થયો છે. કારણકે એવું ફ્રેન્ચ ક્રાંતિ પછી પણ પાંચ દશક સુધી થયેલું, જ્યાં પશ્ચિમી લોકશાહી સિદ્ધાંતોનું મૂળ પડેલું છે. ગાંધી પક્ષના આ તર્કને હું હંમેશા એક શક્તિશાળી તર્ક તરીકે ગંભીરતાથી સમ્માન આપું છું.

પાલનપુરની એક પ્રખ્યાત શાળામાં અત્યારે શાશ્વત ગાંધી પ્રદર્શન ચાલી રહ્યું છે. એમાં યોજાયેલી એક વકતૃત્વ સ્પર્ધામાં બોલવા માટે એક બાર વર્ષની બાળકીને ગાંધીજી પર એક નિબંધ લખી આપેલો. એ નિબંધનો ચૌદ જીલ્લાઓ વચ્ચે થયેલી તે પ્રતિયોગિતામાં પ્રથમ નંબર આવ્યો છે. આથી, ગુજરાતના અન્ય લોકો પણ એ નિબંધને વાંચી શકે એ માટે આજે તેને અહીં પીરસ્યો છે.

ગાંધી આજે કેટલા પ્રસ્તુત? આ સવાલના બે અર્થ નીકળી શકે છે. એક ગાંધીજીની વિચારધારા આજે કેટલી અમલમાં છે? અને બીજો ગાંધીજીની વિચારધારા આજે કેટલી પ્રાસંગિક છે? આ બંનેના જવાબ મેળવતા પહેલા એનો આછો ખ્યાલ મેળવી લેવો જરુરી છે કે ગાંધીજીની વિચારધારા શું હતી?

ગાંધીજીને ખાલી સત્ય અને અહીંસાના પૂજારી તરીકે જ ઓળખવા એ તેમને ઓળખવાની આપણી અસમર્થતા કહેવાશે. ગાંધીજી માનવતાના પ્રતિનિધિ હતા. માનવતા એટલે મનુષ્ય અને તેનું સામર્થ્ય. મનુષ્યના સામર્થ્યને ગાંધીજીએ હંમેશા મનુષ્યના સ્વાવલંબન સ્વરુપે જોયું. જેટલો મનુષ્ય સ્વાવલંબી, જેટલી મનુષ્યને બીજા કોઇ મનુષ્યની કે વસ્તુની જરુર ઓછી પડે તેટલો તે શકિતશાળી. આ તેમનું જીવન દર્શન હતું. તેમનું સત્ય ખાલી સાચું બોલવા સુધી સિમિત નહોતું. દુનિયા પરનો દરેક મનુષ્ય સમાન છે અને કોઇ એક જ પરમ શકિતની પેદાશ છે ચાહે તે શકિતને ઇશ્વર, અલ્લાહ કે ગોડ જે નામથી બોલાવી લો. ઉપનિષદોનું આ સનાતન સત્ય તેમના અંતરમાં સ્થિત થયેલું સત્ય હતું. અને આ સત્યમાંથી જ ઉત્પન્ન થતા તેમના પ્રેમ અને અહીંસાના આદર્શો. જો દરેક મનુષ્ય સમાન છે અને એક જ ઇશ્વરનું સંતાન છે તો મનુષ્ય—મનુષ્ય વચ્ચે એક જ વ્યવહાર હોઇ શકે અને તે છે પ્રેમ. અને જ્યાં પ્રેમ હોય ત્યાં હીંસા ન હોઇ શકે. તેમની અહીંસા પણ કોઇ મારધાડ કે કત્લેઆમના વિરોધ પૂરતી સિમિત નહોતી. કોઇ એવો બિનજરુરી શબ્દ જે બીજાને દુ:ખ પહોંચાડતો હોય એ પણ તેમના માટે હીંસા હતો. પરંતુ, તેમની અહીંસા કોઇ કાયરતાનું પ્રદર્શન નહોતી. તેમણે એકવાર કહેલું કે જો કોઇ સમયે કાયરતા અને

હીંસામાંથી કોઇ એકને પસંદ કરવાનું આવશે તો હું હીંસાને પસંદ કરીશ. તેમના માટે અહીંસા અન્યાયનો પ્રચંડ વિરોધ કરવા એક માનવતાવાદી હથીયાર હતું. પરંતુ, ત્યાં સુધી જ જ્યાં સુધી એને માનવતા સમજવામાં આવે, કાયરતા નહીં.

આમ, સમગ્ર માનવજાતિને માનવતાવાદની એક નજરે જોવાનું તેમનું સામર્થ્ય હતું. તેમના માટે શાસ્ત્રો અને ધર્મ ફકત બોલવાની અને ચર્ચાઓ કરવાની વસ્તુ નહોતી. તેમના માટે ધર્મ એક જીવન પસંદગી હતી જેનું તેમણે આજીવન પાલન કરી બતાવ્યું. ધર્મનું એક જ કારણ છે અને તે છે તે પ્રમાણે જીવવું. આ એમની ધાર્મિકતા હતી.

હવે, આજે આવા કેટલા મનુષ્યો ભારતમાં કે દુનિયા પર છે એ સવાલ થોડો દુખદાયી છે. કારણ કે ગાંધીજીને સંપૂર્ણપણે અનુસરી બતાવ્યા હોય તેવા લોકોને ગણવા માટે કદાચ આંગળીના વેઢા પણ વધારે પડે તેમ છે. કોઇ ગાંધીજીની એક બાજુને જીવી બતાવે છે તો બીજી અનેક બાજુઓ રહી જાય છે. કોઇ બીજી બાજુ જીવી બતાવે છે તો પહેલી કેટલીક રહી જાય છે. આમ, આ દુનિયા છેલ્લા ૭૦ વર્ષમાં બીજો ગાંધી પેદા કરી શકી નથી અને કદાચ કરી શકે તેમ પણ નથી. હવે, વાત રહી કે તેમની વિચારધારા કેટલી અમલમાં છે, તો જવાબ એક જ છે – ગાંધીજી ફકત આદર્શો અને પુસ્તકોમાં રહી ગયા છે અને દુનિયાએ જીવન તેમનાથી સાવ વિપરીત અપનાવ્યું છે. તેમણે મનુષ્યને સ્વાવલંબી બની સામર્થ્યશાળી બનવાની રાહ દેખાડી હતી. પરંતુ, મનુષ્યએ વિજ્ઞાનને પણ પોતાના ભોગવિલાસ માટે વાપરી ટેકનોલોજી પર પરાવલંબન સ્વીકાર્યું છે અને પોતાનું મૂળ સામર્થ ગુમાવ્યું છે. ફકત સામર્થ્ય જ નહી, મનુષ્યએ પોતાની તંદુરસ્તી અને પર્યાવરણને પણ ગાંધીજીથી વિપરીત ચાલીને જોખમમાં મૂકયા છે. આજે ગ્લોબલ વોર્મિંગની ભયાનક સમસ્યાઓ તેનું જ કારણ છે. જે ધર્મ મનુષ્યને એક કરવા માટે હતો મનુષ્યએ તે ધર્મના નામે જ માનવસમાજને ટુકડાઓમાં વહેંચ્યો છે અને કત્લેઆમ ગુજારી છે. આમ, ગાંધીજીના વિચારો કમનસીબે આજે અમલમાં તો નથી પરંતુ તેમના વિચારોની પ્રાસંગિકતા સમય સાથે વધારે મજબૂત બની છે એ વાત પ્રધાનમંત્રી શ્રી નરેન્દ્ર મોદીના હાલમાં જ બ્રિટનમાં આપેલા ભાષણથી પણ સાબિત થાય છે. પ્રધાનમંત્રીશ્રીએ કહયું હતું કે આજે સમગ્ર માનવસમાજના અસ્તિત્વ સામે જ્યારે આતંકવાદ અને ગ્લોબલ વોર્મિંગની બે ભયાનક સમસ્યાઓથી જોખમ ઉભુ થયું છે ત્યારે એકમાત્ર ગાંધીજીનું જ જીવન આપણને તે બંનેમાંથી મૂકિત અપાવવાનું કાર્ય કરી શકે છે.

આતંકવાદને ગાંધીજી તરફથી જવાબ છે પ્રેમ અને અહીંસા જે ઉપનિષદોના એ સંદેશથી ઉત્પન્ન થાય છે કે પૃથ્વી પર જીવતો દરેક માનવ કોઇ એક જ ઇશ્વરની સંતાન છે. ગ્લોબલ વોર્મિંગને ગાંધીજી તરફથી જવાબ છે સાદગી અને

સ્વાવલંબન. જેટલો મનુષ્ય સ્વાવલંબી બનશે અને સાદું જીવન અપનાવશે તેટલી તેને ટેકનોલોજીની ગુલામીથી આઝાદી મળશે. કુદરતી ગેસ અને પ્રેટ્રોલીયમનો વપરાશ ઘટશે તેમજ બીજા અનેક ભોગવિલાસોના સામાનોની ફેકટરીઓ બંધ થશે જે ધરતી પર કાર્બનના ઉત્સર્જનને ઓછા કરવાનું કાર્ય કરશે. વળી, જો દરેક માણસ સાદું જીવન જીવે અને પોતાની જરુરીયાતોને મર્યાદીત બનાવી બિનજરુરી ભોગવિલાસોથી મુકત થાય તો આ દુનિયામાં એટલા સંશાધનો તો છે જ કે પૃથ્વી પરના કોઇ માનવને કયારેય ભૂખ્યા ન સૂવું પડે. પરંતુ દુનિયાની નેવું ટકા સંપત્તિ આજે દુનિયાના દસ ટકા લોકો પાસે કેન્દ્રિત થઇ ચૂકી છે અને તેમના ભોગવિલાસોની કોઇ સીમા નથી. આ ભોગવિલાસી માનસિકતાએ જ મૂડીવાદને જન્મ આપ્યો છે અને મૂડીવાદે અમીરી-ગરીબીની અસમાનતાને. આ બધાનો ઇલાજ ગાંધીજીના સાદગી અને સ્વાવલંબનના નારામાં આવી જાય છે.

આજના અસંખ્ય ઢોંગી બાબાઓ, ધર્મગુરુઓ અને આ બંનેથી સતત છેતરાતી ભોળી અને કેટલેક અંશે ગાંડી પ્રજાને ગાંધીજીનું જીવન એક જ સંદેશ આપે છેઃ ધર્મ કોઇ કથાઓ, ક્રિયાકાંડો અને તર્ક વિતર્કોનો વિષય નથી. ધર્મ આચરણનો વિષય છે અને આચરણ દ્વારા જ તેને જીવનમાં અને સમાજમાં સ્થાપિત કરી શકાય છે. આથી, દરેક માણસે ધર્મની મોટી મોટી ચર્ચાઓથી દૂર રહી ધર્મના સનાતન સિધ્ધાંતોને આચરણમાં મૂકવા તરફ પુરુષાર્થ કરવો જોઇએ. છેલ્લે જે વિવાદ હમણા બહુ ચર્ચામાં છે તે ભારતમાં ભારતીય અને વિદેશી સંસ્કૃતિઓના સંઘર્ષના વિષયમાં પણ ગાંધીજીના વિચારો અત્યંત પ્રેરણાદાયક છે. ગાંધીજીએ કહયું હતું, 'હું ચાહું છું કે જેટલા દેશોની સંભવ હોય તેટલા દેશોની સંસ્કૃતિઓ મારા દેશમાંથી ગુજરે. પરંતુ, એમાંથી કોઇ પણ સંસ્કૃતિના દ્વાર આગળ હું કે મારી સંસ્કૃતિ અસહાય બની જાય એ મને સ્વીકાર્ય નથી. મને બીજી કોઇ સંસ્કૃતિના ઘરમાં જઇને એક ધુસપેઠીયા, એક ભીખારી કે એક દાસ તરીકે રહેવું પણ સ્વીકાર્ય નથી.' આમ, ગાંધીજીનું સ્પષ્ટ માનવું હતું કે ચાહે જેટલી પણ વિદેશી સંસ્કૃતિઓ આ દેશમાં આવી જાય, એનાથી વાંધો નથી. પણ તેના સામે આપણી સંસ્કૃતિ પાંગળી થઇ જાય એ સ્વીકાર્ય નથી. બીજી અનેક સંસ્કૃતિઓને આપણે આ દેશમાં સ્થાન આપીએ પણ એનાથી આપણી સંસ્કૃતિનો પ્રવાહ જરા પણ બાધિત ન થવો જોઇએ. એટલે આપણે આપણા આ દેશમાં આપણી સંસ્કૃતિને જ મુખ્ય પ્રવાહ તરીકે સ્વીકારવાની છે જેથી ભવિષ્યમાં આપણે કોઇ બીજી સંસ્કૃતિના ઘરમાં એક દાસ, ભીખારી કે ધુસપેઠીઆ બનીને રહેવું ન પડે.

આમ, વર્તમાન વિશ્વનો અને વર્તમાન ભારતનો કોઇ એવો પ્રશ્ન નથી જેનું સમાધાન ગાંધીજીના જીવનમાંથી ન મળતું હોય. તેમની મહાનતાનું મુખ્ય કારણ એ જ છે કે તેમના વચનો અને તેમણે કરેલા કર્મોમાં ક્યાંય વિરોધાભાસ જોવા મળતો નથી. અને એ કર્મોનું અનુસરણ જ આધુનિક વિશ્વની તમામ સમસ્યાઓનો અંત છે. આથી, સમાપન ગાંધીજીના એ મનપસંદ ગીતના સાર સાથે જ કરીએ...

વૈષ્ણવજન તો એને કહીએ જે પીડ પરાઇ જાણે રે... — પ્રભુનો માણસ એ જ છે જે બીજાના દુખોને જાણે અને તે દુખોને દૂર કરવા પ્રયત્ન કરે. છતાંય, તેને તેના આ ઉપકાર પ્રત્યે કોઇ અભિમાન ન હોય.

"૨૪ જાન્યુઆરી, ૨૦૧૬, ગુજરાત સમાચાર - રવિપૂર્તિ"

21

ગાંધીજીની અહિંસા અને જીસસ ક્રાઇસ્ટ વિશેનું સત્ય

'એક ગાલ પર કોઈ થપ્પડ મારે તો બીજો ગાલ સામે ધરી દો.' - પહેલું સત્ય એ કે આ સિધ્ધાંત ગાંધી બાપુનો નથી. આ શબ્દો અને સિધ્ધાંત છે બાઇબલમાં જીસસ ક્રાઈસ્ટના. ગાંધીજીએ તેમના દક્ષિણ આફ્રિકાના પ્રવાસ દરમિયાન જ્યારે ખ્રિસ્તી ધર્મ અને ઈસુ ખ્રિસ્ત વિશે વાંચન કર્યું ત્યાંથી તેમને આ સિધ્ધાંત પસંદ આવ્યો હતો, અને તેમણે જિસસના આ શબ્દો સાથે દક્ષિણ આફ્રિકાના ભારતીય લોકો સાથે ત્યાંના કાળા લોકોને એ સિદ્ધાંત સમજાવ્યો હતો કારણકે ત્યાંના કાળા લોકો પણ ધર્મે ખ્રિસ્તી હતા. ગાંધીજીની એ અહિંસાની ચળવળ જ્યાં બ્રિટિશ સૈનિકો માર મારે તો પણ તેમના પર હાથ ઉપાડ્યા વિના તેમનો માર સહન કરવો અને આ રીતે તેમનું હૃદય પરિવર્તન કરવાની કોશિશ કરવી - એ જીસસના જીવનના છેલ્લા પ્રસંગમાંથી જ પ્રેરણા લઈ લેવાયું હતું. એ પ્રસંગ જ્યાં જીસસ તેમને શૂડી પર ચડાવવા વાળા લોકોનો અત્યાચાર સહન કરીને તેમના વિશે કહી રહ્યા હતા કે ઈશ્વર તેમને માફ કરી દેજે, તે નથી જાણતા તે શું કરી રહ્યા છે.' ગાંધીજીનો એ આખો માર્ગ અને આદર્શ ખ્રિસ્તી ધર્મ અને જીસસની પ્રેરણામાંથી આવ્યો છે. એજ કારણ છે કે સનાતન ધર્મના આધુનિક અને વૈજ્ઞાનિક જ્ઞાનથી અમેરિકા અને યુરોપને ધ્રુજાવી દેનાર અને અનેકો ગોરાઓને ભારતીય આધ્યાત્મ તરફ દોટ મૂકી સન્યાસ લેતા કરી દેનાર ઇતિહાસના પહેલાં હિંદુ સન્યાસી એવા સ્વામી વિવેકાનંદને પશ્ચિમમાં આજે એટલું મહત્વ નથી મળતું જેટલું ગાંધીજીને મળે

છે. ગાંધીજી પાછળ પ્રેરિત થતા માર્ટિન લ્યુથર કિંગથી લઈને નેલ્સન મંડેલા સુધીના લોકોનું અને પશ્ચિમમાં જ્યાં ત્યાં લાગતી તેમની પ્રતિમાઓ પાછળ તેમની ગાંધીજી પ્રત્યે આજ દૃષ્ટિ છે. તેમને પશ્ચિમી વિશ્વમાં મોડર્ન જીસસ તરીકે જોવાયા છે.

આ ગાંધીજીની એ અહિંસક ચળવળનું મૂળ સત્ય છે. એ આખી ચળવળના સિદ્ધાંતમાં કે તેના સ્વરૂપમાં સનાતન ધર્મના કોઈ વિચાર કે દર્શનની છાપ નહોતી. પણ શું એનો અર્થ એ છે કે એ માર્ગમાં મહાનતા નહોતી? બિલકુલ હતી. શું એનો અર્થ એ છે કે જીસસ મહાન નહોતા? બિલકુલ હતા. બસ સત્ય એ છે કે એ ભારતીય માર્ગ નહોતો. બસ સબક એ છે કે પશ્ચિમની રાજનીતિ અને ત્યાંનો ચર્ચના પ્રભાવવાળો સમાજ તમને મોટા ત્યારે જ કરે છે જ્યારે તમે બાઇબલ અને જીસસ સાથે સેટ થયા હોય. એટલે એ એક ગાલ પર થપ્પડ પડ્યા પછી બીજો ગાલ ધરવાની મૂર્ખામી તમને અંતે જીસસની જેમ શૂળી પર ચડાવી દે છે. ભારતીય અવતારો એ એવી કોઈ મૂર્ખ વાત ક્યારેય નથી કરી. ભારતીય અવતારો એ કર્મ કરવાની અને ધર્મ એટલે કે જે સાચું છે તેના માટે યુધ્ધ કરવાની જ વાત કહી છે.

'જો કોઈ તમારા એક ગાલે થપ્પડ મારે તો એના સામે બીજો ગાલ પણ ધરો. જો કોઈ તમારો કોટ લઈ જાય તો, તેને તમારો શર્ટ કાઢીને પણ આપી દો.'

- બાઇબલ, લ્યુક ૬:૨૯

"૧૭ મે, ૨૦૨૪, ફેસબુક."

22

સામ્યવાદી લેફ્ટ : આદર્શવાદ અને આતંકવાદ વચ્ચે ઝોલાં ખાતી વિચારધારા

ઓગણીસમી સદીના મધ્ય સુધીમાં મૂડીવાદ એની ચરમસીમાએ હતો અને તેણે વિશ્વને અમીર અને ગરીબ એમ બે વર્ગોમાં વહેંચી નાખ્યું હતું. જ્યારે આ બંને વર્ગો વચ્ચેની ખાઇ વધુને વધુ મોટી થવા લાગી ત્યારે કેટલાક બુધ્ધિજીવીઓને વિચાર આવ્યો કે જે મનુષ્યજાતિ એકસાથે અસ્તિત્વમાં આવી છે અને જેના પૂર્વજો એકસાથે આફ્રિકાથી બહાર આવ્યા છે તે માનવજાતિનો એક વર્ગ પૃથ્વી પરની મોટા ભાગની સંપત્તિનો માલિક છે અને બીજો વર્ગ એટલો અસહાય છે કે તેને બે સમયનનું જમવાનું પણ માંડ મળે છે..? આવું કેમ ? જવાબ એક જ હતો, ઉત્પાદનની અસમાન વહેંચણી. 'મુઠ્ઠીભર પૂંજીપતિઓના હાથમાં દેશની તમામ સંપત્તિ જતી રહે અને બાકીનો મોટો જનસમુદાય એમણે ફેંકેલા ટૂકડાઓ પર જીવે - આ રચના મનુષ્યોએ જ ઉત્પન્ન કરી છે. આ કોઇ કુદરતનો નિયમ નથી.' આવી જ કંઇક વિચારધારા કાર્લ માર્કસ ૧૮૫૧માં પોતાના પુસ્તક 'ધી કોમ્યુનિસ્ટ મેનિફેસ્ટો'માં લઇને આવ્યો.

કાર્લ માર્કસના એ વિચાર મુજબ મૂડીવાદી વ્યવસ્થા એક રાક્ષસ છે અને તેણે મનુષ્યને અનેક વર્ગોમાં વિભાજીત કરી દીધો છે. દરેક મનુષ્યનો પૃથ્વી પરની સંપત્તિ પર સમાન અધિકાર છે. આથી તે સંપત્તિ દરેકમાં સમાન રુપે વહેંચાવી

જોઇએ. આ રીતની વ્યવસ્થાને તેણે 'સામ્યવાદ' કે અંગ્રેજીમાં 'કોમ્યુનિઝમ' નામ આપ્યું. પરંતુ, આ વ્યવસ્થા લાવવી કઇ રીતે ? તેણે આ માટે બે નામ આપ્યા. એક 'પૂંજીપતિઓની સરમુખત્યારશાહી' અને બીજો 'મજૂરીયાતવર્ગની સરમુખત્યારશાહી'. એણે કહ્યું કે કોઇ પણ સરકાર છેલ્લે તો આર્થિક સશક્તિકરણને જ મૂળ લક્ષ્ય માનશે. આથી, ઉદ્યોગપતિઓ અને જમીનદારોને જ એને પ્રોત્સાહન આપવું પડશે. અને તેનાથી ઊભી થશે સામંતશાહી અને મૂડીવાદી વ્યવસ્થા જે એક રીતે કોઇ લોકશાહી સરકાર નહીં પણ પૂંજીપતિઓની સરમુખત્યારશાહી જ છે. દુનિયામાં જરુર છે મજૂરોની સરમુખત્યારશાહીની. જ્યાં મજૂરો દેશનું રાજનૈતિક નિયંત્રણ સંપૂર્ણપણે પોતાના હાથમાં લઇ લે અને ત્યારબાદ દેશમાં જે પણ ઉત્પાદન થાય તેનો અમુક હિસ્સો દેશના વિવિધ વિભાગોને ચલાવવા માટેના ખર્ચમાં અને અમુક હિસ્સો દેશના સંરક્ષણ ખર્ચમાં વાપરવામાં આવે. અમુક હિસ્સાનો દુષ્કાળ, ભૂકંપ કે યુધ્ધ જેવા કટોકટીના સમય માટે સંગ્રહ કરવામાં આવે. આ પછી જે હિસ્સો વધે તેને લોકોમાં તેમણે કરેલી મજૂરીના પ્રમાણમાં વહેંચી દેવામાં આવે. જેની મજૂરી વધારે તેને વધારે વેતન. જેની ઓછી તેને ઓછુ. આ રીતની રાજકીય વ્યવસ્થાથી સમાજમાંથી ઉંચનીચના બધા વર્ગો સંપૂર્ણપણે નષ્ટ થઇ જશે. શાસન પ્રણાલીમાં પણ એક કામને નીચે વાળો માણસ કરીને ઉપરવાળાને આપે તો ઉપરવાળો નીચેવાળાનો આભાર માને કે 'ધન્યવાદ, તેં આટલું કામ કરી આપ્યું જેથી હું હવે આગળનું કરી શકીશ.' તે પોતાનું કામ કરીને આગળ મોકલે આગળવાળો તેને 'થેંક યુ' કહે. આમ, દરેક કામ ક્રમબધ્ધ રીતે થાય પણ કોઇ કોઇનો સાહેબ નહીં. દરેકને પોતાની મજૂરી પ્રમાણે સરખું વેતન મળે. એક રીતે જાણે મજૂરોની સરકાર, જેમાં કોઇ પૂંજીપતિ ન બની શકે. ૧૮૫૧માં 'કોમ્યુનિસ્ટ મેનિફેસ્ટો'થી શરૂ કરેલો આ વિચાર માર્ક્સ ૧૮૭૬માં પોતાના પુસ્તક 'ધી ક્રિટીક ઓફ ગોથા પોગ્રામ' સાથે પૂરો કર્યો.

માર્ક્સની સામ્યવાદી વિચારધારા ઓગણીસમી સદીની સૌથી મોટી ખોજ અને ક્રાન્તિ હતી. સ્વાભાવિક રીતે જ સંવેદનશીલ બુધ્ધિજીવીઓ, યુવાનો અને ચિંતકો તેના પ્રત્યે આકર્ષાયા. તે માનવતાના સમાન હોવાના સ્વપ્નને પૂર્ણ કરવાનું એક શક્તિશાળી હથિયાર અને આશાનું કિરણ હતું. પરંતુ, સવાલ એ હતો કે આ સામ્યવાદને લાગુ કેવી રીતે કરવો. જ્યાં સુધી શક્તિશાળી ઉદ્યોગપતિઓ અને તેમના ખીસ્સામાં રહેલા નેતાઓ પાસે સત્તા હતી ત્યાં સુધી મજૂરોની સરમુખત્યારશાહી કેવી રીતે આવે ? અહીં ૧૮૭૬ બાદ કેટલાક જર્મન વિચારકોએ સુજાવ આપ્યો 'સમાજવાદ'નો. સમાજવાદ એટલે આ રીતે એક વર્ગહીન સમાજ બનાવવાની વિચારધારા પણ તેમાં સરકાર ધીરે ધીરે પોતાની

નીતિઓને પૂંજીપતિઓથી ફેરવીને ગરીબો અને મજૂરો લક્ષી બનાવે અને પૂંજીપતિઓની અઢળક સંપત્તિ ટેક્ષ દ્વારા ધીરે ધીરે ગરીબો સુધી પહોંચાડવામાં આવે અને તેમને સશક્ત બનાવવામાં આવે. ભારત એક સમાજવાદી રાષ્ટ્ર છે. આ એક ધીમો અને હળવો માર્ગ હતો સામ્યવાદની સંપૂર્ણ સમાનતા તરફ પહોંચવાનો. વિશ્વભરમાં સમાજવાદી વિચારકો આગળ આવ્યા અને સરકારો પર મૂડીવાદી વ્યવસ્થામાંથી સમાજવાદી વ્યવસ્થા બનવા દબાણ કરતા આંદોલનો કર્યાં. વીસમી સદીના પૂર્વાર્ધ સુધી આ બધાં સમાજવાદી આંદોલનો ચાલ્યાં પણ સરકારોએ તેમને આપેલાં વચનો પૂરાં કર્યાં નહીં કે એક રીતે મૂડીવાદી વિશ્વ સામે સમાજવાદનો આદર્શવાદ અવ્યવહારીક સાબિત થયો. અને અહીં એન્ટ્રી થઇ લેનિનની.

રશિયન ક્રાન્તિકારી લેનિને જાહેર કર્યું કે જે રીતે દુનિયા પૂંજીપતિઓના કબ્જામાં છે તે રીતે હિંસક આંદોલનો સિવાય સામ્યવાદના વર્ગહીન સમાજની સ્થાપના અશક્ય છે. તેણે કહ્યું કે પૂંજીપતિઓ અને તેમની સાથે સંકળાયેલા નેતાઓના લોહી વહેવડાવીને અને તેમને માર્ગમાંથી હટાવીને જ મજૂરો દેશની સંપર્ણ સત્તા પોતાના હાથમાં લઇ શકશે. અને લેનિને ૧૯૧૭માં રશિયામાં એ રીતની સોવિયેત ક્રાન્તિ કરીને માર્કસના વિચારોને હિંસા, આતંકવાદ અને દમનના રસ્તે વ્યવહારીક બનાવ્યા. આ રીતે જન્મ થયો સામ્યવાદી સોવિયેત યુનિયનનો. અને અહીંથી સામ્યવાદ વ્યવહારીક બની ગયો. વિશ્વના અનેક દેશોમાં સામ્યવાદી ક્રાન્તિ થવા લાગી. ભારતમાં પણ અંગ્રેજોને ખદેડી સામ્યવાદી વ્યવસ્થા સ્થાપવા ૧૯૨૫માં 'કોમ્યુનિસ્ટ પાર્ટી ઓફ ઈન્ડિયા'ની સ્થાપના થઇ જે મહાત્મા ગાંધીના અહિંસાના માર્ગથી વિપરીત હતી. ભગતસિંહ જેવા ક્રાન્તિકારીઓ પણ લેનિનના ચાહક બન્યા. ચીનમાં પણ માઓ ઝેન્ડોન્ગે આ રીતે જ હજારો લોકોના લોહી વહેવડાવીને ચીની સામ્યવાદની સ્થાપના કરી. માઓ ઝેન્ડોન્ગે વિખ્યાત નિવેદન કર્યું ''સત્તા બંદૂકની નળીમાંથી જ નીકળે છે.'' આ પરથી સામ્યવાદ સ્થાપવા માટે લેનિનના માર્ગ પરથી 'લેનીનીસ્ટ' અને માઓ ઝેડોન્ગના માર્ગ પરથી 'માઓઇસ્ટ' પંથો અમલમાં આવ્યા.જે બંને હિંસક માર્ગ સૂચવતા હતા.

હવે સામ્યાવાદી વિચારધારા વિશ્વમાં એક વાઇરસની જેમ પ્રસરી અને આના કારણે યુરોપ અને અમેરિકા જેવી મૂડીવાદી અર્થવ્યવસ્થાઓ સામે સંકટો ઊભા થયા. અમેરિકાના પડોશી ક્યુબામાં ફિડલ કાસ્ટ્રોએ આ રીતના આતંકવાદથી જ સામ્યવાદી ક્રાન્તિ સર્જી. જેમણે હોલીવુડની ફિલ્મો જોઇ હશે તે જાણતા જ હશે કે જ્યોર્જ કેનેડીના સમયમાં ફિડલ કાસ્ટ્રો સાથે અમેરિકા કેટલા ભયાનક સંઘર્ષમાં ઉતલેવું. કારણ એક જ હતું અમેરિકાને સામ્યવાદથી બચાવવું. પરંતુ,

ધીરે ધીરે સામ્યવાદની ખામીઓ બહાર આવવા લાગી. લોકો પાસે આર્થિક સમાનતા તો આવી પણ વેતનની વહેંચણી ખાલી મજૂરીના આધારે થતી. આથી, બુધ્ધિમતાની ઉપેક્ષા થવા લાગી. પરીણામે વિજ્ઞાન, ટેકનોલોજી અને ઔદ્યોગિક ક્રાન્તિ જેવા ક્ષેત્રોમાં અમેરિકા જેવા મૂડીવાદી દેશો સામ્યવાદી દેશોથી જોજનો આગળ નીકળી ગયા. વળી, આગળ વધવાની માનવસહજ ઈચ્છાનું સામ્યવાદી સમાજમાં દમન થતું અને એવું લાગ્યું જાણે ગરીબ બની રહેવું એ જ માનવતા છે. વિકાસનો વિરોધ એટલે સામ્યવાદ - એવા નવા અર્થઘટનો સામે આવ્યા. પરીણામે ચીન જેવા દેશોને પણ ૧૯૮૦ પછી સામ્યવાદી સમાજવ્યવસ્થામાં મૂડીવાદી અર્થવ્યવસ્થા ઘુસેડવી પડી.

આમ, મૂડીવાદી દેશોની શક્તિ વધવા લાગી અને સામ્યવાદ માનવતા કરતાં કમજોરી અને ગરીબીનો પર્યાય બની ગયું. હવે સામ્યવાદી વિચારધારા માટે બે જ વિકલ્પો હતા. એક - પોતાની વિચારધારાને અવ્યવહારીક ઘોષિત કરીને ખતમ કરી દેવી. અથવા બીજો - દુનિયામાંથી તમામ મૂડીવાદી દેશોને ખતમ કરી આખી દુનિયાને સામ્યવાદી બનાવી દેવી જેથી સામ્યવાદથી મોટી શક્તિ બીજે ક્યાંય ઊભી ન થાય.અને આ રીતે સામ્યવાદી પાર્ટીઓ ચાહે જે પણ દેશમાં હોય તેઓ માટે દેશોની જમીની સીમાઓ કરતાં સામ્યવાદના લાલ ઝંડાની સીમાઓ મુખ્ય બની. જ્યાં જ્યાં સામ્યવાદ હોય તે આપણો દેશ, જ્યાં ના હોય તે દુશ્મન દેશ. ભલે ભારતમાં રહેતા હોય, કોઇપણ ધર્મ પાળતા હોય પણ ભારતમાં સામ્યવાદ નથી... તો એના ટુકડે ટુકડા કરીને લેનિન કે ઝેડોન્ગના રસ્તે તેને સામ્યવાદી બનાવવો એ જ કોઇપણ સામ્યવાદી પાર્ટીનું લક્ષ્ય છે. હવે સમજાઇ ગયું ને કે JNU માં પેલા જેહાદીઓ સાથે નારા લગાવવાવાળા હિંદુઓ કોણ હતા અને કેમ તે નારા લગાવતા હતા?

" ફેબ્રુઆરી, ૨૦૧૬, ગુજરાત સમાચાર - રવિપૂર્તિ."

23

ભારતમાં સામ્યવાદનો ઈતિહાસ : લોકશાહી માર્ગ થી નક્સલવાદી માર્ગ સુધી

રશિયન ક્રાંતિ પછી ભારતમાં ૧૯૨૫માં સામ્યવાદી પાર્ટીની સ્થાપના થઈ. પરંતુ, અસલમાં ભારતીય સામ્યવાદી પાર્ટીની સ્થાપના તેના પાંચ વર્ષ પહેલા રશિયાના તાશ્કંદમાં થઈ હતી. એમ.એન. રોય, અબાની મુખર્જી અને તે બંનેની વિદેશી પત્નીઓ સહિત બીજા કેટલાક સામ્યવાદી ભારતીયોએ ૧૯૨૦માં આંતરરાષ્ટ્રીય સામ્યવાદ સભા દરમિયાન ભારતની સામ્યવાદી પાર્ટીની સ્થાપના કરી. પરંતુ તેમાંના મોટાભાગના જ્યારે ભારતમાં આવ્યા ત્યારે અંગ્રેજ સરકારે તેમની ધરપકડ કરી દીધી.

આ કારણે ભારતમાં મુંબઈ, પંજાબ, મદ્રાસ, કલકત્તા જેવા શહેરોમાં છૂટાછવાયા સામ્યવાદી સંગઠનો બન્યા. અને આ બધા સામ્યવાદી સંગઠનોએ ૨૫ ડીસેમ્બર ૧૯૨૫ના રોજ કાનપુરમાં એક જ સંયુક્ત પાર્ટીમાં વિલિનીકરણ કરી 'ભારતની સામ્યવાદી પાર્ટી' (કોમ્યુનિસ્ટ પાર્ટી ઓફ ઈન્ડિયા- CPI) ની સ્થાપના કરી. સીપીઆઈ તે સમયે કોંગ્રેસના સત્યાગ્રહ અને લેનીનના હિંસક ક્રાન્તિના સહીયારા વિચારપ્રવાહમાં વહેતી હતી. આથી, તેલાંગાના, ત્રિપુરા અને કેરલમાં તેના સભ્યોએ હથિયારોથી ક્રાન્તિ કરવાની કોશિશ કરી. પરંતુ, અંગ્રેજોએ તેને ડામી દીધી.

ત્યારબાદ પાર્ટીએ હિંસક રસ્તાથી આઝાદી મેળવવાની નીતિને બંધ કરી દીધી. કોમ્યુનિસ્ટ પાર્ટી ભારતને સંપૂર્ણપણે અંગ્રેજોના શાસનમાંથી મુક્ત કરી ત્યાં સામ્યવાદ લાવવાની હાકલ કરતી. પરંતુ, તેમનો દ્રષ્ટિકોણ અખંડ ભારતનો નહોતો. ૧૯૪૬માં સીપીઆઈએ એક જાહેરનામું બહાર પાડયું જેમાં કહેવામાં આવ્યું કે ભારત કોઈ એક દેશ નથી. એ તો ઘણા બધા નાના દેશોનો સમુહ છે. આથી, ભારતના ત્રણ નહીં ચૌદથી પંદર ટૂકડા કરવા જોઈએ. આઝાદી પહેલા અંગ્રેજોએ કોમ્યુનિસ્ટ પાર્ટીના સભ્યોને મોટાભાગે જેલમાં જ રાખ્યા અને પાર્ટીને ક્યારેય સેટલ ન થવા દીધી.

પરંતુ, આઝાદી પછી સીપીઆઈએ ભારતના ગરીબો, મજૂરો અને ખેડૂતોમાં સારી એવી ક્રાન્તિ જગાડી. ગુરુ રાધા કિશને દિલ્લીના ટેક્ષટાઇલ વર્કરોના હિતોની રક્ષા માટે ચોવીસ કલાક આમરણ અનશન કર્યું. આ કારણે કોમ્યુનિઝમ પ્રત્યે લોકોની દ્રષ્ટિ બદલાઈ. ત્યાં સુધી લોકો તેને એક હિંસક ક્રાન્તિકારીઓની ટોળકી માનતા, પણ હવે, લોકો તેને શોષિતો અને ગરીબોના હિતોની રક્ષા કરતી એક સંસ્થા તરીકે જોવા લાગ્યા. આનું પરીણામ તરત જ દેખાયું. ૧૯૫૨ની પહેલી લોકસભા ચૂંટણીમાં તે મુખ્ય વિપક્ષી પાર્ટી તરીકે ઉભરી આવી. ઈસ ૧૯૫૭માં કેરલમાં તેણે દેશની સૌપ્રથમ બિનકોંગ્રેસી સરકાર સ્થાપી. આ એ સમય હતો જ્યારે ભારત અને રશિયાના રાજકીય સંબંધો પૂરબહારમાં ખીલેલા હતા. અને રશિયાએ વારંવાર ભારતની કોમ્યુનિસ્ટ પાર્ટીને નેહરુ અને કોંગ્રેસને સાથ આપવા અપીલ કરી હતી. પરંતુ, ૧૯૬૦માં રશિયા અને ચીનની સામ્યવાદી પાર્ટીઓમાં મતભેદ થયા. ચીન રશિયન પાર્ટીને મૂળ સામ્યવાદી માર્ગથી ભટકતી હોય એવું માનતી હતી. આ ભેદથી ભારતની સામ્યવાદી પાર્ટીમાં પણ બે જૂથ ઉત્પન્ન થયા. ત્યારબાદ ૧૯૬૨માં જ્યારે ચીને ભારત પર આક્રમણ કર્યું, ત્યારે એક જૂથ એવું હતું જેણે ચીનના આક્રમણનો વિરોધ કર્યો અને બીજું જૂથ એવું હતું જે ચીનના ભારત પરના આક્રમણને સાચું માનતું હતું. આ બીજા જૂથે કલકત્તાની સડકો પર 'ચીન અને માઓ ઝેડોન્ગ જીંદાબાદ'ના નારા લગાવ્યા. આથી, એ લોકોને સરકારે જેલ પાછળ ધકેલી દીધા. આ બીજુ જૂથ આંતરરાષ્ટ્રીય સામ્યવાદ સાથે જોડાઈ રહેવાના ઉદ્દેશ્યથી ચીનનું સમર્થન કરતું હતું.

એસ.એ. ડાંગે નામના સીપીઆઈ પ્રમુખે આ બે જૂથોને એક કરવાની કોશિશ કરી પણ ૧૯૬૪માં બંને પાર્ટીઓની સહીયારી મીટીંગમાં ૩૨ સભ્યોએ વોક-આઉટ કર્યું, તેમનું કહેવું હતું કે ડાંગે કોંગ્રેસ અને ભારતની તરફેણ કરીને સામ્યવાદી એકતા અને સામ્યવાદી મૂલ્યોનો વિરોધ કરે છે. આમ, ભારતની કોમ્યુનિસ્ટ પાર્ટીમાં પણ સ્વદેશની તરફેણ કરતું રાઈટ વીંગ અને પરદેશી

સામ્યવાદ સાથે જોડાઈ રહેવા માગતું લેફ્ટ વીંગ અસ્તિત્વમાં આવ્યા. આ લેફ્ટ વીંગ ખુલ્લેઆમ મજૂરો અને ગરીબોની સરમુખત્યારશાહી લાવવાની હાકલ કરવા લાગ્યું અને 'માઓ ઝેડોન્ગ ઝીંદાબાદ'ના નારા લગાવવા લાગ્યા. પરીમલ દાસ ગુપ્તાએ બંને છેડાઓને ભેગા કરી એક કોમન મીનીમમ પ્રોગ્રામ આપવાની કોશિશ કરી જેને ચારુ મજુમદારની કેટલાક માંગો સાથે સીલીગુરીની મીટીંગમાં સ્વીકારવામાં આવ્યો. પરંતુ, બંગાળ કોમ્યુનિસ્ટ પાર્ટીના અધિવેશનમાં તે પ્રસ્તાવ લઘુમતીમાં રહ્યો.

આમ, કુલ સામ્યવાદીઓના ૬૦ ટકા સામ્યવાદીઓ જે વૈશ્વિક સામ્યવાદ સાથે કદમ મીલાવવા ચીનની તરફેણમાં હતા તેમણે કલકત્તામાં પોતાની સ્વતંત્ર બેઠક બોલાવી અને એક સ્વતંત્ર પાર્ટી બનાવવાની ઘોષણા કરી જેનું નામ રાખવામાં આવ્યું 'કોમ્યુનિસ્ટ પાર્ટી ઓફ ઈન્ડિયા - માર્કસીસ્ટ' (CPI-M કે CPM), અને જે લોકો ભારતની વ્યક્તિગત સામ્યવાદી પાર્ટી ચલાવવા માંગતા હતા તે ડાંગેના નેતૃત્વમાં મુંબઈમાં ભેગા મળ્યા અને તેમણે પોતાની પાર્ટીનું નામ સીપીઆઈ તરીકે ચાલુ રાખ્યું. આમ, ભારતમાં સામ્યવાદીઓ બે ભાગમાં વહેંચાઈ ગયા.

સીપીઆઈ-એમ મજૂરો અને ગરીબોની કટ્ટર વકાલત કરતું હોવાથી તેનો પ્રભાવ વધતો ગયો. જ્યારે સીપીઆઈનું સમાવેશીપણું સીપીઆઈ-એમની કટ્ટરતા સામે હારતું ગયું. પશ્ચિમ બંગાળમાં હવે સીપીઆઈ-એમની સીટો વધી રહી હતી. પરંતુ, આ સમય દરમિયાન સીપીઆઈ-એમમાં પણ કેટલાક લોકો એવા હતા જે લોકશાહી રીતે આગળ વધવા માગતા હતા જ્યારે કેટલાક લોકો જેમ માઓ ઝેડોન્ગે હિંસક ક્રાન્તિથી ચીનની સત્તા હાથમાં લઈ લીધેલી એ રીતે ભારતની સત્તા હાથમાં લઈ લેવાના મતમાં હતા. એવામાં ૨૫ મે, ૧૯૬૭માં સીલીગુડીના નક્સલબારી ગામમાં કેટલાક ખેડૂતો અને ખેતમજૂરો પોતાની જમીન મેળવવા સત્યાગ્રહ કરી રહ્યા હતા ત્યારે પોલીસે તેમના પર ફાઈરીંગ કર્યું અને તેમાં બે બાળકો સહીત અગીયાર લોકોના મોત નીપજ્યા. જવાબમાં ભડકેલા લોકોએ તીર મારીને એક પોલીસ ઓફિસરની હત્યા કરી દીધી. આ ઘટનાએ જોર પકડયું અને જમીનદારો અને પોલીસના શોષણથી ત્રાસેલા મજૂરોએ પોલીસ અને જમીનદારોને મારવાનું શરૂ કરી દીધું અને તેમની જમીનો છીનવી લીધી. સીપીઆઈ-એમના ચારુ મજુમદાર કનુ સાન્યાલ અને જંગલ સંથાલ જેવા નેતાઓએ મજૂરોના આ કૃત્યને યોગ્ય ઠહેરાવ્યું.

ચારુ મજુમદારે આ ઘટનાને એક ક્રાન્તિ બતાવતા "ઐતિહાસિક આઠ દસ્તાવેજો" બહાર પાડયા. જેણે સમાજમાં ચકચાર મચાવી દીધી. મજુમદાર અને તેના સાથીઓ ૧૯૬૯માં સીપીઆઈ-એમથી અલગ થઈ ગયા અને

'કોમ્યુનિસ્ટ પાર્ટી ઓફ ઈન્ડિયા - માર્કસીસ્ટ-લેનીનીસ્ટ' (CPI-LM) ની સ્થાપના કરી. તેમાં શોષણ પામેલા ગરીબો, મજૂરો, ખેડૂતો ભળવા લાગ્યા, નક્સલબારી ગામના નામ પરથી તેમને નક્સલવાદી કહેવામાં આવ્યા. તે સમયે ચારુ મજુમદાર અને સાન્યાલને મહાત્મા ગાંધીની જેમ મહાન નેતાઓ માનવામાં આવતા. પરંતુ, ત્યારબાદ તેમની હિંસક લડત ભટકી ગઈ અને નિર્દોષોની પણ હત્યાઓ થવા લાગી. આથી, ૧૯૭૦માં ચારુ મજુમદાર અને કનુ સાન્યાલની ધરપકડ કરવામાં આવી, જ્યાં ૧૯૭૨માં જેલ દરમિયાન જ મજુમદારનું મૃત્યુ થયું.

તેમના મૃત્યુ પછી સાન્યાલે જેલમાંથી જ હિંસા છોડી લોકશાહી ઢબે ચુંટણી પ્રક્રિયાથી લડત આપવાનું નક્કી કર્યું. આથી, જેલ બહાર સીપીઆઈ-એલએમ નું પણ વિઘટન થઈ ગયું અને તેમાંથી અનેક નક્સલવાદી સંગઠનો ઉત્પન્ન થયા. જે હિંસક માર્ગને છોડવા માગતા નહોતાં. તેઓ આજે નક્સલવાદીઓ કે માઓવાદીઓ કહેવાય છે. બીજી બાજુ સીપીઆઈ-એમ બંગાળમાં સત્તા પર આવી અને તેના નેતા જ્યોતિ બસુ ૨૫ વર્ષ સુધી મુખ્યમંત્રી રહ્યા. બસુએ ૧૯૭૭માં સાન્યાલને જેલમાંથી છોડાવ્યા પણ ત્યાં સુધી નક્સલવાદ ભારતીય પોલીસ, સૈન્ય અને સરકારના સામે પડીને અને ચીન જેવા દુશ્મન દેશોનો હથિયાર બનીને એક આતંકવાદ બની ચૂક્યો હતો. સાન્યાલે ઘણા પ્રયાસો કર્યા પણ નક્સલવાદીઓને સાચા રસ્તે ન લાવી શક્યા. અંતે ૨૩ માર્ચ ૨૦૧૦ના રોજ તેમણે સીલીગુડીના તેમના ઘરમાં આત્મહત્યા કરી લીધી. બીલકુલ એ જ સ્થાનેથી જ્યાંથી નક્સલવાદ પેદા થયો હતો.

બીજી બાજુ સીપીઆઈએમ પણ બંગાળમાં પોતાના ૩૫ વર્ષના શાસન બાદ ૨૦૧૧માં બુરી રીતે તૃણમુલ કોંગ્રેસથી હારી ચૂક્યું છે. જયારે આ લખી રહ્યો છું ત્યારે કેરલમાં પણ કોમ્યુનિસ્ટ પાર્ટી સત્તાથી હટી ચૂકી છે. આમ, વિકાસનો વિરોધ અને ગરીબો કરતાં ગરીબીની વકાલત જેવા અવ્યવહારીક સિદ્ધાંતોથી સામ્યવાદ વિશ્વમાં જ નહીં ભારતમાં પણ હાંશિયામાં ધકેલાઈ રહ્યો હતો, તેવામાં જેએનયુમાં એ દેશવિરોધી સૂત્રો મારફતે તેના આ ભૂલા-ભટકેલા ઈતિહાસની પુનઃચર્ચા શરૂ થઈ છે. જેએનયુના કેમ્પસમાં પણ ઉદાર કોમ્યુનિસ્ટ, માર્કસવાદી અને માઓવાદી વિદ્યાર્થીઓ એકબીજામાં એવા ભળેલા છે કે તેમાં કોણ ભવિષ્યમાં દેશ માટે મોટો ખતરો બનીને બહાર આવશે તે કહેવું મુશ્કેલ છે.

"૦૬ , ૨૦૧૬, ગુજરાત સમાચાર - રવિપૂર્તિ."

24

RSS : આધ્યાત્મ અને સંપ્રદાય વચ્ચે ગૂંચવાયેલી વિચારધારા

ઈ સ. ૧૮૯૭માં મદ્રાસના વિક્ટોરીયા હોલમાં આપેલા એક ભાષણમાં વિવેકાનંદે કહ્યું, 'જેમ મનુષ્યનું ચરિત્ર હોય છે તેમ દરેક રાષ્ટ્રનું પણ એક ચરિત્ર હોય છે. યુરોપનું ચરિત્ર રાજનિતિ છે. એટલે યુરોપમાં હું હિંદુધર્મનો પ્રચાર ત્યાં સુધી ન કરી શક્યો જ્યાં સુધી મેં તેમને એ ન જણાવ્યું કે આ ધર્મથી તેમને રાજનીતિમાં કેટલો ફાયદો થશે. એ જ રીતે ભારતનું ચરિત્ર અધ્યાત્મ છે. ભારતમાં તમારે રાજનીતિ પણ કરવી હશે તો લોકોને એ સમજાવવું પડશે કે તે રાજનીતિથી તેમના આધ્યાત્મિક જીવનમાં શું લાભ થશે.' બસ, અહીંથી શરુઆત થાય છે રાષ્ટ્રીય સ્વયંસેવક સંઘ એટલે કે RSS ની વિચારધારા. એ જ કે ભારતમાં રાજનીતિનું મૂળ અને કેન્દ્ર આધ્યાત્મ હોવું જોઈએ.

વાત શ્રેષ્ઠ હતી. પણ સમસ્યા એ નડી કે આધ્યાત્મ અને સંપ્રદાય વચ્ચેનો ભેદ આ ભૂમિ પરથી ભૂંસાઈ ગયો. આઠસો વર્ષની ગુલામી પછી સમગ્ર બ્રહ્માંડ અને જીવસૃષ્ટિને પોતાનામાં સમાવી લેતો સનાતન ધર્મ હવે એ હિંદુ ધર્મ બની ચૂક્યો હતો જેનામાં ઈસુ અને મોહમ્મદ પયગંબરના અનુયાયી હોય તેવા મનુષ્યોને પણ સમાવવાની શક્તિ નહોતી. ભારતીયોનો ધર્મ હવે કોઈ આધ્યાત્મ ન હોતાં નિશ્ચિત ક્રિયાકાંડો અને દેવીદેવતાઓ ધરાવતો એક સંપ્રદાય હતો. એવો જ જેવો ઈસ્લામ અને ખ્રિસ્તી સંપ્રદાય છે. આમ, એક રીતે હિંદુધર્મ એ વેદાન્તના સનાતન ધર્મનું ઈસ્લામીકરણ હતું અને હિંદુઓ જેવા બન્યા હતા તેવો જ તેમનો

સંઘ (RSS) પણ બન્યો. સામે કહેવામાં આવતું કે મુસ્લિમ ધર્મ શ્રેષ્ઠ છે તો અહીં કહેવામાં આવતું હિંદુધર્મ શ્રેષ્ઠ છે. ત્યાં કોઈ કહેતું કે 'દેશનો આટલો ભાગ મુસ્લિમોનો છે. હિંદુ અહીંયાથી જતા રહે' તો આ તરફ કહેવામાં આવતું 'આટલો ભાગ હિંદુઓનો છે, મુસ્લિમો અહીંથી જતા રહે.''

પણ સંઘના લોકોને ચાહે ગમે તેટલા ધર્મઅંધ કે અંધ-ભક્ત કહી દેવામાં આવે તોય સત્ય તો એ છે કે હીંસા અને ષડયંત્રોથી ધર્મનો ફેલાવો કરવાવાળી વિદેશી તાકાતો સામે તેઓ આપણા બધા માટે તેમની શક્તિ અને બુધ્ધિ મુજબ લડયા છે. અને આજે કોઈ હિંદુ ધર્મમાંથી પાછો વેદાન્તના જ્ઞાન તરફ જવાનું વિચારી શકે છે તો ફક્ત એટલા માટે કારણ કે 'ભાગ્યું ભાગ્યું તોય ભરુચ' એવો હિંદુધર્મ આ ભૂમિ પર જીવતો રહ્યો છે. આજે પણ જ્યારે આપણે પોતાના ઘરે પત્ની અને બાળકો સાથે વેકેશન મનાવી રહ્યા છીએ અને મલ્ટીપ્લેક્સોમાં ફીલ્મો જોઈ રહ્યા છીએ ત્યારે સંઘના હજારો સ્વયંસેવકો દેશભરના જંગલો અને પહાડોમાં જીવન ગુજારી આદીવાસીઓને હિંદુ સંસ્કૃતિ વિશે જાગૃત કરી રહ્યા છે.

હમણાં પ્રખ્યાત પત્રકાર શેખર ગુપ્તાએ પોતાની કોલમમાં લખ્યું હતું કે 'એ વાત મને સારી રીતે ધ્યાનમાં છે કે જ્યારે અરુણાચલ પ્રદેશના આદીવાસી પ્રદેશોમાં ખ્રિસ્તી મિશનરીઓ ભરાવા લાગી ત્યારે ઈન્દિરા ગાંધીની ઉંઘ હરામ થઈ ગયેલી. અને ઈન્દિરાએ સંઘના નાના દેશમુખને બોલાવીને કહેલું, 'નાના. મારે અરુણાચલમાં એક પણ મિશનરી ના જોઈએ. હું અરુણાચલનું હિંદુકરણ કરવા માંગુ છું.' ત્યારબાદ નાના દેશમુખે સંઘના સ્વયંસેવકોને અરુણાચલમાં ઠાલવી દીધા અને આજે અરુણાચલ અને અસમ ભારત સાથે જોડાણ અનુભવે છે એનું કારણ છેલ્લા પાચસ વર્ષથી ત્યાં કાર્ય કરી રહેલા સંઘના સ્વયંસેવકો છે. તેમણે પોતાનાં ઘર ત્યાગ્યાં છે. માતા-પિતા, ભાઈ-બહેન અને પત્ની તથા બાળકોને ત્યાગ્યાં છે. બસ એક જ ઉદ્દેશ્ય માટે કે ભારતની આવનારી પેઢીઓને ભારતીય સંસ્કૃતિ જોવા મળે.

તો પછી સમસ્યા ક્યાં છે? સંઘ વિશે આટલી બેચેની કેમ? કેમ કોઈ ખુલીને એમ નથી કહી શકતું કે હું સંઘની શાખામાં જાઉ છું? કેમ હંમેશા એક પારદર્શિતાનો અભાવ દેખાય છે જે સંઘને ફેશનેબેલ બુધ્ધિજીવી સ્ટેટસ માટે એક ખતરો બનાવી દે છે? કારણ એ જ ગુલામી છે. જેમ કોંગ્રેસ માટે ભારતનો ઈતિહાસ ગાંધીજી અને નેહરુની જુગલબંધીથી જ શરુ થાય છે તેમ સંઘ માટે પણ ઈતિહાસ તેમના શરુઆતના સંસ્થાપકો ડૉ. હેડગેવાર અને ગુરુજી ગોલવાલકરથી જ શરુ થાય છે. વધુમાં વધુ દુર તેઓ જાય છે સત્તરમી સદીમાં શિવાજી સુધી. આજે પણ મોટાભાગના સંઘના લોકો એ જ ધર્મયુધ્ધની મનઃસ્થિતિમાં છે જે શિવાજીએ ઔરંગજેબ સામે છેડયું હતું. તેમનો મોટાભાગનો સમય વિરોધી સંપ્રદાયોની

ખામીઓ અને કવાદાવાઓની સમીક્ષા કરવામાં અને ભારતમાં હિંદુ ધર્મનું સંપૂર્ણ વર્ચસ્વ સ્થાપવાની મહત્વાકાંક્ષાઓમાં જાય છે.

ગુરુજી ગોલવાલકરની એ વાત તેમના મનમાં બેસી ચૂકી છે કે સંઘમાં ગણવેશથી લઈને બધું જ બદલાઈ શકે છે પણ એ વિચાર બદલાઈ શકે તેમ નથી કે ભારત એક હીંદુરાષ્ટ્ર છે. પણ હીંદુરાષ્ટ્રની વ્યાખ્યા શું કરવી તેમાં અલગ અલગ વક્તાઓની પોત-પોતાની ક્ષમતા પ્રમાણેની અલગ માન્યતા છે. કોઈ કહે છે કે મુસ્લિમ એમાં આવી જાય છે પણ એમને માનવાનું કે તેઓ છે તો હિંદુઓના જ વંશજ. કોઈ કહે મુસ્લિમ આવી જાય પણ તેને 'ભારત માતા કી જય' તો બોલવાનું જ. પણ આ બધુ તેમને કેમ બોલવાનું? તો એ બધા ગોળગોળ જવાબોનો એક જ અર્થ નીકળે કે 'બસ, અમારા હિંદુઓનો અહમ સંતોષાય એટલે.' પણ રોજ 'જય સરદાર' બોલવાવાળો એક ઓબીસી હિંદુ જો પાટીદારોના દુરાગ્રહને વશ થઈને 'જય સરદાર' બોલવા તૈયાર ન હોય તો કોઈ મુસ્લિમ આપણા દુરાગ્રહથી આ બધું બોલવા અને માનવા શું કામ તૈયાર થાય? અને એ બધુ બોલીને અને માનીને પણ જો મુસ્લિમ એ જ ધર્માંતરણો કરાવતા રહે તો શું સંઘ ખુશ છે?

મતલબ, સંઘમાં એક ભયંકર ખોટ છે એવા બુધ્ધિજીવીઓની જે ભારતમાં હિંદુહિતની નીતિઓને સર્વસમાવેશી રાષ્ટ્રના અભિગમથી પારદર્શી રીતે રજૂ કરી શકે. એમની મનોવૃત્તિ મુજબના લેખો છાપામાં આવે એટલે તેને સોશ્યલ મીડિયા પર ફેલાવવાના અને તેમની ખામીઓ તરફ આંગળી ચીંધતી વાત સામે આવે એટલે તેને તથાકથિત સેક્યુલર કે કોંગ્રેસી કહી દેવાનો. તિરંગા ઝંડા કરતાં મોઘલોના લીલા ધ્વજ સામે શિવાજીએ ઉઠાવેલા કેસરીયા ધ્વજને જ વધારે સાચો માનવો. આમ, ભારતમાંથી મોઘલો જતા રહ્યા, ઈસ્લામી શાસનમાંથી ભારત એંશી ટકા હિંદુઓ ધરાવતી લોકશાહીમાં આવી ગયું પણ વૈચારીક રીતે આજે પણ સંઘ મોગલોની ગુલામીમાં જ છે અને આજે પણ દીલ્લી જીતી લઈ હિંદુ સંપ્રદાયનો કેસરીયો લહેરાવી દેવાની આસ સેવી રહ્યો છે. પછી પારદર્શિતા ક્યાંથી આવે?

સંઘને એ સમજી લેવાનું છે કે હિંદુઓ હવે આ દેશમાં આઝાદ છે અને બહુમતીમાં છે. હવે તો તેમને દુનિયાના તમામ પયગંબરો અને તેમની ઉપાસના પધ્ધતિઓને સમાવી લેતા પોતાના મૂળ વેદાન્ત ધર્મ તરફ પાછા ફરવાનું છે. મસ્જિદને તોડવા કરતાં તેમને એ કહેવાનું છે કે 'મુસ્લિમો જેને અલ્લાહ કહે છે તેને જ અમે બ્રહ્મ કહીએ છીએ અને રામના દેહત્યાગ પછી તેઓ બ્રહ્મમાં જ વિલીન થઈ ગયા હતા. એટલે દેશના તમામ મસ્જિદોમાં મુસ્લિમ ભાઈઓ સાથે અમે પણ રામના બ્રહ્મરુપની બંદગી કરવા માગીએ છીએ.' કૃષ્ણએ કહ્યું હતું કે

પૃથ્વી પર જ્યાં જ્યાં ધર્મની હાનિ થશે ત્યાં હું આવીશ. તો મોહમ્મદ પયગંબર અને ઈસુ ખ્રિસ્તને કૃષ્ણના અવતાર તરીકે ન જોઈને શું આપણે કૃષ્ણના જ ઉપદેશનું ઉલ્લંઘન નથી કરી રહ્યા? આપણા પૂર્વજોએ આપણને એટલો વિસ્તૃત ધર્મ વિરાસતમાં આપ્યો છે કે તેની સીમાઓની બહાર બીજા કોઈ ધર્મ માટે જગ્યા જ નથી. પણ આપણે આપણા ધર્મને એક સંપ્રદાય બનાવીને ભારતની સીમાઓમાં જ સંકોચી દીધો છે.

દુનિયા પરના અનેક સંપ્રદાયોમાંના કોઈ એક સંપ્રદાય એવા હિંદુધર્મને બચાવવામાં તો આ બ્રહ્માંડને પણ કોઈ દીલચશ્પી નથી. એવા તો અનેક સંપ્રદાયો એણે નામશેષ કરી દીધા. પણ ઋષિમુનીઓના એ વેદાન્ત ધર્મની આ બ્રહ્માંડને હંમેશા જરુર રહી છે. અને એટલે જ તેણે કોઈના કોઈ પ્રકારે આપણને જીવતા રાખ્યા છે. એટલે શિવાજીના સમયથી જરુરી સબક લઈ એ ઋષિમુનીઓ સુધી પહોંચીશું અને તેમના સનાતન સિધ્ધાંતોને આત્મસાત કરી સમગ્ર દુનિયાને પોતાનામાં સમાવી લઈશું તો જ એ હજારો સ્વયંસેવકોના બલીદાનોનું સાચું વળતર મળશે.

“ મે, ૨૦૧૬, ગુજરાત સમાચાર - રવિપૂર્તિ.”

25

રાષ્ટ્રીય સ્વયંસેવક સંઘ (RSS) ના બે સંભવિત ભવિષ્ય

સફળતા પ્રસિદ્ધિ અપાવે છે અને પ્રસિદ્ધિ... ? પ્રસિદ્ધિ તમને દુનિયાની વચોવચ લાવીને મૂકી દે છે. તમારી દરેક તાકાત અને નબળાઈ જે અત્યાર સુધી બંધ દરવાજા પાછળ છૂપાયેલી હતી તે હવે દુનિયા સામે હોય છે. ૨૦૧૪ની લોકસભા ચૂંટણીમાં ૨૮૨ સીટો પછી ભાજપ અને આરએસએસ સાથે કંઈક આવું જ થયું. દેશભરમાં લોકો આરએસએસ અને ભાજપના સભ્ય બનવા લાગ્યા. આરએસએસની શાખાઓમાં જઈ તેના વિશે જાણવાની અને હિંદુત્વ વિશેની દેશવ્યાપી ચર્ચામાં શામેલ થવાની મહેચ્છા લોકોને થવા લાગી. પણ રાતોરાત બનેલા એ કરોડો સભ્યો પછી પણ દિલ્લી અને બિહારમાં તેમની ભયંકર હાર થઈ. દેશનો બુદ્ધિજીવી વર્ગ તેનાથી દૂર જવા લાગ્યો. જેએનયુની ઘટના પછી સબૂતોના અભાવ છતાં કનૈયાને પકડવામાં થયેલી ઉતાવળે કનૈયાને હીરો બનાવી દીધો અને દેશભક્તિના નામે કનૈયાને સીધો જ ફટકારવા આવેલ સંઘના રાષ્ટ્રવાદી લોકો વિચારશક્તિ વિહોણા ભાવુક ભક્તો તરીકે ઉપસી આવ્યા. એક બાજુ કાર્લ માર્કસથી માઓ ઝેડોન્ગ સુધીની પોતાની વિચારધારાને પોપટની જેમ સ્પષ્ટ બોલી જતા 'આઇડીઓલોજીકલી સાઉન્ડ' લેફ્ટના વિદ્યાર્થીઓ અને બીજી બાજુ બસ 'ભારત માતા કી જય' બોલીને પોતાના વૈચારિક દેવાળિયાપણાનું પ્રદર્શન કરતા સંઘ અને ભાજપના લોકો. આ બધું છેલ્લા બે વર્ષમાં જ જોવા મળ્યું છે.

આ બધાથી અસમ જેવા દશકોથી હિન્દુ સમ્માન માટે સંઘર્ષ કરતા રાજ્યો તો જીતાઈ જાય પણ પશ્ચિમ બંગાળ, કેરલ, તમિલનાડુ અને ઉડિસા જેવા શાંત અને સર્વસહિષ્ણુતાનો સ્વભાવ ધરાવતા રાજ્યો (ત્યાંની સહિષ્ણુ અને શાંત હિન્દૂ વસ્તીના સ્વભાવના કારણે) કેવી રીતે જીતાય? દરેક રાજ્યમાં ચૂંટણી આવે એટલે કોઈને કોઈ હિંદુ ભાવનાઓને ભડકાવતો મુદ્દો ઉભો કરવો અને મતોનું ધ્રુવીકરણ કરવું. દાદરી જેવી ખોટી હત્યાને ગૌમાંસનો મુદ્દો બનાવી જસ્ટીફીકેશન આપવું કે હિંદુ ગૌરવમાંથી હિંદુ દાદાગીરી દેખાવા લાગે તેવા નિવેદનો આપવા. આ બધું ઉત્તરપ્રદેશ માટે જો ફરી શરું થયું તો સંઘ અને ભાજપને લાંબાગાળાનું ઘણું મોટું નુકસાન વેઠવું પડશે. કારણ કે સદીઓથી શાંતિ અને જ્ઞાનની હિમાયત કરતું હિંદુ માનસ હવે આ આખી અંધભક્તિથી ઉબવા લાગ્યું છે. ભાજપ અને આરએસએસ આ બે વર્ષમાં એ મુખ્ય વાત સમજવામાં નિષ્ફળ ગયા છે કે કટ્ટરતા ક્યારેય હિંદુ માનસની ઓળખ નથી રહી. શિવાજી અને બાજીરાવ પેશ્વા જેવા મોઘલ સત્તાને જડમુળથી ઉખાડી દેવા યુદ્ધે ચડનારા હિંદુઓ પણ મુસ્લિમ ધર્મ પ્રત્યે આજીવન સહિષ્ણુ રહ્યા હતા. અરે, સર્વધર્મસમભાવથી રાજ કરતો અકબર જેવો મુસ્લિમ રાજા પણ આ દેશના હિંદુઓએ સહર્ષ સ્વીકાર્યો હતો. પણ જ્યારે ઔરંગઝેબે ભારતનું ઇસ્લામીકરણ કરવાની હરકત કરી ત્યારે મરાઠાઓ ઉભા થયા અને મુઘલ સામ્રાજ્યના પતનને આરંભ કરી દીધું.

આમ, વિવેકાનંદે શિકાગોમાં કહેલી - 'હિંદુ ધર્મ જગતના તમામ ધર્મને સાચા માને છે અને તેમનું સમ્માન કરે છે.'- એ વાત અસલમાં હિંદુ માનસનું પ્રતિબિંબ છે. સર્વધર્મ સમભાવ અને વૈશ્વિક સહિષ્ણુતા દરેક હિંદુનો નૈસર્ગિક સ્વભાવ છે. એ સ્વભાવ પર જ્યારે આઘાત થાય છે ત્યારે જ હિંદુ યુદ્ધમાં ઝંપલાવે છે. પછી એ યુદ્ધ ચાહે પોતાને મુસ્લિમ કહેતા માણસથી હોય કે પોતાને હિંદુ કહેતા માણસથી. હિંદુ માનસ સામેવાળાની એ એકતરફી કટ્ટરતાને ટકવા દેતું નથી. એટલે ભાજપ અને સંઘને એ સ્થાને જ સફળતા મળી રહી છે જ્યાં આ વિશ્વબંધુત્વના હિંદુ સ્વભાવ પર બીજા સંપ્રદાય વડે આઘાત થઈ રહ્યો છે. જે સ્થાને આવી કોઈ પરિસ્થિતિ નથી ત્યાં ભાજપ પોતે જ તે સ્વભાવ પર એક આઘાત સાબિત થાય છે અને એટલે ત્યાંનું હિન્દુ વોટિંગ પણ તેના વિરુદ્ધમાં થાય છે. આ જ એ મુખ્ય ફર્ક છે જે ભારતના ધર્મને આરબ અને યુરોપના ધર્મોથી અલગ પાડે છે. હિંદુમાનસનું આ રહસ્ય સંઘને જેટલું શક્ય બને તેટલું ઝડપી સમજી જવું પડશે.

આ ૧૯૭૦નું ભારત નથી. આ એકવીસમી સદીનું જાગૃત ભારત છે. જે પાર્ટી ગરીબોને ગરીબ બનાવી રાખી વોટબેંક તરીકે વાપરતી હતી તેને તે જ ગરીબોએ સાવ તળિયે ધકેલી દીધી છે. એટલે આરએસએસ સામે હવે બે

જ ભવિષ્ય છે. એક - જેમ આજ સુધી અવૈચારિક હિંદુભક્તિથી લોકોને ક્ષણિક પોતાના તરફી કર્યા છે તેમ હજી પણ નવા નુસખા અને બહાના સાથે ચાલુ રાખે. જેમાં આગળ જતા જેમ ગરીબો છેલ્લે પેલી પારિવારિક પાર્ટીને ઓળખી ગયા તેમ હિંદુઓ એક દિવસ આ વિચારવિહીન પાર્ટીને ઓળખી જશે અને ત્યાં સુધીમાં જો કોઈ બીજી પાર્ટીએ વૈશ્વિક સ્વીકૃતિ ધરાવતા આધ્યાત્મિક હિંદુવાદને પોતાની વિચારધારા તરીકે પેશ કરી દીધું તો તે દેશમાં આરએસએસનો શ્રેષ્ઠ વિકલ્પ બની જશે. પછી તો તે હિંદુ સંસ્કૃતિ વિરુદ્ધ ચાલતા રાજનૈતિક અને ધાર્મિક ષડયંત્રોને પણ લોકશાહીના માર્ગે નાથવા દેશના તમામ હિંદુઓને પોતાની હિંદુ બૌદ્ધિકતાથી મનાવી લેશે.

અથવા બીજું ભવિષ્ય - આરએસએસ પોતે જ ફક્ત સાંસ્કૃતિક સંગઠનમાંથી એક હિંદુ બુદ્ધિજીવી સંગઠન બની જાય. પણ તે માટે તેને અત્યારથી જ યુદ્ધના ધોરણે ઘોર વૈચારિક મંથન શરૂ કરવું પડશે. તેને પોતાની કાર્યપદ્ધતિ, વિચારધારા અને રાજનૈતિક દ્રષ્ટિકોણને વેદાન્તના અધ્યાત્મને અનુરૂપ બનાવવા પડશે. તેને પ્રાચીન ઋષિઓના પ્રતિનિધિ બનવું પડશે. શ્રી દલાઈ લામાએ હમણાં જ તેમના એક ઇન્ટરવ્યૂમાં કહ્યું હતું કે જો દુનિયાને હિંસાથી મુક્ત કરવી હોય તો એકવીસમી સદી સંવાદની સદી બનાવવી પડશે. સંવાદની એ સદીમાં હુલ્લડો નહી ચાલે. એમાં તો એટલી તાર્કિકતા અને પારદર્શિતા કેળવવી પડશે કે સો મુસ્લિમ અને સો ખ્રિસ્તી મિત્રો સામે આપણે જે શબ્દો સાથે આપણી વિચારધારા કહીએ બિલકુલ તે જ શબ્દો સાથે તે વિચારધારા આપણે બંધ દરવાજા પાછળ અંગતમાં આપણા હિંદુ મિત્રોને પણ કહેતા હોવા જોઈએ એટલી સ્પષ્ટ અને વૈશ્વિક વિચારધારા કે જેને યુનાઇટેડ નેશન્સમાં જઈને આખી દુનિયા સામે ગૌરવથી રજૂ કરી શકાય. વિવેકાનંદના વિચારો અનુસાર તે વિચારધારા કંઈક આ પ્રમાણે કહી શકાય.

વેદાન્તનો હિંદુ ધર્મ કોઈ ખ્રિસ્તીને હિંદુ બનવાનું નથી કહેતો. ન કોઈ મુસ્લિમને કે ના યહુદીને, તે કહે છે કે દરેક ખ્રિસ્તી હજુ વધારે સારો ખ્રિસ્તી બને અને સત્યને પામી લે. દરેક મુસ્લિમ હજુ સારો મુસ્લિમ બને અને સત્યને પામી લે. દરેક મેથોડોલોજીસ્ટ અને વૈજ્ઞાનિક જે નાસ્તિક છે તે હજી વધારે સારા તર્ક અને વિજ્ઞાન વિકસાવે જેથી તે સૃષ્ટિના આખરી સત્યને પામી લે. સત્ય એક જ છે અને એને જે પણ રસ્તે મેળવી શકાતું હોય તે દરેક રસ્તો વેદાન્તમાં સ્વીકારાયો છે અને હિંદુત્વ તે દરેકનું સમ્માન કરે છે. એક નાસ્તિક પણ જો પોતાની સ્વયંભૂ ચેતનાથી સત્યની શોધમાં હોય તો તે પણ હિંદુત્વનું જ પાલન કરી રહ્યો છે. તો પછી ધર્માંતરણો શાના? ધર્માતરણોમાં ક્યાંય ધર્મ નથી, બસ રાજનીતિ છે. ધર્મના નામે સત્તા મેળવવાની અને અહમ સંતોષવાની રાજનીતિ. ધર્માંતરણોએ

આ દુનિયાને બિનજરૂરી હરિફાઈમાં ઝીંકીને બદસૂરત બનાવી દીધી છે. તેણે માનવજાતિને રક્તપાત, અમાનુષી અત્યાચારો અને ષડયંત્રોથી કલંકિત કરી છે. એટલે જરૂરી છે કે ભારત જ નહીં સમગ્ર વિશ્વ વેદાંતના આ સેક્યુલર માર્ગને અપનાવે અને સત્યપ્રાપ્તિને માનવજાતિનું મુખ્ય ધ્યેય માને. દરેક ધર્મીના તત્ત્વજ્ઞાનના શ્રેષ્ઠ પાસાઓને દુનિયાભરની શાળાઓમાં ભણાવવામાં આવે જેથી માનવ જાતિની આવનારી પેઢીઓ અનુભવી શકે કે આપણે બધા છેલ્લે મનુષ્યો જ છીએ અને એક જ સત્યને પામવા મથીએ છીએ. વેદાન્તના આ માર્ગે જ આપણા ધર્મી સાચા અર્થમાં માનવજાતિને જોડવાનું કાર્ય કરશે અને એ જ તો 'ધર્મ', 'મજહબ' અને 'રીલીજન' શબ્દનો અર્થ છે - 'જોડવું.'

હિંદુત્વનો ભગવો રંગ ઋષિઓના અધ્યાત્મનું પ્રતિક છે અને અધ્યાત્મ જ સત્યપ્રાપ્તિના એકમાત્ર માર્ગ છે. આમ, આરએસએસ પોતાની વિચારધારાને સંપ્રદાયના ભગવા રંગમાંથી અધ્યાત્મના ભગવા રંગમાં લાવી શકશે કે નહીં એ જ નક્કી કરશે કે તે આવનારા સમયમાં આ બે ભવિષ્યમાંથી કયા ભવિષ્ય તરફ ઢળશે. હિંદુત્વ કોઈ એજન્ડા નથી. એ માનવ જાતિએ સર્જેલો અત્યાર સુધીનો શ્રેષ્ઠત્તમ વિચાર છે. તે એક જવાબદારી છે. એના પ્રતિનિધિ બનવા માટે પહેલા એના લાયક બનવું જરૂરી છે.

"૩૧ મે, ૨૦૧૬, ગુજરાત સમાચાર - રવિપૂર્તિ."

26

ધ લાસ્ટ સામુરાઇ: જાપાનમાં આધુનિકતા અને પરંપરાના અદભૂત સમન્વયનું કારણ

જાપાનમાં સામુરાઈ યોધ્ધાઓનો ઇતિહાસ ઇ.સ. ૭૯૪થી શરૂ થાય છે. તે સમયે સામુરાઈઓ જાપાની જમીનદારોના સહાયક તરીકે ફરજ બજાવતા. પરંતુ બારમી સદીના ઉત્તરાર્ધ સુધીમાં આ જમીનદારોની તાકાત એટલી વધી ગઈ કે ધીરે ધીરે જાપાનની સત્તા સમ્રાટના હાથથી ખસીને જમીનદારોના હાથમાં આવી ગઈ. તેમા વળી ઇ.સ. ૧૧૮૦ થી ૮૫ સુધી આવા શક્તિશાળી જમીનદારો જાપાનની સત્તા માટે અંદરો અંદર લડાયા. આ લડાઈ તેમના સામુરાઈઓ વચ્ચે હતી, જેમાં જાપાની ઇતિહાસમાં અત્યાર સુધીના સર્વશ્રેષ્ઠ સામુરાઈ ગણાતા મીનામોટોની જીત થઈ.

આથી મીનામોટોનો જમીનદાર વંશ જાપાનની સત્તા પર બેઠો અને તમામ રાજકીય સત્તાઓ સામુરાઈઓના હાથમાં આવી. આવા સમયે ભારતમાંથી વાયા ચીન જાપાન પહોંચેલો બૌધ્ધ ધર્મ ઝેન બુધ્ધિઝમના નામે આગળ આવ્યો. સામુરાઈઓ ઝેન બુધ્ધિઝમથી પ્રભાવિત થયા અને એક આક્રમક યોધ્ધામાંથી આધ્યાત્મિક યોધ્ધા બન્યા. તેમની જીવન પધ્ધતિ એક યોગી જેવી બની. આગળ જતાં તેઓમાં કોન્ફિશિયસની વિચારધારા પણ ભળી. સામુરાઈ શબ્દનો અર્થ હતો 'સેવા કરવી'. હવે તેઓ આ અર્થને મોટા પરીપેક્ષમાં જીવવા લાગ્યા.

તેમની તલવાર હવે તેમના સમ્માનનું પ્રતિક હતી. સામુરાઈઓ એ હદે સમ્માનપ્રેમી હતા કે કોઈ સામુરાઈ તેની ઉપયોગિતા નષ્ટ થઇ જાય તો આત્મહત્યા કરી લેતો. અને તે એક સમ્માનીય મોત ગણાતું.

તેરમી સદીમાં જાપાન પર થયેલા મોંગોલીયાના આક્રમણોને પરાસ્ત કરવામાં સામુરાઈઓની સત્તા નબળી પડી. અશીકાગા નામના એક યોધ્ધાએ આવા સમયે સામુરાઈઓ સામે બળવો કર્યો અને ૧૩૩૬માં ક્યોટોમાં અશીકાગા સરમુખત્યારશાહી સ્થાપી. આમ, જાપાન બે સત્તાઓ વચ્ચેના સંઘર્ષમાં આવ્યું. દોઢ સદી પછી અશીકાંગા સરમુખત્યારશાહીની સેના સામુરાઈઓ સામે હારી. પરંતુ, હજુ કેટલાક જમીનદારોનાં જૂથ સ્વતંત્ર અસ્તિત્વ જાળવી રાખવામાં સફળ રહ્યાં. આ રીતે અલગ અલગ સત્તા-કેન્દ્રો ધરાવતા જાપાનને છેક ૧૬૧૫માં ટોકુગાવા લેયાસુ નામના યોધ્ધાએ એક સત્તા હેઠળ એકત્રિત કર્યું. આ ટોકુગાવાના વંશજો હવે રાજા કહેવાતા જેમના રક્ષણની અને રાજ્ય ચલાવવાની જવાબદારી સામુરાઈઓની હતી. સામુરાઈનો મુખ્યા રાજાનો ગુરુ ગણાતો.
પરંતુ ઓગણીસમી સદીના પુર્વાર્ધમાં જાપાન દુષ્કાળ. અછત અને ગરીબીની જપેટમાં આવ્યું. એક બાજુ વિશ્વ પશ્ચિમી ઔદ્યોગીકરણ અને આધુનિકીકરણથી સજ્જ થઇ રહ્યું હતું. આવા સમયે ૧૮૫૩માં અમેરીકન નેવીનો એક ઓફીસર મેથ્યુ પેરી તે સમયના પચીસ વર્ષના જાપાની રાજા મેઇજીને મળવા આવ્યો. તેણે રાજાને આધુનિકીકરણ અપનાવા અને વૈશ્વિક વેપાર માટે જાપાનના દ્વાર ખોલવા માટે આહ્વાન કર્યું. મેઇજીએ તે સ્વીકારી લઇ જાપાનને સંપૂર્ણ રીતે આધુનિક રંગમાં રંગવાનો નિર્ણય લીધો. અમેરીકાથી અન્ય માટે આધુનિક હથિયાર અને તાલીમ માટે યોધ્ધાઓ. જર્મનીથી આર્કીટેક્ટ. હોલેન્ડથી એન્જીનીયર અને રશિયા, બ્રિટન તેમજ ફ્રાન્સથી અન્ય મદદ મંગાવવામાં આવી. ટૂંકમાં જાપાનનું 'મેક ઇન જાપાન' અભિયાન શરૂ થયું.

આ સાથે સામુરાઈઓ પાસેથી રાજકીય વહીવટ છીનવી લઇ રાજાની દેખરેખ હેઠળ ચાલે તેવી લોકશાહી ઢબની સરકાર શરૂ થઈ. પરંતુ, સત્સુમા નામના મુખ્ય સામુરાઈએ રાજાના આ નિર્ણયનો વિરોધ કર્યો. જ્યારે કેટલાક સામુરાઈઓ રાજાના નિર્ણય સાથે ઉભા રહ્યા. અહીંથી સત્સુમાએ વિરોધી સામુરાઈઓનું નેતૃત્વ લઇને રાજા સામે વિદ્રોહ કરી દીધો. આમ, જાપાનના પ્રાચીન અને આધુનિક યુગ જાપાનના ભવિષ્ય માટે લડવા લાગ્યા. લડવું એ જ સામુરાઈઓનું હજારો વર્ષોથી એકમાત્ર કામ હતું.
આથી, રાજાએ મદદ માટે અમેરીકાથી આધુનિક હથિયારો સાથે કેટલાક ભાડાના યોધ્ધાઓ પણ મગાવ્યા. એવા યોધ્ધાઓમાં કેપ્ટન નેથન અલગ્રેન નામનો એક યોધ્ધો જાપાનમાં આવ્યો. અહીંથી ફીલ્મ 'ધ લાસ્ટ સામુરાઈ' શરુ થાય છે.

એલગ્રેન (ફીલ્મમાં ટોમ ક્રુઝ) અમેરીકામાં પણ ત્યાંના મૂળ રહેવાસી એવા રેડ ઇન્ડિયનોના વિદ્રોહી કબીલા વિરુધ્ધ લડતા નિર્દોષ સ્ત્રી-પુરુષો અને બાળકોની હત્યા કરી ચૂક્યો છે. આ વાત તેના આત્માને સતત ચૂભી રહી છે અને તે એ યાદોથી છૂટવા માગે છે. આમ લડતાં લડતાં મૃત્યુ પામીને જીવનથી છૂટકારો મેળવવા તે જાપાન આવ્યો છે.

અહીં તે જાપાનના ખેડૂતોમાંથી સૈનિકો બનેલા લોકોને બંદૂક ચલાવતા શીખવે છે અને સામુરાઈઓ સામે યુધ્ધમાં તેમનું નેતૃત્વ કરે છે. પરંતુ, કાચા સૈનિકો સામુરાઈઓ સામે અધવચ્ચેથી ભાગી જાય છે અને અલગ્રેન એકલો સામુરાઈઓ સામે લડતો રહે છે. તેને લડતો જોઈ સામુરાઈઓનો મુખ્યા કાત્સુમોટો (ફીલ્મમાં સત્સુમાનું નામ બદલવામાં આવ્યું છે) સામુરાઈઓને તેની હત્યા કરતા અટકાવે છે. તે ઘાયલ અલગ્રેનને બંધી બનાવી તેના ગામડામાં લઇ જાય છે અને તેની ડાયરી વાચે છે. કાત્સુમોટો અલગ્રેન સાથે વાતચીત કરી તેના દુશ્મનને જાણવા માગે છે અને અલગ્રેન સામુરાઈઓના જીવનને. શિયાળામાં બરફ પડવાથી કાત્સુમોટોના ગામનો રસ્તો જાપાનની રાજધાનીથી કપાઈ જતો હોય છે.

આથી, ચાર મહીના અલગ્રેન ત્યાં જ રહે છે અને સામુરાઈઓના આધ્યાત્મિક અને સંતુલિત જીવનથી પ્રભાવિત થાય છે. તે અને કાત્સુમોટો હવે મિત્રો બને છે. અલગ્રેન હવે શાંત બને છે અને જીવનના અર્થને પામે છે. આધ્યાત્મિકતા બોલવાથી નહીં જીવવાથી અસર દેખાડે છે એ સંદેશ ફીલ્મમાં સામુરાઈઓની જીવન પધ્ધતિ દ્વારા સુંદર રીતે ઉપજાવવામાં આવ્યો છે.

ઉનાળામાં કાસ્તુમોટો અન્ય સામુરાઈઓ અને અલગ્રેન સાથે રાજા સામે વાટાઘાટો માટે આવે છે. કાત્સુમોટો રાજાને સમજાવે છે કે આ આધુનિકીકરણ જાપાનના કેટલાક ઉદ્યોગપતિઓના ફાયદા માટે છે અને તેઓ કાત્સુમોટોને રસ્તામાંથી હટાવી જાપાનની સત્તા હડપી લેવા માંગે છે. પણ રાજા સમજતો નથી તે સંસદમાં ઠરાવ પાસ થવા દે છે કે સામુરાઈ યુગ હવે સમાપ્ત થઇ ચૂક્યો છે. એટલે કાત્સુમોટોએ પોતાની તલવાર રાજાને સોંપી દેવી. સામુરાઈની તલવાર જ એનું સમ્માન હોય છે. કાત્સુમોટો તલવાર સોંપતો નથી અને ત્યાંથી જતો રહે છે. પોતાની જરુર ન રહેતાં હવે તે સામુરાઈ રીવાજ મુજબ આત્મહત્યા કરવા જતા હોય છે.

એવામાં અલગ્રેન આવે છે અને કહે છે કે શું સામુરાઈ યુગ આ રીતે પૂરો થશે ? સામુરાઈનો અર્થ હતો સેવા કરવી અને રાજાને અત્યારે તેની સૌથી વધારે જરુર છે જ્યારે તે કેટલાક લાલચું અને સ્વાર્થી માણસોથી ઘેરાયેલા છે. આ સમય છે સામુરાઈના સિધ્ધાંતોને ગમે તે ભોગે રાજા સુધી પહોંચાડવાનો. કાત્સુમોટો વાત

સમજી જાય છે અને રાજા સામે આખરી યુધ્ધ છેડે છે. અલગ્રેન પણ તેના તરફથી લડે છે.

પાંચસો સામુરાઈઓ તલવાર અને તીર સાથે બંદૂક, મશીનગન અને તોપગોળા ધરાવતા બે હજાર જાપાની સૈનિકો અને અમેરીકી અફસરો સામે યુધ્ધ કરે છે. છેવટે બધા સામુરાઈ મૃત્યુ પામે છે અને કાત્સુમોટો તેમજ અલગ્રેન ઘાયલ થાય છે. કાત્સુમોટો અલગ્રેનને કહે છે કે તેણે તેનો સંદેશપહોંચાડી દીધો. હવે તેને શાનથી મરવા દે. અલગ્રેન તેને આત્મહત્યા કરવામાં મદદ કરે છે અને તેની તલવાર લઇને રાજા પાસે પહોંચે છે. તલવાર જોઇને રાજાને સામુરાઈઓના શૌર્ય, આત્મસમ્માન અને શિસ્તબધ્ધ આધ્યાત્મિક સિધ્ધાંતોની યાદ આવે છે. તે જાપાનના આધુનિકીકરણમાં પોતાનો સ્વાર્થ સાધતા ઉદ્યોગપતિઓને ઓળખે છે અને તેમને જેલમાં પૂરે છે. સામુરાઈની તલવાર જોઇને રાજા સમજી જાય છે કે ચાહે કેટલી પણ આધુનિકતા ધારણ કેમ ન કરી લઇએ પણ આપણે ક્યારેય ન ભૂલવું જોઇએ કે મૂળતઃ આપણે કોણ છીએ. આપણી સંસ્કૃતિ જ આપણું મૂળ છે અને તે આપણે હંમેશા સાચવી રાખવાનું છે.

આમ, સામુરાઈઓનો યુગ સમાપ્ત થઇ જાય છે પણ ત્યારબાદ રાજા જે પણ નિર્ણયો લે છે તેમાં આધુનિકતા સાથે જાપાનની સભ્યતાની જાળવણીને પણ મહત્ત્વ આપે છે. મેઇજીના શાસનમાં શરૂ થયેલો જાપાનનો આ બદલાવ 1868 થી 1912 સુધી ચાલ્યો. જેના અંતે વીસમી સદીની શરૂઆતમાં જ જાપાન વિશ્વનો એક અતિઆધુનિક દેશ બન્યો. પરંતુ તેમાં જાપાની સભ્યતા અને પરંપરાનું દર્શન કેન્દ્રમાં હતું. અને આજે પણ તે આપણે જાપાનમાં જોઈ શકીએ છીએ જે અસલમાં છેલ્લા સામુરાઈએ આપેલા સંદેશનું પરીણામ છે. આજે ભારતના નેતાઓ જે ન્યુ ઇન્ડિયા બનાવવાનું સ્વપ્ન પેશ કરી રહ્યા છે એમાં જાપાનના ઇતિહાસની આ ઘટના મહત્વપૂર્ણ પ્રેરણા આપી શકે છે.

“૨૭ માર્ચ, ૨૦૧૬, ગુજરાત સમાચાર - રવિપૂર્તિ.”

27

અર્જુનનો વિષાદયોગ : ડાબેરી વિચારધારાની ઉત્પત્તિનું મૂળ

'આ યુધ્ધમાં મારા પોતાના સ્વજનોને હણવાથી કોઈ કલ્યાણ થતું હું જોતો નથી. હું આ સ્વજનોને હણીને કોઈ સુખ, વિજય કે રાજ્યની કામના કરી શક્તો નથી.' (ગીતા, અધ્યાય-૧, શ્લોક ૩૧) - આવું કહેવું જો અર્જુનની મહાનતા હોય તો આજના બધા ડાબેરીઓ અને સ્યુડોસેક્યુલરો મહાન છે. પણ જો કૃષ્ણએ અર્જુનને આવી મહાનતા અનુસરવા દીધી હોત તો યુધ્ધ દુર્યોધન જીતી જાત અને કૃષ્ણના જ શબ્દોમાં 'દુર્યોધન ઇતિહાસકારો પાસે એવું લખાવી દેત કે પાંડવો અધર્મી હતા અને દ્રૌપદી એક વેશ્યા હતી જે પાંચ પુરુષો સાથે રહેતી હતી. અને દુર્યોધને એમને હણીને ધર્મની સ્થાપના કરી.' પોતાની જ ભાભીના ભરી સભામાં વસ્ત્રો ખેંચનારા દુનિયા પર રાજ કરત અને પ્રજા સુધી એ સંદેશ જાત કે જીત છેલ્લે અધર્મી અને કપટી લોકોની જ થાય છે. જેવો રાજા એવી પ્રજા પ્રમાણે સમગ્ર સમાજ અધર્મ અનુસરવામાં જ ભલાઈ સમજત અને આજે આપણા સુધી 'અધર્મ જ જીતે છે' - એ આદર્શ પહોંચ્યો હોત. કે પછી અધર્મને અનુસરીને જીવનારો એ સમાજ આ એકવીસમી સદી સુધી પહોંચી શક્યો હોત કે કેમ એ પણ એક સવાલ છે. આમ, જે 'સત્યમેવ જયતે' ના સુત્ર સાથે આપણે આપણા બંધારણને રચ્યું છે એ સૂત્ર આપણા સુધી ન પહોંચ્યું હોત જો અર્જુને ખરેખર ઉપર જણાવી એવી લેફ્ટીસ્ટ મહાનતા બતાવી હોત તો.

આજે અર્જુનના એ વિષાદયોગને યાદ કરવો એટલે જરૂરી બન્યો છે કારણ કે ઉદારતાના બહાના પાછળ પોતાની કાયરતા છુપાવનારી એ ડાબેરી વિચારધારા આજે ફેશનેબલ, બુધ્ધિજીવી અને મહાન વિચારક હોવાનો એક સ્ટેમ્પ બની રહી છે. દ્વારીકાધીશ કૃષ્ણના ઘર ગણાતા આપણા ગુજરાતમાં પણ આવી અધર્મને પોષણ આપનારી ઉદારતા ધારણ કરનારાઓ વધી રહ્યા છે. મહાભારતના યુધ્ધ પહેલા અર્જુનમાં ઉભી થયેલી એ દુર્બળતાને વિષાદયોગ કહે છે. સત્ય અને ધર્મની રક્ષા માટે જ્યારે લડવાનો સમય આવે ત્યારે માણસ એ યુધ્ધથી ડરીને શાંતિ, ઉદારતા અને માનવતાવાદી વાતો શરુ કરી દે ત્યારે એને વિષાદયોગ કહે છે. વિવેકાનંદના શબ્દોમાં 'અર્જુનને થયું કે યુધ્ધ સામે જોઇને એનામાં સત્વગુણ ઉત્પન્ન થયો છે. જ્યારે અસલમાં એ તમોગુણ હતો. માનવતા માટે જે જરુરી હતું એ ધર્મકાર્યમાંથી એ ખરા સમયે થતું પલાયન હતું અને એ પલાયનને ઉદાર અને માનવતાવાદી વાતોથી છુપાવવાની કોશિશ અર્જુન અજાણતાં જ કરી રહ્યો હતો.' આ તમોગુણી પલાયનવાદમાંથી જ ડાબેરી એટલે કે લેફ્ટ વિચારધારાની ઉત્પત્તિ થાય છે. પોતાની વ્યક્તિગત શાંતિ અને પ્રસિધ્ધિમાં ક્યાંક ઉણપ ન આવે એટલા માટે કેટલાક લોકો આવી બનાવટી ઉદારતાનું પાખંડ ધારણ કરે છે. જ્યારે અસલમાં એના મૂળમાં સત્યને અનુસરવાની શક્તિનો અભાવ જ હોય છે.

સત્ય કહેવાની કેવી નૈતિક શક્તિહીનતાથી ડાબેરી વિચારધારા જન્મે છે એ સમજીએ. ઇ.સ. ૭૧૨માં મોહમ્મદ બીન કાસીમે ભારતના સિંધને જીતી લીધું ત્યારે તેણે સિંધ પ્રદેશના હજારો હિંદુ પુરુષોના ગળા કાપી નાખ્યા અને હિંદુ સ્ત્રીઓને ગુલામ બનાવી. એ ગુલામ સ્ત્રીઓમાંથી પાંચમા ભાગની સ્ત્રીઓને આરબમાં તેના ખલીફા સુધી મોકલવામાં આવતી અને બાકીની એંશી ટકા સ્ત્રીઓ તેના મુસ્લિમ સૈનિકોમાંગુલામ તરીકે વહેંચી દેવામાં આવતી. સિંધ અને બલુચિસ્તાનું ધર્માતરણ કંઇક આ રીતે શરુ થયેલું.

જે રાજપુત અને બ્રાહ્મણ સ્ત્રીઓ આરબોના હાથમાંથી બચી ગઈ તે 'જૌહર' કરીને જીવતી સળગી ગઈ. અહીંથી જૌહરની એ પ્રથા શરુ થઇ જે છેક અઢારમી સદી સુધી મોગલોથી બચવા રાજપુત સ્ત્રીઓ અપનાવતી. આ ઇતિહાસ અમેરિકાની વિસ્કોન્સીન-મેડિસન યુનિવર્સિટીમાં ભણાવવામાં આવે છે.

પણ ભારતમાં જે મહાન અને ઉદાર ડાબેરીઓએ ઇતિહાસ લખ્યો એમણે લખ્યું 'સાતમી સદીમાં મુસ્લિમ આરબોનું ભારતમાં 'આગમન' થયું અને તેમણે ઇસ્લામનો પ્રચાર પ્રસાર કર્યો.' નેહરુની 'ડિસ્કવરી ઓફ ઇન્ડિયા' અને શ્યામ બેનેગલની ભારત એક ખોજમાં તો રાણા સાંઘા જાણે કોમેડિયન હોય અને બાબરે ભારત પર આક્રમણ કરી ભારત ઉપર ઉપકાર કર્યો હોય એવું બતાવવામાં આવ્યું

છે. શિવાજી અને રાણા પ્રતાપને આ મહાન લોકો 'ભટકેલા દેશભક્તો' કહે છે. કેમ ? કારણ કે તેમણે મુસ્લિમ રાજાઓને ભારતમાંથી ભગાડવા યુધ્ધ કર્યા. એ 'ભટકેલા' હતા કારણ કે એ એવું ન સમજી શક્યા કે મુસ્લિમોએ આવીને બધાને મુસ્લિમ બનાવવાની કોશિશ કરી તો એમાં શું થઇ ગયું ? એ પણ મનુષ્ય છે અને આપણે પણ મનુષ્ય છીએ. એ રાજ કરે કે આપણે એમાં શું ફર્ક ? એ મુસલમાન બનાવે તો બની જવાનુ. એ કહે એમ અલ્લાહને ભજવાનું એમાં શું ફર્ક છે ? ઇશ્વર તો બધાનો એક જ છે. એમાં લડવાની ક્યાં જરુર છે ? જેમ અર્જુન બોલતો હતો કે 'યુધિષ્ઠિર રાજ કરે કે દુર્યોધન એમાં શું ફર્ક છે ? મારે શું કામ લડવું ? હું ના શાંતિથી જંગલમાં જઇને મુનિ બની જાઉં ?' જેમ અર્જુન પોતાની એ ક્ષણિક કાયરતામાં યુધિષ્ઠિર અને દુર્યોધન વચ્ચે ફર્ક નહોતો કરી શક્તો તેમ આ ડાબેરીઓ રામ અને રાવણમાં ફર્ક કરવા માગતા નથી. તેઓ કહે છે કે શૂર્પણખા રામ માટે આતંકવાદી હતી તો હનુમાન રાવણ માટે આતંકવાદી હતા.

આમ, જે લોકો સત્યના પડખે ઊભા રહેવાની પોતાની નૈતિક નપુંસકતાને છુપાવવા માટે સદીઓથી માનવજાતિનું રક્ષણ કરતી હિંદુ વિચારધારા અને સદીઓથી માનવજાતિનું ભક્ષણ કરતી એક વિચારધારા વચ્ચે ફર્ક નથી કરવા માગતા, જે લોકો વિશ્વના તમામ માનવોને પોતપોતાના માર્ગે ઇશ્વર મેળવવા પ્રોત્સાહન આપતી હિંદુ સનાતન વિચારધારા અને સમગ્ર વિશ્વને યા તો અમારા માર્ગને અનુસરો અથવા મરવા તૈયાર રહો એવું અલ્ટીમેટમ આપતી એક વિચારધારામાં ફર્ક નથી કરવા માગતા, જે રામ અને રાવણ, યુધિષ્ઠિર અને દુર્યોધનમાં ફર્ક નથી કરવા માગતા એ અસલમાં કોઇ પરગ્રહવાસીઓ નથી. એ અસલમાં અર્જુનના પેલા પલાયનવાદી વિષાદયોગમાંથી ઉત્પન્ન થયેલી એક નવી વિકૃત પ્રજાતિ છે. આધુનિક ભારતમાં આધ્યાત્મિક ચિંતનનો અભાવ જ ડાબેરીઓની ઉત્પત્તિનું કારણ છે. અર્જુનને તો કૃષ્ણએ બચાવી લીધો પણ બિનસાંપ્રદાયિકતાના પાખંડ હેઠળ આ આધુનિક ડાબેરીઓ સુધી કૃષ્ણનું ચિંતન પહોંચી શક્યું નથી. એટલે વૈચારીક રીતે કોરી સ્લેટ એવા એ વિચારકો ફેશનેબલ દેખાવા માર્કસના પશ્ચિમી નાસ્તિકવાદને અપનાવી લે છે કારણ કે એ રીતે તેઓ પશ્ચિમના એ ફેશનેબલ લોકો સાથે હાથમાં શેમ્પેઇનનો ગ્લાસ લઇને મહાન વાતો કરી શકે છે.

માનસિક કાયરતા ઉપર ઊભી થયેલી આ ડાબેરી વિચારધારા એક બૌધ્ધિક આતંકવાદ છે જે અધર્મી શક્તિઓને સમાજમાં સ્વીકૃતિ આપે છે. આ બૌધ્ધિક આતંકવાદ કોઇ ગોળીથી નહીં પણ કૃષ્ણ અને ગીતાના ગહન સામાજીક ચિંતનથી જ ખતમ કરી શકાશે. એટલે જરુરી છે વર્તમાન રાજવ્યવસ્થાથી અલગ રહીને એક વ્યાપક સામાજીક આધ્યાત્મિક ચિંતન શરૂ કરવામાં આવે જે

ઘરઘરમાં પેદા થયેલા આ વિષાદયોગી અર્જુનોને સત્ય અને અસત્યનું ભાન કરાવે.

"૧૬ ઓક્ટોબર, ૨૦૧૬, ગુજરાત સમાચાર - રવિપૂર્તિ."

28

મહારાણા પ્રતાપ : અકબરની ગૌરવગાથા નીચે દબાયેલો એક મહાન સંદેશ

મુઘલોના જ સુબેદાર દ્વારા પરાજીત રાજા ભારમલે રાજ્ય અને પરિવારની રક્ષા કરવા અકબર સામે પોતાની દીકરી હરખાબાઇ કે જોધાબાઇ જોડે લગ્ન કરવાની ઓફર મૂકી. આ રીતે રાજા ભારમલે અકબરને આધીન થઇ પોતાના રાજ્યનો વહિવટ પાછો મેળવ્યો અને ભત્રીજા માનસિંહને અકબરના દરબારમાં પોતાના જામીન તરીકે મોકલ્યો. આ બનાવે અકબરને એક નવા માર્ગની પ્રતિતિ કરાવી. તેણે હવે યુદ્ધમાં ખુવારી વેઠવાને બદલે નાના નાના રાજપૂત રાજ્યોને યા તો વિશાળ મુઘલ સેના સાથે યુદ્ધ કરો યા તો પોતાની કોઇ દીકરી કે બહેનને પોતાના સાથે પરણાવી મુઘલોના સંબંધી અને આધીન બનીને વહીવટ કરો- એ બે શરતો મૂકી. મોટાભાગના રાજપૂત રાજાઓ વિશાળ મુઘલ સેના સાથે યુદ્ધ કરી ખુવાર થવાના બદલે પોતાની દીકરીઓ કે બહેનોને અકબર સાથે પરણાવી તેના આધિન થવા લાગ્યા અને આ રીતે મોટાભાગના રાજપૂત રાજ્યો અકબરની સલ્તનત હેઠળ આવ્યા. પણ મેવાડના સિસોદીયા વંશના રાજા રાણા પ્રતાપે પોતાના પૂર્વજોની જેમ કોઇપણ રીતે અકબરની આધીનતા સ્વીકારવાની ના પાડી દીધી.

અકબરે પ્રતાપને મનાવવા એક પછી એક ચાર દૂત મોકલ્યા. છેલ્લે પોતાના ખાસ વિશ્વાસુ, રાજપૂત દરબારી માનસિંહને મોકલ્યો. પણ પ્રતાપે કહ્યું 'અમારી સ્ત્રીઓ અમારું સ્વાભિમાન છે અને અમે સ્વાભિમાનનો સોદો નથી કરતા.' ત્યારબાદ અકબરે તેના આધીન બનેલા બીજા એક રાજા ટોડરમલને પ્રતાપ પાસે મોકલ્યા. સંદેશ હતો કે "રાણા પ્રતાપ ખાલી તેના કોઇ એક રાજકુમારને બાદશાહ અકબરના દરબારમાં મોકલી દે અને મેવાડને મુઘલ સામ્રાજ્યનો ભાગ માની લે તો અકબર તેને મેવાડ જ નહીં અડધા ભારતનો સુબેદાર બનાવી દેશે.' પ્રતાપે કહ્યું, 'મેવાડની રાજકીય, સામાજિક અને સાંસ્કૃતિક સ્વતંત્રતાથી મૂલ્યવાન કંઇ નથી.' હવે ગુસ્સે ભરાયેલા અકબરે માનસિંહના નેતૃત્વમાં મોટી મુઘલ સેના મેવાડ પર આક્રમણ કરવા મોકલી. પણ એના પહેલા કે તે આક્રમણ કરે રાણા પ્રતાપની સેના હલ્દીઘાટીના સાંકડા મેદાનમાં ચારેબાજુથી એમના પર તુટી પડી. અકબરના પોતાના મુસ્લિમ ઇતિહાસકાર બદાયુંના શબ્દોમાં 'હલદીઘાટીનું એ આક્રમણ એટલું ભીષણ હતું કે ક્ષણભરમાં મોઘલોની સેના છિન્ન ભિન્ન થઇ ગઇ અને દક્ષિણમાં બનાસ નદી તરફ ભાગવા લાગી.' રાણા પ્રતાપની સેના બનાસ નદી પાસે પહોંચી અને ત્યાં ફરી ભીષણ યુદ્ધ થયું. પણ યુદ્ધ વચ્ચે પ્રતાપનો ઘોડો ચેતક ઘાયલ થઇ ગયો અને પ્રતાપને યુદ્ધ છોડીને જવું પડયું. ચેતક પ્રતાપને યુદ્ધથી બહાર લઇ ગયો અને મૃત્યુ પામ્યો.

હલદીઘાટીના યુદ્ધ પછી રાણા પ્રતાપે ઘણા વર્ષો ડુંગરો અને જંગલોમાં ભીલો સાથે કાઢ્યા. આ એ સમય હતો જ્યારે રાણા પ્રતાપ અને તેમનો પરિવાર ઘાસથી બનાવેલી રોટલી ખાતા. તેમણે પ્રતિજ્ઞા લઇ રાખી હતી કે જ્યાં સુધી હું સંપુર્ણ મેવાડને પાછું નથી લઇ લેતો ત્યાં સુધી કોઇપણ પ્રકારના સુખ નહીં ભોગવું.' આવા સમયે શેઠ ભામાશાહ જેવા સાહુકારો તેમની મદદે આવ્યા અને તેમના ધનથી રાણા પ્રતાપે ફરી મેવાડની સત્તાને સંકલિત કરી. તેમણે મેવાડની રાજધાની ચાવંડકુંડમાં સ્થાપી અને ૨૫,૦૦૦ ભીલ સૈનિકોની એક મોટી સેના ઉભી કરી જેણે મુઘલ સેના સાથે ગોરીલા યુદ્ધ શરૂ કરી દીધું. રાણા પ્રતાપના આ ગોરિલા યુદ્ધથી અકબરના નાકમાં દમ આવી ગયો. તેની સેનાની ભયંકર ખુવારી થઇ. અકબર આ પરીણામથી એટલો નિરાશ હતા કે તેણે માનસિંહના પોતાના સામે આવવા પર પ્રતિબંધ મૂકી દીધો. રાણા પ્રતાપના સંઘર્ષે આખા ભારતમાં ચેતના જગાડી કે કેવી રીતે પોતાની સ્વતંત્રતા માટે લડવાવાળા એક નાના રાજ્યના રાણાએ વિશાળ મુઘલ સેનાને હંફાવી. અકબર ક્યારેય મેવાડને પૂરી રીતે ના જીતી શકયો. ના તે રાણા પ્રતાપને પોતાના આધિન કરી શક્યો. જ્યાં સુધી રાણા પ્રતાપ જીવ્યા ત્યાં સુધી તેમણે મુઘલોના કબજામાં રહેલા મેવાડના પ્રદેશો મુક્ત કરાવવા ગોરીલા યુદ્ધ ચાલુ રાખ્યું. અને એક સ્વતંત્ર

રાજા તરીકે જ તેઓ ચાવંડમાં એક ઝુંપડીમાં મૃત્યુ પામ્યા. કહેવાય છે કે રાણા પ્રતાપના મૃત્યુના સમાચાર જ્યારે અકબરને મળ્યા ત્યારે તેની આંખોમાં પાણી ભરાઇ ગયા. તેણે ગમગીન મને તેના દરબારી કવિ દુસરા ઓરાને પ્રતાપ વિશે કંઇક ગાવા કહ્યું. કવિએ ગાયું "હે રાણા પ્રતાપ, તારા મૃત્યુ પર બાદશાહે દાંતો વચ્ચે જીભ દબાવી અને શ્વાસ છોડીને આંસુ ટપકાવ્યા. કારણ કે તેં ક્યારેય તારા ઘોડાઓ પર મુઘલોનો ડાઘ ના લાગવા દીધો. ના તે તારી પાઘડીને કોઇના સામે ઝુકવા દીધી. તારી રાણીઓ ક્યારેય નવરોજો પર ના ગઇ. ના તે ક્યારેય બાદશાહના ડેરાઓ પર હાજરી આપી. તું ક્યારેય બાદશાહી ઝરોખાઓ નીચે ઉભો ના રહ્યો, પણ તારો રૌફ આખી દુનિયા પર છવાયેલો રહ્યો. હું એ જ કહું છું કે બધી રીતે તું જ જીતી ગયો અને બાદશાહ અકબર હારી ગયો." કહેવાય છે કે આ સાંભળીને અકબરના દરબારમાં બેઠેલા માનસિંહ સહિતના તમામ રાજપુતોના માથા શરમથી ઝૂકી ગયા અને અકબરે તે હિંદુ કવિને એમ કહીને ઇનામ આપ્યું કે 'તેં મારા મનની લાગણીઓને બિલકુલ સાચી રીતે વ્યક્ત કરી.'

કહેવાય છે કે રાજપૂત સ્ત્રીઓ સાથે લગ્ન કર્યા પછી અકબર બદલાઇ ગયો હતો. તેણે હિંદુઓના તીર્થ પર લાગતા કર અને હિંદુઓના ધર્માંતરણને વેગ આપવા માટે લગાવેલો જજીયાવેરો નાબૂદ કર્યો હતો. તેણે ગૌહત્યા પર પ્રતિબંધ મૂકેલો. તેણે 'દિનેઇલાહી' નામની એક ધર્મનિરપેક્ષ શાસન પ્રણાલી ઉભી કરેલી જેમાં દરેક ધર્મને ઇશ્વર સુધી લઇ જવાવાળા સાચા માર્ગ તરીકે માનવામાં આવ્યો હતો. તેણે હિંદુમાંથી મુસ્લિમ બની ગયેલા લોકોને ફરી પોતાના ધર્મમાં જવાની છુટ આપી હતી. તેની એકપણ રાજપૂત રાણીનો ધર્મ બદલવામાં આવ્યો નહતો અને તેમના માટે મંદિરોની વ્યવસ્થા મહેલમાં જ કરવામાં આવી હતી. તે તેની હિંદુ રાણીઓ સાથે યજ્ઞમાં પણ ભાગ લેતો. તેણે સાચા અર્થમાં એક ધર્મનિરપેક્ષ શાસન ચલાવ્યું. જેના કારણે તેના આધીન રાજપૂત રાજાઓની વફાદારી તેની સાથે ટકી રહી. પણ પ્રતાપનો આદર્શ અકબરના શાસનમાં એક મહત્વપૂર્ણ ખૂટતી કડીરૂપ હતો. એક ધર્મનિરપેક્ષ શાસન ક્યારેય કોઇ એક ધર્મની સત્તા કે ઝંડા હેઠળ શક્ય નથી. અકબરે તેની રાણીઓના ધર્મ પરિવર્તન ન કરાવ્યા. પણ તે રાણીઓથી અકબરના જે સંતાનો થયા તે બધા મુસ્લિમધર્મી હતા અને તેમનામાં જ આગળ જતાં ઔરંગઝેબ જેવો ધર્મઝનૂની રાજા થયો જેણે અકબરની નીતિઓને ઉથલાવી આખા ભારતને મુસ્લિમધર્મી કરી દેવાની કોશિષ કરી. આમ, રાણા પ્રતાપ જાણતા હતા કે અકબરની આધીનતા એ ખાલી આજની રાજકીય પરાધીનતા નથી. તે તેમની આવનારી પેઢીઓની સાંસ્કૃતિક અને ધાર્મિક પરાધીનતા પણ છે.

જે રાજપૂત રાજાઓએ આજના ડાબેરી અને સ્યૂડો-સેક્યુલર લોકોની જેમ શાંતિ મેળવવા અકબરની આધીનતા સ્વીકારી લીધી તેમને રાણા પ્રતાપનો સંદેશ હતો કે ધર્મથી પતિત, આદર્શોથી ભ્રષ્ટ અને માતૃભૂમિના હિતથી વિમુખ થઇને શાંતિ મેળવવાની કોશિશ માણસથી એની સ્વતંત્રતા છીનવી લે છે અને સ્વતંત્રતાની કિંમતે મળેલી શાંતિ શાંતિ નહીં, કાયરતા છે. સ્વતંત્રતા જ મનુષ્યનું સ્વાભિમાન છે. અને સ્વાભિમાન ગુમાવીને કોઇ શાંતિ મેળવી શકાતી નથી. આમ, મહારાણા પ્રતાપના સંઘર્ષે પરાજીત હિંદુ માનસને સ્વતંત્રતાની કિંમત સમજાવી અને સ્વાધીનતાના એવા મૂળ રોપ્યા કે જે આગળ જતાં શિવાજી અને બાજીરાવ પહેલાના સમયમાં વટવૃક્ષ બનીને બહાર આવ્યા.૧૬ ઓક્ટોબર, ૨૦૧૬, ગુજરાત સમાચાર - રવિપૂર્તિ.

"૨૩ ઓક્ટોબર, ૨૦૧૬, ગુજરાત સમાચાર - રવિપૂર્તિ."

29

જેને ભારત પર રાજ કરવું છે તે પહેલા ભારતને સમજી લે

'આઘાત અને પ્રત્યાઘાત સરખા મૂલ્યના અને પરસ્પર વિરોધી હોય છે' - ન્યૂટનનો આ ત્રીજો નિયમ દુનિયા પર જેટલો સફળ સાબિત થયો છે એટલો ભાગ્યે જ કોઈ બીજો નિયમ થયો હશે. ભારતમાં જમણેરી વિચારધારા કહેવાતા ભાજપની સરકાર જેવી બની તેની સામે મૃતપ્રાય થઈ ગયેલી ડાબેરી વિચારધારાને વિરોધ કરવાનું નવું જોમ મળ્યું. અને ફરી સાબિત થયું કે આ માનવસમાજને ક્રિયા અને પ્રતિક્રિયામાં જ રસ છે. માનવ એક કટ્ટરવાદનો વિરોધ બીજા કટ્ટરવાદથી કરે છે. એક ખરાબીને ઉથલાવી બીજી ખરાબીને સ્થાપે છે. પણ મધ્યમાર્ગનું સત્ય સ્થાપવા જલદી તૈયાર થતો નથી. એટલે વિરોધાભાસી પાર્ટીઓની આ ધમાલ અસલમાં ભારતની સનાતન વિચારધારાથી વિમુખ થયેલા ભારતીય સમાજનું જ પ્રતિબિંબ છે.

દેશમાં રહેલો આ વિરોધાભાસ એક મુખ્ય સવાલનો જવાબ ન જાણવાના કારણે છે. સવાલ એ છે કે જેને શ્રેષ્ઠ, વિકસિત અને સુખી-સંપન્ન બનાવવાની વાત છે તે આપણો ભારત દેશ અસલમાં છે શું ? શું ભારત ગુજરાતથી અરુણાચલ અને કાશ્મીરથી કન્યાકુમારી સુધી ફેલાયેલો ભૂમિનો એક ટુકડો છે ? કે પછી તે એકસો પચ્ચીસ કરોડ લોકોનો બનેલો એક વિશાળ જનસમુહ છે જે અનેક ભાષાઓ, ધર્મો, જાતિઓ અને રીવાજો ધરાવે છે. કે પછી તે કોઈ એક નિશ્ચિત સંપ્રદાય અને સંસ્કૃતિ ધરાવતો ધાર્મિક દેશ છે જેનાથી અલગ તેની કોઈ

બીજી પહેચાન શક્ય નથી. જો ભારત ખાલી જમીનનો ટુકડો છે તો દેશની મૂળ નીતિ તે ભૂમિના ટુકડાના રક્ષણ માટે જ હોવી જોઈએ. એક આક્રમક સંરક્ષણ નિતી, જેવી ઈઝરાયેલની છે. પણ જો ભારતનો અર્થ તેમાં રહેતા સો કરોડ લોકોને માની લઈએ, તો સૌથી પહેલી વાત તેમાં રહેલા સિત્તેર ટકા ગરીબોની કરવી પડે. આ સંખ્યામાં એ ખેડૂતો પણ શામેલ છે.

જે પોતે મજૂરી કરીને દેશના ગોદામ ભરે છે પરંતુ, સાંજે તેમના વાસણોમાં અનાજ નથી હોતું. બાળકોની શિક્ષા તો દૂર, તાવ અને મેલેરીઆ જેવી સામાન્ય બિમારીઓથી બચવાની દવાઓ પણ તે ખરીદી શકે તેમ નથી. જો એકસો પચ્ચીસ કરોડ લોકોના જનસમુહને જ ભારત કહેવો હોય તો એ ધ્યાન પહેલું કરવું પડે એમ છે કે આ એકસો પચ્ચીસ કરોડમાંના એક ટકા લોકો પાસે આખા દેશની નેવું ટકા સંપત્તિ કેદ છે. બાકીના નૌવાણું ટકા લોકો દસ ટકામાં પોતાનું પેટ ભરી રહ્યા છે. પેલા એક ટકો ધરાયેલા પણ હિંદુ છે અને નવ્વાણું ટકા ભૂખ્યાઓમાં પણ હિંદુ છે. છતાંય તે ધરાયેલા ભૂખ્યાઓને મરતા જોઈ રહે છે. એટલે ધર્મની વાત એક છલાવો છે અને તમામ મનુષ્યોને તેમની મજૂરીના આધારે સમાન વેતન આપીગરીબ અને અમીર વચ્ચેનો ભેદ દૂર કરવો એ જ રાજનિતીનું મુખ્ય કાર્ય છે. આ જ ડાબેરીઓની સોચ છે.

અને જમણેરી સોચ કહે છે કે ભારતની ઓળખ હિંદુ સંસ્કૃતિ છે. સતત થયેલા વિદેશી આક્રમણો અને આંતરીક ગદ્દારોના કારણે આ સંસ્કૃતિ ક્રમિક રીતે નષ્ટ થઈ રહી છે. શ્રીમતી એની બેસન્ટ જેવી દીર્ઘદ્રષ્ટાએ પણ કહ્યું હતું કે 'આધ્યાત્મ જ ભારતીય માનસનું મૂળ છે, જેની ઉપજ મહાન હિંદુધર્મ છે. એટલે હિંદુત્વ વગર ભારતનું કોઈ ભવિષ્ય નથી.' એટલે સતત ચાલતા ષડયંત્રો અને રાજનીતિથી આ હિંદુત્વનું રક્ષણ કરવું એ જ આ દેશમાં મુખ્ય કાર્ય છે. થોડું ઓછું ખાશું પણ આપણા મૂળિયાને બચાવી રાખીશું તો ભવિષ્યમાં ફરી પાંગરીશું.

તો, આ વિરોધાભાસી માનસિકતાવાળા લોકોમાં દેશની સત્તા કોને આપવી ? બે છેડાઓમાંથી કોને પકડવો ? એવું નથી કે આપણી પાસે જવાબ નથી. ઉપનિષદો લખવાવાળા ઋષિઓથી લઈને ભગવાન બુદ્ધ આપણને એ કહી ચૂક્યા છે કે પીડા અને દુખરહીત જીવનનો એક જ માર્ગ છે - મધ્ય માર્ગ. જ્યારે જ્યારે દુખ આવે, પીડા અનુભવાય, અસંતુલન અને અરાજકતા ઉત્પન્ન થાય, ત્યારે સમજો કે મધ્યમાર્ગથી આપણી ગાડી ઉતરી છે. આ મધ્યમાર્ગ જ સત્ય છે અને એ મધ્યમાર્ગના સત્યને સતત આપણી સામે રજૂ કરતો વિચાર એટલે આપણો ભારત દેશ. ભારતનો નકશો અનેકવાર બદલાયો છે. સંપ્રદાય પણ અનેક આવ્યા છે અને ગયા છે. જનસમુદાયો પણ અનેક બહારથી આવીને વસ્યા છે. પણ આ શબ્દ 'ભારત' બદલાયો નથી. કારણ કે તે કોઈ ભૂમિનો ટુકડો કે

સંપ્રદાય નથી. ભારત એક વિચાર છે. ઉપનિષદોનો સનાતન વિચાર.

ભારતના એ સનાતન વિચારને જ આપણે સનાતન ધર્મ કે હવે હિંદુધર્મ કહીએ છીએ. ઉપનિષદો કહે છે કે આ માનવસમાજમાં દરેક મનુષ્ય તમસ, રજસ અને સત્વ ગુણની યાત્રામાં છે. જે તમસમાં છે તે આળસુ અને જીવનની મૂળ જરૂરીઆતો પૂરતો સિમિત રહે છે. ત્યાંથી આગળ વધતાં તે રજસ ગુણમાં આવે છે જ્યાં તે ભૌતિક સુખો અને માન સમ્માન મેળવવા માટે મહેનતુ, બુદ્ધિશાળી અને મહત્ત્વાકાંક્ષી બને છે. તમામ ભૌતિક સુખોથી પણ જ્યારે તેને તૃપ્તિ નથી મળતી એટલે તે સત્વ ગુણમાં પ્રવેશે છે અને જીવનના ઉદ્દેશ્યની શોધમાં નીકળે છે. અહીં તે જાણે છે કે આ બ્રહ્માંડ એક જ શક્તિનાં ભિન્ન સ્વરૂપોનું બનેલું છે અને તે તમામ સ્વરૂપોને એક કરવા તરફ પ્રયાણ કરવું તે જ મનુષ્ય જીવનનું ધ્યેય છે. તે તમામ સ્વરૂપોની એકતાને જ્યારે મનુષ્ય ધારણ કરે છે ત્યારે તેને મોક્ષ પ્રાપ્ત થયો એમ કહેવાય છે. આમ, દરેક મનુષ્ય આ એક યાત્રામાં જ આગળ-પાછળ છે. જે આગળ છે તે મહાન અને શક્તિશાળી દેખાય છે, જે પાછળ છે તે કમજોર અને તુચ્છ. પણ આ યાત્રામાં આજે નહીં તો કાલે દરેક તુચ્છ મહાન બનવાનો છે. કારણ કે જે આજે મહાન છે તે પણ ક્યારેક તુચ્છ હતો.

આમ, ભારતનો સનાતન વિચાર કહે છે કે આપણા બધાનું લક્ષ્ય એક જ છે. યાત્રા પણ એક જ છે. તો ચાલો એકબીજાને મદદ કરીએ. જે આગળ છે અને શક્તિશાળી છે તે હજી આગળ વધે અને શક્તિશાળી બને પણ એ સમજી લે કે આ યાત્રા તેના એકલાના આગળ વધવાથી પૂર્ણ નથી થવાની. જ્યારે તમામ મનુષ્યો પોતાની યાત્રા પૂર્ણ કરશે ત્યારે જ આ બ્રહ્માંડ એકત્વ ધારણ કરી શકશે. એટલે પોતાને આગળ વધારવા સાથે દરેકના જીવનનો બીજો ઉદ્દેશ્ય એ છે કે જે પોતાના પાછળ છે તેને તે પોતાના સ્થાન સુધી ખેંચી લાવવામાં જીવન વિતાવે. જેણે ધનની શક્તિ મેળવી છે તે ધન દ્વારા ગરીબોને આગળ વધારે. જેણે જ્ઞાનની શક્તિ મેળવી છે તે સત્વગુણી માણસ ગરીબોને અને રજોગુણી ભોગવિલાસી બૌદ્ધિકોને જીવનના સત્યનું જ્ઞાન આપે. જેથી તેઓ યાત્રામાં ભટકે નહીં. આ ઉપનિષદોનો સમાજવાદ છે. તે સ્વીકારે છે કે તમસ ગુણી ગરીબ, રજસગુણી ભોગવિલાસી અને સત્વગુણી આધ્યાત્મિક હોવો સ્વાભાવિક છે. તેમની ક્ષમતાઓ જુદી જુદી છે. એટલે તે બધાને ફક્ત મજૂરીના દરે જ વેતન આપવાનો સામ્યવાદી વિચાર રજસગુણીની બૌદ્ધિકતા અને સત્વગુણોના જ્ઞાનનું અપમાન છે. આ સનાતન હિંદુવિચારમાં બધાને પોતપોતાના માર્ગે આ એક જ યાત્રામાં આગળ વધવાનું છે. કોઈને પોતાનો માર્ગ જ મહાન છે કે સાચો છે તેવું અજ્ઞાન બીજા પર થોપવાનું નથી. જે આ સમજે છે તે ધર્માંતરણો કરાવીને સંખ્યાબળની રાજનીતિમાં નથી પડતો. એવો સનાતનવાદી કોઈ મસ્જિદ તોડીને મંદિર

બનાવવાનું પણ નથી કહેતો. કારણ કે બંને સ્થાન સત્ય સુધી પહોંચવા માટેનાં જ સાધનો છે. આમ, ભારતનો આ સનાતન વિચાર ગરીબીથી લઈને સાંપ્રદાયિકતા અને ગ્લોબલ વોર્મિંગ સુધીની તમામ સમસ્યાનો મધ્યમાર્ગી ઉકેલ છે.

વર્તમાન સમયમાં દેશની અસ્થિરતા અને અરાજકતાનું કારણ એ છે કે આપણી કોઈપણ રાજકીય પાર્ટી ભારતની મુખ્ય પહેંચાન એવા આ સનાતન વિચારને સમજી કે અપનાવી નથી શકી. તે દરેક ભારત પર રાજ કરવા માગે છે પણ એ ભૂલી ગઈ છે કે ભારત કોઈ જમીનનો ટુકડો કે કરોડોનો જન સમુદાય નથી. ભારત હિંદુત્વનો એ સનાતન વિચાર છે. જે માનવસમાજને સંતુલન આપી સત્ય સુધી લઈ જાય છે. ભારતને જે ચલાવવા માગે છે તેને પહેલા આ સમજી લેવાનું છે.

"૧૩ માર્ચ, ૨૦૧૬, ગુજરાત સમાચાર - રવિપૂર્તિ."

30

લેફ્ટ, મિડલ અને રાઇટ ભારતમાં આ ત્રણનો ત્રિવેણી સંગમ ક્યાં ?

ભારતનો મધ્યમવર્ગ હવે જાગૃત, વિચારશીલ અને બુધ્ધિજીવી બની રહ્યો છે. ભારતને પોતાના વિચારો પ્રમાણેની દિશા આપવા મથતી દેશની ત્રણેય પ્રમુખ વિચારધારાઓને તે સમજવાની કોશિશ કરી રહ્યો છે. તો ચાલો આજે ભારતની એ લેફ્ટ, મિડલ અને રાઇટ વિચારધારાઓનું મંથન કરી દેશહિત માટે કોઇ સાચું અમૃત મેળવવા પ્રયાસ કરીએ.

શરૂઆત લેફ્ટથી. લેફ્ટ એટલે કે ડાબેરીઓ. ડાબેરીઓ અસલમાં ઊંચા આદર્શવાદના વ્યસની છે. તે બહુ વિસ્તૃત અને ખુલ્લા મનના ભણેલા ગણેલા ઉદાર લોકો છે. એવા ઉદાર કે તેમનું મન જાતિ, રાજ્ય, ધર્મ એ બધાથી ઉપર ઊઠીને ફક્ત આપણે બધા માનવો છીએ અને આ પૃથ્વી આપણું ઘર છે એવી આખરી સામાજીક એકતા પર સ્થિર છે. સાંભળવા અને બોલવામાં બહુ જ આકર્ષક અને આદર્શવાદી પણ વ્યવહારીક રીતે અતિ નિષ્ફળ. આ લેફ્ટના લોકોનું કહેવું છે કે કોઇ જાતિ, રાષ્ટ્ર કે ધર્મ વિશે વિચારવું એ તો ખોટી ભાવુકતા છે. જે બુધ્ધિજીવીતાને રૂંધી નાખે છે. મૂળ વાત તો એ જ છે કે સમગ્ર માનવજાતિને કેવી રીતે મજબૂત અને સમૃધ્ધ બનાવી શકાય. જે મનુષ્યો ગરીબી અને ભૂખમરાથી મરી રહ્યા છે તેમને કેવી રીતે બચાવી શકાય. ટૂંકમાં, નાની નાની વાતો ના કરીને મોટી મોટી મોટી મહાન વાતો પર જ ધ્યાન કેન્દ્રિત રાખવું એ ડાબેરીઓની માનસિકતા છે. હવે, આ વાત કંઇક એવી છે જાણે પૃથ્વી

જેવા કોઇ મોટા ગ્રહનો એક નાનો અણુ એટલી ઊંચી અને મહાન વાતો કરવા લાગે કે 'આ અણુ પરમાણુવાળી વાતો ભૂલી જાઓ. સંયોજનોના પરસ્પરના જોડાણને નજરઅંદાજ કરો. બસ, એ જુઓ કે આ ગ્રહ કેવી રીતે મજબૂત અને સમૃધ્ધ બની રહે છે ?'

આ ઊંચા ડોળાવાળાઓને કેવી રીતે સમજાવવું કે એ ગ્રહનું અસ્તિત્વ જ એટલે છે કારણ કે દરેક અણુ બીજા અણુ સાથે, પરમાણુ બીજા પરમાણુ સાથે અને દરેક સંયોજન બીજા સંયોજન સાથે ઉર્જાની આપ-લે દ્વારા જોડાયેલું છે. એમના પરસ્પરના વ્યવહારથી જ એ વિશાળ ગ્રહ બન્યો છે. એમના એ પરસ્પરના વ્યવહારને નજરઅંદાજ કરી દઇએ તો આખો ગ્રહ વિખેરાઇને ધૂળ બની જાય. આ રીતે પૃથ્વી પરનો માનવસમાજ પણ અસંખ્ય જાતિઓ, સમુદાયો, ધર્મો અને રાષ્ટ્રોના પરસ્પરના વ્યવહારથી જ ગુંથાયેલો છે. માનવતાની અને ઊંચા વિચારોની વાતો વચ્ચે જો દેશ, જાતિ અને ધર્મ વચ્ચેના એ વ્યવહારોને અનૈતિક માની લેવામાં આવે તો માનવસમાજ પળભરમાં ઢોરોના સમૂહની જેમ વિખેરાઇ જાય. જે ભાવુકતાથી ડાબેરીઓને એલર્જી છે એ ભાવુકતા જ માનવસમાજને પરસ્પર જોડી રાખતો ગુંદર છે. દેશ પ્રત્યેની એ ભાવુકતાને લીધે જ એક સૈનિક પોતાના દેશવાસીઓની રક્ષા કાજે ભર યુવાનીમાં મોતને ભેટે છે. ડાબેરીઓ શું સેનાના જવાનને ભાવુકતા છોડવાનું કહી શકશે જે તેમના જેવા ડાબેરી પોતાના ઘરમાં બેઠા બેઠા દોઢડહાપણ કરતા રહે તે માટે પોતાના પત્ની-બાળકોને છોડી મોતના મુખમાં ચાલ્યો જાય છે? રાષ્ટ્ર પ્રત્યેની ભાવુકતા નષ્ટ કરવી એ રાષ્ટ્રને નષ્ટ કરવાનું સૌથી પહેલું અને પાયાનું પગથીયું છે. અને ડાબેરીઓ રાષ્ટ્રોની સીમાઓ વિખેરી નાંખવા એ ભાવુકતાના ગુંદરને નષ્ટ કરી દેવા માગે છે. એટલે ન્યુઝ ચેનલોના એ જબરુ જબરુ બોલતા ડાબેરી ટી.વી. એન્કરોથી સાવધાન રહેવું જે જેએનયુ જેવા મુદ્દા પર પણ તમને ભાવુકતાથી ઉપર ઊઠવાની સલાહ આપે છે.

હવે, વાત 'મીડલ વે' એટલે કે મધ્ય માર્ગને પેશ કરતી વિચારધારાની. અસલમાં એ વિચારધારાનો ઉદભવ તો ગાંધીજી, સરદાર અને આઝાદી પહેલાની કોંગ્રેસથી શરૂ થાય છે. પણ આઝાદી પહેલાની કોંગ્રેસમાંથી આઝાદી પછીની કોંગ્રેસના નેતા બનવા માટે જેને એકપણ વોટ નહોતો મળ્યો એ જવાહરલાલ નહેરુ આઝાદી પછીની કોંગ્રેસના મુખ્ય ચહેરા બન્યા. એટલે આઝાદી પહેલાની કોંગ્રેસનો એ મધ્ય માર્ગ આઝાદી પછી નહેરુના આંતરરાષ્ટ્રીયતાના શોખ નીચે દબાઇ ગયો. નેહરુ પણ ડાબેરીઓની જેમ રાષ્ટ્રીયતા કરતાં આંતરરાષ્ટ્રીયતાના પ્રત્યે વધુ સજાગ હતા. કાશ્મીરના મુદ્દાને યુએનમાં લઇ જવાના અને ચીનના તિબેટ પરના આક્રમણને પ્રાદેશિક કરતાં

આંતરરાષ્ટ્રીય મુદ્દો ગણવાના તેમના ભયાનક નિર્ણયો એનો પૂરાવો છે. નહેરુનો આંતરરાષ્ટ્રીયવાદ ડાબેરીઓના આંતરરાષ્ટ્રીયવાદથી એટલો જ અલગ હતો કે નહેરુ રાષ્ટ્રના અસ્તિત્વને જુઠલાવતા નહોતા. પણ પોતાના રાષ્ટ્રની પ્રાચીન અને આધ્યાત્મિક સંસ્કૃતિ પ્રત્યે ગૌરવ લેવાના સ્થાને તેઓ ભારતને પણ વિશ્વના બજા અનેક દેશોમાંના એક દેશ તરીકે આંતરરાષ્ટ્રીય દ્રષ્ટિથી જોતા. આ વાત આપણે તેમના જ્ઞાનથી ભરપૂર પુસ્તકોમાં પણ અનુભવી શકીએ છીએ. ‘ડીસ્કવરી ઓફ ઈન્ડિયા’માં તેમણે લખેલા ભારતનો ઈતિહાસ પણ કંઇક એ રીતે જ છે કે જાણે કોઇ ભારતીય દૂરથી પોતાના દેશને એક શુષ્ક નિષ્પક્ષ નજરે જોઇ રહ્યો હોય. એ શુષ્કતા પુસ્તકમાં ત્યાં પણ જણાઇ આવે છે જ્યાં એમણે લખ્યું છે કે ચાણક્ય અને ચંદ્રગુપ્તે સત્તા મેળવવા માટે અખંડ ભારતના બહાના હેઠળ એ સમયના સંજોગોનો ભરપૂર ફાયદો ઊઠાવ્યો. તેમણે આર્યો ભારત બહારથી આવતા હતા એ અંગ્રેજો દ્વારા ઘડાયેલી થીયરીને જ પોતાના પુસ્તકમાં સ્થાન આપ્યું હતું. જ્યારે અસલમાં એના દાયકા પહેલા જ એવા પુરાવા મળવા લાગેલા કે યુરોપના જ ઈતિહાસકારો અને પુરાતન વિજ્ઞાનીઓએ એ થીયરીને ખોટી ગણાવી દીધી હતી. આર્યો ભારત બહારથી આવ્યા હતા એ આખી થીયરી ભારતીયો પાસેથી તેમની સંસ્કૃતિ પ્રત્યેનો ગૌરવ છીનવી લેવાનું એક કાવતરું હતું.

આમ, નહેરુના આંતરરાષ્ટ્રીયવાદે પંચશીલ સિધ્ધાંતો રુપે આદર્શવાદી વાહવાહી તો મેળવી પણ દેશની સીમાઓને તેણે અપાર નુકશાન પહોંચાડયું. નહેરુની નિષ્ફળતાએ ઈન્દિરા ગાંધીની આંખો ખોલી દીધી અને ઈન્દિરાએ પોતાના શાસન વડે ખરેખર એક આદર્શ મધ્યમમાર્ગીય રાષ્ટ્રવાદને જન્મ આપ્યો. ભૂખમરો વેઠીને પણ પહેલા રાષ્ટ્રની અખંડિતતા જાળવવી અને રાષ્ટ્ર વિરુધ્ધ ઉદભવતી દરેક સંભાવનાને જડમૂળથી નષ્ટ કરી દેવી એ ઇન્દિરા ગાંધીની કાર્યપ્રણાલી રહી. પણ ઈન્દિરા-યુગનો અંત આવતાં ભારતીય માનસ એ મધ્યમાર્ગીય રાષ્ટ્રવાદથી આગળ વધીને હિંદુ રાષ્ટ્રવાદ તરફ ધકેલાયું. અને અહીં ઉદય થયો ભારતની રાઇટ પંથી જમણેરી વિચારધારાનો.

કોઇપણ દેશની જમણેરી વિચારધારા એટલે તે દેશની સંસ્કૃતિ અને ધર્મને જ બાકી બધી વસ્તુઓથી શ્રેષ્ઠ માની દેશના લોકોને તેમની સાંસ્કૃતિક ઓળખ પ્રત્યે ગૌરવશાળી અને ભાવુક બનાવવા. આ કારણે દેશની ઓળખ તે નિશ્ચિત સંસ્કૃતિથી જ બને અને તેના લીધે આંતરરાષ્ટ્રીય એકરુપતામાં ખલેલ ઊભી થાય. આ કારણે કોઇપણ દેશની જમણેરી વિચારધારાવાળા લોકોને બાકીનું વિશ્વ સંકુચિત માનસવાળા લોકો સમજે. તો બીજી બાજુ કેટલાક લોકો વિશ્વભરમાં ઉદાર અને આદર્શવાદી દેખાવા માટે પોતાના સાંસ્કૃતિક મૂળને જ નજરઅંદાજ

કરીને રાષ્ટ્રના અસ્તિત્વને જોખમમાં મૂકી દે તેવી આંતરરાષ્ટ્રીયતાને અપનાવે.

પણ ભારતને વૈદિક સંસ્કૃતિ રુપે એક આશીર્વાદ મળેલો છે. ભારતની જમણેરી વિચારધારા જો ભારતીય વૈદિક સાંસ્કૃતિને તેના સાચા અર્થમાં પેશ કરે તો એના જેટલી સનાતન અને વૈશ્વિક બીજી કોઇ વિચારધારા જ નથી. એ સનાતન વિચારધારા જ્યાં રાષ્ટ્રીયતા જ શ્રેષ્ઠત્તમ આંતરરાષ્ટ્રીયતાને જન્મ આપે છે. ભારતમાં જો કોઇ સાચો રાઇટ બની શકે તો તે જ લેફ્ટ પણ બની જાય અને મધ્ય પણ. એટલે સનાતન વૈદિક સંસ્કૃતિ જ એ ત્રિવેણીસંગમ છે જ્યાં આ દેશનું લેફ્ટ-રાઇટ બંધ થશે. પણ જો વૈદિક સંસ્કૃતિને ખાલી બ્રાહ્મણવાદના ચીલામાં લપેટવાવાળા રાઇટપંથીઓ રહ્યા તો આ દેશનું લેફ્ટ-રાઇટ તેના વિકાસને અવરોધતું જ રહેવાનું છે.

"૨૦૩ જુલાઈ, ૨૦૧૬, ગુજરાત સમાચાર - રવિપૂર્તિ."

31

નોટબંધીનું સમુદ્ર-મંથન વિષને પચાવવા અને અમૃતને વહેંચવા સક્ષમ છીએ... ?

એકવાર સમુદ્રનું પાણી ગંદુ થઈ જતાં બ્રહ્મા, વિષ્ણુ અને શિવની ત્રીપુટીએ સમુદ્ર-મંથન કરવાનો આદેશ આપ્યો. આથી મેરુ પર્વત અને શેષનાગ વડે વલોણુ બનાવી એક બાજુ દેવતાઓ અને બીજી બાજુ દાનવો વડે સમુદ્રનું મંથન શરુ થયું. મંથન કરવાથી સમુદ્રની જે ગંદકી હતી તે પહેલા ભેગી થઈ. એ ગંદકી એટલી વિષ સમાન હતી કે તેનો સંસર્ગ ભલભલુ નષ્ટ કરી નાખે. આવા સમયે સૃષ્ટિને એ વિષથી બચાવવા શિવ આગળ આવ્યા અને તેમણે એ વિષ પી લીધુ. હવે, સ્વચ્છ સમુદ્રને વલોવાથી જેમ દહીમાંથી માખણ નીકળે તેમ અમૃત નીકળ્યું. એટલે દેવો અને દાનવો મંથન બાજુમાં મૂકીને એ અમૃત માટે જગડવા લાગ્યા. અને એ લડાઇમાં અમૃત ખોરવાઇ ન જાય તે માટે ફરી પાછા ભગવાનોની પેલી ત્રીપુટીમાંથી વિષ્ણુ આવ્યા. તેમણે મોહીની નામની સ્ત્રીનું રુપ લઇને તે અમૃત દેવોમાં વહેંચી દીધુ અને દાનવોને તેનાથી દુર રાખ્યા.

શાસ્ત્રોમાં લખાયેલી આ કથા ખાલી વ્યાસપીઠ પર બેસીને કથાઓ કરવા માટે નથી. એ કથા એટલા માટે લખવામાં આવી છે કે જ્યારે જ્યારે માનવસમાજ રૂપી આ સમુદ્ર મંથન થશે ત્યારે આ બધી ઘટનાઓ એ જ સિકવન્સમાં બનશે. અને તે સમયે માનવસમાજ સૌથી પહેલા નીકળવાવાળા એ હળાહળ વિષ માટે અને તે

પછી અમૃત માટે થનારા ઝઘડા માટે તૈયાર રહે. અને આવું જ એક મંથન આજે સરકાર દ્વારા નોટબંધીનો અમલ કરીને કરવામાં આવ્યું છે. આપણી લોકશાહીનો માનવસમાજ એ સમુદ્ર છે જે ભ્રષ્ટાચાર, ગરીબી અને આતંકવાદથી દૂષિત બની ચૂકયો છે. મેરુ પર્વત સત્યનું પ્રતિક છે અને શેષનાગ મનુષ્યમાં રહેલી સત્ય પ્રત્યેની ચેતના છે. દેવતાઓ એટલે એ માણસો જે સમાજ અને રાષ્ટ્રના નિયમોનું નિષ્ઠાથી પાલન કરે છે અને દાનવો એટલે એ લોકો જે પોતાના વ્યકિતગત સ્વાર્થ માટે એ નિયમોનું ઉલ્લંઘન કરી ભ્રષ્ટ-આચાર સાથે જીવે છે. સારા અને ખરાબ આ બંને પ્રકારના લોકોમાં સત્ય શું છે તેની ચેતના રહેલી હોય છે અને તે બંને સત્ય સ્થપાય એમાં મને કે કમને તૈયાર હોય છે. દેવો અને દાનવોના શેષનાગ અને મેરુ પર્વત વડે થતા મંથનથી આ સત્ય દર્શાવવામાં આવ્યું છે. અને એ કેટલુ સાચુ છે એ આપણે આજની પરિસ્થિતિઓ પરથી સમજી શકીએ છીએ.

નોટબંધીના નિર્ણયને પ્રામાણિકતા સાથે જીવનારા સારા માણસોએ તો વખાણ્યો જ છે. પણ ભ્રષ્ટાચારથી પોતાના ઘર, ગોડાઉન અને લોકરો ભરીને જેણે નોટો છુપાવી રાખી છે તેવા ભ્રષ્ટ સરકારી બાબુઓ, બિલ્ડરો, હીરા ઉદ્યોગના વેપારીઓ, ડોકટરો અને ઉદ્યોગપતિઓએ પણ આ નિર્ણયને આવકાર્યો છે. લાઇનમાં લાગેલા એક ગરીબ કે મધ્યમવર્ગીય માણસથી લઇને વર્ષોથી જમા કરેલી પોતાની કાળી કમાણીનો એક ઘણો મોટો હીસ્સો જેઓ ધુમાવી દેવાના છે અને બને તેટલી નોટોને ધોળી કરવાનો આખરી પ્રયાસ જેઓ કરી રહ્યા છે તેવા લોકોને પણ જઇને પૂછશો તો કહેશે, ‘હા, તકલીફ પડી રહી છે. પણ જે થઇ રહ્યું છે તે સાચું છે.’ આ જ ભારતના ઋષિઓનું એ દર્શન છે જેમણે હજારો વર્ષ પહેલા દેવો અને દાનવોને એકસાથે સત્યની ચેતના સાથે સમાજનું મંથન કરતાં બતાવ્યા હતા. ભ્રષ્ટાચાર કરતા દાનવો પણ મનુષ્યો છે જેમનામાં આત્મ રૂપી સત્ય પડેલું છે. જે દિવસે મંથનનો સમય આવશે તે દિવસે એ સત્યની ચેતના તેમનામાં પણ જાગી ઉઠશે - ઋષિઓની એ વાત સાચી પડી છે. ઋષિઓનો અનુભવ કેટલો સચોટ છે કે તેમણે એવા ભ્રષ્ટાચારી દાનવોને વિષ નથી કહ્યા. ‘દેવો અને દાનવો બંને જ્યારે મંથનમાં રોકાયેલા હશે ત્યારે સૌથી પહેલી જે ખતરનાક વસ્તુ સમાજ સામે આવશે એ વિષ હશે’ - એવું સમુદ્ર-મંથનના પ્રસંગ દ્વારા એ ઋષિઓ કહે છે. અને આજે પણ જ્યારે એ પ્રમાણિક અને ભ્રષ્ટ બંને માણસો પોતાના પૈસા ઠેકાણે કરવા ભિન્ન ભિન્ન પ્રકારે ચૂપચાપ લાઇનમાં લાગેલા છે ત્યારે આ મંથનને રોકવા માટે ધમપછાડા કરતું એ વિષ બહાર આવી ચુકયું છે. અને એ વિષ છે નોટબંધીનો વિરોધ કરતા નેતાઓ. મતલબ પોતાના વ્યક્તિગત સ્વાર્થી માટે આ મહાન મંથનનો વિરોધ કરતા

આ ભ્રષ્ટ નેતાઓ જ એ વિષ હતા જેમના કારણે આ લોકશાહી ભ્રષ્ટ થયેલી હતી. એટલે જ મંથન શરુ થતા એ નેતાઓ જ સૌથી પહેલા રાડો પાડતા બહાર નીકળ્યા છે કે આને બંધ કરો.

ભ્રષ્ટ નેતાઓનું આ વિષ કેટલું ઝેરી છે એ લોકોને હવે સમજાઈ રહ્યું છે કે રાષ્ટ્રહીતના આવા મહાયજ્ઞમાં પણ તેઓ 'લોકોને તકલીફ પડી રહી છે, લોકો મરી રહ્યા છે, લોકોમાં રોષ છે' એવા જનહીતના પાખંડ સાથે પોતાના સ્વાર્થ સાધી રહ્યા છે. પોતાના સ્વાર્થમાં અંધ બનેલા આ નેતાઓને એ નથી સમજાઈ રહ્યું કે જો લોકોમાં રોષ હોત તો એ ચૂપચાપ લાઇનમાં ન લાગત. એ રોષમાં રસ્તાઓ પર ઉતરી આવત અને આંદોલનો કરીને બસો સળગાવત. લોકશાહીમાં પ્રજાહીત અને રાષ્ટ્રહીતના મૂલ્યોથી કપાઈ ચૂકેલા આ કટી પતંગ નેતાઓ જ લોકશાહી સમાજનું સાચું વિષ છે જેમના કારણે આ લોકશાહીમાં ભ્રષ્ટાચાર, ગરીબી અને આતંકવાદ જેવી ગંદકી ઉભી થઈ છે. આ જ એ વિષ છે જેણે દાનવોને તૈયાર કર્યા છે. અને લોકશાહીનું આ વિષ આજે નોટબંધીના મંથન સમયે પહેલીવાર આટલા સ્પષ્ટરૂપે પ્રજા સામે આવ્યું છે. તો હવે સવાલ એ છે કે એને પીવું કોને ? પીવું તો એને જ પડશે જેણે મંથનનો આદેશ આપ્યો હતો. અને રાષ્ટ્રના ઉજ્જવળ ભવિષ્ય માટે એ જ્યારે આ વિષને પીવે ત્યારે દેવો અને દાનવોથી બનેલા આ સમાજે તેને સાથ, સહકાર અને સમ્માન આપવું જ પડશે.

પણ હવે વાત સુવ્યવસ્થા, પારદર્શિતા, વિકાસ અને સમૃધ્ધિના એ અમૃતની જે આ મંથનનું મૂળ ઉદ્દેશ્ય છે. વિષ ઠેકાણે લાગતાં જ એ અમૃત બહાર આવી જશે. પણ શું ફરી એ એ જ ભ્રષ્ટાચારી દાનવોના હાથમાં જશે ? નોટબંધીનું અભિયાન પૂર્ણ થતાં જ ભારતનું તમામ નાણું સફેદ થઇ જશે. બેંકો અને સરકારી ખજાનો સમૃધ્ધ બનશે. પ્રજાહીત અને રાષ્ટ્રહીતની નવી યોજનાઓ ચાલુ થઈ શકશે. જાહેર મિલકતો સસ્તી થશે, કદાચ મોંઘવારી પણ ઘટે. પણ શું આ આખી સુવ્યવસ્થાના અમૃતને ફરી એ જ ભ્રષ્ટાચારી દાનવોના હાથમાં જતા રોકવાના કોઇ પ્લાન એ મંથનનો આદેશ આપવાવાળાઓ પાસે છે? શું એમની પાસે વિષ્ણુનું કોઈ મોહિની રૂપ છે જે આ અભિયાનમાં પોતાના કોઇ દોષ વિના રાષ્ટ્રહીત માટે કષ્ટ ભોગવવાવાળા દેવતાઓના પવિત્ર હાથોમાં આ સમગ્ર મંથનનું અમૃત વહેંચી શકે અને રાષ્ટ્રને એક સ્થિર સમૃધ્ધ ભવિષ્ય આપી શકે ? જો નહીં તો આ અભિયાન સમુદ્ર-મંથન ન બનતાં મંચ પર ભજવાતો એક સ્ટંટ સાબિત થશે. અને એ કીસ્સામાં સ્ટંટનો આદેશ આપનારાના ગળામાંથી ભ્રષ્ટ નેતાઓ રુપી પેલુ વિષ ઉલટી થઇને પાછુ આવશે જે આ સમુદ્રરૂપી સમાજમાં પાછુ ભળી પહેલાં કરતાં પણ વધારે ખતરનાક બનશે. એટલે શિવ બનીને

વાહવાહી લુંટવામાં જો મોહીની બનવાનું ચૂકાઇ ગયું તો આ મંથનને માથાનો દુખાવો બનતા વાર નહીં લાગે.

"૨૭ નવેમ્બર, ૨૦૧૬, ગુજરાત સમાચાર - રવિપૂર્તિ."

32

'જાગતે રહો..!' નવો યુગ દેશના નયન ચૂમી રહ્યો છે...

"આ સ્ટોરી આઝાદીના ફક્ત નવ વર્ષ બાદ ૧૯૫૬માં આવેલી રાજ કપૂરની અત્યંત સમ્માનીય ફીલ્મ 'જાગતે રહો' ની છે. જે બિલકુલ એ જ પરિસ્થિતિ વર્ણવે છે જે આજે ૨૦૧૬માં આપણા ભારતીય સમાજમાં છે."

અડધી રાતે ગામડામાંથી નોકરીની શોધમાં મુંબઇ આવી પહોંચેલો એક ગરીબ ખેડૂતનો છોકરો ફાટેલા-તૂટેલા કપડા સાથે સૂમસામ શેરીઓમાં તરસ્યો ફરી રહ્યો છે. એવામાં તે એક સોસાયટી પાસે પહોંચે છે જ્યાં સોસાયટીના દરવાજાની અંદર પાણીનો નળ છે. તે દરવાજામાં રહેલા એક નાના છીંડામાંથી સોસાયટીમાં જતો રહે છે. પણ એ પહેલા કે તે પાણી પીવે તે સોસાયટીનો ચોકીયાત એને જોઇ 'ચોર..ચોર..'ની બૂમો પાડવાનું શરૂ કરી દે છે. એની બૂમો સાંભળતા જ ગરીબ છોકરો દરવાજા તરફ ભાગે છે પણ ત્યાં બીજો એક ચોકીદાર આવી પહોંચે છે. છોકરો સીધો સોસાયટીના રહેઠાણો તરફ ભાગે છે. ચૌકીદારોની 'ચોર-ચોર'ની બૂમો સાંભળતા જ રહીશો હાથમાં લાકડીઓ લઇને બહાર દોડી આવે છે અને ચોરને શોધવા નીકળી પડે છે.

ગરીબ છોકરો સોસાયટીના એક ઘરમાં છુપાઇ જાય છે. પણ ઘરમાં પહેલાથી જ એક ચોર હાજર હોય છે. તે હોય છે ઘરના માલીકની છોકરીનો પ્રેમી જે તે છોકરી સાથે અડધી રાતે રોમાન્સ કરવા આવ્યો હોય છે. એવામાં સોસાયટીના રહીશો લાકડી લઇને ત્યાં આવી પહોંચે છે. ગરીબ છોકરો એ ટોળામાં ભળી

જઇ માંડ બચે છે અને બીજા એક ઘરમાં ઘુસી જાય છે. બીજા ઘરમાં પણ એ એક ચોર જુએ છે. એ ઘરનો માલીક સટ્ટો રમવાના પૈસા મેળવવા પોતાની સૂતેલી પત્નીના ઘરેણા ચોરતો હોય છે. ગરીબ છોકરો ચોરી ટાળવા કંઇક ટીખળ કરી પત્નીને ઉઠાડી દે છે. પણ એવામાં પતિ-પત્નીની નજર એ છોકરા પર પડતાં એ બંને 'ચોર.. ચોર' ની બૂમો પાડવા લાગે છે. ત્યાંથી ભાગીને એ ગરીબ છોકરો ત્રીજા ઘરમાં જાય છે. અહીં એક દારુડિયો ધનવાન પતિ પોતાની સંસ્કારી પત્નીને દારુ પીવાવાળી, નાચવા-ગાવાવાળી અને ટૂંકા કપડા પહેરવાવાળી ફેશનેબલ પત્ની બનાવવા દમન કરતો હોય છે. એ ન જોઈ શકતા એ છોકરો તે ઘરમાંથી પણ નીકળી જાય છે. હવે સોસાયટીના કેટલાક લોકો પોલીસને બોલાવી દે છે. ચોર તો મળતો નથી પણ પોલીસને એક ઘરના ઓરડામાં દેશી દારુ બનાવવાની ભઠ્ઠી મળે છે. પોલીસ તે રહીશને કેદ કરી લે છે. હવે સોસાયટીના બીજા રહીશો ડરે છે કે જો ચોરની શોધમાં પોલીસ બધાના ઘરમાં ફરી તો તેમના ઘરનું કાળુ-ધોળુ બધું બહાર આવી જશે. આથી, રહીશો પોલીસને પાછી મોકલી દે છે અને ચોરને પકડવાની જવાબદારી સોસાયટીના યુવાન સ્વયંસેવકોને આપે છે. યુવાન સ્વયંસેવકોને ચોર તો મળતો નથી પણ પોતાની જ સોસાયટીના ઈજ્જતદાર રહીશોના ઘરોમાંથી ક્યાંક નકલી દવાઓ તો ક્યાંક અફીણ-ગાંજો મળે છે. છેલ્લે તે ગરીબ છોકરો સોસાયટીના સૌથી ઈજ્જતદાર શેઠના ઘરમાં સંતાય છે. એ શેઠના બે ફ્લેટમાંથી એકમાં નકલી નોટો છપાતી હોય છે. છોકરો શેઠની આ અસલિયત જોઈ જાય છે. શેઠના માણસો ગરીબ છોકરાને જોઇ જાય છે અને પકડી પાડે છે. શેઠ એને ઝહેરનું ઈન્જેકશન આપી મારી નાખવાનો હુકમ કરે છે. પણ એ જ ક્ષણે સોસાયટીના સ્વયંસેવકોની ફોજ ચોરની શોધમાં ત્યાં આવી પહોંચતાં ગરીબ છોકરો ભાગવામાં સફળ થાય છે અને બિલ્ડિંગના ટેરેસ પર જતો રહે છે. પણ લોકો ત્યાં પણ આવી પહોંચતા ભોગદોડથી કંટાળેલો છોકરો આખરે એક લાકડી ઉપાડી લે છે અને રોષ સાથે બોલી ઊઠે છે, 'તમે મને ચોર કહી રહ્યા છો? ખરા ચોર તો તમારા ઈજ્જતદારોના ઘરોમાં છુપાઇને બેઠા છે. અમારા જેવા તરસ્યા-ભૂખ્યા લોકોને ચોર કહીને પીટવામાં જ તમારી બહાદુરી છે? હું ફક્ત પાણી પીવા તમારી સોસાયટીમાં આવ્યો હતો પણ આજે રાતે તમે મને શીખવ્યું કે તમારા જેવા મોટા ચોર બન્યા સિવાય અમીર બનાતું નથી.'

આટલું સાંભળ્યા પછી ટોળુ તેના તરફ ધસતાં તે છત પરથી પાઇપ વડે નીચે ઉતરી એક બીજા ઘરમાં જતો રહે છે, જ્યાં એક નાની બાળકી ઊભી હોય છે. છોકરો બાળકીને એ સમજાવતાં રડી પડે છે કે તે ચોર નથી. એવામાં ફરી પોલીસ મોટી ટુકડી લઇને આવી પહોંચે છે. પોલીસની સાયરન સાંભળીને એ

છોકરો ગભરાહટથી હોશ ગુમાવી જમીન પર પડે છે. એવામાં એક મધુર ગીત તેના કાને પડે છે. એ દરવાજા બહાર જોવે છે તો પ્રભાત થઇ ચૂકી હોય છે અને એ ગીત સોસાયટી પાસેના એક મંદિરમાં એક સ્ત્રી ગાઇ રહી હોય છે. નાની બાળકી તેને કહે છે કે 'જો તે કંઇ ચોર્યું નથી તો શું કામ ડરે છે.' આ સાંભળી તે છોકરો બહારની તરફ ચાલવાનું શરૂ કરે છે. તે સ્ત્રીનું ગીત સાંભળતો સાંભળતો પોલીસથી બચવા આમતેમ દોડી રહેલા સોસાયટીના રહીશો વચ્ચેથી જ બહાર નીકળે છે અને કોઇને તેના સામે જોવાની પણ ફુર્સદ નથી હોતી. અંતે એ બધા સાચા ચોરોને પોલીસ પકડી લે છે અને ગરીબ છોકરો પેલી સ્ત્રીનું ગીત સાંભળતો સાંભળતો સોસાયટી બહાર નીકળી એ મંદિરના પ્રાંગણે આવી પહોંચે છે. ત્યાં એ સ્ત્રી એને પ્રેમથી પાણી પાય છે અને એ રીતે આખરે તેની તરસ બુઝે છે. એ સ્ત્રી જે ગીત ગાઈ રહી હોય છે તેના શબ્દો હોય છે, 'જબ ઉજિયાલા છાયે, જબ મન કા અંધેરા જાયે, કિરણો કી રાની ગાયે ... જાગો રે.. મેરે મન, મોહન.. પ્યારે.. જાગો મોહન પ્યારે જાગો... નવયુગ ચૂમે નૈન તુમ્હારે.'

આ સ્ટોરી આઝાદીના ફક્ત નવ વર્ષ બાદ ૧૯૫૬માં આવેલી રાજ કપૂરની અત્યંત સમ્માનીય ફીલ્મ 'જાગતે રહો' ની છે. જે બિલકુલ એ જ પરિસ્થિતિ વર્ણવે છે જે આજે ૨૦૧૬માં આપણા ભારતીય સમાજમાં છે. આ એ અહેસાસ કરાવે છે કે આપણા પાપો કેટલા જૂના છે અને આપણો આત્મા કેટલા લાંબા સમયથી સૂતેલો છે. આઝાદી પછીનો એ નવયુગ હજી સુધી આવ્યો નથી જ્યાં દેશના નાગરીકો અને સરકારો પોતાના સૂતેલા આત્માને જગાડે અને એક માનવ તરીકે માનવસમાજ પ્રત્યેની પોતાની જવાબદારી નિભાવે. પણ નોટબંધી પછી પ્રભાતની એ પહેલી કીરણ આવી ચૂકી છે જે સરકારને કહી રહી છે કે નોટબંધીને હજી આગળ લઇ જઇ સો ઉપરની બધી નોટો બંધ કરો. પ્રભાતનું એ ગીત નાગરીકોને આહવાન કરી રહ્યું છે કે, 'હે ભારતીયો ! સ્વાર્થી પ્રાણી બનીને બહુ જીવી લીધું. હવે થોડું માનવ બનીને જીવી જોવો. તમારા સૂતેલા આત્માને જગાડો અને એક આદર્શ કેશલેસ વ્યવસ્થાનું પાલન કરી તમારા ટેક્સ દ્વારા દેશના ગરીબો સુધી એમનો હીસ્સો પહોંચાડો. જાગો, એક નવો યુગ દેશના નયન ચૂમી રહ્યો છે. એ નવા યુગને સફળ બનાવો.'

એક્સ્ટ્રા શોટ: ભારતીય ફિલ્મોના ઇતિહાસમાં રાજ કપૂરનું આટલું સમ્માન કેમ છે તેનો જવાબ આપતી આ ફિલ્મનો છેલ્લો સીન નરગીસ અને રાજ કપૂરનો ઓનસ્ક્રીન છેલ્લો સીન હતો. લગ્ન થવાની કોઈ સંભાવનાઓ ન દેખાતા ૧૯૫૬ માં આવેલી તેમની છેલ્લી ફિલ્મ 'ચોરી ચોરી' પછી રાજ કપૂર-નરગીસે પોતાના માર્ગ અલગ કરી દીધા. પણ રાજ કપૂર નરગીસથી એ રીતે છુટા પડવા નહોતા માંગતા. તેમણે પોતાના ડાયરેકશનમાં બની રહેલી ફિલ્મ 'જગતે રહો' માં

ફિલ્મના અંતે મંદિરમાં ગીત ગાતી સ્ત્રીનો સ્પેશ્યલ રોલ કરવા નરગીસને કહ્યું. નરગીસે પોતાનું બીજું ઘર રહેલા આરકે સ્ટુડીઓમાં છેલ્લીવાર શૂટિંગ કર્યું અને એક સદાબહાર ગીત આપ્યું. ગીતનો છેલ્લો સીન ફિલ્મનો પણ છેલ્લો સીન હતો અને રાજ કપૂર-નરગીસની જોડીનો પણ છેલ્લો સીન હતો, જ્યાં તરસ્યો રાજ કપૂર નરગીસ સામે ઘૂંટણિયે બેઠેલો છે અને નરગીસ તેને ઘડામાંથી પાણી પાઇ રહી છે. આજેપણ એ સીન ભારતીય ફિલ્મ ઉદ્યોગના સૌથી સંવેદનશીલ સીન તરીકે યાદગાર છે.

“૦૧ જાન્યુઆરી, ૨૦૧, ગુજરાત સમાચાર - રવિપૂર્તિ.”

33
જમણેરીઓની પરતંત્રતા

ચાણક્યના દિશા નિર્દેશ અનુસાર ચંદ્રગુપ્તની સેનાએ પશ્ચિમ ભારતના તમામ રજવાડાઓને સિકંદરના સેનાપતિ સેલ્યુક્સ નિકેટર પાસેથી જીતી લીધા. ચાણક્યએ ચંદ્રગુપ્તને એ પશ્ચિમ રજવાડાઓનો રાજા ઘોષિત કર્યા અને એ ઘોષણા સમયે ચંદ્રગુપ્તે પ્રજા સમક્ષ ગુરુ ચાણક્યના આ વિચારો રજૂ કર્યા. 'ગુરુદેવ કહે છે કે ખાલી વિદેશી આક્રમણખોરોના હારી જવાથી કે તેમના ચાલ્યા જવાથી પરતંત્રતા ખતમ નથી થતી. પર-તંત્રનો અર્થ છે કોઇ બીજાનું તંત્ર. અને સ્વ-તંત્રનો અર્થ છે પોતાનું તંત્ર. જ્યાં સુધી આપણે એ વિદેશીઓના વિચારોથી બનેલા તંત્રથી મુક્ત થઇને આપણા પૂર્વજોએ બતાવેલા વિચારોના તંત્ર મુજબ નથી જીવતા ત્યાં સુધી આપણે પર-તંત્ર જ રહીએ છીએ. સ્વ-તંત્ર બનવું મતલબ પોતાની સંસ્કૃતિના આદર્શો અને સિધ્ધાંતો પ્રમાણે જીવન જીવવા સક્ષમ બનવું.'

હજારો વર્ષો પહેલા જંગલોમાં અને પહાડો પર તપસ્યા કરીને ભારતીય ઋષિમુનિઓએ મહાન આધ્યાત્મિક સિધ્ધાંત રજૂ કર્યા. એ આધ્યાત્મિક સિધ્ધાંતોથી જ આપણા આજના હિંદુ ધર્મનો પાયો નંખાયો. એ ઋષિમુનિઓ એક સિધ્ધાંત શોધતા અને પછી તેના સામે સવાલ ઊભો કરતા. અને એ સવાલના જવાબ રુપે તેમને આગળનું સત્ય મળતું. આ રીતે ભારતીય સંસ્કૃતિમાં આધ્યાત્મનો વિકાસ થતો ગયો અને તેનો પ્રતિક બન્યા ઋષિઓ અને સંન્યાસીઓએ ધારણ કરેલા ભગવા કપડા. ભગવો રંગ સૂર્યોદય અને સૂર્યાસ્ત બંને સમયના આકાશનો રંગ દર્શાવે છે. તપ અને યોગ દ્વારા ઉત્પન્ન થતું આત્મજ્ઞાન જ્ઞાનના સૂર્યોદયનું પ્રતિક હતું અને આત્મજ્ઞાનના માર્ગે છેવટે પ્રાપ્ત થતો મોક્ષ સૂર્યાસ્તનો પ્રતિક હતો. આમ, ભગવો રંગ જગતની તમામ ભૌતિક સત્તાઓથી વિરક્ત થઇને સૃષ્ટિની અંતિમ સત્તા એવા બ્રહ્મ સાથે એકરુપ થવાના કાર્યનો પ્રતિક હતો. મતલબ તે અધ્યાત્મ અને વૈરાગ્યનો પ્રતિક બન્યો.

આથી, આગળ જતાં એ આધ્યાત્મ પર જે સનાતન હિંદુ ધર્મ ઉત્પન્ન થયો તેના પ્રતિક રુપે પણ મંદિરો પર ભગવા રંગની ધજા રાખવામાં આવી. પણ એ ભગવા ધ્વજને સત્તાના પ્રતિક રુપે પ્રાચીન ભારતની રાજ્યવ્યવસ્થામાં ક્યારેય દાખલ કરવામાં ન આવ્યો. ત્યાં સુધી કે ભારતના ઈતિહાસનું સૌપ્રથમ અખંડ ભારત સ્થાપવાવાળા ચાણક્યએ પણ સમ્રાટ ચંદ્રગુપ્ત મોર્યના શાસનના પ્રતિક તરીકે ભગવા રંગને ન સમાવતાં સિંહ અને ચોવીસ આરા ધરાવતા ચક્રની આકૃતિઓ સમાવી. કારણ એ જ હતું કે જે ભગવો રંગ તમામ ભૌતિક સત્તાઓથી વૈરાગ્યનો પ્રતિક છે તેને રાજ-સત્તાના પ્રતિક તરીકે કેવી રીતે રાખી શકાય ? બીજું કારણ એ હતું કે મનુષ્યમાં આધ્યાત્મનો વિકાસ ત્યારે જ થતો જ્યારે શાસ્ત્રોમાં કહેવામાં આવેલા સત્ય વિરુધ્ધ તે સંદેહ ઊભો કરતો. આ સંદેહોના જવાબ મનુષ્યને મળતા ત્યારે શાસ્ત્રોમાં કહેલું જ્ઞાન મનુષ્યના મનમાં ઉત્પન્ન થતું અને એ રીતે જ ભારતીય આધ્યાત્મનો સતત વિકાસ થતો ગયેલો. આ રીતે જ ભારતીય આધ્યાત્મ ખાલી ઉપનિષદોના અદ્વૈત તત્વજ્ઞાન સુધી સિમિત ન રહેતાં જ્યોતિષશાસ્ત્ર, ગણિતશાસ્ત્ર, શાસ્ત્રીય સંગીત, આયુર્વેદ અને સુશ્રુત સંહિતાની પ્લાસ્ટિક સર્જરી તથા આંખના ડોળાની સર્જરી સુધી વિકસેલું.

પણ જો આધ્યાત્મના ભગવા રંગને દેશી રાજ-સત્તાનું પ્રતિક બનાવવામાં આવ્યો હોત તો? તો આધ્યાત્મિક સિદ્ધાંતો જ સત્તાના કાયદા બની જાત અને સત્તાના કાયદાઓને આંખો બંધ કરીને પાળવા પડતા હોવાથી એ આધ્યાત્મિક સિદ્ધાંતો વિરુધ્ધ સવાલો પૂછવાની મનુષ્યની સ્વતંત્રતા ખતમ થઇ જાત. પરીણામે મનુષ્યનો આધ્યાત્મિક વિકાસ અટકી જાત અને સત્તાધીશ લોકો શાસ્ત્રોના અનુકૂળતા મુજબ અર્થ કરીને ધર્મના નામે રાજકીય સત્તા ઊભી કરત. એટલે આધ્યાત્મ પર ઊભો થયેલો ધર્મ મનુષ્યની મુક્તિનો માર્ગ ન બનતાં તેમની ગુલામીનો માર્ગ બની જાત. ભારતના ઋષિઓએ ટાળેલી આ ભૂલ આરબમાં મોહમ્મદ પયગંબરે ઇસ્લામના ઝડપી ફેલાવાની કોશિશમાં કરી દીધી. તેમણે હજી તો ખાલી એક અલ્લાહના નામે એકેશ્વરવાદનો સિધ્ધાંત જ શોધ્યો હતો ત્યાં જ તે સિધ્ધાંતને લીલા રંગનું પ્રતિક આપી સત્તાનું કેન્દ્ર બનાવી દીધું. પરીણામ એ આવ્યું કે છેક સાતમી સદીમાં મોહમ્મદ પયગંબરે શોધેલા આધ્યાત્મિક સિધ્ધાંતોથી આગળ ઇસ્લામમાં કોઇ નવો આધ્યાત્મિક વિકાસ ન થયો અને મોહમ્મદના અનુયાયીઓ દુનિયાભરમાં એ અધૂરા સિધ્ધાંતો પર તૈયાર કરાયેલા ક્રિયાકાંડો સ્થાપવા લીલા રંગના ઝંડા સાથે નીકળી પડયા. આ અનુયાયીઓ જ્યારે ભારતમાં પ્રવેશ્યા ત્યારે ઘણીબધી સદીઓ સુધી ભારતીયોને ખબર જ ન પડી કે આમના સાથે લડવું કઇ રીતે. કારણ કે તલવાર લઇને કત્લેઆમ કરી ધર્મનો ફેલાવો કરતા આક્રાંતાઓ તેમણે પહેલીવાર જોયા

હતા. આખરે રાજપૂતો સમજ્યા કે અસલમાં આ કોઇ વિસ્તારની લડાઇ નથી. આ આપણી સંસ્કૃતિ અને આધ્યાત્મિક જ્ઞાનના અસ્તિત્વની લડાઇ છે. પરીણામે રાજપૂતોએ એ મુસ્લિમ આક્રમણખોરોના લીલા ઝંડા સામે ભારતીય આધ્યાત્મનો ભગવો ધ્વજ પકડી લીધો અને એક નવા સંઘર્ષને શરૂ કર્યો. આ રીતે રાણા પ્રતાપ, શિવાજી અને બાજીરાવ પેશ્વાના સમય સુધીમાં ભગવો ધ્વજ ભારતના હિંદુ રાજ્યોનો પ્રતિક બન્યો અને લીલો રંગ ભારતના મુસ્લિમ રાજ્યોનો. આમ, મોગલોના પર-તંત્ર સાથે લડવાની કોશિશમાં આપણે ભગવા ધ્વજને સત્તાથી દૂર રાખવાનું સ્વ-તંત્ર ગુમાવ્યું. ભગવા અને લીલા રંગના ધ્વજોની એ લડાઇ વીસમી સદી આવતા સુધીમાં મુસ્લિમ લીગ અને હિંદુ મહાસભાના રુપમાં ફેરવાઇ ગઇ. અને ભારતની આઝાદી વખતે એ પર-તંત્રમાં ફસાઇ ગયેલા લોકોએ ભગવા ધ્વજને ભારતનો રાષ્ટ્રધ્વજ બનાવવાની માંગ કરી. પણ સદભાગ્યે ગાંધીજીના રુપમાં વેદોનું આધ્યાત્મ કંઇક અંશે વીસમી સદીના ભારતમાં જાગૃત થયું હતું. જેણે ભગવા ધ્વજના સ્થાને તિરંગાને પસંદ કર્યો જે ક્રમિક બદલાવ પછી અશોકના અખંડ ભારતના પ્રતિક એવા અશોક ચક્ર ધરાવતા આજના તિરંગામાં બદલાયો. આ રીતે આઝાદ ભારતમાં એટલું સ્વ-તંત્ર તો આપણે પાછું મેળવ્યું.

પણ મોધલોના એ જ પરતંત્રમાં કેદ કેટલાંક તથાકથિત હિંદુવાદી આજેય ભગવા ધ્વજને દેશની સત્તાનું પ્રતિક બનાવવા માગે છે. આપણે તેમને જમણેરી કહીએ છીએ જે પોતાના પૂર્વજોના સ્વ-તંત્રમાં આવી શક્યા નથી. આ કારણે તેમની માનસિકતા પણ ધીરે ધીરે એવી જ થતી જાય છે જેવી સાતમી સદી પછી ક્રમિક રીતે મુસ્લિમોની થઇ હતી. જેમ મુસ્લિમો લીલા રંગ સામે જોઇને સાતમી સદીથી આગળ વધી નથી શકતા તેમ આ જમણેરીઓ ભગવા રંગને જોઇને આરએસએસની સ્થાપના અને શિવાજી-રાણા પ્રતાપનો ભગવો ધ્વજ પકડયાના સમયથી પાછળ નથી જઇ શકતા. તેમને ના વેદો-ઉપનિષદો રચવાવાળા ઋષિઓનું કોઇ જ્ઞાન છે ના તેમના આધ્યાત્મનું. તેમના શ્રેષ્ઠ વિચારકો પણ ૧૯૨૫ પછી દેશમાં થયેલી રાજનીતિના જ વિચારકો છે, હિંદુ આધ્યાત્મના નહીં. આ કારણે આઝાદ ભારતમાં ભગવો રંગ ઋષિઓના આધ્યાત્મનું પ્રતિક ન બનતાં રાજનીતિ માટે વપરાતા એક કોસ્મેટીક હિંદુ સંપ્રદાયનો પ્રતિક બની ચૂક્યો છે. આ વાતનો પૂરો લાભ અંગ્રેજોના પરતંત્રમાં જીવતા ડાબેરીઓ અને મિથ્યાજ્ઞાનીઓ ઊઠાવે છે અને ભગવા રંગને સાંપ્રદાયીકતાના પ્રતિક તરીકે ચીતરી બદનામ કરે છે. એ બદનામીથી બચવા આજનો બુધ્ધિજીવી નવયુવાન આત્મજ્ઞાનના સૂર્યોદયનું પ્રતિક એવા એ ભગવા રંગથી દૂર ભાગે છે અને પરીણામે દેશમાં જેની સૌથી વધારે જરુર છે તે પ્રાચીન

ભારત જેવી આધ્યાત્મિક ક્રાંતિ થઇ નથી શકતી. આ બધું થયું છે વિદેશી આક્રાંતાઓના ચાલ્યા ગયા પછી સ્વ-તંત્રના આદર્શોને ફરી ધારણ ન કરી શકવાના કારણે. આવા જ એક બીજા પરતંત્રમાં જીવતા ડાબેરીઓ અને મિથ્યાજ્ઞાનીઓની વાત આવતા લેખમાં.

"૨૨ જાન્યુઆરી, ૨૦૧૭, ગુજરાત સમાચાર - રવિપૂર્તિ."

34

ડાબેરીઓ અને મિથ્યાજ્ઞાનીઓની પરતંત્રતા

આફ્રિકાથી બહાર નીકળેલી માનવજાતિ સૌપ્રથમવાર પ્રાચીન ભારતીય સભ્યતા રૂપે જ એક સંસ્કૃતિ બની. મતલબ, મનુષ્યોને કુદરત દ્વારા બીજા પ્રાણીઓ કરતા ઘણી વધારે શક્તિઓ મળી છે એવું વિચારવાવાળા અને એ શક્તિઓ કેમ મળી છે એનું સત્ય શોધવાવાળા આપણે ભારતીયો આ ધરતી પર પહેલા હતા. અને એ સત્ય શોધ્યુ આપણી સંસ્કૃતિના વૈજ્ઞાનિકો કહેવાતા ઋષિઓએ. અને જે વિજ્ઞાન દ્વારા એ સત્ય શોધવામાં આવ્યું એ હતું 'આધ્યાત્મ'. આધ્યત્મ મતલબ 'આત્માનું અધ્યયન.' સ્વયંના આત્માનું અધ્યયન કરીને જ એ ઋષિઓએ સમગ્ર બ્રહ્માંડ અને મનુષ્યની ઉત્પત્તિના કારણને જાણ્યું હતું. એ આત્માના અધ્યયને જ તેમને કહ્યું કે આ સમગ્ર બ્રહ્માંડ 'બ્રહ્મ' નામની એક જ પ્રકારની ઉર્જાથી બનેલું છે અને આજે અસ્તિત્વ ધરાવતા આ બધા તારાઓ, ગ્રહો, પહાડો, નદીઓ, વૃક્ષો, પશુ-પક્ષીઓ અને મનુષ્યો બ્રહ્માંડની ઉત્પતિ પહેલા આ જ બ્રહ્મના એક બિંદુવત દડા રૂપે એક સ્પંદનમાં ધબકી રહ્યા હતા. સ્પંદિત થતો બ્રહ્મનો એ બિંદુવત પિંડ જ તે સમયની સૃષ્ટિ હતો. આથી, તેને અદ્વૈત (જ્યાં બીજું કંઈ નથી તે) પિંડ કહે છે.

ત્યારબાદ કોઈ કારણથી તે અદ્વૈત પિંડ ફૂટયો અને બ્રહ્મ વિખેરાઈ ગયું અને સમય જતાં આજના વિવિધ રૂપોમાં ફેરવાઈ ગયું. તારાઓ, ગ્રહો, પહાડો, નદીઓ, વૃક્ષો, પશુ-પક્ષીઓ અને મનુષ્યો જેવા આજના આ બધા રૂપો એક

જ અદ્વૈત પિંડમાંથી છૂટા પડયા છે. આ કારણે તેઓ એકબીજા વિના અધૂરા છે અને એકબીજા તરફ પોતાની અભિવ્યક્તિ કરી રહ્યા છે. તેમની આ અભિવ્યક્તિ એકબીજા સાથે ફરી જોડાઈ જવાનો પ્રયાસ છે. પણ કારણ કે તેમની ઈન્દ્રિયો તેમના અલગ અલગ શરીરોને જુએ છે, તે ઈન્દ્રિયો તેમના મનમાં એ અલગાવવાદનો રેકોર્ડ સ્થાપી દે છે કે 'હું બાકીના સ્વરૂપોથી અલગ છું'. દરેક પ્રાણીના મનમાં રચાયેલા આ અલગાવવાદના રેકોર્ડને જ કહે છે - અહમ, જે બ્રહ્મના તે વિવિધ સ્વરૂપોને એકબીજા સાથે જોડાવા નથી દેતો. એટલે વિલન શરીરો નથી. વિલન આ અહમ છે જે ઈન્દ્રિયોની મર્યાદાથી ઉભો થયો છે. 'હું બધાથી અલગ છું' એ અહમ જો તૂટી જાય તો પ્રાણી જાણી જાય કે હું બ્રહ્માંડના દરેક રૂપોમાં રહેલું અદ્વૈત બ્રહ્મ છું. સમસ્ત હું જ છું.' શરીર તો એક સાધન છે. જ્યાં સુધી અહમ તેને ચલાવે છે તે એ એક પ્રાણીના મન મુજબ ચાલે છે, જ્યારે અહમ તૂટી જાય છે ત્યારે સમગ્ર સૃષ્ટિનું બ્રહ્મ તેને ચલાવે છે. અને એવા શરીરને આપણે ઈશ્વર કે ઈશ્વરના અવતારો કહીએ છીએ.

આમ, મનુષ્યને સૌપ્રથમ આત્માનું અધ્યયન દ્વારા અહમ તોડી પોતાના અદ્વૈત બ્રહ્મ સ્વરૂપને જાણી લેવાનું છે. આ કાર્યને જ મોક્ષ કહે છે જે મનુષ્યના આત્મારૂપી બ્રહ્મને સૃષ્ટિના બ્રહ્મ સાથે અદ્વૈતની સ્થિતિએ એક કરી દે છે. બધા પ્રાણીઓમાં પોતાના આત્માનું અધ્યયન કરી મોક્ષ મેળવવાની ક્ષમતા મનુષ્ય જ ધરાવે છે. અને એ જ મનુષ્યની ઉત્પતિનું કારણ છે. બ્રહ્મ પ્રાણીઓના આત્મારૂપે ઉત્ક્રાંતિ પામતું પામતું મનુષ્ય શરીરમાં આવી અદ્વૈત પિંડ સ્વરૂપે મોક્ષ મેળવે છે. જેમ જેમ વધુને વધુ બ્રહ્મ મનુષ્યશરીરથી મોક્ષ પામી અદ્વૈત સ્થિતિને પ્રાપ્ત કરતુ જશે તેમ તેમ ફરી પોતાના વિવિધ રૂપોને એક જ સ્પંદનમાં સમાવી લેતો અદ્વૈત પિંડ બની જશે. આમ, અલગ પડી ગયેલા બ્રહ્મના આ વિવિધ રૂપોને ફરી એકત્વમાં બાંધવાનું કામ મનુષ્ય રૂપે જન્મેલા દરેક આત્માનું છે. આ રીતે વેદોના આધ્યાત્મ મુજબ જે તે એકત્વ તરફ આગળ વધવા કર્મ કરે છે તે સાચો છે અને જે પોતાના અહમનો ગુલામ બનીને વ્યક્તિગત સ્વાર્થ માટે કર્મ કરે છે તે ખોટો છે.

આટલુ જાણી લેતાં જ પ્રાચીન ભારતમાં ગુરૂકુળો રૂપે શિક્ષણવ્યવસ્થા ઉભી થઈ જ્યાં દરેક મનુષ્ય આ આધ્યાત્મના માર્ગે પોતાના અસ્તિત્વ પાછળનું કારણ જાણતો. અહીં, દરેક મનુષ્ય જાણતો કે પોતાના બ્રહ્મરૂપનો સાક્ષાત્કાર જ મુખ્ય લક્ષ્ય છે અને જ્યાં સુધી એ સાક્ષાત્કાર ન થાય ત્યાં સુધીનું જીવન તેને પ્રકૃત્તિના આ વિવિધ રૂપોને પોતાના જ રૂપો માનીને તેમનું સંવર્ધન કરવામાં વિતાવવાનું છે. આમ, દરેક મનુષ્યમાં પ્રગટેલું એ આધ્યાત્મ ભારતીય સંસ્કૃતિના સામાજીક, આર્થિક, રાજનૈતિક અને ધાર્મિક એમ દરેક પાસાનું મુખ્ય અંગ બન્યું. સદીઓ

સુધી આ રીતે ચાલતો ભારતીય સમાજ અનેક વિદેશી આક્રમણો છતાં છેક ઓગણીસમી સદીના પૂર્વાધ સુધી પોતાની આ ગુરૂકુળ શિક્ષણપ્રથા જાળવી રાખવામાં સફળ રહ્યો હતો. પણ ૧૮૩૫માં મોકેલોએ એ જાણી લીધું જે તેના પહેલાના કોઈ વિદેશી આક્રાંતાએ નહોતું જાણ્યું. તેણે જાણ્યું કે, 'આ લોકોના ઉપનિષદોએ તો મનુષ્યની ઉત્પત્તિના કારણને જ છતુ કરી દીધું છે અને બધા ભારતીયો જન્મથી જ બાયડીફોલ્ટ એ અદ્વૈતના જ્ઞાન સાથે જીવન જીવે છે. આ આધ્યાત્મ જ એમનુ મૂળ છે જે તેમને ગુરૂકુળોમાં મળે છે. જ્યાં સુધી આધ્યાત્મનું મૂળ તેમની સાથે છે તેઓ ક્યારેય બીજા કોઈ વિદેશી વિચારને નહીં અપનાવે કારણ કે વિશ્વનો કોઈ બીજો વિચાર સત્યની આટલી સંપૂર્ણતાએ પહોંચ્યો નથી.' બસ, તેની આ સલાહ પછી અંગ્રેજોએ ગુલામ ભારતમાં ગુરૂકુળ વ્યવસ્થા બંધ કરી દીધી અને અંગ્રેજોની શિક્ષણપ્રથા અમલમાં મૂકી દીધી જેનું મૂળ બસ નોકરી મેળવીને કર્મચારી બનવાનું હતું. આમ, ભારતમાં ગુરૂકુળોનું સ્વતંત્ર નષ્ટ પામ્યું અને અંગ્રેજોની શિક્ષણ પદ્ધતિનું પર-તંત્ર અસ્તિત્વમાં આવ્યું.

ત્યારબાદ ભારતમાં જે પણ ભારતીયો પેદા થયા તેમનો તેમના પૂર્વજો એવા ઋષિમુનિઓથી અને તેમના આધ્યાત્મથી સબંધ ખતમ થઈ ચૂક્યો હતો. કોરી સ્લેટ જેવા આ ભારતીયોના મનને અંગ્રેજી શિક્ષણ પદ્ધતિ વડે પશ્ચિમના નાસ્તિક અને ભૌતિકવાદી તત્ત્વજ્ઞાનથી ભરવામાં આવ્યું. જ્યારે બીજી બાજુ હિંદુ ધર્મના પુરાણોથી લઈને રામાયણ-મહાભારત સુધીના દરેક શાસ્ત્રનું મૂળ વેદોનું આધ્યાત્મ હતું. આથી, ભારતના આ હિંદુઓ પણ ભારતીય શાસ્ત્રોને એ જ છીછરી ભૌતિક દ્રષ્ટિથી મૂલવવા લાગ્યા જે રીતે પશ્ચિમના ઈન્દ્રિયગ્રસ્ત લોકો મૂલવતા હતા. પરિણામે એ ભારતીયો માટે પણ હિંદું ધર્મ કોઈ આધ્યાત્મિક ચિંતન ન રહેતાં બીજા ધર્મો જેવો એક સંપ્રદાય બની ગયો જેને તેઓ બીજા સંપ્રદાયોની જેમ જ મનુષ્યો વચ્ચે ભેદ ઉત્પન્ન કરતું એક નકારાત્મક પરીબળ ગણીને નફરત કરવા લાગ્યા. બ્રહ્મના એકત્વનું લક્ષ્ય વિસરાઈ જતાં આ હિંદુઓની સાચા-ખોટાની પરિભાષાઓ જ બદલાઈ ગઈ. તેઓ કાર્લ માર્ક્સની એ પશ્ચિમી નાસ્તિકવાદી વ્યાખ્યામાં ફસાયા કે - 'કોણ સાચું અને કોણ ખોટું એ નક્કી કરવાનો કોઈને અધિકાર નથી. દરેક માણસ પોતાના સ્થાને સાચો છે. મનુષ્ય જીવનનું કોઈ લક્ષ્ય આપણને ખબર નથી. એટલે જેને જે કરવું હોય તે કરી શકે.' અંગ્રેજોના પરતંત્રમાં ફસાયેલા આવા હિંદુઓને આપણે ડાબેરીઓ અને સ્યુડોઈન્ટેલેક્યુઅલ્સ કહીએ છીએ, જે પોતાના જ હિંદુ સ્વ-તંત્રને ગાળો આપવામાં પોતાની શાન માને છે. તેઓ આજે પણ અંગ્રેજોના ગુલામ છે અને એ વિદેશી પરતંત્રતા જ તેમની ઓળખ છે.

"૨ જાન્યુઆરી, ૨૦૧૭, ગુજરાત સમાચાર - રવિપૂર્તિ."

35

આપણે રાઇટ કે લેફ્ટ નથી, આપણે આર્ય છીએ

એકવાર એક રસ્તે ચાલતા માણસે ફૂટપાથ પર બેઠેલા બે અનાથ છોકરાઓને તેમના બાપ પર ગાળ દીધી. એટલે એક છોકરાએ તે માણસ સાથે સામસામી ગાળો બોલવાનું અને ઝઘડવાનું શરૂ કરી દીધું. પણ બીજા છોકરાએ કહ્યું, 'હશે ! મારો બાપ એવો જ હશે.' એમ કહીને તેણે પોતે જ પોતાના બાપને બે ગાળ આપી દીધી. હકીકત એ હતી કે બેમાંથી એકે ય છોકરાને તેમનો બાપ કોણ છે એ ખબર નહોતી. પણ છતાં ય એક માટે તેનો બાપ અહમનો વિષય હતો એટલે તેણે ઝઘડો શરૂ કર્યો, જ્યારે બીજાને માટે તેનો બાપ નાસ્તિકતાનો વિષય હતો એટલે એને પોતાના જ બાપને ગાળ બોલવામાં કોઈ વાંધો નહોતો. અહીં પહેલો છોકરો જમણેરી કહેવાશે, જ્યારે બીજો ડાબેરી. માણસ જ્યારે 'હું કોણ છું' એ મૂળ જાણકારી ગુમાવી દે છે ત્યારે કાં તો ડાબેરી બને છે કાં તો જમણેરી. બંને ભટકાવ છે. બંને અજ્ઞાન છે. જ્યાં સુધી મનુષ્ય પોતાની એ બ્રહ્મરૂપી મૂળ ઓળખથી રૂબરૂ નથી થતો ત્યાં સુધી તે આ બે બાજુઓમાં ભટકતો રહે છે. આ બંને માર્ગ પર કોઈ સત્ય કે સફળતા પ્રાપ્ત થતી નથી. તે બંને માર્ગ એક હદથી આગળ જઈ કટ્ટરતા પ્રાપ્ત કરી દે છે અને સત્યને જ હાનિ પહોંચાડે છે.

આપણે ભારતીયો ક્યારેય આવી રાઇટ-લેફ્ટમાં વહેંચાવાવાળી પ્રજાતિ નથી રહ્યા. આપણે આર્ય છીએ. ભારતની આર્ય સંસ્કૃતિમાં મનુષ્યનું જીવન 'હું કોણ છું ?' એ સત્યનો સાક્ષાત્કાર કરવાના કાર્યથી જ શરૂ થતું. આ રીતે ભારતીય જ્યારે એ જ્ઞાનથી રૂબરૂ થતો કે, 'હું સમગ્ર સંસારમાં ફેલાયેલું અદ્વૈત બ્રહ્મ છું જે એક આત્મારૂપે આ શરીરમાં અભિવ્યક્તિ કરી રહ્યું છે.' - ત્યારે તે આર્ય કહેવાતો. આર્ય એટલે - 'જે જાગેલો છે તે'. આર્ય મતલબ પ્રબુદ્ધ. આવા પ્રબુદ્ધ આર્યોથી

બનેલી આર્ય સંસ્કૃતિ જ ભારતનું સ્વતંત્ર છે જેને આપણે આધુનિક ભારતમાં ગુમાવી ચૂક્યા છીએ. પરિણામે આપણે લેફ્ટ અને રાઇટમાં ભટકી ગયા છીએ અને પોતાનો અહમ્ સાચો સાબિત કરવા અંદરો-અંદર લડી રહ્યા છીએ. આ આખા માર્ગમાં ક્યાંય સત્ય નથી કે શ્રેષ્ઠતા પણ નથી. એ બસ પરતંત્રતા છે.

આર્ય- સંસ્કૃતિનો સનાતન ધર્મ સમગ્ર બ્રહ્માંડના જડ અને ચેતન વસ્તુઓની એકતાને વ્યાખ્યાયિત કરતો હતો. સત્યના સંદેશને જીવી બતાવનાર દરેક મનુષ્યને સનાતન ધર્મમાં બ્રહ્મનો અવતાર કહેવામાં આવતો. અને એ અવતાર તેના દરેક જન્મ વખતે આ વાત કહેતો કે 'ધરતી પર જ્યારે જ્યારે અધર્મ ઉત્થાન પામશે ત્યારે ત્યારે તે સ્થાને હું આવીશ.' નાજરેથમાં પ્રેમ અને એકત્વનો સંદેશ આપનાર ઇસુ હોય કે આરબમાં એક ઇશ્વરનો બોધ આપનાર મોહમ્મદ હોય, ઇરાનીઓના જરથુષ્ટ્ર હોય કે યહૂદી તથા આરબોના અબ્રાહમ અને મોસીસ- તે સનાતન ધર્મના જ બ્રહ્મના અવતારો હતા. ભારતમાં ઋષિઓએ આત્મજ્ઞાનના પ્રતીકરૂપે સૂર્યોદયનો ભગવો રંગ અપનાવ્યો હતો. પણ આરબના રણમાં વસંત ઋતુમાં ખીલતા ખજૂરીનાં લીલાં પાંદડાં જ પ્રકૃતિના ઉદયની નિશાની હતી. આથી ત્યાં પેદા થયેલા પયગંબરને જ્યારે આત્મજ્ઞાન થયું ત્યારે તેમણે તેને અજ્ઞાનની શુષ્કતામાંથી જ્ઞાનની પ્રકૃતિ ખીલવાનું પ્રતીક માની લીલા રંગનાં કપડાં ધારણ કર્યા. આમ, પૃથ્વી પરના એક સ્થાને જે આત્મજ્ઞાનનો પ્રતીક ભગવો રંગ છે એ જ આત્મજ્ઞાનનો પ્રતીક પૃથ્વી પરના એક બીજા સ્થાને લીલો રંગ છે. આપણે ખાલી ભગવા રંગને જ આપણો માનીશું તો પૃથ્વી પર તે એક સ્થળના અને તે એક સંપ્રદાયના માનવી બનીને રહી જઈશું. પણ જો પૃથ્વી પર આત્મજ્ઞાનના પ્રતીક એવા દરેક રંગ અને પ્રતીકને પોતાનું માનીશું તો આપણા સ્વ-તંત્ર એવા સનાતન ધર્મના પ્રતિનિધિ બનીશું.

એક સમય હતો જયારે સમગ્ર પૃથ્વી પર આપણે જ આધ્યાત્મના માર્ગે આત્મજ્ઞાન મેળવનારા લોકો હતા. એ વખતનો આપણો સનાતન ધર્મ સમગ્ર માનવજાતિને સત્યનો બોધ આપતો. પણ સમય સાથે વિશ્વમાં અન્ય સંસ્કૃતિઓમાં પણ આત્મજ્ઞાનના માર્ગે બીજા ધર્મો અને તેમના પ્રતીકાત્મક રંગો અસ્તિત્વમાં આવ્યા. એટલે શું હવે આપણે તે બીજા ધર્મો અને તેમના રંગોને પારકા સમજવાના? નહિ. આપણો સનાતન ધર્મ આપણને એની મંજૂરી નથી આપતો. આપણે માટે એ રંગ પણ એટલા જ પૂજ્ય છે જેટલો ભગવો રંગ છે. આપણે જગતના એ ભિન્ન ભિન્ન ધર્મોને તેમના જ્ઞાનના પ્રતીક એવા રંગો સાથે પોતાનામાં સમાવી લેવાના છે. આપણે દેશની દરેક મસ્જિદો પર એમ કહીને હક કરવાનો છે કે અમે પણ મસ્જિદોમાં જઈને એ નિરાકાર બ્રહ્મની પ્રાર્થના કરવા માગીએ છીએ, જેને મુસ્લિમ ભાઈઓ 'અલ્લાહ' કહે છે. નિરાકાર બ્રહ્મની બંદગી

કરવી એ અમારા સનાતન વેદાન્ત ધર્મની એક શાખા છે. એ જ રીતે આપણે જેમ જન્માષ્ટમી, રામનવમી અને શિવરાત્રિ ઊજવીએ છીએ તેમ ભગવાન ઇસુના જન્મદિવસ નાતાલને પણ એટલા જ પ્રેમ અને ભક્તિભાવથી ઉજવવાનો છે. કારણ કે જગતમાં સત્યનો ઉપદેશ આપનારો દરેક પયગંબર આપણા માટે બ્રહ્મનો અવતાર છે. નાતાલની ઉજવણી કરવાનું આ કામ સવા સો વર્ષથી બેલુર મઠમાં ચાલુ છે જે સનાતન ધર્મના મહાન એમ્બેસેડર ગણાતા વિવેકાનંદે શરૂ કરાવ્યું હતું. આમ, આપણે જગતના દરેક સંપ્રદાયને આપણા સનાતન ધર્મની એક શાખા બનાવી પોતાનામાં સમાવી લેવાનો છે. એ જ આપણું સ્વતંત્ર છે. સદીઓ સુધી વિદેશી સંસ્કૃતિઓની ગુલામી ભોગવડાવીને આપણને આઝાદ કરનાર બ્રહ્મ એ ગુલામી દ્વારા આપણને આ જ સંદેશ આપી રહ્યું છે.

આપણા સ્વતંત્રમાં કોઈ પણ સંપ્રદાયના માર્ગે સત્ય સુધી પહોંચવાની કોશિશ કરતો દરેક મનુષ્ય સમાન છે એટલે દેશની રાજ્યવ્યવસ્થામાં કોઈ પણ સંપ્રદાય પાળતા દરેક નાગરિક માટે એક સમાન કાયદો હોવો આવશ્યક છે. આ ઉપરાંત આપણું સ્વતંત્ર સત્યપ્રાપ્તિને મનુષ્ય જીવનનું લક્ષ્ય માને છે, સત્તાને નહી. આથી આપણા સ્વતંત્રમાં દરેક મનુષ્યનો દરેક સંપ્રદાય પર સમાન અધિકાર છે. પણ ધર્માંતરણોના માર્ગે ખાલી નામ, દેખાવ અને ગણવેશ બદલીને સંપ્રદાયના નામે સત્તા ઊભી કરવાનો સખ્ત વિરોધ છે. આપણું સ્વતંત્ર માનવજાતિને તેની મુક્તિના માર્ગે ધકેલતી એક એવી સંતુલિત વ્યવસ્થા છે જેનું મુખ્ય સાધન તેની અધ્યાત્મ પ્રેરિત શિક્ષણવ્યવસ્થા છે. બાળપણથી જ મનુષ્યને અસ્તિત્વનું ધ્યેય સમજાવતી એ શિક્ષણ વ્યવસ્થા પુન : શરૂ કર્યા સિવાય આપણું એ સ્વતંત્ર પાછું ફરી શકે તેમ નથી. આથી, આપણે તમામ સંપ્રદાયોમાંથી ક્રિયાકાંડોને અલગ કરી તેમના અસ્તિત્વ વિશેના તત્ત્વજ્ઞાનને એકસૂત્રતામાં બાંધવાનું છે અને તેને પહેલા ધોરણથી જ તત્ત્વજ્ઞાનના વિષયરૂપે શિક્ષણ વ્યવસ્થામાં સામેલ કરવાનું છે. આ રીતે આપણે મોગલો અને અંગ્રેજોના પરતંત્રમાંથી બહાર નીકળી આપણા આર્ય-સંસ્કૃતિના સ્વતંત્રમાં પાછું ફરવાનું છે, જ્યાં દરેક સંપ્રદાયને સત્યના માર્ગે આગળ વધવાનો સમાન અવસર આપવામાં આવે છે અને ધાર્મિક બહુમતીના માર્ગે દુનિયા પર આધિપત્ય સ્થાપવાના ધર્માંતરણોના માર્ગને બંધ કરી દેવામાં આવે છે.

બોધ : આપણા સ્વતંત્રમાં ખાલી શિવાજીને માનનારા પણ ખોટા છે અને ખાલી ગાંધીને માનનારા પણ ખોટા છે. એક હિંદુ શું છે તેનો જવાબ આર્યોની ગર્ભ-સંસ્કારની વિધિમાંથી મળે છે. ગર્ભસંસ્કારની વિધિમાં ગર્ભવતી સ્ત્રીને એક ઔષધી પિવડાવવામાં આવે છે, જેમાં પીપળાની, વડની અને ગળોની છાલનો રસ હોય છે. પીપળો અધ્યાત્મિક પવિત્રતાનું પ્રતીક છે (ગાંધીજી), વડ એ

આધ્યાત્મિક જ્ઞાનને દુનિયામાં ચારે બાજુ વિસ્તારવાનું પ્રતીક છે (વિવેકાનંદ) અને કડવી ગળો અધર્મ અને રોગ ઉત્પન્ન કરતી શક્તિઓનો નાશ કરવાનું પ્રતીક છે (શિવાજી), જે માણસમાં આ ત્રણમાંથી એક પણ ગુણ ગેરહાજર હોય તેને પોતાની જાતને હિંદુ કહેવાનો અધિકાર નથી. ગર્ભસંસ્કારના આ ત્રણ ગુણોને એક સાથે ધારણ કરનાર હિંદુ જ સ્વતંત્ર બન્યો છે એમ કહી શકાય.

"૦૫ ફેબ્રુઆરી, ૨૦૧૭, ગુજરાત સમાચાર - રવિપૂર્તિ."

36

'મ્યુનિક' : ઇઝરાયેલના લડાયક અભિગમની કિંમત સમજવી જરૂરી

૪ થી સપ્ટેમ્બર, ઇસ ૧૯૭૨. જર્મનીના મ્યુનિક શહેરમાં ઓલિમ્પિક રમતોમાં ભાગ લેવા ઇઝરાયેલના એથલીટોની ટીમ આવેલી છે, જે ઓલિમ્પિયન ગેસ્ટ હાઉસમાં રોકાયેલી છે. એવામા સવારે ચાર વાગે પેલેસ્ટાઇનના આઠ આતંકવાદીઓ એ ગેસ્ટ હાઉસમાં ઘુસી જાય છે અને ઓલિમ્પિકમાં ભાગ લેવા આવેલા અગિયાર ઇઝરાયેલી ખેલાડીઓને બંદી બનાવી દે છે. આતંકવાદીઓ ઇઝરાયેલની જેલમાં રહેલા ૨૩૪ પેલેસ્ટીની કેદીઓને છોડવાની માંગ કરે છે. ઇઝરાયેલ તેની આદતમુજબ નેગોશીએશનમાં પડતું નથી અને જર્મન પોલીસ દ્વારા એક્શન લેવડાવે છે જેમાં પાંચ આતંકવાદીઓ હણાય છે અને ત્રણ જીવતા પકડાય છે પણ તેના પહેલા તેઓ તમામ ઇઝરાઇલી ખેલાડીઓને મારી ચૂક્યા હોય છે.

ઇઝરાયેલ બદલા તરીકે પેલેસ્ટાઇન પર મિસાઇલ હુમલો કરીને ૬૦ આરબોને મારી દે છે. પણ ત્યારબાદ ઇઝરાયેલની ગુપ્તચર સંસ્થા મોસાદને ખબર પડે છે કે મ્યુનિક હત્યાકાંડ બ્લેક સપ્ટેમ્બર નામના એક આતંકી સંગઠને કર્યો છે જેને પેલેસ્ટાઇનના સામાજિક સંગઠન 'પેલેસ્ટાઇન લીબરેશન ઓર્ગેનાઇઝેશન'ના જ અગિયાર સભ્યોએ આ કામ માટે ટેમ્પરરી ઊભું કર્યું હતું.

આ સાંભળતાં જ ઇઝરાયેલના તે સમયનાં મહિલા પ્રધાનમંત્રી ગોલ્ડા મેયરે આદેશ આપી દીધો, 'આ આતંકી સંગઠન ઊભું કરવાવાળા એ અગિયાર લોકોને બતાવી દો કે યહૂદી લોહી વહેવડાવવાનું પરીણામ શું હોય છે.' આ માટે મોસાદે એવનર કૌફમેન નામના એક એજન્ટને યુરોપ મોકલ્યો જ્યાં તેની સાથે બીજા ચાર યહૂદી એજન્ટો જોડાયા. એ અસ્થાયી આતંકવાદી સંગઠન ઊભુ કરવાવાળી સંસ્થાના સભ્યો યુરોપમાં સામાન્ય ઉદ્યોગપતિઓ અને લેખકો તરીકે સ્થાપિત હતા. મોસાદના એજન્ટોએ હવે યોજનાઓ ઘડી એક પછી એકને મારવાનું શરૂ કરે છે.

કોઇને જાહેરમાં ગોળી મારે છે તો કોઇના ઘરમાં ટેલિફોનમાં બોમ્બ ગોઠવે છે, કોઇના હોટલના રૂમમાં પલંગ નીચે બોમ્બ ગોઠવે છે. બૈરુતમાં ઇઝરાયેલની આર્મી સાથે મળીને છુપી રીતે સર્જીકલ સ્ટ્રાઇક કરી ત્રણને મારે છે. પરંતુ, આ બધી ઘટનાઓમાં મોસાદના એ એજન્ટોનો સામનો ઘણી માનવીય સંવેદનાઓથી થાય છે. મુખ્ય એજન્ટ કૌફમેન હોટેલમાં જે પેલેસ્ટીનીને બોમ્બથી ઉડાડી દેવાનો હોય છે તે બોમ્બ વિસ્ફોટના થોડા સમય પહેલા જ કૌફમેનને એકલતા લાગે તો પોતાના રૂમમાં આવવાનો અને કોફી પીને ગપ્પા મારવાનું નિમંત્રણ આપે છે. એથેન્સમાં એક પેલેસ્ટની ગ્રુપ સાથે કૌફમેનની ટીમ એક રૂમમાં સાથે રહે છે અને સંગીત સાંભળે છે. પણ બીજા દિવસે એ જ ગ્રુપ દુશ્મન નીકળતાં તેમને એની હત્યા કરવી પડે છે. બોમ્બ બ્લાસ્ટો અને સર્જીકલ સ્ટ્રાઇકમાં કેટલાક નિર્દોષ લોકોનો પણ ભોગ લેવાય છે. પરંતુ, કૌફમેનની ટીમ એમના એ જ ઇઝરાઇલી ઝનૂનમાં હોય છે.

હજારો વર્ષો સુધી જુદા જુદા દેશોમાં ગુલામ અને આશ્રિતો તરીકે રહ્યા પછી અને ગેસ ચેમ્બરોમાં મોતને ભેટયા પછી છેક ૧૯૫૦માં યહૂદીઓને ઇઝરાયેલ તેમની જન્મભૂમિ તરીકે પાછું મળ્યું છે. આરબો તેને પોતાનો ભાગ ગણી પેલેસ્ટાઇનમાં ભેળવી દેવા માગે છે. પણ યહૂદીઓ માટે આ અહેસાસ કે - ઇઝરાયેલ તેમની માતૃભૂમિ છે જ્યાં તેઓ યહૂદી તરીકે યહૂદીઓ સાથે જ રહી શકે છે - એ સ્વર્ગના અહેસાસથી કમ નથી. તેઓ માને છે કે કમ સે કમ આટલું મેળવવાનો તો એમને હક છે અને જો કોઇ એ પણ એમનાથી છીનવી લેવા માગે છે તો એને મરવું પડશે.

આ અહેસાસ કૌફમેન અને એના સાથીઓએ એક પછી એક હત્યાઓ કરવાની પ્રેરણા આપે છે. પણ હવે, પેલેસ્ટાઇની જાસૂસો પણ તેમના પર છૂપા હુમલા કરવા લાગે છે અને કૌફમેનના પાંચ સાથીઓમાંથી બેની હત્યા થઇ જાય છે. એક બીજો સાથી હવે આ બધી હત્યાઓથી કંટાળી જાય છે અને કૌફમેનને કહે છે કે 'આપણે જે યહૂદી ધર્મ માટે લડી રહ્યા છીએ એ ધર્મ શું છે એ સમજવાનો તો મને

સમય જ નથી મળ્યો અને હું કદાચ એ જાણ્યા વગર જ મરી જઇશે. હવે મારે એક સારા યહૂદી બનવું છે અને ધર્મના માર્ગે ઇશ્વરની નિકટતા કેળવવી છે.' એટલું કહી તે ટીમથી અલગ થઇ જાયછે. પણ અમુક દિવસો પછી તેની પણ હત્યા થઇ જાયછે. આખરે, અનેક હત્યાઓ અને મૃતદેહો જોઇ ચૂકેલા કૌફમેનની માનસિક હાલત પણ બગડે છે.

મોસાદ તેને પાછો બોલાવી દે છે અને તેની પત્ની અને બાળકી સાથે અમેરિકા મોકલી દે છે. હવે એને ટેલીફોન ઉપાડતાં અને બેડમાં સૂતા પણ ડર લાગે છે કે ક્યાંક કોઇએ ત્યાં બોમ્બ તો નહીં મૂક્યો હોય. તેની માનસિક હાલતની ખબર પડતાં મોસાદનો પ્રમુખ તેને મળવા આવે છે અને કહે છે કે તે ઇઝરાયેલનો હીરો છે. કૌફમેન કહે છે કે 'મેં જે કર્યું એનો કોઇ અર્થ નથી. મેં જેને માર્યાં એમનાથી પણ ખતરનાક લોકો એમની જગ્યા લઇ ચૂક્યા છે. આ બધાનો કોઇ અંત નથી.' મોસાદનો પ્રમુખ એને કહે છે કે 'આપણે એક જ વાત જાણીએ છીએ કે જો આપણે તેમને નહીં મારીએ તો એ આપણને નષ્ટ કરી દેશે. તેઓ એજ ઇરાદાથી જીવે છે અને જો આપણે સદીઓ બાદ મળેલું આપણું ઘર સાચવવું છે તો તેમની સાથે આ રીતે જ લડે જવું પડશે.' હોલિવુડના સૌથી સમ્માનીય ડીરેક્ટર સ્ટીવન સ્પીલબર્ગની આ વિષય પર બનેલી ફીલ્મ 'મ્યુનિક'નો આ આખરી સીન છે.

આ ફીલ્મ આપણને ઇઝરાયેલના પ્રખ્યાત લડાયક મિજાજની બીજી બાજુ સમજાવે છે. આપણા વેદોમાં કહેવામાં આવ્યું છે- 'જેનું મન સતત નફરત અને સંઘર્ષમાં રોકાયેલું છે તે મનમાં ક્યારેય કોઇ રચનાત્મક કે માનવીય વિચાર ઉદભવશે નહીં.' ઇઝરાયેલ પ્રખ્યાત છે તેની દેશભક્ત પ્રજા માટે, તેના લડાયક મિજાજ માટે, ખેતી માટે જમીનના એક એક ફૂટનો ઉપયોગ કરવા માટે. પરંતુ, ઇઝરાયેલમાં ક્યારેય કોઇ સારા કવિઓ, લેખકો કે વિચારકો નથી થયા. ત્યાં ક્યારેય કોઇ સુંદર વિચારશીલ ફિલ્મો બનતી નથી. આઇન્સ્ટાઇન, સિગ્મોઇડ ફ્રોઇડ અને સ્પીલબર્ગ જેવા યહૂદીઓ જેમણે વિજ્ઞાન, કલા અને તત્વચિંતન ક્ષેત્રે કંઇ કર્યું છે તે પણ ઇઝરાયેલ સિવાયના દેશોમાં વસેલા હતા કે વસે છે.

એટલે હવે જ્યારે આપણે પણ ઇઝરાયેલની જેમ સર્જીકલ સ્ટ્રાઇક કરવાનું શરૂ કરી દીધું છે ત્યારે એ સંભાળવું જરૂરી છે કે ક્યાંક આપણા માટે આ રોજનો બિઝનેસ ના બની જાય. આપણે એકવાર હુમલો કરીએ, પાકિસ્તાન એનો જવાબ આપે, પાછો આપણે વળતો જવાબ આપીએ. ઇઝરાયેલ અને પેલેસ્ટાઇન વચ્ચે છેલ્લા પાંસઠ વર્ષથી આ જ ચાલુ છે. પાકિસ્તાન એક બદી છે અને જો દુનિયામાં માનવીય ગુણો જીવતા રાખવા હોય તો એક આરપારનું યુધ્ધ કરી એના જે ચાર ટુકડા થવા થનગની રહ્યા છે એમને અલગ કરી દઇ 'પાકિસ્તાન' નામનું

અસ્તિત્વ મીટાવી દેવું જોઇએ. જો ભૂલથી પણ આ સામસામી ટાપા-ટપલી કરવાના ખેલમાં ફસાયા તો આપણી પણ આવનારી પેઢીઓના જીવન ફક્ત પાકિસ્તાન અને પાકિસ્તાનીઓને નફરત કરવામાં જ જતાં રહેશે. બિલકુલ એ રીતે જેમ પાકિસ્તાનીઓના આટલા વર્ષો આપણને નફરત કરવામાં ગયા છે અને બદલામાં તેઓ શું બન્યા છે એ આપણે જોઇ શકીએ છીએ. So, Beware. Be straight and Be Decisive.

"૦૯ ઓક્ટોબર, ૨૦૧૬, ગુજરાત સમાચાર - રવિપૂર્તિ."

37

મોદી, બ્રીક્ઝીટ અને હવે ટ્રમ્પ મીડિયાના લિબરલ રોમાન્સને તમાચો

કેટલાક દિવસો પહેલા ભારતના એક અંગ્રેજી અખબારના જાણીતા મહિલા પત્રકારે એક તલસ્પર્શી નિષ્કર્ષ પેશ કર્યો. તેમને કહ્યું કે , "અમે ૨૦૧૪ ની ભારતની લોકસભા ચૂંટણી દરમિયાન ભારતમાં, ચાલુ વર્ષે બ્રીકઝીટની ચૂંટણી દરમિયાન બ્રિટનમાં અને અમેરિકાની પ્રમુખપદની ચૂંટણી વખતે અમેરિકામાં કવરેજ કર્યું. આ ત્રણેય ચૂંટણીઓમાં એક એવી વાત જોવા મળી જે પહેલા ક્યારેય જોવા નહોતી મળી. આ ત્રણેય વખતે લોકોનો રોષ નેતાઓ કરતા અખબારો અને ન્યુઝ ચેનલોના પત્રકારો તથા ન્યુઝ ચેનલો પર ચર્ચા કરવા આવતા બુદ્ધિજીવીઓ પર વધારે હતો. કારણ ગણા બધા છે પણ નિષ્કર્ષ એ છે કે પત્રકારોએ વિશ્વસનીયતા ગુમાવી છે અને લોકો તેમને સ્પષ્ટ શબ્દોમાં કહેવા માંગે છે કે 'તમે અમને ના કહો કે અમારે શું કરવું જોઈએ અને ક્યાં વોટ આપવો જોઈએ. એ અમે જાણીએ છીએ.'"

પ્રજાના આ રોષનું કારણ અસલમાં ઊંડું છે. આ ત્રણ ચૂંટણીઓની એક બીજી પણ ખાસ બાબત હતી. ૨૦૧૪ ની ચૂંટણીમાં નરેન્દ્ર મોદી મુસ્લિમ વિરોધી ચહેરો હતા અને આખી ચૂંટણી મોદી ને લાવવા કે ન લાવવા એના પર હતી. બ્રીકઝીટનો આખો મુદ્દો મધ્યપૂર્વમાંથી યુરોપમાં આવતા શરણાર્થીઓના કારણે

ઉભો થયો હતો. ઇરાક અને સીરિયામાં આઈએસનો આતંક શરુ થતા જ મધ્યપૂર્વ દેશોના મુસ્લિમ રહેવાસીઓ દેશ છોડી છોડીને યુરોપમાં રેફ્યુજી તરીકે ઘુસવા લાગ્યા અને ઉદારતાને પોતાની ઓળખ માનતા યુરોપીઅન યુનિયને આ મુસ્લિમ શરણાર્થીઓને સ્વીકારવામાં જ પોતાની શાન સમજી. આ શરણાર્થીઓમાંથી ઘણાબધાની વિચારધારા સ્ટીરીયો ટાઇપ ઇસ્લામિસ્ટની હતી. તેમણે યુરોપમાં ચોરી અને હત્યાઓ કરવાનું શરુ કર્યું. યુરોપીઅન યુવતીઓની છેડખાની અને બળાત્કાર થવાના કિસ્સા બહાર આવ્યા. અને આરોપી તરીકે જયારે આ મુસ્લિમ શરણાર્થીઓ પકડાયા ત્યારે તેમણે કહ્યું 'ઇસ્લામમાં મુસ્લિમ ન હોય તેવી સ્ત્રીનો બળાત્કાર કરવાની છૂટ આપવામાં આવી છે.' બીજી બાજુ પેરિસમાં ત્યાંના જ મુસ્લિમો વડે ભયાનક આતંકવાદી હુમલા શરુ થયા.

આ બધું જોઈને પ્રમાણમાં રૂઢિવાદી વિચારો ધરાવતું બ્રિટન સમજી ગયું કે અસંખ્ય માત્રામાં રોજ યુરોપમાં ઘુસતા આ શરણાર્થીઓ યુરોપના રાજનૈતિક અને સામાજિક સમીકરણોને જ બદલી નાખશે. બ્રિટિશરો આ શરણાર્થીઓને બ્રિટનમાં ઘુસવા દેવા માંગતા નહોતા. પણ સંઘમાં રહેલા દરેક દેશને સંઘે કરેલો શરણાર્થીઓને સ્વીકારવાનો નિર્ણય માનવો જ પડે એમ હતો. આથી, બ્રિટનના અનેક રાજકીય અને સામાજિક સંગઠનોએ યુરોપીઅન સંઘને છોડવાની માંગ શરુ કરી. અને આ કારણે બ્રિટનનો સમાજ પણ એ જ બે ભાગોમાં વહેંચાયો જે ભાગોમાં ૨૦૧૪ માં ભારતીય સમાજ વહેંચાયો હતો. એક તરફ અવ્યવહારિક ઉદારતાને પોતાની બુદ્ધિજીવીતા સમજી બેઠેલા ઉદારવાદીઓ અને બીજી તરફ નજરે દેખાતા કડવા સત્યને અવગણવાને બદલે તેનાથી બચવાનો માર્ગ શોધતા વાસ્તવવાદીઓ. આ સમયે અમેરિકામાં પણ ડોનાલ્ડ ટ્રમ્પની ઉમેદવારી પછી આ જ માહોલ હતો. ટ્રમ્પે મુસ્લિમોને અમેરિકામાં આવતા રોકી દેવાની વાત કહીને સામાન્ય લોકોના ગુપ-ચૂપ અવાજને સમગ્ર વિશ્વ સામે લાવી દીધો. બીજી બાજુ અમેરિકાની કેટલીક એજન્સીઓએ એવા રિપોર્ટ રજુ કર્યા કે સાઉદી આરબ વિશ્વભરમાં ઇસ્લામ સ્થાપવા ત્રણ કયી માટે પૈસા મોકલે છે. એક આતંકવાદનો ફેલાવો, બીજો જે તે દેશના હિલેરી ક્લિન્ટન જેવા લિબરલ નેતાઓને શક્તિશાળી બનાવવા જેથી ઇસ્લામના વિસ્તરણનો વધુ વિરોધ ના થાય અને ત્રીજો વિશ્વભરના દેશોમાં મુસ્લિમોની વસાહતો સ્થપાય તે રીતે હાઉસિંગ માટે પૈસા મોકલવા. સ્વભાવે ઉદાર ગણાતા અમેરિકનો માટે આ બધા રિપોર્ટ એટલા અસહ્ય હતા કે સામે છેડે મહિલાઓ પ્રત્યે સાવ હીન વિચારો અને ચરિત્ર ધરાવતા ટ્રમ્પને પણ તેમણે તેના મુસ્લિમ વિરોધી મિજાજ માટે સમર્થન આપ્યું.

આમ, આ ત્રણેય ચૂંટણીઓમાં એક તરફ પોતાના દેશમાં મુસ્લિમોના વધતા પ્રભાવને રોકવા માંગતા લોકો હતા અને બીજી બાજુ ઇસ્લામના વિરોધને જ કટ્ટરવાદ કહી મુસ્લિમ વિરોધીઓને હરાવવાની હાકલ કરતા તથાકથિત ઉદારવાદીઓ હતા.

ન્યુઝ ચેનલો અને વર્તમાનપત્રોના મોટાભાગના પત્રકારો પણ આ ત્રણેય ચૂંટણીમાં લોકો સામે એ જ ઉદારવાદી ચહેરા સાથે હાજર થયા અને ઇસ્લામિક વિચારોનો દેશમાં પ્રભાવ ઓછો કરવા લડતા લોકોને સાંપ્રદાયિક કહ્યા. દેશની પ્રજાને સાંપ્રદાયિકતા શું અને ધર્મનિરપેક્ષતા શું એ સમજાવવાની જાણે હોડ લાગી. એમાં સેલિબ્રિટીઓ પણ જોડાયા. દરેકને પોતાની જાતને બુદ્ધિજીવી અને ઉદાર સિદ્ધ કરવી હતી. જાણે જમીન પર રહીને દેશની દરેક મૂળભૂત સમસ્યાનો રોજ સામનો કરતી દેશની પ્રજા મૂર્ખ હોય અને ટીવી કેમેરા સામે જનતાનો અવાજ દબાવવાની કોશિશ કરતા એ પાખંડીઓ સાચા હોય. પણ પરિણામ તો આખરે એ ત્રણેય લોકશાહીમાં લોકોને જ આપવાનું હતું. ત્રણેય ચૂંટણીઓમાં એ જૂથ જ વિજેતા બન્યું જે વિશ્વમાં વધી રહેલી ઇસ્લામિક કટ્ટરતાથી પોતાના દેશને બચાવવા માગતું હતું. મતલબ, વિશ્વના અલગ અલગ ભૌગોલિક સ્થિતિમાં આવેલા એ ત્રણેય દેશોની પ્રજાએ લિબરલ રોમાન્સમાં રાચતા એ મીડિયાને અને બુદ્ધિજીવીઓને જોરદાર તમાચો જડી દીધો. કેટલાક એ લિબરલ રોમાન્સમાંથી બહાર આવીને આત્મમંથન કરવા લાગ્યા જ્યારે બીજા કેટલાક હજી એ જ રોમાન્સમાં જીવી રહ્યા છે અને દેશની પ્રજાએ લોકતાંત્રિક માર્ગે કરેલા નિર્ણયને વિભિન્ન માર્ગે ઉથલાવવા કોશિશ કરી રહ્યા છે. પણ રોમાન્સનો અર્થ જ એ છે કે - એક કાલ્પનિક આનંદ જે સત્યને ભુલાવીને જીવવાથી મળે છે. રોમાન્સ હંમેશા ક્ષણિક હોય છે. કારણ કે સત્યનું પુનઃઉત્થાન થતા જ એ નાશ પામે છે. ગાંધીજીનો લિબરલ રોમાન્સ ઇસ્લામના નામે દેશના વિભાજનથી નાશ પામ્યો હતો અને નહેરુનો રોમાન્સ કાશ્મીર અને અક્સાઈ ચીનના ભાગો ગુમાવીને શાંત થયો હતો. એટલે આવા લિબરલ રોમાન્સવાળા માણસો જો સત્તા પર આવી જાય તો દેશને કેવું ભોગવવાનું આવે છે તે કદાચ આજના સમયની માનવજાતિ જાણે છે. અને એ જ આ ચૂંટણીઓના સમાન પરિણામનું કારણ છે.

વિશ્વભરમાં આ એકતરફી ચુકાદો આપીને માનવસમાજે વિશ્વભરના મુસ્લિમ સમાજને પણ એક કડક સંદેશ આપ્યો છે. તે સંદેશ એ છે કે પૃથ્વી પર વસતી આ માનવજાતિ કોઈના બાપની મિલકત નથી કે તે આવીને કહેવા લાગે કે 'સૃષ્ટિના એ એકમાત્ર ભગવાનને અમે જે નામ આપીએ એ જ સાચું અને એ નામ પાછળ અમે જે નિયમો બનાવીએ એ જ બધાએ પાળવાના. જે એવું નહી કરે તેને જીવવાનો હક નથી.' આવું કહેવાવાળાઓને આ ત્રણ દેશોની

પ્રજાએ પોતાના લોકશાહી ચુકાદા વડે આ જવાબ આપ્યો છે, "તમે કોણ છો એ નક્કી કરવાવાળા કે આ માનવજાતિને શું માનવું અને શું ન માનવું? તમે આ દુનિયા પર એકમાત્ર ધર્મ નથી. અસલમાં તમે આ દુનિયા પર એ જાણવાવાળા છેલ્લા માણસો છો જે અમે હજારો વર્ષોથી જાણીને બેઠા છીએ. એટલે આ મૂર્ખ વિચારો છોડો અને એક માનવ તરીકે બાકીના માનવસમાજ સાથે ભળી જાઓ. માનવજાતિએ સર્જેલા દરેક આધ્યાત્મિક અને વૈજ્ઞાનિક સિદ્ધાંતને સમજવાની કોશિશ કરો અને માનવે પૃથ્વી પર ઉભી કરેલી દરેક સંસ્કૃતિનું સમ્માન કરો. આ રીતે જ આપણું સહજીવન શક્ય છે. એ સહજીવનને કોઈપણ વિચાર, વાણી કે કર્મથી નુકશાન પહોંચાડવું એ જ આતંકવાદ છે. અને આતંકવાદ હવે આ માનવસમાજમાં સ્વીકાર્ય નથી.'

"*૧૦ જૂન, ૨૦૧૭, સાધના મેગેઝીન. Issue ૩૬, પેજ ૧૮-૧૯*"

38
વિશ્વનું ભવિષ્ય પશ્ચિમી સેક્યુલારીઝમ કે સનાતની હિંદુત્વ?

સત્તરમી સદીના યુરોપીયન સમાજ અને યુરોપની રાજસત્તા પર રોમન કેથોલિક ચર્ચની જબરદસ્ત પક્કડ હતી. અવૈજ્ઞાનિક ખ્રિસ્તી ધર્મે જીવનને ઉત્પન્ન કરતી સંભોગની ક્રિયાને જ મુખ્ય પાપ કહી દીધેલી. એટલે ખ્રિસ્તી ધર્મ મુજબ આપણે બધા માનવો પાપમાંથી પેદા થયા છીએ અને આપણે આખું જીવન ભગવાન સામે પશ્ચાત્તાપ કરી- દુખો વેઠીને પાપનો નાશ કરવામાં કાઢવાનું છે. આ કટ્ટરતા એટલી વધારે હતી કે સંભોગની ઇચ્છા દર્શાવતી આઝાદ ખયાલવાળી હજારો સ્ત્રીઓને મારી નાખવામાં આવેલી. ધર્મની ભયંકર ગુલામીમાં સપડાયેલા આ યુરોપિયન સમાજમાં જ્યારે ગેલેલીયો જેવા વૈજ્ઞાનિકોએ ચર્ચ વિરુદ્ધ બંડ પોકારી બ્રહ્માંડને વૈજ્ઞાનિક રીતે સમજાવ્યું ત્યારે કેથોલિક ચર્ચના સિદ્ધાંતો ખોટા પડવા લાગ્યા. આ વૈજ્ઞાનિક શોધોથી યુરોપિયન સમાજમાં ચર્ચના અત્યાચારોથી મુક્ત થવાની આશા જન્મી અને વોલ્ટર જેવા કેટલાક વિચારકોએ 'સેક્યુલારિઝમ' નામના એક નવા વિચારને પેશ કર્યો. જેમાં કહેવાયું કે રાજ્યના વહીવટને ધર્મથી અલગ રાખવો જોઇએ જેથી ધર્મથી હટીને નાગરિકો વિજ્ઞાન જેવી બીજી વસ્તુઓ પર ધ્યાન આપી શકે. સેક્યુલારિઝમના જન્મ પાછળ બીજુ કારણ એ હતું કે તે સમયે યુરોપના ખ્રિસ્તી ધર્મ અને આરબના મુસ્લિમ ધર્મ વચ્ચે સતત ધાર્મિક સંઘર્ષ ચાલતો હતો. વેપારી માનસિકતાવાળા યુરોપિયનો આ ધાર્મિક સંઘર્ષથી છૂટી આરબના દેશોમાં વેપાર કરવા જવા માગતા હતા. આ

ચાહના કારણે પણ તેમણે યુરોપના સમાજમાં સેક્યુલારિઝમના વિચારને વધુ જોર આપવાનું શરૂ કર્યું.

હવે સેક્યુલારિઝમની મદદથી પશ્ચિમનું જે વિજ્ઞાન વિકસ્યું તે દરેક નવી શોધ પછી ભારતના વેદાન્તની વધુ નજીક આવવા લાગ્યું. આ કારણે યુરોપિયન વૈજ્ઞાનિકો ભારતીય શાસ્ત્રોના ઘેલા બન્યા અને આઇઝેક ન્યુટનથી લઇને વોલ્ટેર, હેઇસનબર્ગ, નિલ્સ બોહર, સ્ક્રોડીંગર, આઇન્સ્ટાઇન અને નિકોલા ટેલ્સા જેવા લોકોએ પોતાની શોધોને વેદાન્તથી પ્રેરિત બતાવી. આમ, સેક્યુલારિઝમના માર્ગે પોતાના ધર્મથી ભાગીને યુરોપિયનો ભારતના વેદાન્ત ધર્મ તરફ આવ્યા. પણ ભારતમાં એ જ અંગ્રેજોએ જ્યારે તેમની અંગ્રેજી શિક્ષણ પદ્ધતિ દાખલ કરી ત્યારે યુરોપનો ધર્મથી ભાગવાનો સેક્યુલારિઝમનો વિચાર તેમણે ભારતીયોને પણ ગળથૂથીમાં ભણાવ્યો. પરીણામે ભારતીયોમાં મેકોલેની અંગ્રેજી શિક્ષણ પદ્ધતિથી બ્રેઇનવોશ થયેલા એવા બુદ્ધિજીવીઓ પેદા થયા છે જે ભારતીય સમાજને તેના ધર્મથી દૂર ભાગવા હાકલ કરી રહ્યા છે. પરિણામ એ આવ્યું છે કે આજે પશ્ચિમનો સમાજ તેમના ધર્મથી ભાગીને ભારતના વેદાન્તી ધર્મ નજીક આવી રહ્યો છે અને ભારતીયો તેમના વેદાન્તથી ભાગીને પશ્ચિમના અલ્પવિકસિત નાસ્તિક વિચાર તરફ જઇ રહ્યા છે. આજે ભારતમાં હિન્દુત્વની વાત કરવી સાંપ્રદાયિકતા કહેવાય છે અને હિન્દૂ વિરોધમાં બોલવું બુદ્ધિજીવીતા. જયારે યુરોપ અને અમેરિકામાં વેદાંત સોસાયટીઓ ખુલી છે, ત્યાં વેદાંત પર પીએચડી થઇ રહી છે અને સંસ્કૃત ભાષાને શાળાઓમાં ફરજીયાત ભણાવવામાં આવી રહી છે. આમ, તેઓ ભારતીયતા મેળવી રહ્યા છે અને આપણે ભારતીયતા ગુમાવી રહ્યા છીએ. અને આ બધું થઇ રહ્યું છે સેક્યુલારિઝમ જેવા એક પ્રાદેશિક વિચારના આંધળા અનુકરણથી.

બીજી બાજુ સેક્યુલારિઝમનો વિચાર વિશ્વમાં ધર્મો વચ્ચેના સંઘર્ષને ટાળવામાં પણ નિષ્ફળ ગયો છે. કારણ કે સેક્યુલારિઝમ હેઠળ લોકોને પોતાના ધર્મને પોતાનાં ઘરોમાં રાખવાનું દમન તો કરાયું પણ ધાર્મિક સંઘર્ષ માટે જવાબદાર મુખ્ય પરિબળ એવા ધર્માંતરણો પર કોઇ લગામ કસવામાં ન આવી. પરિણામે ઇસ્લામનાં આક્રમક ધર્માંતરણોએ એક સદીમાં સ્વયં યુરોપની જ સામાજિક સ્થિતિ બદલી દીધી. અને સેક્યુલારિઝમનો એ યુરોપિયન વિચાર આજે તેમના માટે જ ઘાતક બની રહ્યો છે. તો જે વિચાર તેને જન્મ આપનારા લોકોને જ બચાવી નથી શક્યો તે બાકીની માનવજાતિને તો ક્યાંથી બચાવશે. એટલે હવે સમગ્ર માનવજાતિને એકસૂત્રતામાં બાંધે તેવા નવા વિચારની જરૂર ઊભી થઇ છે અને તે વિચાર છે સનાતનવાદી હિંદુત્વ. હિંદુત્વ દરેક મનુષ્યને કહે છે કે આ સમગ્ર સૃષ્ટિ એક જ નિરાકાર ઊર્જામાંથી અસ્તિત્વમાં આવી છે

અને આપણે મનુષ્યો એ નિરાકાર ઊર્જાનું સૌથી વિકસિત સ્વરૂપ છીએ. આપણે એ નિરાકાર ઊર્જા જ છીએ એવો આત્મસાક્ષાત્કાર કરી સમગ્ર સૃષ્ટિ સાથે એક થઇ જવું એ જ આપણા અસ્તિત્વનું એકમાત્ર કારણ છે. એટલે આપણી સમગ્ર રાજનીતિ અને સમાજનીતિ એ કારણને પરિપૂર્ણ કરવા તરફ હોવી જોઇએ.'

ધર્મો વચ્ચેના વિખવાદને ટાળતા હિંદુત્વ કહે છે કે 'સૃષ્ટિને ઘડવાવાળી એ નિરાકાર ઊર્જાને દરેક મનુષ્ય પોતે ચાહે તે નામથી સંબોધી શકે છે અને પોતે ચાહે તે માર્ગથી તેને આત્મસાત કરી શકે છે. દરેકના માર્ગ સમાન રીતે સાચા છે અને દરેકને એક યા બીજી રીતે તે નિરાકાર ઊર્જા સુધી જ લઇ જાય છે. એટલે કોઇ મનુષ્યએ બીજા મનુષ્યને પોતાના માર્ગે લાવવાનો પ્રયાસ કરવાનો નથી. તે એક જઘન્ય અપરાધ છે. દરેક મનુષ્યએ બીજા દરેકના માર્ગને પોતાના માર્ગ જેટલું જ સન્માન આપીને માનવ સહજીવનને સંઘર્ષમુક્ત બનાવવાનું છે.' બસ, આ જ છે. હિંદુત્વ. ધર્મ અને સંસ્કૃતિ દરેક માનવનું મૂળ છે જ્યાંથી એ સિંચન મેળવે છે. સેક્યુલારિઝમે માનવજાતિને તેના એ મૂળથી અલગ કરી દુનિયાને અજ્ઞાની અને આક્રમણકારી શક્તિઓથી ભરી દીધી છે. જ્યારે હિંદુત્વ માનવજાતિને તે ધર્મ અને સંસ્કૃતિના મૂળથી બાંધે છે અને કોઇ મનુષ્ય બીજા મનુષ્યને તેના મૂળથી અલગ કરવાની કોશિશ ના કરે તેની દેખરેખ રાખે છે. એટલે હિંદુત્વ જ માનવજાતિનું ભવિષ્ય છે જે આ સદીના અંત સુધીમાં નિષ્ફળ જઇ રહેલા સેક્યુલારિજમના યુરોપિયન વિચારની જગ્યા લઇ લેશે.

બોધ: પશ્ચિમી સભ્યતા નાશવંત ભૌતિકતા ઊભી કરવામાં પાવરધી ભલે હોય પણ પોતાનું અસ્તિત્વ બચાવતાં તેને નથી આવડયું. ભારતીય સભ્યતાનાં હજારો વર્ષ પછી ઊભી થયેલી તેમની ઇજીપ્તિયન સંસ્કૃતિ, ગ્રીક સંસ્કૃતિ અને રોમન સંસ્કૃતિ આજે આ ધરતી પરથી લુપ્ત થઇ ચૂકી છે. અને હવે આજની તેમની ખ્રિસ્તી સંસ્કૃતિ પણ આ સદીના અંત સુધીમાં મોટાભાગના યુરોપમાંથી લુપ્ત થવાની તૈયારીમાં છે. જ્યારે માનવજાતિની શરૂઆત સાથે શરૂ થયેલા આપણે આપણા અધ્યાત્મ સાથે હજીયે એમનાએમ ઊભા છીએ. આ ચમત્કાર પાછળનું રહસ્ય વેદોના આ વાક્યમાં છે. 'સત્યની સ્થાપના કરવાવાળા એ મહાપુરુષોને સમજવા અઘરા છે. તે એક સમયે વજ્રથી પણ કઠોર હોય છે તો બીજી પળે ફૂલથી પણ કોમળ.' છેલ્લી એક સદીથી એ દુષ્પ્રચાર કરાયો છે કે હિંદુઓ સોફ્ટ છે. જ્યારે હકીકત વેદોનું આ વાક્ય છે. જ્યાં સુધી માનવધર્મનું પાલન થઇ રહ્યું છે, હિંદુઓ દુનિયાની સૌથી કોમળ વસ્તુ એવા ફૂલથી પણ કોમળ છે. પણ જ્યારે માનવધર્મ મુસીબતમાં આવે છે ત્યારે તે જ હિંદુઓ બ્રહ્માંડની સૌથી કઠણ વસ્તુ એવા વજ્રથી પણ વધુ કઠોર થઇ જાય છે. બસ, આ રીતે જ આપણે આપણી સભ્યતા જાળવી રાખી છે. મહાત્મા ગાંધીનું એ પ્રખ્યાત

વાક્ય, 'અહીંસો પરમો ધર્મ:' મહાભારતના ભીષ્મ પર્વમાંથી લેવામાં આવ્યું છે. પણ તે અધૂરું છે. ભાગવદ્ ગીતા જેમાં સમાયેલી છે તે ભીષ્મ પર્વનું આખું વાક્ય આ છે. 'અહિંસા પરમો ધર્મ: ધર્મહિંસા તદૈવ ચ.' અર્થાત્ 'અહિંસા સૌથી મોટો ધર્મ છે. પણ ધર્મસ્થાપના માટે કરાયેલી હિંસા એનાથી પણ મોટો ધર્મ છે.' ગીતાનો આ આદર્શ જ સંપૂર્ણ ભારતીય આદર્શ છે. આપણે એ પૂર્ણ આદર્શને જ વળગી રહેવાનું છે. પાછળથી ઉપજાવી કાઢેલા કોઇ અધૂરા આદર્શને નહી. એ સંપૂર્ણ આદર્શનું પાલન કરીને જ આપણે માનવજાતિને અધ્યાત્મ શીખવતી આપણી સભ્યતાને ટકાવી રાખવાની છે. ત્યાં સુધી જ્યાં સુધી આખરી મનુષ્ય આ ધરતી પર ફરી રહ્યો છે. આ આપણી જવાબદારી છે.

"૧૮ જૂન, ૨૦૧૭, ગુજરાત સમાચાર - રવિપૂર્તિ."

39

સ્થાપના દિને જ કોંગ્રેસની ફજેતી..

પણ પક્ષની વિચારધારા તેના ઉદભવ સાથે જોડાયેલી હોય છે. પરંતુ કોંગ્રેસ એકમાત્ર એવી પાર્ટી છે જે કોઈ પણ બેઝીક વિચારધારા ધરાવ્યા વગર આજે 131 મો સ્થાપના દિવસ મનાવવાના મુડમાં હતી. પરંતુ તેના સ્થાપના દિવસે તેના જ એક મુખપત્રએ વર્ષોથી દબાયેલા એક અવાઝને ઉઠાવી ભવિષ્ય માટે ઘણી શુભ સંભાવનાઓને જન્મ આપ્યો છે.

કોંગ્રેસની સ્થાપના 1885 માં એક અન્ગ્રેઝ એ. ઓં. હ્યુમે કરી. તેના 28 વર્ષ પહેલા જ 1857 નો વિપ્લવ થયેલો અને બ્રિટીશ રાજ સમજી ગયેલું કે હવે ભારતમાં રાજ કરવું હશે તો ભારતીય લોકોની એક પોલીટીકલ પાર્ટી બનાવી તેમને બ્રિટીશ રાજ સમક્ષ પોતાના વિચારો રજુ કરવાની જગ્યા આપવી પડશે. જેથી ફરી 1857 જેવો બળવો ન થાય. આમ, અંગ્રેજો દ્વારા જ ભારતીયોને ફોસલાવવા માટે કોંગ્રેસની સ્થાપના કરવામાં આવી. આમાં મોતીલાલ નેહરુ, જવાહરલાલ નેહરુ, વલ્લભભાઈ પટેલ અને જીના જેવા વકીલો અને ધનાઢ્ય લોકો જોડાયા. આ લોકો 1915 સુધી ફેશનેબલ અંગ્રેજી કપડા પહેરી હોમ રૂલની ખોખલી વાતો કરતા. પણ 1915 માં ગાંધીજી એ આવીને લોકોને યાદ કરાવ્યું કે ભારતનો મતલબ છે ગામડાઓમાં રહેતા કરોડો દેહાત. જ્યાં સુધી કોંગ્રેસ એમની પ્રતિનિધિ નથી બનતી ત્યાં સુધી તે ભારતની પાર્ટી નહિ બની શકે. આમ પહેલીવાર અંગ્રેજી હેતુથી હટીને કોંગ્રેસને ગાંધીના વિચારો રૂપે પહેલી ભારતીય વિચારધારા મળી. હવે 1946 સુધી આ જે ગાંધીની કોંગ્રેસ હતી એના 21 સભ્યોમાંથી 17 સભ્યોએ સરદાર પટેલને આઝાદ ભારત માટે પોતાના નેતા પસંદ કર્યા. નેહરુએ ત્રણ દિવસ આ 21 લોકોને મનાવવાની કોશિશ કરી ત્યારે

ખાલી ચાર લોકો તટસ્થ રહેવા તૈયાર થયા. પણ કોઈ નેહરુને વોટ આપવા તૈયાર ના થયું. પણ નેહરુએ લાજ શરમ નેવે મૂકી કોઈપણ ભોગે સત્તા મેળવવાની ખુલી જીદ કરી બાપુને મનાવી લીધા. આમ જે કોંગ્રેસે આપણને આઝાદી અપાવી તેનો એકપણ માણસ જેને વોટ આપવા તૈયાર નહોતો તેવો માણસ આઝાદ ભારતમાં કોંગ્રેસની મુખ્ય પહેચાન બન્યો અને તેના વંશજોએ 60 વર્ષ ભારતીયો પર કોઈપણ ભોગે રાજ કર્યું. આજે પણ આખા ભારતમાં ફેલાયેલા કોંગ્રેસના કાર્યકર્તાઓ એ જ વંશમાં પેદા થયેલા બાબલા અને બેબલીઓને પ્રધાનમંત્રી બનાવવા માટે લોકો પાસે વોટ માંગવા જાય છે. કોઈપણ ભોગે એ વંશના બાબલાઓને પ્રધાનમંત્રી બનાવવા એ જ આજની કોંગ્રેસની વિચારધારા છે.

ગાંધીજી આ દિવસોને જોઈ ચુક્યા હતા. એ જાણતા હતા કે સત્તાલાલચુ નેહરુ અને તેના વંશજો સત્તા માટે આઝાદી પહેલાની કોંગ્રેસને હથિયાર બનાવીને પેશ કરશે. એ કોંગ્રેસ જેમાંથી કોઈ નેહરુને આઝાદ ભારતના નેતા તરીકે જોવા નહોતું માંગતું. એટલે જ ગાંધીજીએ આઝાદી પછી કોંગ્રેસનું વિસર્જન કરી નવો પક્ષ ઉભો કરવા કહેલું. પણ ગાંધીજીના વારસદાર તરીકે પોતાને સ્થાપવા ઉત્સુક નેહરુ આના માટે તૈયાર નહોતા. અને આજે એ ઐતિહાસિક દિવસ છે જ્યારે એક બહાદુર કોન્ગ્રેસીએ કોંગ્રેસના જ મુખપત્ર 'કોંગ્રેસ દર્શન' માં નેહરુનું એક ગેરલાયક પ્રધાનમંત્રી તરીકે અને સોનિયા ગાંધીને એક ફાસિસ્ટ પિતાનું સંતાન બતાવી પોતાની રાષ્ટ્રભક્તિને પોતાના સ્વાર્થથી ઉપર ઉઠાવી છે. આ બધા વચ્ચે લાલબહાદુર શાસ્ત્રી, મોરારજી દેસાઈ, પ્રણવ મુખરજી, નરસિંહ રાવ, શરદ પવાર, સંગમા જેવા આઝાદ માણસોએ સમયે સમયે અવાઝ ઉઠાવી કોંગ્રેસનેઆ એક પરિવારની ગુલામીમાંથી મુક્ત કરવાની કોશિશો કરી છે.

પોતાના સ્વાર્થને નીચે રાખી સત્ય માટે અવાઝ ઉઠાવનારા એ લોકોને સલામ. અને નાની મોટી સત્તામાં ટકી રહેવા માટે જે લોકો આજે પણ એ બાબલાઓની ચાપ્લુંસીમાં લાગેલા છે એ પોતાને સવાલ પૂછે કે એમના જીવનનો ઉદેશ્ય શું છે? મેમસાહેબ અને બાબલાસહેબની ભાટાઈ કે આઝાદી પહેલાની એ સાચી કોંગ્રેસ માટેની લડાઈ જે ગાંધીની સત્યતા અને સરદાર પટેલના ત્યાગ સાથે ચાલી ગઈ.

આજે સ્થાપના દિવસે કોંગ્રેસનો દરેક કાર્યકર્તા પોતાનું આ મંથન જરૂર કરે. આજે 2015 માં કોંગ્રેસ ફરી એજ પડાવે છે જ્યાં એ 1915 માં હતી. 100 વર્ષનું ચક્ર ફર્યા પછી કોંગ્રેસે ફરી પાછી ભારતીયતા ગુમાવી છે અને એ ભારતીયતા પાછી અપાવે અને એક સત્તાલાલચુ પરિવારની ગુલામીમાંથી કોંગ્રેસને મુક્ત કરે એવા સાચા ગાંધીની ફરી જરૂર ઉભી થઇ છે. અને આજે 131 માં સ્થાપના

દિને આ આઝાદી માટેની બુમ સ્વયં કોંગ્રેસમાંથી જ નીકળી છે.

સારાંશ: સત્ય ખોટા લોકોથી હાની નથી પામતું. તે ખોટા લોકોને પોતાના સ્વાર્થ માટે સાચા કહેનારાઓથી સત્ય હાની પામે છે.

"૨૮ ડીસેમ્બર, ૨૦૧૫, ફેસબુક."

40

અટલ બિહારી વાજપાઈ શાલીનતા સાથેની મક્કમતાના યુગનો અંત

તો અટલજી હવે નથી રહ્યા. જો કે દુનિયા માટે તો તે લગભગ 2009 થી અદ્રશ્ય જ રહ્યા છે, પણ સિંહ ચાહે ગમે તેટલો મરણતોલ હોય તો પણ જ્યાં સુધી શરીર ન છોડે ત્યાં સુધી તેના પરથી નજર ન હટાવી શકાય એવું જ વાજપાઈ માટે અનુભવાતું. આઝાદી કાળથી વાજપાઈની યાત્રાના અનેક યાદગાર પડાવો છે. જેમ કે એકવાર નેહરુએ કહેલું કે 'આ છોકરો એક દિવસ દેશનો પ્રધાનમંત્રી હશે.' એજ પ્રધાનમંત્રી નહેરુને એ યુવાન છોકરાએ પાર્લામેન્ટમાં કહી દીધેલું કે 'તમારું વ્યક્તિત્વ વિભાજીત વ્યક્તિત્વ છે. તેમાં ચેમ્બરલીન (ની કાયરતા) પણ છે અને ચર્ચિલ (ની જીદ) પણ.'

મારા માટે અટલ બિહારી વાજપાઈ હમેશા એક સ્પેશ્યલ નામ રહેશે કારણ કે આજ એ માણસ હતો જેની લોકપ્રિયતાએ માત્ર નવ વર્ષની ઉંમરે મને દેશની રાજનીતિમાં રસ લેતો કરી દીધેલો. જ્યારે તે 13 દિવસ માટે પીએમ બન્યા, જ્યારે તેમણે પહેલીવાર સંસદનું લાઈવ પ્રસારણ શરૂ કરાવ્યું અને એ યાદગાર ભાષણો આપ્યા જે આજે વોટ્સએપ પર ફરતા હશે, જ્યારે તે 13 મહિના માટે પીએમ બન્યા અને પછી 5 વર્ષ માટે. મારા બાળપણના એ સમયના બે જ હીરો હતા; એક સચિન તેંડુલકર અને બીજા અટલ બિહારી વાજપાઈ. વાજપાઈનો આ સમય જ એ સમય હતો જ્યારે અમારા ઘરમાં વિરોધાભાસી વોટિંગ શરૂ થયેલું. મમ્મી નાના રિટાયર્ડ કોંગ્રેસી નેતા હોવાના કારણે કોંગ્રેસમાં વોટ આપતી અને

પપ્પા ના ખાલી વાજપાઈને વોટ આપતા પણ લોકોને વોટ આપવા આહ્વાન પણ કરતા. હું ત્યારે વોટ આપવા જેટલી ઉંમરે નહોતો પહોંચ્યો પણ અમારા ઘરના દરેક સભ્યએ એક જ પાર્ટીને વૉટ આપ્યો હોય તેવું પહેલીવાર 2014 ની ચૂંટણીમાં જ બન્યું. હું એને મારા ઘરના સ્વતંત્ર અને લોકતાંત્રિક વિચારોનું મિથક માનું છું.

બાળપણના એ વર્ષોમાં પણ વાજપાઈજીના કારણે હું રાજનીતિમાં કેટલો ઊંડો ઉતર્યો હતો તેનું એક ઉદાહરણ આપું. 1999 માં હું સાતમા ધોરણમાં હતો અને એક વકતૃત્વ સ્પર્ધામાં મારે અંગ્રેજીમાં સ્પીચ આપવાની હતી જેનો વિષય હતો 'Modern India'. મારા અંગ્રેજી ટીચરે મને એક સ્પીચ લખી આપી જે ગોખીને બોલવામાં હું બહુ અટકતો હતો. મેં કહ્યું, 'હું કાલે પોતાની સ્પીચ લખી લાવીશ. મારુ લખેલું મારે ગોખવું નહિ પડે એટલે હું સારી રીતે બોલી શકીશ અને સ્પર્ધા જીતવાના ચાન્સીસ વધી જશે.' હું બીજા દિવસે સ્પીચ લખી આવ્યો તો ટીચર દંગ હતા. કારણ કે તે સમયે વાજપાઈ અને અમેરિકાના પ્રેસિડન્ટ બિલ ક્લિન્ટન વચ્ચે CTBT ના કોન્ટ્રેક્ટ થયેલા જે ભારતને ન્યુક્લિયર પાવર યુઝ કરવામાં કન્ટ્રોલ કરવા માટે હતા. એ સમજોતા વિશે મેં એટલું ડિટેઇલમાં લખ્યું હતું કે મારા ટીચરે કહ્યું, 'તારા પપ્પાએ લખી આપ્યું..?' મેં કહ્યું, 'નહીં. હજી પપ્પાને વંચાવ્યું નથી. હું વાજપાઈના ભાષણો નિયમિત સાંભળું છું એટલે આ જાણું છું'. સર શૉકમાં હતા અને આજે હું પોતે પણ એ યાદ કરીને શૉક અનુભવું છું કે એ સમયે હું ક્યાંથી એટલું બધું જાણતો હતો. પણ કદાચ એજ વાજપાઈનો જાદુ હતો કે એક અગિયાર વર્ષનો છોકરો પણ દેશના ન્યુક્લિયર કોન્ટ્રાક્ટની જોગવાઈઓ જાણતો હતો. કારણ કે 2004 માં વાજપાઈ સરકાર ગયા પછીના દસ વર્ષ દેશની રાજનીતિમાં હું એટલો જ અજાણ રહેલો જેટલો સચિન તેંડુલકરના રિટાયર્ડ થયા પછી આજે ક્રિકેટથી અજાણ છું.

વાજપાઈના વ્યક્તિત્વમાં જે બે વાત મને સૌથી મનપસંદ હતી તે હતી તેમની શાલીનતા સાથેની આક્રમકતા અને બુદ્ધિજીવીતા સાથેની પારદર્શિતા. આરએસએસના વિચારોને એના સાચા ઊંડાણ સાથે શાલીનતાથી સંપૂર્ણ રીતે સમજાવી શકનારા માણસોમાં વાજપાઈ છેલ્લા માણસ હતા. એમના પછી કોઈ દેખાયું નથી. જ્યારે એમને વારંવાર કહેવાતું કે વાજપાઈ પોતે સારો માણસ છે પણ ખોટી પાર્ટીમાં છે ત્યારે તેમણે બહુ સુંદર જવાબ આપતા કહેલું, 'જો હું સારો માણસ છું તો ખોટી જગ્યાએ ન હોઈ શકું. અને જો હું ખોટી જગ્યાએ છું તો મતલબ છે કે હું સારો માણસ નથી. એટલે વિરોધીઓ તેમની આ વાત વિશે કોઈ એક સાઈડ નક્કી કરે.'

અફઘાનિસ્તાન, ઇન્ડોનેશિયા અને થાઇલેન્ડના મુસ્લિમોમાં પણ હિન્દૂ ધર્મ અને રામ પ્રત્યે કેટલું પોતાનાપણું છે તે સમજાવતી તેમની સ્પીચ સોશિયલ મીડિયા પર પ્રસિદ્ધ છે. તે કહેતા, 'સત્ય જ મારું હથિયાર છે. આમ પણ સરકારી જગ્યા પર બીજા કોઈ હથિયારની મનાઈ છે.' આ સત્ય જ તેમની પારદર્શિતાનું કારણ હતું. અને અહીં જ એ નરેન્દ્ર મોદી કરતાં વધુ સમ્માનીય દેખાય છે. તેમના અંદર અને બહાર એક જ વિચાર હતા. જે તેમના વિચારોમાં હતું એજ કમીમાં હતું અને જે વિચારોમાં નહોતું તે કમીમાં પણ નહોતું. આજ કારણ હતું કે તેમણે ક્યારેય કોઈ વાતને મૌન રાખીને કે ઉડાઉ જવાબ આપીને જતી કરી નથી અને ક્યારેય કોઈ વિરોધી તેમને કોઈ વાતમાં પકડી શક્યો નથી. તેમની પાસે દરેક મુશ્કેલમાં મુશ્કેલ સવાલ પર એક પારદર્શી અને સ્પષ્ટ ચિંતન હતું અને તે તેને પેશ કરી દેતા. તે સ્પષ્ટ કહી દેતા કે કેમ તે યુનિફોર્મ સિવિલ કોડ લાવવામાં અને આર્ટિકલ 370 ને રદ કરવામાં માને છે અને તે વિચારો એટલી બુદ્ધિજીવીતાથી પેશ થતા કે કોઈ તેમને સાંપ્રદાયિક કહેવાની હિંમત ન કરી શકતું. દેશની રાજનીતિમાં સંપ્રદાયિકતાના નામે અછૂત માનવામાં આવતી ભારતીય જનતા પાર્ટીને છ વર્ષ સુધી દેશની સત્તામાં સ્થાપી દેવાનું કામ તેમની આ વિશેષતાના લીધે જ થઈ શકેલું. અને એટલે જ વાજપાઈએ મજબૂત બનાવેલા પાયા પર નરેન્દ્ર મોદીની ભાજપ જ્યારે આજે ઇમારત ઉભી કરી રહી છે ત્યારે તેમને વાજપાઈની આ બે વિશેષતાઓને સમજવી જરૂરી થઈ પડશે. શાલીનતા સાથેની આક્રમકતા અને બુદ્ધિજીવીતા અને સત્યતા સાથેની પારદર્શિતા. વાજપાઈના આ બે ગુણોના લીધે જ ભાજપ દેશની સતામાં આવવા લાયક બન્યું છે અને એટલે જ એ સત્તાને ટકાવી રાખવા તેણે વાજપાઈના આ બે ગુણોને પણ ટકાવી રાખવા પડશે.

અટલ બિહારી વાજપાઈ વિશે સૌથી સારી વાત મેં મારા પિતાથી સાંભળી હતી. તેમણે ચાર વર્ષ પહેલાં એકવાર કહેલું, 'જો સમયને પાછળ લઇ જવાનું કોઈ સાધન હોય તો હું બસ એક જ કારણે પાછળ જવા માંગુ છું. હું ફરીથી વાજપાઈને એ રીતે શક્તિશાળી જોઈને તેમના ભાષણો ફરી સાંભળવા માંગુ છું.'

"૧૬ ઓગસ્ટ, ૨૦૧, ફેસબુક."

41

હિંદુસ્તાન અને પાકિસ્તાનનો ફર્ક "શશી થરૂર અને હામિદ અન્સારીને જવાબ"

થરૂરભાઈ (શશીભાઈ એટલા માટે ન લખ્યું કારણ કે એ મેં અત્યાર સુધી જાણેલા સૌથી સારા માણસ 'શશી કપૂર' સાથે જોડાયેલું નામ છે, એ નામ આ ઓવર સ્માર્ટ એટલે કે ડોડ ડાહ્યા માણસ માટે ન લેવાય) બોલ્યા, "2019 માં ભાજપ જીતશે તો ભારત 'હિન્દૂ પાકિસ્તાન' બની જશે. મને હિંદુ હોવા પર ગર્વ છે એટલા માટે કારણ કે હિન્દૂ ધર્મમાં બધી જ શ્રદ્ધાઓને સ્થાન છે જ્યારે પાકિસ્તાનમાં બધા પર એક જ શ્રદ્ધા થોપી બેસાડવાની કોશિશ થાય છે." દસ વર્ષ દેશના ઉપરાષ્ટ્રપતિ રહેલા, પણ તન, મન અને ધનથી આજીવન ઇસ્લામવાદી રહેલા હામિદભાઈ સમર્થનમાં આવ્યા અને બોલ્યા, 'થરૂર એક ઉમદા લેખક છે, તેમણે કહ્યું હશે એ યોગ્ય જ હશે.' હવે આજ હામિદભાઈ બે દિવસ પહેલા ભારતમાં શરીયા કોર્ટનું સમર્થન કરતાં એમ બોલ્યા હતા કે 'ભારતમાં દરેક ધર્મને તેના ધાર્મિક-સામાજિક નિયમો પાળવાની છૂટ છે તો શરીયા કોર્ટ ભારતમાં હોવી જ જોઈએ.'

હવે આ બંને ભ્રષ્ટ લોકોને પહેલા હિન્દૂ ધર્મના સેક્યુલરીઝમને સમજાવીને શરૂઆત કરીએ. હિન્દૂ ધર્મમાં દરેક ધર્મ અને વિચારનું સમ્માન એ વાક્ય સાથે કરાયું છે કે 'એકમ સત્ય, વિપ્રા: વદંતી બહુધા'. સત્ય એક છે જ્ઞાનીઓ તેને અલગ

અલગ શબ્દો વડે કહે છે. મતલબ, ઈશ્વર એક છે તેને શિવ કહેવો હોય તો શિવ કહો, બ્રહ્મ કહો, અલ્લાહ કહો કે ગોડ કહો, તે એક જ સત્યનું નામ છે. સાથે જ ગીતામાં બીજો શ્લોક એ છે કે

'જેમ અલગ અલગ નદીઓ તેમના અલગ અલગ માર્ગે વહીને પણ છેલ્લે એક જ સાગરમાં ભળે છે તેમ દરેક ધર્મ તેમના અલગ માર્ગ સાથે આખરે એક જ સત્ય સુધી પહોંચે છે.'

તો આ છે હિન્દુઓનું સેક્યુલરીઝમ. દરેકનો માર્ગ સત્ય છે. દરેક પોતાના માર્ગે એ એક સત્ય સુધી પહોંચે. કોઈએ બીજાના માર્ગને નાનો કે ખોટો કહેવાનો હક નથી કે કોઈએ બીજાને તેનો માર્ગ છોડાવી પોતાના માર્ગે લાવવાની જરૂર નથી. મતલબ ધર્માંતરણ હિન્દૂ ધર્મમાં એક અધર્મ છે. એટલે જ તો આખી દુનિયાને યોગ અને આધ્યાત્મ આપવાવાળા હિન્દૂ સંતોએ ક્યારેય એમ ન કહ્યું કે 'પહેલા તમારું નામ બદલીને હિન્દૂ નામ ધારણ કરો તો જ આ યોગ અને આધ્યાત્મ અસર કરશે.' તો જ્યાં સુધી એક મુસ્લિમ એ એક ઇશ્વરને 'અલ્લાહ' કહીને પોકારે છે અને ભક્તિ કરે છે ત્યાં સુધી તે હિન્દૂ ધર્મના સનાતન સેક્યુલરીઝમનું પાલન કરે છે. પણ જ્યારે કોઈ મુસ્લિમ 'અલ્લાહ જ એકમાત્ર ઈશ્વર છે, બીજું કોઈ નહીં.' એમ કહીને ઇસ્લામને જ એકમાત્ર સાચો ધર્મ માને છે ત્યારે તે હિંદૂ સભ્યતાના સેક્યુલરીઝમનું ઉલ્લંઘન કરે છે. જ્યારે તે ફક્ત ઇસ્લામને જ સાચો ધર્મ માની દલિતોનું અને પ્રેમમાં ભગાડેલી છોકરીઓનું ધર્માંતરણ કરાવે છે ત્યારે થરૂરભાઈ તે તમારા પ્રિય હિન્દૂ ધર્મને હીન બતાવી તેને નષ્ટ કરવાની કોશિશ કરે છે.

જ્યારે કોઈ ખ્રિસ્તી આ દેશમાં આદિવાસીઓને વટલાવીને એમ કહે છે કે - 'પરમપિતા ગોડ એક જ છે અને ઈસુ ખ્રિસ્ત જ તેમનો એકમાત્ર પુત્ર છે જેણે આપણને ધર્મ શીખવ્યો. આપણે બધાએ ઘેટાઓની જેમ ઈસુ ખ્રિસ્તને અનુસરીને તેમની પાછળ પરમપિતા સુધી પહોંચવાનું છે.' - ત્યારે તે આ દેશમાં પેદા થયેલા રામ, કૃષ્ણ, બુદ્ધ અને મહાવીર જેવા વિશ્વના મહાન પાયગંબરોને ખોટા કહી દે છે. અને થરૂરભાઈ, તમારા મહાન હિન્દૂ ધર્મની મૂળભૂત વિચારધારા આ વાતને મનુષ્યનું અને બીજા ધર્મનું અપમાન ગણે છે. કારણકે આ દેશમાં કહેવાયું છે કે 'મનુષ્ય ઈશ્વરનું સૌથી દિવ્ય સ્વરૂપ છે. મનુષ્ય પોતાની દિવ્યતાને જ્યારે સંપૂર્ણરીતે પ્રાપ્ત કરી લે છે ત્યારે તે પયગમ્બર કે ઈશ્વરનો પુત્ર બની જાય છે. આપણે બધાએ કોઈનું અનુકરણ કરીને એના પાછળ નથી ચાલવાનું, આપણે બધાએ કૃષ્ણ, બુદ્ધ અને ઈસુની જેમ પોતે ઈશ્વરના પુત્ર બની ઈશ્વરમાં ભળી જવાનું છે.' એટલે હિન્દૂ-મુસ્લિમના કે હિન્દુ-ખ્રિસ્તીના મુદ્દાને દેશની બહુમતી સંખ્યા પર જોવાની જરૂર નથી. દેશના મોટા ભાગના લોકો જેમની બુદ્ધિ હમણાં

હમણાં જ ચાલતી થઈ છે તે રાતો રાત બુદ્ધિજીવી અને મહાન બની જવા માટે આ રીતે વિચારે છે કે પાકિસ્તાનમાં બહુમતી મુસ્લિમોએ લઘુમતી હિંદુઓ જોડે જે કર્યું તે ભારતમાં બહુમતી હિંદુઓ લઘુમતી મુસ્લિમો જોડે કરે છે. અલ્યા ડફોળો, થોડી તો RTI કરીને રેકોર્ડ જોઈ જોવો. આઝાદી પછી ભારતમાં મુસ્લિમોની સંખ્યા વધવાનો દર બાકી બધા ધર્મો કરતાં વધુ છે. જ્યારે પાકિસ્તાન અને બાંગ્લાદેશમાં આઝાદી વખતે રહેલા 23-24% હિંદુઓ આજે 6 અને 8 % થઈ ગયા છે. એટલું જ નહીં આજે મોદી સરકારના ચાર વર્ષ દરમિયાન પણ દેશભરમાં 75 થી 80 % ધર્માંતરણ હિન્દુઓનું મુસ્લિમ ધર્મમાં થાય છે, 10 થી 15 % હિન્દુઓનું ખ્રિસ્તીમાં થાય છે અને બાકીના 8 % જ બીજા ધર્મમાંથી હિન્દૂ બને છે. તો થરૂરભાઈ, તમને તમારા જે સૌથી મહાન ધર્મ પર ગર્વ છે એમાંથી સીમિત માનસિકતા ધરાવતા ધર્મોમાં આટલા ધર્માંતરણ કેમ થાય છે..? ત્યાં તમને કંઈ બોલવાની જરૂર નથી લાગતી..?

નહીં, એતો હિંદુઓ બહુમતીમાં છે એટલે હિંદુઓ જ વધુ વટલાય ને..?

તો પછી પાકિસ્તાન અને બાંગ્લાદેશમાં કેમ બહુમતીઓ નથી વટલાતા..?

નહીં. આપણે એમના જેવા નથી થવાનું.

ઓહ, તો વાત અહીંયા છે. આપણે ભારત, જે એકમાત્ર દેશ બચ્યો છે હિન્દુઓનો, એમાંથી પણ હિંદુઓને ઓછા કરવાના છે. એ રીતની નીતિ પર જે ચાલશે એના પર જ થરૂરભાઈનો, હામિદભાઈનો અને અન્ય કોંગ્રેસીઓનો સેક્યુલરીઝમનો થપ્પો વાગશે. જવાબ એક જ છે સત્યભ્રષ્ટ લોકો, તમે વિકૃત થઈ ચૂક્યા છો અને તમારો દરેક શબ્દ અમારા એ યકિનને વધુ દૃઢ કરે છે. એટલે જેમ તમે આ બધું વધુ બોલશો એમ મોદી સરકારને વોટ નહિ મળવાના હોય એ પણ મળશે. કારણ કે બીજી બાજુ તો તમારા જેવા વિકૃત થઈ ચૂકેલા ગુલામો છે.

છેલ્લે, હિન્દૂ ધર્મ એ માણસને જ પોતાની સહિષ્ણુ સનાતન વિચારધારામાં સમાવે છે જે એમ કહે કે

'હા, ઈશ્વર એક છે. તમે તેને શિવ કહો છો હું એને અલ્લાહ કહું છું અને પેલો માણસ એને ઈસુના પિતા કહે છે. છેલ્લે આપણે એક જ તત્વને પુજી રહ્યા છીએ. તમે તમારા માર્ગે આગળ વધો, હું મારા માર્ગે આગળ વધુ છું. આખરે આપણે સત્ય પર મળીશું. કોઈ કોઈના માર્ગને પોતાના માર્ગથી હીન માનશે નહીં, આપણામાંથી કોઈ પોતાનો અહમ સંતોષવા બીજાને પોતાના માર્ગમાં વટલાવશે નહીં.'

આજ સાચું સેક્યુલરીઝમ છે અને આજ સાચું સનાતન હિંદુત્વ છે જેના પર થરૂરભાઈને ગર્વ છે. અને આપણે એ સ્થાપવાનું છે. એ થરૂરભાઈ અને હામિદભાઈ જેવા ભ્રષ્ટ અને વતલાઈ ગયેલા લોકો તો સ્થાપી શકે એમ નથી

એટલે છેલ્લી આશા તરીકે અમે 2019 માં ફરી મોદીને જ વોટ આપીશું. જેથી દેશમાં ચાલતો ધર્માંતરણોનો આ અપવિત્ર ધંધો બંધ થાય અને સાચા અર્થમાં બધા ધર્મો એક જ સત્ય તરફ લઈ જતા માર્ગ તરીકે એકબીજાનું સમ્માન કરી શકે. જેથી હિંદુસ્તાન અને પાકિસ્તાનમાં ખરેખર ફર્ક દેખાઈ શકે. અત્યારે તો બંને સ્થાને એક જ સીન દેખાય છે, મુસ્લિમોની સંખ્યા વધવી અને હિન્દુઓનું મુસ્લિમોમાં ધર્માંતરણ થવું. અને થરૂરભાઈ અને હામિદભાઈને એ સીન જાળવી રાખવો છે. આ બધી બકવાસ એની છે, બીજું કંઇ નથી.

"૧૩ જુલાઈ, ૨૦૧૮, ફેસબુક."

42

બાબા વાન્ગાની રાજનૈતિક ભવિષ્યવાણીઓનું અર્થઘટન

ઈ.સ. ૧૯૮૯માં તેમણે કહ્યું, 'ત્રાહીમામ ! અમેરીકાના તે બે ભાઇઓ સાથે સ્ટીલના પક્ષીઓ અથડાશે. ભેડિયા જંગલમાં ગરજતા હશે અને નિર્દોષોનું લોહી વહેશે..' આ વાત ત્યારે સાચી પડી જ્યારે ૨૦૦૧માં બે વિમાનો અમેરીકાના વર્લ્ડ ટ્રેડ સેન્ટરને અથડાયાં. ૧૯૮૦માં તેમણે કહ્યું, "સદીના અંતે ૧૯૯૯ કે ૨૦૦૦ના ઓગસ્ટમાં કુર્સ્ક પાણીમાં ડુબી જશે." કુર્સ્ક રશિયાનું એક મોટું શહેર છે. આથી લોકો આ ભવિષ્યવાણીને મજાકમાં લઇ રહ્યા હતા. પણ ઓગસ્ટ ૨૦૦૦માં રશિયાનું એક સબમરીન જેને તે શહેરના નામ પરથી 'કુર્સ્ક' નામ આપવામાં આવેલું તે પાણીમાં ડૂબી ગયું અને તેમાં ૧૧૮ લોકોના મોત નિપજ્યાં. તેમણે ૨૦૦૪માં આવેલી સુનામીની ભવિષ્યવાણી કરતાં કહેલું, 'એક મોટું મોજું બહુ મોટા કીનારાને ઢાંકી દેશે અને લોકો તેમના ગામ અને શહેરો સાથે પાણીમાં અદ્રશ્ય થઇ જશે.'

આ બધી ઘટનાઓને સમય પહેલા જોઇ ચૂકેલી તે ભવિષ્યવેત્તા એક આંધળી સ્ત્રી હતી. જે ૧૯૯૬માં મૃત્યુ પામી. પરંતુ, મૃત્યુ પહેલા તે આજથી ત્રણ હજાર વર્ષ પછી સુધીની મહત્વપૂર્ણ ઘટનાઓની ભવિષ્યવાણી કરતી થઇ છે. આ સ્ત્રીનું નામ હતું વાન્ગાલીઆ ડીમીટ્રોવા. તેમનો જન્મ ૩૧ જાન્યુઆરી ૧૯૧૧ના રોજ

આધુનિક મેસાડોનિઆમાં થયો હતો. બાર વર્ષની ઉંમરે વાન્ગા એક ચક્રવાતની ઝપટમાં આવીને ફેંકાઇ ગઇ હતી. અમુક કલાકો પછી તે રેતીના ઢગલામાંથી મળી આવી જ્યાં તેની આંખોમાં રેતી અને કાંકરા ઘુસી ચુકેલા હતા. આ કારણે તે બાર વર્ષની વયે નેત્રહીન બની.

પરંતુ આ તેના માટે એક વરદાન હતું. આંખોની શક્તિ ગુમાવ્યા પછી તેની આંતરીક શક્તિઓ અસામાન્ય રીતે વધવા લાગી. હવે તે ભવિષ્યમાં ઝાંકી શકતી હતી. સોળ વર્ષની ઉંમરે તેણે તેના પિતાને ચોરાઇ ગયેલું એક ઘેટું શોધી આપ્યું. તેણે પિતાને તે વાડાનું ચોક્કસ સરનામું કહ્યું જ્યાં ચોરેએ ઘેટાને સંતાડી રાખ્યું હતું. ત્રીસ વર્ષની વય પછી વાન્ગાની ભવિષ્યકથનની શક્તિ હજુ વધારે વિકસિત અને ચોક્કસ બની. હવે, તે તેના પ્રદેશની મહાન ભવિષ્યવેતા 'બાબા વાન્ગા' કહેવાતી હતી. એકવાર હીટલર પણ તેના ઘરે આવેલો અને જ્યારે તે ભવિષ્ય સાંભળીને બહાર નીકળ્યો ત્યારે અત્યંત ઉદાસ હતો. બાબા વાન્ગાએ તેમના જીવનના આખરી વર્ષો બલ્ગેરીઆના રુપીટ પ્રદેશમાં ગાળ્યા અને આખરે ૧૯૯૬માં ત્યાં જ મૃત્યુ પામ્યા.

હવે, સવાલ એ છે કે આજે પ્રોજેક્ટરમાં આપણે બાબા વાન્ગાને કેમ યાદ કરી રહ્યા છીએ ? તો જવાબ એ છે કે અલગ અલગ સમય અને વર્ષો માટે તેમણે કરેલી ભવિષ્યવાણીઓ એક પછી એક બધી સાચી સાબિત થઇ છે. અને તેમની ક્રમિક ભવિષ્યવાણીઓમાં હવે જે વર્ષનો નંબર છે તે છે ૨૦૧૬. બાબા વાન્ગાની ભવિષ્યવાણી મુજબ ૨૦૧૬ એ વર્ષ હશે જે વર્ષ મુસ્લિમો યુરોપ પર આક્રમણ કરશે. અને ૨૦૧૫માં જ જે રીતે ઈરાક, સિરીયા અને જોર્ડનના કરોડો રીફ્યુજી યુરોપમાં ઘુસ્યા છે અને જે રીતે આઇએસઆઇએસ પેરીસ પર હુમલો કરી ચૂક્યું છે તે રીતે આ ભવિષ્યવાણી સાચી પડવાની સંભાવના પૂરેપૂરી છે. આ પછીની બાબા વાન્ગાની ભવિષ્યવાણી એ છે કે ૨૦૧૮માં ચીન દુનિયાની મહાસત્તા હશે અને અમેરીકાથી આગળ નીકળી ચૂક્યું હશે. ત્યાંથી અમેરીકા માટે પરિસ્થિતિઓ એટલી વણસસે કે એ આફ્રિકન અમેરીકન રાષ્ટ્રપતિ અમેરીકાના આખરી કાર્યકારી રાષ્ટ્રપતિ હશે. ૨૦૨૩માં પૃથ્વીની સૂર્ય આસપાસની પરીક્રમણ કક્ષા બદલાશે અને તેનાથી ધુ્રવ પ્રદેશ પીગળશે અને મધ્ય-પૂર્વના દેશોમાં અગ્નિ વરસસે. ૨૦૨૮માં ઉર્જાના નવા સ્ત્રોત માટે માનવ શુક્ર જેવા બીજા ગ્રહ પર પહોંચશે.

૨૦૪૩માં સિરિયામાં મોટું ઈસ્લામિક યુધ્ધ છેડાઇ જશે જે અંતે રોમ પર સંપૂર્ણ કાબૂ મેળવી લેશે. યુધ્ધના કારણે યુરોપ માણસો રહીત એક વેરાન પ્રદેશ બનશે. ૨૦૭૬માં એક નવો સૂર્ય ઉગશે જે પૃથ્વીના અંધકારને પ્રકાશિત કરશે. આ વાત કદાચ ૨૦૦૮માં શરુ થયેલા એ વૈજ્ઞાનિક પ્રોજેક્ટની પૂર્ણાહૂતિ સૂચવે

છે જે ન્યુક્લિઅર ઉર્જાના સતત જોડાણથી સૂર્ય જેટલી શક્તિ પૃથ્વી પર ઉત્પન્ન કરવા માટે શરૂ કરાયો છે. ૨૧૩૦માં પરગ્રહીઓ પૃથ્વી પર આવી પહોંચશે. ૨૧૭૦માં વૈશ્વિક મંદી અને દુષ્કાળ પડશે. ૨૨૬૨માં મંગળ પર મોટા ઉલ્કાપાત થશે. ૩૦૦૫માં મંગળ પર યુધ્ધ થશે જે પૃથ્વીનો અવકાશી માર્ગ બદલી દેશે. ૩૭૯૭માં પૃથ્વી નષ્ટ પામશે. પરંતુ માનવજાતિ બીજા સૌરમંડળમાં જવાની શક્તિ મેળવી ચૂકી હશે. ૫૦૭૯માં બ્રહ્માંડનો અંત આવશે.

આમાંથી કેટલું સાચું સાબિત થશે એ જોવા આપણામાંથી કોઇ રહેવાનું નથી. અત્યારે તો આ બધી ભવિષ્યવાણીઓ આપણને સારી ફીલ્મી પટકથાઓ લખવા જ કામ આવી શકે છે. પણ બાબા વાન્ગાની આગળની ભવિષ્યવાણીઓની સફળતા જોઇને આ ભવિષ્યવાણીઓ સાચી પડશે એવું માની લઇએ તો આ ભવિષ્ય આજે આપણને શું સંદેશ આપે છે ? જે બે સમુદાય અને વિચારધારા આખી દુનિયા પર પોતાનું રાજ સ્થાપવા માટે સદીઓ અને દશકોથી કાર્યરત છે તે મુસ્લિમો અને સામ્યવાદીઓ યુરોપ પર રાજ કરવામાં સફળ થશે તેવું આ ભવિષ્યવાણી કહી રહી છે. પણ ઈસ્લામના યુરોપ જીતી લેવામાં એટલા મનુષ્યનો રક્ત વહેશે કે યુરોપ લગભગ મનુષ્યવિહીન થઇ જશે. કોઇ એક જ સંપ્રદાય સાચો છે અને બાકી ખોટા એ ધર્મઅંધતા સમૃધ્ધ યુરોપને એક વેરાન પ્રદેશ બનાવી દેશે તેની આમાં ચેતવણી છે. એ વેરાન પ્રદેશમાં રહેલા સહેલા મનુષ્યોથી વિશ્વમાં કોમ્યુનિઝમ પાછું ફરશે એની પણ એમાં વાત છે.

આ એ તરફ ઈશારો છે કે જ્યાં સુધી આપણો સઘળો ભોગવિલાસ અને સમૃધ્ધિ એકવાર તબાહ ન થઇ જાય ત્યાં સુધી આપણે નીચા પાયદાનની સમાનતા વિચારી નથી શકતા. એ સમૃધ્ધિ કમજોરી છે. આપણે તે છીનવાઇ જવાથી ડરીએ છીએ અને એટલે જ કોમ્યુનિઝમ જગ્યાએ જગ્યાએ સ્થપાઇ ગયા પછી પણ નિષ્ફળ જાય છે. પણ એકવાર તે સમૃધ્ધિ આપણાથી છીનવાઇ જશે ત્યારે જ આપણે તમામ મનુષ્યોને ખરા અર્થમાં સમાન જોઇ શકવા સક્ષમ બનીશું, જે સાચા કોમ્યુનિઝમની સ્થાપના કરાવશે અને તેને ટકાવશે. ત્યારે જ મનુષ્યનું જીવન પણ પ્રકૃતિને અનુરુપ થશે. જેની ભવિષ્યવાણી ૨૦૮૪ની સાલ માટે કરવામાં આવી છે.

પરગ્રહીઓ સાથે માનવનો સંપર્ક થવાની વાત એ સંદેશ આપે છે કે માનવજાતિના ઈતિહાસમાં દરેક સમય નવો છે. જેમાં નવી સંભાવનાઓ રહેલી છે. એવું કંઇ જ નથી જે આજસુધી નથી થયું એટલે હવે ન થઇ શકે. તે આજદીન સુધી એટલે નથી થઇ શક્યું કારણ કે તે હવે થવાનું છે. આજદીન સુધીનો સમય આપણી તેના માટેની તૈયારીમાં વિત્યો છે. વારંવાર થતી પ્રાકૃતિક સમસ્યાઓની ભવિષ્યવાણી આપણને એ સમજાવે છે કે આપણા અસ્તિત્વની છેલ્લી દોરી

પ્રકૃતિના હાથમાં છે તે આપણે ભૂલવાનું નથી. વિજ્ઞાનનો વિકાસ પણ પ્રકૃતિ માટે હોય, પ્રકૃતિના ભોગે નહીં એનું ધ્યાન રાખવાનું છે. છેલ્લે પૃથ્વીના વિનાશ પછી પણ મનુષ્યના કોઇ બીજા સૌરમંડળમાં જવાની શક્યતાઓ અને તેના તેરસો વર્ષ પછી બ્રહ્માંડના વિનાશની વાત વેદોના એ જ નાશવંતતાના સંદેશને વિજયી બનાવે છે કે ચાહે ગમે તેટલા ભાગી લો નાશવંતતા જ અંતિમ સત્ય છે. બધી સફળતાઓ, સિધ્ધિઓ અને પીડાઓ ત્યાં અંત પામે છે.

આથી તેનાથી ભાગવાના સ્થાને, નાશવંત ન હોય તેવી વસ્તુની શોધ કરવી એ જ મનુષ્યજીવનનું એકમાત્ર ધ્યેય છે. અને તે વસ્તુ છે આત્મસાક્ષાત્કાર અને તેનાથી ઉપજતું આત્મજ્ઞાન. દરેક વસ્તુના વિનાશ પછી પણ જે રહેવાનું છે તે બ્રહ્મ જ જો આપણે છીએ, તો આપણો કોઇ અંત નથી. આપણો કોઇ વિનાશ શક્ય નથી. આ જ્ઞાનનો સાક્ષાત્કાર કરી લેવો એ જ માનવજીવનનો એકમાત્ર ઉદેશ્ય છે એ વાત બાબા વાન્ગાની આ ભવિષ્યવાણીઓથી સાબિત થાય છે. અને કદાચ એટલે જ માનવજાતિનો સૌથી જૂનો અને પહેલો ગ્રંથ ગણાતો ઋગ્વેદ પણ તેની મુખ્ય પ્રાર્થનામાં એ જ માગે છે, ''અમને અસત્યમાંથી સત્ય, અંધકારમાંથી પ્રકાશ અને વિનાશમાંથી અમરત્વ તરફ લઇ જા.''

"૨૧ માર્ચ, ૨૦૧૬, ગુજરાત સમાચાર - રવિપૂર્તિ."

સમાજ જીવન

43

જેણે એક જીવન બચાવ્યું તેણે આખી દુનિયાને બચાવી લીધી

સપ્ટેમ્બર ૧૯૩૯. જર્મન સેનાએ બે જ અઠવાડિયામાં પોલેન્ડ જીતી લીધું. પૂર્વી પોલેન્ડના નાના વિસ્તારોમાં વસતા યહુદીઓને ક્રકોવ નામના એક મોટા શહેરમાં આવી જવાનો આદેશ આપવામાં આવ્યો અને તે આદેશ પ્રમાણે રોજ ૧૦,૦૦૦ થી પણ વધુ યહુદીઓ ક્રકોવમાં એકઠા થવા લાગ્યા. તેમને કોઈ અંદાજો નહોતો કે તેઓ કેવા પાશવી નરસંહારના ભોગ બનવાના હતા. આવા સમયે જર્મનીથી હિટલરની નાઝી પાર્ટીનો જ એક સભ્ય ઓસ્કાર શીંડલર યુધ્ધના માહોલમાં વેપારની તકો શોધવા આવ્યો. ભૂતકાળમાં એક નિષ્ફળ બીઝનેસમેન એવા શીંડલરે યહૂદીઓની એક ખાલી પડેલી વાસણોની ફેક્ટરી ત્યાંના જ પૈસાદાર યહુદીઓના ધનથી ખરીદી અને સૈન્ય માટે જરૂરી ધાતુની વસ્તુઓ બનાવવાની શરુ કરી. યુધ્ધ આગળ વધ્યું તેમ તેમ ખાલી હાથે ક્રકોવ આવેલો શીંડલર કરોડપતિ બની ગયો. બીજી બાજુ યહુદીઓને તેમના મહેલો જેવા ઘરોમાંથી કાઢી મૂકી તેમના માટે ખાસ બનાવેલી ઉંચી દીવાલોથી ઘેરાયેલી 'ઘેટો' નામની મોટી વસાહતમાં ધકેલી ખેંચી ખેંચીને શેરીઓમાં લાવવામાં આવ્યા. બીમાર અને કમજોર લોકોને ગોળીઓ મારી દેવામાં આવી અને જે લોકો સખત કામ-મજુરી કરી શકતા હતા તેમને એકબાજુ કરી બાકીના નાકામ યહુદીઓ સાથે ઘેટોની વસાહતને સળગાવી દેવામાં આવી. વધેલા યહુદીઓ જર્મનોના ગુલામો તરીકે કામ કરવા લાગ્યા જેમને કોઇપણ જર્મન ચાહે

ત્યારે ગોળી મારી શકતો.

૧૯૪૪ આવતાં સુધીમાં જર્મની યુધ્ધમાં પૂર્વ સીમાથી હરવા લાગ્યું અને તેને ક્રકોવ છોડવાનો વારો આવ્યો. પરંતુ, તેના પહેલા વધેલા તમામ યહુદીઓને ગેસ ચેમ્બરમાં પૂરી પૂરીને મારી નાખવાનો આદેશ આપવામાં આવ્યો. અને અહીંથી શરુ થઇ માનવતાની એ મહાન દાસ્તાન જે હિટલરની આખી ફ્રૌજની ક્રુરતા પર ભારે પડી. શીંડલરે પોતાની ફેકટરીના અને બીજા વધેલા યહુદીઓને આ ભયાનક નરસંહારથી બચાવવા જર્મન સૈન્યમાં ઊંચા પદે રહેલા અફસરો અને મિત્રોને ભેંટસૌગાદો આપીને પોતાની ફેક્ટરીને ચાલુ રાખવા માટે યહૂદી કારીગરોની જરૂર છે તેમ કહ્યું. આ રીતે તેણે એક યહુદીની કીમત નક્કી કરી ૧૧૦૦ યહુદીઓને પોતાના કારીગર તરીકે ખરીદ્યા, જેમાં વૈજ્ઞાનિકો, ઈતિહાસકારો, વેપારીઓ અને અનેક બાળકો અને મહિલાઓ હતી. જેમ જેમ જર્મન સેના હારતી ગઈ તેમ તેમ શીંડલરની ફેક્ટરી પણ બંધ પડવા લાગી. પણ કોઇપણ જાતની ખરીદી વગર શીંડલરે પોતાની ફેક્ટરી ચાલુ રાખી, જેથી ૧૧૦૦ યહુદીઓને કારીગર તરીકે કામના બતાવી શકાય. આ રીતે યુધ્ધ પૂરૂં થાય ત્યાં સુધી ફેક્ટરી ચાલુ રાખવામાં અને જર્મન અફસરોને લાંચ આપવામાં પોતાની કમાયેલી સઘળી સંપત્તિ ઉડાવી દીધી અને કંગાળ બની ગયો. જે દિવસે જર્મન સેનાએ આત્મસમર્પણ કર્યું એ રાતે બાર વાગ્યા સુધી તે આ યહુદીઓને બચાવવા એમની સાથે રહ્યો અને પછી પોતાની પત્ની અને કપડાની એક સ્યુટકેસ લીને ખાલી હાથે પોતાની ગાડીમાં બેસીને નીકળવા તૈયારી કરવા લાગ્યો. જયારે તે ગાડીમાં બેસવા જતો હતો ત્યારે તે તમામ ૧૧૦૦ યહુદીઓ તેની આસપાસ હતા. તેમાંથી એક યહૂદી આગળ આવ્યો અને શીંડલરને સોનાની એક વીંટી ભેંટમાં આપતાં બોલ્યો, ‘હિબ્રુ ભાષામાં એક કહેવત છે, “જેણે એક જીવન બચાવ્યું, તેણે આખી દુનિયાને બચાવી લીધી”. અહિયાં ઉભેલા આ ૧૧૦૦ લોકોની આવનારી અનેક પેઢીઓ આપણી દેન હશે.’ આ સાંભળતાં જ શીંડલરને એક જીવનનું મહત્વ સમજાયું. તેણે પોતાની ગાડી સામે જોયું અને કહ્યું, ‘તો, મેં આ ગાડી કેમ રાખી? હું એણે વેચી દેત તો બીજા દસ માણસો બચાવી લેત.’ તેણે પોતાના કોટમાં ભરાવેલી સોનાની પીન જોઈ અને કહ્યું, ‘આ પીન કેમ રાખી મેં? આ આપી દેત તો હજી એક માણસને હું બચાવી લેત.’ તે અચાનક ધ્રુસકે ધ્રુસકે રોવા લાગ્યો અને બોલવા લાગ્યો, ‘હું હજી એક જીવન બચાવી શકતો હતો પણ મેં ના બચાવ્યું, મેં મરવા દીધો એ માણસને અને આ સોનાની પીન રાખી લીધી.’ શીંડલરની આ હદયદ્રાવક મહાનતા જોઇને ત્યાં ઉભેલા બધા યહુદીઓ તેની પાસે આવ્યા અને તેને ભેંટી પડ્યા.

બીજા વિશ્વના આ નરસંહારમાં ૬૦ લાખ યહુદીઓને મારી નાખવામાં આવ્યા હતા. પોલેન્ડમાં વિશ્વયુધ્ધ પહેલાં ૩૫ લાખ યહુદીઓ હતા જેમાંથી અત્યારે માત્ર ત્રણથી ચાર હજાર જ વધ્યા છે. શીંડલરે બચાવેલા એ ૧૧૦૦ યહૂદીઓની સંખ્યા આજે ૭૦૦૦ થી પણ વધારે છે જે અમેરિકા, યુરોપ અને ઈઝરાયેલમાં વસે છે. તેમને 'શીંડલરના યહૂદી' કહેવામાં આવે છે.

હવે, આપણે એ શીખવાનું છે કે જો શીંડલર જેવો એક જર્મન એક વિરોશી પ્રજાતિ માટે પોતાની સઘળી સંપત્તિ વેડફી તેમનું જીવન બચાવી શકતો હોય તો આપણે આપણા જ દેશના એ ૩૫ કરોડ લોકો માટે કેમ કઈ કરી નથી શકતા જેમને દિવસનું બે સમયનું જમવાનું અને પહેરવા માટે એક જોડી કપડા પણ નસીબ નથી. ઘરની તો વાત જ દૂર છે. સરકાર એમની ગરીબી દૂર કરી શકે એમ નથી. જો કરી શક્તિ હોત તો કરી ચુકી હોત. તો શું આપણે 'એ તો સરકારને જોવાનું' એવી અસંવેદનશીલ વૃત્તિ અપનાવીને આપણા જ એ ભાઈઓ અને માતાઓને મરતા જોઈ રહેવાના છીએ? આ જવાબ આજે કમસે કમ આપણે આપણા પાસેથી તો ળ[જ લેવાનો છે. કારણકે જો આપણે ચાહીએ તો ઘણું કરી શકીએ એમ છીએ. શું આપણે ખાલી શરૂઆત રૂપે દરેક તાલુકામાં ખાલી ૫ એકર જમીન ન ભેગી કરી શકીએ? જો કરી શકીએ તો એમાં એક તરફ હોસ્ટેલ, એક તરફ ભોજનશાળા અને ત્રીજી તરફ એક શાળાની ઈમારત બાંધી બાકીની જગ્યાને મેદાનરૂપે ખુલ્લી છોડી એક આશ્રમ બનાવવામાં આવે. ફૂટપાથ પર રખડતાં હોય અને ભીખ માંગીને ખાતા હોય એવા વધુ નહિ પણ સો બાળકોનો આ હોસ્ટેલમાં વસવાટ કરાવવામાં આવે. તેમને બે સમયનું સાદું સાત્વિક ભીજ્ન અને બારમાં સુધીનું શિક્ષણ ત્યાં આપવામાં આવે.

આટલું કામ તો આપણે સામાન્ય જનતા પણ એકથી થઈને કરી શકીએ છીએ. આપણામાંથી ઘણા એવા હોય છે જે સંતાન ન હોવાના કારણે કે ફક્ત દીકરી હોવાના કારણે પોતાની પાછળ પોતાની સંપત્તિનું ભાવી વિચારતા હોય છે. કોઈ સબંધીઓ પાસેથી દીકરાને દત્તક લે છે તો કોઈ બીજે ક્યાંકથી. પણ જો આવા લોકો પોતાની જમીન એ ગરીબ બાળકોના પુનર્વસન માટે આપે અને તે આશ્રમ પર પોતાનું નામ લખાવે તો તેમનું નામ શીંડલરની જેમ જ ઇતિહાસમાં સ્થાન પામે. પૈસાદાર વર્ગ અને જમીનદાર વર્ગ ભેગો મળીને એક તાલુકામાં પાંચ એકર જમીન તો લઈ જ શકે. તે તાલુકાના ધનાઢ્ય ડોકટરો અને ગર્ભ શ્રીમંતો ભેગા મળીને શાળા અને હોસ્ટેલની ઈમારત બનાવી આપે. ઉચ્ચ મધ્યમવગીય પરિવારો પોતાની આર્થિક સુખ સગવડો જળવાઈ રહે તે માટેની કૃપા મેળવવા મંદિરોમાં પૂજા અને યજ્ઞો કરીને તેમજ બ્રાહ્મણોને જમાડીને પુણ્ય કમાવવાની કોશિશ કરે છે તે દરેક પરિવાર કોઈ એક બાળકનું દિવસનું બે

વાર જમવાનું પોતાના તરફથી આપે. ઘરના પાંચ સભ્યોના જમવાની સતાહે બીજા એક સભ્યનું જમવાનું વધારાનું બનાવે અને એક બાળકનું બાર વર્ષ સુધી ભરણપોષણ કરે. પોતાના બાળકોના ન ગમતાં અને આઉટ ઓફ ફેશન થઇ ગયેલાં કપડા તેમને આપે. આમ કરવાનું પુણ્ય એ પથ્થરના ભગવાનને પૂજવાના પુણ્ય કરતા અનેક્ઘનું વધારે જ હશે. તો વળી, સંસારી લોકોના ફ્રષ્ટ્રેશન રૂપી અધધ સંપતિ જ્યાં એકથી થાય છે તેવા મંદિરો અને ડેવલો તો પોતાનો જ આવો એક આશ્રમ ચલાવી શકે અને દર વર્ષે સો નવા બાળકોનું એડમીશન કરાવી શકે એટલી શક્તિ ધરાવે છે.

હવે બાકી રહી આશ્રમના બાળકોના શિક્ષણની વાત. તો એ જવાબદારી સરકાર સંભાળે. સરકાર આસપાસની શાળાના વધારાના અને નવરા બેસી રહેલા શીક્ષકોની ડયુટી અમુક સમય માટે આશ્રમમાં ગોઠવી આપે. આમ, એ સરકારી શિક્ષકોની રોટેશનલ પધ્ધતિથી તે બાળકોનું શિક્ષણ ચાલે. નવા યુગ મુજબ લાઈવ વિડીયો કોન્ફરન્સ કે એન્ડ્રોઇડ ટીવી મારફતે સીધા ઓનલાઈન કોર્સ પણ ચલાવી શકાય. સમાજનો દરેક શિક્ષિત નાગરિક, સમાજસેવક, શિક્ષક કે કોલેજ યુવક તે બાળકોને પોતાની દેશ પ્રત્યેની જવાબદારી સમજીને યોગ્ય સંસ્કાર, સાધન, માર્ગદર્શન અને લક્ષ્ય પ્રદાન કરે. આ રીતે દેશની સામન્ય જનતા તરફથી બારમાં ધોરણ સુધી ઉછેર, શિક્ષણ અને માર્ગદર્શન પામેલા એ બાળકોને આગળ ડીગ્રી અને સ્કીલ આપવાનું કાર્ય સરકાર કરે. આ રીતે ગરીબી ઉન્મૂલન સરકાર અને જનતાને જોડતું એક જનાંદોલન બની રહે તોજ ભારત દેશમાંથી અંગ્રેજોએ ભેંટમાં આપેલી ગરીબી દૂર થઇ શકે એમ છે. યાદ રહે, દરેક તાલુકામાંથી ખાલી સો બાળકો પણ જો આ રીતે શિક્ષણ અને સ્કીલ મેળવી ભુખમરીમાંથી બહાર આવી જાય તો આ દેશના કુલ આઠ હજાર તાલુકાઓમાંથી આઠ લાખ લોકો ગરીબીમાંથી મુક્ત થાય. આ આઠ લાખ લોકો જે ફૂટપાથ પર ભૂખ અને બીમારીથી મારી જવા માટે સર્જાયા હતા, તેમની આવનારી અનેક પેઢીઓ ફૂટપાથ અને ભૂખમરાથી દૂર એક સ્વસ્થ જીવન કાઢી શકશે.

આ બધું ભલે વધારે પડતું આશાવાદી લાગે, પરંતુ અસલમાં આ દેશમાં ગરીબોની સંખ્યા આ રીતે જ વધી છે. આઝાદી પછીના ૭૦ વર્ષોમાં કરોડો ગરીબોને ગરીબી રેખાથી ઉપર લાવવામાં આવ્યા છે, છતાંય આજે દેશમાં ગરીબોની સંખ્યા પહેલા કરતા વધારે જ છે. આનું કારણ એ છે કે ૧૯૭૦ માં માનો કે દસ કરોડ ગરીબોમાંથી બે કરોડ લોકોને સરકારી યોજનાઓ મારફતે ગરીબીમાંથી ઉગારી લેવામાં આવ્યા. પણ બાકીના આઠ કરોડ લોકોના સંતાનો રૂપે બીજા આઠ કરોડ ગરીબો એજ ફૂટપાથ પર પેદા થયા. આમ, સરકાર આ રેશિયાને ક્યારેય પહોંચી જ ના શકી. એટલે ગરીબીને વધતી અટકાવવી હોય

તો મુખ્ય લક્ષ્ય એ છે કે ગરીબોની જે સૌથી તાજા જન્મેલી પેઢી છે તે બાળકોને વધુને વધુ સંખ્યામાં ફૂટપાથ પરથી ઉઠાવી લો, જેથી તેમની આવનારી પેઢી ફૂટપાથ અને ઝુંપડપટ્ટીઓમાં ગરીબ તરીકે પેદા ન થાય. આ એક રામબાણ ઈલાજ છે ગરીબીને ડામી લેવાનો. જ્યાં. સુધી આ વાત સમજવામાં નહિ આવે ત્યાં સુધી નવા ને નવા ગરીબો પેદા થતા જ રહેશે અને 'ગરીબી હાટાઓ' બસ એક ચુંટણીલક્ષી નારો જ બની રહેશે. જે માણસો ગરીબોના પુનર્વસન માટેના આ સામુહિક જનાંદોલનને દૂરનું ભવિષ્ય માનતા હોય તે કમસે કમ પોતાણા બાળકો સાથે ફક્ત એક અનાથ અને ગરીબ બાળકની જવાબદારી લે અને તેને અનાથાશ્રમમાં ભરતી કરાવી, તેના ભોજન, શિક્ષણ અને કપડાનો ખર્ચો આપે. સાથે જ અઠવાડિયામાં એકવાર તેને મળવા જઇ પોતાના બાળકની જેમ તેને પણ સાચા સંસ્કારો અને જ્ઞાન આપે.

શીંડલરની જેમ આપણે બધાએ એ સમજી લેવાનું છે કે જયારે આપણે કોઈ એક માણસને બચાવીએ છીએ ત્યારે ફક્ત તે એક વ્યક્તિને જ નથી બચાવતા. પણ તેના મારફતે ભવિષ્યમાં ઉત્પન્ન થનારી અનેક પેઢીઓને પણ બચાવી લઈએ છીએ. આપણો બચાવેલો તે માનસ એક બીજ છે જે જયારે વૃક્ષ બનીને પાંગરશે ત્યારે વર્ષો પછી એક મોટા જ્નસમુદાયનો દાતા બનશે. તો ચાલો, આપણે બધા કમ સે કમ એક ગરીબ બાળકનું જીવન બચાવીએ અને ભવિષ્યના સમૃધ્ધ સમાજનો પાયો નાખીએ.

"૧૨ ઓગસ્ટ, ૨૦૧૫, ગુજરાત સમાચાર - રવિપૂર્તિ."

44

ભારતીય સ્ત્રી - શાસ્ત્રોમાં દેવી પણ સમાજમાં દૂધ પીતી

નીલકમલ ફીલ્મના એ સંવેદનશીલ ગીત "બાબુલ કી દુઆએ લેતી જા.."માં એક મુખડો આવે છે જેમાં પિતા દીકરીને કહે છે, "જે ઘર સામે તારા ઘરનું બારણું હોય તે ઘરમાં પણ ક્યારેય દુઃખ ના આવે (જેથી તે ઘરનું દુખ જોઈને તારે દુઃખી ન થવું પડે.)" પરંતુ, આ પ્રેમ અને લાગણી ત્યારની છે જ્યારે દીકરી પિતાનું ઘર છોડીને સાસરે જાય છે. પણ જ્યારે તે દીકરી જન્મી હોય ત્યારે તો એક 'બાય-ડીફોલ્ટ' નિઃસાસો આ દેશના 'લગભગ મોટાભાગના' પિતાઓને તથા દાદા-દાદી અને નાના-નાનીઓન નીકળી જ જાય છે કે "કાશ! છોકરો આયો હોત તો!" પણ આગળ જતાં કુદરતની એ ઈચ્છાને સહન કરવા બધા એક સાથે જ એક બીજું વાક્ય બોલી ઉઠે છે, "ચાલો! લક્ષ્મી આવી."

ભલુ થજો એ હોશિયાર માણનું જેણે દીકરીને લક્ષ્મી (સંપત્તિ) સાથે સરખાવી લોકોના મનમાં આ લાલચ નાખવાનું કામ કર્યું છે. કારણ કે આ બીજા વાક્યએ દેશમાં ઘણી ભ્ૂરણ હત્યાઓને રોકી છે. પણ છતાંય ઘણા વિકૃત લોકો માટે એ લાલચ પૂરતી સાબિત નથી થઈ. આંકડા સ્પષ્ટ કહે છે કે એ વિકૃત માણસો મોટાભાગે પૈસાદાર અને 'ઈજ્જતદાર' કુટુંબોના છે. આપણા જે વડીલો પોતાની રૃઢીચુસ્ત માનસિકતાને પોષવા માટે મહાન ભારતીય સંસ્કૃતિનો દંભ ભરી પશ્ચિમી સંસ્કૃતિને ગાળો બોલવાનું કામ નિરંતર કરે છે તે વડીલોને સણસણતો જવાબ આપવાનું કામ પશ્ચિમના જ એક એકત્રીસ વર્ષના છોકરાએ કર્યું છે. અને

એ છોકરો છે છેલ્લા દસ જ વર્ષમાં શૂન્યમાંથી સર્જન કરી વિશ્વનો સૌથી નાની વયનો અબજોપતિ બનનાર ફેસબુકનો માલિક માર્ક ઝુકરબર્ગ.

આ મહિનાની શરુઆતમાં ઝુકરબર્ગના ઘરમાં એક દીકરીનો જન્મ થયો. પોતે દીકરીનો બાપ બન્યો હોવાનો ઉત્સવ મનાવવા તેણે એક જાહેરાત કરી કે તે પોતાની ત્રણ લાખ અગિયાર હજાર કરોડ ડોલરની સંપત્તિમાંથી ત્રણ લાખ આઠ હજાર કરોડ ડોલરની સંપત્તિ દાનમાં આપી દેશે. મતલબ આ દાનમાં આપ્યા પછી તેની પાસે ત્રણ હજાર કરોડ ડોલર જ રહેશે. પરંતુ, ઝુકરબર્ગે આ દાન પાછળનું જે કારણ આપ્યું છે તે એક મહાન વિચાર છે. તેણે કહ્યું કે, "મારી પ્યારી દીકરી જે વિશ્વમાં એનું જીવન વિતાવવાની છે તે વિશ્વને સુંદર અને દુઃખવિહીન બનાવવા માટે હું મારી સંપત્તિ આપીશ. જેથી મારી દીકરીને એક દુખી દુનિયાને જોઈને જીવનભર દુખી ન થવું પડે." આમ, તેણે આપણા પેલા 'બાબુલ કી દુઆયે...' ગીતના આદર્શને એક નવી ઉંચાઈ સાથે જીવી બતાવ્યો છે અને એકબાજુ ભારતમાં જ્યાં આપણે પુત્રીના જન્મને 'લક્ષ્મી આવી' એ આશ્વાસન સાથે સ્વીકારીએ છીએ ત્યાં ઝુકરબર્ગે પુત્રીના જન્મને પોતે કમાયેલી મોટાભાગની લક્ષ્મી દાનમાં આપીને સ્વીકાર્યો છે.

હવે, આ મહાનતા સામે આપણે ક્યાં છીએ તેના કેટલાક આંકડા જોઈએ. યુનીસેફના એક સર્વે મુજબ ભારતમાં રોજ ૭૦૦૦ બાળકીઓને ગર્ભમાં મારી નાખવામાં આવે છે. લેન્સેટ નામના બ્રિટીશ મેગેઝીન મુજબ ભારતમાં ૧૯૮૦ થી ૨૦૧૦ સુધીમાં એક કરોડ બાળકીઓની ગર્ભમાં હત્યા થઈ છે જેમાં એકલા રાજસ્થાનમાં છેલ્લા પાંચ વર્ષમાં છ લાખ ગર્ભપાત થયા છે. પંજાબમાં રોજ ૨૭૫ બાળકીઓની ગર્ભમાં હત્યા થાય છે. ૧૯૯૧માં ભારતમાં દર ૧૦૦૦ છોકરાઓએ ૯૪૫ છોકરીઓ હતી. જે ૨૦૦૧માં ૯૨૭ અને ૨૦૧૧ સુધીમાં ૯૧૮ થઈ ગઈ. હરીયાણામાં દર ૧૦૦૦ પુરુષોએ સ્ત્રીઓની સંખ્યા ૭૭૫ થી ૮૩૭ છે. ગુજરાત, મહારાષ્ટ્ર, રાજસ્થાન જેવા વિકસિત રાજ્યોમાં આ સંખ્યા ૯૦૦થી નીચે છે જ્યારે અરુણાચલ પ્રદેશ જેવા પૂર્વોત્તરના અવિકસિત રાજ્યોમાં આ સંખ્યા હજારથી ઉપર છે. વધુ આંકડા આપીને હૃદયની આ અકળામણને વધારવી નથી અને એ ફાયદા-નુકસાનની ચર્ચામાં પણ ઉતરવું નથી કે આનાથી ભવિષ્યમાં છોકરાઓને લગ્ન માટે કેટલી તકલીફ પડશે કે સમાજમાં બળાત્કાર જેવા ગુનો કેટલા વધશે?

ચર્ચા એ જ કરવી છે કે આપણે માનવ છીએ કે નહી? આપણે જે કરી રહ્યા છીએ એને કુદરત ક્યારેય માફ કરશે કે નહી? કારણ કે આ પાપમાં આપણો આખો સમાજ શામેલ છે. કોઈ એવું માનીને પોતાને નિર્દોષ ન કહે કે 'મેં તો દીકરીને જન્મ આપ્યો છે'. એ દરેક માતા-પિતા જેના ઘરમાં દીકરી જન્મતાં જ મનમાં

પેલો ડીફોલ્ટ નિસાસો નંખાઈ જાય છે કે 'કાશ! છોકરો આવ્યો હોત!' એ દરેક માતા-પિતા એ જ બર્બરતા અને અમાનવીય બીજ લઈને ફરી રહ્યા છે જેને આખરી ઓપ આપવાનું કામ કેટલાક સભાનતા અને માનવતા ગુમાવી ચૂકેલા લોકો કરે છે. અત્યાર સુધી આપણે ફક્ત સમાજનો વાંક કાઢ્યો છે. પણ એ સમાજ તો આપણાથી જ બનેલો છે અને આપણા વિચારોથી જ એ સમાજના નિયમો બન્યા છે. આપણે આપણા જ વિચારોથી બનેલા એ નિયમોના ગુલામ બની ચૂક્યા છીએ. આપણે બદલાવની વાત કરતા સમાજથી નથી ડરતા. આપણે એકબીજાથી ડરીએ છીએ.

જે સંસ્કૃતિના શાસ્ત્રોની શરુઆત જ ત્યાંથી થતી હોય કે આ સૃષ્ટિનો ઉદ્ભવ જે સદાશિવમાંથી થયો તે પોતે સ્ત્રી અને પુરુષનું મિલન એવા અર્ધનારેશ્વર હતા. અને તે અર્ધનારેશ્વરમાંથી નારી સ્વરૂપે શક્તિ છૂટા પડયાં અને તેમણે પોતાનામાંથી જીવસૃષ્ટિનું વિસ્તરણ શરૂ કર્યું. જ્યારે પુરુષ રૂપે રહેલા શિવે સૃષ્ટિને આદાર આપ્યો. વાર-તહેવારે જે સાથિયો આપણે ઘરના પ્રવેશદ્વાર આગળ દોરીએ છીએ તે સાથિયાની આડી રેખા શક્તિ છે જે સૃષ્ટિનું વિસ્તરણ સૂચવે છે જ્યારે ઊભી રેખા શિવનો સ્તંભ સૂચવે છે. આપણા સમાજે સૃષ્ટિનું વિસ્તરણ કરતી એ શક્તિને જ એક પતિત સ્થાન આપ્યું છે. વિચિત્રતા એ છે કે પશ્ચિમના ધાર્મિક ગ્રંથોમાં સ્ત્રીને પતિત અને ઈશ્વરના માર્ગમાં એક રુકાવટ તરીકે ચીતરી છે પરંતુ ત્યાંના શિક્ષિત સમાજે પોતાની સ્વયંભૂ ચેતનાથી નારીને સમાજમાં પુરુષના બરોબરીનું સ્થાન આપ્યું છે. આ એ વાતની સાબિતિ છે કે ધર્મશાસ્ત્રો ગમે તેટલા મહાન કે તુચ્છ હોય છેલ્લે તો વર્તમાન સમાજનું ચરિત્ર જ ધર્મ અને માનવતાના અસ્તિત્વ માટે કારણભૂત બને છે.

ભારતીય સમાજનો મોટો હીસ્સો અત્યારે મધ્યમવગીય છે જ્યાં સમાજ જીવન એના રૂઢીગત માળખામાં જ જીવાઈ રહ્યું છે. દીકરી સાસરે જઈને પારકી બની જાય અને દીકરો પારકી દીકરીને વહુ બનાવીને ઘરે લાવે. આ કારણે મા-બાપના વૃધ્ધાશ્રમમાં દેખીતી રીતે દીકરો જ લાકડીની ગરજ સારે. અને આ જ પુત્ર જન્મની ઈચ્છાનું મુખ્ય કારણ છે. સમાજના વૃધ્ધોને સમ્માનભેર જીવન આપવાની આ પ્રાચીન ભારતની વ્યવસ્થા છે. આ માટે પશ્ચિમી સભ્યતાએ વૃધ્ધાશ્રમો ખોલ્યાં છે જેનો ખચી સરકારો ઉપાડે છે અને તેમના દેશોના વૃધ્ધોની સેવા કરવા માટે નર્સિંગ ક્ષેત્રને ભારતીય લોકો માટે ખોલી દેવામાં આવ્યું છે. આજ કારણ છે કે વિદેશમાં નર્સિંગની ડીમાન્ડ છે. તેઓ ભારતીય યુવાનોને ડોલર અને ગ્રીનકાર્ડની લાલચ આપી પોતાના વૃધ્ધ લોકની સેવા માટે બોલાવે છે, પરંતુ ભારતમાં અધધ વસ્તી, વ્યવસ્થાહીન સરકારી ખાતું અને કુટુંબપ્રેમી સમાજ હોવાના કારણે આ શક્ય નથી. આ ઉપરાંત પુત્રજન્મની ઈચ્છા પાછળ

બીજું એક મુખ્ય કારણ છે વારસો જાળવી રાખવાની ઈચ્છા. અસલમાં આ ઈચ્છા માણસના સ્વાર્થનું રીફ્લેક્શન છે. જેને પુત્ર ન હોય તે માણસને પોતે કમાયેલી અને વારસામાં મળેલી સંપત્તિ પોતાના ભાઈઓને અને ભાઈઓના દીકરાઓને આપી દેવી પડે છે. અને આખું જીવન જ્યાં "હું અને મારું" એ વિચાર સાથે ગયું હોય ત્યારે આખા જીવન દરમિયાન રળેલું બધું બીજાને આપી દેવું પડે એ ક્યાંથી સહન થાય? આથી લોકો ગમે તે ભોગે એક દીકરો મેળવવાની કોશિશ કરે છે જેથી તેઓ મૃત્યુ વખતે "મારી સંપત્તિ મારો વારિશ" એ આખરી ઈન્દ્રિયજન્ય સુખ સાથે મરી શકે. આમ, દીકરામાં જ વારસદાર જોવાની આ વૃત્તિ અસલમાં માણસની જીવનભર ચાલેલી "હું અને મારું"વાળી વૃત્તિને મૃત્યુ સમયે પણ પોષણ આપવાની કોશિશ છે.

આમ, પુત્ર જન્મની ઈચ્છા પાછળની સમસ્યાઓ કેટલીક વ્યવહારીક છે તો કેટલીક સ્વાર્થ અને મુર્ખામીથી ભરેલી. એ વિદેશી વ્યવસ્થાના અનુકરણથી સુલજાય તેમ નથી. તેને આપણે ભારતીય સભ્યાને જ કેટલાક નવા વિચારોથી સજ્જ બનાવી સુલજાવી પડશે. અને એ કામ આપણે આવતા અંકમાં કરીશું.

"03 જાન્યુઆરી, ૨૦૧૬, ગુજરાત સમાચાર - રવિપૂર્તિ."

45
દીકરીનો જન્મ માનવજીવનની તમામ સમસ્યાઓને ઉકેલતું વરદાન

એક સ્ત્રીમાંથી બીજી સ્ત્રીનું ઉત્પન્ન થવું એટલે એક ઉદગમમાંથી બીજા ઉદ્ગમનું ઉદભવવું. એક સર્જનહારમાંથી બીજા સર્જનહારનું પેદા થવું. એક ગર્ભમાંથી બીજા ગર્ભનું તૈયાર થવું. પૃથ્વી પર આનાથી વધુ આનંદદાયક, ઉત્સવકારક અને અર્થસભર બીજી કોઈ ઘટના નથી. પરંતુ, મહદઅંશે હજુ પ્રાણીઓની સ્થિતિએ જ રહેલો આ માનવસમાજ તેના ઉદગમનો જ ઉત્પન્ન થતા પહેલા નાશ કરી દે એ વાત તેને પ્રાણીઓની કક્ષાએ પણ મૂકવા લાયક છોડતી નથી. કારણ કે માનવ સિવાય આટલું મુર્ખ અને વિકૃત કૃત્ય કરવાવાળો બીજો કોઈ જીવ આ પૃથ્વી પર હાજર નથી. આપણે ગયા લેખમાં સ્ત્રી-ભૃણ હત્યા થવા પાછળના બે મુખ્ય સામાજીક કારણોની વાત કરી હતી. આજે આપણે એ કારણોથી છૂટકારો મેળવવા સમાજને કયા નવા વિચારોથી સજ્જ કરવો એની ચર્ચા કરવાના છીએ. પહેલું કારણ હતું ભારતીય મધ્યમ વર્ગમાં એક સામાન્ય માણસનું રીટાયરમેન્ટ પ્લાનિંગ. વૃધ્ધાવસ્થામાં કમજોર શરીર અને આછી નજરને સહારો આપવા કોઈ દીકરો અને પુત્રવધુ હોય તો આજીવન સાંસારીક તાપથી કથળેલા શરીરની સન્માનજક સારસંભાળ લેવાય છે. અલબત્ત, બાગબાન અને અવતાર જેવા કીસ્સાઓ થાય છે પણ છતાંય એમનું પ્રમાણ ઓછું છે અને એવરેજલી આપણો

સમાજ એ બાબતમાં સારો એવો સંતુલીત અને જવાબદારીભર્યો છે. આમ, વર્તમાન સમાજવ્યવસ્થા પ્રમાણે દીકરો હોવો એ એક 'સામાન્ય માણસ'ના જીવનની 'સામાન્ય' જરુરીયાત છે. એટલે દીકરો મેળવવાની કોશિશો એટલી જ તીવ્ર હોય છે જેટલી હવા, પાણી અને ખોરાક મેળવવા માટેની હોય છે. અને દીકરાને સ્થાને વારંવાર દીકરી વચ્ચે આવતી હોય તો તેને આ સામાન્ય જરૂરીયાત મેળવવાના રસ્તામાંથી હટાવી દેવો પણ ઉચિત સમજવામાં આવે છે. પણ સદીઓથી ભટકેલો આ સમાજ એ સાંભળવા તૈયાર નથી કે ખાલી દીકરો જ માતા-પિતાની સેવા કરી શકે અને દીકરી નહીં - એવું તો કોઈ ઉપનિષદ, વેદ કે મનુસ્મૃતિમાં આજદીન સુધી લખાયું નથી. તો આ કયા શાસ્ત્રનો કાયદો છે ?

પ્રાચીન શાસ્ત્રોમાં એવું નથી લખાયું એનું કારણ તે સમયની આશ્રમ-વ્યવસ્થા હતી. માણસ પચાસ વર્ષ સુધી જ સાંસારીક જીવનમાં રહેતો. એના પછી કોઈ રાજા હોય કે સામાન્ય માણસ તેને પોતાના સંતાનોને તેમના અનુકૂળ કામકાજ સોંપીને વનમાં જવાનું રહેતું. વાનપ્રસ્થાશ્રમનો આ નિયમ અચૂક હતો. જ્યાં માણસ પોતાના સ્વાર્થ, અહમ અને કામનાઓને વશમાં કરવા માટે પચાસ વર્ષ સુધી રળેલું બધું છોડી દેતો અને મૃત્યુને જીતી શકાય તેવા આત્મસાક્ષાત્કાર માટે કોશિશો શરુ કરતો. આથી, પાછળ દીકરો હોય કે દીકરી બધું સરખું હતું. પણ જ્યારે આ આશ્રમવ્યવસ્થા લુપ્ત થઈ ગઈ અને મનુષ્યને સાંસારીક સુખની તલપ વધી ત્યારે લોકો આજીવન સંસારમાં રહેવા લાગ્યા. તેમને સંસારની લીલીવાડીઓ જોવાની ઇચ્છા થઈ. પરીણામે 'કમાયેલું બધું મારી પાસે જ છે' એવી ઇન્દ્રિયોની આખરી તરસ બુઝાવતાં બુઝાવતાં ડોળા ફાડીને લોકો મોતને ભેટવા લાગ્યા. આથી, દીકરો પિતા પાછળ તેનું ઘર સંભાળે અને દીકરી જ્યાં પરણી હોય તે ઘરે જઈને વસે - એ સમાજવ્યવસ્થા આ ભ્રષ્ટ જીવન પધ્ધતિની ઝપેટમાં આવી. આશ્રમવ્યવસ્થાને છોડી ચૂકેલા ઇન્દ્રિયગ્રસ્ત લોકોએ સંસ્કૃતિ અને પરંપરાના નામે એ સમાજવ્યવસ્થા બદલી નહીં. અને અહીંથી દીકરો માતા-પિતાને અંત સમયના સાંસારીક સુખો પૂરા પાડનારો સારથી બન્યો અને દીકરી પારકી થાપણ. આ ભ્રષ્ટ માનસિકતાએ દીકરાઓનું મૂલ્ય વધારી દીધું અને દીકરીઓને માતા-પિતા માટે એક બિનજરુરી બોજ બનાવી દીધી.

હવે, જો આ વિકૃતિમાંથી બહાર નીકળવું હોય તો વિકલ્પો બે જ છે. કાં તો આશ્રમ વ્યવસ્થા ફરી શરુ કરો, કાં તો દીકરીને પારકી થાપણ માનતી માનસિકતાને છોડી નવી સમાજવ્યવસ્થા ઉભી કરો. આશ્રમ વ્યવસ્થા બીા પણ અનેક પ્રશ્નોનું હંમેશા માટેનું સમાધાન છે અને તેન કેવી રીતે શરુ કરવી એમાં આપણો પ્રાચીન સમાજ શ્રેષ્ઠ માર્ગદર્શક છે. પણ જ્યાં સુધી એ ન થઈ શકે ત્યાં સુધી વર્તમાન સમાજવ્યવસ્થાને કંઈક આ રીતે બદલવી પડશે.

સમાજ એ નવી માનસિકતાને અપનાવે કે દરેક મનુષ્યને જીવનમાં બે માતા-પિતા મળે છે. એક જે તેને જન્મ આપે છે અને બીજા જે તેને જીવન-સાથી આપે છે. આથી દરેક મનુષ્યને તેના જીવનસાથી સાથે મળીને આ બંને માતા-પિતાનું કોઈપણ હીસાબે ધ્યાન રાખવાનું છે. બસ, પ્રોબ્લેમ સોલ્વ. જે માતા-પિતાને ફક્ત દીકરી જ છે તેમનું ધ્યાન રાખવાની જવાબદારી તેમની દીકરી અને તે દીકરીના પતિની છે. સાથે સાથે દીકરીના પતિના માતા-પિતાનું ધ્યાન રાખવાની જવાબદારી પણ એમની જ છે. આપણે નાનપણથી જ બાળકોને ગળથૂથીમાં આ વાત શીખવવાની છે કે દરેક મનુષ્યને જીવનમાં બે માતા-પિતા હોય છે. એક તેમને જન્મતાં જ મળી રહે છે અને બીજા જીવનના મુખ્ય પડાવ એવા યુવાનીમાં મળે છે. જ્યારે બાળકો મોટા જ આ સંસ્કાર સાથે થશે ત્યારે આપોઆપ સમાજવ્યવસ્થા બદલાઈ જશે. તેઓ પોતાના નિર્ણયો પોતાના બંને માતા-પિતાને ધ્યાનમાં રાકીને લેતા થશે. દરેક માતા-પિતાને એકસાથે બે સંતાનોની અને દરેક સંતાનને એક સાથે બે જોડ માતા-પિતાના હૂંફ અને પ્રેમ મળી રહેશે. અને દીકરા અને દીકરી વચ્ચેના ભેદનું કારણ આ સમસ્યામાંતો બિલકુલ ભૂંસાઈ જશે.

હવે, બીજું કારણ, 'દીકરી એટલે ના જોઈએ કારણ કે તે પરણીને તેના સાસરે જતી રહેશે અને મેં આખી જીંદગી કમાયેલું અને બાપદાદાઓતી વારસામાં મેળવેલું બધું જ ભાઈઓને આપી દેવું પડશે કે બીજા કોઈને ટ્રસ્ટ કરી દેવું પડશે. મારી સંપત્તિ મારા જ વારીસના હાથમાં જોઈને હું મરું તો મને શાંતિ થાય.' સ્ત્રી-ભૃણ હત્યા સમૃધ્ધ પરિવારોમાં થવા પાછળનું આ મુખ્ય કારણ છે. જીવનભર ચાલેલી 'હું અને મારું' વાળી વૃત્તિને મૃત્યુ સમયે પણ પોષણ આપવાની આ એક નાકામ કોશિશ છે. આપણે એક નાની સોય પણ મૃત્યુના પેલે પાર લઈ જઈ શકતા નથી. અને જ્યારે 'હું' જ નથી રહેતો તો મારો દીકરો શાનો અને દીકરી શાની ? જો મૃત્યુ સમયે આપણે બધું અહીંનું અહીં છોડીને જતા રહીએ છીએ તો એનો અર્થ એ છે કે જીવન દુનિયામાંથી કંઈ લઈ જવા માટે નહીં પણ કંઈક આપીને જવા માટે આવ્યું છે. અને જો જીવનનો અર્થ જ આપીને જવું છે તો એમાં દીકરીના માતા-પિતા હોવાથી વધુ ભાગ્ય બીજું કંઈ નથી. દીકરીને સાસરે મોકલ્યા પછી તમે તમારી અમુક સંપત્તિ દીકરી અને તેના પતિને આપી શકો છો. પણ બાકીની સંપત્તિનો એક મહાન ઉપયોગ કરી શકો છો. તમારા પાછળ તમારી જમીન કોને આપવી એની ચિંતા કરવા કરતાં તમે તે જમીન પર તમારા નામે બે હોસ્ટેલ બનાવી શકો છો. એકમાં ફૂટપાથ પર રજળતાં અનાથ બાળકોને લાવીને વસાવો અને બીજામાં એવા નિઃસંતાન વૃધ્ધ દંપત્તિને વસાવો જેમનું ધ્યાન રાખવાવાળું કોઈ નથી. તે અનાથ બાળકોને માતા-પિતાનો પ્રેમ અને કેળવણી

તથા વૃધ્ધ દંપત્તિઓને બાળકોની સેવા મળી રહેશે. તમારી બાકીની સંપત્તિના વ્યાજમાં બાળકો અને વૃધ્ધ દંપત્તિઓનો જીવન નિર્વાહ તથા બાળકોનું શિક્ષણ ચાલી શકે છે. વલી, દીકરી જ હોય તેવા બીજા દંપત્તિઓ પણ તેમની વધેલી ઘટેલી સંપત્તિ આમાં જોડી આ મહાન કાર્યને વધારે ઉંચાઈ પર લઈ જઈ શકે છે. એ અનેક બાળકોના ઉજ્જવળ ભવિષ્ય રૂપે તમારુ નામ તે બાળકોની આવનારી અનેક પેઢીઓ સુધી ગૂંજતું રહેશે. જીવનને સાર્થકતા આપનારું આ મહાન કાર્ય તમે તમારી દીકરીઓ અને દીકરા જેવા જમાઈઓને તમારી સાચી વિરાસત રૂપે વારસામાં આપી શકો છો. એ દરેક દંપત્તિ જેને ઈશ્વરે દીકરીનું વરદાન આપ્યું છે તે જો આ રસ્તે ચાલે તો આ વિશ્વમાંથી ગરીબી અશિક્ષા, અજ્ઞાનતા અને મૂર્ખ ભૌતિકતા જેવી માનવજીવનની તમામ સમસ્યાઓનો હલ આવી શકે છે. આમ, દીકરીનો જન્મ એ એક એવું ઉત્તમ વરદાન છે જે આપણને જીવન જીવવાનો સાચો માર્ગ બતાવી જાય છે.

“૧૦ જાન્યુઆરી, ૨૦૧૬, ગુજરાત સમાચાર - રવિપૂર્તિ.”

46

યુનિફોર્મ સિવિલ કોડમાં પુત્ર પ્રાપ્તિ માટે ત્રીજા સંતાનની અનુમતિ રાખવા બાબત

તો, યુનિફોર્મ સિવિલ કોડ માટે ભારતીય વિધિ આયોગને મારા દ્વારા અપાયેલ સુજાવ બાબતે ઘણા મેસેજ આવ્યા. મોટાભાગના સમર્થનમાં હતા, કેટલાક નવા તર્ક માટે વિચારશીલ હતા, તો કેટલાક બીજી બાજુનો પક્ષ રજૂ કરતાં હતા. પહેલાં એ બે સુજાવોને ટુંકમાં જણાવી દઉં પછી એ બાબતે સ્પષ્ટતા આપી દઉં. બે સુજાવ હતા જે પરસ્પર જોડાયેલા હતા. એક તો એ કે કોઈપણ સભ્યતાને પેઢી દર પેઢી એમની એમ જાળવી રાખવા માટે દર દસ માતા-પિતાની જોડે ૨૧ બાળકો હોવા જોઈએ. એવું મોટાભાગે ત્યારે જ શક્ય બને છે જો ચારેક યુગલના ત્રણ બાળકો હોય. કારણકે દસે એક યુગલ એક બાળકવાળું અને એકાદ બાળક ન હોય તેવું પણ નીકળે છે. તો સભ્યતાને ચિરસ્થાયી રાખવા માટે સરકારે ચાલીસેક ટકા લોકોને ત્રીજું સંતાન કરવા માટે પ્રોત્સાહિત કરવાની પણ જરૂર પડશે. તો એ ત્રીજા સંતાનનું પ્રોત્સાહન કે એની પ્રથમ તક એ લોકોને આપવામાં આવે જેમને બે દીકરીઓ અથવા બે દીકરા છે.

બે દીકરીવાળા પરિવારને એમાં પણ પ્રથમ તક આપવી કારણકે આપણી સંસ્કૃતિમાં પુરુષ સંતાનને આજીવન માતા-પિતા સાથે રહેવાનો સંસ્કાર આપાયો છે, અને સ્ત્રી સંતાનને યુવાનીમાં બીજા ઘરે જઈને વસવાનો અને તે પરિવારને

સ્વીકારવાનો સંસ્કાર અપાયો છે. આ સંજોગોમાં સ્ત્રી એક અલગ પરિવારમાં જીવન કાઢે છે જે જીવનના પચ્ચીસ વર્ષ સુધી તેના માટે અજાણ હતું. આ વ્યવસ્થા સ્ત્રીઓ માટે એક કમજોરી કે એકલતાનું વાતવરણ ઉભું કરે છે, અને જો પતિનું ઘર આદર્શ કે સેટ ન થાય એવું હોય તો તેની શક્તિ, સુરક્ષા અને તેનું માન તેના પિતાના ઘરના ટેકાથી હોય છે. આવા સમયે જો પિતાને દીકરો ન હોય, તો માતા પિતાના મૃત્યુ પછી સ્ત્રીના જીવનની ગરિમા અને સુરક્ષા જોખમાય છે. આવું દરેક સ્થાને નથી થતું, પણ ઘણી બધી જગ્યાએ થાય છે. આ માટે જ મૂળ રૂપે ભારતીય સંસ્કૃતિમાં સામાન્ય ઘરોમાં પુત્ર પ્રાપ્તીનું વલણ સ્વીકારાયું છે, જેને આપણે અંગ્રેજોના સમયમાં આવેલી સુધારાવાદી માનસિકતામાં હટાવવાની કોશિશ કરી રહ્યા છીએ. જ્યારે અસલમાં એ પશ્ચિમી સભ્યતા માટે શક્ય છે, આપણી સંસ્કૃતિમાં નહિ. કારણકે પશ્ચિમી સંસ્કૃતિમાં બાળક અઢાર વર્ષનું થાય એટલે દીકરો હોય કે દીકરી પોતાની રીતે જ ઘર છોડી પોતાનું જીવન શરૂ કરી દે છે. પચીસ વર્ષ પછી તો પિતાના ઘરે પાછા સેટલ થવું એક હારેલા વ્યક્તિની નિશાની છે, જેને ત્યાંનો સમાજ હીન ભાવે જુએ છે, પછી એ દીકરી હોય કે દીકરો. આ બધું અહીં શક્ય નથી. એટલે જ્યારે યુનિફોર્મ કોડ બને ત્યારે આ ફરકને ધ્યાનમાં રાખી હિંદુ સંસ્કૃતી મુજબ નિયમ બને, કોઈ પશ્ચિમી સુધારાવાદી માનસિકતામાં પોતાની જ જડ ખોદવાવાળો નિયમ ન બને.

આ મારો મૂળ સુજાવ છે, જેમાં કેટલાક તર્ક આવ્યા હતા જેના સીધા જવાબ હું મુદ્દાસર આપી દઉં.

૧. હા, મારે બે દીકરીઓ છે, અને એટલે જ હું આ બાબતે સમાજના સમાન્ય માણસોના આ બાબતના વલણને, તેમના વિવિધ તર્કને સમજવાની કોશિશ કરી છે. અને બધા કારણોના છેડ ઉડાડ્યા પછી આ એક કારણ મને સભ્યતા અને સંસ્કૃતિના મુદ્દે સાચું લાગ્યું છે. અને એટલે હું કુદરતનો આભાર પણ માનું છું કે મારે દીકરીઓ આવી તો હું એ લોકોને સમજતો પણ થયો, નહિતર હું પણ એ પશ્ચિમી આદર્શથી જ એમને તોલતો હોત. પણ આ બધા પછી પણ હું પોતે ત્રીજા સંતાન માટે કોશિશ કરીશ કે નહિ તે એક સવાલ છે, કારણકે મારા જીવન જીવવાના નિર્ણયો ઘણી બધી આધ્યાત્મિક બાબતોથી નિર્ધારિત થાય છે. એટલે હું શું કરીશ એ આ બાબતની સમજ સાથે અને સરકારે સામાન્ય હિંદુ સમાજ માટે કઇ જડતા નથી લાવવાની એ સુજાવ સાથે જાજુ લવા દેવા નથી.

૨. હા, એ સાચું છે કે છોકરીઓના ભાઈ હોય તો પણ તે જબરા જ હોય તે જરૂરી નથી હોતું. ઉપરથી તેમાંના કોઈ બહેનો પર આશ્રિત હોય છે, તો કોઈ બહેનોના ખોટા સ્થાને પરણી જવાના અને ત્યાં સેટ ન હોવા છતાં જીવન કાઢી નાખવા પાછળનું કારણ પણ હોય છે. લોકો અસંતોષ ધરાવતી સ્ત્રીને ઘરમાં

ટકાવી રાખવા આવા ભાઈઓનો સાધન તરીકે ઉપયોગ કરે છે. કેટલાક મૂર્ખ હોય છે જેમની સલાહ માની બહેનો જે બોલે અને કરે છે તે તેમની પોતાની ઈજ્જત અને છબી બગાડે છે. કેટલાક ભાઈ તેમની બહેનો માટે સમ્માન વધારવા કરતાં સસુરાલમાં સન્માન બગાડવાના કારણ હોય છે. જ્યારે કેટલી મહિલાઓ જીવનમાં એટલી આગળ વધેલી, શક્તિશાળી અને આત્મનિર્ભર હોય છે કે પોતે દસ ભાઈઓની રક્ષા કરી શકે. પણ એ અલ્પ આદર્શ સ્થિતિ છે, તમે એ આદર્શ સ્થિતિ સિવાયની વ્યવહારિક સ્થિતિને જડ નિયમોથી રૂંધી ન શકો. ભાઈ ગમે તેવો સામાન્ય હોય તો પણ, એ ભાઈ સાથે સ્ત્રી માટે એના પિતાનું ઘર ખુલ્લું રહે છે. તે સંકટ આવતા તેના ઘરે પાછી જઈ શકે છે, અને કોઈની મદદ મેળવી શકે છે. ગમે તેવા આધા વિધા ભાઈ જ્યારે બહેન સંકટ સમયે કોઈ કામ બતાવે, તો તે યથાશક્તિ તેની મદદે આવી શકે છે, અને પછી તે ભાઈ આજુબાજુ બાકીનો સમાજ ઊભો રહી શકે છે. એ પહેલો આધાર જરૂરી હોય છે.

તો, મારા ખ્યાલથી એ આખી વાતમાં જે થોડા ઘણા વિરોધાભાસી તર્ક હતા, તેના જવાબ આમાં આવી જાય છે. યુનિફોર્મ સિવિલ કોડ જે મુખ્ય વિષય માટે લવાઈ રહ્યો છે, તે વિષયમાં સર્વાંગી ધ્યાન ન રાખો અને આવું મહત્વપૂર્ણ ચિત્ર જોવાનું ચૂકી જાઓ તો એ સભ્યતાના ભવિષ્ય માટે નુકશાનકારક થઇ શકે છે. મેં લોકોના સેટ થયેલા પોલિટિકલી કરેક્ટ વલણથી થોડી અલગ અને વ્યવહારિક વાત કરવાનું જોખમ એટલે લીધું કારણકે આ વાત કોઈ નહોતું કરતું. આ સુજાવ આપવાની હિંમત કે સમજ મેં કોઈનામાં ન જોઈ, જ્યારે એના સમર્થનમાં બહુ મોટી સંખ્યામાં લોકો હતા. એટલે મેં એ કાર્ય કર્યું. હું કોઈ વાતમાં ત્યારે જ પડું છું, જ્યારે હું એ કરવાલાયક કાર્યને કોઈને કરતાં ન જોઉં. જ્યાં સુધી બીજું કોઈ એ કાર્ય કરતું હોય ત્યાં સુધી હું એના પાછળ એને ટેકો આપવાનું અને વિરોધી વાતોથી એની રક્ષા કરવાનું કાર્ય કરું છું. આ મારી MO છે, મોરસ ઓપરેન્ડી.

“૨૫ જૂન, ૨૦૨૪, ફેસબુક.”

47

સ્ત્રીના દમનનું એક અવગણાયેલું કારણ

તો આજે વર્લ્ડ ગર્લ ડે છે. સ્ત્રી ઉત્થાન અને સ્ત્રી સશક્તિકરણ પર મેં ઘણું લખ્યું છે અને સમાજને તેના દોષ પણ દેખાડ્યા છે. પણ તાળી એક હાથે નથી વાગતી. સ્ત્રી સશક્તિકરણના માર્ગમાં મોટી રુકાવટ બનતો હોય એવો એક દોષ સ્ત્રીઓમાં પણ છે અને આજે આપણે એના પર વાત કરીશું, કારણ કે બુદ્ધિજીવી અને સ્ત્રીઓના ફેવરિટ બનવાની લાયમાં જો આપણે સ્ત્રીઓને તેમનો આ દોષ ન દેખાડી શક્યા તો મારા મતે તો સ્ત્રી સશક્તિકરણ હંમેશા માટે એક સ્વપ્ન જ રહેવાનું છે. તો ચાલો આજે વર્લ્ડ ગર્લ ડે ના દિવસે જ એ કારણ ચચી લઈએ જેને કેટલાય વર્ષોથી હું સ્ત્રી ઉત્થાનના માર્ગની સૌથી મોટી રુકાવટ માનતો આવ્યો છું.

સંજય લીલા ભંસાલીની 'પદ્માવતી' ફિલ્મનું ટ્રેઇલર આવી ચૂક્યું છે. જ્યારથી હું ભારતના ઇતિહાસને જાણતો થયો છું ત્યારથી રાણી પદ્માવતીની કથા મારા હૃદયમાં એક તીક્ષ્ણ કાંટાની જેમ ભોંકાયેલી રહી છે. હું એકસાથે આટલી બધી રાજપૂત રાણીઓની આત્મહત્યાને સહન નથી કરી શક્યો. અને હવે ટ્રેઇલરમાં જયારે એ સીન જોયો જ્યાં તે બધી રાજપૂત માતાઓ એકસાથે જોહરની આગમાં કૂદવા જઈ રહી છે ત્યારે ટ્રેઇલરમાં જ ડાર્ક દેખાતી એ ફિલ્મ જોવા હું જઈ શકીશ કે કેમ એ એક સવાલ છે.

સવાલ તો એ પણ છે કે શું આ ઘટનાના સાતસો વર્ષ વીતી ગયા પછી પણ આપણે ત્યાંના ત્યાંજ છીએ..? શું ફરી આવા કોઈ દિવસ દેશના કોઈ પ્રદેશમાં આવ્યા તો આપણી સ્ત્રીઓ આજ કરશે..? શું આજ આપણી સંસ્કૃતિ બની રહેશે જ્યાં પુરુષોની અડધી આબાદી નાશ પામી પછી સ્ત્રીઓની બાકીની અડધી આબાદી તો આત્મહત્યા કરીને જ નાશ પામશે..? શું આજે પણ આપણી સ્ત્રીઓ

ઘરેણાં પહેરીને બેસવાવાળી આપણા ઘરની શોભા જ છે..? શું પદ્માવતી બનેલી દીપિકા પાદુકોણને વીસ કિલોના ઘરેણાં સાથે વીસ કિલોનું બખ્તર અને તલવાર પહેરવાની આવી હોત તો એ વધારે ગર્વ કરવા લાયક ઇતિહાસ ન હોત..? કારણ કે આપણી સંસ્કૃતિ શરુ થઇ ત્યારે સ્ત્રીઓ આ રીતે ઘરની શોભાનો ગાંઠિયો નહોતી.

આપણે બધા રામાનંદ સાગરની રામાયણમાં જે સીતાને જોઈને પોતાની પત્નીને એવી બનાવવાની કોશિશ કરીએ છીએ એ સીતા તુલસીદાસના રામચરિત માનસની સીતા છે, જે આ પદ્માવતીવાળી ઘટનાના બસો વર્ષ પછી લખાઈ છે. એટલે એમાં એ જ પતિને સમર્પિત રહેતી સ્ત્રી ચાહવાવાળા સમાજનું પ્રતિબિંબ છે. પણ જો કોઈ મહર્ષિ વાલ્મિકી લેખિત મૂળ રામાયણ વાંચે તો એની સીતા ઘણી સ્વતંત્ર અને પોતાના નિર્ણયો પોતે લેનારી છે. એજ મહર્ષિ વાલ્મીકિએ લખેલી બીજી મુખ્ય આવૃત્તિ એવી 'અદભુત રામાયણ' માં તો સીતા એક યોદ્ધા છે. વાલ્મિકીની આ બે રામાયણનું મિશ્રણ કરીને અમીષ ત્રિપાઠીએ જે સીતા લખી છે તેમાં સીતાને એક સ્ત્રી વિષ્ણુ બતાવવામાં આવી છે જે બિલકુલ રામના સમકક્ષ યોદ્ધા છે અને મિથિલા રાજ્યની પ્રધાનમંત્રી છે. પણ એ સીતા આપણને પસંદ નથી આવતી, કારણ કે આપણે તો સ્ત્રીઓને એ જ પતિ પાછળ જોહર કરતી જોવા ટેવાઈ ગયા છીએ.

પ્રાચીન ભારતની એ દ્રૌપદી લગ્ન પહેલા કૃષ્ણ સામે પોતાના પ્રેમનો એકરાર કરે છે અને કૃષ્ણના સમજાવ્યા બાદ પોતાના પાંચ પતિ સામે કૃષ્ણને મિત્ર માનીને પુરા અધિકારથી પોતાની મિત્રતા નિભાવે છે. શિશુપાલ વધ પછી શ્રીકૃષ્ણની આંગળી સુદર્શન ચક્રથી જખ્મી થાય છે તો પોતાના પતિઓ અને વડીલોથી ભરેલી એ સભા વચ્ચે દ્રૌપદી દોડતી આવે છે અને પોતાની સાડી ફાડી કૃષ્ણની આંગળી પર બાંધે છે. તો વસ્ત્રાહરણની રાજસભામાં જયારે તેના પતિ કામ નથી આવતા ત્યારે બધાના સામે તે કૃષ્ણને બોલાવે છે જે તેના મિત્ર છે. અરે, બાહુબલી જેવી કાલ્પનિક ફિલ્મમાં પણ તુલસીદાસના રામચરિત માનસ લખ્યાના નવસો વર્ષ પહેલા નર્મદા નદીના દક્ષિણે આવેલા માહિષ્મતી સામ્રાજ્યની રાની તરીકે શિવગામી અને દેવસેના જેવા શક્તિશાળી કાલ્પનિક પાત્રો દર્શાવ્યા છે. મતલબ, સ્ત્રીને બિલકુલ ઘરની શોભા બનાવી દેવાની આ વૃત્તિ ભારતમાં ઘણી પાછળથી આવી. અને એ વૃત્તિ આવી તો એના પાછળ ખાલી પુરુષનો હાથ નથી. એના પાછળ સ્ત્રીનો જટિલ અને રહસ્યમયી સ્વભાવ સૌથી વધુ કારણભૂત છે.

જયારે સ્ત્રીઓ પુરુષના સમોવડી યોદ્ધા હતી ત્યારે તે બિલકુલ પુરુષના સમાન જ સ્પષ્ટ, પ્રામાણિક અને નિખાલસ વિચારો વ્યક્ત કરતી. પણ જેમ જેમ સ્ત્રીઓને

ઘર તરફ ધકેલવામાં આવી તેમ તેમ તેમના સ્વભાવમાં જટિલતા વધતી ગઈ. જયારે હું અસલમાં એવું માનું છું કે જેમ જેમ સ્ત્રીની જટિલતા બહાર આવતી ગઈ અને તેની નિખાલસ વૃત્તિ દબાતી ગઈ તેમ પુરુષોએ તેને ઘર તરફ ધકેલી દીધી. કારણ કે તે પુરુષોના જીવન માટે ખતરો બની ગઈ. પુરુષો સ્ત્રીઓથી પ્રેમમાં તો પડ્યા પણ સ્ત્રીને સમજવું તેમના માટે મુશ્કેલ થઇ ગયું. તેઓ સ્ત્રીની જટિલતામાં ફસાઈને બરબાદ થવા લાગ્યા. અને માનવ સ્વભાવની એક મુખ્ય ખાસિયત રહી છે કે એવી કોઈપણ વસ્તુ જે માનવને સમજાય નહિ અને નુકશાન પહોંચાડે તેને માનવ દબાવી દેવાની કોશિશ કરે છે. સ્ત્રીઓને ન સમજી શકવાથી મળતી હૃદયભંગની પીડા પુરુષો માટે અસહ્ય અને તેમના અસ્તિત્વને જોખમમાં મૂકે એવી હતી. અને એ જ કારણે જે પણ પુરુષ સ્ત્રીને પવિત્ર અને દિવ્ય પ્રેમ કર્યા બાદ સ્ત્રીના રહસ્યમયી સ્વભાવથી છેતરાયો તેણે સ્ત્રીને એક ક્ષણિક આનંદનું સાધન માની લીધું. પુરુષો ધીમે ધીમે સ્ત્રીની સુંદરતા મતલબ તેના શરીરની સુંદરતા અને સ્ત્રીને મેળવવી મતલબ તેના શરીરને ભોગવવું એવું માનવા લાગ્યા. અને અહીંથી સ્ત્રીનું સમાજ અને રાષ્ટ્રના નિર્માણમાં મહત્વ ઘટી ગયું. બહાર બસ પુરુષો જ રહ્યા અને ઘરમાં બેઠેલી સ્ત્રીઓ પુરુષોના ક્ષણિક મનોરંજન, ઉપભોગ અને સામાજિક પ્રતિષ્ઠા કે અભિમાનનું સાધન બનીને રહી ગઈ. રાણી પદ્માવતીની કથા સ્ત્રીને પોતાનું અભિમાન તેમજ ઉપભોગનું સાધન માનતા પુરુષપ્રધાન સમાજના સંઘર્ષની વાત છે. અલ્લાઉદીન ખીલજી જેવો એક ક્રૂર આક્રમણકારી પદ્માવતીના સૌંદર્યને સાંભળીને તેનો ઉપભોગ કરવા મેવાડ પર આક્રમણ કરે છે અને અંતે પોતાને બચાવવા પદ્માવતીને આગમાં કુદવું પડે છે.

એટલે જો આ ચિત્ર બદલવું હોય તો સ્ત્રીને પોતાની જટિલતા છોડી ફરી પાછી પુરુષની નિખાલસતા અને સ્પષ્ટતા ધારણ કરવી પડશે. પુરુષને જયારે ખબર પડે છે કે કોઈ સ્ત્રીને તેનાથી પ્રેમ છે અને તે ચાહે છે કે તેમના વચ્ચે વાત થાય અને જયારે તેને પણ તે સ્ત્રીથી પ્રેમ હોય છે ત્યારે પુરુષ પોતાની અને સ્ત્રીની તડપ શાંત કરવા પ્રેમની કબૂલાત કરવા જાય છે. પણ જયારે તે પ્રેમની કબૂલાત કરી લે છે ત્યારે સ્ત્રીનો અહમ સંતોષાઈ જાય છે. હવે તેને પ્રેમ કરતા તે અહમમાં વધુ આનંદ આવવા લાગે છે. તે હવે નખરા કરવા લાગે છે, વાતને તોડવા મરોડવા લાગે છે કે મારા મનમાં તો કઈ નથી, હું તો ખાલી આમ માનતી હતી, તેમ માનતી હતી વગેરે વગેરે. તેને પ્રેમ છે પણ હવે તેને પ્રેમ કરતા અહમમાં વધુ આનંદ આવે છે કે ફલાણા પુરુષે મારી સામે શરણાગતિ સ્વીકારી. આ અહમમાં તેનો પ્રેમ અંદર જ દબાઈ જાય છે અને તે માને છે કે તે એ અહમના નશામાં જીવન કાઢી દેશે. આ જ સ્ત્રીઓની જટિલતા પાછળનું મુખ્ય કારણ છે. તે શરૂઆત પ્રેમથી કરે છે પણ એન્ડ અહમથી કરે છે. પરિણામે

ગમે તેટલી પ્રતિભાશાળી સ્ત્રી હોય તો પણ સંસારના શ્રેષ્ઠ અને શક્તિશાળી પુરુષો તેના એ જટિલતાના પ્રદર્શન પાછળ સમય આપવા નથી માંગતા. તેમની શક્તિઓ તેમને મોટા કર્યો માટે આગળ ખેંચી રહી હોય છે. એટલે એવી જટિલ અને રહસ્યમયી બનતી સ્ત્રીઓ સામે હવે ચીલાચાલુ જીવન જીવવામાં રોકાયેલા છોકરા જ આવે છે જેમના માટે તે સ્ત્રી જ જીવનની સૌથી મોટી ઉપલબ્ધી હોય છે. તે અનેકવાર તિરસ્કાર ભોગવ્યા પછી પણ યેનકેન પ્રકારે જાણે કોઈ પ્રતિયોગિતા જીતવાની હોય તેમ લાગેલા રહે છે. આખરે થાકીને તે સ્ત્રીનો પેલો અહમ છૂટે છે અને તે એવા જ કોઈ પુરુષ સાથે લગ્ન કરી પોતાના અહમના ભારનો થાક ઉતારવા માંગે છે. પણ લગ્નના કેટલાક સમય પછી તે સાધારણ પુરુષથી તેમનો કંટાળો શરુ થઇ જાય છે. તે સ્ત્રીને તેની પ્રતિભા મુજબનો યોગ્ય સાથી નથી મળી શકતો. પરિણામે આવી સ્ત્રીઓ કોલેજ પછી અમુક જ વર્ષોમાં આત્મવિશ્વાસહીન અને નિરાશામય બનેલી નજરે પડે છે. આમ શ્રેષ્ઠ પુરુષોએ કરેલી પ્રેમની કબૂલાત સમયે ધારણ કરેલો અહમ તે સ્ત્રીને આજીવન ભારે પડે છે.

બીજી બાજુ, સ્ત્રીના ચેનચાળાથી છેતરાયેલા પુરુષો સ્ત્રીને પવિત્ર મને દિવ્ય પ્રેમ કરતા બંધ થઇ જાય છે. સ્ત્રી એ નથી સમજી શકતી કે પુરુષ કેટલી મહેનત, કેટલા માનસિક સંઘર્ષ, અપમાન તથા નિષ્ફળતાના કેટલા ભય વચ્ચે એક સ્ત્રી સામે પોતાના અહમનો ત્યાગ કરી પ્રેમની કબૂલાત કરે છે. અને ત્યારબાદ જયારે સ્ત્રીની જૂઠી 'ના' થી પુરુષનો વિશ્વાસ તૂટે છે એટલે સ્ત્રી તેને પાંજરામાં મુકેલા મીઠાઈના ટુકડા જેવી લાગે છે, જેને લેવા જતા જ તેમનું હૃદય પીડા અને દુઃખના એક એવા ભયાનક પાંજરામાં કેદ થઇ જાય છે જેમાંથી બહાર નીકળતા તેમને મહિનાઓ-વર્ષો નીકળી જાય છે. આ કારણે સ્ત્રી પુરુષો માટે ખતરો બની જાય છે અને તે એને લગ્ન કરીને શરીરસુખ માણીને એકતરફ શાંત બેસાડી દેવા માંગે છે. કારણ કે હકીકતમાં લગ્ન પછી એક ખંભે બંધાઈ જતા સ્ત્રીની જટિલતા ઓછી થઇ જાય છે. પરિણામે ગમે તેટલી પ્રતિભાશાળી સ્ત્રીને પણ પુરુષપ્રધાન સમાજ ઘરસંસાર અને કૌટુંબિક સમીકરણોમાં બાંધેલી રાખે છે. સ્ત્રીઓ પર ગુજરાતું સામાજિક દમન પુરુષો દ્વારા સ્ત્રીની જટિલતાને નાથી લેવાની કોશિશોથી વધારે કઈ નથી. એટલે જયારે સ્ત્રીઓએ પુરુષો જેવી સરળતા અને સ્પષ્ટતા છોડી જટિલતામાં આનંદ મેળવ્યો ત્યારથી જ પુરુષોએ પોતાના સ્વબચાવમાં તેમને એકબાજુ દબાવી દેવાની કોશિશ શરુ કરી, જેથી તે પોતે વારંવાર સ્ત્રીની જટિલતાનો શિકાર ન બને.

આમ, જો ખરેખર આ દુનિયામાં સ્ત્રી સશક્તિકરણ લાવવું છે તો 'સ્ત્રીને કોઈ સમજી ના શકે' - આ જટિલતાનો દંભ સ્ત્રીઓને છોડવો પડશે. કારણ કે મનુષ્ય

પોતાના સ્વબચાવમાં એ દરેક વસ્તુને દબાવી દેવા ટેવાયેલો છે જેને તે સમજી નથી શકતો.

હવે હું પણ એક દીકરીનો પિતા છું. એટલે સમય આવે તેને આજ શીખ આપવાનો છું, 'દેખ બેટા, આ દુનિયામાં આપણે બે જ પ્રકારના લોકો છીએ. એક સ્ત્રી અને બીજો પુરુષ. આ બંનેને એકબીજાની જરૂરત છે અને એકબીજા વગર ચાલવાનું નથી. પુરુષને સ્ત્રી પાસેથી પ્રેમ, મમતા, કરુણા, ચીવટ, દેખભાળ જેવા ગુણો શીખવાના છે જયારે સ્ત્રીને પુરુષની સરળતા અને સાહસ શીખવાના છે. એકબીજા સામે રહસ્યમયી બનવાની કે જટિલ બનવાની વૃત્તિ અસલમાં સામેવાળાનું અપમાન છે, એક રીતનો વિશ્વાસઘાત છે. આપણે શું છીએ અને શું ઇચ્છીએ છીએ તેને પોતે પહેલા જાણી લઈએ અને પછી એકબીજા સામે સ્વીકારી લઈએ. એટલે જો પુરુષના સમોવડી થઈને જીવવું હોય અને પોતાના જીવનની ચાવી પોતાના હાથમાં રાખવી હોય તો હંમેશા પુરુષો પ્રત્યે પ્રામાણિક, સ્પષ્ટ અને નિખાલસ રહેજે. જો પુરુષ સામે જટિલ બનવાની કોશિશ કરી તો પુરૂષ તને એકબાજુ દબાવી દેવાની કોશિશમાં લાગી જશે. તમે જયારે તમારા આત્માના અવાજને પોતાની જટિલતામાં છુપાવી દો છો ત્યારે પુરુષ માટે જોવાલાયક તમારું શરીર જ બચે છે. એટલે પુરુષ તમને આજીવન તમારા શરીરની ઉપયોગિતાથી જ મુલવતો થઇ જાય છે.'

એટલે સુંદર પદ્માવતીઓને ઘરમાં શોભા બનીને અંતે ઘરની ઈજ્જત બચાવવા સળગી ન મરવું હોય અને ઘરની બહાર નીકળી સમાજને વિકસાવતી અને સમાજને અત્યાચારીઓથી બચાવવા પુરુષોની જેમ લડતી સ્ત્રીઓ બનવું હોય તો સ્ત્રીઓને પોતાની જટિલતા ત્યાગી પુરુષો પાસેથી સરળતા અને સાહસ શીખવા પડશે. આના વિના સ્ત્રી સશક્તિકરણની એ બધી મોટી મોટી વાતો બેઈમાની છે.

"૧૧ ઓક્ટોબર, ૨૦૧૭, ફેસબુક."

48
જો ફિઝિક્સ અભ્યાસક્રમમાં છે તો વેદાન્ત કેમ નહિ?

ઈ. સ. ૧૯૨૯નું વર્ષ આધુનિક ભારતીયો માટે મોટો ટર્નિંગ પોઈન્ટ હતો. ૧૯૨૯ પહેલાં આખું આધુનિક વિશ્વ અને આઈન્સ્ટાઈન સુધીના બધા મહાન વૈજ્ઞાનિકો માનતા હતા કે આપણું બ્રહ્માંડ એક સ્થિર વસ્તુ છે, જે ના સંકોચાય છે ના વિસ્તરે છે. આથી ન તેની કોઈ શરૂઆત હશે. ના કોઈ અંત. પણ ૧૯૨૯માં ઈડવિન હબલ નામના એક વૈજ્ઞાનિકે ટેલિસ્કોપની મદદથી દૂરની આકાશગંગાઓની ગતિ જાણવાનો પ્રયાસ કર્યો. આખું વિશ્વ માનતું હતું કે આકાશગંગાઓની ગતિ આમતેમ અનિશ્ચિત દિશામાં હશે. પણ હબલે પ્રકાશની ડોપ્લર અસર વડે જે જોયું તેણે વિશ્વને સ્તબ્ધ કરી દીધું. તેણે જોયું કે આકાશગંગાઓ પૃથ્વીથી ચારેબાજુ આપણાથી દૂર જઈ રહી હતી. એનો અર્થ એ હતો કે બ્રહ્માંડ સ્થિર નહોતું, તે વિસ્તરી રહ્યું હતું. અને આવું ત્યારે જ શક્ય હતું જ્યારે ભૂતકાળમાં કોઈ એક ક્ષણે બ્રહ્માંડ સંકોચાયેલો એક બિંદુવત્ દડો હોય અને એ દડાના ફૂટવાથી તેમાં દબાયેલી ઊર્જા વિસ્તરવા લાગી હોય. આ રીતે આ બ્રહ્માંડ અસ્તિત્વમાં આવ્યું હોય ત્યારે જ તે આ રીતે વિસ્તરતું હોય એ શક્ય બને. અને આ તારણ સામે આવતાં જ વૈજ્ઞાનિકોના પગ નીચેથી જમીન સરકી ગઈ. કારણ કે આધુનિક વિજ્ઞાનના પાંચસો વર્ષના ઈતિહાસમાં વિશ્વના મહાનતમ વૈજ્ઞાનિકો જે નહોતા જાણી શક્યા તેની દસ હજાર વર્ષ પહેલા વેદો લખવાવાળા ભારતીય ઋષિઓને ખબર હતી.

ભારતીય તત્વજ્ઞાનની શરૂઆત જ એ ઘટનાથી થતી હતી કે આ સૃષ્ટિના સર્જન પહેલાં એક નાનો અદ્વૈત પિંડ હતો, જેમાં આજના સમગ્ર બ્રહ્માંડની ઊર્જા દબાયેલી હતી. અને ત્યારબાદ એ પિંડમાંથી ક્રમશઃ શિવ અને વિષ્ણુ નામની ગોઠવણો સર્જાઈને વિસ્ફોટ સાથે બ્રહ્માંડનું સર્જન થયું અને ત્યારથી આ સમગ્ર સૃષ્ટિ વિસ્તરી રહી છે. સુજ્ઞ બની ગયેલા વૈજ્ઞાનિકોએ વેદોમાં દર્શાવેલી પિંડના વિસ્ફોટની એ ઘટનાને 'બિગ બેંગ' નામ આપ્યું અને આ રીતે 'બિગ બેંગ' થિયરીની શોધ થઈ. તે દિવસથી લઈને આજદિન સુધી વિશ્વનો કોઈ એવો મહાન વૈજ્ઞાનિક નથી થયો જેણે વેદોના જ્ઞાન વિભાગ ગણાતા ઉપનિષદો, જેને આપણે વેદાન્ત પણ કહીએ છીએ, તેનો આજીવન અભ્યાસ ન કર્યો હોય. આલ્બર્ટ આઈનસ્ટાઈનને તો આ ઘટનાનાં વીસ વર્ષ પહેલાંથી વેદાન્તમાં રસ હતો અને ભારતના અદ્વૈત તત્ત્વજ્ઞાનમાંથી જ તેમને તેમના પ્રખ્યાત સૂત્ર E = mc 2 ની પ્રેરણા મળી હતી. અદ્વૈત તત્ત્વજ્ઞાન મુજબ બ્રહ્માંડની સઘળી ઉર્જા એક જ છે. બસ તેનાં સ્વરૂપો અલગ છે. અને તે દરેક સ્વરૂપ એકબીજામાં રૂપાંતરિત થઈ શકે છે. આઈન્સ્ટાઈનના સૂત્રનો અર્થ પણ એ જ હતો કે બ્રહ્માંડની ઊર્જા મૂળભૂત રીતે બે જ સ્વરૂપોમાં છે. એક પદાર્થીનું દળ અને બીજું તરંગો રૂપેની મુક્ત ઊર્જા. અને આ બંને એકબીજામાં રૂપાંતરિત થઈ શકે છે. આમ, આઈન્સ્ટાઈનનું સૂત્ર ભારતીય અદ્વૈત વિચારધારાનું ગાણિતિક સ્વરૂપ હતુ જેમાંથી આખરે અણુ બોમ્બની શોધ થઈ.

નોબેલ વિજેતા મહાન વૈજ્ઞાનિક નિલ્સ બોહરે કહેલું કે, 'હું ઉપનિષદોમાં સવાલો પૂછવા જાઉં છું.' નિલ્સ બોહર અને પ્રખ્યાત વૈજ્ઞાનિક સ્ક્રોડીંગરે આજીવન પોતાના ભૌતિક વિજ્ઞાનના પ્રયોગો દરમિયાન ઉપનિષદોને સાથે રાખેલાં. તેઓ કહેતા કે 'આ બંને એક જ છે.' બોહર અને સ્ક્રોડીંગર સાથે પ્રખ્યાત 'અનિશ્ચિતતાનો સિધ્ધાંત' આપનાર મહાન વૈજ્ઞાનિક હેઈસનબર્ગ પણ વેદાન્તના અભ્યાસમાં જોડાતા. સ્ક્રોડીંગરે તેમના એક ઈન્ટરવ્યુમાં કહેલું કે "હું એકવાર હેઈસનબર્ગને મળવા મ્યુનિક ગયો અને તેમને ઉપનિષદોના પાના ઉપર પાના બતાવીને કહ્યું કે જુઓ આપણે જે હવે જાણી રહ્યા છીએ તે એક સંસ્કૃતિ હજારો વર્ષો પહેલા જાણી ચૂકી છે. મારા આશ્ચર્ય વચ્ચે હેઈસનબર્ગે કહ્યું કે, 'હું એ દરેકને વાંચી ચૂક્યો છું અને હજુ અભ્યાસ કરી રહ્યો છું. કેટલાંક વર્ષો પહેલા જ્યારે ક્વૉન્ટમ મીકેનિક્સ (એટલે કે સૂક્ષ્મ કણોનું વિજ્ઞાન) સામે આવવાથી આપણે બધા હચમચી ગયા ત્યારે હું પણ વિશ્વાસ ગુમાવી ચૂક્યો હતો. ત્યારે હું ભારત ગયો અને રવીન્દ્રનાથ સાથે ઉપનિષદો વિશે ખૂબ ઊંડાણપૂર્વક ચર્ચાઓ કરી. ત્યારે હું જાગી ગયો કે આ સૂક્ષ્મ કણોનું ભયાનક વિજ્ઞાન હજારો વર્ષો પહેલાં પણ કોઈએ જાણ્યું હતું. એટલે આપણે સાચા છીએ. જે વેદાન્ત

જાણે છે તેવા અભણ સાધુને પણ ક્વૉન્ટમ મીકેનિક્સથી આશ્ચર્ય નથી થતું. પણ આપણને થાય છે.' પ્રખ્યાત જર્મન ભૌતિકશાસ્ત્રી હાન્સ-પીટર-ડયુર કહેતા કે 'મેં પાંત્રીસ વર્ષ સુધી પદાર્થ વિજ્ઞાન ભણ્યું અને અંતે જાણ્યું કે પદાર્થ અસ્તિત્વમાં છે જ નહી. પછી મને ખબર પડી કે આ જ તો આદિ શંકરાચાર્યએ ઉપનિષદોમાં કહ્યું હતું, 'એ બધું જે આપણે જોઈએ છીએ અને જાણીએ છીએ તે અસ્તિત્વમાં છે જ નહી.' અને હવે તો હું જ્યારે પણ ક્વૉન્ટમ મીકેનીક્સ પર લેક્ચર આપતો હોઉં છું ત્યારે મને લાગે છે કે હું વેદાન્ત ભણાવી રહ્યો છું.'' બ્રિટનના મહાન ગણિતશાસ્ત્રી આલ્ફ્રેડ નોર્થ વ્હાઈટહેડે કહ્યું હતું કે, 'આધુનિક વિજ્ઞાન આજે તેના સૌથી વિકસિત સ્વરૂપમાં પહોંચીને અસલમાં હજારો વર્ષો પાછળ રચાયેલા વેદાન્તની નજીક પહોંચ્યું છે. વેદાન્ત પૃથ્વી પર રચાયેલું અત્યાર સુધીનું શ્રેષ્ઠ ફિઝિક્સ છે.'

તો પછી સવાલ એ છે કે જો આપણે એ ફિઝિક્સને અભ્યાસક્રમમાં ભણી શકીએ છીએ તો એ મૂળ સ્ત્રોત એવા વેદાન્તને કેમ નથી ભણી શકતા જેમાંથી પ્રેરણા મેળવીને પશ્ચિમી વૈજ્ઞાનિકોએ આજનું ફિઝિક્સ રચ્યું છે. આખરે કેટલો સમય લાગશે આપણને એ સમજવામાં કે વેદાન્ત એ કોઈ ધાર્મિક પુસ્તક નથી. તે ફિઝિક્સ, કેમેસ્ટ્રી, બાયોલોજી, સાઈકોલોજી અને અધ્યાત્મને જોડતું એક સળંગ વિજ્ઞાન છે, જેમાંથી આજનાં આ બધાં ખંડિત વિજ્ઞાનો છૂટા પડયાં છે. મુસ્લિમોના કુરાન અને ખ્રિસ્તીઓના બાઈબલના સમાંતર હિંદુઓની ગીતા જ આવી જાય છે. જ્યારે ઉપનિષદો તો આજના આધુનિક વિજ્ઞાનના સમાંતરે આવે છે. જો ઉપનિષદોના એ તાર્કિક અને વૈજ્ઞાનિક અર્થોને ક્રમબધ્ધ ગોઠવીને પહેલા ધોરણથી બારમા ધોરણ સુધી ક્રમશઃ ભણાવવામાં આવે અને બીએસસી-એમએસસીમાં તથા પીએચડીમાં વેદાન્ત નામનો વિષય ઉમેરવામાં આવે તો આજથી પચ્ચીસ વર્ષ પછી ભારતીયોની એક એવી પેઢી તૈયાર થશે જે આજના અધવચ્ચે ફસાયેલા આધુનિક વિજ્ઞાનને વેદાન્તના જ્ઞાનથી પ્રકાશિત કરી સૃષ્ટિના આખરી સત્યને વૈજ્ઞાનિક રીતે સિધ્ધ કરી બતાવશે. એ પેઢીને કોઈએ હિંદુત્વ સમજાવવાની જરૂર નહી રહે. તે હિંદુત્વના મૂળ સ્ત્રોતને ધારણ કરી ચૂકી હશે. તે દિવસે કોઈ હિંદુ વિરોધી ડાબેરીઓ અને મિથ્યાજ્ઞાનીઓ ઉત્પન્ન નહી થાય કારણ કે સૃષ્ટિ શું છે અને મનુષ્યની ઉત્પત્તિનું કારણ શું છે તેનો સચોટ જવાબ દરેક ભારતીય શાળામાં ગળથૂથી રૂપે શીખી ચૂક્યો હશે.

મેં મારા પુસ્તક "આ સર્જન નથી, આ છે અભિવ્યક્તિનું પ્રક્ષેપણ" માં આ જ રીતે વેદાન્તના વિજ્ઞાનને બિલકુલ આધુનિક વિજ્ઞાનની ભાષામાં વર્ણવીને આધુનિક વિજ્ઞાનના લગભગ તમામ પ્રશ્નોનું નિરાકરણ આપવાની કોશિશ કરી છે. હાલમાં તે પુસ્તકની સરળ આવૃત્તિ તૈયાર થઇ રહી છે જે સૃષ્ટિના અંતિમ

વૈજ્ઞાનિક સત્યોને સામાન્ય વાચક માટે તત્વજ્ઞાનની ભાષામાં રજુ કરશે. એ સરળ આવૃત્તિનું નામ છે 'સૃષ્ટિનું સત્ય અને મનુષ્યની ઉત્પત્તિનું કારણ".

"૧૯ માર્ચ, ૨૦૧, ગુજરાત સમાચાર - રવિપૂર્તિ."

49

વક્તાઓ અને વિચારકો હાર્યા છે અને મોકેલો જીત્યો છે

ભાષણો...ભાષણો... અને બસ ભાષણો... આહાહા... બસ ચારે તરફ વક્તાઓ અને તેમના પ્રવચનો. જેમ જેમ સમય વિતતો જાય છે તેમ તેમ પ્રવચનો અને સેમીનારો આપનારાઓની જાણે બહાર ખીલતી જાય છે. ઘર-ઘરમાં કથાકારો, વિચારકો અને વક્તાઓ ભરેલા છે. સાંભળનારા કરતાં બોલનારા વધારે છે. એક જણ વક્તાને સાંભળવા જાય છે અને કહે છે 'બે દિવસ પછી મારું પણ લેકચર છે. તમે આવજો'. લેકચર આપવા કરતાં લેકચર આપતા ફોટા પાડવામાં અને વીડીયો ઉતારવામાં વધારે રસ હોય છે. વીસ-પચ્ચીસ જણાને ભેગા કરીને આપેલા લેકચરના પણ ફોટા ફેસબુક પર ફરતા કરવામાં આવે છે. ફેસબુક પેજ બનાવી વીડીયો ફેરવવામાં આવે છે. લોકલ છાપાઓમાં નાની ખબર રુપી એડવરટાઇઝ આપવામાં આવે છે. જાણે સ્ટાર બનવાનું અને વિખ્યાત બનવાનું લોકો પર ભૂત સવાર છે અને સોશિયલ મીડીયાના આ જમાનામાં નાના-મોટા વક્તા બની જવું એ તેના માટેનો શોર્ટકટ છે, એક દાયકા પહેલા મધ્યમ વર્ગી સમાજમાં ડોક્ટર બનાવવાનો જેવો ક્રેઝ જાગ્યો હતો તેવો જ ક્રેઝ હવે વક્તા અને વિચારક બનવાનો જાગ્યો છે.

પણ આ બધા પછી પણ સત્ય એ છે કે દુનિયા જેવી હતી તેવીને તેવી જ છે. પર્સનાલીટી ડેવલપમેન્ટના સેમીનારો સાંભળીને કોઇની પર્સનાલીટી ખીલી ગઇ હોય અને તે ભઇ કોઈ મોટો ડેશીંગ અમિતાભ બચ્ચન બની ગયો હોય

તેવું આપણે જોયું નથી અને જોવાના પણ નથી. વિવેકાનંદે અમેરીકાના તેમના એક પ્રવચનમાં કહ્યું હતું 'જ્યાં સુધી તમારામાં સત્યનું આત્મજ્ઞાન નથી થયું ત્યાં સુધી તમે એક એવા પથ્થરની મૂર્તિ છો જેની પ્રાણ-પ્રતિષ્ઠા નથી થઈ.' એ ખોખલા અને ભાવવીહીન અંગ્રેજી શબ્દો બોલવાથી. એ ખોખલી અને બનાવટી બોડી લેન્ગ્વેઝ ઉભી કરવાથી જો કોઈ એમ સમજતું હોય કે તેનું પર્સનાલીટી ડેવલપમેન્ટ થઇ જશે તો એ એનું અમૂલ્ય જીવન વેડફી રહ્યો છે. 'જીવનનું સત્ય શું છે અને એક માનવ તરીકે હું આ દુનિયા પર કેમ છું' - જ્યારે માણસ આ સવાલના જવાબની શોધમાં નીકળે છે ત્યારે એ શોધની યાત્રામાં જ તેના વ્યક્તિત્વનું ઘડતર થાય છે અને તેના અંદરનું ઇશ્વરીય તત્ત્વ ઉપસે છે. સત્યના શોધની એ વ્યક્તિગત યાત્રા જ મનુષ્યના વ્યક્તિત્વ ઘડતરનો એકમાત્ર માર્ગ છે. પણ આપણે એક એવા સમયમાં જીવી રહ્યા છીએ જ્યાં માણસને પચ્ચીસ-ત્રીસ વર્ષ સુધી વધુમાં વધુ પૈસા કમાઈ શકાય તેવી ડીગ્રી કઇ રીતે લેવી ફક્ત તેનો જ કક્કો શીખવાડાય છે. અને પછી વધુને વધુ પેટ ભરવાના અને ઇન્દ્રિય સુખ મેળવવાના એકમાત્ર ધ્યેય પાછળ ભાગતા એ પશુને જો કોઈ ભાષણ આપીને મનુષ્ય બનાવવાની કોશિશ કરી રહ્યા છે તો તે તથાકથિત વક્તાઓ અને વિચારકો જરા છેલ્લા દોઢસો વર્ષના ઇતિહાસ પર નજર ફેરવી લે.

૧૮૫૦ પહેલા ભારતમાં જ્યારે ગુરુકુળો ચાલતાં હતાં ત્યારે દરેક બાળક જીવનનું અને અસ્તિત્વનું સત્ય તત્ત્વજ્ઞાનના વિષયમાં ભણતો. આ અસ્તિત્વ શું છે અને આપણે મનુષ્યોને આ અસ્તિત્વમાં શું ભાગ ભજવવાનો છે તેનું જ્ઞાન દરેક બાળક એવી રીતે જ જાણતું હતું જેમ આજનું બાળક 'ઘડિયા અને ટ્વીંકલ ટ્વીંકલ લીટર સ્ટાર' જાણે છે. અને આ ભારત જોઇને મોકેલો નામનો એક અંગ્રેજ અમલદાર ઇંગ્લેન્ડ ગયો અને ૨જી ફેબુ્રઆરી ૧૮૩૫ના રોજ ઇંગ્લેન્ડની સંસદમાં તેણે આ એકમાત્ર ભાષણ આપ્યું. 'હું આખા ભારતમાં ફર્યો પણ મેં એક પણ ભીખારી કે ચોર નથી જોયો. ઊંચા આદર્શો ધરાવતા અને તેમને પાળવાની ક્ષમતા ધરાવતા મહાન માણસોનો એ દેશ છે. આપણે ક્યારેય એ દેશને જીતી નહી શકીએ જ્યાં સુધી આપણે તે દેશની કરોડરજ્જુ સમાન ગુરુકુળની શિક્ષણ પધ્ધતિ ઉથલાવીને અંગ્રેજી શિક્ષણ પધ્ધતિ નહીં લાદીએ. એ જ એકમાત્ર રસ્તો છે યુગોથી શ્રેષ્ઠ રહેલા ભારત દેશને પોતાના પગ નીચે દબાવી દેવાનો.' ત્યારબાદ એ જ કરવામાં આવ્યું જે મોકેલોએ કીધું હતું. ગુરુકુલ પધ્ધતિને સ્થાને અંગ્રેજી શિક્ષણ પધ્ધતિ નાખવામાં આવી જેનું ઉદ્દેશ્ય હતું બ્રિટીશ રાજની વ્યવસ્થાને ચલાવવા માટેના કર્મચારીઓ અને અમલદારો ભારતીયોમાંથી તૈયાર કરવા. તેમને ઉચા પગાર અને આર્થિક સુરક્ષા આપીને પોતાના પરીવાર અને તેના ભવિષ્ય સિવાયની બીજી કોઈ વાત વિશે વિચારતા

બંધ કરી દેવા. અને ત્યારથી લઇને આજસુધી આપણે એ જ શિક્ષણ વ્યવસ્થા ચલાવી રહ્યા છે અને એવા જ ભારતીયો તૈયાર કરી રહ્યા છીએ જેવું મોકેલોએ આજથી બે સદી પહેલા ચાહ્યું હતું.

મોકેલોએ ભારતની વ્યવસ્થા બદલ્યા પછી ભારતમાં સ્વામી વિવેકાનંદ, મહર્ષિ અરવિંદ, દયાનંદ સરસ્વતી, શ્રી પાંડુરંગ શાસ્ત્રી અને ઓશો રજનીશ જેવા મહાન વિચારકો અને આત્મજ્ઞાનીઓ આવ્યા જેમણે આખાને આખા જીવન મોકેલોની વ્યવસ્થા મુજબ તૈયાર થયેલા ભારતીયને જીવનનું સત્ય સમજાવવા માટે પ્રવચનો આપવામાં કાઢ્યા. પણ એ મહાન લોકોના આખા જીવન હોમાઈ ગયા પછી અને તેમના હજારો ભાષણોના કરોડો શબ્દો વડે ભારતની આ ભૂમિ ગૂંજી ઉઠયા પછી પણ ભારતીયો આજે એટલા જ ધર્મભ્રષ્ટ અને અજ્ઞાની છે જેટલા દોઢસો વર્ષ પહેલા હતા. તેમની ધર્મભ્રષ્ટતા અને ભટકાવમાં વધારો થયો છે પણ ઘટાડો નથી થયો. આટલા બધા જ્ઞાની પુરુષો, તેમના પ્રવચનો, કથાઓ અને સત્સંગો પછી પણ દરેક ભારતીય આજેપણ એ રીતે જ જીવે છે જેવું મોકેલોએ ચાહ્યું હતું. આ વાત એ સાબિત કરે છે કે ઓશો, વિવેકાનંદ અને દયાનંદ સરસ્વતી જેવા મહાન આધ્યાત્મિક પુરુષોથી લઇને છેલ્લા દોઢસો વર્ષમાં પેદા થયેલા દરેક વક્તાઓ અને વિચારકો હાર્યા છે અને મોકેલો એકલો જીત્યો છે. એ અનેક મહાપુરુષોના હજારો ભાષણો હાર્યા છે અને મોકેલોએ આપેલું એકમાત્ર ભાષણ જીત્યું છે. એ સેંકડો મહાપુરુષોનું આત્મજ્ઞાન હાર્યું છે અને મોકેલોની વ્યવસ્થા જીતી છે. તો આપણો આદર્શ જીતનારાનો માર્ગ હોવો જોઇએ, ન કે હારનારાનો. આપણો આદર્શ મોકેલો હોવો જોઇએ. એણે આ માનવજાતિને એક મહાન માર્ગ દેખાડયો છે. એણે સાબિત કરી દેખાડયું છે કે ફક્ત એક શિક્ષણ વ્યવસ્થા બદલી દેવાથી હજારો વર્ષોથી સર્વશ્રેષ્ઠ રહેલી સભ્યતા પણ પતિત બની શકે છે. તેણે સાબિત કરી દેખાડયું કે હજારો લાખો મહાપુરુષોની મહાનતા પણ એક ભ્રષ્ટ શિક્ષણ વ્યવસ્થા સામે નકામી સાબિત થાય છે. મોકેલોએ આપણને માનવસભ્યતાનું સૌથી શ્રેષ્ઠ હથિયાર બતાવ્યું છે. બસ એણે એનો ઉપયોગ અધર્મ અને શોષણની સ્થાપના માટે કર્યો તો આપણે હવે તેનો ઉપયોગ ધર્મ અને સત્યની સ્થાપના માટે કરવાનો છે. વેદાંતના તત્વજ્ઞાન અને યોગનો પ્રેક્ટિકલ વિષય ધરાવતી એ શિક્ષણ વ્યવસ્થા જ માનવતા માટે એકમાત્ર આશા છે. એ શિક્ષણ વ્યવસ્થા વિના હવે આપણે નિહથ્થા છીએ.

તો, હવે જરૂર છે કે રાજ્યના અને દેશના દરેક વક્તાઓ છેલ્લા દોઢસો વર્ષથી ચાલી આવતી આ પરીણામહીન ભાષણબાજીની પરંપરાને વિરામ આપે અને એકઠા બની સરકાર સાથે કદમ મીલાવી શિક્ષણ વ્યવસ્થામાં વેદાન્તી

તત્વજ્ઞાનનો એક વિષય પહેલા ધોરણથી લઇને બારમા ધોરણ સુધી સુઆયોજીત રીતે શામેલ કરવામાં પોતાનું જ્ઞાન, મહેનત અને સમય આપે. કાચી માટીને જ આકાર આપી શકાય છે પચ્ચીસ વર્ષે પાકીને તૈયાર થઇ ગયેલા વાસણને તત્વજ્ઞાન આપીને નવો આકાર આપવાનો શ્રમ વ્યર્થ છે.

"૦૫ માર્ચ, ૨૦૧, ગુજરાત સમાચાર - રવિપૂર્તિ."

50

બાળકને માતૃભાષામાં જ શિક્ષણ આપવું જોઇએ તેનું વિજ્ઞાન

ડો. અબ્દુલ કલામ સાહેબે એકવાર કહ્યું હતું કે "જે દિવસે આપણે મેડિકલ, ઇજનેરી સહીતના તમામ ક્ષેત્રોનું શિક્ષણ માતૃભાષામાં જ આપીશું ત્યારે આપણે જાપાન અને ચીન જેવી વૈજ્ઞાનિક ક્રાંતિ કરી શકીશું. જાપાન અને ચીનમાં વિદ્યાર્થીઓને શાળાથી લઇને પોસ્ટ-ગ્રેજ્યુએટ અને પીએચડી સુધીના દરેક વિષયના અભ્યાસક્રમો તેમની માતૃભાષામાં જ ભણાવવામાં આવે છે જેથી ત્યાંના વિદ્યાર્થીઓ તેને વધુ ઉંડાણપૂર્વક આત્મસાત કરી શકે છે અને પ્રચંડ સંશોધનાત્મક વૃત્તિને જન્મ આપે છે." ભારતમાં અને હવે ખાસ કરીને ગુજરાતમાં બાળકોને ક્યાંક સ્ટેટસ માટે તો ક્યાંક હરીફાઇને પહોંચી વળવા માટે અંગ્રેજી માધ્યમમાં મૂકવાનો ક્રેજ જ્યારે વધી રહ્યો છે ત્યારે જરુરી છે કે આપણે અબ્દુલ કલામ સાહેબની આ સલાહ પાછળનું નક્કર વિજ્ઞાન સમજી લઇએ.

આપણા જાગ્રત મનના મુખ્ય ત્રણ ભાગ છે. મનસ, ચિત્ત અને બુધ્ધિ. મનસમાં દ્રષ્ટિ, શ્રવણ, સ્વાદ, સ્પર્શ જેવી જ્ઞાનેન્દ્રિયોના મસ્તિષ્ક-કેન્દ્રો આવેલા છે. આપણે જ્યારે આંખો વડે કોઇ વસ્તુ જોઇએ છીએ ત્યારે તે વસ્તુનું ચિત્ર આંખોના નેત્રપટલથી સીધું માનસમાં આવેલા દ્રષ્ટિ જ્ઞાનેન્દ્રિયના મસ્તિષ્ક-કેન્દ્રમાં આપાત થાય છે. અને ત્યારે આપણે તે વસ્તુને જોઇ શકીએ છીએ. આમ, આપણી સાચી ઇન્દ્રિયો આપણા આંખ, કાન, નાક જેવા અંગો નથી. આપણી ઇન્દ્રિયો મનસમાં આવેલાં મસ્તિષ્ક-કેન્દ્રો છે. જો મનસમાં આવેલું દ્રષ્ટિનું આ

મસ્તિષ્ક-કેન્દ્ર ઈજા પામે તો આપણે આંધળા થઇ જઇએ ભલેને પછી આપણી આંખો સંપૂર્ણ તંદુરસ્ત હોય. હવે, મનસના મસ્તિષ્ક-કેન્દ્રો પર આપાત થતી આ ચિત્ર કે અવાજ જેવી સંવેદનાઓ મનસમાંથી ચિત્તમાં આવે છે. ચિત્ત મનનું એ ભાગ છે જ્યાં આ બધી સંવેદનાઓના પાછળના રેકોડી સંગ્રહાયેલા હોય છે અને નવી સંવેદનાના રેકોર્ડ રચાય છે.

તો, આ રીતે નાનું બાળક જ્યારે શરુઆતમાં ભાષાનો કોઇ નવો શબ્દ વાંચે કે સાંભળે છે ત્યારે તે તેના મનસમાં થઇને ચિત્તમાં આવે છે. જો એ શબ્દ એણે પહેલા સાંભળ્યો હશે અને એનો મતલબ સમજ્યો હશે તો ચિત્તમાં એનો રેકોર્ડ હશે. ચિત્ત તે શબ્દને તેના પહેલા સમજેલા મતલબ સાથે બુધ્ધિ પાસે મોકલી દેશે. અને બુધ્ધિ તેનો અર્થ સમજ્યા પછી સામે શું જવાબ આપવો એનો નિર્ણય લેશે. એટલે નાનું બાળક તેના માતા-પિતા અને સગા-સંબંધીઓ દ્વારા જે શબ્દો અને શબ્દોના અર્થ સાંભળે છે તે એના ચિત્તમાં ખાસ પ્રકારે જોડાયેલા ચેતાકોષોથી બનેલા એક જાળા સ્વરુપે સંગ્રહ પામે છે. ચેતાકોષોના જોડાવાથી બનેલા આ જાળાને ચેતાજાળ કહે છે. ધારો કે, એક બાળક 'અણુ' શબ્દ સાંભળે છે જે એના ચિત્તમાં એક નાની ચેતાજાળ સ્વરુપે સંગ્રહાય છે. હવે જ્યારે તેને 'અણુ' શબ્દનો અર્થ સમજાવવામાં આવશે ત્યારે તે પોતાના ચિત્તમાં તે સમજ મુજબનું અણુનું એક ચિત્ર તૈયાર કરી લેશે. આ ચિત્ર પણ બાળકના ચિત્તમાં એક બીજી ચેતાજાળ સ્વરુપે રચાશે જે 'અણુ' શબ્દની ચેતાજાળ સાથે જોડાયેલી હશે. કારણ કે એ તે શબ્દનો અર્થ છે. હવે, બાળક જો 'પરમાણુ' શબ્દનો અર્થ જાણે તો તેનો અર્થ જણાવતું ચિત્ર પણ એક ચેતાજાળ સ્વરુપે તેના ચિત્તમાં રચાશે. અને જ્યારે તે 'અણુ' અને 'પરમાણુ' વચ્ચેનો સબંધ જાણશે ત્યારે પરમાણુની ચેતાજાળ અણુની ચેતાજાળ સાથે જોડાઇ જશે. જેમ જેમ તે બાળક અણુ અને પરમાણુ વિશે વધારે સત્યો જાણતું થઇ જશે તેમ તેમ તે બધી જાણકારીની ચેતાજાળ બની અણુના અર્થની મૂળભૂત ચેતાજાળ સાથે જોડાતી જશે અને એ રીતે એ મૂળ ચેતાજાળ ક્રમિક જાણકારીનાં પગથીયાં ધરાવતી હોય તે રીતે મોટી થતી જશે.

બાલ્યાવસ્થામાં સામાજીક અને શૈક્ષણિક જાણકારી આપતા આવા અસંખ્ય શબ્દો બાળક સતત પોતાના ચિત્તમાં ચેતાજાળ સ્વરુપે સંગ્રહતું જાય છે. તે શબ્દોનો અર્થ અને તેમના એકબીજા સાથેના સબંધ અલગ અલગ ચેતાજાળોને એકબીજા સાથે ગૂંથે જાય છે. આમ આપણા મસ્તિષ્કમાં કોઇ એક ભાષાના શબ્દોથી બનેલું જાણકારીનું એક બહુ વિશાળ જાળું હોય છે જ્યાં તે શબ્દોના અર્થોએ એકબીજા સાથે ગૂંથાઇને આપણી કુલ સમજ તૈયાર કરી હોય છે. હવે આ રીતે માતૃભાષામાં દુનિયાથી સતત રુબરુ થયેલો ઓગણીસ વર્ષનો છોકરો કોલેજમાં જઇને ધારો કે અંગ્રેજી માધ્યમમાં 'એટમ' શબ્દથી રુબરુ થાય છે. આથી

તેના ચિત્તમાં 'એટમ' શબ્દ અને તેનો અર્થ સમજાવતા શબ્દોની એક અલગ ચેતાજાળ રચાય છે. તેનો અર્થ સમજાવતા શબ્દો તેના ચિત્તમાં એ જ ચિત્ર ઉપજાવે છે જે વર્ષો પહેલા 'અણુ' શબ્દથી ઉપજ્યું હોય છે.

આથી, જેટલી વખત તે 'એટમ' શબ્દ સાંભળે છે તેટલી વખત તેને તેનો અર્થ આત્મસાત કરવા પહેલા ગુજરાતી ભાષાના 'અણુ' શબ્દની ચેતાજાળ પર આવવું પડે છે. આ રીતે તેને અંગ્રેજી ભાષાના દરેક શબ્દના અર્થ તેની માતૃભાષાના શબ્દોની ચેતાજાળોમાં શોધવા પડે છે. વળી કોલેજના ક્લાસરુમ સિવાયના જીવનમાં તે માતૃભાષામાં જ દુનિયાથી રુબરુ થતો હોય છે. આથી માતૃભાષાના શબ્દોમાં નવું જ્ઞાન પણ નવી ચેતાજાળો રુપે ઉમેરાતું રહે છે. આમ, બે અલગ અલગ ભાષાના શબ્દોની સતત વિકસતી જતી ચેતાજાળોને એકબીજા સાથે સંપૂર્ણ રીતે એકરુપ કરવી કોઇપણ મનુષ્ય માટે મુશ્કેલ બને છે. પરીણામે અંગ્રેજી ભાષાની ચેતાજાળો અને માતૃભાષાની ચેતાજાળો એકબીજા સાથે સંપૂર્ણ રીતે ગૂથાઇને એક બની શકતી નથી. આ કારણે માણસ અંગ્રેજી શબ્દોને તો જાણે છે પણ તેના અર્થોને ચિત્તની સૌપ્રથમ મૂળ ચેતાજાળના ઉંડાણ સુધી આત્મસાત કરી શકતો નથી. પરીણામે અંગ્રેજી ભાષામાં મળેલું જ્ઞાન તેના માટે પાયા વગરની ઇમારત જેવું બની રહે છે. આથી, ચિત્તમાંથી બુધ્ધિ સુધી જ્યારે તે અંગ્રેજી શબ્દોના અર્થ પહોંચે છે ત્યારે તે અર્થ એ શબ્દોના ઉદભવની અને ઉદભવના કારણની જાણકારી આપી શકતા નથી. પરીણામે, આવો માણસ ચાહે ગમે તેવી ડીગ્રી મેળવી લે તો પણ તે છીછરી સમજથી જાણેલા શબ્દોને બોલતો એક પોપટ જ હોય છે. આ જ કારણ છે કે અંગ્રેજી મીડીયમમાં ભણેલા છોકરાઓ વધારે પડતું દેખાવ કરતું અને છીછરું અંગ્રેજી બોલે છે. તેમની ભાષામાં નૈસર્ગિકતા અને ઠરેલતા નથી હોતી.

પણ જો બારમા પછી એમબીબીએસ અને ઇજનેરી શાખામાં અભ્યાસક્રમો માતૃભાષામાં જ હોય તો બાળકના મનમાં અઢાર વર્ષ સુધી જે ભાષાના શબ્દોની ચેતાજાળ બની હશે તે જ ભાષાના શબ્દોથી તેને આગળનું નવું જ્ઞાન મળશે. આથી, તે દરેક નવા જ્ઞાનની ચેતાજાળ તેના બાળપણમાં બનેલી ચેતાજાળો સાથે પૂરી એકરુપતાથી સળંગ રીતે ગૂંથાશે અને આ કારણે દરેક નવા જ્ઞાનને તે તેના ચિત્તની સૌપ્રથમ મૂળ ચેતાજાળના મૂળથી સમજી શકશે. અને દરેક હકીકતનું મૂળ તપાસતાં જ તો તેના અસ્તિત્વનું કારણ મળે છે. આમ, માણસની સંશોધાત્મક શક્તિ સોળે કળાએ ખીલી ઉઠે છે.

આમ, આપણે અંગ્રેજીને જાણકારી અને સમજ મેળવવાની ભાષા નથી બનાવવાની. એ કાર્ય માટે માતૃભાષા જ શ્રેષ્ઠ છે. અંગ્રેજીને આપણે આપણી જાણકારી અને સમજને ખાલી અભિવ્યક્ત કરવાની ભાષા બનાવવાની છે જે

આસાન છે. એ માટે ગ્રેજ્યુએશન અને પોસ્ટ-ગ્રેજ્યુએશનના દરેક કોર્સને માતૃભાષામાં જ ભાષાંતરીત કરી એક વધારાનો અંગ્રેજી વિષય દાખલ કરવો જોઇએ જેમાં તે કોર્સમાં ઉંડાણપૂર્વક જાણેલા સત્યોને અંગ્રેજીમાં કયા શબ્દો સાથે કેવી રીતે વ્યક્ત કરવા તે શીખવાડવામા આવે.

"૦૯ જાન્યુઆરી, ૨૦૧, ગુજરાત સમાચાર - રવિપૂર્તિ."

51
વિવેકાનંદનું વૈશ્વિક જ્ઞાન વિરુદ્ધ નેહરુની વૈશ્વિક માહિતી

જે લોકો જવાહરલાલ નેહરુના ચાહકો છે તે લોકોના નેહરુ પ્રત્યેના આકર્ષણનું મુખ્ય કારણ છે નેહરુનું બૃહદ્ વૈશ્વિક જ્ઞાન. લગભગ બારસો પાનામાં લખાયેલ સમગ્ર વિશ્વનો ઇતિહાસ, તેનાથી અડધી સંખ્યાના પાનમાં લખાયેલ ભારતનો ઇતિહાસ અને જેલવાસ દરમિયાન દસ-બાર વર્ષની પુત્રી ઇન્દિરાને વિશ્વ વિશેની સમજ આપતા પત્રોનું પુસ્તક- એ નેહરુની એ બાજુ છે જેનાથી કોઈ પ્રભાવિત થયા વિના રહી શકે તેમ નથી. બ્રહ્માંડમાં સૂર્ય અને ગ્રહોની ઉત્પત્તિથી લઈને જીવનની શરૂઆત અને આદિમાનવોમાંથી માનવોની ઉત્ક્રાંતિથી લઈને ઇજીપ્ત અને બેબીલીઓન સંસ્કૃતિના ઉદય સુધી, તો વળી પ્રાચીન ભારતીય સંસ્કૃતિથી લઈને મધ્યકાલીન વિશ્વના ધર્મયુધ્ધોથી સમાજવાદ અને લોકશાહીના આધુનિક યુગ સુધીના વિશ્વને તેમણે પોતાની સમજ પ્રમાણે ખૂબ ઊંડાણપૂર્વક વર્ણવ્યું છે.

મોટાભાગે વિશ્વભરનાં પુસ્તકોમાંથી અને પ્રવચનમાંથી આપણે જે મેળવીએ છીએ તે ફકત માહિતી હોય છે. જ્યારે જ્ઞાન તેને કહે છે જે આપણા પોતાની અંદર આત્મચેતનાથી ઉત્પન્ન થાય છે. માહિતીનો સ્રોત બાહ્ય છે. જ્ઞાનનો સ્રોત આપણા અંદરનું બ્રહ્મ છે. નેહરુએ આજીવન પશ્ચિમી વિદ્વાનોનાં ઇતિહાસ, વિજ્ઞાન અને રાજનીતીને લગતાં પુસ્તકો વાંચ્યાં અને અઢળક માહિતી એકઠી કરી અને અંતે તે માહિતી પર પૃથક્કરણ કરીને પુસ્તકો લખ્યાં. તેમણે પોતે અનેક સ્થાને

પોતાના પુસ્તકોમાં લખ્યું છે કે 'હું ચાહવા છતાં હિન્દીમાં આ પુસ્તકો લખી નથી શકતો. કારણકે આ બધું જ્ઞાન મેં જે પુસ્તકોમાંથી વાંચીને મેળવ્યું છે તે અંગ્રેજીમા હતાં.' માણસની જાણકારી તેના આત્મ-અનુભવમાંથી ન આવતાં કોઈ બીજાએ મેળવેલી માહિતીમાંથી આવતી હોય ત્યારે તે ફકત અત્યાર સુધીના સમયમાં જે થયું તેમાંનું કંઈ ફરી થાય તો શું કરવું એની જ જાણકારી ધરાવે છે. પણ દરેક નવો સમય એક નવી જ સમસ્યાને લઈને આવે છે. અને એ નવી સમસ્યાઓને કેવી રીતે સુલજાવવી એ આવી ઉછીની માહિતીથી સુલજાવી નથી શકાતી. અને એ જ નહેરુની મર્યાદાઓ, નિષ્ફળતાઓ અને અક્ષમતાઓનું કારણ છે. સમય સાથે ઉદ્ભવતી નવી સમસ્યાઓ સુલજાવવા માટે એવો આત્મજ્ઞાની માણસ જરૂરી હોય છે જે જગતના સત્યને પોતાના ભીતરમાં જાણી ચૂક્યો હોય. એવો માણસ ગમે તેવી નવી અને જટિલ સમસ્યામાં પણ સત્ય શું છે તે ઓળખી જાય છે. અને તે રીતે નિર્ણય લે છે. કારણકે તેનું જ્ઞાન તેના પોતાના સત્યના અનુભવમાંથી ઉત્પન્ન થયું હોય છે. અને અહીં જ ઊપસી આવે છે રામ- રાજ્યનો સાચો અર્થ. રામરાજ્યના જાતજાતના અને ભાતભાતના અર્થો વિવિધ પ્રકારના જ્ઞાનીઓ વડે કરવામાં આવ્યા છે. પણ એનો સીધો અને સરળ અર્થ એ જ છે કે રામ-રાજ્ય એટલે એક એવું રાજ્ય જેનો મુખ્યા રામ જેવો આત્મજ્ઞાની બુધ્ધ પુરુષ હોય, જે તેના પોતાનામાં સત્યને જાણી ચૂક્યો હોય. જેથી ગમે તેવી વિપરીત પરિસ્થિતિમાં પણ તેનામાં સત્યને અનુસરતો નિર્ણય લેવાની ક્ષમતા હોય. બસ, એવો આત્મજ્ઞાની બુધ્ધ પુરુષ જે રાજ્યનો રાજા હોય તેવું રાજ્ય આપોઆપ જ રામ-રાજય બની જાય છે. નેહરુની આવી મર્યાદાઓના કારણે જ ગાંધીજીએ કલ્પેલા રામ રાજ્યની સ્થાપના તેમનાથી ન થઈ.

અને અહીં વાત આવે છે વિવેકાનંદની જે પણ નહેરુ જેટલી જ વૈશ્વિક માહિતી ધરાવતા હતા. બસ ફર્ક એટલો હતો કે તે માહિતી મેળવ્યા પહેલાં તેમણે સમગ્ર અસ્તિત્વનું સત્ય શું છે તે અદ્વૈતનો આત્મસાક્ષાત્કાર કરી લીધો હતો. મતલબ, વિશ્વ વિશેની ભૌતિક માહિતી મેળવતા પહેલા તેમણે એ જ્ઞાન પોતાના સ્વ-અનુભવથી મેળવી લીધું હતું કે અનેક બ્રહ્માંડોમાં ફેલાયેલું આ સમગ્ર અસ્તિત્વ અસલમા એક જ ઉર્જાની વિવિધતા ભરી અભિવ્યકિત છે. મતલબ, મૂળરૂપે આ સમગ્ર અસ્તિત્વ એક જ તત્ત્વ છે અને એ એકત્વ જ આ જગતનું આખરી સત્ય છે. એ દરેક નિર્ણય, એ દરેક ગતિ જે આપણને એ એકત્વ તરફ લઈ જાય તે સાચી છે અને એ દરેક નિર્ણય તથા ગતિ જે આપણને આપણા એ એકત્વથી વિપરીત લઈ જાય તે ખોટી છે. આ મૂળ આત્મજ્ઞાનના પાયા પર વિવેકાનંદે વિશ્વના ઇતિહાસ અને પ્રવાહ વિશે જે પણ માહિતી મેળવી એ તેમનું જ્ઞાન બની ગયું. તે દરેક માહિતીએ તેમને સમજ આપી કે મનુષ્ય તેના ઇતિહાસમાં

કેટલો એકત્વ તરફ સાચી દિશામાં ચાલ્યો છે અને કેટલો તે એકત્વથી વિપરીત ખોટી દિશામાં ચાલ્યો છે. આમ, વિવેકાનંદ પાસે વૈશ્વિક જ્ઞાન હતું જ્યારે નેહરુ પાસે વૈશ્વિક માહિતી જ હતી. વિવેકાનંદ પાસે આજીવન તેમના જ્ઞાનનો આખરી સાર અને આખરી નિષ્કર્મ મોજૂદ હતો કારણકે તેમનું વિશ્વ પ્રત્યેનું જ્ઞાન તેમના અંતરમાંથી ઊપજ્યું હતું. જ્યારે 'ભારત એકબાજુ ચાલીસ લાખ બાવાઓનો ભાર ઉપાડી રહ્યો છે.' - આવું નિવેદન આપનારા નેહરુ જીવનના અંતિમ સમયમાં કુંભના મેળામાં લખો નાગા બાવાઓને જોઈને બોલી ઉઠેલા 'આટલા બધા લોકો એકસાથે મૂર્ખ ના હોઈ શકે.' આ દર્શાવે છે કે નહેરુની માહિતી આજીવન બાહ્ય જ રહી. તેનો કોઈ નિષ્કર્ષ કે સાર નેહરુને ન મળ્યો. કારણ કે પશ્ચિમી વિચારોથી સજ્જ નહેરુ માટે પોતાના અંદર જ સત્યની અનુભૂતિ કરાવતું આધ્યાત્મ એક જુનવાણી વિચાર હતો.

વિવેકાનંદ અને નેહરુના વૈશ્વિક જ્ઞાન વચ્ચેનું આ અંતર તેમના જીવનની ઉપજને પણ પ્રભાવિત કરે છે. વિવેકાનંદે ફકત ઓગણચાલીસ વર્ષની ઉંમરમાં પ્રાચીન હિંદુ સંસ્કૃતિની આધુનિક યુગમાં પુન : સ્થાપના કરી અને સમગ્ર વિશ્વમાં હિંદુ અધ્યાત્મ અને હિંદુ સનાતન વિચારધારાનો ફેલાવો કર્યો. અમેરિકાના મહાન વૈજ્ઞાનિક નિકોલા ટેલ્સાએ હિન્દુ વૈદિક ફિલોસોફી ઉપર વર્ષો સુધી અભ્યાસ કર્યો હતો. સ્વામી વિવેકાનંદ ખૂદ ટેલ્સાના પ્રશંસક હતા. સ્વામીજીએ એક વખત કહ્યું હતું : મારી દૃષ્ટિએ નિકોલ ટેલ્સા વર્તમાન સમયમાં ઈલેક્ટ્રિસિટીના ક્ષેત્રમાં મહાન સંશોધક છે. તેમની કેટલીક થીયરી ભારતીય દર્શન : સાંખ્યને ઘણી મળતી આવે છે.' ટેલ્સાએ એકવાર કહેલું કે 'વિવેકાનંદ અમેરિકામાં આવ્યા એ પછી મને એમ લાગે છે કે આપણે પરંપરાગત ખ્રિસ્તી ધર્મથી સ્હેજ અલગ હિન્દુઓની જેમ વિચારવાની જરૂર છે. તે લોકો એકબીજા માટે વિચારે છે અને અનંત કાળ સુધીની થીયરી રજૂ કરે છે. ઈશ્વર પ્રત્યે હિન્દુઓની વિચારવાની પદ્ધતિ આકર્ષક છે.' જ્યારે બીજી બાજુ આટલી બહોળી જાણકારી ધરાવતા હોવા છતાં દેશના પ્રધાનમંત્રી બન્યા પછી પણ નેહરુને કાશ્મીર અને ચીનના સળગતા સવાલો ઉકેલવામાં સફળતા ન મળી. તેનાથી વિપરિત તેમણે મામલો વધુ ગૂંચવણભર્યો બનાવી દીધો. માહિતી અને જ્ઞાનમાં જે ફરક હોય છે એ ફરક નહેરુ અને વિવેકાનંદના વૈશ્વિક દર્શનમાં હતો. આ આપણા માટે એક મોટો સબક છે કે આપણે જીવનમાં શું મેળવવા માગીએ છીએ ? નહેરુ જેવી માહિતી કે વિવેકાનંદ જેવું જ્ઞાન ...?

"૨૬ માર્ચ, ૨૦૧૭, ગુજરાત સમાચાર - રવિપૂર્તિ."

52

જ્ઞાન વિનાની માહિતી : એક ભયંકર ભવિષ્યનું એંધાણ...!

આજે ડીઝીટલ યુગ છે. દિવસનો એક-એક જીબી ડેટા ફ્રીના ભાવે મળે છે. છ-સાત વર્ષના બાળકથી લઇને સિત્તેર વર્ષના વૃધ્ધ માણસો ઇન્ટરનેટ પર કંઇક ને કંઇક વાંચી રહ્યા છે, જાણી રહ્યા છે, જોઇ રહ્યા છે. માહિતી મેળવવાની આટલી સરળતા માનવજાતિના ઇતિહાસમાં પહેલા ક્યારેય નહોતી. પરિણામે જેમ અતિશય પુરવઠો માંગ ઊભી કરે તેમ આજનો માનવ દરેક વસ્તુ જાણવા માગે છે. આધ્યાત્મિક જ્ઞાન જે એક સમયે વૃધ્ધાવસ્થાએ પહોંચેલા માણસોનું ક્ષેત્ર ગણાતું એ આજે વીસ-પચ્ચીસ વર્ષના યુવાનોનું ક્ષેત્ર છે. તેઓ ઉપનિષદો વિશેની ઇબુક વાંચે છે. ઓશો, સદ્ગુરુ જેવા આધ્યાત્મિક ગુરુઓના વીડીઓ જુએ છે. સ્ટીફન હોકિંગની બ્રહ્માંડ વિશેની બુક વાંચે છે. તે બધું જ જાણે છે. પણ છતાંય નિરાશ છે, ઉદાસીન છે. આજે બાર-તેર વર્ષનું છોકરું પણ જાણે ઉદાસ થઇને જીવનમાંથી રસ ઊઠી ગયો હોય તેવું સોફા પર બેઠેલું જોવા મળે છે. આવું પહેલા તો ક્યારેય નહોતું. બાર-તેર વર્ષના બાળકનું ધ્યાન તો ખાલી રમત-ગમત અને મસ્તી-તોફાનનો આનંદ લેવામાં રહેતું. હવે એ આનંદ મહદ્અંશે નાશ પામ્યો છે. પણ કારણ શું છે...?

કારણ છે વધુ પડતી માહિતીનો તેના પર થઇ રહેલો માર. માતા-પિતા પોતાના બાળકને રાતોરાત હોંશિયાર બનાવી દેવા માગે છે. તેમને દસ વર્ષના તેમના બાળકને ચોવીસ કલાક એન્ડ્રોઇડ ફોન પર જોઇને આનંદ થઇ રહ્યો

છે કે તે બાળક જ્ઞાન મેળવી રહ્યું છે. પણ સત્ય એ છે કે આપણે સૌ એકસાથે એક ભયાનક અંધકાર તરફ બહુ ઝડપથી આગળ વધી રહ્યા છીએ. કોઇપણ જાતના અનુભવ વગર જ્યારે માણસના મનમાં અતિશય માહિતી ભરી દેવામાં આવે ત્યારે તેનું મન એ માહિતીઓના પૃથક્કરણમાં ગૂંચવાઇ જાય છે. કારણ કે આ તમામ માહિતી બહારથી નાખવામાં આવેલો કચરો છે. એમાંનું કંઇ પણ એ મનની પોતાની ઊપજ નથી. આ કંઇક એવું જ છે કે જમીનના એક ટુકડા પર દુનિયાભરની વનસ્પતિનો ઢગલો કરી દેવામાં આવે. શું એ જમીન એમાંથી એકપણ વનસ્પતિને પોષણ આપીને મોટી કરશે..? નહીં. એ બધી વનસ્પતિઓ ધીમે ધીમે સડવા લાગશે અને એકસમયે આપણે તે જમીનના ટુકડાને ઉકરડો કહીશું. હવે એ જમીન પર કોઇ વનસ્પતિને ઉગાડવા માટે પહેલાં એ ઉકરડાને હટાવવો પડશે.

બસ આપણા બધાનાં મન પણ એ જમીનની જેમ જ બહારથી નાખવામાં આવેલી માહિતીના ઉકરડા બની રહ્યાં છે. એ ઉકરડા જ્યાં કોઇ નવો રચનાત્મક અંકુર નથી ફૂટી રહ્યો અને મન એ માહિતીઓના પરિણામહીન પૃથક્કરણથી થાકી ગયું છે. અને પરિણામે નિરાશામાં ગરકાવ થઇ ગયું છે. નાની ઉંમરે યુવાનો અને બાળકોમાં વધી રહેલી નિરાશાનું કારણ આ અનુભવ વગરની માહિતીનું બોમ્બાર્ડીંગ જ છે. તેણે બ્રહ્માંડની દરેક આકાશગંગા અને દરેક તારા વિશે વાંચી અને સાંભળી લીધું છે. તેણે શરીરના દરેક કોષ અને અવયવની કાર્યપ્રણાલી વિશે વાંચી લીધું છે. તેણે ગીતા, કુરાન, બાઇબલ અને વેદોના તત્વજ્ઞાનને વાંચી લીધું છે. હવે, એવું કંઇ નથી કે જે તેણે ન સાંભળ્યું હોય. પણ છતાંય તે જેવો હતો તેવો જ છે. તેના જીવનમાં કોઇ પરિવર્તન આવ્યું નથી. આ બધું જાણીને પણ તેને કોઇ આનંદ કે સંતોષ થયો નથી. અને આવા યુવાનો પછી મોટાભાગે આનંદ મેળવવા નશા, ડ્રગ્સ અને વેશ્યાગમન જેવા ઇન્દ્રિય ભોગવિલાસના માર્ગે ચડે છે અને છેલ્લે એ ક્ષણિક આનંદથી પણ કંટાળી જાય એટલે આત્મહત્યા કરી દે છે. પશ્ચિમના દેશોમાં આ સિલસિલો કેટલાક દશકા પહેલાં શરૂ થઇ ગયો હતો અને આપણો દેશ હવે એ દિશા તરફ પૂરપાટ ઝડપે જઇરહ્યો છે. અને જો આ રીતે જ આપણે ચાલતા રહ્યા તો એ નિશ્ચિતપણે સમજી લેવું જોઇએ કે ૨૦૫૦માં ભારતના પચાસ ટકાથી પણ વધુ મનુષ્યો કોઇના કોઇ ડ્રગ્સના બંધાણી હશે અને દર સોએ પચ્ચીસ માણસો જીવનના કોઇના કોઇ તબક્કે આત્મહત્યા કરતા હશે.

તો ઉપાય શું છે..? વાત ફરી ફરીને ત્યાં જ આવીને ઊભી રહે છે - શિક્ષણ વ્યવસ્થા. કેટલીક સદીઓ પહેલાં આ પૃથ્વી પર એક જ શિક્ષણ વ્યવસ્થા એવી હતી જે માહિતી બહારથી મેળવવાના સ્થાને જગત વિશેની માહિતીને પોતાનાં અંદર ઉત્પન્ન કરવાની રીત શીખવતી. એમાં દરેક સવાલનો જવાબ પોતાના

જ મસ્તિષ્કમાં ખોજવામાં આવતો અને એ જવાબોને માહિતી નહીં પણ જ્ઞાન કહેવાતું. કારણ કે તેની ઉત્પત્તિ પોતાના સ્વઅનુભવથી થઇ હતી. માનવ મસ્તિષ્કમાંથી ઉત્પન્ન થયેલા આ જ્ઞાનથી જ માનવજાતિના અત્યાર સુધીના સૌથી મહાન જ્ઞાનદાયી ગ્રંથોનું નિર્માણ થયું, જેને આજ સુધી કોઇ પહોંચી શક્યું નથી. એ ગ્રંથો ઉપનિષદો હતાં અને એ શિક્ષણ વ્યવસ્થા વૈદિક ગુરુકુલોની હતી. પણ માનવજાતિની બાકીની સંસ્કૃતિઓ બહારથી જ માહિતી મેળવવાની કોશિશોથી નિરાશ થયેલી હતી. તે પોતાની નિરાશાઓથી છૂટવાની કોશિશોમાં સત્તા અને ભોગવિલાસની દૌડમાં કૂદી પડી. એ બાકીની સંસ્કૃતિઓ એક પછી એક ભારતમાં આક્રમણકારીઓ તરીકે આવી અને ધીમે ધીમે માનવ-મસ્તિષ્કમાંથી સત્ય જાણવાની આ દેશની એ ગુરુકુલ વ્યવસ્થાને અંધશ્રધ્ધાનું નામ આપી નષ્ટ કરી દીધી. પરિણામે એ પશ્ચિમી શિક્ષણ પધ્ધતિમાંથી આ દેશમાં પણ નેહરુ જેવા ભણેલાગણેલા લોકો પેદા થવા લાગ્યા, જે આજીવન માહિતીનો ખજાનો એકઠો કરીકરીને પણ અંતે એક હારેલા, નિરાશ અને કન્ફ્યુઝ માણસ તરીકે મૃત્યુ પામ્યા. આજના તમામ ડાબેરીઓ અને સ્યુડો-ઇન્ટેલેક્ચ્યુઅલોનું ભવિષ્ય પણ આ જ છે. પણ દુખ ત્યાં છે કે કમોવેશ આખી માનવજાતિ એ દિશામાં દોડી રહી છે.

એટલે નિરાશાઓ, ગૂંચવણો અને અંધકારના જે યુગ તરફ આ વિશ્વ જઇ રહ્યું છે એ યુગમાં તેને લુપ્ત થતા બચાવનારો એક જ માર્ગ છે અને તે છે આ દેશની ગુરુકુલ શિક્ષણ પદ્ધતિ. પણ ભારતની સરકારોને આપણી એ શિક્ષણ વ્યવસ્થા ચાલુ કરવા માટે કંઇ એ અંધકારમય યુગની રાહ જોવાની જરૂર નથી. આપણે અત્યારથી જ આજના આધુનિક અભ્યાસક્રમો સાથે વેદાન્તનું અને વૈદિક ગણિત ભણાવવાનું શરૂ કરી શકીએ છીએ. અને એ તત્ત્વજ્ઞાન અને ગણિતનો પોતાના મસ્તિષ્કમાં આત્મસાક્ષાત્કાર થઇ શકે તે માટે યોગ અને ધ્યાનસુત્રોનો પ્રેક્ટીકલ અભ્યાસ પીટીના વિષયમાં સામેલ કરી શકીએ છીએ.

જે દિવસે આપણે આ કરી દીધું તે દિવસે આ દેશના ઘરઘરમાંથી રામાનુજ જેવા ગણિતશાસ્ત્રીઓ અને વિવેકાનંદ જેવા આત્મજ્ઞાનીઓ પેદા થશે. અને કારણ કે શૂદ્રો અને અન્ય જાતિઓને શિક્ષણ વ્યવસ્થાથી દૂર રાખવાની ભ્રષ્ટતા આજે આ દેશમાંથી જતી રહી છે એટલે આજે તો આપણી એ પ્રાચીન શિક્ષણ વ્યવસ્થા આપણને પ્રાચીન ભારત કરતાં પણ વધુ શ્રેષ્ઠ પરિણામો આપી શકે છે.

"૦૨ એપ્રિલ, ૨૦૧૭, ગુજરાત સમાચાર - રવિપૂર્તિ."

53

જો બકા ! અનામત માટે આટલું તો વિચારવું પડશે...

'અનામત' - એક એવી કોમોડિટી જે બીજું કંઈ કર્યા વગર ઘરે બેઠા બેઠા સત્તા મેળવી આપે. તો એક એવી મજબૂરી જેના વિષે ભીડથી અલગ બોલતા જ વિરોધ સહન કરવો પડે. અનામત વ્યવસ્થાની ઉણપોને દૂર કરવામાં સૌથી મોટી ઉણપ જે વસ્તુની વર્તાય છે તે છે નિ:સ્વાર્થતા. દરેક માણસ અનામત વિશે પોતાના વિચારો રજૂ કરે છે અને સલાહો પણ આપે છે. પણ એ સલાહો એક ભારતીય તરીકે રાષ્ટ્રીયતામાં અપાયેલી સલાહો નથી હોતી. તે કોઈ એક જાતિના માણસો તરીકે પોતાના ફાયદામાં અપાયેલી સલાહ હોય છે જેને દેશહિતના ચોગામાં લપેટવામાં આવી હોય છે. એટલે પહેલી જરૂર છે જાતિ અને સમુદાયથી ઉપર ઉઠીને ફક્ત એક ભારતીય તરીકે સમગ્ર ભારતીય સમાજને એકસમાન પૃષ્ઠભૂમિ પર લાવવાનો નિસ્વાર્થ વિચાર કરવાની. બીજી જરૂર છે અનામતને કોઈ એક રાજકીય પક્ષની કોમોડિટી ન બનાવીને પ્રજાને સ્પર્શતો એક અતિસંવેદનશીલ મુદ્દો બનાવવાની જેનું સમયાંતરે દરેક રાજકીય પક્ષો, મીડીયા હાઉસો અને સામાજિક સંસ્થાઓ એક જ મંચ પરથી જાહેરમાં વ્યાપક મંથન કરે અને અંતે એક નિષ્કર્ષ નિયમિત રૂપે રજૂ કરે. અને એ રીતે મંથન કરતા આજે અનામત વ્યવસ્થામાં આ ત્રણ મુખ્ય સવાલો ઉપસ્થિત છે. (૧) અનામત કેમ અપાયું અને જેમને અનામત અપાયું તેમનો ઉદ્ધાર આઝાદી પછી સિત્તેર વર્ષમાં કેમ ના થયો? (૨) જો પાછલા સિત્તેર વર્ષમાં એમનો ઉદ્ધાર ન

થયો તો તેની ગેરન્ટી કેવી રીતે લેવી કે આવતા સિત્તેર વર્ષમાં એમનો ઉદ્ધાર થઈ જશે? (૩) જેમણે અનામતનો લાભ લઈને વિકાસ કર્યો તેમને ક્યાં સુધી લાભ મળતો રહે?

આપણે જાણીએ છીએ કે અનામત પાછળ સદીઓથી સમાજના એક તિરસ્કૃત વર્ગને આઝાદ ભારતમાં સામાજિક ન્યાય આપવાનો મહાન ઉદ્દેશ્ય ગર્ભિત હતો. જે લોકો આજે અનામત નાબૂદ કરાવવા અમેરિકા અને બીજા દેશોના ઉદાહરણો સોશિયલ મિડિયા પર ચગાવે છે એ એકકેન્દ્રી માણસો પહેલાં એ ઇતિહાસ જાણી લે કે આજના અમેરિકનો ઇંગ્લેન્ડથી આવેલ અંગ્રેજો છે. તેમણે અમેરિકાના મૂળ આદિવાસીઓ એવા રેડ ઇન્ડિયનોનો ઓગણીસમી સદીના અંત સુધીમાં જ સંપૂર્ણ સફાયો કરી દીધો હતો. મતલબ એ કોઈ આદર્શ પ્રજા નથી જેનું ઉદાહરણ લઈ શકાય. એ કચડાયેલા અને અલ્પ વિકસિત વર્ગનું નિકંદન કાઢી દઈ બધું પોતાને હસ્તક કરી દેવાવાળી સ્વાર્થી પ્રજાતિ છે. આપણે એવા બની શકીએ એમ નથી. ૧૯૪૭માં ભારતના સવર્ણો, દલિતો અને આદિવાસીઓ એકસાથે આઝાદ થયા. અને એના બીજા જ વર્ષે પાડોશી દેશ ચીનમાં માઓ ઝેડોન્ગ નામના સરમુખત્યારે મજૂરો અને શોષિત વર્ગોના હાથોમાં હથિયાર પકડાવી દઈ હિંસક માર્ગે ચીનમાં સામ્યવાદી સરકાર સ્થાપી દીધી હતી. માઓની આ સફળતાએ ભારતની સામ્યવાદી પાર્ટીઓમાં પણ એવી આશા ઉપજાવી દીધેલી કે ભારતમાં એક બહુ મોટો વર્ગ દલિત અને આદિવાસીઓના રૂપે શોષિત છે. જો એ વર્ગ શોષણથી ત્રાસીને હથિયાર પકડી લે તો આખા ભારતને નહીં તો ભારતને અનેક ટુકડાઓમાં ખંડિત કરીને સામ્યવાદી સરકારો બનાવી શકે છે. આ કારણે જ તેઓ ભારતના ચૌદ- પંદર ટુકડા કરવા માગતા હતા અને આજે પણ માંગે છે. દેશના દલિતો અને આદિવાસીઓ એ હિંસક માર્ગે ન જાય તે માટે ભારતના બંધારણ રચવાવાળાઓએ તેમને જ્યાં સુધી તેઓ વિકાસની મુખ્ય ધારામાં આવી ન જાય ત્યાં સુધી અનામત આપવાનો રામબાણ ઉપાય શોધ્યો. પણ ત્યારબાદ આઝાદ ભારતમાં જે લોકોની સત્તા રહી તેમણે લોકોને અનામતનો મહત્તમ ઉપયોગ કરીને કઈ રીતે ઝડપી વિકાસ સાધી શકાય એ જાગૃતિ આપવાને બદલે તેમને ડરાવવાનું શરુ કરી દીધું કે, 'અમારા સિવાય બીજા કોઈને વોટ આપશો તો એ તમારું અનામત છિનવી લેશે.' અને અહીથી અનામતના નામે વોટબેંકની એ ગંદી રાજનીતિ શરુ થઈ જે આજ સુધી ચક્રવૃદ્ધિ વ્યાજના દરે વૃદ્ધિ જ પામતી રહી છે. આ કારણે આઝાદીના સિત્તેર વર્ષ પછી પણ દલિતોની હાલત એમની એમ છે.

હવે જો આ આખા ચક્રવ્યૂહથી નીકળવું હોય તો બે કામ કરવાના છે. પહેલું જે પરિવારોએ અનામતનો લાભ લઈ સસ્ટેન્ડેબલ એટલે કે કાયમી વિકાસ સાધી

લીધો છે તેમને અનામતના લાભમાંથી બહાર કાઢવા માટેનો એક દરવાજો ખોલવાનો છે. આ કામ એ રીતે થઈ શકે કે જે પરિવારોની સતત બે પેઢીઓ વર્ગ ત્રણ અને વર્ગ બેની નોકરી કરી ચૂકી હોય તેવા પરિવારોની ત્રીજી પેઢીને અનામત નહીં મળે. તે પરિવાર ચાહે કોઈ પણ સમાજનો હોય તે હવે અનામત વ્યવસ્થાથી હંમેશ માટે બહાર છે. કારણ કે સતત બે પેઢી સુધી જે પરિવાર વર્ગ ત્રણ અને વર્ગ બેની કક્ષાએ શિક્ષણ મેળવી ચૂક્યા હોય તેમની ત્રીજી પેઢી શૈક્ષણિક, સામાજિક કે આર્થિક રીતે પછાત ન હોઈ શકે. હવે, બીજું કામ. જે લોકો આજે પણ પછાત છે તેમને કહી દેવામાં આવે કે ૨૦૫૦ સુધી જ આ દેશમાં અનામત વ્યવસ્થા રહેશે. એટલે કે જે લોકો ૩૧ ડિસેમ્બર ૨૦૫૦ પહેલા જન્મ્યા હશે તેમને જ અનામત મળશે. તે પછીનાને નહીં. મતલબ, જે આજે સોળ વર્ષનો પછાત છે તેને પોતે, તેના દીકરાને અને જો ૨૦૫૧ પહેલા જન્મે તો તેના પૌત્રને પણ અનામત મળશે. ત્યાં સુધીનો સમય સરકાર તેને આપી રહી છે કે તે તેની આ ત્રણ પેઢીમાં મહેનત કરીને અને અનામતનો લાભ લઈને વિકાસ સાધે અને સમૃદ્ધ લોકોની શ્રેણીમાં પહોંચી જાય. એના પછી એને કે તેની આવનારી પેઢીને અનામતનો કોઈ અવસર મળશે નહીં. આ માટે સરકાર એક સમિતિ બનાવે જેમાં દરેક પછાત જાતિનો એક પ્રતિનિધિ સતત સરકારના સંપર્કમાં હોય. અને સરકાર તે પ્રતિનિધિ દ્વારા તે પછાત વર્ગીને અનામતનો લાભ લેવા સતત જાગૃત રાખે.

આમ, રાજકીય પક્ષોથી લઈને સામાન્ય માણસ જો આ રીતે વ્યક્તિગત હીત છોડી ફક્ત રાષ્ટ્રહિતમાં વિચારે તો આ ચક્રવ્યૂહનો તોલ સંભવ છે. પોતાની જાતને તટસ્થતાનો અવતાર સમજવાવાળા મીડીયાકર્મીઓ પણ અનામત પરની ચર્ચાને એક વિવાદાસ્પદ મુદ્દો ગણાવીને અછૂત બનાવી દેવાનું અને કોઈ એક પક્ષની નીતિ બતાવી દેવાનું બંધ કરે. ચૂંટણી પંચ પણ અનામતના મુદ્દાને રાષ્ટ્રીય નીતિનો મુદ્દો ઘોષિત કરી તેનો ચૂંટણી અને રાજનીતિ માટે ઉપયોગ કરવા પર પ્રતિબંધ મૂકી દે અને તેના વ્યાપક જાહેર મંથનને પ્રોત્સાહન આપે. આ જ રીતે રાજકીય પક્ષો રાજનીતિથી ઉપર ઉઠીને અનામતના પ્રશ્નનું યોગ્ય નિરાકરણ લાવવા મજબૂર બનશે.

"૧૨ ફેબ્રુઆરી, ૨૦૧૭, ગુજરાત સમાચાર - રવિપૂર્તિ."

54

જો બકા! અનામત કાઢતા પહેલા આટલું કરવું પડશે...

ગયા લેખમાં આપણે ચર્ચા કરી કે અનામત વ્યવસ્થાને વધારે અસરકારક બનાવવા અને તેના દુરુપયોગને દૂર કરવા એવું એલાન કરવું જરૂરી છે કે ભારતમાં ૨૦૫૦ ના અંત સુધી જન્મેલા લોકોને જ અનામત મળશે. જે પણ આજે પછાત છે તેને આ તેત્રીસ વર્ષ આપવામાં આવે છે જેમાં તે તેની બે અથવા ત્રણ પેઢીને અનામતનો મહત્તમ લાભ આપીને અને મહેનત કરીને ૨૦૫૦ સુધીમાં એક વિકસિત પરિવારની શ્રેણીમાં આવી જાય. કારણકે ૨૦૫૧ થી જાતિ સમાજ માટે ચાહે ગમે તે હોય પણ દેશની રાજ્યવ્યવસ્થા માટે તેનું કોઈ મહત્વ નહીં હોય.

પણ અનામતને આ રીતે તેના આખરી ચરણમાં લઇ જતા પહેલા ભારતીય સમાજમાં ઘણાબધા એવા જન્મજાત અનામત છે જેમને દૂર કરવા જરૂરી છે. અને એ અનામત દૂર કર્યા સિવાય આ અનામતને હટાવવાનો વિચાર કરવો પણ અન્યાય છે. એ અનામત છે જન્મજાત બ્રાહ્મણ હોવાનું અનામત. હિન્દુ આધ્યાત્મમાં 'બ્રાહ્મણ' શબ્દ એ આત્મસાક્ષાત્કાર કરેલા બુદ્ધ પુરુષ માટે વપરાતો શબ્દ છે. બ્રાહ્મણ હોવું મતલબ બુદ્ધ હોવું. તે એક આધ્યાત્મિક સ્થિતિ છે જેને મેળવવી પડે છે. તે જન્મજાત પ્રાપ્ત થતી નથી. પણ જાતિ વ્યવસ્થા ભટકવાના કારણે વર્ષોથી કેટલાક પરિવારોમાં જન્મતા માણસોને જન્મ સાથે જ 'બ્રાહ્મણ' હોવાનું અનામત મળી જાય છે. પછી ભલેને એ ભાઈનો આત્મા ઇન્દ્રિઓની સૌથી

નીચેની સ્થિતિ પર કાર્ય કરતો હોય. અને આ અનામત એવું છે જે ભારતીય સમાજ પર એ કેટલાક પરિવારોમાં જન્મેલા માણસોની અસીમિત ધાર્મિક સત્તા ઉભી કરે છે. એટલે જે વિચારકો સામાજિક અનામત આર્થિક માપદંડોના આધારે જ હોવું જોઈએ એમ કહી એને દૂર કરવાની વાતો કરે છે તે પહેલા આ ધાર્મિક અનામત પણ એમ કહી બંધ કરાવે કે 'કોણ બ્રાહ્મણ છે અને કોણ નહિ એ જે તે માણસનો આધ્યાત્મિક વિકાસ નક્કી કરશે. એની જાતિ અને એનો જન્મ નહિ.' જે લોકો જાતિગત અનામતથી દેશને હાનિ પહોંચવાની અને સમાજ વિભાજીત થવાની મહાન વાતો કરે છે એ પહેલા આ ધાર્મિક અનામત બંધ કરાવે. કારણ કે ભારતીય સમાજ વિભાજીત થવાનો શરુ એનાથી જ થયો છે. આ માટે આજના તથાકથિત બ્રાહ્મણોને કહેવામાં આવે કે જો ખરેખર તેમને હિન્દૂ સમાજની ચિંતા હોય એ આગળ આવે અને દરેક દલિતના ઘરે જઈને કહે કે 'હે ભાઈ! જો હું વેદ અને ઉપનિષદ લઇ આવ્યો છું. તને આજસુધી આનાથી દૂર રાખવામાં આવ્યો અને મેં આજસુધી એનો ઉપયોગ ધાર્મિક સત્તા માટે કર્યો. આ કારણે આપણે બંને અજ્ઞાની જ રહ્યા. ચાલ, હવે સાથે આ જ્ઞાનનો સાક્ષાત્કાર કરી એ જાણી લઈએ કે આપણે બંને એ મૂળ તત્વ એવા અદ્વૈત બ્રહ્મથી જ બનેલા છીએ. આપણા વચ્ચે કોઈ ભેદ નથી. અને એ સ્થિતિએ પહોંચતા જ આપણે બંને 'બ્રાહ્મણ' કે 'બુદ્ધ' કહેવાઈશું. જો અજ્ઞાન જ ક્ષુદ્રતા છે તો આજે આપણે બંને શુદ્ર જ છીએ.' જો કોઈ આ રીતે તેનું ધાર્મિક અનામત છોડવા તૈયાર નથી થતું તો એનો અર્થ એ છે કે એને હિન્દૂ ધર્મની કે ભારત દેશની કઈ નથી પડી. હિન્દૂ ધર્મને બચાવવાની તેની વાતો અસલમાં તેની ધાર્મિક સત્તા બચાવવાનું એક પાખંડ છે.

તો, આ ધાર્મિક અનામત હટાવીને દલિતોને પણ અઠવાડિયાના અમુક દિવસ મંદિરોમાં પૂજા કરવાનો અને પૂજારી તરીકે રહેવાનો અધિકાર મળે. આધ્યાત્મિક જ્ઞાની હોય અને વેદમંત્રોના અર્થ તથા ઉચ્ચાર જાણતા હોય તેવા દલિતોને યજ્ઞ અનુસ્થાન કરવાની પણ પરવાનગી મળે. મરેલા જાનવર ઉપાડવાનું કામ કોઈ એક જાતિના માણસો જ કરે એ વ્યવસ્થા હવે આધુનિક ભારતમાં લુપ્ત થઇ જવી જોઈએ. સરકાર એક અલાયદું ચામડા મંત્રાલય સ્થાપે જેમાં મરેલા ઢોરને ઉપાડવાથી લઈને તેનું ચામડું નીકળવાના અને તેનું પ્રોસેસિંગ કરવાના કર્યો માટે સ્કિલ્ડ સરકારી કર્મચારીઓ રાખવામાં આવે જે ઇન્ફેક્શન કંટ્રોલ કરતા માસ્ક, મોજા અને એપ્રોનથી સજ્જ હોય. બિલકુલ એવું જેવું બીજા દેશોમાં થાય છે. આ સિવાય દલિતો અને આદિવાસીઓને ખાલી નીકરીઓ આપી દેવી એ તો ખાલી રોજી-રોટીનું સાધન બદલવા સમાન છે. કાલે એ ચામડું વેચીને કમાતા હતા તો હવે નોકરી કરીને કમાશે. એમાં એમની સામાજિક સ્થિતિ નહિ બદલાય. ઓશોને એકવાર પૂછવામાં આવ્યું કે

'આ લુચ્ચા નેતાઓ અને ભ્રષ્ટ લોકોના શોષણથી ક્યારે આઝાદી મળશે?' તો ઓશોએ જવાબ આપ્યો, 'જ્યાં સુધી અજ્ઞાન છે ત્યાં સુધી શોષણ છે. જ્યાં સુધી તમે અજ્ઞાની છો ત્યાં સુધી કોઈને કોઈ તમારું શોષણ કરશે. સરકાર નહિ કરે તો પંડિતો કરશે. ધર્મના ઠેકેદાર કરશે.' દલિત વર્ગનું શોષણ તેમનાથી સૃષ્ટિના સત્યનું તત્વજ્ઞાન છીનવી લેવાથી શરુ થયું હતું. તો એ હવે તેમને આપવામાં આવે. સરકાર વેદો ને ઉપનિષદોના પુસ્તકો વિના મુલ્યે દલીત વિદ્યાર્થીઓને અને તેમના માતાપિતાને પુરા પાડે. આધ્યાત્મિક જ્ઞાની પુરુષોના સતત નિરંતર સેમિનાર ગોઠવે. હિન્દૂ સંગઠનોની જેમ તેમના વચ્ચે ખાલી હનુમાનને લઇ જવાથી કઈ નહિ થાય. એમને એ આધાત્મિક જ્ઞાન આપવું પડશે જે તેમને બ્રાહ્મણ બનવા તરફની યાત્રામાં બાકીના સમુદાય જેવી જ સ્ટાર્ટિંગ લાઈન આપે. આમ, આધુનિક અને આધ્યાત્મિક એ બંને શિક્ષણ આપીને જ તે શોષિત સમાજને બાકીના સમાજની બરાબર લાવી શકાય છે.

આ ઉપરાંત, પછાત જાતિઓના અનામતને ઓછું કરતા પહેલા મેડિકલ, ઇજનેરી અને અન્ય કોલેજોની ભરતીમાં મેનેજમેન્ટ સીટોની ભરતી સરકાર મારફતે જ મેરીટથી થાય. મેરીટમાં આવતા કોઈ ગરીબ વિદ્યાર્થીને પૈસાના અભાવે મેનેજમેન્ટ કોટાની સીટ ગુમાવવી ના પડે તે માટે સરકાર તેવા ગરીબ વિદ્યાર્થીઓની ફી પોતે ભરે અને એમાં કોઈ જાતિગત ભેદભાવ ના હોય. ટૂંકમાં, શોષિતો પાસેથી અનામત છીનવી લીધા પછી બારમામાં પચાસ ટકા લાવેલો કોઈ બિલ્ડરનો છોકરો રેડીયોલોજીસ્ટ ન બનવો જોઈએ. બધી સીટો પર દરેક આર્થિક વર્ગ પાસે સમાન તકો હોવી જોઈએ. તે જ રીતે જીપીએસસી અને અન્ય સરકારી ભરતીઓને બિલકુલ પારદર્શક બનાવવામાં આવે. ઇન્ટરવ્યુના માર્ક્સ બહુ ઓછા રાખવામાં આવે અને ઇન્ટરવ્યૂ લેનારને કેન્ડિડેટનું નામ અને અટક ખબર ના પડે તે રીતે ઇન્ટરવ્યૂ લેવામાં આવે. આ ઉપરાંત, સરકારી નોકરીના ઓર્ડર બહાર પાડતી આખરી કમિટી દલિત, આદિવાસી, ઓબીસી અને સવર્ણ એ દરેક વર્ગના પ્રતિનિધિઓથી બનેલી હોય જેથી સરકારી નોકરીઓ આપવામાં ગફલા ન થાય જેના આરોપો સવર્ણો પર લગાવવામાં આવે છે.

બસ, આટલું કરી દીધા પછી ૨૦૫૧ થી ભારતમાં એક નવો સૂર્યોદય ઉગાવો જોઈએ જ્યાં રાજ્યવ્યવસ્થાની નીતિઓમાં જાતિ એક અપરિચિત શબ્દ થઇ જાય. ૨૦૫૧ થી દરેકના એલસી અને અન્ય પ્રમાણપત્રમાં એક જ ઓળખ લખી હોય- 'હિન્દૂ સનાતનધર્મી'. શું આપણે આ મિશન ૨૦૫૧ ને શરુ કરવાની ઈચ્છા શક્તિ નથી ધરાવતા જે અનામત સાથે ગરીબી અને શોષણને પણ ભારતની ભૂમિ પરથી હંમેશા માટે નાબૂદ કરી દેવાની શક્તિ ધરાવે છે..?!!

"૧ ફેબ્રુઆરી, ૨૦૧૭, ગુજરાત સમાચાર - રવિપૂર્તિ."

55

જાતીપ્રથાના વૈદિક સત્યને સમાજમાં પુનઃસ્થાપિત કરીએ

અનેક જન્મોમાં થતી મનુષ્ય-આત્માની યાત્રાને વેદોમાં તમસ, રજસ અને સત્વ એમ ત્રણ ગુણોમાં વહેંચવામાં આવી છે. આત્મા જ્યારે પહેલીવાર માનવજીવન મેળવે છે ત્યારે તે તમસ ગુણની અસર હેઠળ હોય છે. તમસ ગુણમાં માણસ ધગશ વિનાનો, વિચારહીન અને જીવનની પાયાની જરુરીયાતો પાછળ વીંટળાયેલો હોય છે. તેનાતી આગળ વધતાં રજસમાં મનુષ્ય મહત્વાકાંક્ષી, આક્રમક, સત્તાપ્રેમી, મહેનતુ અને ભૌતિક સુખો મેળવવા માટેની તીક્ષ્ણ બુધ્ધિ ધરાવતો હોય છે. રજસના ગુણો તૃપ્ત થઈ જાય ત્યારે મનુષ્ય સત્વ ગુણની અસર નીચે આવે છે અને ભૌતિક જીવન પ્રત્યે ઉદાસીન બને છે. તે જીવનનો અર્થ શોધવા અને સૃષ્ટિના સત્યનો સાક્ષાત્કાર કરવા જીવન વીતાવે છે. અને જ્યારે તે સત્યના અંતિમ સાક્ષાત્કારને મેળવી બ્રહ્મરૂપ બની જાય છે ત્યારે તે ત્રણેય ગુણોથી ઉપર ઉઠી જાય છે. અને તેને જ મનુષ્ય જીવનનો અંતિમ લક્ષ્ય એવો મોક્ષ કહેવામાં આવ્યો છે.

આ ત્રણ ગુણો પર જ વેદોના સમયમાં જાતિપ્રથા રચાવામાં આવી અને માનવ સમાજને ચાર વર્ગોમાં વહેંચવામાં આવ્યો. માનવજીવનના શરુઆતી સમયમાં રહેલા તમસ ગુણની અસર ધરાવતા ઓછી બુદ્ધિ ક્ષમતાવાળા મનુષ્યોને મજૂરી, સફાઈ કામ તથા સેવક વર્ગ તરીકે રાખવામાં આવ્યો. જેને શુદ્ર કહેવામાં આવ્યો. રજસ તત્વની અસર હેઠળ રહેલા મનુષ્યોને બે વર્ગોમાં

વહેંચવામાં આવ્યા. એક વર્ગ સમાજ અને દેશની રક્ષા કરવાવાળા સૈનિકો તથા રાજાઓનો હતો જેમને ક્ષત્રિય કહેવાયા. બીજો વર્ગ પોતાની તીક્ષ્ણ બુદ્ધિથી ધન કમાવવાની ક્ષમતા ધરાવતા વેપારીઓનો હતો. જેમ વૈશ્ય કહેવામાં આવ્યા. જે સત્વ તત્વની અસર હેઠળ આવી શકયા હતા તેમને સત્યનું જ્ઞાન મેળવવાનું અને સમાજના બાકીના ત્રણ વર્ગોને સતત તે જ્ઞાન પુરુ પાડવાનું કામ સોંપાયું. આવા શ્રેષ્ઠ લોકોને બ્રાહ્મણ કહેવાયા. જે બ્રહ્મને જાણતા હતા. આમ, જાતિ અસલમાં મનુષ્યના આત્માની યાત્રા કયા સ્થાને પહોંચી છે તેની ઓળખ કરાવતી એક આધ્યાત્મિક વ્યવસ્થા હતી. પેદા થયેલું બાળક કિશોર અવસ્થાએ કયા ગુણોની અભિવ્યકિત કરે છે તેના ઉપરથી તેની જાતિ નક્કી થતી. આ જાતિઓમાં કોઈ ઉંચુ કે નીચું નહોતું. એ તો બસ બધાની ક્ષમતા પ્રમાણે કામની અલગ વહેંચણી કરવાની વ્યવસ્થા હતી જે દરેક નવી પેઢી સાથે બદલાતી. જેમ કે વાલ્મીકી અને વેદવ્યાસ જેવા બ્રાહ્મણો શુદ્ર પિતાની સંતાન હતા જયારે વિશ્વામિત્ર જેવા બ્રાહ્મણો ક્ષત્રિય પિતાની. પરશુરામ બ્રાહ્મણમાંથી ક્ષત્રિય બનેલા.

પરંતુ દ્વાપરયુગથી આગળ જતાં સમાજ ભ્રષ્ટ થઈ ગયો અને બ્રાહ્મણ માતા-પિતા પોતાના સંતાનોને બ્રાહ્મણ અને ક્ષત્રિય માતા-પિતા તેમના સંતાનોને ક્ષત્રિય જ બનવા માટે દબાણ કરવા લાગ્યા અને સમય જતાં આખી જાતિપ્રથા જનમના આધારે ગોઠવાઈ ગઈ. અને આ સાથે જાતિઓ જે ફક્ત મનુષ્યોની ક્ષમતા અને પ્રકૃતિનું જ એક નામ હતી તે હવે મનુષ્યના જન્મ સાથે જોડાઈ કૂળ અને વંશ બની ગઈ. બ્રાહ્મણ, ક્ષત્રિય, વૈશ્ય, શુદ્ર એમ નામ રહી ગયા પરંતુ તેમાંના ગુણો લુપ્ત થઈ ગયા. શુદ્રો જેમાં ઘણા બ્રાહ્મણ કોટીના મનુષ્યો પણ પેદા થતા હતા તે બધાં શોષણ અને અસ્પૃશ્યતાના એવા અંધકારમાં ફસાયા કે તેમના આત્મસંમાનથી લઈને આત્માને પણ તુચ્છ ગણી ચગદી નાખવામાં આવ્યો. અને જાતિઓનો આ ભટકાવ જ આર્ય સંસ્કૃતિના પતનનું મુખ્ય કારણ બન્યું જે આજે પણ ચાલુ છે.

સરકારે અનામતો આપીને ભારતીય સમાજમાં સમાનતા લાવવાની કોશિશ તો કરી પણ ઊંચી જાતિઓમાંની કેટલીક જાતિઓના કટ્ટર કોમવાદે સરકારી ખાતાઓમાં પણ એવો કબ્જો જમાવ્યો કે નીચે પટાવાળાથી ઉપર વર્ગ ૧ ના અધિકારીઓ સુધી તેમનો જ દબદબો રહ્યો. આ અસંતુલનને દૂર કરવા સરકારે બાકીની જાતિઓને અનામત આપ્યું જેથી સરકારી તંત્રમાં તેમની હાજરી દેખાવા લાગી. પાટીદારોએ એકબાજુ રાજ્યના તમામ નાનામોટા ઉદ્યોગો-ધંધાઓ, ફેક્ટરીઓ-હોસ્પિટલો, મોટા સરકારી કોન્ટ્રાકટરો અને બજારો પર પોતાનું વર્ચસ્વ જાળવી રાખ્યું. પરંતુ બાકીની જાતિઓએ ઉદ્યોગો અને સંપત્તિના અભાવે

સરકારી તંત્રમાં જ નાની મોટી નોકરીઓ મેળવવા તનતોડ મહેનત શરુ કરી. આ એકલક્ષી મહેનતના કારણે તેઓ ભરતીઓમાં જનરલ કેટગરી જેટલુ ઉંચી મેરીટ મેળવવા લાગ્યા અને મોટા પ્રમાણમાં સરકારી તંત્રમાં ગોઠવાવા લાગ્યા. અને અસિમિત સંપત્તિના ધણી હોવા છતાં આજે પાટીદારો આ વાતથી ડર્યા છે. સરકારી તંત્રમાં હાજરી વધારવી એ જ તેમના આરક્ષણ માગવનું મુખ્ય કારણ છે. અને આ માટે હવે તેઓ એવો તર્ક આપી રહ્યા છે કે આ તોફાનો રોકવા પોલીસે કરેલો બળપ્રયોગ અસલમાં દમન છે જે પોલીસ તંત્રમાં OBC જાતિઓના વધેલા પ્રભુત્વનાં કારણે થયો છે. અને જો આ આરોપોમાં થોડું પણ સત્ય હોય તો એનો અર્થ એ છે કે આ સમાજ સમાનતા તરફ આગળ નથી વધ્યો બલ્કે ગોળ ચક્કર ફરીને પહેલાના અસંતુલન તરફ જ જઇ રહ્યો છે. ફક્ત જાતિઓની અદલા બદલી થઈ છે. જાતિઓને જ ‘સમાજ’ કહેતા આપણા લોકોએ અનામત વ્યવસ્થાને બીજી જાતિથી આગળ નીકળી જવાની કે તેને પછાડી દેવાની રેસ નું સાધન માની રાખ્યું છે. અને જ્યાં સુધી આ દેશમાં જાતિ જ સમાજનો પર્યાય છે ત્યાં સુધી સમાજીક સમરસતા અને સમાનતા એક મૃગજળ છે જે ક્યારેય આપણા હાથમાં નહીં આવે. સરકાર ગમે તેટલા અનામત આપી દે કે કોઈના અનામત પાછા લઈ લે. તેનો ઉપયોગ એક જાતિ બીજી જાતિ પર પ્રભુત્વ જમાવવા માટે જ કરશે. એક જાતિ ઉપર આવશે એટલે બીજી નીચે જશે. બીજી અનામત માગીને પાછી ઉપર આવશે એટલે પહેલીને દબાવશે. આ ચક્ર આમ જ ગોળ ગોળ ફરતું રહેશે. કારણ કે આપણા વડીલોને અભિમાન છે પોતાના જાતિવાદી હોવા પર અને જાતિવાદને જ તેઓ એક આદર્શ તરીકે નવી પેઢીને વિરાસતમાં આપે છે. આ આખા અધર્મમાં કોઈ નિર્દોષ નથી. ભાઈ ભાઈ વચ્ચેનો આ હૃદયને વલોવી નાખતો સંઘર્ષ રોકવો હોય તો ઉપાય હવે એક જ છે કે આપણે જાતિપ્રજાને તેની સાચી સ્થિતિએ પાછી લાવીએ.

જાતિપ્રથાને સાચી સ્થિતિએ લાવવાનો મતલબ છે કે તેને જન્મથી હટાવીને કર્મ કે વ્યવસાયના પાયા પર ઉભી કરીએ. અને આજની ટેકનોલોજીના કારણે તો વૈદિક સમય કરતાં પણ આજે તે એક આસાન કાર્ય છે. આજે દરેક નવા જન્મેલા બાળકની ઓળખ તેની જ્ઞાતિ અને પેટા જ્ઞાતિથી થાય છે. આ વાતને કાઢી નાખી. દરેક બાળકના જન્મ પછી તેના જન્મનું રજીસ્ટ્રેશન કરી તેને એક નંબર આપવો જોઈએ. આ નંબર જ તે બાળકની આજીવન પહેચાન રહે જેના પરથી તેના સ્કૂલ લીવીંગ સર્ટીફીકેટ, ડીગ્રી સર્ટીફીકેટ, ડ્રાઇવીંગ લાઇસન્સ અને પાસપોર્ટની ઓળખ તથા વેરીફીકેશન થાય. આટલું થતાં જ માણસના અટક રુપે જાતિઓની જે ઓળખ આપણે ઉભી કરી છે તેને ઉથલાવી નાખવામાં આવે. માણસની અટક તે માણસ શું કાર્ય કરે છે તેની જ હોય અને તેને હંમેશા નામના

આગળ જ લગાડાય. દા.ત. સિધ્ધાર્થ નામના મામસ માટે, જો તે શિક્ષક હોય તો ગુરુ સિધ્ધાર્થ, એન્જીનીઅર હોય તો ઇજનેર સિધ્ધાર્થ, ડૉક્ટર હોય તો વૈદ્ય સિધ્ધાર્થ, ખેડૂત હોય તો કીસાન સિધ્ધાર્થ, વેપારી હોય તો ઉદ્યોગી સિધ્ધાર્થ અને શ્રમજીવી હોય તો શ્રમિક સિધ્ધાર્થ, હવે. આ સિધ્ધાર્થનું સંતાન જ્યાં સુધી વિદ્યાર્થી હોય ત્યાં સુધી જ તેના નામની આગળ સિધ્ધાર્થની અટક લાગે. પણ જ્યારે તેનું સંતાન પોતાનો વ્યવસ્યા પસંદ કરી લે ત્યારે તેની અટક બદલાઈ જાય અને તેના વ્યવસાયની અટક જ તેના નામ આગળ લાગે. તે બાળકના માતા-પિતાનું નામ, વ્યવસાય તથા પૂર્વજો અને વંશજોની માહિતી તેના ઓળખ નંબર સાથે નોંધવામાં આવે જેને સરકાર તે નંબર મારફતે ચાહે ત્યારે મેળવી શકે. તે ઓળખ નંબર જ તેની નાગરીકતાની પહેચાન હોય અને તેનું નામ તેના કર્મની પહેચાન હોય. આમ, જ્યારે આપણી અટકોને આપણા કુળ અને વંશથી અલગ કરીને આપણા કર્મ સાથે જોડવામાં આવશે ત્યારે જ આપણે આ ભ્રષ્ટ જાતિપ્રથા અને તેનાથી ઉત્પન્ન થયેલા અગણિત દૂષણોથી મુક્ત થઈશું. અને ત્યારે જ આપણને હક મળશે જાતિપ્રથા માટે શાસ્ત્રોમાં લખેલા વાક્યોનું અર્થઘટન કરવાનો. કારણ કે તે વાક્યો આવી કર્મ આધારીત જાતિપ્રથા માટે જ લખવામાં આવ્યા છે, ન કે જન્મ આધારીત જાતિપ્રથા માટે. આમ, જો ક્યારેય આપણે આ ક્રાન્તિકારી પરીવર્તન કરી શક્યા તો તે આપણી લગભગ તમામ મુશ્કેલીઓનો હંમેશા માટેનો અંત હશે અને ભારતના નવા ભાગ્યોદયની શરુઆત હશે.

"૦૫ સપ્ટેમ્બર, ૨૦૧, ગુજરાત સમાચાર - રવિપૂર્તિ."

56

જાતિવાદ : એક અભિશાપ જાતિવ્યવસ્થા : એક આશીર્વાદ

કેટલાક સમય પહેલા મને મારી જાતિના એક મહાસંમેલનમાં મુખ્ય મહેમાન તરીકે બોલાવવામાં આવ્યો ત્યારે મેં આ ભાષણ આપ્યું હતું. અને હું મારી એ મર્યાદાને જાહેર કરી રહ્યો છું કે મને કોઈપણ જાતિ સંમેલનમાં બોલાવવામાં આવશે તો મારી પાસે કહેવા માટે મૂળ વાત રૂપે આનાથી વધારે કઈ નથી. બીજી બધી વાતો રાષ્ટ્ર અને માનવતાના વિકાસ માટે કોઈ જાતિનો વિકાસ કેવી રીતે કરવો એના પર જ કરી શકીશ. મને ના કોઈ જાતિ પર ગર્વ છે, ના કોઈ જાતિ પર શરમ છે. બસ, હું જ્યાં પણ જન્મ્યો છું તેનો મને આનંદ છે.

પાનીપતના બીજા યુદ્ધની આગલી રાત્રે બહેરમખાન અને હેમુ-બીજાની છાવણીઓ સામ-સામે હતી. એવામાં બહેરમખાને દૂરથી જોયું કે હેમુની છાવણીમાં ઘણી બધી જગ્યાએથી પ્રકાશ આવતો હતો. તેણે તેના સેનાપતીને પૂછ્યું, 'દુશ્મનની છાવણીમાંથી આટલી બધી જગ્યાએ પ્રકાશ કેમ છે ?' સેનાપતિએ કહ્યું, 'નામદાર, આપણે તો એક જ રસોડામાં ભોજન તૈયાર થાય છે. પણ હિંદુઓમાં જાતિઓ હોય છે અને એક જાતિ બીજી જાતિ સાથે નથી જમતી. એટલે સામે અલગ અલગ જાતિ માટે અલગ અલગ રસોડા બાંધવામાં આવ્યા છે.' આ સાંભળી બહેરમખાન ખુશ થઈ ગયો. તેણે કહ્યું, 'સમજી લો આપણે આ યુદ્ધ જ નહીં. આખુ હિંદુસ્તાન જીતી ગયા. જે લોકો સાથે જમી નથી શકતા. એ સાથે લડી શું શકવાના?' અને એના પછી જે થયું એ ઇતિહાસ છે.

હવે, આ વાત બોલવી તો આપણા માટે એક ફેશન સ્ટેટસ થઈ ગયું છે કે આપણી પડતીનું મુખ્ય કારણ જાતિવાદ અને તેનાથી ઉત્પન્ન થયેલા ભેદભાવો છે. પણ સાલુ સુધરવું કેવી રીતે ? જાતિ એક એવું વ્યસન છે જે છૂટતું જ નથી. ઉપરથી વારસામાં એવું ને એવું સજ્જડ ઉતરે છે અને એ વ્યસન ન છૂટવાનું કારણ એ છે કે સુધારકો સીધી આખીને આખી જાતિઓ છોડી દેવાની કોશિશ કરે છે. જ્યારે અસલમાં જાતિઓ તો એક ફાયદાકારક વ્યવસ્થા છે. જરૂર તો છે બસ એમાં આવેલા જાતિવાદના ભ્રષ્ટાચારને છોડવાની.

આપણે આપણી પડતી પાછળ જાતિઓને ગમે તેટલી ગાળો ભાંડીએ પણ સત્યની એક બાજુ એ પણ છે કે આજે આપણું અસ્તિત્વ જો ટકી રહ્યું છે તો એમાં જાતિવ્યવસ્થાનું મોટું યોગદાન છે. હા, એ સાચું છે કે આપણી જાતિઓ વચ્ચેના ભેદભાવોનો લાભ ઉઠાવીને વિદેશીઓએ આપણને ગુલામ બનાવ્યા. પરંતુ, એ પણ સત્ય છે કે તે જાતિઓ જ છે જેના કારણે તેઓ આપણને મીટાવી ન શક્યા. આપણી દરેક જાતિ એક નાની સેના સમાન છે. જો સીમા પર વિદેશી સેના ઘુસી આવી હોય અને દેશની સેનાને સરહદ પર બોલાવવી હોય તો શું કરવું પડે ? દરેક રેજીમેન્ટના મુખ્યાને ફોન કરી ખબર કરવામાં આવે કે પોતપોતાની ટુકડી લઈને સીમા પર પહોંચો અને અમુક જ સમયમાં દેશના જુદા જુદા ભાગમાં વિખરાયેલી સેના દરેક બાજુએથી સીમા તરફ ધસી જાય. પણ જો સેનામાં આવી કોઈ રેજીમેન્ટ જ ન હોય તો ? એ વીસ-તીસ લાખ સૈનિકોની સેનાને એક સાથે કેવી રીતે ભેગી કરવી? એ સુવ્યવસ્થિત સેના નહી, એક ટોળું બની જાય.

આમ, એક મોટી વ્યવસ્થા જાળવવા માટે વ્યવસ્થાને નાના સમુહોમાં વહેંચવી પડે છે. આ જ કુદરતનો નિયમ છે કારણ કે આ જ રીતે આ આખી સૃષ્ટિ ટકી રહી છે. મોટા મોટા ગ્રહો, તારાઓ અને મનુષ્ય જેવા શરીરો સુક્ષ્મ એકમ અણુઓના સુવ્યવસ્થિત જોડાણથી ટકેલા છે. એ અણુમાં પણ પ્રત્યેક પ્રોટોન એક ઇલેક્ટ્રોનને પકડી રાખ્યો છે. આમ, આપણો વિરાટ ભારતીય સમાજ પણ નાની નાની જાતિઓની સુયોજીત વ્યવસ્થાથી જ ટકી શક્યો છે.

ભારતીય સંસ્કૃતિ એક ત્રિકોણની જેમ છે. આ ત્રિકોણનો પાયો ભારતીય સમાજથી બનેલ છે અને ત્રિકોણની ટોચ હિંદુ ધર્મથી. સમાજ અનેક જાતિઓમાં વહેંચાયેલો હોવાથી ત્રિકોણનો પાયો છીદ્રાળુ છે. જાતિઓ વચ્ચેના ભેદભાવો એ છીદ્રો છે જેનો લાભ ઉઠાવીને વિદેશીઓ વારંવાર આ ત્રિકોણની અંદર ઘુસી ગયા છે અને આપણા લોકોને ગુલામ બનાવ્યા છે. પરંતુ, આપણને ગુલામ બનાવ્યા પછી જ્યારે એ વિદેશીઓએ આપણા ધર્મ રૂપી ત્રિકોણની ટોચ તરફ હાથ ઉઠાવ્યો ત્યારે આપણી તમામ જાતિઓ ચારેબાજુથી એમના પર તૂટી પડી. જ્યાં સુધી એમણે ક્ષત્રિયને વૈશ્ય સાથે અને બ્રાહ્મણને શુદ્ર સાથે લડાવ્યો ત્યાં

સુધી એ સફળ થયા. પરંતુ, જ્યારે તેમણે રામને અને રામાયણને નષ્ટ કરવાની કોશિશ કરી ત્યારે તે બધા બ્રાહ્મણો, ક્ષત્રિયો, વૈશયો અને શુદ્રો પરસ્પરના આંતર વિરોધ હોવા છતાં એ વિદેશીઓ પર એકસાથે તૂટી પડયા. કારણ કે રામ અને રામાયણ જ એ ટોચ હતી જે એ ત્રિકોણના પાયા રૂપી જાતિઓને એકત્વમાં બાંધતી હતી. આમ,જ્યાં સુધી વિદેશીઓએ આપણને ગુલામ બનાવવાની કોશિશ કરી ત્યાં સુધી આપણે આપણા ભેદભાવોના લીધે એમ થવા દીધું પણ જ્યારે તેઓએ આપણી સંસ્કૃતિ નષ્ટ કરવાની કોશિશ કરી ત્યારે આપણી દરેક જાતિ પોતપોતાના ઈશ્વર માટે એમના પર તૂટી પડી અને એમને નષ્ટ કરી દીધા.

આ જ કારણ છે કે મુસ્લિમ ધર્મીઓ ઈરાનમાં ગુસ્યા અને વીસ વર્ષમાં આખુ ઈરાન મુસ્લિમ ધર્મી થઈ ગયું. તેઓ ઈજીપ્તમાં ઘુસ્યા અને અઢાર વર્ષમાં ઇજીપ્તનો ધર્મ નષ્ટ થઈ ગયો અને તેઓ મુસ્લિમ બની ગયા. ખ્રિસ્તીઓ યુરોપમાં ઘુસ્યા અને પચાસ વર્ષમાં જ એમણે આખા યુરોપને ખ્રિસ્તી બનાવી દીધું. પણ એ મુસ્લિમોએ ભારત પર આઠસો વર્ષ રાજ કર્યું અને એ ખ્રિસ્તીઓએ ભારત પર બસો વર્ષ રાજ કર્યું છતાંય આજે આ દેશમાં સો કરોડ હિંદુઓ છે. આ ચમત્કાર થયો છે આપણી એ જાતિઓના કારણે. જે જાતિઓના કારણે આપણે ગુલામ બન્યા. જેના કારણે આપણે આપણા પ્રદેશો અને લોકો ધુમાવ્યા એ જ જાતિઓએ આપણને સંપૂર્ણ રીતે નષ્ટ થતાં પણ બચાવ્યા. જે આપણી કમજોરી છે એ જ આપણી શક્તિ પણ છે. જાતિવાદ આપણી કમજોરી છે, પણ જાતિ વ્યવસ્થા આપણી શક્તિ છે. જાતિ વ્યવસ્થા એક સાંકળ છે. લોકોના સમૂહને તોડવો સહેલો હોય છે. લોકોથી ગૂંથાયેલી સાંકળને નહીં.

આમ, જાતિઓને છોડવામાં આપણો કોઈ ફાયદો નથી. એ ખોટી દિશામાં થઈ રહેલું ચિંતન છે. છોડવાનો છે જાતિવાદને અને અપનાવવાની છે જાતિની વ્યવસ્થાને. આપણે એકબીજાની કમજોરીનું કારણ નહીં, એકબીજાની શક્તિ બનવાનું છે. એટલે પોતાની જાતિ માટે વિચારીએ અને તેને ઉપર લાવવાની કોશિશ પણ કરીએ. પણ એટલા માટે નહીં કે બીજી જાતિઓને દબાવી દઈ એમના પર સત્તા ભોગવીએ. આપણે એક જાતિ તરીકે એટલા માટે વિકાસ નથી કરવાનો કે બીજી કોઈ જાતિને પાછળ ધકેલી દઈએ. આપણે એટલે વિકાસ સાધવાનો છે કે જેથી આપણી ગરીબી અને પછાતતાના કારણે આપણો દેશ નુકશાન ન ભોગવે. આપણને ઉપર લાવવામાં અને આગળ વધારવામાં દેશને એની શક્તિ, સાધન અને સમયનો ખોટો વ્યય ન કરવો પડે. આપણે એટલે વિકાસ સાધીએ કે જેથી બીજી કોઈ જાતિ પછાત રહી ગઈ હોય એને ઉપર લાવવામાં આપણે આ દેશની મદદ કરી શકીએ. આપણે એટલા માટે વિકાસ સાધીએ કે જેથી આપણા માટે બીજી કોઈ જાતિને નુકશાન ન ભોગવવું પડે.

આપણે એટલા માટે વિકાસ સાધીએ કે જેથી જલ્દીમાં જલ્દી આપણે બીજી જાતિઓના સમકક્ષ બનીને રાષ્ટ્રનિર્માણમાં તેમના જેટલો જ ભાગ ભજવી શકીએ. આ રીતે જ જાતિ એક વાદ ન બનતાં એક મજબૂત વ્યવસ્થા બનશે.

જંગલબુક ફિલ્મના ભેડિયાઓનું પેલુ ગીત આપણે બધાએ પણ રટવાનું છે. 'જંગલ કા યે કાનુન હૈ, જો પાલે વો ફૂલે-ફાલે, જો તોડે વો મર જાયે પક્કા. હર ભેડિયે કી તાકત ઝૂંડ હૈ, ઝૂંડ કી તાકત હર ભેડિયા.' દરેક જાતિની તાકાત એનું રાષ્ટ્ર છે અને રાષ્ટ્રની તાકાત દરેક જાતિ. જે જાતિ આ નિયમને અપનાવશે તે આગળ વધશે, જે બીજા પર પોતાનું વર્ચસ્વ સ્થાપવા જાતિવાદ અપનાવશે. તે સર્વસ્વ ગુમાવશે.

"૨૬ જુલાઈ, ૨૦૧, ગુજરાત સમાચાર - રવિપૂર્તિ."

57

અસ્પૃશ્યતા નિવારણ : એક સામાજિક મૃગજળ

ઉનામાં જે પણ બન્યું તેનાથી દરેક માનવ્તાવાદીનો આત્મા કંપી ઉઠ્યો છે. પણ એણે દલિતોનું દુર્ભાગ્ય કહો કે આ દેશનું, કે ઉનામાં બનેલા એ દલિત વિરોધી બનાવ પછી જે થઇ રહ્યું છે તે આખા શોરબકોરમાં દલિતોના સામાજિક ન્યાયની વાત ક્યાંય નથી. દલિતો સાથે વારંવાર બનતા આ દેશવ્યાપી બનાવો પાછળની સામાજિક માનસિકતા બદલવાનો વિચાર કરવાના બદલે ઘટનાનો લાભ ઉઠાવી સત્તાધીશ પક્ષના સત્તાપલટ માટેની મહત્વાકાંક્ષા વધુ છે. પણ એક સર્વે મુજબ, આઝાદી પછી દર વર્ષે દલિતો પર અત્યાચારના સરેરાશ ૪૦૦૦૦ બનાવો બને છે. અને ભાજપ તો સત્તા પર હમણાં જ આવ્યું છે. મતલબ એ છે કે આ સમસ્યા રાજકીય નથી. એ સામાજિક છે. કોઈ રાજકીય પક્ષ એટલો મુર્ખ અને અસંવેદનશીલ ન હોઈ શકે કે દલિત સાથે અત્યાચારોને ખુલી છૂટ આપે. ખાસ કરીને એ પક્ષ જે હિન્દુઓને એક કરવાની કોશિશમાં દલિતોને મનાવવા ધમપછાડા કરી રહ્યો હોય.

તો સવાલ એ છે કે આખરે ક્યાં સુધી આપણે દલિતો પર થતા એ અમાનુષી અત્યાચારોને આપણી સ્વાર્થી રાજનીતિ માટે હાથો બનાવીને સદીઓથી તિરસ્કૃત એ સામાજિક તબ્કાનો ઉપહાસ કરતા રહીશું? દલિતો પ્રત્યેની હીન ભાવનાથી જે સમાજ ગ્રસ્ત છે એમાં ચુસ્ત કોંગ્રેસીઓ પણ છે, ચુસ્ત ભાજપીઓ પણ છે અને એસી ચેમ્બરોમાં બેસીને દલિત ઉત્થાનની વાતો કરવાવાળા સેક્યુલર માંસીહાઓ પણ છે. પણ હકીકત એ છે કે એ જ બધા મહાન અને ઊંચા વિચારોવાળા માણસો શહેરમાં બનતી સોસાયટીઓમાં ભણેલા ગણેલા દલિતોને પણ ઘર ન આપવામાં આવે એવી માંગો બિલ્ડરો સામે કરે છે. જો કોઈ

સોસાયટીમાં દલીતને ઘર વેચવામાં આવ્યું હોય તો એ સોસાયટીની વેલ્યુ ડાઉન થઇ જાય છે. તેઓ ગામડાઓમાં હતા તો તેમની વસ્તી ગામની ભાર અલગ રાખવામાં આવી. હવે આધુનિક ભારતના નારા સાથે શહેરીકરણ શરુ થયું તો શહેરોમાં પણ તેમને દૂર અલગ વસાહતોમાં રહેવા મજબુર કરવામાં આવી રહ્યા છે. આજેપણ ભણેલા ગણેલા જુનવાણી લોકો એક એન્જીનીઅર બનેલા દલિતના ઘરનું પાણી પિતા અચકાય છે. દલિતના હકો વિષે મોટી મોટી વાતો કરવાવાળા નેતાઓ તેમના ઘરમાં દલિતને પોતાનાથી દૂર ખાટલા નીચે બેસાડે છે. યુપી-બીજારના અમુક પ્રદેશોમાં આજેપણ કોઈ ઉંચી જાતિનો નેતા ગાડી લઈને જતો હોય તો રસ્તામાં ઉભેલા દલીતે પગમાંથી ચંપલ કાઢીને માથા પર મુકવા પડે છે, પછી એ નેતા કઈ પાર્ટીનો છે એનાથી કોઈ ફર્ક નથી પડતો.

કોઈ દલિત ન સંભાળતો હોય ત્યારે તેમના વિષે જાત જાતના વિશેષણોથી વાત કરવાવાળો આ સભ્ય સમાજ પોતાની વિકૃતિઓ અને કુરુપ્તાને કોઈ એક પાર્ટી પર નિશાન તાકીને છુપાવી નહિ શકે. આવું કરીને એ રાજકીય નેતાઓ જ નહિ એ મિડીયાકર્મીઓ અને એ કહેવાતા સમાંજ્સેવીઓ પણ દલીતદ્રોહ કરી રહ્યા છે. એ મૂળ સમસ્યાને ઉકેલવા નથી માંગતા. બસ પોતાના સ્વાર્થ માટે એનો ફાયદો ઉઠાવવા માંગે છે. મૂળ સમસ્યા તો ઉકેલે પણ ક્યાંથી, એ સમસ્યામાં એ પોતે પણ સહભાગી છે. દલીત્પ્રેમના નામે રાજકીય પાર્ટીઓએ આજ કર્યું છે. દલિતોના નામ પર મુખ્યમંત્રી બનવાવાળા માયાવતી અબજોપતિ થઇ ગયા, રોડ પર તેમના કરોડોના પુતળા મુકાઈ ગયા, પણ દલિતો ત્યાંના ત્યાં જ છે. પહેલા દલિતો પરના અત્યાચારો આપણા સુખ્ચેનનું સાધન હતા અને હવે તે લોકશાહીના બજારમાં રાજનીતિ રમીને સત્તા હડપવાની ચાવી છે. આઝાદી પછીની લોકશાહીમાં દલિતોના કિસ્સામાં જો કંઈ બદલાયું હોય તો એ આટલું જ છે.

આજે પણ આપણો સભ્ય સમાજ કંઈક આવી છુપી દલીલ આપી રહ્યો છે – ‘જાતિની આ ઊંચ-નીચ સાચી જ છે. નીચી જતીવાળાના વિચારો અને વ્યવહાર પણ એવા હીન જ હોય છે. આપણે સાથે રહેવું હોય તોય ના રહી શકીએ.’ પણ કોઈએ એ વિચારવાની કોશિશ ના કરી કે એમના એ હીન અને અજ્ઞાનભર્યા વિચારો કોના કારણે છે? સદીઓ સુધી એમણે કહેવામાં આવ્યું કે ‘આપણો ધર્મ કહે છે કે તમે હીન છો, અછૂત છો.’ અને જે ધર્મના સંદર્ભથી તેમને અછૂત કહેવામાં આવ્યા તે ધર્મ તેમને ક્યારેય જાણવા દેવામાં ન આવ્યો. તેમને મંદિરોની બહાર રાખવામાં આવ્યા. વેદ, ગીતાને સ્પર્શવા તો શું સંભાળવા દેવામાં ન આવ્યા. જીવનના શ્રેષ્ઠ વિચારોથી એમણે સતત દૂર રાખવાનું આ ઘોર પાપ આપણા પૂર્વજોએ કર્યું અને હવે આપણે જ એમણે કહી રહ્યા છીએ કે એમનામાં નૈતિકતા

નથી, જ્ઞાન નથી, ઊંચા વિચારો નથી. બીજો તર્ક આવે છે પાપ યોનીનો – 'એ તો પૂર્વજન્મમાં કર્મ એવા કર્યા હોય એટલે એવી હીન જગ્યાએ જન્મ મળે. એ હીન જગ્યાએ કર્મો ભોગવશે ત્યારે જ ઉપરના કુળમાં જન્મ મળશે.' આવું કહેવાવાળા એ પાપીમનના માલિકો યાદ રાખે કે ગરીબી અને અજ્ઞાનતામાં જન્મ લીધા પછી તે ગરીબી અને અજ્ઞાનતાથી ઉપર ઉઠવાનો પૂરો હક કુદરત દરેકને સમાન રીતે આપે છે. પૂર્વ જન્મના પાપના લીધે મનુષ્યને ગરીબીમાં જન્મ મળી શકે છે, પણ એણે આજીવન ગરીબ હજ રહેવાનું એવું ફરમાન કુદરત નથી આપતી. કુદરત ક્યારેય કોઈ મનુષ્યને બીજા મનુષ્યની કમજોરીનો ઉપહાસ ઉડાવવાનો કે તેને હીન સમજવાનો હક નથી આપતી. મનુષ્યનો જન્મ તેના પૂર્વ જન્મના કર્મોના લીધે જોઈ શકે છે. પણ એ કર્મોના આધારે જન્મ લીધા પછી તે દરેક મનુષ્ય સમાન છે અને તે સ્થિતિથી આગળ વધવાનો તે દરેકને સમાન અધિકાર છે. કોઈ કોઈન એતેના જન્મથી હીન ગણી શકે એમ નથી. મનુષ્ય તેના કર્મોથી જ ઉચ્ચ અને હીન બને છે. મરેલા પશુઓને શેરીઓમાંથી દૂર લઇ જઇ શહેરો અને નગરોને સ્વચ્છ રાખવાવાળા અને લેધરના બેલ્ટ, શુઝ,પર્સ અને જેકેટ જેવા આપણા શોખ પુરા કરવા મરેલા પશુઓના ચામડાને અલગ કરવાવાળા એ દલિતો પોતાના કર્મથી ઉચ્ચ બન્યા છે. જયારે સામાજિક અને ધાર્મિક સત્તાના નશામાં ધુત થઈને એ દલિતોને મારવાવાળા એ તથાકથીત ગૌરક્ષકો પોતાના કર્મોથી હીન અને અછૂત બન્યા છે. આજ વેદોની જતીપ્રથાનો આત્મા છે. અને એજ આપણા બધાની સામાન્ય સમજ હોવી જોઈએ.

જે માનસ પાસે પોતાને મોટો સમજવા માટે કોઈ આધાર નથી હોતો તે માણસ પોતાને મોટો માનવા માટે હમેશા પોતાના જન્મ અને કુળનો આધાર લે છે. એટલે જયારે કોઈ માણસ પોતાને પોતાની જાતિ, ધર્મ કે કુળના કારણે ઉચ્ચ ગણવાનું અભિમાન બતાવે તો એજ ક્ષણે સમજી લેવું કે એ ભાઈ પાસે પોતાના પર ગર્વ કરવા માટે બીજી કોઈ ક્ષમતા નથી. એટલે આપણે આ અજ્ઞાનતાનું પ્રદર્શન છોડીએ અને વહેલી તકે આપણા દરેક દલિત ભીના ઘર આગળ જઈને કહીએ, 'હે ભાઈ, મારા પૂર્વજોના એ અક્ષમ્ય અત્યાચારો બદલ હું તારી માફી માંગું છું. એના પ્રાયશ્ચિત રૂપે હું આ વેદો લઈને આવ્યો છું. હું પણ એટલો જ અજ્ઞાની છું જેટલો તું છે. ચાલ આપણે બંને એનું અધ્યયન કરીએ. આપણામાંથી જે પણ આ જ્ઞાનનો સાક્ષાત્કાર કરશે એ જ બ્રાહ્મણ બનશે.'

દલિતોને કોઈ નેતાઓની જરૂર નથી. દલિતોન એજરુર છે પ્રેમ, સમ્માન અને જ્ઞાન આપી શકે તેવા સાચા સમાજની. અને જો એ સમાજ આપણે એમને પૂરો નથી પડી શકતા તો કમસે કમ તેમના પર થતા અત્યાચારો ઉપર રાજનીતિ રમવાની તો બંધ કરીએ. એ રીતે કમસે કમ આપણા પૂર્વજોના પાપમાં આપણું

પાપ ઉમેરતું અટકશે.

"ફેબ્રુઆરી, ૨૦૧૬, વિષય સંવેદાનીશીલ અને રાજકીય હોવાથી ગુજરાત સમાચાર - રવિપૂર્તિમાં અસ્વીકૃત કરાયો હતો."

58

દલિત ઉત્થાન હોય કે મનુષ્ય ઉત્થાન : આટલું જરૂરી છે...

તમે ક્યારેય નદી કીનારે બેસીને નદીમાં પથ્થર ફેંક્યો છે? નદીમાં પથ્થર ફેંકતા જ એ પથ્થર નદીના તળ સુધી જવા માટે સૌથી નાનામાં નાનો સીધો રસ્તો શોધી લે છે. નદીનું તળ એનું લક્ષ્ય છે. તે નદીના પાણી વચ્ચેથી ગુજરે છે પણ માર્ગમાં પાણી સાથે ના તે કોઈ સંઘર્ષ કરે છે ના કોઈ વ્યવહાર સ્થાપે છે. બસ એના લક્ષ્ય તરફ જ નજર રાખી એ આગળ વધતો જાય છે. અને એકવાર એ નદીના તળ સુધી લક્ષ્ય સુધી પહોંચી જાય પછી આજીવન એ નદીના પાણી સાથે પોતાનો સંબંધ સ્થાપે છે.

પથ્થરના આ ઉદાહરણથી શરુઆત એટલે કરી, કારણ કે મોટાભાગના મનુષ્યો જે નથી કરી શકતા એ આ પથ્થર કરી બતાવે છે. આપણે બધા પણ લક્ષ્ય સુધી પહોંચવાની શરુઆત તો જોરશોરથી કરીએ છીએ. પણ રસ્તામાં આપણો અહમ વચ્ચે આવી જાય છે.

લોકોના ટાણાં, સબંધીઓનો આપણા પરનો અવિશ્વાસ આ બધું આપણા અહમને ઠેસ પહોંચાડી દે છે. આપણો લક્ષ્યને પામવાનો હેતુ બદલાઈ જાય છે. હવે આપણે આપણા ઉત્થાન કે પ્રગતિ માટે નહી એ લોકોને બતાવી દેવા લક્ષ્ય મેળવવા માગીએ છીએ. અને એ માર્ગમાં જ્યારે અડચણો ઉભી થાય છે ત્યારે આપણો ગુસ્સો આપણા પર અવિશ્વાસ કરનારા એ લોકો પર ફૂટે છે. ધીરે ધીરે આપણું ધ્યાન લક્ષ્ય પરથી હટીને એ લોકો પર મંડાઈ જાય છે. તેઓ શું કરે છે, શું

કહે છે અને તેમના ટાણાંઓનો શબ્દોથી કેવો જવાબ આપવો આ બધા નવા અર્થ વગરના કાર્યો ઊભા થાય છે જે લક્ષ્ય તરફની આપણી મહેનત અને એકાગ્રતાને છીન્નભિન્ન કરી નાખે છે. આ સંઘર્ષ આપણને આપણા લક્ષ્યથી ક્યાંય દૂર લઈ જાય છે. અંતે આપણે નિષ્ફળ જઈએ છીએ અને ત્યાંના ત્યાં જ રહીને એ લોકો વિશે આજીવન ફરીયાદ કરતા રહીએ છીએ. પણ આ બધુ પથ્થર સાથે નથી થતું. કારણ કે તે નિર્જીવ છે, તેને અહમ નથી. આપણે એ નથી કરી શકતા જે નદીના તળ તરફ જતો એ પથ્થર કરે છે. અને એ છે ‘આસપાસના વાતાવરણને અવગણવું’ .

પણ કોઈ હતું જેણે એ કરી બતાવ્યું. બાબાસાહેબ ભીમરાવ આંબેડકર. બાબાસાહેબ આંબેડકર એક દલિત હતા અને નાનપણથી જ દલિતો પ્રત્યે થતા રોજબરોજના અત્યાચારો અને ભેદભાવના ભોગ બનતા. તેમને શાળામાં બીજા દલિત વિદ્યાર્થીઓની જેમ વર્ગની બહાર બેસવું પડતું. પાણી પીવું હોય તો માટલામાંથી સીધુ ના પી શકાતું. શાળાનો પટાવાળો ગ્લાસમાં પાણી ભરી ઉપરથી રેડતો ત્યારે તેમે પાણી મળતું. આ માટે એકવાર એક લેખમાં તેમણે કટાક્ષરુપે લખ્યું હતું કે ‘જે દિવસે પટાવાળો ના આવ્યો હોય તે દિવસે પાણી ન મળતું. ’No peon, No water‘. પણ બીજા અનેક દલિત વિદ્યાર્થીઓ અને તેમના પોતાના ચાર ભાઈ-બહેનો વચ્ચે બાબાસાહેબ એકલા જ હતા જેમણે આ વાત પર રોષ ભરવાના સ્થાને એને જીવનની સ્થિતિ માની એનાથી ઉપર ઉઠવાની કોશિશો કરવામાં જીવન વાળી દીધું. પરીણામ એ આવ્યું કે તેમણે મુંબઈની ખ્યાતનામ એલ્ફીસટોમ હાઈસ્કૂલમાંથી મેટ્રીક પાસ કર્યું. આવું કરવાવાળા એ ભારતના પહેલા દલિત હતા. પણ આ વાત પર એમનું ધ્યાન નહોતું. નહોતું એમનું ધ્યાન ચારેબાજુથી ઉપહાસ, ઈર્ષા અને હીનતાની ભાવનાથી જોતા એ સમાજ પર. આંબેડકરે સમાજના તિરસ્કારથી વ્યથિત થવામાં અને તેના સામે નફરત કરવામાં શક્તિ વેડફવાને બદલે પોતાનું ધ્યાન શૈક્ષણિક રીતે વધુને વધુ શક્તિશાળી બનવામાં આપ્યું.

તેમણે મુંબઈથી અર્થશાસ્ત્રમાં સ્નાતકની પદવી મેળવી અને વડોદરા રાજ્ય તરફથી સ્કોલરશીપ મેળવી. એ સ્કોલરશીપમાંથી તેઓ અમેરીકા ગયા અને કોલમ્બિયા યુનિવર્સિટીમાંથી પોસ્ટગ્રેજ્યુએશન કર્યું. આ એ સમય હતો જ્યારે તેઓ જ્હોન ડેવ્યુના લોકશાહીના સિધ્ધાંતોથી પ્રભાવિત થયા. પણ તેઓ આટલેથી ન અટક્યા. તે લંડન ગયા અને અર્થશાસ્ત્રમાં પીએચડી કર્યું. પોસ્ટગ્રેજ્યુએશન અને પીએચડીના વર્ષો દરમિયાન તેમણે ભારતના સામાજીક અને ધાર્મિક ઈતિહાસનો ઉંડો અભ્યાસ કર્યો. તે વિષય પર પુસ્તકો અને થીસીસ લખ્યા. ત્યારબાદ તેઓ ભારત આવ્યા. પણ ભારત ત્યાંનું ત્યાં હતું. ભારત આવી

તેમણે એક પ્રાઈવેટ ઈન્વેસ્ટમેન્ટ કન્સલ્ટીંગ બિઝનેશ શરૂ કર્યો પણ દલિત હોવાના કારણે તેમને ગ્રાહકો ન મળ્યા.

તેમણે મુંબઈની એક કોલેજમાં અર્થશાસ્ત્રના પ્રોફેસર તરીકે નોકરી કરી. વિદ્યાર્થીઓ તેમનાથી અભિભૂત હતા, પણ સાથી પ્રોફેસરો તેમના સાથે પીવાના પાણીનો જગ પણ ભેગો રાખવા નહોતા માગતા. સમાજ તેમને આગળ વધતા જોઈ નહોતો શકતો, તે એમને સતત અવરોધી રહ્યો હતો. પણ તેમણે તે દંભી સમાજ તરફ સંપુર્ણ દુર્લક્ષ જ દાખવ્યું. જાણે તે છે જ નહીં એ રીતે આગળ વધતા રહ્યા. ૧૯૧૯માં તેમને ભારત સરકારના કાયદા ઘડવાવાળી સમિતિએ માર્ગદર્શક તરીકે બોલાવ્યા. તેમણે અછૂતો માટે રીઝર્વેશનની વાત મૂકી. તેમણે કોલ્હાપુરના મહારાજા શાહજી બીજાની મદદથી 'મૂકનાયક' નામે એક સાપ્તાહીક શરૂ કર્યું. આ રીતે તેમની કાયદાકીય અને રાજકીય પહોંચ વધતી ગઈ. જેનું આખરી મુકામ એ હતું કે સ્વતંત્ર ભારતનું બંધારણ ઘડવા માટેની બંધારણ સમિતિના તેઓ પ્રમુખ બન્યા, પણ આ એમની આખરી પહેચાન નહોતી. પ્રાચીન ભારતથી ચાલી આવતી જાતિવાદી સમસ્યાથી લઈને ભારત-પાકીસ્તાનના વિભાજન અને દલિતોને ધર્મપરીવર્તન માટે મુસ્લિમ કે ખ્રિસ્તી કરતા બૌધ્ધ ધર્મ માટે પ્રોત્સાહીત કરવાના તેમના વિચારો એકવીસમી સદીના એક મહાન વિચારકનું સ્મારક છે.

આંબેડકરનું જીવન એ પથ્થર સમાન જ રહ્યું જે નદીના તળ સુધી પહોંચ્યા સુધી આગળ વધ્યા સિવાય બીજું કોઈ કામ નથી કરતો. અને તળે પહોંચ્યા પછી અત્યાર સુધી એને અવરોધવાવાળા પાણી સાથે પ્રેમમય સબંધ બાંધે છે. તેમણે કહેલું 'અમે બ્રાહ્મણોના વિરોધી નથી. અમે બ્રાહ્મણવાદના વિરોધી છીએ.' જીવનની એ ઉંચાઈએ આરએસએસ અને અન્ય ધાર્મિક સમુહોના બ્રાહ્મણો સાથે તેમનો સારો ઘરોબો બનેલો. એ સ્થિતિએ તે જાણતા હતા કે આપણે બધા એક ભટકાવનો ભોગ બન્યા છીએ અને એ ભટકાવ આપણને બધાને વિરાસતમાં મળ્યો છે. એટલે એનાથી ઉપર ઉઠવા આપણે બધાએ ભૂતકાળ અને એ ભૂતકાળ સાથે ચોંટેલા લોકોને નદીના પાણીની જેમ અવગણવા પડશે.

કહેવાય છે જ્યાં તમારી નજર હોય છે ત્યાં જીવન તમને દોરી જાય છે. તો સવાલ એ છે કે આપણે એ નકારાત્મક અને ભટકેલા લોકો તરફ નજર નાખીને એમના તરફ જવું છે કે જ્ઞાન તરફ નજર રાખીને પ્રબુધ્ધતા તરફ. હિંદુ ધર્મને પોતાની ધાર્મિક સત્તાનો અડ્ડો બનાવી બેઠેલા બ્રાહ્મણવાદીઓ અને ક્ષત્રિઓના તિરસ્કાર વચ્ચે એક દલિત માણસ પર એક અંગ્રેજે પ્રસિધ્ધ પુસ્તક લખ્યુ. 'આંબેડકર - પ્રબુધ્ધ ભારત તરફ'. મતલબ, ભારતને ધાર્મિક ભેદભાવથી અધ્યાત્મ અને બુધ્ધતા તરફ લઈ જવું હોય તો આંબેડકરના વિચારોને

અનુસરવું પડશે. આ એ વાતની સાબિતિ હતી કે દલિત તરીકે જન્મેલા આંબેડકર જીવનભર પેલા પથ્થરની જેમ જ્ઞાનના માર્ગે આગળ વધી એક પ્રબુધ્ધ બ્રાહ્મણ બની સ્થિર થયા હતા. એ બ્રાહ્મણ જેની પ્રબુધ્ધતા આજે દરેક રાજકીય પક્ષને તેમની પરસ્પર વિરોધાભાસી વિચારધારાઓ છતાં સમાન રુપે માર્ગદર્શન આપે છે.

બોધ : હિંદુ શાસ્ત્રોમાં એક વાક્ય છે. 'જેનું મન ખાલી સંઘર્ષ, નફરત અને બદલો લેવા માટે જ રોકાયેલું છે તે મનુષ્યનું નહીં, પશુનું મન છે. એવા મનમાં ક્યારેય કોઈ રચનાત્મક ખયાલ. ક્યારેય કોઈ બુધ્ધતા પ્રગટશે નહી.'

" ફેબ્રુઆરી, ૨૦૧૭, ગુજરાત સમાચાર - રવિપૂર્તિ."

59
ભારતની ગરીબીનું કારણ : અધ્યાત્મનું ખોટું અર્થઘટન

મનુષ્યનો આત્મા એક પછી એક શરીરોમાં અનેક જન્મ લે છે. અનેક જન્મોની તેની આ યાત્રા તમસ, રજસ અને સત્ત્વ ગુણમાં ક્રમિક રીતે થાય છે. આ યાત્રાના કોઈ એક સમયે આ ત્રણેયમાંથી કોઈ એક જ ગુણ સક્રિય હોય છે. એક ગુણ જ્યારે સક્રિય થાય એટલે બાકીના બે ગુણોને ઢાંકી દે છે. એટલે મનુષ્ય જ્યારે તમસ ગુણ પ્રમાણે આળસુ અને અલ્પ બુદ્ધિશક્તિ ધરાવતો હોય ત્યારે તે રજસના ગુણ પ્રમાણે મહત્ત્વકાંક્ષી અને ભોગવિલાસો માટે ઉદ્યમી નથી હોતો. આ સમયે તે સત્ત્વ ગુણની જેમ જીવનની યથાર્થતા વિશે સવાલ પણ નથી કરતો. જ્યારે મનુષ્ય રજસ ગુણમાં આવે છે ત્યારે તે તમસ પ્રમાણે આળસુ અને મૂળભૂત જરૂરિયાતો પૂરતો સંતોષી નથી રહેતો. તે ભોગવિલાસી જીવન માટે મહેનત કરતો થાય છે. આ સમયે તે સત્ત્વ ગુણ પ્રમાણે સત્યનો શોધક પણ નથી હોતો. અને રજસ ગુણથી જ્યારે તે સત્ત્વ ગુણમાં પ્રવેશ કરે છે ત્યારે તે જીવન અન સૃષ્ટિના સત્યને જાણવા માટે છેલ્લામાં છેલ્લો પરીશ્રમ કરવા માટે તૈયાર થાય છે. તે સમયે તે તમોગુણી જેવો આળસુ અને રજસ ગુણી જેવો ભોગવિલાસી, સત્તાપ્રેમી અને કીર્તિપ્રેમી નથી હોતો.

આમ, સત્યની શોધમાં નીકળેલો મનુષ્ય આળસુ અને ખાવાપીવાની ઇચ્છાઓ પૂરતો સીમીત ન હોઈ શકે. જે રુંવાટે રુંવાટે સત્યપ્રાપ્તિ માટે તલસતો હોય અને અથાગ અધ્યાત્મિક પરીશ્રમ કરતો હોય તે જ સત્યને પામી શકે. આ

સાથે તે ભોગવિલાસ, સત્તા અને પ્રસિદ્ધિનો ભૂખ્યો પણ ન હોઈ શકે. તે એ બધી વાતોથી ઉપર ઉઠી ગયો હોય ત્યારે જ સત્વ ગુણમાં પ્રવેશી શકે. આમ, આ વિજ્ઞાન સત્ત્વ ગુણની અસરમાં રહેલા મનુષ્ય (બ્રાહ્મણ)નું સાચું ચરિત્ર દર્શાવે છે. આ જ વિજ્ઞાન પરથી સ્વામી વિવેકાનંદ એ તારણ પર પહોંચ્યા હતા કે ભારતના લોકો પહેલી નજરે ધાર્મિક દેખાતા હોવાથી સત્ત્વગુણી લાગે છે પરંતુ અસલમાં તેઓ તમસ ગુણમાં લિપ્ત છે. તેઓ પુરાણોમાં આપેલી કથાઓને અને ભ્રષ્ટ બ્રાહ્મણોએ બતાવેલા ક્રિયાકાંડોને હિંદુ ધર્મ સમજી બેઠા છે. એ ક્રિયાકાંડો કરીને તેઓ સંતોષી થઈ ચૂક્યા છે કે જીવનના અર્થને તેમણે સર કરી દીધો છે. તેમનામાં ઉત્પન્ન થયેલો આ સંતોષ તેમને વિકાસ સાધવાથી તો ઠીક પૂરતું ભરણપોષણ મેળવવાથી પણ દૂર રાખે છે. આ તમો ગુણ નથી તો બીજું શું છે ? હિંદુ ધર્મ ક્રિયાકાંડોમાં નથી. હિંદુ ધર્મ ઉપનિષદોના જ્ઞાનમાં છે અને જ્યાં સુધી એ જ્ઞાનનો આત્મ સાક્ષાત્કાર ન થાય ત્યાં સુધી સાચો ધર્મ ઉત્પન્ન થતો નથી. અને તે આત્મસાક્ષાત્કાર માટે તો સાંસારિક ભોગવિલાસ મેળવવા કરવો પડે તેના કરતા અનેકગણો વધારે પરિશ્રમ કરવો પડે છે. તમોગુણી પરિશ્રમ કરી શકતો નથી. તે આળસ માટેના બહાના શોધે છે અને ભારતમાં આધ્યાત્મિક હોવું એ આળસુ બનવાનું એક બહાનું બની ચૂક્યું છે.

પશ્ચિમના સમાજનું લક્ષ્ય સાંસારિક ભોગવિલાસ અને સમૃદ્ધિ મેળવવાનું છે અને તે માટે તેઓ રાત-દિવસ અથાગ પરિશ્રમ કરે છે. આના કારણે તે સમૃદ્ધ છે. તેમનામા જીવનની સાર્થકતાનું જ્ઞાન નથી પણ ગરીબી પણ નથી. તેઓને એ જ્ઞાન નથી કે જીવનનો ઉદ્દેશ્ય શું ? તેઓ પણ આપણી જેમ અંધકારમાં ભટકી રહ્યા છે પણ એ અંધકાર તમસનો નથી. તેઓ રજસ ગુણમાં આવી ચૂક્યા છે. તમસ અને રજસ પછી જ સત્ત્વ આવે છે. આમ, તેઓ સત્ત્વગુણથી આપણા કરતા વધારે નજીક છે. સંસાર નાશવંત અને નિરર્થક હોવાનો અનુભવ અને સત્યનો સાક્ષાત્કાર પશ્ચિમ સમાજને આપણા કરતા પહેલા થશે.

જીવન શાના માટે છે એનો શ્રેષ્ઠ જવાબ શોધવો હોય તો ત્યાં જવું પડે જ્યાંથી જીવન શરુ થયું હતું. એ સ્થાન છે બેક્ટેરિયા. પાણીમાં રહેલું તે બેક્ટેરિયા પોતાનું નાનકડું જીવન પાણીમાંથી જાતજાતના ઘટક પદાર્થો અને પોષકતત્ત્વો પોતાનામાં ખેંચી લેવામાં વિતાવે છે. તે પદાર્થોમાંથી ઊર્જાનું ઉત્પાદન કરે છે અને અમુકને વિવિધ કોશિકાઓ સ્વરૂપે એકઠા કરે છે. ત્યારબાદ જે પણ ઉત્પાદન કર્યું છે તેને તે પોતે નાશ પામી ઉત્પન્ન થતા બે નવા બેક્ટેરિયાને વહેંચી દે છે. બેક્ટેરિયાને જીવનનો અર્થ પૂછશો તો કહેશે, 'જીવન એટલે દુનિયામાંથી વધુમાં વધુ અર્જિત કરવું અને પછી જે પણ અર્જિત કરવામાં આવ્યું છે તેને દુનિયામાં વહેંચી દેવું.' પણ મનુષ્યોમાં બધા અર્થ લુપ્ત થઈ રહ્યા છે. મોટા ભાગના મનુષ્યો

એવા છે કે જેમને પોતે મહેનત કરીને દુનિયામાં કંઈ નવું ઉત્પન્ન કરવું જ નથી અને બાકીના એવા છે જેમને ઉત્પન્ન તો કરવું છે પણ તેને દુનિયામાં વહેંચવું નથી. સારું છે એ બેક્ટેરિયા આપણા જેવા નહોતા. કારણ કે જો બેક્ટેરિયાએ કંઈક નવું ઉત્પન્ન કરવાની ના પાડી દીધી હોત તો DNA ના એ અણુઓ એક બેક્ટેરિયામાંથી બીજા બેક્ટેરિયામાં આવ્યા જ ન હોત. જીવન વિકસ્યું જ ન હોત અને મનુષ્યની ઉત્પત્તિ જ ન થઈ હોત. જીવનના વિકાસ અને આપણી ઉત્પત્તિ આ એક જ આદર્શનું પરિણામ છે કે પોતાને મળેલા સમયમાં વધુમાં વધુ ઉત્પન્ન કરવામાં આવે અને સમયના અંતે ઉત્પન્ન કરેલું તે બધું - ચાહે ધન હોય, વિદ્યા હોય, જ્ઞાન હોય કે આત્મસાક્ષાત્કાર હોય - તેને મૃત્યુ પહેલા દુનિયામાં પૂરેપૂરૂ વહેંચી દેવામાં આવે. જો દરેક માણસ એ બેક્ટેરિયાની જેમ જીવે તો દરેક મનુષ્ય આ દુનિયાને કંઈકને કંઈક નવું અને વિશેષ આપતો જાય. જો દરેક મનુષ્ય પોતાના જીવનને દુનિયામાં કંઈક ઉત્પન્ન કરવાનો અને પછી એ ઉત્પાદનને વહેંચી દેવાનો યજ્ઞ કરીને જીવી જાય તો ના તે પોતે ક્યારેય ગરીબ રહે, ના તેની પાછળ કોઈ ગરીબ રહે. બેક્ટેરિયાનું એ જીવન રજસ ગુણોનું પ્રતીક છે અને તેનો અંત સત્ત્વ ગુણની શરુઆત છે. જે સમાજ, જે દેશ રજસ અને સત્ત્વ વચ્ચેના આ સમયમાં હશે તે જ ભવિષ્યમાં સાચા અધ્યાત્મ સુધી પહોંચી શકશે.

ભારતીય અધ્યાત્મ કોઈ એક તરફી અંતિમવાદ નથી. એ તો સંતુલનનો એક જીવતો જાગતો પિંડ છે. તેના ચાર સ્તંભ છે. અર્થ, કામ, જ્ઞાન અને મોક્ષ. મૂળમાં આવે છે અર્થ એટલે કે વ્યક્તિની અને સમાજની આર્થિક સમૃદ્ધિ. પછી આવે કામ - એટલે કર્મ અને સંસારનો વિસ્તાર. મતલબ કે સૃષ્ટિ ચક્રને ચાલતુ રાખવામાં યોગદાન આપવું. પછી જ્ઞાન એટલે જીવન અને સૃષ્ટિનું સત્ય શું છે તથા બ્રહ્મ શું છે તેની જાણકારી. અને ચોથું છે મોક્ષ એટલે સૃષ્ટિના અદ્વૈત હોવાના જ્ઞાનનો સાક્ષાત્કાર કરી સ્વયં બ્રહ્મપુરુષ બની જવું. મોક્ષ અંતિમ લક્ષ્ય છે અને આર્થિક સ્થિરતા એ લક્ષ્યનો મુખ્ય પાયો. જો આર્થિક સ્થિરતા ન હોય તો સંસારનો વિસ્તાર મુશ્કેલ બને. ભૂખ્યા પેટે જ્ઞાન પણ ન આવે અને આત્મસાક્ષાત્કાર પણ ન થાય. એટલે ભારતીય અધ્યાત્મ ખાલી સંતોષવાદમાં અને ભક્તિમાં નથી. ભારતીય અધ્યાત્મ મૂળરૂપે આ ચાર સ્તંભોનું સંપૂર્ણ સંતુલન છે. જ્યારે દરેક મનુષ્યમાં આ ચાર સ્તંભો સંતુલિત બનશે ત્યારે જ ભારતીય સમાજમાં પણ એ સંતુલન દેખાશે. એ સંતુલન જ્યાં ગરીબી પણ નથી અને ભૌતિકવાદ પણ નથી. જ્યાં ફક્ત સત્ય છે. સંતુલન જ સત્ય છે.

"૧૦ જુલાઈ, ૨૦૧, ગુજરાત સમાચાર - રવિપૂર્તિ."

60

ધર્માંતરણો - માનવતાનું અપમાન અને ભાવિ લુપ્તતાનું કારણ

આફ્રિકાના જંગલોમાં આદીમાનવો માંથી આધુનિક મનુષ્ય બનેલા માનવોએ આફ્રિકાથી બહાર નીકળી સિંધુખીણની સંસ્કૃતિ રૂપે સમાજજીવન શરુ કર્યું. આ સમાજજીવનમાં પહેલું કામ તેમણે એ જાણવાનું કર્યું કે આપણે કોણ છીએ અને આ ધરતી પર કેમ છીએ..? વર્ષોની શોધખોળ પછી તેમને જવાબ એ મળ્યો કે આ આખા અસ્તિત્વનો કણ-કણ એક જ ઉર્જાથી બનેલો છે અને તે જ ઉર્જા તેની સર્વોચ્ચ ક્ષમતા સાથે મનુષ્યમાં પણ વાસ કરે છે. સમગ્ર અસ્તિત્વમાં ફેલાયેલી એ ઉર્જાનો પોતાનામાં અનુભવ કરી સમગ્ર અસ્તિત્વ સાથે એકાકાર થઇ જવું એ જ મનુષ્યની મુક્તિ છે. અને એ મુક્તિ જ મનુષ્ય જીવનનું લક્ષ્ય છે. આ જ્ઞાન થવાના કારણે માનવજાતિની એ સૌપ્રથમ સંસ્કૃતિએ એક આધ્યાત્મિક જીવન પધ્ધતિ વિકસાવી જેમાં કહેવામાં આવ્યું કે - 'સમગ્ર અસ્તિત્વ સાથે એકાકાર થઇ જવાનો સાક્ષાત્કાર મનુષ્યજીવનનું લક્ષ્ય છે. આથી, તે સાક્ષાત્કાર મેળવવા મનુષ્ય પોતાને યોગ્ય લાગે તે માર્ગ પસંદ કરવા સ્વતંત્ર છે. બસ, તેને યાદ રાખવાનું છે કે એ માર્ગ તે બીજા કોઈ પર થોપી શકશે નહિ. ના તે એવું સિદ્ધ કરવાની કોશિશ કરી શકશે કે એનો માર્ગ જ બીજા માર્ગોથી શ્રેષ્ઠ છે. એણે બીજા મનુષ્યોએ પસંદ કરેલા માર્ગોને પણ સાચા માની તેમનું પોતાના માર્ગ જેટલું જ સમ્માન કરવું પડશે.' આ વિચારને આપણે વેદોમાં વ્યક્ત કરાયેલો હિન્દુત્વનો સનાતન વિચાર કહીએ છે. જે સનાતન હિન્દૂ ધર્મનું મૂળ છે.

શરૂઆતની આ મજિયારી સંસ્કૃતિમાંથી ધીમે ધીમે જે નવી સંસ્કૃતિઓ છૂટી પડી તે સમય સાથે સત્તાલોલુપ અને ભૌતિકવાદી બનતી ગઈ. એવા રાજાઓ પેદા થયા જે પોતાને જ ઈશ્વર માનતા. આવા સમયે ઈશુ ખ્રિસ્તે સૌ મનુષ્યોના પરમપિતા એવા એક ઈશ્વરને પૂજવાનો સંદેશ આપ્યો. અને તેમના અનુયાયીઓએ સૌપ્રથમવાર એક નિશ્ચિત માર્ગે તે એક ઈશ્વરને પૂજવા લોકોને અપીલ કરી. એ અપીલ નમ્રતા, પ્રેમ અને અહિંસાના માર્ગે સ્વબલિદાન આપી કરાતી હતી. પણ એના ૭૦૦ વર્ષ પછી એક બીજી વિચારધારા ઉત્પન્ન થઇ જેણે એ જ ઈશ્વરને એક બીજું નામ આપી તે નામ સાથે જ ઈશ્વરને પૂજવાની હાકલ કરી. અને આ હાકલ હિંસક હતી. લોકો પર કાંતો અમારો માર્ગ અપનાવો કાંતો મરવા તૈયાર રહો એવા આખરી અલ્ટીમેટમ સાથે એ માર્ગ થોપાવા લાગ્યો. આમ, સનાતન હિન્દૂ વિચારધારા સાથે વિશ્વમાં બીજી બે એવી વિચારધારાઓ ઉત્પન્ન થઇ જે પોતપોતાનાની રીતે બીજાને પોતાનો માર્ગ અપનાવવા અપીલ કરી રહી હતી. આ બે વિચારધારાઓ વચ્ચે હવે વધારે મનુષ્યોને પોતાના માર્ગે લાવવાની હોડ લાગી. અને અહીંથી શરુ થયો ધર્માંતરણોનો એ દૌર જેણે માનવજાતિના ઇતિહાસના સૌપ્રથમ ધર્મયુધ્ધોને જન્મ આપ્યો. પહેલીવાર મનુષ્યો એકબીજાને એ ઠસાવવા મારી રહ્યા હતા કે ઈશ્વરને પૂજવાનો મારો માર્ગ તારા કરતા વધુ સાચો છે. અને ધર્માંતરણોની આ મૂર્ખ રેસ આજે પણ ચાલુ છે. આજે પણ આ બે વિચારધારાઓ દ્વારા વિવિધ દેશોમાં જઈને ત્યાંના લોકોને પોતાને માર્ગે જ ઈશ્વરને માનતા કરી દેવાની યેનકેન પ્રકારે કોશિશો થાય છે. અને આમા મનુષ્યો એના એ જ રહે છે, બસ તેમના નામ, કપડાં, ક્રિયાકાંડો અને ઈશ્વરનું નામ બદલાઈ જાય છે. આ રીતે એક ધાર્મિક વસ્તી ઉભી કરવામાં આવે છે અને તેના આધારે દેશોની સત્તા કબ્જે કરવામાં આવે છે. છેલ્લે એનાથી માનવજાતિને ઈશ્વર તો મળે કે ના મળે પણ ભયંકર કત્લેઆમ તો આજે પણ મળી રહી છે. કારણ કે આ બે વિચારધારાઓના પોતાનો માર્ગ બીજા પર થોપવાના ઝનૂન સામે બીજા ધમી પણ પોતાનું અસ્તિત્વ જાળવી રાખવા સ્વ-બચાવના સંઘર્ષમાં પડ્યા છે. અને આ સંઘર્ષે વિશ્વનું ચિત્ર એવું કરી દીધું છે કે એ તરફ કેટલાક મનુષ્યો માનવને લાબું આયુષ્ય મળે એ કોશિશોમાં એઇડ્સ અને કેન્સરની દવાઓ શોધવા કલાકોના કલાકો લેબોરેટરીઓમાં કાઢી રહ્યા છે અને બીજી બાજુ કેટલાક મનુષ્યો ‘ઈશ્વરને પૂજવાનો મારો માર્ગ જ સાચો છે’ - એવી દાદાગીરી કરીને એક મિનિટમાં સેંકડો મનુષ્યોની કત્લેઆમ મચાવી દે છે. અને જો ધર્માંતરણોના માર્ગે ચાલી રહેલી ધમીની આ રેસ આ રીતે જ ચાલુ રહી તો એ તમામ વૈજ્ઞાનિકોની મહેનત હંમેશા માટે એળે જવાની છે. કારણ કે મનુષ્યો ઈશ્વરના નામે ધાર્મિક વસ્તી ઉભી કરી એકબીજા પર સત્તા ભોગવવાના સંઘર્ષમાં

અંદરો અંદર લડીને લુપ્ત થઇ જશે.

ધર્માંતરણો માનવતાનું અપમાન છે. કારણ કે તે માનવ પાસેથી એ સમ્માન છીનવી લે છે જે આફ્રિકાથી બહાર નીકળેલા એ શરૂઆતી માનવોએ માનવજાતિને આપ્યું હતું. અને એ સમ્માન છે- ઈશ્વરનો સાક્ષાત્કાર કરવા માટે પોતાનો મનપસંદ માર્ગ પકડવાની સ્વતંત્રતા અને સમગ્ર માનવસમાજમાં પોતાના માર્ગની સ્વીકૃતિ. એટલે સમય આવી ગયો છે કે આપણે ફરી આ ધરતી પર વેદોના એ સનાતન વિચારને સ્થાપીએ કે પોતાના ઈશ્વરીય રૂપનો સાક્ષાત્કાર કરવા માટે મનુષ્ય કોઈપણ માર્ગ લેવા સ્વતંત્ર છે. બસ તે એ માર્ગને બીજાના પર થોપી શકશે નહિ અને પોતાના માર્ગને બીજા કરતા મહાન કહેવાનો પણ તેને હક નથી. વિશ્વના દરેક મનુષ્યને બીજા મનુષ્યોના ઈશ્વરપ્રાપ્તિના માર્ગને સાચા માની પોતાના માર્ગ જેટલું જ સમ્માન આપવું પડશે.

ગ્લોબલાઈઝેશનની દુનિયામાં ફરી એક મજિયારી સંસ્કૃતિ બનવા જઈ રહેલી આ માનવજાતિને સાચા પાયે એક કરવા શરૂઆતની એ મજિયારી સંસ્કૃતિનો આ સનાતન વિચાર ફરી અમલમાં લાવવો જરૂરી છે. અને એની શરૂઆત ભારતે જ કરવી જોઈએ. કારણ કે ભારત એ સનાતન વિચારનો વાહક છે. એટલે વિશ્વને એક નવું જીવન આપવા માટે હવે ભારતમાં આ એલાન કરી દેવામાં આવે કે - ‘વિશ્વના તમામ ધર્મો પર ધરતી પરના તમામ મનુષ્યોનો સમાન અધિકાર છે. અને એ અધિકાર તેમને ત્યારે જ મળશે જયારે તેમને કોઈ ધર્મને જાણવા-સમજવા કે અનુસરવા માટે પોતાની ઓળખ નહિ બદલવી પડે. આથી, વિશ્વના તમામ ધર્મો સાચા જ છે અને એક જ ઈશ્વરના સાક્ષાત્કાર તરફ લઇ જાય છે એવું માનીને આજથી આ દેશમાં ધર્માંતરણો હંમેશા માટે બંધ કરવામાં આવે છે. આજથી આ દેશનો દરેક નાગરિક દરેક ધર્મને પોતાની ઓળખ બદલ્યા વગર પોતાના માર્ગ તરીકે ચકાસી શકે છે.’ તો, બીજી બાજુ લવ-જેહાદ જેવા ષડયંત્રકારી માર્ગે ધાર્મિક વસ્તી વધારવાના મનસુબાઓને રોકવા અલગ નિયમ એ બને કે - કોઈ પણ અન્ય ધર્મનો છોકરો જો હિન્દૂ ધર્મની છોકરી જોડે લગ્ન કરશે તો બંનેમાંથી કોઈને પોતાનો ધર્મ બદલવાની જરૂર નથી, પણ તેમનું આવનારું સંતાન ભારત દેશની સનાતન સંસ્કૃતિનું વાહક હોવાથી તેનું નામ અને ઓળખ ભારતીય હિન્દૂ સંસ્કૃતિની હશે. આમ, તમામ ધર્મોને સ્વીકૃતિ પણ ધર્મના નામે સત્તા હડપવાના કાવત્રાઓ માટે તમામ માર્ગ બંધ. સમગ્ર વિશ્વમાં જયારે આ નીતિ અમલમાં મુકવામાં આવશે ત્યારે જ સાચા ધર્મનિરપેક્ષ વિશ્વની સ્થાપના થઇ શકશે. અને એવા વિશ્વમાં જ હિન્દૂ આત્મા, મુસ્લિમ શરીર અને ખ્રિસ્તી હૃદય ધરાવતા સાચા માનવધર્મની સ્થાપના સંભવ છે.

"૧૬ એપ્રિલ, ૨૦૧૭, ગુજરાત સમાચાર - રવિપૂર્તિ."

61

રેડીક્લાઈઝેશન અને ધાર્મિક રેડીક્લાઈઝેશન ચાલો પહેલા શબ્દોના અર્થ સમજીએ

'રેડીકલ'- આ શબ્દ આજની દુનિયામાં એટલો બદનામ થઈ ચૂક્યો છે કે દરેક માણસ બચીને ચાલે છે ક્યાંક આ શબ્દ કોઈ આપણા સાથે ન જોડી દે. સમાજ, રાજનીતિ અને મીડિયા વર્ગના મોટાભાગના ઉદારવાદીઓની ઉદારતાનું મૂળ કારણ એ જ છે કે જો કઠોર થઇને નગ્ન સત્ય બોલવા જઈશું તો દુનિયા 'રેડીકલ' માની બેસશે. શબ્દનો અર્થ સમજાયો હોય કે ન સમજાયો હોય પણ એનો ટેરર લોકોમાં ઉંડો ઉતરેલો છે.

'રેડીકલ' શબ્દનો અર્થ ડિકશનરીમાં શોધશો તો મળશે - આમૂલ, મૂળભૂત, રેડીકલ એટલે પાયા તરફ. કોઈ મુદ્દા કે વાતના મૂળ તરફ. રેડીકલ ચેન્જીઝ એટલે આમૂલ પરીવર્તન, જે અસલમાં વિવેકાનંદનો મૂળ મંત્ર રહેલો. આજનો નોટબંધીનો નિર્ણય પણ પાયામાંથી થતો સુધારો ગણાય. એટલે એ પણ રેડીકલ ચેન્ઝ છે. તૂર્કીને પરંપરાગત મુસ્લિમ રાષ્ટ્રથી એક આધુનિક રાષ્ટ્ર બનાવવા કમાલ પાશાએ કરેલા ઐતિહાસિક નિર્ણયો રેડીકલ ચેન્ઝ હતા. એ તો ધાર્મિક ઓળખથી વિપરીત આધુનિકતા તરફના સુધારા હતા. તો પણ તેને રેડિકલ ચેન્ઝીઝ કહેવાય છે કારણ કે તે વ્યક્તિ અને રાષ્ટ્રની મૂળભૂત ઓળખમાં કરેલા ફેરફારો હતા. અરે આપણા વડીલો અને સમાજના બુદ્ધિજીવીઓ પણ આપણને

બધાને સતત પોતાના મૂળથી જોડાયેલા રહેવાના જ લેકચરો આપે છે. મતલબ, એક રીતે તે આપણને રેડિક્લાઇઝ બની રહેવાનું કહે છે. તો પછી એ જ બુદ્ધિજીવીઓના મનમાં આ 'રેડીકલ' શબ્દનો ટેરર કેમ ? કારણ છે તેના સાથે જોડાતો એક બીજો શબ્દ 'રીલીજીઅસ રેડીક્લાઇઝેશન.' મતલબ, 'ધાર્મિક મૂળભૂતતા.' જે લોકો આ શબ્દથી ડરે છે એમાંના કેટલાક એનો અર્થ 'ધાર્મિક કટ્ટરતા' કરે છે. જે ખોટું છે. ધાર્મિક કટ્ટરતાને અંગ્રેજીમાં 'રીલીજીઅસ એક્સ્ટ્રીમીઝમ' કહે છે.

પણ કેટલાક બુધ્ધિજીવી તો 'ધાર્મિક મૂળભૂતતા' શબ્દથી જ ડરે છે. કારણ કે આજના ગ્લોબલાઇઝેશનના જમાનામાં ધાર્મિક ઓળખ લોકોમાં ભેદભાવ ઉભો કરે છે. અને આજના વૈશ્વિક જીવનમાં દરેક માણસ બીજા માણસથી સતત જોડાયેલો રહેવા માગે છે. આથી, બુધ્ધિજીવી વર્ગ ધર્મને વ્યક્તિગત માની છુપાવે છે. અને જે માણસ પોતાની ધાર્મિક પહેચાનને ન છુપાવે તેને 'ફંડામેન્ટાલીસ્ટ' કે 'રેડીકલ' કહે છે. તો માનવું કોનું ? એકબાજુ ઘરમાં બેઠેલા આપણા વડીલો કહે છે પોતાના મૂળને વળગી રહો. એને ભૂલતા નહીં. બીજી બાજુ બુધ્ધિજીવીઓ કહે છે પોતાની મૂળ ઓળખને છોડો અને વૈશ્વિક બનો.

હવે, આ બુધ્ધિજીવીઓનું માનીને જો દરેક માણસ પોતાની ધાર્મિક પહેચાન પ્રત્યે શરમ અનુભવતો થાય અને એને છુપાવતો થાય તો એનો અર્થ એ છે કે રામ, કૃષ્ણ, વૈદિક ઋષિઓ, બુધ્ધ, મહાવીર, ઈસુ અને મહોમ્મદ જેવા માનવજાતિના ઇતિહાસમાં થયેલા શ્રેષ્ઠ માણસોને અનુસરવા એ શરમની વાત છે. એને છુપાવવી જોઇએ. અને જો ધર્મોના શાશ્વત તત્વજ્ઞાનને છુપાવી દઈએ તો માનવજાતિના ઇતિહાસમાં વધે છે શું ? ક્ષણિક ઉભા થયેલા સામ્રાજ્યોની કથાઓ અને તેમના ખંડેર બનેલા કીલ્લાઓ. બસ વેપાર કરો. ખાઓ-પીવો અને મરી જાઓ. રીલીજીઅસ રેડીક્લાઇઝેશનને છોડી દઇએ તો માનવજાતિ પાસે આ એક જ કામ વધે છે. આ બ્રહ્માંડ કઈ રીતે કાર્ય કરે છે ? એ બ્રહ્માંડમાં માનવજાતિના અસ્તિત્વનો હેતુ શું ? આ બધા સવાલ-જવાબોની માથાકૂટથી દૂર થઈ જવું. કારણ કે આ બધા એવા સવાલો છે જેના જવાબો ગમે તેવા નાસ્તિક મનથી વૈજ્ઞાનિક રીતે શોધવા નીકળ્યા તો પણ એક ના એક દિવસ ઉપનિષદોના ચરણોમાં આવીને ઉભા રહી જવું પડશે. જ્યાં સુધી એ વિજ્ઞાન મહાવીર અને બુધ્ધના માર્ગમાં ભળી નહીં જાય ત્યાં સુધી માનવના અસ્તિત્વનું કારણ મળી શકે એમ નથી. અને જે દિવસે એ વિજ્ઞાન એ મહાપુરુષો અને ઉપનિષદોના તત્વજ્ઞાનમાં ભળી ગયું તે દિવસે એ તત્વજ્ઞાન પર ઉભા થયેલા ધર્મો ફરી પાછા લોકોના ઘરોમાંથી બહાર નીકળશે. આમ, રીલીજીઅસ રેડીક્લાઇઝેશનથી દૂર ભાગીને આપણે આખું ચક્કર ફરીને પાછા જ્યાં હતા ત્યાં

જ આવીને ઉભા રહેવાના. તો પછી કરવું શું ?

રેડીક્લાઇઝેશનનો અર્થ જો 'મૂળ તરફ જવું' એવો છે તો એનો અર્થ એ છે કે રેડીક્લાઇઝેશન સારું કે ખરાબ એનો આધાર એ મૂળ સારું છે કે ખરાબ એના પર રહેલો છે. મતલબ, જો કોઈ માણસ રેડીક્લાઇઝ થઈ ગયો તો એ ખરાબ થઇ ગયો એવું ના કહી શકાય. એ ક્યા મૂળ તરફ રેડીક્લાઇઝ થાય છે એ પરથી નક્કી થાય છે કે એને સારું કર્યું કે ખોટું. જેમ કે કોઈ માણસ જો વેદાંત તરફ રેડીકલાઈઝ થાય તો તે સમગ્ર જીવસૃષ્ટિને સનાતન ધર્મના અદ્વૈતના વિજ્ઞાન મુજબ એક માનતો થઈ જાય છે. એ દરેક જીવને તેની પ્રકૃતિ મુજબ પાંગરવાની તક આપે છે અને ધ્યાન રાખે છે કે કોઇ એક જીવ બીજા જીવ પર પોતાનો માર્ગ થોપી બેસાડવાની કોશિશ ના કરે. કોઈ જીવ ખાલી પોતાનો માર્ગ જ સાચો છે એવી જોહુકમી બીજા સામે ન કરે. આમ, વેદાન્ત તરફ રેડીક્લાઇઝ થવું એ એક શ્રેષ્ઠ માનવ બનવાનું લક્ષણ છે. પણ જો કોઈ બ્રાહ્મણવાદ તરફ રેડીક્લાઇઝ થાય છે તો એ બ્રાહ્મણવાદના એ બધા ભ્રષ્ટ બનેલા નિયમો દુનિયામાં સ્થપાય એની કોશિશ કરવા લાગે છે અને હિંદુ ધર્મને જ્ઞાનવીહીન ક્રિયાકાંડો કરતા બ્રાહ્મણોની સત્તામાં બાંધી રાખવાની કોશિશ કરે છે. તેનું રેડીક્લાઈઝેશન સમાજ માટે હાનિકારક છે. જો કોઈ સુફીઝમના વૈદિક ઇસ્લામ તરફ રેડીક્લાઇઝ થાય છે તો તે 'મુસ્લિમ' (સ્થિતપ્રજ્ઞા) શબ્દનો અર્થ સાકાર કરવા પોતાની ઇચ્છાઓ ઇશ્વર-અલ્લાહની ઇચ્છામાં ભેળવી દે છે અને સમગ્ર સૃષ્ટિને અદ્વૈત અલ્લાહનું સર્જન માની પ્રેમ કરતો થઇ જાય છે. તે સમજી જાય છે કે દરેક મનુષ્ય જાતે જ મુસ્લિમ બની શકે છે, ના તે કોઈ બીજાને મુસ્લિમ બનાવી શકે છે ના કોઈ બીજો તેને મુસ્લિમ બનાવી શકે છે. આમ, તેનું રેડીક્લાઇઝેશન ઇચ્છનીય છે. પણ જો કોઈ આરબના વહાબી ઇસ્લામ તરફ રેડીક્લાઇઝ થાય છે તો તે મુસ્લિમ વેશભૂષા ધારણ કરવાને જ મુસ્લિમ હોવું માની લે છે. અને દુનિયામાં દરેક પર મુસ્લિમ વેશભૂષા અને કાયદાઓ થોપવા નીકળી પડે છે. અને જે તે વેશભૂષા અને કાયદા માટે તૈયાર ન થાય તેની હત્યા કરવા તત્પર બને છે. આમ, એ માણસનું રેડીક્લાઇઝેશન સમગ્ર માનવજાતિ માટે ખતરનાક છે.

આમ, રેડીકલ અને રેડીક્લાઇઝેશન શબ્દનો અંધાધૂંધ ઉપયોગ કરીને માનવજાતિ માટે ઉપયોગી અને હાનિકારક એવા બંને મૂળ એકસમાન જોવા એ એક ભયાનક ભૂલ છે. ઔરંગઝેબ આખા ભારતને ઇસ્લામધર્મી કરવા માંગતો હતો. આથી, તે રેડીકલ હતો. અને ઔરંગઝેબના એ અમાનવીય ઇરાદાઓને રોકવા યુદ્ધે ચડનાર શિવાજી પણ સનાતન ધર્મના સિદ્ધાંતો તરફી રેડીકલ હતા. એનો અર્થ એમ નથી કે તે બંનેને રેડીકલ કહીને એક જ હરોળમાં ચીતરવામાં આવે. આઝાદી પછીના ડાબેરીઓ અને સ્યુડોસેક્યુલરોએ એ જ પાપ કર્યું છે.

અસલમાં આ સંઘર્ષ છે ધર્મ તરફ રેડીકલ લોકો અને અધર્મ તરફ રેડીકલ લોકો વચ્ચેનો. જે માનવતા તરફ રેડીકલ છે તે ધાર્મિક છે. અને જે સ્વાર્થ અને સત્તા તરફ રેડીકલ છે તે અધમી છે. મતલબ , શિવાજી અને ઔરંગઝેબનો ભાઈ દારા-શુકોહ ધાર્મિક હતા અને ઔરંગઝેબ અધમી હતો. આમ, શબ્દોના સાચા અર્થ વ્યાખ્યાયિત કરીએ તો માનવતા તરફનું ધાર્મિક રેડીક્લાઇઝેશન જ માનવજાતિનો સાચો આદર્શ છે.

"૦૪ ડીસેમ્બર, ૨૦૧, ગુજરાત સમાચાર - રવિપૂર્તિ."

62

Batman vs Superman એટલે મનુષ્ય વિરુદ્ધ ઈશ્વર

"જો ઈશ્વર આપણી વચ્ચે હોય તો આપણે તેને ઓળખવા સક્ષમ છીએ ખરા...?"

બેટમેન વર્સિસ સુપરમેન ફિલ્મ આવી ચૂકી છે. અત્યાર સુધીની આ શ્રેષ્ઠ સુપરમેન ફિલ્મને વિવેચકો અને દર્શકોએ તેની જટીલતાના કારણે અને સરળ મનોરંજનના અભાવે વખોડી છે. પણ લોકો તો બેટમેનની ડાર્ક નાઇટને પણ 'પેલા જોકરે કેવી જોરદાર એક્ટીંગ કરી છે.' એના માટે જ મસ્ત ફિલ્મ માને છે. 'મનુષ્યની અંદર રહેલી નકારાત્મકતા ગુરુત્વાકર્ષણ સમાન છે. એક નાનો ધક્કો વાગે એટલે મનુષ્ય સીધો બુરાઈના કેન્દ્રમાં જઈને પડે.' જોકરના પાત્ર દ્વારા આપવામાં આવેલો આ સંદેશ ભાગ્યે જ કોઈના ધ્યાનમાં આવ્યો છે. એવું જ બેટમેન વી સુપરમેન સાથે પણ થયું છે.

ખર્ચા કરતા ત્રણ ગણી કમાણી કરી ચૂકેલી આ ફિલ્મ એક મહાન સંદેશ ધરાવે છે. સંદેશ એ છે કે જે ઇશ્વરીય શક્તિને આપણે આપણા દુઃખો દૂર કરનારી એક પવિત્ર શક્તિ તરીકે જોઈએ છીએ એ જો મનુષ્ય રુપે આપણી વચ્ચે જીવતી હોય તો શું આપણે તેને ઓળખી શકીએ ખરાં ? કે પછી આપણે તેને પણ આપણા વિચારો પ્રમાણે ચાલવા મજબૂર કરીએ અને એવું ન થાય તો એને મૃત્યુ સુધી ધકેલી દઈએ ?

પહેલા ભાગ મેન ઓફ સ્ટીલ્સમાં બતાવ્યા પ્રમાણે પૃથ્વીથી ઘણે દૂર આવેલો ક્રિપ્ટોન ગ્રહ જ્યારે નષ્ટ થવાના આરે આવ્યો ત્યારે ત્યાંના લોકો જે મનુષ્ય કરતા

પણ અનેકગણા શક્તિશાળી હતાં તે અસ્તિત્વ માટે અંદરોઅંદર યુદ્ધે ચડયા. આવા સમયે રાજાનો એક વફાદાર વૈજ્ઞાનિક પોતાના નવા જન્મેલા પુત્રને પોતાની જાતિના અસ્તિત્વને ચાલુ રાખવા માટે એક નાના યાનમાં બેસાડીને પૃથ્વી પર મોકલી દે છે. તે નાનું બાળક પૃથ્વી પર એક સંતાનહીન દંપતી વડે મોટું થાય છે. તેનામાં અસિમિત શક્તિઓ છે. તે મોટી બસો અને જહાજો ઉપાડી શકે છે. આગ, બંદૂકની ગોળી અને બોમ્બ તેને અસર નથી કરતા. તે હવામાં રોકેટની ઝડપે ઉડી શકે છે. બીજાના શરીરની અંદરના અંગો જોઈ શકે છે અને તેમના મનમાં ચાલતી વાતો સાંભળી શકે છે. ઇન શોર્ટ એ દરેક શક્તિ જે આપણે ભગવાનમાં માનીએ છીએ તે આ બાળકમાં છે અને એટલે જ તેના કારનામા દુનિયા સામે આવતા જ દુનિયા તેને સુપરમેન કહેવા લાગે છે.

સુપરમેનના પૃથ્વી પરના પિતા બાળપણથી જ તેને પોતાની શક્તિઓને છુપાવવા દબાણ કરતા રહે છે. તે તેને માનવજાતિની સારી- ખોટી આદતોથી રૂબરૂ કરાવી માનવતાથી પ્રેમ કરતો કરે છે જેથી સમય આવ્યે તે તેની શક્તિઓને માનવજાતિની ભલાઈ અને રક્ષા માટે વાપરે. તેની શક્તિઓ સમય પહેલા દુનિયા સામે ન આવી જાય તે માટે તેના પિતા જાણી જોઈને એક વંટોળમાં મોતને ભેટે છે. એવામાં નષ્ટ થયેલા ક્રિપ્ટોન ગ્રહના અમુક ફરાર યુદ્ધ કેદીઓ પૃથ્વી પર આવી પહોંચે છે. તેઓ પૃથ્વીનું વાતાવરણ બદલી દઈ મનુષ્ય જાતિને નષ્ટ કરી દેવા માંગે છે અને પૃથ્વીને ક્રિપ્ટોનવાસીઓનો નવો ગ્રહ બનાવવા માગે છે. સુપરમેન માનવ જાતિની રક્ષા માટે તેમનાથી લડે છે અને તેમનો નાશ કરે છે. પરંતુ આ લડતમાં અમેરિકાનું મેટ્રોપોલીસ શહેર તબાહ થઈ જાય છે. અસંખ્ય સ્થાનિકો મૃત્યુ પામે છે અને અપંગ બને છે. અહીંથી સુપરમેન પર દુનિયા વહેંચાઈ જાય છે. દુનિયાનો એક હિસ્સો સુપરમેનને તે હજારો લોકોની મૃત્યુ માટે જવાબદાર માને છે અને સુપરમેને પૃથ્વી છોડી દેવી જોઈએ એવું સરકારો પર દબાણ કરે છે. બીજું જૂથ માને છે કે હવે જ્યારે ખબર પડી ચૂકી છે કે બ્રહ્માંડમાં આપણાથી શક્તિશાળી પરગ્રહીઓ છે ત્યારે સુપરમેન જેવો એક રક્ષક પૃથ્વી પર હોવો જરૂરી છે. અહીંથી ફિલ્મ બેટમેન વી સુપરમેન શરુ થાય છે.

સુપરમેનના વિરુદ્ધ હોય તેવા જૂથમાં બે મુખ્ય લોકો છે. એક અબજોપતિ બ્રુસ વેઇન જે છેલ્લા વીસ વર્ષથી સમાજમાં ગુનાખોરીને નાથવા રાત્રે બેટમેન બનીને ગુનેગારો પર ત્રાટકી રહ્યો છે. મેટ્રોપોલીસ શહેરની તબાહીમાં તેના ઘણા મિત્રો અને કર્મચારીઓ માર્યા ગયા છે. એટલે તેને સુપરમેનથી નફરત છે. તેને ડાર્ક નાઇટના જોકરનો અનુભવ થઈ ચૂક્યો છે. તે માને છે કે સુપરમેન જેવો શક્તિશાળી માણસ જે ક્ષણે નકારાત્મક બન્યો તે દિવસે માનવજાતિ નાશ

પામશે. તેનું અસ્તિત્વ માનવજાતિ માટે એક જોખમ છે. સુપરમેનનો બીજો વિરોધી છે લેક્સ લુથર નામનો યુવાન ઉદ્યોગપતિ જેને હિંદ મહાસાગરમાં ક્રિપ્ટોન ગ્રહ પરથી આવેલું એક એવું તત્વ મળી જાય છે કે જેનાથી સુપરમેન જેવા ક્રિપ્ટોનવાસીને મારી શકાય છે. તે અમેરિકાની સરકાર સામે ઓફર મૂકે છે કે તે તત્ત્વની અમેરિકામાં આયાત થવા દેવામાં આવે અને તેનાથી હથિયારો બનાવવામાં આવે જેથી સુપરમેન અને અન્ય પરગ્રહવાસીઓ સામે લડી શકાય. લુથરનો વિચાર ફિલ્મનું મુખ્ય હાર્દ છે કે શક્તિ ક્યારેય નિર્દોષ હોતી નથી. મતલબ કે સુપરમેન જેટલો શક્તિશાળી માણસ ક્યારેય નિર્દોષ અને માસુમ ન હોઈ શકે. તે ગમે ત્યારે તાનાશાહ બની જશે અને માનવજાતિને તેની ગુલામ બનાવશે. આથી માનવી પાસે તેની વિરુદ્ધ કોઈ હથિયાર હોવું જોઈએ. પણ સરકારો સુપરમેન પરના વિશ્વાસને કારણે તેની મંજૂરી આપતી નથી.

આથી લુથર મિડલ ઇસ્ટના કેટલાક આતંકી સંગઠનો પર એવી રીતે હુમલા કરાવે છે કે જેથી સુપરમેનનું નામ આવે. આથી સુપરમેન પર રાજનીતિમાં હસ્તક્ષેપ કરવાનો આક્ષેપ લાગે છે. દુનિયાભરમાં સુપરમેન પર કાનુની નિયંત્રણો લગાવવાની વાત પર ચર્ચા શરુ થાય છે. એક બાજુ સુપરમેન લોકોને દુર્ઘટનાઓ અને ગુનેગારોથી સતત બચાવતો હોય છે અને બીજી બાજુ મેટ્રોપોલીસમાં અપંગ બનેલા લોકોના તેના પર કેસ થાય છે. તે કોર્ટ સમક્ષ હાજર થાય છે અને એવામાં જ કોર્ટમાં બ્લાસ્ટ થાય છે. સુપરમેન સામે કેસ કરનારા પીડિતો માર્યા જાય છે. બ્લાસ્ટ લુથરે કરાવ્યો હોય છે. ફરી સુપરમેન સામે રોષ ભભૂકી ઊઠે છે.

હવે બેટમેન સુપરમેનને ખતમ કરવા ઉતાવળો બને છે. તે હિંદ મહાસાગરમાંથી મળેલું પેલું તત્ત્વ ચોરે છે અને તેનું હથિયાર બનાવી સુપરમેનને મારવા સામે આવે છે. બંને વચ્ચે સંઘર્ષ થાય છે સુપરમેન બેટમેનને તેની નિર્દોષતા સમજાવવાની કોશિષ કરે છે પણ બેટમેન સમજતો નથી. અંતે સુપરમેનની પ્રેમિકા અને પત્રકાર એવી લુઇસ લેન બેટમેનને સમજાવે છે. બેટમેનને સુપરમેનમાં તેના જેવો જ એક અનાથ બાળક દેખાય છે જે પોતાના માતાપિતાને ખોઈ ચૂક્યો છે. તે તેની તમામ શક્તિઓ સાથે પણ દુનિયામાં એકલો છે. તે દુનિયાથી ઝઝૂમીને દુનિયાને જ બચાવી રહ્યો છે.

આ બાજુ લુથર કોઈ પણ ભોગે સુપરમેનને મારવા માગે છે. તે ક્રિપ્ટોનના એક યુદ્ધ કેદીની લાશને ક્રિપ્ટોનિયન પદ્ધતિથી જીવીત કરે છે અને બીજા પરગ્રહવાસીઓને પૃથ્વી પર આવવાનો સંદેશ મોકલે છે. જીવિત બનેલા ક્રિપ્ટોનિયન રાક્ષસથી પૃથ્વીને બચાવવા સુપરમેન અને બેટમેન ભેગા થઈને લડે છે જેમાં આખરે સુપરમેન મૃત્યુ પામે છે. (જો કે છેલ્લા સીનમાં તે જીવતો

છે તેવો સંકેત છોડવામાં આવ્યો છે.) માનવજાતિ સુપરમેનને ભીની આંખથી વિદાય આપે છે અને તેની મહાનતાને ઓળખે છે. સુપરમેન લુથરને ખોટો પાડી દે છે અને સાબિત કરે છે કે સૌથી શક્તિશાળી માણસ પણ માસુમ અને સારો હોઈ શકે છે. ભારતીય શાસ્ત્રોમાં તેને શિવ કહેવામાં આવ્યો છે. એવો માણસ જેણે બ્રહ્માંડની તમામ શક્તિઓને ધારણ કરી લીધી છે. છતાંય તે શાંત છે અને તેની શક્તિનો ઉપયોગ જરૂર પડયે સારા કામ માટે જ કરે છે. સુપરમેન અંતે શિવ સાબિત થાય છે.

બોધ : સદીઓથી માનવજાતિ એવા તારણહારની શોધમાં ફરી છે જે એને દુ:ખોથી મુક્ત કરાવે. પણ જ્યારે જ્યારે એ તારણહાર એને મળ્યો છે. તે એને ઓળખી નથી શકી. તેણે તે તારણહાર પર જ પોતાનું અજ્ઞાન અને સ્વાર્થી નિયમો થોપ્યા છે. તેણે પહેલા તેને મોતના મુખમાં ધકેલ્યો છે અને પછી એને જ ભગવાન માની પૂજવા લાગી છે. બુદ્ધ અને ઇસુના એ ભાગ્યમાં સુપરમેન પણ જોડાય છે.

“૦૧ મે, ૨૦૧૬, ગુજરાત સમાચાર-રવિપૂર્તિ.”

૬૩

પ્રકૃતિ માતા ઋગ્વેદના પુરુષ-પ્રકૃતિથી આજની જુલિયા રોબર્ટ્સ સુધી

માનવ જાતિના સૌથી પહેલા ગ્રંથ કહેવાતા ઋગ્વેદમાં સૃષ્ટિની ઉત્પત્તિનું વર્ણન પુરુષ અને પ્રકૃતિના રૂપમાં છે. બ્રહ્માંડની ઉત્પત્તિ પછી બ્રહ્મમાંથી શિવ અને શક્તિ સ્વરૂપે બે વિરોધાભાસી તત્ત્વો છૂટા પડયાં. શિવને પુરુષ કહેવામાં આવ્યા અને શક્તિને પ્રકૃતિ. પુરુષે બ્રહ્માંડને મધ્યમાંથી આધાર આપ્યો અને પ્રકૃતિએ શિવની આસપાસ વિસ્તરણ કરી સર્જનને વેગ આપ્યો. આ જ સંરચનામાંથી પરમાણુના કેન્દ્રમાં ધન વીજભારીત પ્રોટોન (પુરુષ- શિવ) અને તેની ફરતે ઋણ વીજભારીત ઇલેક્ટ્રોન (પ્રકૃતિ- શક્તિ)ની સંરચનાનું જ્ઞાન મળ્યું આ રીતે સમગ્ર બ્રહ્માંડમાં પુરુષ પ્રકૃતિના ગર્ભમાં સમાયો.

આગળ જતાં તે પ્રકૃતિ પાંચ તત્ત્વો જમીન, પાણી, અગ્નિ, વાયુ અને આકાશ સ્વરૂપે વિસ્તરી અને પુરુષ સજીવોના અંદર પ્રાણ તરીકે સ્થાન પામ્યો. પ્રકૃતિના પાંચ તત્ત્વોમાંથી સજીવોના શરીર બન્યા અને પુરુષથી તે સજીવોનો પ્રાણ એવો આત્મા બન્યો.

આમ જે પ્રકૃતિ આપણી આજુબાજુના નદીઓ, પર્વતો, અગ્નિ, પવન, આકાશ, પુષ્પો, પ્રાણીઓ વગેરેથી બનેલા વિશ્વરૂપે હાજર છે. તે જ પ્રકૃતિ આપણા શરીર અને ઇન્દ્રિયો તરીકે હાજર છે અને તેના ગર્ભમાં આપણે આત્મા તરીકે નિવાસ કરીએ છીએ. એટલે પ્રકૃતિને વેદોમાં 'પ્રકૃતિ માતા' કહેવામાં આવે છે. આ જ કારણે ભારતમાં પ્રકૃતિના વિવિધ સ્વરૂપો તરીકે નદીઓ, પહાડો, વૃક્ષો

અને પ્રાણીઓની પૂજા થાય છે અને તેમનું રક્ષણ કરવું એ ભારતીય સંસ્કૃતિની એક કેન્દ્રિય આસ્થા ગણાય છે.
પરંતુ, આ ગૂઢ વિજ્ઞાનને જીવતા સમાજનું ચિત્ર એ સમયનું છે જ્યારે ભારતની ભૂમિ ઋષિઓ રૂપે રહેલા મહાન વૈજ્ઞાનિકો અને તત્વજ્ઞાની રાજાઓથી ભરાયેલી હતી. તે સમયે યુરોપ, અમેરિકા અને એશિયા- માઇનોર ઝાડના પાંદડા પહેરીને ફરતા આદિવાસીઓથી ભરેલું હતું. પરંતુ હવે ચક્ર ઘૂમી ચૂક્યું છે. જે તે સમયે જેવો ભારતનો આર્યસમાજ હતો તેટલો સમૃદ્ધ આજે પશ્ચિમનો સમાજ છે. જ્યારે આજનું ભારત પાખંડી, અજ્ઞાની અને ધર્માંધ લોકોથી ભરેલું છે.

પ્રાચીન ભારતમાં પ્રકૃતિના તત્ત્વોની પૂજા એ સમજથી થતી કે માનવ પૃથ્વી પરનો સૌથી શક્તિશાળી અને સમજુ જીવ છે. તેને સમજવાનું છે કે પ્રકૃતિના દરેક કણમાં જીવ વસે છે. બસ ફર્ક એટલો છે કે મનુષ્ય સિવાય તેમાંનું કોઈ પોતાની લાગણીઓની અભિવ્યક્તિ નથી કરી શકતું. આથી વૃક્ષો, નદીઓ, જંગલો, સરોવરો, ગાય, હરણ, શ્વાન, ઘોડા વગેરેની જાળવણી મનુષ્યને એ જ રીતે કરવાની છે જેમ તે એક મૂંગા બાળકની કરે છે. તે પ્રજાપતિ છે. પોતાના ભૌતિક સ્વાર્થ માટે તેમને મારતા પહેલાં જો તે પ્રાણીઓની આંખોમાં જોશે તો તેને સમજાશે કે તેમના અંદર પણ ઘણી બધી લાગણીઓ અને વ્યથાઓ છે. બસ એ બોલીને કહેવા માટે સક્ષમ નથી. આ જ વાત માનવને વૃક્ષો, પર્વતો અને નદીઓના કિસ્સામાં પણ અનુભવવા મળશે. બસ ઘડીકવાર પોતાના ફાયદા માટે વિચારવાનું બંધ કરો. ભૌતિકતાથી પોતાને થોડી અલગ કરો અને ચારે બાજુ ફેલાયેલી પ્રકૃતિને સાંભળો. તમારો આત્મા તમને એ અનુભૂતિ કરાવી દેશે કે તમે એ પ્રકૃતિના ગર્ભમાં છો. એ તમને દરેક ક્ષણે જીવન આપી રહી છે અને તમે એને નષ્ટ કરી રહ્યા છો. તમારે પ્રકૃતિની સંભાળ લેવાની છે જેથી એ તમારી સંભાળ લઈ શકે. એ તમને જીવન આપનારી મા છે અને તમારે બદલામાં એની જાળવણી કરવાની છે. આ જ આપણું પ્રકૃતિ સાથેનું સહજીવન છે. આ જ કારણથી આપણે ગૌહત્યા, વૃક્ષોનું નિકંદન અને નદીઓનું પ્રદૂષણ એક સાથે રોકવાનું છે.

પણ પૃથ્વી પર એક તરફ અંધકાર થાય છે ત્યારે બીજી તરફ અજવાળું થઈ ચૂક્યું હોય છે. પ્રકૃતિના વિજ્ઞાનને સમજવાવાળો પૂર્વનો જે સૂર્ય ડૂબ્યો તે હવે પશ્ચિમમાં ઉગી ચૂક્યો છે. જ્યારે પશ્ચિમી સંસ્કૃતિનો વિકાસ શરુ થયો ત્યારે તે પ્રકૃતિના ભોગે હતો. કારણ કે તેમને પ્રકૃતિ સાથેના જોડાણનું આધ્યાત્મિક જ્ઞાન નહોતું. પરંતુ હવે પશ્ચિમની વૈચારિક ઉન્નતિ પ્રાચીન ભારતના ઋષિઓની સમાંતરે આવી ચૂકી છે. એનું તાજું ઉદાહરણ છે કન્વર્ઝેશન ઇન્ટરનેશનલ દ્વારા

પર્યાવરણ જાગૃતિ માટે બનાવેલી ટૂંકી ફિલ્મો. આ સંસ્થા દ્વારા ‘પ્રકૃતિ બોલી રહી છે’ એ વિષય પર અગિયાર જેટલા વિડિયો બનાવવામાં આવ્યા છે.

આ વિડિયોમાં હોલીવુડના અનેક મોટા કલાકારો પ્રકૃતિના અલગ અલગ સ્વરૂપો બનીને બોલી રહ્યા છે. ઉંચા દરજ્જાની સમ્માનીય અભિનેત્રી ગણાતી જુલીઆ રોબર્ટસ ‘પ્રકૃતિ માતા’ તરીકે બોલી રહી છે. એડવર્ડ નોર્ટન માટી તરીકે, હેરીસન ફોર્ડ સમુદ્ર, પેનેલોપ ક્રુઝ પાણી, રોબર્ટ રેડફોર્ડ લાકડા તરીકે, કેવીન સ્પેસી જંગલો તરીકે અને લી પેસ પર્વતો તરીકે બોલી રહ્યા છે. આ વિડિયોમાં પ્રકૃતિનું દરેક સ્વરૂપ પોતાની લાગણીઓ, પોતાનું મહત્ત્વ અને વ્યથાઓ કહી રહ્યું છે. તેમનું બેકગ્રાઉન્ડ સંગીત, શબ્દો અને ચિત્રો એટલા સુંદર છે કે જાણે કેટલીક મિનિટો માટે આપણે સાચે જ પ્રકૃતિના ગર્ભમાં જતા રહીએ છીએ અને આસપાસની માનવસર્જિત વસ્તુઓથી આપણો મોહભંગ થવા લાગે છે.

કેવીન સ્પેસીના અવાજમાં જંગલો કહે છે, ‘મેં મારું સર્વસ્વ મનુષ્યોને આપ્યું છે. તેઓ એટલા બુદ્ધિશાળી છે કે મને કાપી કાપીને મોટી મોટી મહાન વસ્તુઓ બનાવે છે. તેમને મારી શું જરૂર છે? પણ, તેઓ હવાથી જીવે છે અને હું તે હવા બનાવું છું. શું એની તેમને ખબર છે ? મનુષ્યો ખરેખર બુદ્ધિશાળી છે. શું તે હવા બનાવી શકવાના છે ?’

હેરીસન ફોર્ડના અવાજમાં સમુદ્ર કહે છે, ‘હું સમુદ્ર છું. હું આ ગ્રહનો મોટા ભાગનો હિસ્સો છું. મેં તેને આકાર આપ્યો છે... આ ખાલી મનુષ્યનો ગ્રહ નથી. ના ક્યારેય હતો ના ક્યારેય હશે. પરંતુ, તેઓ તેમના હક્કથી વધારે આ ગ્રહ પરથી લે છે. તે મને ઝેરી કરે છે અને પછી મારાથી જીવન માંગે છે... હું અહીંયા મનુષ્ય સાથે રહું કે મનુષ્યો વગર મારા માટે તે સરખું છે. હું સમુદ્ર છું. એક સમયે મેં આ આખા ગ્રહને ઢાંકી દીધો હતો અને હું તે ફરીથી કરી શકું છું. બસ મારે આટલું જ કહેવું છે.’

પણ પ્રકૃતિનો સાચો સ્પર્શ તો જુલીઆ રોબર્ટસના અવાજમાં છે. જુલીઆએ જે અંતરના અવાજથી શબ્દો છોડયા છે તેના લીધે બધા વિડિયોમાં તેનો વિડિયો સૌથી વધુ લોકપ્રિય અને અસરકારક બન્યો છે. ‘આઇ એમ નેચર’ નામના તેમના વિડિયોમાં તેને સાંભળીને એવું લાગે છે જાણે મા શક્તિ રૂપે સાક્ષાત પ્રકૃતિ બોલી રહી છે. કદાચ તેનું કારણ એ પણ છે કે જુલીયાએ પાંચ વર્ષથી હિંદુ ધર્મ સ્વીકાર્યો છે અને તે હિંદુ ધર્મને તેના સાચા ઉંડાણથી સમજે છે અને પાળે છે. તેણે તેના ત્રણ સંતાનોના નામ પણ લક્ષ્મી, ગણેશ અને ક્રિષ્નબલરામ રાખ્યા છે. ચાલો, આ લેખનો અંત પણ જુલીઆના પ્રકૃતિ રૂપે બોલેલા એ શબ્દો સાથે કરીએ: “કેટલાક મને પ્રકૃતિ કહે છે, કેટલાક મને પ્રકૃતિ-માતા કહે છે. હું અહીંયા ૪૫૦ અબજ વર્ષથી રહું છું. તમારાથી ૨૨,૫૦૦ ગણી મોટી. મારે લોકોની જરૂર

નથી પણ લોકોને મારી જરૂર છે. હા, તમારું ભવિષ્ય મારા પર આધારિત છે. જ્યારે હું વૃદ્ધિ પામું છું, તમે પણ વૃદ્ધિ પામો છો. જ્યારે હું ડગમગું છું ત્યારે તમે પણ ડગમગો છો. પરંતુ હું અહીંયા યુગોથી છું. મેં તમારાથી ઘણા મોટા સજીવોને પોષ્યા છે અને તમારાથી ઘણા મોટા સજીવોને ભૂખ્યા પણ રાખ્યા છે. મારા સમુદ્રો, મારી માટી, મારા ઝરણાં, મારા જંગલો તે બધા તમને સ્વીકારી શકે છે કે ત્યાગી શકે છે. તમે દરેક દિવસને કેવી રીતે જીવવાનું પસંદ કરો છો, મારું સમ્માન કરીને કે મને અવગણીને એની મને કોઈ પરવા નથી. એક રીતે યા તો બીજી રીતે તમારા કર્મો તમારા ભવિષ્યને નક્કી કરશે. મારા નહી. હું પ્રકૃતિ છું. હું આગળ વધતી રહીશ. હું સક્ષમ છું ઉત્ક્રાંતિ પામવા માટે... શું તમે છો... ?"

"૦૩ એપ્રિલ, ૨૦૧૬, ગુજરાત સમાચાર-રવિપૂર્તિ."

64

પ્રાચીન ભારતથી અર્વાચીન પશ્ચિમ : જ્ઞાનના સુર્યની પૂર્વથી પશ્ચિમ તરફ ઢળવાની યાત્રા

માનવજાતિના ઈતિહાસનું એ સુવર્ણ પ્રકરણ છે. તેણે માનવના અસ્તિત્વ વિશેના સૌથી વધુ રહસ્યોનો ઉકેલ મેળવ્યો છે. મનુષ્ય જીવનનું કારણ શું, તે કારણ અનુસાર જીવન કેવી રીતે જીવવું અને તે જીવન અનુસાર સમાજ કેવી રીતે તૈયાર કરવો તે જવાબો માનવજાતિના સુવર્ણકાળ એવા એ વૈદિક સંસ્કૃતિમાં પ્રેક્ટીકલ સ્વરૂપ જોવા મળે છે. ત્યાં સુધી કે આજે ભૌતિક રીતે મંગળ પર પહોંચી ચૂકેલું ભૌતિક વિજ્ઞાાન પણ જે નવું સત્ય શોધે છે તે કાં તો વેદાન્તની મદદથી હોય છે કાં તો તે વેદાન્તમાં પહેલેથી હાજર હોય છે.

ઉત્તરમાં અફઘાનિસ્તાનથી અરૂણાચલ સુધી ફેલાયેલી હિંદુકુશ પર્વતમાળા અને દક્ષિણ પૂર્વ, દક્ષિણ તેમજ દક્ષિણ પશ્ચિમમાં હિંદ મહાસાગર, આ કુદરતી કિલ્લેબંધી વચ્ચે એક અનોખી આબોહવા ધરાવતા ભારતીય ઉપખંડમાં શરૂઆતી સમયના એ હોમો સેપિયન્સોએ કંઈક એવી ગહનતા મેળવી કે જે આજે પણ વિશ્વ માટે એક સ્વપ્ન સમાન છે. તેમણે પ્રકૃતિ સાથે પોતાનો સંપર્ક

સાધ્યો અને કદાચ આ સંપર્કમાં જ પ્રકૃતિએ, તેમને કહી દીધું કે સત્ય માનવ શરીરથી બહાર નહીં માનવ શરીરના અંદર ઝાંકવાથી મળશે. તેમનું માનવું હતું કે મનુષ્યનું મસ્તિષ્ક એ બ્રહ્માંડની પ્રતિકૃતિ છે. જેટલી બ્રહ્માંડમાં આકાશગંગાઓ છે એટલા મસ્તિષ્કમાં ચેતાકોષો છે (૧૦૦ અબજ). બંનેની રચના એકસમાન છે.

આથી, મસ્તિષ્કને જાણવાથી બ્રહ્માંડને જાણી શકાશે. આ જાણેલા તે માનવો મસ્તિષ્કના કંઈક એવા ઉંડાણમાં ઉતર્યા કે જેણે તેમની સામે બ્રહ્માંડના તમામ સત્યોને ખુલ્લા મૂકી દીધા. પૃથ્વીનો આકાર, સૌરમંડળની રચના, ગુરુત્વાકર્ષણ, ગ્રહોની સ્થિતિ અને જ્યોતિષશાસ્ત્ર, ગણિતશાસ્ત્ર, મનુષ્ય શરીરની રચના, મન, મસ્તિષ્ક અને આત્માનો સંબંધ, સૃષ્ટિના મૂળભૂત કણો અને તેમનું પરસ્પર જોડાણ જેવી દરેક ગૂઢ હકીકતને તેમણે કોઈપણ જાતના ટેલિસ્કોપ અને કોઈપણ જાતની લેબોરેટરી વગર જાણી. આ એ સમય હતો જ્યારે પશ્ચિમી વિશ્વ જંગલોથી ભરાયેલું હતું અને ત્યાંના માનવો મહદ અંશે હજુ પ્રાણીઓના વેશમાં જ હતા. આર્યવ્રતની ભૂમિ તે સમયે પૃથ્વી પર જ્ઞાન-વિજ્ઞાન અને માનવતાના અસ્તિત્વની ભૂમિ હતી. ત્યાંનો સમાજ પણ મનુષ્યની આધ્યાત્મિક શક્તિ પ્રમાણે વ્યવસાય કરવામાં વહેંચાયેલો હતો. વ્યવસાયોના તે વર્ગોને જાતિઓ કહેવામાં આવતી. મનુષ્યનું જીવન આશ્રમ વ્યવસ્થા રૂપે ચાર હિસ્સાઓમાં વહેંચવામાં આવ્યું હતું. આશ્રમવ્યવસ્થામાં - સૃષ્ટિ અને સત્યનું જ્ઞાન મેળવવું, એ જ્ઞાન વડે પોતાનું શ્રેષ્ઠ પ્રદાન આપી સૃષ્ટિચક્રને ફરતું રાખવું. પોતાનું પ્રદાન આપી દીધા પછી વનમાં જઈને તમામ બંધનોને ત્યજી દેવા અને છેલ્લે સંપુર્ણ સંન્યાસનું પાલન કરીને આત્મસાક્ષાત્કાર કરી મૃત્યુને જીતી લેવું - આ ક્રમિક જીવન પદ્ધતિ અપનાવી માનવજીવનનો ઉદ્દેશ્ય પુર્ણ કરવાનું કહેવામાં આવતું. આમ, તે સંપૂર્ણ રીતે માનવતાના અર્થને સાકાર કરતો સમાજ હતો.

પણ આજે એકવીસમી સદીના ભારતમાં તો એના ઝીર્ણ થયેલા અવશેષો પણ ભાગ્યે જ જોવા મળે છે. આધ્યાત્મ અને માનવતાવાદના દર્શન કરાવતા એ પ્રાચીન ભારતીય સિદ્ધાંતો આજે 'જય શ્રી રામ' અને 'ભારત માતા કી જય' જેવા કેટલાક નારાઓ પૂરતા સિમિત થઈ ગયા છે. સભાનતા પર ભાવનાઓ હાવી છે. જ્ઞાન પર મોહ હાવી છે, સત્ય પર સ્વાર્થ હાવી છે અને આધ્યાત્મ પર રાજનીતિ હાવી છે. પણ પ્રાચીન ભારતમાં હતો કંઈક એવો જ જ્ઞાન જીજ્ઞાસુ અને ઉદાર સમાજ વ્યવસ્થા ધરાવતો સમાજ આજે એ પશ્ચિમી વિશ્વમાં ઉભો થઈ ચૂક્યો છે જ્યાં પ્રાચીન ભારતના સુવર્ણકાળ દરમિયાન ઝાડના પાંદડા પહેરતા આદિવાસીઓ વસતા હતા.

છેલ્લી એક સદીમાં મળેલા જીનેટીક, ભૂસ્તરશાસ્ત્રીય અને સાહિત્યિક પુરાવાઓથી એ સિદ્ધ થયું છે કે શરૂઆતી વૈદિક સંસ્કૃતિમાંથી જ સમયે સમયે

અમુક માનવ સમૂહોએ પશ્ચિમ તરફ સ્થાનાંત કર્યું. ક્યાંક એમાં સામાજીક અને સાંસ્કૃતિક વિખવાદો કારણભૂત હતા તો ક્યાંક નવી સંભાવનાઓ અને સ્વતંત્રતાની તલાશ. પશ્ચિમ તરફ ધસેલો આ આખો માનવ સમૂહ ભૌતિકવાદી હતો. તે શરીરથી બહાર પ્રકૃતિમાં સત્ય ખોજવાની કોશિશ કરતો અને શરીરને જ આખરી સત્ય માનતો. એ સમૂહોમાં સૌથી પ્રાચીન ઈજીપ્તીઅન સમાજ હતો. ઈજીપ્તઅનો પણ ધીરે ધીરે અન્ય સ્થાને સ્થાનાંતર પામ્યા અને તેમાંથી ગ્રીક અને આરબ સંસ્કૃતિનો ઉદય થયો. એવામાં પાયથાગોરાસ નામનો એક ગ્રીક વિચારક જ્ઞાનની શોધમાં પ્રાચીન ભારત આવ્યો. ભારતમાં તે વેદોની સાંખ્ય ફિલોસોફી, આધ્યાત્મ, ગણિત અને ખગોળશાસ્ત્રથી અવગત થયો.

પાયથાગોરાસ તે ભારતીય જ્ઞાનને લઈને ગ્રીક પાછો ફર્યો અને ગ્રીક સંસ્કૃતિમાં તત્ત્વજ્ઞાનની શરૂઆત કરી. પાયથાગોરાસનો ચેલો બન્યો સોક્રેટિસ, સોક્રેટિસનો ચેલો બન્યો પ્લુટો અને પ્લુટોનો ચેલો બન્યો એરીસ્ટોટલ. પણ ગ્રીકો ક્યારેય ભારતીય આધ્યાત્મના આત્માને ન મેળવી શક્યા અને એરીસ્ટોટલ સુધી આવતાં આવતાં ગ્રીક તત્ત્વજ્ઞાન બિલકુલ ભૌતિક અર્થમાં વિકસવા લાગ્યું. અને ત્યાંથી ભૌતિક વિજ્ઞાનનો પાયો નંખાયો. ગ્રીક સામ્રાજ્ય રોમન સામ્રાજય રૂપે સમગ્ર યુરોપમાં ફેલાયું અને ખ્રિસ્તી ધર્મના ઉદય પછી એક ધાર્મિક રાજ્ય બન્યું. ખ્રિસ્તી ધર્મના સિદ્ધાંતો અવૈજ્ઞાનિક અને કાલ્પનિક હતા. આથી, છેક સોળમી સદી સુધી પશ્ચિમી સમાજ ચર્ચની ઝપેટમાં રહ્યો અને વિજ્ઞાનનો વિકાસ ન થયો. પણ સત્તરમી સદીના પૂર્વાર્ધમાં ગેલેલીયોના ચર્ચ સામેના સંઘર્ષથી વિજ્ઞાનનો પુર્નજન્મ થયો. અને ત્યાર પછી તો ન્યૂટન, મેક્સવેલ, ફેરાડે, એડિસન જેવા મોટા દરજ્જાના વૈજ્ઞાનિકો ઉભા થયા અને ઓગણીસમી સદીના અંત સુધીમાં પશ્ચિમના વિજ્ઞાને વિશ્વમાં ક્રાંતિ સર્જી દીધી. આ ક્રાંતિ પ્રાચીન ભારતની આધ્યાત્મિક ક્રાંતિ કરતાં જુદી હતી. ભારતના આધ્યાત્મમાં મનુષ્યના અસ્તિત્વના કારણની શોધ અને તે કારણની પૂર્તિ એ કેન્દ્રિય વિચાર હતો. જ્યારે પશ્ચિમનું ભૌતિક વિજ્ઞાન પ્રકૃતિની વસ્તુઓનો ઉપયોગ કરીને મનુષ્યજીવનને સગવડભર્યું બનાવવાનો કેન્દ્રિય વિચાર ધરાવતું હતું. પણ વીસમી સદીની શરૂઆતમાં આઈન્સ્ટાઈને પોતાની સાપેક્ષતાવાદી શોધોથી ભૌતિક વિજ્ઞાનને પ્રાચીન ભારતના એ વિચાર પર ગંભીર બનવા મજબૂર કર્યું કે સત્ય ભૌતિકતાની હદોથી ઉપર છે અને ઈન્દ્રિયાતીત છે. અને ત્યારથી લઈને આજસુધી ભૌતિક વિજ્ઞાનીઓનો એક મોટો સમુહ એ બધી શોધખોળો પર લાગેલો છે જે બ્રહ્માંડ શું છે, તેનો ઉદ્દેશ્ય શું છે અને માનવની તેમાં ભૂમિકા શી છે એ વાત પર સંશોધનો કરી રહ્યું છે. એકવીસમી સદીમાં થયેલી બે મોટી શોધો હીગ્ઝ બોઝોન અને ગ્રેવિટેશનલ વેવ્ઝ તે જ સંશોધનોનો એક ભાગ છે.

વર્તમાન પશ્ચિમી સમાજની પરીપકવતા, વિચારશીલતા, સ્ત્રી સમ્માન, ઉદારતા અને વૈસ્વિકતા એ બધું પ્રાચીન ભારતના સનાતન સિદ્ધાંતોના સમકક્ષ છે. તેમની સતત વિશ્વિને કંઈક નવું આપવાની ભાવના જ તેમને આધુનિક વિશ્વના વિશ્વકર્મા બનાવે છે. ભારતીયોમાં એક સમયે આ સતત નવું સંશોધન કરવાની ભાવના મંદ પડવા લાગેલી અને તેની નવી પેઢીઓ પોતાના મહાન પૂર્વજોનું અને તેમની સિદ્ધિઓનું ગુણગાન કરવામાં લીન બની ગયેલા. અને અહીંથી જ ભારતની ગુલામીના રસ્તા ખુલ્યા.

આજે પણ આપણે વિશ્વને નવી દિશા આપી શકે તેવી વૈજ્ઞાનિક શોધખોળો કરવાને સ્થાને વેદોના વિજ્ઞાનનો મહીમામંડન કરવામાં જ વધુ રોકાયેલા રહીએ છીએ. 'અમારા પૂર્વજો તો આવા મહાન હતા', 'તમે જે શોધ્યું છે એ તો અમે યુગો પહેલા શોધી કાઢેલું' આ બધી આત્મશ્લાઘા આપણી મહાનતા નહીં આપણી દુર્બળતા અને સમય સાથે ચાલવાની આપણી અસમર્થતાનું પ્રદર્શન છે.

બીજી બાજુ પશ્ચિમી વિજ્ઞાન પ્રાચીન ભારતીય વિજ્ઞાન કરતાં વધુ ચોક્સાઈવાળું, તાર્કીક અને સચોટ તો છે, પણ તેના માર્ગો પ્રકૃતિથી વિપરીત અને ઈન્દ્રિયોની સીમામાં બંધાયેલા છે. એટલે પ્રાચીન ભારતમાં ઉપજ્યું હતું એવા સંપૂર્ણ સત્યનું જ્ઞાન ભૌતિક વિજ્ઞાન ઉપજાવી શક્યું નથી. ઉપરથી, છેલ્લા સો વર્ષમાં તેણે પ્રકૃતિને એટલું નુકશાન પહોંચાડયું છે કે જેટલું એના પહેલાના હજારો વર્ષોમાં કોઈએ નહોતું પહોંચાડયું. આમ, પ્રાચીન ભારતમાં આધ્યાત્મ રૂપે વિજ્ઞાનનો જે સૂર્ય ઉદય પામ્યો હતો, તે હવે પશ્ચિમમાં ભૌતક વિજ્ઞાન રૂપે આવી ચૂક્યો છે. પણ પશ્ચિમમાં આવતા સુધીમાં તેણે પ્રકૃતિ માટે એક સૂર્યાસ્તને નિમંત્રણ આપી દીધું છે. એટલે જો આધુનિક ભારત રૂપે એ સૂર્ય પૂર્વમાં ફરી પ્રકાશિત કરવો હોય તો એમાં પશ્ચિમની તાર્કીકતા અને સચોટતા સાથે પૂર્વની ઈન્દ્રિયાતીત આધ્યાત્મિકતાનું મિશ્રણ થવું જોઈએ. આ જ એક શ્રેષ્ઠ માર્ગ છે જે આધુનિક સમયમાં માનવને તેના ઉદ્દેશ્યનું એક તાર્કીક, વૈજ્ઞાનિક અને સચોટ જ્ઞાન આપી શકે છે.

"૧૦ એપ્રિલ, ૨૦૧૬, ગુજરાત સમાચાર-રવિપૂર્તિ."

65

એન્ટીબાયોટિક પ્રલય' : વિનાશ નજીક છે, શું તમે તૈયાર છો?

ઇ.સ. ૧૯૨૮માં વિશ્વની કુલ માનવ વસ્તી બસો કરોડ હતી. આજે ૨૦૧૬માં તે સાડા સાતસો કરોડ છે. મતલબ, પૃથ્વી પર માનવ વસવાટના એંશી હજાર વર્ષ પછી ૧૯૨૮ સુધી માનવ વસ્તી બસો કરોડ જ થઈ અને પછીના છેલ્લા અઠયાસી વર્ષમાં એ સાડા પાંચસો કરોડ જેટલી વધીને સાડા સાત અબજ થઈ ગઈ. માનવ વસ્તીમાં આવેલી આ નાટકીય છલાંગ પાછળ મુખ્ય કારણ છે - એન્ટીબાયોટીક દવાઓની શોધ.

પહેલા એ સમજી લઈએ કે આ એન્ટીબાયોટીક છે શું ? 'એન્ટી' એટલે વિરુદ્ધ અને 'બાયો' એટલે જીવન. આપણા શરીરમાં કરોડો બેક્ટેરિયા હોય છે. તેમાં કેટલાક લાભદાયી હોય છે તો કેટલાક હાનિકારક હોય છે. હાનિકારક બેક્ટેરિયાને આપણા શરીરના શ્વેતકણો મારી દે છે અને આપણને બચાવે છે. પણ કેટલીકવાર જ્યારે શરીરમાં પોષક તત્ત્વોના અભાવે શ્વેતકણોની સંખ્યા ઘટી જાય કે અન્ય કોઈ કારણસર બહારથી હાનિકારક બેક્ટેરીઆનો મારો વધી જાય ત્યારે શ્વેતકણો તેમને મારવા પૂરતા સાબિત થતા નથી. આવા સમયે શરીરને બહારથી કેટલાક એવા પદાર્થોની જરૂર પડે છે જે પેલા હાનિકારક બેક્ટેરીઆને મારી શકે. ઇ.સ. ૧૯૨૮માં એલેક્ઝાન્ડર ફ્લેમીંગે પહેલીવાર પેનીસીલીન નામના આવા એક રાસાયણિક પદાર્થની શોધ કરી જે આવા હાનિકારક બેક્ટેરીયાને મારી શકતા હતા. આથી એ પદાર્થની જાતિને એન્ટીબાયોટીક નામ આપવામાં આવ્યું.

પેનીસિલીન વિશ્વની પ્રથમ એન્ટીબાયોટીક હતી જેનો ચિકિત્સા પદ્ધતિમાં વ્યાપક ઉપયોગ ૧૯૪૦ના દશકથી શરુ થયો. એના પરીણામો અદ્ભુત આવ્યા. લોકો જે નાની મોટી બીમારીઓથી મૃત્યુ પામતા હતા તેમને હવે બચાવી શકાયા અને સરેરાશ માનવજીવન લંબાયું. અને કંઈક એવું લંબાયું કે છેલ્લા આઠ દશકમાં માનવ વસ્તી પહેલા કરતા ત્રણ ગણી થઈ ગઈ.

હવે, આ સુખદ સ્ટોરીમાં બે ટ્વીસ્ટ આવ્યા. પહેલો એ કે બેક્ટેરીઆ પણ છેલ્લે તો આપણા જેવો જીવ જ છે. તે પણ તેના અસ્તિત્વ સામે કોઈ સંકટ ઊભું થાય એટલે તેના ઘટકદ્રવ્યોમાં પરીવર્તન કરી અસ્તિત્વ ટકાવી રાખવા કોશિષ કરે છે. આ કારણે બન્યું એવું કે એન્ટીબાયોટીકોના વપરાશ પહેલાં જે બેક્ટેરીયા ઘણીવાર શરીરના શ્વેતકણોથી પણ મરી જતા તેમણે હવે આ એન્ટીબાયોટીકો સામે લડતા લડતા પોતાના ડીએનએને બદલી દીધું. અને આ બદલાયેલા ડીએનએથી એ એન્ટીબાયોટીક એમને અસર કરતી બંધ થઈ જ ગઈ. સાથે સાથે આપણા શ્વેતકણો પણ તેમની આગળ બેઅસર થઈ ગયા. આમ, માનવજાતિ ફસાઈ. હવે વિકલ્પ એક જ હતો - એન્ટીબાયોટીકને હજી એવી રીતે વિકસાવવી કે જેથી તે આ રેસીસ્ટ થઈ ગયેલા બેક્ટેરીયાના નવા ડીએનએને પણ મારી શકે. આ રીતે આપણે એક પછી એક વધુ ખતરનાક એન્ટીબાયોટીકો શોધવી પડી જે એ ખતરનાક બની ગયેલા બેક્ટેરીયાને મારી શકે. આ ખતરનાક બનેલી એન્ટીબાયોટીકો હવે એ હાનીકારક બેક્ટેરીઆ સાથે શરીરના લાભદાયી બેક્ટેરીઆને પણ મારવા લાગી. આ કારણે ઊભી થઈ એન્ટીબાયોટીકની ગંભીર સાઇડ ઇફેક્ટો. આ રીતે બેક્ટેરીઆ અને એન્ટીબાયોટીકો વચ્ચે ચાલતા આ અવિરત યુદ્ધમાં ૧૯૮૭ સુધીમાં આપણે એન્ટીબાયોટીકોના બીજા સો group શોધી લીધા પણ હવે બીજો ટ્વીસ્ટ આવ્યો. ૧૯૮૭ પછી એવા રસાયણો મળતા બંધ થઈ ગયા જે ખતરનાક બની ગયેલા એ બેક્ટેરીઆને મારી શકે. પરિણામે ૧૯૮૭ પછી બેક્ટેરીઆનું કોઈ નવું group આજ સુધી શોધાયું નથી. આથી છેલ્લી શોધાયેલી એન્ટીબાયોટીકોના બંધારણમાં જ અમુક ફેરફારો કરીને નવી પેઢીની એન્ટીબાયોટીકો બનાવવામાં આવી રહી છે, જ્યાં ક્રમશઃ તેમનો ડોઝ અને સમયગાળો વધારવામાં આવી રહ્યા છે.

અમેરિકામાં તમામ એન્ટીબાયોટીકો સામે રેસીન્ટન્ટ બેક્ટેરીઆ અસ્તિત્વમાં આવી ચૂક્યા છે. આ કારણે ત્યાં ૧૯૭૦માં શોધાયેલી કોલીસ્ટીન નામની એન્ટીબાયોટીકને ફરી ચાલુ કરવામાં આવી છે. જેને ભયંકર સાઇડ ઇફેક્ટોના કારણે ૧૯૭૦માં બંધ કરી દેવામાં આવેલી પણ ચાલુ વર્ષે એપ્રિલ મહિનામાં એક અમેરિકન મહીલાના મૂત્રમાર્ગના ઇન્ફેક્શનમાં એવા બેક્ટેરીઆ મળી આવ્યા જે કોલીસ્ટીન સામે પણ રેસીસ્ટન્ટ છે. આ પછી WHO એ પણ કહ્યું છે કે, 'વિશ્વમાં

એન્ટીબાયોટીકોનો બેફામ ઉપયોગ થયો છે જેના કારણે આજે એન્ટીબાયોટીક રેસીન્ટન્સ માનવજાતિના અસ્તિત્વ માટે સૌથી મોટો ખતરો સાબિત થયો છે.' બ્રિટન સરકારના ચીફ મેડીકલ ઓફિસર ડેમ ડેવિસનું કહેવું છે કે, 'એન્ટીબાયોટીક્સ સામે રેસીસ્ટન્સ એ આતંકવાદ જેટલો જ ભયાનક ખતરો છે. બ્રિટન ઓગણીસમી સદીના એ સમયમાં પાછું ધકેલાઈ રહ્યું છે જ્યાં એક સામાન્ય ઇન્ફેક્શન કે એક નાનું ઓપરેશન દર્દીનો જીવ લઈ લેતો હતો.' ભારતમાં પણ એન્ટીબાયોટીક રેસીસટન્સનો દર ખૂબ ઊંચો છે.

આપણા દેશમાં તો ગામડામાં પ્રેક્ટીસ કરતા આયુર્વેદિક ડોક્ટરો કે બની બેઠેલા દસમુ ફેલ ડોક્ટરોથી લઈને મોટા નગરોના એમ.ડી. ડોક્ટરો સુધી ઉંચી ઉંચી એન્ટીબાયોટીકો આપીને જલ્દીમાં જલ્દી પેશન્ટને સાજું કરી પોતાની પ્રેક્ટીસ ચમકાવવામાં લાગેલા છે. અસલમાં એ ડોક્ટરો આપણા દેશના એ અજ્ઞાની દર્દીઓની દેન છે જેમના મનમાં 'જે જલદી સાજા કરી દે તે ડોક્ટર સારો' એ સૂત્ર ઘર કરી ગયું છે. પછી એ કઈ દવા આપીને સાજો કરે છે એનું એમને ના જ્ઞાન છે ન પરવા છે. ઉંચી એન્ટીબાયોટીક ગળીને આવેલા દર્દીઓને સામાન્ય રોગમાં પણ પ્રાથમિક કક્ષાની એન્ટીબાયોટીક અસર કરતી નથી. પરિણામે એવા દર્દીઓને વધુ ઉંચી એન્ટીબાયોટીક જ આપવી પડે છે અને તેવા દર્દી બહુ જલદી આખરી પ્રાપ્ય એન્ટીબાયોટીકના રેસીન્ટન્સ તરફ ધકેલાઈ જાય છે અને આખરી હાજર એન્ટીબાયોટીકથી જે રેસીન્ટન્ટ થઈ જાય તે માણસને પછી એ ખતરનાક બેક્ટેરીઆથી બચાવવાવાળું કોઈ રહેતું નથી. એના માટે આ પૃથ્વી પર પ્રલય આવી ચૂક્યો છે. આવી છેલ્લી હદે રેસીન્ટન્ટ થયેલા બેક્ટેરીઆ તે માણસોમાંથી બીજા માણસોમાં ફેલાઈ શકે છે અને તે દરેક માણસને બેસહાય અવસ્થામાં ધકેલી શકે છે. આમ, 'એન્ટીબાયોટીક પ્રલય'નો એ સમય એકવાર શરુ થયા પછી કેટલો ઝડપથી પ્રસરશે તેનો અંદાજો પણ આપણે લગાવી શકીએ તેમ નથી. એટલે તો વિદેશોમાં શક્ય હોય ત્યાં સુધી એન્ટીબાયોટીકનો ઉપયોગ ન કરવાની ચેતવણી ડોક્ટરોને આપી દેવાઈ છે. પણ ભારતના જવાબદાર ડોક્ટરો જ્યારે સ્વનિષ્ઠાએ એન્ટીબાયોટીકોનો ઉપયોગ હળવો કરવાની કોશિષ કરે છે ત્યારે ઊંચી એન્ટીબાયોટીકો ગળીને રેસીસ્ટન્ટ બનેલું ભારતીય પેશન્ટ તેનો કેસ બગાડે છે. પરિણામે 'સારા ડોક્ટર' ની પ્રતિષ્ઠા જાળવી રાખવા તેને પણ બધાની સાથે એન્ટીબાયોટીકના ભારેખમ ઉપયોગ સાથે ચાલવું પડે છે. આ આજના ભારતની સ્થિતિ છે. પણ આપણા અંગુઠાછાપ, જાતિવાદી અને સત્તાલાલચુ નેતાઓ માટે આ આખો વિષય એક બાઉન્સર છે.

ખેર, છેલ્લે સારા સમાચાર. ચાલુ વર્ષે જાન્યુઆરી મહિનામાં ટેઇક્સોબેક્ટીન નામનું એક નવું એન્ટીબાયોટીક group શોધી કઢાયું છે જેના પ્રયોગો ઉંદર

ઉપર સફળ થયા છે. માણસો પરના એના પ્રયોગો સફળ થયા પછી તે પાંચ વર્ષની અંદર બજારમાં આવી જશે અને ત્યાર પછી જ તેનાથી થનારી સાઇડ ઇફેક્ટો વિશે માહિતી મળી શકશે. ટેઇક્સોબેક્ટીનની રેન્જ એટલી ફેલાયેલી છે કે આવનારા ત્રીસ વર્ષ સુધી બેક્ટેરીઆ તેનાથી રેસીસ્ટન્ટ નહીં થઈ શકે. મતલબ, આવનારા ત્રીસ વર્ષ સુધી 'એન્ટીબાયોટીક પ્રલય'ની તારીખ ટળી ગઈ છે. પણ જો તે ભારતના એ બેફામ ડોક્ટરોના હાથમાં લાગી જશે તો આ પ્રલયની તારીખ ઘણી નજીક આવી જશે એ નક્કી છે.

"૧૩ નવેમ્બર, ૨૦૧૬, ગુજરાત સમાચાર-રવિપૂર્તિ."

66

મીરાં : પહાડ જેવા અવરોધોને ચીરતો પ્રેમનો અવિરત પ્રવાહ

“એકવાર પતિ અને પત્ની વચ્ચે પ્રેમક્રીયા ચાલતી હતી. પત્નીએ એક સમય પર આવીને કહ્યું, ‘આનાથી આગળ તને કેવી રીતે મેળવું..? શુ આનાથી આગળ મિલનનો કોઈ માર્ગ નથી..?’ પતિએ કહ્યું, ‘રૂકમણીના માર્ગે તો કૃષ્ણનું શરીર જ મળે છે ડિયર. કૃષ્ણના આત્મા સાથે એક થવું છે તો રાધા કે મીરા બનવું પડશે. એટલે જ તો જે મંદિરમાં જાઓ ત્યાં રાધા-કૃષ્ણ અને મીરા-કૃષ્ણ છવાયેલા છે, રૂકમણી-કૃષ્ણ ક્યાંય નથી.“

આ રીતે પતિએ સમજાવ્યું કે પતિ-પત્નીનો સબંધ ભલે બધી છૂટ આપે પણ બે આત્માઓનું મિલન કે આત્મા અને પરમાત્માનું મિલન તો રાધા અને મીરાના માર્ગે જ થાય છે. અને એ માર્ગ દરેક માટે કોઈને પણ ચાહવા ખુલ્લો છે. રાધાનો માર્ગ તો અનેકવાર આપણે સમજી ચુક્યા છીએ, આજે મીરાંને સમજી લઈએ.

મીરા પાંચ વર્ષની હતી ત્યારે કૃષ્ણની મૂર્તિ જોઈને તેના પ્રેમમાં પડી. કોઈ ભગવાન માનીને નહીં. પણ પોતાનો પ્રેમી માનીને, પોતાનો પતિ માનીને. કૃષ્ણ માટે ગીત ગાવા લાગી ’મારો તો ગિરિધર ગોપાલ, બીજો કોઈ નહીં‘. જેમ જેમ તે મોટી થતી ગઈ તેમ તેનો પ્રેમ પણ ઊંડો અને પરિપક્વ બનતો ગયો. માતા-પિતાએ તેને મેવાડના રાજકુમાર રાણા ભોજરાજ સાથે પરણાવી. પણ પહેલા જ દિવસે મીરાંએ કહ્યું, ’મારો પતિ, મારો સ્વામી, મારો સર્વસ્વ મારો ગોપાલ છે. હું એના સિવાય કોઈને પતિ માની શકું એમ નથી. તમે મારા

રાણા છો અને હું તમારી સહાયક છું.' તેની વાતોમાં કૃષ્ણ પ્રત્યે એટલો વિશ્વાસ હતો કે ભોજરાજ તેના પર હસી પણ ન શક્યો. મીરા મહેલનું બધું કામ કાજ સંભાળતી અને સમય મળે એટલે મહેલ બહાર આવેલા કૃષ્ણ મંદિરમાં પ્રેમ ભજન ગાતી. ધીરે ધીરે લોકોમાં મીરાનું સન્માન વધતું ગયું અને તેમ તેમ તેની નણંદ, દીયર અને મેવાડના ધર્મગુરુઓમાં મીરા પ્રત્યે તથા ભોજરાજમાં કૃષ્ણ પ્રત્યે ઈર્ષા વધતી ગઈ. સંસારીઓનો મીરા પર ત્રાસ વધતો ગયો અને મીરાંનું કૃષ્ણપ્રેમમાં વૈરાગ્ય વધતું ગયું. હવે તો તેણે ઘરેણાં પણ ઉતારી દીધા અને સાદી જોગણ જેવા કપડામાં જ રહેવાનું શરૂ કર્યું. ધર્મગુરુઓએ મીરાંની પ્રજા પર અસર નાથવા કૃષ્ણ મંદિરને તાળાં મારી દીધા અને મીરાંને પોતાના પતિ સિવાય બીજા કોઈને ચાહવાના પશ્ચાતાપ રૂપે ભોજરાજ માટે કડવા ચૌથનું વ્રત રાખવાનું કહ્યું. મીરાંએ કહ્યું, 'કૃષ્ણ જ મારો પતિ છે, હું એના માટે વ્રત રાખીશ અને આ મંદિરમાં એનું મોઢુ જોઈને જ વ્રત તોડીશ.' ચૌદ દિવસ સુધી મીરાં ભૂખી-તરસી મંદિરમાં ભજન ગાતી રહી. ભોજરાજે રોજ બે ટાઈમ તેના માટે જમવાનું મોકલાવ્યું પણ તેણે ન ખાધું. આખરે ચૌદમા દિવસની રાતે મંદિરમાં આગ લાગી અને બંધ દ્વાર સળગી ગયું. સવારે મીરા ઉઠી તો કૃષ્ણની મૂર્તિ નજર સામે હતી. આ વાતે પ્રજામાં મીરાંબાઈનું માન અનેકઘણું વધારી દીધું. પણ ભોજરાજે મીરાંને કહી દીધું કે હવે તે થોડા દિવસ તેના પિયરમાં રહે તો સારું. મીરાં પિયરમાં પાછા જવા નહોતી માગતી. તે મેવાડના સંત રાયદાસને મળી અને જ્ઞાન માગ્યું. રાયદાસે કહ્યું, 'અઢી અક્ષર પ્રેમના, જે જાણે તે જ્ઞાની હોય'. મતલબ, તારો પ્રેમ જ તારું સત્ય છે, એમાંથી જ બધુ જ્ઞાન ઉત્પન્ન થાય છે. તું તારા પ્રેમના પંથે જ જા. આટલું કહી રાયદાસે મીરાંને ભજન ગાવા એકતારો તંબુરો આપ્યો.

મીરાં ભજન કીર્તન કરતી પોતાના સાચા સ્વામી કૃષ્ણના ગામ મથુરા અને વૃંદાવનમાં રહી. પણ મીરાના મેવાડ છોડયા પછી મેવાડમાં ભયંકર દુષ્કાળ પડ્યો. પ્રજાનું જીવવું અસહ્ય થઈ ગયું. પ્રજાએ રાજા સામે વિદ્રોહ કર્યો અને મીરાંબાઈને પાછા બોલાવવાની માંગ કરી. રાણા ભોજરાજ પોતે મીરાંને લેવા આવ્યો અને મહેલમાં તેને કૃષ્ણ મંદિર બનાવી આપ્યું. તે દિવસથી ભોજરાજે મીરાંને સતાવવાનું બંધ કરી દીધું અને તેના ભજન કિર્તન પરની બંદીશો હટાવી દીધી. પણ કેટલાક મહિનાઓ પછી અકબરની સેના સામે યુદ્ધમાં ભોજરાજ શહિદ થયા. મીરાંબાઈ તેવીસ વર્ષે વિધવા બન્યા. મેવાડની રાજપૂત સ્ત્રી વિધવા થાય એટલે તેને કોઈપણ પુરુષ સામે આવવાની મનાઈ હતી. પણ મીરાંબાઈએ તો મંદિરોમાં અને અન્ય જે સ્થાને આમંત્રણ મળે ત્યાં સાધુ સંતો આગળ કૃષ્ણ પ્રેમના ભજન ગાવાનું ચાલુ રાખ્યું. તેમના અવિચળ કૃષ્ણ પ્રેમની અને કર્ણપ્રિય

ભજનોની ખબર અકબર સુધી પહોંચી. અકબર અને તેનો સંગીતકાર તાનસેન મીરાંબાઈને સાંભળવા છુપા વેશે એક મંદિરમાં આવ્યા. મંદિરમાં 'મેરે તો ગિરધર ગોપાલ' ભજન સાંભળીને અકબરે મીરાંબાઈને કૃષ્ણની મૂર્તિ પર ચઢાવવા હીરાનો હાર ભેટ આપ્યો, જે મીરાંબાઈએ તેનું માન રાખવા માટે લઈ લીધો. આ વાતનો ફાયદો ઉઠાવી તેમના દીયર રતનસિંહે મીરાંબાઈ પર રાજદ્રોહનો ગુનો લગાવ્યો. સર્વ પ્રજા સામે મીરાંબાઈને ઝેરનો પ્યાલો પીવડાવીને મૃત્યુ દંડ આપવાનું ઘોષિત થયું. તેમને પશ્ચાતાપ કરવાની છેલ્લી તક આપવામાં આવી કે તે ભોજરાજને પોતાના પતિ માની પોતાને વિધવા માની લે. પણ મીરાંબાઈએ કહ્યું, 'અજર અમર કૃષ્ણ જ મારો પતિ છે, મારો વિધવા થવાનો સવાલ જ નથી. તમને મને મારવાનું બહાનુ મળી ગયું છે એને જવા ન દો. મારી ચિંતા ન કરો. મારા પતિની જેમ હું પણ અમર છું. આ શરીરે મને સીમિત કરી રાખી છે. આ શરીર સાથે જોડાયેલા સબંધો મારા પ્રેમ માટે અવરોધ બન્યા છે. હવે તો હું ખુશ છું. જ્યારે આ શરીર નહીં રહે ત્યારે હું મારા ગોપાલની સાથે અનંત થઈ જઈશ. હંમેશા માટે તેનામાં ભળી જઈશ.' આટલું કહીને મીરાંએ પતિ કૃષ્ણનું નામ લઈ ઝેર પી લીધું અને એ સભામાંથી ભજન ગાતા ગાતા બહાર જવાનું શરૂ કર્યું. ભજન હતું, 'એરી મૈં તો પ્રેમદિવાની, મેરા દર્દ ના જાને કોઈ'.

મીરાંબાઈ પર ઝેરની કોઈ અસર ન થઈ અને તે એ રીતે જ ભજન ગાતા ગાતા ગુજરાતમાં દ્વારકા આવી ગયા. મીરાંબાઈના ગયા પછી ફરી મેવાડ પર મુસીબતોનું આભ તૂટી પડ્યું. અકબર સામે મેવાડ હાર્યું, રાણા રાતનસિંહ માર્યા ગયા. તેમના પછી ગાદી પર આવેલા વિક્રમસિંહ પણ યુદ્ધમાં માર્યા ગયા. મેવાડની આર્થિક હાલત પાયમાલ થઈ ગઈ. ત્યારબાદ ગાદી પર આવેલા રાણા ઉદયસિંહને લોકોએ મીરાંબાઈને પરત બોલાવી દેવાની સલાહ આપી. ઉદયસિંહ મીરાંબાઈને લેવા દ્વારકાના કૃષ્ણ મંદિરમાં આવ્યા. પણ હવે મીરાંબાઈને કૃષ્ણને છોડીને ક્યાંય નહોતું જવું. તેમણે મંદિરમાં કૃષ્ણની મૂર્તિ પાસે જઈને મંદીરના દ્વાર બંધ કરી દીધા અને કૃષ્ણને કહ્યું, 'હવે બહુ થઈ ગયું ગોપાલ. હવે મારે તમારા વિના એક પળ નથી રહેવું. હવે મને તમારામાં સમાવી લો.' કહેવાય છે કે લાંબો સમય સુધી મીરાંબાઈ બહાર ન આવતા ઉદયસિંહે મંદિરના દ્વાર તોડાવી દીધા. પણ જ્યારે દ્વાર ખુલ્યા ત્યારે મીરાંબાઈ ત્યાં નહોતા. ફક્ત તેમનો એકતારો તંબુરો અને તેમના લખેલા ભજનોની નોટ જ ત્યાં હતી. તે કૃષ્ણની મૂર્તિમાં સમાઈ ચુક્યા હતા.

તો આ છે મીરા. પોતાના પ્રેમ માટે આજીવન દુનિયાની જડતા સામે બાથ ભીડનારી એક યોદ્ધા જેવી પ્રેમિકા. સમાજની અસ્વીકૃતિઓ અને નિયમોને

પ્રેમના પરમ સત્યથી ધ્વંસ કરનાર એક જોગણ. 'વાસના વ્યાભીચાર છે, પ્રેમ નહીં. પ્રેમ સર્વ સંબંધોથી, સર્વ બંદીશોથી મુક્ત છે.' - એવું પોતાના દરેક ડગલાં, દરેક ભજન અને દરેક નિર્ણયથી સમાજને સમજાવનારી એક ભક્ત. પણ આ બધાથી વધારે મીરાંબાઈના જીવને જે પરમ સત્યને છતું કર્યું તે એ છે કે 'કોઈ મારો ઈશ્વર છે, એટલે હું તેને પ્રેમ નથી કરતી. હું કોઈને પ્રેમ કરું છું, એટલે તે મારો ઈશ્વર છે.' સાચો દિવ્ય પ્રેમ પ્રેમીઓને એકબીજા માટે ઈશ્વર બનાવી દે છે અને તેમના આત્માને એકબીજામાં મોક્ષ આપે છે.

"૧૪ એપ્રિલ, ૨૦૧૮, ફેસબુક."

67
ડાયવોર્સ પછીના જીવનને કેવીરીતે સંભાળવું..?

"તમારા ભૂતપૂર્વ જીવનસાથીના રેકોર્ડ તમારા શરીરમાંથી સુકાઈ જાય ત્યાં સુધીમાં તમારે તમારા જીવનને અને વ્યક્તિત્વને એક નવો ઘુમાવ-એક નવો આયામ આપી દેવાનો છે."

પ્રશ્ન: કેટલાક મહિના પહેલા મારા ડાયવોર્સ થયા છે. હું અને મારી પત્ની ક્યારેય સેટ હતા જ નહીં. ડાયવોર્સ સમયે મને એમ હતું કે હું છૂટી રહ્યો છું, હવે કંઈક શાંતિનો શ્વાસ લઈશ. પણ ડાયવોર્સના છ મહિના થયા પછી પણ હજી હું ઉભર્યો નથી. હજી એક જાતનું ડિપ્રેશન છે અને મારા સમજમાં નથી આવતું કે આ કેમ છે..? તમે સ્ત્રી-પુરુષના સંબંધોનું વિજ્ઞાન આટલું ઊંડાણથી સમજાવ્યું છે તો વિચાર્યું તમને પૂછી જોઉં.

લેખક : માનવજીવનના દુઃખોનું મૂળ કારણ જ એ છે કે જીવનને ચલાવનાર વિજ્ઞાનને આપણે નથી જાણતા. જે પણ વસ્તુ આપણે જોઈએ છીએ, સાંભળીએ છીએ, સ્પર્શીએ છીએ તે આપણા જાગ્રત મનનો હિસ્સો બનતી જાય છે. અને જે 'હું' તમે બોલો છો એ તમારું જાગ્રત મન જ છે. મતલબ, એ 'હું' આજસુધી આપણા સંપર્કમાં આવેલી વસ્તુઓ અને જ્ઞાનથી બનેલો છે. જેમ ડુંગળીના એક પછી એક જામેલા પડ જ એક ડુંગળી બનાવે છે તેમ આપણી એ બધી મેમરી જ આપણા 'હું' ના અહમને બનાવે છે.

હવે એ મેમરીમાં સૌથી વધુ મજબૂત રેકોર્ડ સ્પર્શનો હોય છે અને સ્પર્શમાં પણ સૌથી મજબૂત રેકોર્ડ હોય છે સેક્સનો. તો જે વ્યક્તિ સાથે તમે એક લાંબો સમય સુધી તદ્દન નજીકના સ્પર્શમાં રહયા છો તેના શરીરનો અને તેના વિચારોનો રેકોર્ડ તમારા અહમનો હિસ્સો બની ચુક્યો છે. એ વિચારો તમને ગમે છે કે નથી ગમતા એનો કોઈ અર્થ નથી, એ સ્ત્રી સુંદર છે કે કદરૂપી છે, સફેદ છે કે નિગ્રો જેવી કાળી છે, તે હોંશિયાર છે કે ઠોઠ છે, તેને તમારાથી પ્રેમ છે કે નથી, તમને તેનાથી પ્રેમ છે કે નથી - આ બધી વાતોનો કોઈ અર્થ નથી. જો તમે તેના શરીરથી લાંબો સમય નજીકના સંપર્કમાં રહયા છો તો તેના શરીરના રેકોર્ડ, તેની સ્મેલ એ બધું તમારા જાગ્રત મનમાં એટલે કે તમારા 'હું' વાળા અહમમાં કેદ છે. હવે જ્યારે તે વ્યક્તિ તમારાથી હંમેશા માટે દૂર જતું રહે છે એટલે તમારા જાગ્રત મનમાં રહેલા તેના દરેક રેકોર્ડ સ્ટારવેશન એટલે કે ભૂખમરો અનુભવે છે. તમારો અહમ કમજોર થાય છે. તમારા અહમને, તમારા જાગ્રત મનને એ વ્યક્તિના શબ્દો અને હાવભાવ સાંભળવા અને જોવા છે, તેને તે વ્યક્તિના શરીરને પોતાના શરીરથી જોડી રાખવું છે. અને જ્યારે આ નથી થતું એટલે જાણે છોડને જમીનમાંથી કાઢતા તેના મૂળ જમીન માટે તડપે એમ તમારા એ રેકોર્ડ, તમારું જાગ્રત મન એ વ્યક્તિ દ્વારા મળતી સ્પર્શ, અવાજ અને ગંધ જેવી સંવેદનાઓ માટે તડપે છે. બસ આજ સમય તમને ડિપ્રેશનનો, ઉદાસીનો અનુભવ કરાવે છે. જેમ જેમ સમય જશે તેમ તેમ તે વ્યક્તિના રેકોર્ડ પણ પેલા મૂળની જેમ સુકાતા જશે.

આદર્શ એજ છે કે જયાં સુધી એ જુના રેકોર્ડ પુરી રીતે સુકાઈ ન જાય ત્યાં સુધી તમે બીજી કોઈ વ્યક્તિ સાથે નવા સ્પર્શના રેકોર્ડ ઉભા ન કરો. કારણ કે સ્પર્શના રેકોર્ડ સૌથી વધુ સમય લે છે સૂકવા માટે અને તે જીવંત હોય ત્યારે નવા વ્યક્તિ સાથેના સ્પર્શ વખતે તે વચ્ચે પોતાની ઉપસ્થિતિનો અહેસાસ કરાવે છે. તો તમારે એ રેકોર્ડ સુકાય ત્યાં સુધીનો સમય એકલાને પસાર કરવાનો છે. એ સમય કેટલો હશે એ તમે તે વ્યક્તિ સાથે કેવીરીતે અને કેટલા અંશે જોડાયા હતા એના પર છે. જો જોડાણ મોટા ભાગે ભૌતિક એટલે કે શારીરિક જ હશે અને એમાં લાગણીઓનું ઊંડું જોડાણ નહીં હોય તો તે રેકોર્ડ સુકાતા ઓછો સમય લાગશે. એમાં તમે એ વ્યક્તિ સાથે કેટલો લાંબો સમય રહયા એનો ફર્ક નથી પડતો. જેટલો પણ સમય રહયા એ સમય દરમિયાન તમારા જોડાણમાં ઊંડાણ અને ગાઢતા કેટલી હતી તે જ વાત ભાગ ભજવે છે.

હવે એ મુખ્ય સવાલ કે આ વચ્ચેના સમયમાં શુ કરવું..? જવાબ એક જ છે- પોતાની જાતને ફરીથી શોધવી. હું હંમેશા માનું છું કે જ્યારે આપણા જીવનમાં કંઈ ખરાબ થાય ત્યારે હંમેશા આપણો દોષ પહેલો શોધવો જોઈએ. નેવું ટકા દોષ બીજાના હોય પણ દસ ટકા દોષ જો આપણો હોય તો આપણું ધ્યાન એ દસ ટકા

દોષને સુધારી લેવામાં જ હોવું જોઈએ, કારણકે બીજાના નેવું ટકા દોષોને આપણે નથી સુધારી શકવાના. બીજી વાત તરીકે આલબર્ટ આઇન્સ્ટાઈની આ વાત યાદ કરવાની છે, 'મુસીબતોને તમે જે વિચાર અને વર્તનથી ઉભી કરી છે તે વિચાર અને વર્તનથી તમે એને હલ નહીં કરી શકો.' મતલબ સાફ છે, તમારે તમારા વિચારો અને વર્તન બદલવા પડશે, જો તમે એ પરિસ્થિતિમાંથી બહાર આવવા માંગો છો તો. અને વિચારો અને વર્તન બદલવાનો સૌથી અસરકારક માર્ગ છે સારા પુસ્તકો વાંચવા અને સારી ફિલ્મો જોવી. દુનિયાના શ્રેષ્ઠ માણસોના જીવનને ચકાસવા અને તેમાંથી શ્રેષ્ઠ વસ્તુઓને પોતાના જીવનમાં તુરંત અમલમાં મૂકી દેવી. તમારા ભૂતપૂર્વ જીવનસાથીના રેકોર્ડ તમારા શરીરમાંથી સુકાઈ જાય ત્યાં સુધીમાં તમારે તમારા જીવનને અને વ્યક્તિત્વને એક નવો ધુમાવ-એક નવો આયામ આપી દેવાનો છે. આજ એકમાત્ર માર્ગ છે આગળના જીવનને એક સમ્માનીય માર્ગે લાઇ જવાનો. કારણકે જો તમે સામાન્ય ઘરમાંથી આવો છો તો ડાયવોર્સ પછી બીજું પાત્ર મળવું એ તમારા જાતિગત સમાજના બંધારણ પર આધાર રાખશે. હોઈ શકે મુશ્કેલ પણ થાય. સારા પાત્રો હાથમાં આવવાની સંભાવનાઓ ઓછી થઈ જાય. મોટાભાગે ઘરના લોકો અને સગાસંબંધીઓ કોઈપણ રીતે તમને એક છોકરી લઇ આપવાનો પ્રયાસ કરે જેનો મૂળ હેતુ કદાચ ખાલી છોકરા પેદા કરવાનો અને વંશ ચલાવવાનો હોય. એટલે જો તમે થોડાઘણા પણ વિચારશીલ કે જીવનને નીચી કક્ષાએ ન જોવા ટેવાયેલા વ્યક્તિ છો તો પોતાની પત્ની તરીકે ખાલી એક છોકરા પેદા કરવાના સાધનને નહીં સહન કરી શકો. તમારા ડાયવોર્સ તમારા જીવનની સંપૂર્ણ અધોગતિનો એક વળાંક બની જશે. એટલે અહીંથી આગળનું તમારું જીવન કેવું જશે, કયા લેવલ પર અને કયા આયામ પર જશે એનો બધો આધાર એજ વાત પર છે કે ડાયવોર્સ પછીના એ એક-દોડ વર્ષમાં તમે તમારા વ્યક્તિત્વને કેવો ધુમાવ આપો છો. તમારા એ ડિપ્રેશનના સમયને સુઈ રહેવામાં કે ઉદાસ બનીને બેસી રહેવામાં કે આઈપીએલની મેચો જોવામાં વેસ્ટ ના કરો. આ સૌથી કિંમતી સમય છે. તેને તમારા નવા જીવનના ઉત્થાનની તૈયારીનો સમય બનાવો.

મારા મતે ફિલ્મો અને પુસ્તકો એનું શ્રેષ્ઠ સાધન છે. મને મારા જીવનની શ્રેષ્ઠ શિખામણો માતા-પિતા કે શિક્ષકો તરફથી નથી મળી. એ મને ફિલ્મોમાંથી મળી છે. એક દિવસ હું સ્ટીવન સ્પીલબર્ગની 'લિંકન' ફિલ્મ જોતો હતો. મારા પપ્પા આવ્યા અને કહ્યું, 'શુ રોજ ફિલ્મો જોયા કરે છે, કોઈ સારા માણસની વાતો સાંભળ તો વધુ ભલું થશે.'

મેં તેમને કહ્યું, 'અહીં બેસો. આ જુઓ. જેણે આ ફિલ્મ બનાવી છે એ વિશ્વના સૌથી મહાન અને સમ્માનીય લોકોમાંનો એક માણસ ગણાય છે. જેના ઉપર આ

ફિલ્મ છે તે અબ્રાહમ લિંકન છેલ્લા બસો વર્ષમાં વિશ્વનો સૌથી શ્રેષ્ઠ રાષ્ટ્રપતિ ગણાય છે. જેણે લિંકનનો રોલ કર્યો છે એ વિશ્વનો સૌથી સમ્માનીય એક્ટર ગણાય છે. તેણે પાંત્રીસ વર્ષમાં ખાલી સોળ ફિલ્મોમાં જ કામ કર્યું છે અને તોય સૌથી વધુ ઓસ્કાર જીતવાનો રેકોર્ડ એના નામે છે. એ બે-ત્રણ વર્ષે એક જ ફિલ્મ કરે છે અને એને ફિલ્મમાં લેવો હોય તો ડાયરેક્ટરને તેને શોધવામાં જ છ મહિના લાગી જાય છે. કારણ કે એ દુનિયાના કોઈ નિર્જન સ્થળે ધ્યાન અને આત્મચિંતન કરતો હોય છે. આ ફિલ્મ દ્વારા હું મારા ઘરમાં બેઠા બેઠા દુનિયાના એક મહાન રાષ્ટ્રપતિની કાર્યપ્રણાલી અને વિચારો જાણી રહ્યો છું અને ત્રણ ત્રણ મહાન માણસોના ટેલેન્ટને આત્મસાત કરી રહ્યો છું. શુ તમે મને આવા માણસો આ ઘરમાં લાવી આપશો, તો હું ચોક્કસ આ ફિલ્મ બંધ કરી દઉં અને તેમની પાસે આવીને બેસું.'

પ્રતિપ્રશ્ન:

સવાલ: ડાયવોર્સ વાળો આર્ટિકલ અદભુત હતો. પણ વિદેહીકથા કરતા એમાં વિરોધાભાસી સંદેશ મળ્યો. એકમાં જન્મો જન્મ જોડાયેલા લોકોની વાત અને એકમાં એક-બે વર્ષમાં તેના રિકોર્ડથી મુક્ત થઈ જવાની વાત. બંને વચ્ચેનો ભેદ સમજાવશો.

જવાબ: જે આત્માઓ પ્રેમથી જોડાય છે તે એકવાર જોડાયા પછી ક્યારેય અલગ થતા નથી. એમનું હવે એક જ ભવિષ્ય છે કે એક દિવસ તે બંને એકબીજામાં ભળીને એક થઈ જશે. વિદેહિકથામાં આવા લોકોની વાત છે. એવા સાચા પ્રેમથી જોડાયેલા લોકો ડાયવોર્સથી અલગ નથી થતા. તે દુર્ગાદાસ અને વિદેહિની જેમ સત્યની શોધમાં અલગ થાય છે કાં તો રામ-સીતાની જેમ સત્યની પરીક્ષામાં. પણ જ્યાં સુધી તે એકબીજામાં ભળીને એક નથી થતા ત્યાં સુધી તે જન્મોદર જન્મ એકબીજા સાથે પ્રેમથી જોડાયેલા રહે છે.

જે લોકો સાંસારિક રીતે ફક્ત શરીરથી જોડાય છે અને જેમના વચ્ચે હૃદયનો એ સમર્પિત પ્રેમ પ્રગટી નથી શકતો તેમનું જોડાણ બે આત્માઓનું જોડાણ નથી બની શકતું. તે બંધન તેમના જાગ્રત મનમાં રચાયેલા રેકોર્ડ પૂરતું જ હોય છે. આવા બંધનોમાં જો ડાયવોર્સ થાય તો અમુક સમય પછી એ રેકોર્ડ સુકાઈ જતાં તેમનું જોડાણ પણ લુપ્ત થઈ જાય છે. આવા આત્માઓ બીજા જન્મમાં જોડાયેલા રહે તો પણ તેમનું જોડાણ ફક્ત ઋણોનું જ હોય છે. ઋણ ચૂકતે થતા જ બે આત્મા પોતપોતાના રસ્તે આગળ વધે છે.

"૧૨ એપ્રિલ, ૨૦૧૮, ફેસબુક."

68
માનવજાતિમાં લગ્નવ્યવસ્થાની શરુઆત કેવી રીતે થઈ?

તો આજે માનવજાતિમાં લગ્નસંસ્થાની શરુઆત અને તેમાં આવેલા ભટકાવની વાત આ લાંબા લેખમાં કરીએ. ચિમ્પાન્જી જેવા પ્રાણીઓમાંથી ઉત્ક્રાંતિ પામીને જંગલોમાં શરુઆતી આદિમાનવો અસ્તિત્વમાં આવ્યા અને ધરતી પર માનવજાતિની શરુઆત થઈ. શરુઆતના એ માનવોનું જીવન પ્રાણીઓની ટોળી સમાન જ હતું. જ્યારે પણ સ્ત્રી-પુરુષને એકબીજાથી આકર્ષણ થતું તે પ્રાણીઓની જેમ સંભોગ કરી લેતા. એજ સ્ત્રી અને એજ પુરુષ બીજા પુરુષ કે સ્ત્રી સાથે આકર્ષણ અનુભવાય ત્યારે ત્યાં પણ સંભોગ કરી લેતા. પણ સમય સાથે સહજીવન આગળ વધતાં તેમને એક બીજી લાગણી અનુભવાઇ. તેમણે અનુભવ્યું કે અમુક વખતે સ્ત્રી-પુરુષનું આકર્ષણ ખાલી સંભોગનું ન હોતાં અંદર ઉંડાણથી ક્યાંકથી આવતું હતું. નિશ્ચિત સ્ત્રી-પુરુષને એકબીજા સામે જોતાં તેમના જનીનઅંગોમાં ઉત્તેજનાના સ્થાને હૃદયમાં મિલનની પીડા અનુભવાવા લાગતી. તે મિલનની ઇચ્છા પણ સંભોગની જ નહોતાં એકબીજાને ભેટવાની, એકબીજા સાથે રહેવાની અને જીવવાની હતી જે નૈસર્ગિક રીતે સંભોગમાં પરિણમતી. પણ આ સ્ત્રી-પુરુષ અન્ય સ્ત્રી-પુરુષોની જેમ પછી બીજા કોઇ સાથે સંભોગ ના કરી શકતાં. કોઇ બીજા સાથે સંભોગ કરતી વખતે તેમના અંદરથી તેમને કોઇ અવરોધતું હોય એવું અનુભવાતું અને સંભોગ પત્યા પછી કોઇ ભયંકર અપરાધ કર્યો હોય તેવી પીડા અનુભવાતી. આ રીતે તે બે નિશ્ચિત સ્ત્રી-પુરુષ હવે હંમેશા સાથે રહેવા લાગ્યાં,

જ્યાં બીજા કોઇ વિશે વિચારવું પણ તેમના માટે પોતાના જ વિરુધ્ધ વર્તવા સમાન લાગતું. આ એક અલગ જોડાણ હતું. તેમના આત્મા જોડાયેલા હતા, તેમના આત્માનું કેન્દ્ર એક હતું. અને આ જોડાણના કારણે જે લાગણી માનવ મનમાં ઉદભવી તેને આપણે પ્રેમ કહીએ છીએ.

જેમ જેમ આવા આત્માથી જોડાયેલા જોડકા એ શરુઆતી માનવ સમાજમાં વધતાં ગયાં તેમ તેમ એ સમાજ એમની લાગણીને સમજતો થયો અને એ લોકો હવે એકબીજા માટે રિઝર્વ છે એ વાત સ્વીકારતો થયો. તે સ્ત્રી અને પુરુષ પર હવે અન્ય કોઇ અધિકાર નહીં કરી શકે એ વાત આખા સમાજને સમજાવવા માટે એક સામાન્ય વિધિ નક્કી કરવામાં આવી. આદિમાનવો અગ્નિથી જ ખોરાક પકવતા અને અગ્નિ જ જંગલી પ્રાણીઓથી બચવા માટે તેમનું મોટું હથિયાર હતું. આથી, અગ્નિ તેમના માટે એક પવિત્ર વસ્તુ હતી. ત્યારથી આવા જોડાયેલા આત્માવાળા લોકોને અગ્નિની આસપાસ ફેરવીને એક જોડકા સ્વરૂપે સ્વિકારવામાં આવતા. તેમના જોડાયેલા આત્મા અગ્નિની જ્વાળા સમાન એક બને અને તેમના જોડાણ વિરુધ્ધ આવતી કોઇપણ ખરાબી એ અગ્નિની જ્વાળામાં આવીને ભસ્મ થઈ જાય એવી પ્રાર્થના કરવામાં આવતી. બસ એજ માનવસમાજમાં લગ્ન (એટલે જોડાણ) ની શરુઆત હતી. જે સ્ત્રી-પુરુષ પોતાને આ રીતે જોડાયેલા આત્મા તરીકે એકબીજા માટે ઘોષિત કરી દે તેમના આ રીતે લગ્ન કરાવી દેવામાં આવતા. તે જોડાણને બહુ સમ્માન અને પવિત્રતાથી જોવામાં અને સ્વિકારવામાં આવતું. હજારો વર્ષો સુધી ભારતીય સભ્યતામાં એ જોડાણને સ્ત્રી-પુરુષની વ્યક્તિગત પસંદગી માનીને સમ્માન આપાયું. પ્રાચિન ભારતમાં આવતા આવતા એ વિચારે સ્ત્રીયોના સ્વયંવરનું સ્વરુપ લઈ લીધું. રાજકુમારીઓના સ્વયંવરમાં આમંત્રિત રાજ્યના રાજકુમારો આવતા તો સામાન્ય છોકરીઓના સ્વયંવરમાં આજુબાજુના ગામડામાંથી આમંત્રણ આપેલા નિશ્ચિત જાતિના છોકરાઓ આવતા. પણ આખો ભારતીય સમાજ છેક નીચેથી ઉપરના સ્તર સુધી સ્ત્રીને તેનો વર પસંદ કરવાની વ્યવસ્થામાં જ ગોઠવાયેલો હતો. જ્યારે પ્રેમમાં હોય તેવા સ્ત્રી-પુરુષને સ્વયંવરથી પણ વિશેષ મહત્વ અપાતું. પ્રેમી તેની પ્રેમિકાનું સ્વયંવરમાંથી કે તે પહેલા હરણ કરી દે તો આખા સમાજને તે સ્વીકારવું પડતું. એટલે જ તો પ્રાચિન ભારતમાં પ્રેમકથાઓને બહુ સમ્માનથી ગ્રંથબધ્ધ કરવામાં આવતી. રામ અને સીતા આ રીતના પતિ-પત્નિની કથા છે જેમના આત્મા પ્રેમથી જોડાયેલા છે, જેને રાવણ જેવો શક્તિશાળી અત્યાચારી પણ હરાવી શકતો નથી.

પણ સમય સાથે વિદેશી આક્રાન્તાઓ ભારતમાં ઘુસી આવ્યા અને તેમણે ભારતનાં રજવાડા અને સમાજને ગુલામ બનાવ્યો. તેઓ હિંદુ સ્ત્રીયોને

બળજબરીથી ઉઠાવી જવા લાગ્યા અને અન્ય અનેકરીતે ભારતીય સ્ત્રીયો અસુરક્ષિત બની. ગુલામ ભારતના આ સમયમાં સ્ત્રીયોને તેમનો પ્રેમીપાત્ર શોધવા આપવા લાયક સમય ન બચ્યો. તેમની સુરક્ષાની ભાવના મુખ્ય બની. અને ગુલામીના એ ૭00 વર્ષમાં સ્ત્રીયો માટે ભારતીય સમાજ બદલાઇ ગયો. ગામડાઓથી લઈને મહેલો સુધી થતા સ્વયંવર બંધ થઈ ગયા અને દરેક સ્થાને માતા-પિતા પોતાની દિકરીયોને નાની ઉમરે જ પોતાની જાતિના કોઇ છોકરા સાથે પરણાવી તેને તેના ઘરે મોકલી દેતા. આ એ સમય હતો જ્યારે ચૌદ વર્ષ ઉપરની કોઇ છોકરી ભાગ્યે જ કુંવારી હોતી અને સત્તર વર્ષે બાળકની માં હોતી. લક્ષ્ય એક જ હતું; આપણી છોકરી કોઇ મુગલ કે અંગ્રેજની ગુલામ બનીને રહે એના કરતાં આપણી જાતિના આપણા ઓળખીતા માણસના ઘરે ગુલામીમાં રહે એ વધારે બહેતર છે. અહીંથી ભારતીય સમાજમાં હજારો વર્ષોથી ચાલ્યો આવતો જે સ્ત્રી-પુરુષ પ્રેમ અને આત્માથી જોડાયેલા હોય તેમના જ લગ્ન કરવાનો સિધ્ધાંત ખતમ થઈ ગયો અને આજે આપણે જોઈએ છીએ તેવા એરેન્જ મેરેજ અસ્તિત્વમાં આવ્યા. છેલ્લા હજાર વર્ષથી અમલમાં આવેલી આ એરેન્જ મેરેજની વ્યવસ્થા જે પરણે છે એમની ઇચ્છા કે એમના આત્માની શાન્તી માટે નહીં, તેમના માતા-પિતાનો બોજ હટાવવા માટે છે. આજે પણ દરેક એરેન્જ લગ્ન માં-બાપના માથાનો બોજ હટાવવાના લક્ષ્યથી થાય છે. તો, આ છે. શિક્ષણ વ્યવસ્થા અને બીજી અનેક વ્યવસ્થાની જેમ ૭00 વર્ષના ગુલામીકાળમાં જે લગ્નવ્યવસ્થા મજબુરી રુપે આપણે ચલાવવી પડી, તે જ લગ્નવ્યવસ્થાને આજે આઝાદ ભારતના બોત્તેરમા વર્ષમાં પણ આપણે ચલાવી રહ્યા છીએ. અહીં પણ હજી આપણે ગુલામીના હેંગઓવરમાં છીએ.

હવે માં-બાપની પેઢી ચલાવવાની ઇચ્છા પુરી કરવા કે બાપના મનમાંથી છોકરીના લગ્નની ચિંતા દૂર કરવા અગ્નિ આસપાસ ફેરા લગાવવામાં આવે છે. હવે તેમના આત્મા પ્રેમથી એક થયેલ છે એટલે તે પતિ-પત્નિ છે એવું નથી. હવે, તેમણે ફેરા ફરવાની વિધિ કરી છે એટલે તે પતિ-પત્નિ છે. માનવજાતિની લગ્નસંસ્થામાં આવેલો આ બિલકુલ 180 ડિગ્રીનો ભટકાવ છે. બે અજાણ્યા માણસો 20-25 વર્ષની ઉમરમાં માં-બાપના પ્રેશર અને સમાજના પ્રવાહથી સંઘર્ષ ન કરવાની માનસિકતા સાથે દસ મિનિટની મુલાકાતમાં કોઇને લગ્ન માટે પસંદ કરે છે ત્યારે એમાં મોટાભાગે સેક્સનું આકર્ષણ હોય છે. તેમના અર્ધજાગ્રત મનમાં એ ઉન્માદ હોય છે કે ચલો આજસુધી જે કરવા નથી મલ્યો તે સેક્સ કરવા મળશે. એમાં જ જીવન કાઢી નાખીશું. પણ આત્મીય પ્રેમ વિના રોજ એકનું એક શરીર ભોગવીને છ મહિનામાં જ તે સમજી જાય છે કે સેક્સ તો એક છેતરામણી હતી અને હવે તેમને એક એવા માણસ સાથે જિવવું પડે એમ છે જેના સાથે

જીવવું ક્યારેય તેમની પહેલી પાંચ ચોઇસમાં ના હોત. બસ આવા જ સમયે તે જોડકાને ઘરમાંથી સલાહ અપાય છે – 'એક-બે છોકરાં લાવી દો. બહેનનું જીવન છોકરાં મોટાં કરવામાં જતું રહેશે અને ભાઇ તમે પૈસા અને પ્રતિષ્ઠા કમાવવામાં ધ્યાન આપજો.' બહુ જ દુખ સાથે કહેવું પડે છે કે સમાજમાં આવા જોડકા બહુ મોટી સંખ્યામાં છે. સ્ત્રી કાં તો પુરુષને સતત તેના સંતાનો બતાવી બતાવીને અને રાતે નવ વાગે ધાર્મિક ચેનલ પર પોતાનું કેરિયર સેટ કરતા સ્વામીનારાયણના નવમું ફેલ બાબજીની ફેમિલિ કાઉન્સિલિંગ કરતી કથાઓ સંભળાવી સંભળાવીને સામેવાળા પાસે જોડી રખાય છે. આવા જ સમાજ માટે ઓશોએ કહ્યું હતું, 'ઇજ્જતની મોટી મોટી વાતો કરવાવાળા લોકોના ઘરમાં મેં જોયું છે કે સ્ત્રી એક બાંધેલી ગુલામ હોય છે જેને સમાજનો ડર અને સંતાનોની શરમ બતાવીને શારિરિક, સામાજીક અને આર્થિક રીતે ઉપભોગ કરાય છે. જ્યાં આત્મા પ્રેમથી જોડાયો નથી, ત્યાં સંભોગ થાય છે ત્યારે સ્ત્રી અને પુરુષ બંને એકબીજા માટે ક્ષણિક શરીરસુખ આપનાર વેશ્યા તરીકે જ વર્તે છે. ભલે સમાજ માટે તે પતિ-પત્નિ હોય.' આવા સમાજ અને એવા બેડરૂમથી કુરૂપ દ્રશ્ય આ દુનિયા પર બીજું કોઇ નથી. અને જો આ બધું સમાજની સ્થિરતાના નામે ચાલું રાખાતું હોય તો યાદ રહે, જે સ્થિરતામાં સત્ય ન હોય તે સ્થિરતા નથી, તે જડતા છે. અને જડતા અનેક દુષણોને નિમંત્રણ આપી સભ્યતાના વિનાશને નોંતરે છે.

ભટકાવથી આવેલા દુષણો:

જ્યારે પણ મને ભ્રષ્ટાચારની વ્યાખ્યા પુછવામાં આવે છે ત્યારે હું એક જ વ્યાખ્યા કરી શકું છું. 'કોઇ કામ જે ઉદેશ્યથી કરવાનું હોય તે સિવાય બીજા કોઇ ઉદેશ્યથી કરાય ત્યારે તેને ભ્રષ્ટાચાર કહે છે. તે હંમેશા પરિણામમાં વિકૃતિ અને નકારાત્મકતા લઈને આવે છે.' જ્યારે માનવસમાજમાં લગ્ન કરવાનું કારણ અને સ્વરુપ બદલાઇ ગયું અને તે ભ્રષ્ટ સ્વરૂપને પણ જ્યારે સભ્યતા અને સ્થિરતાના નામે પોષવામાં આવ્યું ત્યારે વિકૃતિઓ ઉત્પન્ન થઈ. આજે મોટા શહેરોમાં પતિથી સેટ ન હોય તેવી એરેન્જ મેરેજવાળી સ્ત્રીયો પતિનું ઘર છોડવા તૈયાર નથી. તે એમના માટે સામાજીક અને આર્થિક સુરક્ષાનું ગોખલું છે. પણ બહારથી ચોરીછૂપે લગ્નેતર સબંધો શોખથી રાખે છે. પરણિત સ્ત્રી સાથે સેક્સ કર્યા પછી છોકરો પ્રેમની વાત કરે એટલે સ્ત્રી બોલે, 'એય, ખબર નથી પડતી. હું પરણીત છું.' થોડીવાર પહેલા સુધી સેક્સ ચાલતો હતો ત્યારે પરણીત હોવું મહત્વપૂર્ણ નહોતું, પણ પ્રેમ અને મિત્રતાની ગંભીર વાત કરતાં એ વાત વચ્ચે આવી જાય છે. મોટા શહેરોમાં અને નાના શહેરોની હાયફાય પબ્લિકમાં આ ચિત્રને પેશ કરતા રિસર્ચોના આંકડા એટલા ભયાનક છે કે આજે લગભગ દરેક અર્બન ફિલ્મ કે વેબસિરિઝમાં આ ચિત્ર દેખાડવામાં આવે છે. અન્ય સ્ત્રીઓ લગ્નેતર સબંધના

સ્થાને હસી-મજાક, મૌન રોમાન્સ અને નાની-મોટી છુટછાટના છુપા સબંધો એ રીતે રાખવાની કોશિશ કરે છે જેમાં તેમના લગ્નજીવનના સુરક્ષિત ગોખલાને કોઇ આંચ ન આવે. માનવને સત્યને અનુસરવાની સાધનામાં નાખ્યા વિના ધર્મનો ડર બતાવીને ઉપર ઉપરથી થોપેલા નૈતિક નિયમો અનુસરતો કરવામાં આવે છે ત્યારે સમાજ આવા અપવિત્ર આડંબરોથી ભરાય છે. એટલે સભ્ય જીવનશૈલી પાછળ છુપી રીતે વાસનાઓ કે પ્રેમ સંતોષી લેવાની આ વિકૃતિ આમની આમ રહી તો આ સદીના અંત સુધીમાં તે ભારતીય સમાજને તેના કેંદ્રમાંથી જ ખતમ કરી દેશે.

સત્યની પુન:સ્થાપના:

તો એક તરફ એવા સ્થાને પતિ કે પત્નિ બનીને રહેવાની ગુલામી જ્યાં પોતાનો આત્મા જોડાઇ શકે એમ નથી અને બીજી બાજુ એવા ઘરથી મુક્ત થવા કરતાં સામાજીક અને આર્થિક સુરક્ષા માટે એ ગોખલું બચાવી રાખી બહાર છુપો વ્યાભિચાર. ગુલામિકાળમાં મજબુરીથી ચલાવવી પડેલી લગ્નવ્યવસ્થામાંથી નિકળેલા આ બે ભટકાવ છે. આ બે બાજુની બદીઓથી સમાજને મુક્ત કરી સત્ય સ્થાપવાનો માર્ગ શું છે? માર્ગ છે પવિત્રતા. જે સત્ય છે એને જ બધા સામે સ્પષ્ટતાથી જીવવું. પ્રેમની છુપી અભિવ્યક્તિ પાપ છે. જ્યારે જીવનના કોઇપણ સમયે અને કોઇપણ પરિસ્થિતિમાં પ્રેમની નિખાલસ કબુલાત અને અભિવ્યક્તિ ઇશ્વરનો માર્ગ ગણાય છે. મુક્તિ માટે લાયક એક શ્રેષ્ઠ આધ્યાત્મિક ભારત માટે આપણે એવો પવિત્ર સમાજ તૈયાર કરવાનો છે જેવો માનવજાતિની શરુઆતમાં હતો. જેમના આત્મા પ્રેમથી જોડાયેલા છે તેજ પતિ-પત્નિ તરીકે સાથે હોય, બાકીના સ્ત્રી-પુરુષ જેને જોતાં જ આત્મીય પ્રેમ પ્રગટે એવા સાથીની શોધમાં એકલા હોય. જ્યારે કોઇને એવો સાથી મળે ત્યારે તે બંને લગ્ન કરવા સમાજ સામે ઉપસ્થિત થઈ જાય. બસ, માનવસમાજમાં લગ્નની વ્યવસ્થા આજ રીતે અને આજ કારણે હોવી જોઇએ. જેવી શરુઆતી માનવસમાજમાં લગ્નપ્રથા શરું થઈ તે વખતે હતી. ખાલી સાહિઠ વર્ષના માં-બાપોની હાર્ટ એટેકની ધમકીઓથી ડરીને અને સંતાનો માટે કોઇ પતિ-પત્નિ સાથે ન રહે. જેમના વચ્ચે કોઇ જાતનો આત્મીય પ્રેમ પ્રગટ્યો જ નથી તેમને ખાલી દેખાવો કરવા માટે સાથે રહેવા અને સુવા મજબુર કરતું દરેક પરિબળ ચાહે તે સમાજ હોય, સંતાનો હોય, મા-બાપ હોય કે કથાકારોની ઉપરછલ્લી કથાઓ હોય તે આ દુનિયા પર એક અનિષ્ટને સ્થાપવાનું કાર્ય કરી રહ્યા હોવાથી પોતે પણ અનિષ્ટ જ સાબિત થાય છે. આ અનિષ્ટથી માનવસમાજને મુક્ત કરવાનો સમય હવે આવી ચુક્યો છે. અને એનો શંખનાદ થયો છે વીત્યા વર્ષે આવેલા સુપ્રિમ કોર્ટના એક ચુકાદાથી.

પહેલા જો કોઇ સ્ત્રી એના પતિની મરજી વિના કોઇ બીજા પુરુષ સાથે રહે તો પતિ તે બીજા પુરુષને પોતાની પ્રોપર્ટી પર અધિકાર જમાવવાના ગુના રુપે જેલમાં પુરાવી શકતો. પણ જો પતિ બીજી કોઇ સ્ત્રી સાથે રહે તો પત્નિ તે બીજી સ્ત્રીને જેલમાં ન પુરાવી શકતી. સુપ્રિમ કોર્ટે ચૂકાદો આપ્યો કે 'પત્નિ અને પતિ ચાહે ત્યારે અન્ય પુરુષ કે સ્ત્રી સાથે સામેવાળાને પુછ્યા વિના રહેવાનું શરું કરી શકે. કોઇ કોઇને જેલમાં નહીં પુરાવી શકે. બસ એનાથી સામેવાળાને ડાઇવોર્સ જોઇતા હશે તો આપી દેવાશે.' મતલબ, જો કોઇ સ્ત્રીને એના પતિથી કે પુરુષને એની પત્નિથી આત્મીય પ્રેમ ન હોય અને તેમને સામેવાળા સાથે ન રહેવું હોય તો તે ચાહે ત્યારે સામેવાળાને છોડી કોઇ બીજા પાસે જઈ શકે છે. દેશનું બંધારણ તેને આ માટેનો અધિકાર આપે છે. કાયદો આમાં ક્યાંય વચ્ચે આવશે નહીં. આ દેશની સંયુક્ત જાગરૂકતામાં આવેલી એક ઉત્ક્રાંતિનું ઉદાહરણ છે. બસ આજ ઉત્ક્રાંતિને હજુ એક ડગલું આગળ લઈ જઈને આ વાતમાં સમાજ પણ ક્યાંય વચ્ચે આવશે નહીં એ ચેતના લાવવાની છે. કોઇ સ્ત્રી-પુરુષ આત્મીય પ્રેમથી જ સાથે રહેવા જોઇએ, સમાજ કે કાયદાના ડરથી નહીં. આજ એ ચુકાદાનું હાર્દ છે. એ ચૂકાદો સમાજમાં વ્યાભિચાર અને ગુલામી બંને હટાવવા માટે છે. એક એવો પવિત્ર સમાજ બનાવવા માટે જ્યાં સ્ત્રી એકવાર તે પતિ સિવાય પોતાના આત્મીય પ્રેમવાળા પુરુષના શરીરથી જોડાય છે પછી તે તેના પહેલાના પતિ કે બીજા કોઇ પુરુષના શરીરનો પોતાને સ્પર્શ પણ નથી થવા દેતી. હવે કાગળ પરના સહી સિક્કા ગમે તે કહે અને સમાજ ગમે તે દબાણ કરે, તેના સાથે આત્માથી જોડાયેલા તે પુરુષને જ હવે તે પોતાનો પતિ- પોતાનો રામ માને છે. બસ, સમાજમાં સ્થિરતાના સ્થાને આ સત્યતા અને પવિત્રતાને લક્ષ્ય બનાવવાનું છે. ત્યારે જ આપણે લગ્નસંસ્થાને તેનું સાચું ઉદેશ્ય અને સાચી પવિત્રતા પાછી આપી શકીશું.

હું આ પરિવર્તનમાં એટલું માનું છું કે આવી રીતે કોઇના ઘરમાં ફસાયેલી સ્ત્રીને મુક્ત કરવા જતાં આખી દુનિયા વચ્ચે આવે તો તે એક સ્ત્રીની મુક્તિ માટે હું આખી દુનિયાનો પ્રલય કરવા અને માનવજાતિની ફરીથી શરુઆત કરવા તૈયાર થઈ જાઉ. હું આ આદર્શમાં એટલું માનું છું કે જો હું ચૌદ-પંદર વર્ષનો થયો ત્યારે મને એવી ખબર પડી હોત કે મારી માતાને મારા પિતાથી ક્યારેય પ્રેમ નહોતો. તે બસ મારા ખાતર તેમના ઘરમાં પડી રહી, તો હું મારી બધી શક્તિ મારી માતાને મારા પિતાથી મુક્ત કરાવવામાં વાપરી દેત. કારણકે એજ સત્ય છે. સમાજ અને સંસાર સત્યને જાળવીને જ ચાલવો જોઇએ, સત્યને રૂંધીને નહીં. સદીઓથી સમાજમાં સ્ત્રીઓને સમાજ, સગાં-સબંધી અને સંતાનોનો ડર બતાવી બતાવીને એવા પુરુષો પાસે જકડી દેવાઇ છે જેમનાથી ના તેમને પ્રેમ છે, ના કોઇ જોડાણ. ક્યાંક પુરુષોને પણ એવી સ્ત્રીઓ પાસે જકડી દેવાયા છે. આજના

સમાજનો ઘણો મોટો હિસ્સો આ વિકૃત ચિત્રથી ભરાયેલો છે. હવે ફરી એ યુગ લાવવાનો સમય આવી ચુક્યો છે જ્યાં દરેક પત્નિ કોઇ દબાણ, ડર કે શરમથી નહી, પણ પ્રેમ અને આત્માના જોડાણથી પોતાના પતિ પાસે હોય. જ્યાં દરેક પતિ-પત્નિ રામ અને સીતા હોય, બાકી સાથે ન હોય. ભારતમાં પતિ-પત્નિ માટે રામ-સીતા જ શ્રેષ્ઠ આદર્શ છે. પણ ખાલી કોઇ અજાણ્યા માણસોને રાતો રાત ફેરા ફેરવી દેવાથી અને સાથે સુવાડી દેવાથી તે પતિ-પત્નિ રામ અને સીતા નથી બની જતાં. જેમના આત્મા પ્રેમથી જોડાયેલા છે તે સ્ત્રી-પુરુષને જ રામ-સીતા કહેવાયા છે. ચાહે લગ્નના ક્રિયાકાંડ થાય કે ન થાય, ઇશ્વરની નજરમાં તેજ પતિ-પત્નિ છે. શાસ્ત્રોમાં કહેવાયેલ પતિ-પત્નિની ફરજો અને એ સબંધનો મહિમા આવા આત્માથી જોડાયેલા પતિ-પત્નિ માટે જ છે, શરીર અને સાંસારિક મજબુરીથી જોડાયેલા સ્ત્રી-પુરુષ માટે નહીં. એટલે જ્યારે પણ દુનિયામાં તમે પતિ કે પત્નિ શબ્દ સાંભળો કે તે સબંધ વિશે કંઇક જુઓ ત્યારે દરેક વખતે પોતાના પતિ કે પત્નિ તરીકે એ વ્યક્તિને યાદ કરો જ્યાં તમારો આત્મા તમને જોડી રહ્યો છે. કારણકે એના સાથે એક થઈ જવામાં જ તમારી મુક્તિ છે.

આ સ્પષ્ટ અને સત્યવાદી જીવન જ પવિત્રતા છે. સત્ય અને પવિત્રતાને અવરોધનારા તમામ પરિબળોને અવગણી ફક્ત સત્યને જીવી બતાવવું એજ ધર્મ છે. આવા સત્યવાદી પવિત્ર જીવન જીવનારા લોકો જ પોતાની ઇન્દ્રિયો અને મનને કાબુમાં લઈ શકે છે અને એજ મુક્તિ મેળવી શકે છે. જે સંસારમાં જ બનાવટ કરવા મજબુર એક ગુલામ છે, એ વળી પોતાના શરીર અને ઇન્દ્રિયોની ગુલામીથી ઉપર કેવી રીતે ઉઠવાનો..?

(નોંધ: જેનો આત્મા પોતાના પતિ કે પત્નિથી પ્રેમથી જોડાયેલો છે, પણ તે સિવાય બહાર અન્ય કોઇથી પ્રેમ અનુભવાય છે તો તેને પ્રેમનું દમન કરવાના સ્થાને કૃષ્ણ-દ્રૌપદીના મિત્રતાભર્યા સબંધ વડે કેવી રીતે પ્રેમને નિભાવવો એ હું 'સ્ત્રી-પુરુષના સબંધોનું પુનર્ગઠન : મહારાસની વ્યવસ્થાનો ઉદય' અને એના જેવા અન્ય લેખોમાં સમજાવી ચુક્યો છું.)

"૨૫ એપ્રિલ, ૨૦૧૯, ફેસબુક."

69

દારૂ અને ડ્રગથી મુક્તિ શા માટે...?

સવાલ: હાય, કૌશિકભાઈ. હું છેલ્લા દોડ વર્ષથી તમારા લેખ અને પુસ્તકને ફોલોવ કરી રહ્યો છું અને એ મને ઉંડે સુધી સ્પર્શી ગયું છે. હું 'દારૂ અને ડ્રગના વ્યસન' પર તમારા વિચારો જાણવા માંગુ છું. હું એનો શિકાર રહ્યો છું અને આધ્યાત્મિક માર્ગનો ઇચ્છુક છું. એટલે તમારાથી આ સવાલોના જવાબ ચાહું છું.
1. એ શું છે જે માણસને દારૂ અને ડ્રગનો વ્યસની બનાવે છે.

2. જો કોઈ માણસ પહેલા આ વસ્તુઓનો વ્યસની રહ્યો હોય અને હવે આત્મસાક્ષાત્કાર માટે આધ્યાત્મિક માર્ગમાં અગ્રેસર હોય તો શું એ ફરી ક્યારેય વ્યસની બની શકે..?

- એક વાચક.

જવાબ: પહેલા એ સમજવાનું છે કે દારૂ કે ડ્રગનું વ્યસન કેમ ખોટું છે. ઘણા લોકોનો એવો તર્ક હોય છે કે અમે સિગરેટ, દારૂ કે ડ્રગ લઈએ છીએ તો અમારા શરીરને નુકશાન પહોંચશે એ વાત અમે સ્વીકારી લઈએ છીએ. બાકી એના સિવાય એમાં ખોટું શું છે..? ઘણાલોકો આ સવાલનો જવાબ નથી મેળવી શકતા અને સામે ચાલીને એ વસ્તુઓને અપનાવી લે છે. દારૂના નશામાં મૂળ ખોટી વાત એ છે કે તે તમારી જાગ્રતતા છીંનવી લે છે અને ભ્રમની દુનિયામાં લઇ જાય છે. જ્યારે જીવનનું સત્ય એ છે કે અત્યારે આપણે જે દુનિયામાં જીવી રહ્યા છીએ તે જ ભ્રમ છે. અત્યારની જ આપણી જાગ્રતતા મૂળ જાગ્રતાતાની બે ટકા છે. જીવનનું લક્ષ્ય છે એ જાગ્રતતાને વધારવાનું અને ઇન્દ્રિયોથી અનુભવાતા આ ત્રીપરિમાનીય વિશ્વને સમગ્ર દસ પરિમાણોમાં આપણી ભીતર અનુભવી લેવું. એ રીતે એ જાણી લેવું કે આ લોહી-માંસથી બનેલો ચામડાનો પદાર્થ આપણે

નથી. એ ચામડું તો એક દિવસ સડવા લાગશે અને એને દફનાઈ દેવામાં આવશે કે બાળી દેવામાં આવશે. આપણે એ ચામડાને જીવંત બનાવતી એક ઉર્જા છીએ જે આ ચામડું સડવા લાગે એટલે એને છોડીને બીજા ચામડાના પદાર્થમાં જતી રહે છે. તો આ ચામડાના પદાર્થને જીવંત રાખતી ઉર્જા કોણ છે, શુ છે, તે ક્યાંથી આવી છે, કેમ આવી છે અને હવે ક્યાં જવાની છે? - એ સવાલોના જવાબ આપણો આ ચામડાનો પદાર્થ સડવા લાગે કે અચાનક કોઈ દિવસે અકસ્માતમાં કપાઈ જાય કે કચડાઈ જાય એના પહેલા આપણે મેળવી લેવાના છે. આ કામ માટે આપણે શરીર ધારણ કરીએ છીએ.

હવે દારૂ કે ડ્રગ આ જીવનકાર્યમાં બે રીતે નુક્શાન કરે છે. એક તો એ તમારી અત્યારની અલ્પ જાગ્રતતાને પણ છીનવી લે છે, જેથી જીવનનો મોટાભાગનો અમૂલ્ય સમય આ દુનિયાને સમજવાની અને તેનાથી પર જવાની કોશિશમાં જવાને બદલે એને ભૂલીને કલ્પનાઓમાં રહેવામાં જતો રહે છે. બીજું, આ પદાર્થો શરીરને નુકશાન પહોંચાડી તમારા આ ચામડાના પદાર્થની સડવાની પ્રક્રિયાને ઝડપી બનાવી દે છે. પરિણામે આ શરીર આપીને સત્ય શોધવાનો જે સમય તમને અપાયો હતો એમાં તમે ધરખમ ઘટાડો કરી દો છો અને એક દિવસ એક મુર્ખની મોત મરો છો. તો આ કારણે 'મારા શરીરને નુકશાન થાય એ મારી જવાબદારી' એવું કહીને પણ દારૂ પીવું ખરાબ છે. કારણકે તે આપણને આપણા લક્ષ્યથી બિલકુલ વિરુદ્ધ દિશામાં લઇ જાય છે. અમદાવાદથી દિલ્લી જવું હોય પણ જો તમે માર્ગ મુંબઇ જવાનો પકડો તો એ જેટલું ખોટું અને મૂર્ખામીભર્યું છે એટલું જ દારૂ કે અન્ય કોઈ વ્યસન ખોટું અને મુર્ખામીભર્યું છે.

હવે કેટલાક લોકો માનસિક અને ઇમોશનલ પીડાઓના કારણે દારૂનો સહારો લે છે. કોઈ નજીકનું સંબંધી મરી ગયું કે પ્રેમ છીનવાઈ ગયો વગેરે. પણ આ બધું એટલા માટે થાય છે કારણકે બ્રહ્મ આપણને સત્ય તરફ ધકેલવા માગે છે. તે આપણને કહે છે કે 'જે જીવન તું જીવી રહ્યો છે તે ખાલી સ્ટેજ પરનું નાટક છે. જે તને સર્વપ્રિય હતું એ તારાથી છીનવાઈ ગયું, તો હવેનો સમય એ જાણવામાં કાઢ કે તું ખરેખર કેમ આવ્યો છે આ દુનિયામાં. કારણકે તું પણ એકદિવસ એ રીતે જ જતો રહીશ. તો એ દિવસ પહેલાં એ જવાબ મેળવવાના માર્ગે વળી જા. મને જાણવા તરફ વળી જા.' આપણું દરેક સાંસારિક દુ:ખ આપણને આ કહેવા અને સમજાવવા માટે હોય છે. આપણને જગાડવા માટે. પણ આપણે જાગવાનો પુરુષાર્થ કરવાના સ્થાને બેભાન થઈને મરી જવામાં વ્યસ્ત થઈ જઈએ છીએ. એ કમજોરી છે, નિર્બળતા છે. એનાથી આપણા આત્માની યાત્રા આગળ વધવાના સ્થાને અસ્તવ્યસ્ત કર્મોમાં અટવાઈ જાય છે જ્યાંથી પાછા સાચા માર્ગે આવવા માટે બીજી અનેક પીડાદાયક ગૂંચવણમાંથી પસાર થવું પડે છે. આગળનો જન્મ

હજી વધારે ફસાયેલો અને દુઃખમય આવે છે.

એક જ સ્થાન જ્યાં દારૂ સૌથી વધુ સહાનુભૂતિ મેળવે છે એ છે કોઈનાથી એનો સાચો પ્રેમ છીનવાઈ જાય ત્યારે તે એ અસહ્ય વેદનાને સહન કરવા દારૂ તરફ વળી જાય છે. આવા કિસ્સાઓમાં પણ હું એજ કહીશ કે માનો કે તે વ્યક્તિના પ્રેમમાં જ આપણો મોક્ષ હોય અને તેના સિવાય સમગ્ર બ્રહ્માંડમાં આપણું કોઈ ઘર ન હોય તો પણ પોતાનાથી થતું બધું કર્યા પછી પણ તે ન મળે તો દારૂના સ્થાને ઈશ્વરના શરણે જતું રહેવું જોઈએ અને દારૂના સ્થાને ભક્તિના નશામાં ડૂબી જવું જોઈએ. પોતાના પ્રેમને ઈશ્વરના કોઈ એક સ્વરૂપ તરફ વાળી દેવો જોઈએ. દારૂ તમને ક્ષણિક દુઃખ ભુલાવી ફરી વધુ પીડા આપશે, તમારા શરીરને ખતમ કરતો રહેશે અને તમારી આધ્યાત્મિક યાત્રાને ત્યાંજ સ્થગિત કરી દેશે. જ્યારે ભક્તિ તમને શક્તિ આપશે, માર્ગ આપશે અને ઈશ્વરના નજીક લાવશે. આખરે છુટેલું બધું ઈશ્વર પાસે જ ખેંચાઈને આવવાનું છે. કોઈના કોઈ મુકામે એ પ્રેમ પણ તમારા સુધી આવી જ જશે. પણ ઈશ્વરની ભક્તિનો માર્ગ ત્યારે જ શક્ય બને છે જ્યારે તમે તમારા તરફથી કરવાનું બધું કર્મ કરી છૂટ્યા હોય અને હવે તમારા હાથમાં કરવા માટે કોઈ કર્મ વધ્યું ન હોય. પોતાના ભાગે આવતા કર્મથી ભાગીને કોઈ ભક્તિ થતી નથી. ઈશ્વર તે માણસનો ક્ષણિક તિરસ્કાર કરી તેને તેનું કર્મ કરવા પાછો મોકલે છે.

પ્રેમ અને ભક્તિમાં દારૂ અને ડ્રગ કરતા કેટલી ભવ્ય શક્તિ છે એનું ઉદાહરણ જોઈએ. નૈનિતાલના નિમ કરોલીબાબા કે જે સ્ટીબ જોબ્સ, માર્ક ઝુકરબર્ગ અને જુલિયા રોબર્ટ્સના ગુરુ છે, તેમની પાસે સિત્તેરના દશકમાં અમેરિકાનો મોટો ડ્રગ માફિયા આવ્યો. નિમકારોલી બાબાએ પૂછ્યું કે શું કરે છે..? તો તેણે કહ્યું 'LSD ની ગોળીઓ વેચુ છું. બહુ નશો હોય છે એમાં. એક ગોળી લો તો બે દિવસ સુધી નશામાં જ રહેવાય. જો પાંચેક સાથે લેવાઈ જાય તો માણસ ત્યાંજ મરી જાય.' બાબાએ કહ્યું, 'લાવ્યો છે..?' પેડલરે 'હા' કહી એક કોથળીમાં એલએસડીની ગોળીઓ બતાવી. બાબાએ કોથળીમાં હાથ નાખી મુઠો ભરી દીધો અને મુઠ્ઠીમાં આવેલી કેટલીય ગોળીઓ સીધી મોઢામાં મૂકી દીધી. પેલા ડ્રગ પેડલર સાથે બાબાના શિષ્યો પણ ગભરાઈ ગયા. પેડલર તો સમજતો હતો કે હમણાં બાબા ધ્રુજવા લાગશે અને જમીન પર પટકાતા પટકાતા તેમના મોંઢામાંથી ફીણ નીકળી આવશે અને તે મરી જશે. પણ નિમકરોલી બાબા તો અડધો કલાક ધ્યાનમાં શાંત રહયા અને પછી આંખો ખોલીને કહ્યું, 'કંઈ મજા ન આવી. જે નશો હું કરું છું એના સામે તો આ કાંઈ નથી. કરવો જ છે તો ઈશ્વર સાથે પ્રેમનો નશો કરો. ભક્તિનો નશો કરો. દુનિયાના બાકી બધા નશા ફિકા લાગવા લાગશે.'

તો અંતે તમારા બે સવાલ કે

એક, માણસ દારૂનો વ્યાસની કેમ થાય છે..?

જવાબ: જ્યાં સુધી માણસની જાગૃતતા ખાલી શરીર પૂરતી છે ત્યાં સુધી એ દરેક વસ્તુનો વ્યસની બની જાય છે. કારણ કે ત્યાં સુધી એનો સ્વભાવ સતત મેળવવાનો છે, ત્યાગવાનો નહીં. કોઈ દારૂનો વ્યસની બને છે, કોઈ સિગ્રેટનો, કોઈ ડ્રગનો, કોઈ કોઈ વ્યક્તિનો, કોઈ પ્રતિષ્ઠાનો, કોઈ સુખનો તો કોઈ દુઃખનો. હા, દુઃખ પણ વ્યસન બની જાય છે. લાંબો સમય દુઃખ રહ્યા પછી સુખ આવે તો ગમતું નથી. માણસ એજ સ્થિતિમાં રહેવા માગે છે. જ્યાં સુધી આત્માની ખોજ નથી થઈ કે આત્મા તરફ યાત્રા શરૂ નથી થઈ ત્યાં સુધી કોઈના કોઈનું વ્યસન રહેવાનું જ. કોઈ વ્યસન શરીરને નુકશાન કરશે તો કોઈ મનને, તો કોઈ તમારી આત્માની યાત્રાને. કોઈ વધારે નુકશાન કરશે તો કોઈ ઓછું.

અને અહીં જ તમારા બીજા સવાલનો જવાબ આવી જાય છે કે આધ્યાત્મિક માર્ગે વળેલો એક સમયનો આવો વ્યસની શુ પાછો વ્યસનના માર્ગે વળી શકે..?
જવાબ: જ્યાં સુધી નજર આત્માને ઓળખવાના પ્રયાસો પર હશે તે પાછો નહીં વળે, જ્યારે નજર શરીર અને ઇન્દ્રિયોની ઈચ્છાઓ પર ગઈ ત્યારે બધા વ્યસન ખેંચવા લાગશે. જરૂર છે બસ સાચા માર્ગે પોતાની દ્રષ્ટિ અને પ્રયાસોને ટકાવી રાખવાની, ત્યાં સુધી જ્યાં સુધી બ્રહ્મ આપણામાં પ્રગટ ના થાય.

"૦૫ જૂન, ૨૦૧૮, ફેસબુક."

70
રામ અને રાવણ

"ભવિષ્યપુરાણમાં કહેવાયું છે કે 'કળિયુગના એ આખરી સમયમાં રામ અને રાવણ એ હદે મિશ્ર થઇ ચુક્યા હશે કે જગ્યાના આધારે ઓળખી નહિ શકાય કે રામ કોણ છે અને રાવણ કોણ.'"

કળિયુગ તેના આખરી સમયમાં તો લગભગ આવી ગયો છે પણ હજી આપણે રામ અને રાવણને ઓળખવાની શક્તિ નથી મેળવી શક્યા. કારણ એ છે કે હજી આપણે રામચરિત માનસના એ રાક્ષશ જેવા બધી રીતે ખરાબ રાવણને જ ઓળખીએ છીએ. જયારે મહર્ષિ વાલ્મિકી રચિત મૂળ રામાયણ અને અદભુત રામાયણમાં રાવણ એક ઉદાર શાષક, ધર્મનો જ્ઞાની અને શિવનો પ્રખર ભક્ત છે. બસ એનો એક મોટો દુર્ગુણ છે તેનો અહમ. 'હું ખોટો છું. હું પણ હારી શકું. મારે પણ સત્ય માટે ત્યાગ કરવો પડે.' – આ નિષ્ઠા તેનામાં નહોતી. તેનું ધર્મનું જ્ઞાન, તેની ઉદારતા અને તેની પ્રખર ભક્તિ પણ હંમેશા પોતાના માટે વધુ સુખ, ભોગવિલાસ, પ્રતિષ્ઠા અને શક્તિઓ મેળવવા માટેનું એક સાધન હતી. જયારે રામની શિવભક્તિ નિઃસ્વાર્થ પ્રેમથી તરબોળ હતી. તેમના માટે શિવની ઈચ્છા જ સત્ય હતું અને તેને પાળવું તેમનું લક્ષ્ય. તે શિવની ભક્તિ કરી શિવ પાસેથી કઈ માંગતા નહતા. શિવની ભક્તિ તેમના માટે સત્યની ભક્તિ હતી જેના માટે તેમણે જયારે જયારે જરૂર પડી પોતાનું સર્વસ્વ ત્યાગી દીધું. આમ, રામ અને રાવણ બંને શિવના ભક્ત છે. પણ શિવ પોતે રામના ભક્ત છે. કારણ કે તે શિવની ઈચ્છાઓને પુરી કરવા જીવન જીવી રહ્યા છે, રાવણની જેમ પોતાના વ્યક્તિગત અહમ અને જીત માટે નહિ. એટલે શિવ 'સત્ય' છે અને રામ 'સત્ય નારાયણ'. એટલે જ તો રાવણ સાથે યુદ્ધ કરવા જતા રામે 'રામેશ્વર' નામે શિવલિંગ સ્થાપી 'રામેશ્વર' શબ્દનો અર્થ 'રામના જે ઈશ્વર છે તે શિવ' – એવો કર્યો ત્યારે શિવે સાક્ષાત પ્રગટ થઈને કહ્યું, 'નહિ. રામેશ્વરનો અર્થ થશે "રામ જેના ઈશ્વર છે તે

શિવ"'.

તો બસ આ છે. રામ અને રાવણ બે વ્યક્તિઓના નામ નથી. તે બે પ્રકૃતિઓના નામ છે. જયારે સત્ય પ્રગટે છે ત્યારે રામ સત્યની શરણમાં જતો રહે છે અને તે સત્યને સ્થાપવા માટે પોતાની સઘળી શક્તિઓ લગાવી દે છે તથા જરૂર પડે પોતાનું સર્વસ્વ ત્યાગી દે છે. પણ રાવણ પ્રકૃતિ ધરાવતો માણસ સત્ય પ્રગટ થતા તેના માટે પોતાનો અહંકાર અને સત્તા ત્યાગવા તૈયાર થતો નથી. તે પોતાની સેના કે ટીમ તૈયાર કરવા લાગે છે અને કહે છે, 'આપણે જીતવાનું છે, આપણે જીતીને બતાવીશું.' તે સત્યને દબાવી દેવા કે હરાવી દેવા તૈયાર થઇ જાય છે. તેને સત્યની પવિત્રતા આખરી સીમાઓ સુધી સમજાવી દેવામાં આવે છે. તેને સમજાવવામાં આવે છે કે એમાં એના અધિકારોનું ક્યાંય ઉલ્લંઘન નથી થતું. સત્ય ક્યારેય કોઈના અધિકારો છીનવતું નથી. તે ઉપરથી મનુષ્યને તેની મુક્તિનો માર્ગ બતાવે છે કે 'આ સ્થાને સમર્પિત થઇ જા, એ તારી મુક્તિનું સ્થાન છે.' પણ તેનો અહમ એટલો પ્રબળ હોય છે કે એને મુક્તિ નથી જોઈતી, એને બસ એ સ્થાન પર પોતાની સત્તા જોઈએ છે. પોતાની જીત જોઈએ છે. અને અહીં જ રામ અને રાવણ સંઘર્ષમાં આવે છે, બીજા અનેક વિષયોમાં સમાનરીતે સારા હોવા છતાં. એક ઈશ્વરની ઇચ્છારૂપી સત્યને સ્થાપવા માંગતો હોય છે અને બીજો 'હું જ સાચો છું. હું નહિ હારું.' – એ અહંકારને જીતાડવા માંગતો હોય છે.

ઇતિહાસે હંમેશા સાબિત કર્યું છે કે આ સંઘર્ષમાં રાવણની સેના ગમે તેટલી વિશાળ કે શક્તિશાળી કેમ ન હોય જીત હંમેશા રામના સત્યની થાય છે. હા, શરૂઆતમાં હંમેશા અજ્ઞાની માણસોના ટોળાથી ભરેલી એ ટીમ કે સેના જીતતી દેખાય છે પણ એક્સમય બાદ સત્ય પોતાનું આખરી પરચમ દેખાડી દે છે અને હજારોની સંખ્યામાં રહેલા એ અજ્ઞાની માણસો એકસાથે ધરાશાયી થઇ જાય છે. મહાભારતમાં પણ પહેલા નવ દિવસ સુધી કૌરવોનું પલડું ભારે હતું પણ પછી કૃષ્ણની નીતિથી પાંડવો એવા હાવી થયા કે કૌરવોને હાર સિવાય બીજું કંઈ જોવા ન મળ્યું. પણ હાર શરુ થયા પછી પણ રાવણના માર્ગે ચાલેલા માણસનો અહંકાર ખતમ થતો નથી. તેને હવે મરવું પસંદ હોય છે, પણ અહમ છોડવો પસંદ નથી હોતો. રામ અને રાવણના યુદ્ધમાં પણ જયારે મેઘનાથ હણાય છે ત્યારે તે મરતા મરતા રાવણને કહેતો જાય છે કે 'રામ પોતે જ સનાતન સત્ય છે પિતાશ્રી. અહંકારને છોડી એમના શરણમાં જતા રહો.' કુમ્ભકર્ણ પણ રામ સામે લડવા જતા પહેલા રાવણને એજ સમજાવે છે. એ બધાના માર્યા ગયા પછી એકલો વધેલો રાવણ રામ સામે આખરી યુદ્ધ કરવા જતા પહેલા શિવના મંદિરમાં જાય છે અને કહે છે, 'હું જાણું છું હવે રામ જ જીતશે. પણ હું પણ તમારો ભક્ત છું. મૃત્યુથી બચવા એની શરણમાં નહિ જાઉં.' આ છેલ્લા વાક્યમાં રાવણની

બહાદુરી નહિ પણ સત્યને ન સ્વીકારી શકવાની નિર્બળતા ઝળકે છે. તેને કાં તો 'હું સાચો છું' એ સાબિત થતું જોવું છે કાં તો મરી જવું છે. તેને સત્ય સ્થાપતા નથી જોવું. મતલબ, હજી તેનો અહમ નથી ગયો.

તો આ લેખ એ મહત્વપૂર્ણ વાત કહેવા માટે હતો કે રામ અને રાવણ તેમની જગ્યાઓથી કે તેમના સારું ખોટું બોલવાની અને વર્તવાની છટાથી નહિ પણ સત્ય સામે આવ્યા પછી એ શું નિર્ણય કરે છે તેના પરથી નક્કી થાય છે. રામ અને રાવણ બંને આપણા અંદર છે. જયારે આપણે સત્યની સ્થાપનાના માર્ગમાં પોતાના જીવનને લઇ જઈએ છીએ ત્યારે રામ બનીએ છીએ અને જયારે સત્યને દબાવી દઈ વ્યક્તિગત જીત મેળવવા પ્રયાસો શરુ કરીએ છીએ ત્યારે રાવણ બનીએ છીએ. તો, આપણો ઇતિહાસ કેવો લખાશે તે આપણા હાથમાં છે. શાસ્ત્રોમાં કહેવાયું હતું કે 'કળિયુગમાં રામ અને રાવણની ભેદરેખા બહુ પાતળી થઇ જશે. અને તે પછીના સત્યુગમાં એ ભેદરેખા રહેશે જ નહિ.' તો આ લેખમાં આપણે રામ અને રાવણ વચ્ચેની એ બારીક ભેદરેખા જાણી. તો ચાલો પોતાને રાવણ બનાવતા એ અહંકાર અને સ્વાર્થથી દૂર રહીએ, જેથી રામ-રાવણના કોઈ સંઘર્ષ વગર આપણે એ સત્યુગમાં જઈ શકીએ જ્યાં કોઈ રાવણ નહિ હોય. દરેક માણસ સત્યની સ્થાપના માટે જીવનારો રામ હશે.

"૨૧ નવેમ્બર, ૨૦૧૭, ફેસબુક."

71
રામાયણ - અ લવ સ્ટોરી

હમણાં એક સબંધીએ મને પૂછ્યું, 'તમને રામાયણમાં કયો સમય સૌથી વધુ ગમે છે..? તમે કહો પછી હું મારો ફેવરીટ ટાઈમ કહીશ.'

મેં કહ્યું, 'તમારો ફેવરીટ ટાઈમ જાણવો મુશ્કેલ નથી. તે એ હશે જ્યારે રામ અને સીતા અયોધ્યામાં પાછા ફરે છે અને રામરાજ્ય શરૂ થાય છે. પણ એ ફેવરીટ ટાઈમ સીતાના ત્યાગ પહેલા પૂરો થઈ જતો હશે.'

તેમણે કહ્યું, 'ખરેખર તમે અંતરયામી જેવા છો. બિલકુલ મને રામાયણમાં એજ સમય સૌથી પ્રિય છે. ઉત્તરકાંડ નથી ગમતો.'

મેં કહ્યું, 'આમાં અંતરયામી થવાની જરૂર નહોતી. જે માણસોનું મન ભોગવિલાસ, સત્તા, સ્ત્રી સાથે સાંસારિક સુખ અને મોજમજામાં જ જીવનની સાર્થકતા માનતું હોય તેમને ખુશ થવા આખા રામાયણમાં એ નાનકડો સમય જ મળે છે. મારો મનપસંદ સમય રામ અને સીતાના વનવાસના ચૌદ વર્ષ છે. આજ એ સમય છે જે રામ અને સીતાને સીતા-રામ બનાવે છે. ચૌદ વર્ષ એ બ્રહ્મચર્ય પાળે છે, અને એકબીજાને પ્રેમ કરતા જાય છે. વનમાં એકબીજા માટે ખોરાક-પાણીની વ્યવસ્થા કરે છે. એકબીજાની રક્ષા કરે છે. રાત્રે ખુલ્લા આકાશ નીચે સુતા સુતા સૃષ્ટિના વિજ્ઞાન અને ધર્મના આધ્યાત્મની ચર્ચા કરે છે. આ વખતે પણ બંનેના વચ્ચે રામનું ધનુષ્ય રાખેલું હોય છે. સાથે લક્ષ્મણ જેવો સાથી હોય છે જે રક્ષક પણ છે, સેવક પણ છે, ભાઈ પણ છે અને પુત્ર પણ છે. ત્રણેય વનમાં એક પછી એક અનેક મહાન ઋષિઓના આશ્રમની મુલાકાત લેતા રહે છે અને તેમની સાથે ધર્મ-અધર્મના તત્વજ્ઞાનની ચર્ચા કરતા રહે છે. આ કંઇક એવો જ સમય છે જેવો ગોકુળમાં રાધા અને કૃષ્ણનો સમય હતો. વનવાસના આ ચૌદ

વર્ષ જ રામ અને સીતા વચ્ચેના ઇન્દ્રીયાતીત (ઇન્દ્રિયોની લાલચથી ઉપર હોય તેવા) પ્રેમને ગાઢ અને અતૂટ બનાવે છે. અહીં પ્રેમને વ્યક્ત કરવા રાધા-કૃષ્ણ જેવી મિત્રતા છે અને સંગીતના સ્થાને આધ્યાત્મની ચર્ચા છે. ત્યાં સુધી કે મને રાવણ દ્વારા સીતાનું હરણ થયું અને તે પછીના દસ મહિના રામ-સીતા અલગ રહ્યા તે સમય પણ બહુ ગમે છે. કારણ કે આજ એ સમય છે જ્યારે રામે તેમના જીવનમાં અને વિષ્ણુએ તેમના અનંત જીવનમાં પહેલીવાર જાણ્યું કે સીતા વિના તેમનો આત્મા કેટલો અધુરો છે. અને આજ સમયમાં રામ અને સીતા બંનેએ જાણ્યું કે તેમનો પ્રેમ ઇન્દ્રિયોથી ઉપર છે. તેમને શરીરની જરૂર નથી. શરીર પાસે હોય કે ન હોય તેમના આત્મા હંમેશા એકબીજાના સાનિધ્યમાં જ રહે છે અને એકબીજાનું નામ જપ્યા કરે છે. આજ અનુભૂતી તેમને આગળ જતાં ઉત્તરકાંડમાં ધર્મ માટે એકબીજાનો ત્યાગ સહન કરવાની શક્તિ આપે છે. તેમના આત્મા એક જ મોટા આત્માના બે હિસ્સા બની જાય છે. અને એક વનવાસી રામની સેના સામે જો રાવણની સૌથી શક્તિશાળી સેના હારે છે તો એના પાછળ રાવણનો અહંકાર અને તેની સત્તાની વાસના જેવા ગૌણ કારણો ઉપર મુખ્ય કારણ આ પ્રેમ જ છે.

રામ અને સીતાના આત્મા એક જ આત્માના બે હિસ્સા છે. તેમના મળી જવામાં જ એ વિજ્ઞાનનું અને એ નિયમોનું પાલન થાય એમ છે જેના પર આ સૃષ્ટિ ચાલી રહી છે. એટલે રાવણથી પણ હજાર ઘણો મહાન કે તપસ્વી માણસ તેની સેના કે સમાજને લઈને તે બે આત્માના મિલન વચ્ચે આવત તો તે બધાને રામ-સીતાના આત્મીય પ્રેમની સુનામીમાં વહી જવું પડ્યું હોત. રાવણની હારનું કારણ રામ-સીતાનો એ ઇન્દ્રીયાતીત આત્મીય પ્રેમ હતો, જેણે વનવાસના સહજીવન દરમિયાન સૃષ્ટિના અવિનાશી સત્યનું રૂપ લઈ લીધું. આ પ્રેમના કારણે જ તેઓ માનવજાતિના કલ્યાણ માટે એકબીજાથી અલગ થવા તૈયાર થયા, અને એજ અનંત પ્રેમના કારણે મેં લખેલી વિદેહિકથામાં તે માનવજાતિના કલ્યાણ માટે એકબીજાથી ફરી મળવા સંઘર્ષ કરે છે. વિપરીત સંજોગોમાં રામ મિલનનો માર્ગ તૈયાર કરે છે અને સીતા એના પર ચાલીને રામ સુધી પહોંચે છે. કારણ કે એ માર્ગ માનવજાતિને પ્રેમને જીવવા અને વાસનાને ત્યાગવા તરફ ધકેલે છે.

તો, રામાયણ અસલમાં રામ અને સીતાની એક લવ સ્ટોરી છે. અત્યાર સુધીની સૌથી શ્રેષ્ઠ લવ સ્ટોરી જે આપણને સમજાવે છે કે પ્રેમ મળી ગયા પછી તેને કેવી રીતે ઇન્દ્રીયાતીત બનાવવો, કેવી રીતે પોતાના પ્રેમને સત્ય સાથે હંમેશા જોડી રાખવો. રામ અને સીતા પોતાના પ્રેમમાં સીધા એકબીજા તરફ ક્યારેય નથી ધસી જતા. તે પોતાના જીવનને એક સમબાજુ ત્રિકોણ જેવો યજ્ઞ બનાવે છે, જેના નીચેના બે ખૂણાઓ પર તે પોતે રહે છે અને ઉપરના શિરોબિન્દુ

પર સત્યને રાખે છે. તે પોતાના એકબીજા પ્રત્યેના પ્રેમથી શક્તિ મેળવી મિલન કરવા સત્યના એ શિરોબિન્દુ તરફ જાય છે. આમ, રામાયણ એ મહાન સંદેશ છે કે જે પ્રેમ દરેક સંજોગોમાં સત્યને જાળવી રાખે તે જ એકત્ત્વના ધ્યેય સુધી પહોંચે છે.'

"૧૧ જુલાઈ, ૨૦૧૮, ફેસબુક."

72

રામનો સીતા ત્યાગ માનવ-ઇતિહાસનો સૌથી મહાન નિર્ણય

'સત્ય શું છે? ધર્મ શું છે?' – આ સવાલોના જવાબમાં એકવાત હું હમેશા કહું છું, 'સારું હોવું ધર્મ નથી, સાચું હોવું ધર્મ છે. સારું હોવું એ લક્ષ્ય નથી, સાચું હોવું એ લક્ષ્ય છે.' મુશ્કેલ નિર્ણયો ક્યારેય સાચા અને ખોટા વચ્ચે નથી, તે હમેશા સારા અને સાચા વચ્ચે હોય છે. જેમણે સત્યને જાણી લઈશું છે એ હમેશા સાચા રહેવાની કોશિશ કરે છે. જેમણે સત્ય અને ધર્મને ફક્ત ધર્મગુરુઓના પ્રવચનોથી જાણ્યો છે તે હમેશા સારા બનવાનો પ્રયાસ કરે છે. શું ભીમને દુર્યોધનની જંઘા તોડવી જોઈતી હતી, જયારે કમરના નીચે વાર કરવો નિયમોના વિપરીત હતું? સારા બની રહેવાની કોશિશ કરવાવાળા યુધીષ્ઠીર અને બલરામ કહેશે 'નહિ, આવું ન કરવું જોઈએ.' પણ કૃષ્ણ કહેશે, 'જયારે દુર્યોધન જાંઘો સિવાયનું બાકીનું શરીર લોખંડનું કરી ચુક્યો છે ત્યારે તેને મારવા માટે જરૂરી છે કે તે જ્યાં હારી શકે છે ત્યાં વાર કરવામાં આવે. જો એ જીતી જશે તો મહાભારત યુધ્ધના આટલા મોટા નરસંહાર પછી પણ હસ્તિનાપુરની ગાડી પર એના જેવો અધમી જ બેસશે અને સમાજને અધર્મના માર્ગે ધકેલી દેશે. એની જાંઘો તોડવી સારું ના પણ હોય, પણ સાચું તે જ છે.' આખા મહાભારતમાં કૃષ્ણે ક્યારેય સારા બનવાની કોશિશ નથી કરી. તેમણે એજ કર્યું જે સાચું હતું. રામના સીતા-ત્યાગ પાછળનું કારણ પણ આજ છે.

જયારે સીતાનું નામ લઈને રાજ્યની કેટલીક સ્ત્રીયોએ એવું કહેવાનું શરુ કરી દઈશું કે 'અમારી રાણી દસ મહિના કોઈ બીજાના મહલ બાર રહીને આવી તો પણ રાજાએ તેને સ્વીકારીને રાણી બનાવી દીધી. એટલે અમે પણ કોઈ બીજાના ઘરે એક-બે રાત રોકી જઈએ તો પણ કોઈને અમને સવાલ પૂછવાનો અધિકાર નથી. અમારા પતિએ અમને સ્વીકારવી પડશે.' – ત્યારે સીતા પર લાંછન લાગવાનું શરુ થઇ ગયું. જેમ જેમ દીબ્સો વિતતા ગયા, આ વાત અયોધ્યામાં ફેલતી ગઈ અને રાજ્યના પુરુષો પણ હવે રાણી સીતાથી ધ્વેશ કરવા લાગ્યા, કારણકે તેમના કરને તેમની પત્નીઓ સ્વચ્છંદી બની રહી હતી. જયારે રામ ને આ વાતની ખબર પડી ત્યારે રાજા રામ માટે તો આ એક ચિંતાનું કારણ હતું, પણ સીતાના પતિ રામ માટે આ હદય ચીરી નાખતો વિખવાદ હતો. જે સીતાએ દસ મહિના રાવણની કેદમાં રહીને પણ રાવણને સ્પર્શ ણા કરવા દીધો, જેણે પોતાના પ્રેમની દિવ્યતાથી રાવણને રોકી રાખ્યો એ સીતાની ના ખાલી પવિત્રતા પર સવાલ ઉઠાવવામાં આવી રહ્યો હતો, પણ એનું નામ લઈને વ્યભિચાર કરવાની છૂટ માંગવામાં આવી રહી હતી. હવે, અહિયાંથી માની ળો કે રામે સીતાનો ત્યાગ ના કર્યો અને તેમને રાણી બનાવીને રાખ્યા, તો શું થાત..?

સમાજમાં વ્યભિચારની બદી ફેલતી જ જાત અને તેના બચાવમાં સીતાનું ઉદાહરણ પેશ કરવામાં આવત. આખો સમાજ વ્યભિચારના અધર્મમાં ફસાતો જાત અને સ્ત્રિયો માટે આપસી સંઘર્ષમાં નાશ પામત. અને આ આખા વિકૃત ચિત્રની આદર્શ બનાવવામાં આવત રાણી સીતાને. એ દિવસે સત્ય ન હોવા છતાં સીતા અપવિત્ર અને ચરિત્રહીન સ્ત્રી સાબિત થાત, ત્યારે જ તો તેણે આખા સમાજને પોતાના નામે વ્યભિચાર કરવા દીધો અને પોતે ચુપ રહી. આજે આપણે રામાયણમાં એક એવી સીતા વિષે વંચાત જેણે રાવણની કેદમાં પોતાની પવિત્રતા ધુમાવી અને પછી રાણી બનીને આખા રાજ્યની સ્ત્રીયોને એ તરફ ધકેલી. જો સીતાનો ત્યાગ કરવામાં ન આવત તો આજે એ આપણા માટે એક આદર્શના સ્થાને એક કલંક હોત, નિર્દોષ હોવા છતાં.

રામ અને સીતા બંને વિષ્ણુ સ્થિતિના મનુષ્યો હતા. તેઓ આ દુરંદેશી ચિત્રને જાણી ચુક્યા હતા. તે બંને જાણી ચુક્યા હતા કે હવે સીતાની પવિત્રતા અને પ્રતિષ્ઠાને બચાવવાનો એક જ માર્ગ છે – જે રામ અને સીતા આત્માથી એક છે, તે હવે શરીરથી અલગ થઇ જાય. આખી પૃથ્વી પર એકબીજાનું શરીર જ એ એકમાત્ર પદાર્થ હતો જે તેમને અનેક મુસીબતો છતાં સાંત્વના આપતો હતો. હવે તેમને એ ભૌતિક પદાર્થ પણ છોડવાનો હતો અને આધ્યાત્મિક રૂપે દરેક ક્ષણે એકબીજાથી જોડાયેલા રહેવાનું હતું. છેલ્લે, આ મુશ્કેલ નિર્ણય કરી લેવામાં આવ્યો. આ નિર્ણય કોઈ રાજા કે રાણીનો નહોતો, ણા કોઈ સામાજિક પતિ-

પત્નીનો. આ નિર્ણય બે પ્રેમીઓનો હતો જે પતિ-પત્ની પણ બન્યા હતા અને રાજા-રાણી પણ. હવે ફરીથી તેમને બસ પ્રેમી બની જવાનું હતું અને બાકીના બે સબંધોના લાભ ત્યાગી દેવાના હતા. અને તેમણે એ લાભ ત્યાગી દીધા. આ નિર્ણય બેડરૂમમાં બે પ્રેમીઓ વચ્ચે લેવાયો, પણ જે વાસનાગ્રસ્ત લોકોને સીધા રાખવા માટે તેને લેવામાં આવ્યો હતો તેમને ઉદાહરણ પૂરું પાડવા એ નિર્ણયને લાગુ રાજા રામે કરાવ્યો. 'સીતાને જંગલમાં કોઈ સન્યાસીના આશ્રમ નજીક હમેશા માટે છોડી દેવામાં આવે. હવે તે અયોધ્યાની મહારાણી રહી શકે તેમ નથી.' એક માણસે પોતાના જીવનની એકમાત્ર કીમતી વસ્તુ આ રીતે એક રાજાના અભિનય સાથે છોડી દીધી. અને શાના માટે? સમાજને અધર્મના માર્ગ પર જતો રોકવા માટે. સમાજને પોતાની વાસનાઓ સીતાના નામનો ઉપયોગ કરીને ખુલી છોડવાથી રોકવા માટે. પોતાના પ્રેમને યુગો યુગોની બદનામીથી બચાવવા માટે એક પ્રેમીએ પવિત્ર પત્નીને નિસહાય હાલતમાં ત્યાગી દેવાનું કલંક યુગો યુગો સુધી પોતાના માથે લઇ લીધું.

સીતાએ ઋષિના આશ્રમમાં સુવિધાઓના અભાવમાં રામના વિરહમાં જીવન વિતાવ્યું, તો રામે મહેલમાં સીતા વિના પળ-પળ દઝાડતી એ સુવિધાઓ અને રાજાની જવાબદારીઓ વચ્ચે જીવન કાઢ્યું. બંનેમાંથી કોઈએ બીજા લગ્ન તો શું બીજા કોઈ વ્યક્તિ વિષે વિચાર્યું પણ નહિ. સીતા આશ્રમમાં અને રામ મહેલમાં નીચે પથારી લગાવી સુતા રહ્યા, દરેક ક્ષણ એકબીજાને યાદ કરતા કરતા. અને જ્યારે છેલ્લી પરીક્ષાના રૂપમાં સીતા ધરતીમાં સમાઈ ગઈ ત્યારે તેમની પવિત્રતાની રક્ષા હમેશા માટે થઇ ગઈ. અયોધ્યાનું લાંછન બદનામ થયું અને સીતા દેવી બની ગઈ. રામ અને સીતા નો એકબીજાને ત્યાગવાનો વ્યક્તિગત નિર્ણય આખરે સફળ સાબિત થયો. પણ રામના માથા પર પત્નીને ત્યાગી દેવાનો કલંક કેટલાક મુર્ખ, અર્ધજ્ઞાની અને ષડયંત્રકારી લોકો તેમજ પ્રેમ ને ન સમજી શકવાવાળી સ્ત્રી સશક્તિકરનો ઝંડો પકડેલી કેટલીક સ્ત્રીઓની જમાતમાં આજે પણ લાગેલો છે. રામનો બચાવ કરવાવાળા લોકોમાં પણ મોટાભાગના અંધ ભક્ત છે જે રામ વિરુધ્ધ કંઈ સંભાળવા નથી માંગતા, તો કેટલાક એ રૂઢીચુસ્ત માનસિકતાવાળા પુરુષપ્રધાન લોકો છે જે આજે પણ સ્ત્રીની અગ્નિપરીક્ષા લેવામાં વિશ્વાસ કરે છે.

રામ અને સીતાએ જે નિર્ણય કર્યો એ એવા બે પ્રેમીઓ જ કરી શકતા હતા જેમના આત્મા યુગો યુગોથી જોડાયેલા હોય. કોઈ સામાન્ય સંસારિક પતિ-પત્ની તેમના સ્થાને હોત, તો એ પરિસ્થિતિમાં કાંતો પતિ તેની સ્ત્રીના શરીરને ભોગવાની લાલસામાં તેનો ત્યાગ કરવાથી ઇનકાર કરી દેત અને સમાજને તેની પત્નીના નામે અધર્મ કરવા દેત કાંતો લોકોની નિંદાથી વિચલિત થઈને તે

પત્નીને છોડી દેત અને કેટલાક દિવસો પછી કોઈ બીજી સ્ત્રીથી લગ્ન કરી લેત. બંને પરિસ્થિતિમાં પત્ની પર લાગેલો આરોપ સાચો સિધ્ધ થઇ જાત. રામની આલોચના કરવાવાળા તથાકથિત બુધ્ધિજીવી એ વાતનું ધ્યાન રાખે કે રામે આ બંનેમાંથી એકપણ નથી કર્યું. રામે સારા દેખાવાની કોશિશ ના કરી, જે દરેક સામાન્ય સંસારી કરે છે. રમે સાચા બનવાની કોશિશ કરી. તેમણે એ કર્યું જે સાચું હતું, સારું ભલે ના હોય. હું એણે માનવ ઇતિહાસનો મહાન નિર્ણય એટલે કહું છું કે એ એક નિર્ણયથી રામે ના ખાલી સમાજને અધર્મના માર્ગે જતાં બચાવી લીધો, પણ પોતાની પ્રિયતમા સીતાની પ્રતિષ્ઠાને પણ હમેશા હમેશા માટે સુરક્ષિત કરી લીધી. જ્યારે આ કામમાં તેમના પોતાના દામન પર ડાઘ લાગી ગયો. કદાચ, સીતાને કોઈ જન્મમાં રામનું આ ઋણ ચુકવવું પડે જ્યાં રામની પ્રતિષ્ઠા અને પોતાના પ્રેમની રક્ષા માટે એ કામ કરવું પડે જેમાં સારા દેખાવા કરતાં એ કરવું જરૂરી હોય જે સાચું છે, સત્ય છે.

"૨૯ જુલાઈ, ૨૦૧૮, ફેસબુક."

73

સોલમેટ (soul-mate) નું વિજ્ઞાન

સવાલ: મેં યુટ્યુબ પર સદગુરુનો એક વીડિયો જોયો. એમાં તેમણે સોલમેટ જેવી કોઈ થિયરીને રદિયો આપ્યો છે. તમે આ વિશે શું કહેશો.

જવાબ : દરેકના સોલમેટ હોય જ એવું જરૂરી નથી. કેટલાક આત્મા ફક્ત ઋણથી બંધાયેલા હોય છે, કેટલાક ઋણ સાથે સાથે નિસ્વાર્થ સમર્પિત પ્રેમથી જોડાયેલા હોય છે. જે આત્મા ફક્ત ઋણથી જોડાયેલા છે એ ઋણ ચૂકવાઈ જતાં જ પોતપોતાના રસ્તે અલગ પડે છે. જે દિવ્ય પ્રેમથી જોડાયેલા છે તે જ્યાં સુધી એકબીજામાં ભળી ન જાય ત્યાં સુધી જન્મ દર જન્મ જોડાયેલા રહે છે. આવા આત્માઓ જ સોલમેટનું રૂપ લઈ લે છે. એટલે હંમેશા બે શક્યતાઓ હોય છે. આ જન્મમાં કાં તો તમારો પાછલા જન્મનો કોઈ સોલમેટ છે, કાં તો આ વખતે જો તમે કોઈને અને તે કોઈ તમને નિસ્વાર્થ સમર્પિત પ્રેમથી ચાહે તો આ જન્મથી તમે એકબીજાના સોલમેટ બની શકો છો. પણ સામાન્ય માણસ જેને આત્મજ્ઞાન નથી થયું કે જે તેના પાછળના જન્મોથી પરિચિત નથી તેને સોલમેટની થિયારીમાં પડવાનું હું પણ નહીં કહું. પાછળના જન્મની સ્ટોરી ચાહે ગમે તે હોય તે તમને ખાલી એટલો જ જવાબ આપી શકે છે કે આજે જે છે તે એવું કેમ છે..? પાછળના હજાર જન્મ જાણતા હોય તો પણ નિર્ણય તો આ જન્મની તમારી અનુભૂતિના આધારે જ લેવાનો હોય છે. જો તમને કોઈનાથી અતિશય પ્રેમ અનુભવાઈ રહ્યો છે તો શું ફરક પડે છે કે એ પાછલા કોઈ જન્મથી તમારી સોલમેટ છે કે નહીં. આ જન્મમાં જ તમારી પહેલીવાર મુલાકાત થઈ હોય તો પણ તમને જો તેનાથી હૃદયનો તીવ્ર પ્રેમ અનુભવાઈ રહ્યો છે તો તમારે એના માટે જ પ્રયત્ન કરવાનો છે, એજ તમારા આત્માનો અવાજ છે. પછી ભલેને દુનિયાની

સૌથી સુંદર સ્ત્રીને આખી દુનિયા કે સ્વયં ભગવાન જ તમારો સોલમેટ કહીને તમારી સામે ઉભી કરી દે, તો પણ તમારું સત્ય, તમારો ભગવાન તો એ સ્ત્રી જ છે જેનાથી તમને પ્રેમ અનુભવાઈ રહ્યો છે. એટલે જેનાથી પ્રેમ છે એના માટે જવાનું છે. ચાહે વચ્ચે ગમે તેટલા અવરોધો કેમ ન હોય, તેનાથી સત્યના માર્ગે ઉપર ઉઠી જવાનું છે. આ જ સિમ્પલ વાત સત્ય છે. આ સરળ સત્યને સોલમેટની કોઈ બિનજરૂરી વાતને વચ્ચે લાવીને કોમ્પ્લિકેટ કરવાની જરૂર નથી. સદગુરુનો કહેવાનો અર્થ આ હતો. બાકી, સદગુરુ પોતે કહી ચુક્યા છે કે તે પોતાના પાછલા જન્મ જાણે છે અને તેમની આ જન્મની પત્ની તેમની ગયા જન્મની બહેન હતી.

એ આત્માઓ જે અનેક જન્મ સુધી પ્રેમથી જોડાયેલા રહે છે તેમના વિશે બીજી કેટલીક અગત્યની બાબતો જાણવી જરૂરી છે.

1. એ જરૂરી નથી કે દરેક સોલમેટ પતિ-પત્નીના સંબંધથી જ જોડાયેલા હોય.

2. સોલમેટ એ કોઈ બંધન નથી. તે પ્રેમનો એક આનંદ છે. 'કેટલાક જન્મોથી કોઈનાથી જોડાયેલા છીએ એટલે આ બધું કરવું પડે છે' એવું બંધન લાગવા લાગે અને તેનાથી મુક્ત થવાની ઈચ્છા સતત જળવાઈ રહે તો તે જ જન્મથી માણસ તેના ઋણ ચૂકવીને અલગ જવાનો નિર્ણય લેવા સ્વતંત્ર છે. તેને એવું જ કરવું જોઈએ. પણ એ નિર્ણય હૃદયથી, આત્માથી આવેલો હોવો જોઈએ. ખાલી સાંસારિક અવરોધોને કારણે એ આત્માથી છૂટવું હોય અને અંદર પ્રેમ જીવંત રહેલો હોય તો એ કમજોરી અને કાયરતા છે. એ કિસ્સામાં જેનાથી કાયરતા ઉત્પન્ન થતી હોય તે સંસાર જ દુઃખોનું કારણ બની જાય છે. ધીરે ધીરે તે જન્મમાં અથવા પછીના જન્મમાં આત્માનું એ જોડાણ સાંસારિક રૂપ લેવા લાગે છે. એટલે ઇન શોર્ટ, જો હૃદયથી તમે એ વ્યક્તિને ભૂલી શકતા હોય અને તેનાથી છૂટવામાં મુક્તિ લાગતી હોય તો તમે તે વ્યક્તિથી પ્રેમથી નહિ ફક્ત ઋણથી જોડાયેલા છો એમ સમજવું. આ એક પ્રયોગની રીત છે. એટલે છેલ્લે, બે વાતો જરૂરી છે.

તમે તમારા હૃદયના અવાજ પ્રત્યે પ્રામાણિક હોવા જોઈએ.

અને યાદ રાખો કે સોલમેટ એ કોઈ બંધન નથી. તે પ્રેમનો આનંદ છે. તે સંસારનું મૂળ ધ્યેય છે.

"૨૦ જુલાઈ, ૨૦૧૮, ફેસબુક."

74
પ્રેમલગ્નોની નિષ્ફળતાનું કારણ

સવાલ : તમે પ્રેમ વિશે ઘણું સરસ લખ્યું છે, છતાંય હકીકતમાં જોઈએ છીએ તો ખબર પડે છે કે પ્રેમલગ્નોનો તૂટવાનો દર વધુ છે. એના વિશે તમે શુ કહેશો..?

જવાબ : હું સેક્સનું વિજ્ઞાન સમજાવતા લેખોથી લઈને રામાયણમાં રામ-સીતાની લવસ્ટોરી સમજાવતા મારા અનેક લેખોમાં આ વાત સમજાવી ચુક્યો છું. મારા પુસ્તકમાં પણ મેં આ બહુ ઊંડાણથી સમજાવ્યું છે.

પ્રેમને ખતમ કરે છે સેક્સ. એકબીજાથી આકર્ષાઈ પ્રેમમાં પડનારા લગ્ન પહેલા એકબીજા વિના મરી જવાની વાત કરે છે, પણ લગ્ન પછી અમુક જ વર્ષોમાં એકબીજાના કારણે મરી જવાની વાત કરે છે. કારણકે લગ્ન પછી તેમણે એકબીજાને મેળવવાની કોશિશ કરવાના સ્થાને એકબીજાને ભોગવવાની કોશિશ કરી. પણ વારંવાર સેક્સ કર્યા પછી પણ તેમને એજ જાણવા મળ્યું કે જેના માટે તે મરી જવા તૈયાર હતા તે તો ખાલી એક ચામડાનો, માંસ અને હાડકાંનો પદાર્થ છે. સેક્સ પછી પણ તે અધૂરા હતા અને એકબીજાના શરીરથી ઉબી ચુક્યા હતા. એટલે હવે તેમને એકબીજાથી અલગ પડવું છે. દરેક પશુઓમાં આવું થાય છે. એટલે આને પ્રેમ નહીં, બાયોલોજીકલ આકર્ષણ કહે છે. પણ બીજા પ્રાણીઓમાં લગ્નની પ્રથા નથી એટલે ત્યાં તેઓ એકબીજાથી સેક્સ કરી એકબીજાથી ઉબી જાય એના પહેલા જ અલગ પડી પોતપોતાના રસ્તે ચાલ્યા જાય છે. પણ મનુષ્યને એ ઉબી જવાની સ્થિતિ આવી ગયા પછી પણ લગ્ન બચાવવા સાથે રહેવું પડે છે. અને અહીં જ જાતજાતના બહાના સાથે ઝગડા અને ગેરસમજો શરૂ થાય છે અને લગ્ન તૂટે છે. તો કારણ બે હોઈ શકે છે. એક કાં તો પ્રેમ હતો જ નહીં, બસ પેલું પ્રાણીઓવાળું બાયોલોજીકલ એટરેક્શન હતું અને બીજું, પ્રેમ હતો પણ

એને વ્યક્ત કરવા મનુષ્યોના માર્ગના સ્થાને પ્રાણીઓનો શારીરિક માર્ગ પસંદ કરવામાં આવ્યો. જેથી પરિણામ રૂપે એજ પ્રાણીઓની જેમ અલગ પડવાની સ્થિતિ આવી.

બીજી બાજુ એરેન્જ મેરેજમાં આ સ્થિતિ વહેલી આવે છે કારણ કે ત્યાં તો બે અજાણ્યા લોકો સીધા જ સેક્સમાં પરોવાય છે. પણ ત્યાં બે વ્યક્તિઓના કારણે બે પરિવારો અને બે સમાજોના અનેક લોકો વિવિધ સંબંધમાં બંધાય છે. અને એ બધા સંબંધોનું મૌન દબાણ એ પતિ-પત્ની પર હંમેશા બનેલું રહે છે. થોડી ઘણી તકલીફ આવે કે બધા સંબંધીઓ સમજાવવા બેસી જાય અને મોટાભાગે એક જ કોમન સલાહ આપે 'એક-બે છોકરા લાવી દો એટલે બધું સરખું થઈ જશે'. અંદરથી તમારા વચ્ચે બીજું કોઈ જોડાણ રહ્યું હોય કે ન હોય, પણ એક કે બે સંતાનો તમને સતત મમ્મી અને પપ્પા કહેતા રહેશે એટલે એ બાળકો જ તમને જોડી રાખશે. આજે પણ ગામડાઓ અને શહેરોના સામાન્ય સમાજમાં પત્નીઓને પોતાના આધીન રાખવા પતિઓ અને સસરિયાઓ દ્વારા આજ વાત સૌથી વધુ ઉપયોગમાં લેવાય છે. હું મારા આજુબાજુ આવા ઘણા બાળકોને જાણું છું જે તેમના માં-બાપને એકબીજા સાથે જોડી રાખવાની સામાજિક કોશિશ રૂપે પેદા કરાયા છે. અને આ દુનિયા પર મેં જોયેલા સૌથી કુરૂપ ચિત્રો પૈકીનું આ એક છે, જ્યાં આત્મા કંઈક અલગ કહેતો હોય છે અને બહાર એક અલગ જ જીવન જીવાય છે ફક્ત લોકોને ખુશ રાખવા માટે. તો, એક તરફ પ્રેમથી શરૂ કરી વાસના સંતોષી લઈ અસ્થિરતા તરફ જનાર વ્યવસ્થા છે અને બીજી બાજુ અભિનય અને પાખંડથી સતત સ્થિરતા જાળવી રાખનાર વ્યવસ્થા છે જ્યાં પ્રેમના સ્થાને બસ સાંસારિક સ્થિરતા ટકાવી રાખવાની ફોર્મ્યુલાઓ કામ કરે છે. આપણે આ બંને દુષણોથી બહાર નીકળવાનું છે અને ના ખાલી આપણી ભાવિ પેઢી માટે પણ આપણા પોતાના માટે પણ એક એવી વ્યવસ્થા તૈયાર કરવાની છે જ્યાં સંબંધનું મૂળ ફક્ત અને ફક્ત આત્મીય પ્રેમ હોય. બાયોલોજીકલ એટરેક્શન પણ નહીં અને વિવિધ સામાજિક સંબંધોનું પ્રેશર પણ નહીં.

તો એ માટે જે લોકોને સહજ રીતે પ્રેમ થઈ ગયો છે અને પ્રેમ મળી ગયો છે તે એ વાત સમજી જાય કે તેમના સંપૂર્ણ મિલન માટે તેમના આત્માના દસે પરિમાણ એકબીજા સાથે મળવા જરૂરી છે. સીધા શરીરથી મળવાની કોશિશ કરી તો ત્રણ પરિમાણ જ મળી શકશે અને તમે સતત અધૂરા રહીને એકબીજાથી ઉબી જશો. તો ત્યાં રામ અને સીતાની જેમ પહેલા પોતાની જાતને કોમન વિષયો પર ચર્ચાના માર્ગે લઈ જાઓ. સાથે પુસ્તકો વાંચો અને તેમની ચર્ચા કરો. સાથે સંગીત સાંભળો અને તેને ગાઓ. તમારા પ્રેમને બાયોલોજીકલ એટરેક્શનમાંથી આત્મીય પ્રેમ બનવા દો. અને જ્યારે તમને તમારા પ્રેમીને જોઈને જનીન

અંગોમાં ઉત્તેજનના સ્થાને હૃદયમાં ચારેરાટ કરતી જલન અનુભવાવા લાગે ત્યારે જ તમે એકબીજાને શરીરથી પ્રેમ કરવા લાયક બન્યા છો એમ માનો. ત્યારે જ તમારા શરીરોનું મિલન તમારા આત્માઓનું મિલન બની શકશે. એટલે સેક્સ પછી પણ તમારો પ્રેમ એટલો જ યથાવત હશે. કારણ કે તમારા પ્રેમનું જોડાણ તો તમારી મિત્રતા, સંગીત અને અનેક વિષયોમાં તમારા વિચારોના આદાન-પ્રદાન વડે થયેલું હશે. આ રીતે જોડાયેલા પ્રેમીઓના લગ્ન ક્યારેય ભંગાણ નહિ પામે. તે રામ સીતાની જેમ સાથે હોય કે ન હોય, એકબીજાના પતિ-પત્ની બની રહેશે.

હમણાં રામાયણ વિશેના એક પુસ્તકમાં મેં સુંદર સંવાદ વાંચ્યો. લંકામાં સીતાને મળવા આવેલા હનુમાનને સીતાએ કહ્યું, 'રામને રાજા બનવા માટે કોઈ રાજ્યની જરૂર નથી. તે જ્યાં પણ જશે ત્યાં લોકોને તેમની પ્રજા બનાવી દેશે. એ જ રીતે તેમને કોઈ સ્ત્રીને પત્ની કહેવા માટે તે સ્ત્રીને પોતાના આધીન રાખવાની જરૂર નથી. તે સ્ત્રી જ્યાં પણ હશે તેમની પત્ની જ હશે.' મતલબ, એમનો પ્રેમ એટલો ગહન છે કે પત્ની પોતાના ઘરમાં પોતાના તાબા હેઠળ રહીને પોતાનું કહ્યું કરે તોજ એ પત્ની છે એમ તે નથી માનતા. 'હું કોઈને પ્રેમ કરું છું અને તે મને પ્રેમ કરે છે - બસ આજ અમારો પતિ-પત્નીનો સબંધ છે. ભલે એ ગમે ત્યાં બેઠી હોય. હું એની રક્ષા, એના સુખ અને એની સ્વતંત્રતાનું હંમેશા ધ્યાન રાખીશ.' - રામ એવું માને છે. આ પ્રેમ છે અને આવા પ્રેમથી જે લગ્ન થાય એને પ્રેમલગ્ન કહેવાય, બીજા બધા એરેન્જ મેરેજ જ છે. કોઈમાં માં-બાપ એરેન્જ કરે છે, કોઈમાં છોકરો-છોકરી પોતે એરેન્જ કરે છે. બંનેમાં બાયોલોજીકલ એટરેક્શન, આર્થિક સુવિધા અને સુરક્ષા જ જોવાય છે. છોકરો-છોકરી પોતે એરેન્જ કરે એટલે આપણે તેને લવમેરેજ કહી દઈએ છીએ અને એ કિસ્સામાં પરિવાર અને સમાજના અન્ય સબંધીઓના દબાણનો લાભ તેમને નથી મળતો. એટલે તેવા લગ્ન તૂટવાની સંભાવનાઓ વધી જાય છે. બસ, કિસ્સો આજ છે. સોનાને કાટ નથી લાગતો અને કાટ લાગે તો એ સોનુ નથી.

"૨૪ જુલાઈ, ૨૦૧૮, ફેસબુક."

75

નવા ભારતમાં વર્ણ અને જાતી વ્યવસ્થાનું પુનર્ગઠન

તો, આપણે આગળના લેખોમાં જોયું કે પ્રાચીન ભારતની વર્ણ વ્યવસ્થાનું વિજ્ઞાન અને તેનો આધાર શું હતો? કેવી રીતે વર્ણ આધારીત જાતિઓ અસ્તિત્વમાં આવી, અને કેવી રીતે ભારતીય સમાજની સજ્જડ કુટુંબ પ્રથાના કારણે વર્ણ અને જાતી જન્મ આધારિત રૂઢિમાં પરિણમિત થઈ ગયા - તે આપણે જાણ્યું. ઇતિહાસના અવલોકન પરથી નિષ્કર્ષ એ નીકળે છે કે વર્ણ વ્યવસ્થાનો ટકરાવ કુટુંબ વ્યવસ્થાથી થવો સ્વાભાવિક હતો. અને એ ટકરાવમાં વ્યક્તિનો સ્વાર્થ, કુટુંબ પ્રત્યેની તેની માયા અને નિષ્ઠા એ વ્યવસ્થા પ્રત્યેની તેની નિષ્ઠા પર ભારે પડવી પણ સ્વાભાવિક હતી. એટલે જ તો રામાયણના કાળ સુધી ઠીકઠાક ચાલેલી કર્મ અને ગુણ આધારિત વર્ણ વ્યવસ્થા મહાભારતકાળમાં તેના સાચા સ્વરૂપ માટે સતત સંઘર્ષ કરતી નજરે પડે છે. એટલે જ ગીતામાં શ્રીકૃષ્ણને યાદ કરાવવું પડે છે કે તે વ્યવસ્થા બ્રહ્મ તત્વમાંથી નૈસર્ગિક રીતે જ ગુણ અને કર્મ આધારિત બની છે. છતાંય, એ કાળથી આજસુધી વર્ણ વ્યવસ્થા જન્મથી હટીને પોતાને ગુણ આધારિત બચાવી રાખવા સંઘર્ષ કરતી જ દેખાઈ છે.

અને ઇતિહાસનો આ અનુભવ જ આપણને કહે છે કે વર્ણ વ્યવસ્થાને ચાહે ગમે તેટલી વાર ફરીથી ગુણ અને પ્રતિભા આધારિત ગોઠવવામાં આવે, તે આપણી કુટુંબ પ્રણાલીના કારણે ફરી ફરીને જન્મ આધારિત રૂઢિનું સ્વરૂપ લઇ જ લેશે. અને એ વાત હવે આપણે સ્વીકારી લેવાની છે કે વ્યક્તિના આત્માની

ઉત્ક્રાંતિના કોઇ પડાવને કારણે તેનામાં રહેલી નિશ્ચિત પ્રકૃતિ અને પ્રતિભાનો ઉપયોગ સમાજ વ્યવસ્થા માટે કરવાનો આપણા પૂર્વજોનો એ પ્રયોગ નિષ્ફળ ગયો છે. વ્યક્તિના આત્માની ઉત્ક્રાંતિ એક બ્રહ્મ ચેતનાથી જોડાયેલી વસ્તુ છે, તે વિકસિત થતી રહે છે, વિકસવા માંગે છે. જ્યારે સમાજ અને રાજ્ય વ્યવસ્થા સાપેક્ષમાં ઘણી જડ વસ્તુ છે, રાજ્ય અને સમાજ નિયમો વડે તેને વર્ષો સુધી એવી ને એવી જાળવી રાખવા પ્રયાસ કરે છે. વર્ણ રૂપે ચેતનાથી જોડાયેલ એક તથ્યનું સમાજ વ્યવસ્થા અને રાજ્ય વ્યવસ્થા જેવી જડ વસ્તુ સાથે જોડાણ એક ભૂલ હતી. જ્યારે વિનમ્રભાવે આ સ્વીકારી લઈએ ત્યારે તરત જ આપણને ભવિષ્ય માટે નવી રચના ઊભી કરવાનો સાચો માર્ગ એજ પૂર્વજો તરફથી મળી જાય છે.

પ્રાચીન ઋષિઓએ જ્યારે મનુષ્યના આત્માના પડાવ તરીકે વર્ણ જેવી વ્યક્તિગત વસ્તુને સમાજવ્યવસ્થા માટે ઉપયોગમાં લીધી, ત્યારે બદલામાં મનુષ્યને વ્યક્તિગત જીવનમાં ચાર લક્ષ્ય આપ્યા. એ લક્ષ્ય હતા અર્થ, ધર્મ, કામ અને મોક્ષ. અર્થ એટલે કે આર્થિક સ્થિરતા, ધર્મ એટલે કે સૃષ્ટિના સત્ય પ્રત્યે પોતાના કર્તવ્યનું નિર્વહન, કામ એટલે મનુષ્યમાં સ્ત્રી કે પુરુષ તરીકે રહેલી મૂળભૂત ઈચ્છાની અભિવ્યક્તિ, અને મોક્ષ અર્થાત્ આત્મજ્ઞાન રૂપે સત્યનો સાક્ષાત્કાર કરી જન્મ-મરણના ચક્રમાંથી મુક્તિ લઇ લેવી. ચારેય વર્ણના વ્યક્તિને તેના જીવનમાં આ ચાર લક્ષ્ય માટે પુરુષાર્થ કરવા કહેવાયું. બસ, એ પુરુષાર્થની રીત અલગ અલગ વર્ણ માટે તેની પ્રકૃતિ મુજબ અલગ હોતી. આપણે સમાજ વ્યવસ્થામાંથી વર્ણને પાછા ખેંચી લઇ આ ચાર પુરુષાર્થને આધાર તરીકે સ્થાપવાના છે. અને એ ફેરબદલી માટે ઉપયોગમાં લેવાની છે એજ શિક્ષણ વ્યવસ્થાને જેને સાચી વર્ણવ્યવસ્થા માટે પણ ઉપયોગમાં લેવાતી હતી. એટલે કે સમાજ અને રાષ્ટ્રના તમામ કાર્યોને અને ક્ષેત્રોને અર્થ, ધર્મ, કામ અને મોક્ષ - એમ ચાર ભાગમાં વહેંચી દેવામાં આવે.

વ્યાપાર - વાણિજ્યના તમામ ક્ષેત્રો, ખેતી, પશુપાલન, ઉદ્યોગ, મેન્યુફેકચરિંગ જેવા વૈશ્ય વર્ણના તમામ વ્યવસાયને અર્થ ધ્યેયમાં લઇ લેવાના છે. તે સમાજ અને રાષ્ટ્ર માટે આર્થિક ઉપાર્જનનું કાર્ય કરે છે. રાષ્ટ્રની રક્ષાથી લઈને રાજ્ય વ્યવસ્થા ચલાવવાના દરેક કાર્ય અને વ્યવસાયને ધર્મ ધ્યેય અંતર્ગત લઇ લેવાના છે. તમામ સરકારી નોકરીઓ - એક સફાઈ કર્મચારી અને પટાવાળાથી લઈને ક્લાર્ક અને કલેકટર સુધીની - આ ધ્યેય-ક્ષેત્ર અંતર્ગત આવશે. રાજનેતા, પોલિટિકલ પાર્ટીઓ, સામાજિક અને રાજકીય કાર્ય કરતી સંસ્થાઓ વગેરે પણ આ ધ્યેય-ક્ષેત્ર અંતર્ગત આવશે. નાટ્ય, સંગીત, ચિત્ર, સાહિત્ય લેખન, કાવ્ય લેખન, શિલ્પ, ફિલ્મ ઉદ્યોગમાં જરૂરી કલાઓ અને અન્ય

તમામ કલાઓ કામ ધ્યેય અંતર્ગત લઇ લેવાની છે. જ્યારે સૃષ્ટિ, બ્રહ્માંડ અને સંસારના સત્ય ખોજવાના તમામ વૈજ્ઞાનિક અને સંશોધનાત્મક કાર્ય મોક્ષ ધ્યેયમાં આવશે. ગણિત, ભૌતિક, ખગોળ, જીવ અને રસાયણ વિજ્ઞાન, મનોવિજ્ઞાન અને તબીબી તેમજ ચિકિત્સા વિજ્ઞાનમાં સંશોધન અર્થે ચાલતા એકમો અને સંસ્થાઓ મોક્ષ ધ્યેય અંતર્ગત આવશે. જીનેટિકલ એન્જીનીયરીંગ, ઈસરો, ડીઆરડીઓ જેવી સંસ્થાઓ સાથે પ્રાચીન ભારતના યોગ, આધ્યાત્મ અને શાસ્ત્રોના અધ્યયન તેમજ સંશોધન અર્થે નવી સંસ્થાઓ ઊભી કરવામાં આવે અને તેને પણ મોક્ષ ધ્યેય-ક્ષેત્રમાં ગણવામાં આવે. જગતના અન્ય પંથોના અભ્યાસને પણ આ ધ્યેયમાં જોડવામાં આવે. આ રીતે સાચા આત્મજ્ઞાની યોગીઓ અને પ્રાચીન શાસ્ત્રોના જાણકારોને વૈજ્ઞાનિકો સાથે એક ધ્યેય-ક્ષેત્રમાં જોડી સંસારના સત્ય શોધવાના કાર્યને સર્વોચ્ચ માનવામાં આવે. આ પરિવર્તનથી સાચા સનાતની યોગીઓ, જ્ઞાનીઓ અને સંતો ધર્મ ક્ષેત્રના નહિ, પણ મોક્ષ ક્ષેત્રના વ્યક્તિ ગણાશે. અને તે એ બે શબ્દોના સાચા અર્થ સાથે સુસંગત છે.

આમ, ચાર પુરુષાર્થના ધ્યેયમાં તમામ ક્ષેત્રોને વહેંચી દઇ શાળામાં નવમા ધોરણ સુધીમાં આ ચારેય ધ્યેયની તેના ક્ષેત્રો સહિત માહિતી આપી દેવામાં આવે. અને દસમા ધોરણમાં પ્રત્યેક વિદ્યાર્થીને તેનું ધ્યેય - ક્ષેત્ર નક્કી કરી દેવાનું રાખવામાં આવે. દસમા ધોરણથી જે વેપાર વાણિજ્યના ક્ષેત્રમાં જવા માંગે છે તેને અર્થ ક્ષેત્રના વ્યવસાયોનું શિક્ષણ આપી બારમા પછી અર્થ ક્ષેત્રને લગતી કોલેજો તરફ મોકલવામાં આવે. જે સંગીત, નૃત્ય, સાહિત્ય અને અન્ય કલા ક્ષેત્રે જવા માંગે છે તેને દસમા ધોરણથી જ કામ ધ્યેય અંતર્ગત આવતા કલા જગતના વિષયો ભણાવવા માં આવે, અને બારમા પછી તે વિષયોની યુનિવર્સિટીઓમાં મોકલવામાં આવે. આવું જ ધર્મ અને મોક્ષ ધ્યેય અંતર્ગત આવતા વિષયો માટે પણ દસમા ધોરણથી જ સ્નાતક અને અનુસ્નાતક સુધીની એક અલગ જ શાખા હોય. આમ, સમાજ અને રાજ્ય વ્યવસ્થાને અર્થ, ધર્મ, કામ અને મોક્ષના પુરુષાર્થ અંતર્ગત કાર્યોમાં વહેંચી દેવામાં આવે, અને કહી દેવામાં આવે કે વર્ણ દરેક વ્યક્તિનો વ્યક્તિગત વિષય છે, જેના સાથે રાજ્ય કે સમાજને કંઈ લેવા દેવા નથી. વર્ણ દરેક વ્યક્તિને એ સમજવા માટે છે કે તેના આત્માની યાત્રા કયા પડાવે આવી છે, અને તે આગળ કયા પડાવો અને ગુણોથી પસાર થશે. તે દરેક વ્યક્તિને સત્યના આત્મ સાક્ષાત્કાર અને મુક્તિના લક્ષ્ય સુધીના માર્ગને વ્યક્તિગત રીતે સમજવા તેમજ સંચાલિત કરવા માટે છે. મોક્ષ ધ્યેય અંતર્ગત કાર્ય કરનાર ક્ષેત્રોનું સામાજિક પ્રદાન મનુષ્યને તેની વ્યક્તિગત યાત્રા સંચાલિત કરવામાં માર્ગદર્શન આપતી રહેશે.

આ નવીન વ્યવસ્થા સાથે શૂદ્ર શબ્દ સમાજ અને રાજ્ય વ્યવસ્થાથી દૂર થઈ જશે. કારણકે શ્રમનું કાર્ય કરવાવાળા પણ કાં તો ધર્મ ક્ષેત્રે રાજ્યવ્યવસ્થા ચલાવતા હશે, કાં તો અર્થ ક્ષેત્રે વેપાર ચલાવતા હશે. શૂદ્ર કોઇ મનુષ્યની આત્મિક સ્થિતિ હોઈ શકે છે, પણ એ તેની વ્યક્તિગત વાત છે. સમાજ કે રાજ્ય કોઈનો વર્ણ ચિન્હિત કરવા કે સમજવા જવાના નથી. સમાજ અને રાજ્ય ચાર ધ્યેય અંતર્ગત ચાલે છે. જ્યારે મનુષ્યનું વ્યક્તિગત જીવન તેના વર્ણ આધારિત સ્વભાવ અને ગુણથી સંચાલિત થાય છે, જે આત્માની યાત્રા સાથે અભિવ્યક્તિની ઉત્ક્રાંતિ સાધતું રહે છે. અહીં એ સૌથી મોટી સામાજિક સમસ્યાનો પણ હલ નીકળે છે કે સનાતની સમાજના મુખ્ય બાહ્ય સ્વરૂપ એવા વૈદિક ક્રિયાકાંડ કોને કરવા? પરંપરાવાદી લોકોની જન્મથી બ્રાહ્મણ માનવા પાછળ આ ક્રિયાકાંડ કરવાના અધિકાર માટે અને વિવિધ આચાર્ય પદની ગાદી માટે જન્મજાત ઈજારો મેળવવાની માંગ હોય છે. જ્યારે એનો સિદ્ધાંત બહુ સરળ અને વ્યાવહારિક છે. આજે પોતાને બ્રાહ્મણ કહેતા કોઈપણ કર્મકાંડી બ્રાહ્મણને સમાજ બ્રાહ્મણ માની વૈદિક ક્રિયાકાંડનો અધિકાર આપવા તૈયાર છે. તે વ્યક્તિને પોતાના દીકરાને પણ વેદોના સાચા મંત્રોચ્ચાર શીખવી કર્મકાંડી બનાવવાનો અધિકાર છે. આટલું ન્યાય અંતર્ગત છે, સિદ્ધાંત અંતર્ગત છે. પણ તે વ્યક્તિને એવું કહેવાનો અધિકાર નથી કે તેના દીકરાને વૈદિક કર્મકાંડ કરવાનો અધિકાર એટલા માટે છે કારણકે તે એના દીકરા તરીકે એટલે કે એક કર્મકાંડી બ્રાહ્મણના દીકરા તરીકે જન્મ્યો છે. તે પોતાના દીકરાને એ કાર્ય માટે લાયક બનાવી એ ગુણ અને પ્રતિભા સાથે એ કર્મ તેને આપી શકે છે, પણ ફક્ત તેના જન્મના કારણે નહિ.

બીજું, આજની બ્રાહ્મણ જાતિનો એ વ્યક્તિ એ પણ ના કહી શકે કે ફક્ત તેના દીકરાને જ વૈદિક કર્મકાંડનો અધિકાર મળશે, અને ધર્મ ક્ષેત્રમાં રાજ્યવ્યવસ્થા ચલાવતા, કામ ક્ષેત્રમાં કલાકાર રહેલા કે અર્થ ક્ષેત્રમાં વેપાર કરતા કોઇ વ્યક્તિનો દીકરો વેદ શાસ્ત્રોમાં અને વૈદિક મંત્રોચ્ચારમાં ચાહે ગમે તેટલો પ્રતિભાવાન કેમ ન બની જાય, પણ તેને એ કર્મકાંડનો અધિકાર તેની ઈચ્છા અને પ્રતિભા છતાં નહિ મળે. કોઈ કર્મકાંડ કરનાર બ્રાહ્મણ આવું નહિ કહી શકે. દરેકના સંતાનને મોક્ષ ક્ષેત્રમાં જઈ વૈદિક કર્મકાંડ માટેની સાધના કરી તે પ્રતિભા મેળવવાની અને તે કર્મ કરવાની છૂટ હશે. જે લાયક હશે તેને અધિકાર મળશે જ. આજના બ્રાહ્મણ સમાજને જો એ અધિકાર પોતાની પાસે રાખવો હોય તો પોતાના સંતાનોને પેઢીદર પેઢી બાળપણથી એ માટે તૈયાર કરતા રહે. કોઈ ના નથી. પણ બીજા ધ્યેય-ક્ષેત્રમાં કાર્ય કરતા માતા પિતાના સંતાનોને પણ મોક્ષ ધ્યેય-ક્ષેત્રમાં જઈ એ પ્રતિભા અને અધિકાર મેળવવાનો રસ્તો સમાજ સ્વીકૃત હશે. અર્થાત્ જો હું ડોકટર છું, તો મારા સંતાનને ડોકટર બનાવી મારું કાર્ય તેને

આપવાનો મને પૂરો અધિકાર છે, પણ મને એવું કહેવાનો અધિકાર નથી કે 'ફક્ત મારું સંતાન જ ડોકટર બની શકશે, અને મારા સિવાય બીજા કોઈ માતા પિતાના સંતાનને ડોકટર બનવાની લાયકાત મેળવવાનો અધિકાર નહિ હોય'. આવું જ આચાર્ય પદો માટે પણ હશે. દરેકને એ લાયકાત પ્રાપ્ત કરવાનો અધિકાર હશે, અને સત્યની શોધના સ્વભાવ અને પુરુષાર્થની એ લાયકાતના આધારે જ તે આચાર્ય બની શકાશે, જન્મના આધારે નહિ.

"૧૮ જુલાઈ, ૨૦૨૪, લોકસત્તા જનસત્તા.
શીર્ષક: આજના સમાજ માટે વર્ણ વ્યવસ્થાનો વિકલ્પ શું?"

76
નવા ભારતમાં શિક્ષણ વ્યવસ્થાનું પુનર્ગઠન

રાષ્ટ્રવાદીઓ, જમણેરી વિચારકો અને આધ્યાત્મિક લોકોનો છેલ્લી એક સદીથી કોઈ સામાન્ય વિચાર રહ્યો હોય તો એ છે ભારતની શિક્ષણ વ્યવસ્થાનું પુન: સ્થાપન. અનેક તેજસ્વી બુદ્ધિવાળા અને ક્ષમતાવાન લોકોને 25-30 વર્ષે આજીવન પગાર લેતા વિચારહીન કર્મચારી કે નફો ગણતા ધંધાદારીમાં ફેરવી નાખનાર આ શિક્ષણવ્યવસ્થા પ્રત્યે રોષ અને નારાજગી દરેક વિચારશીલ માણસના મનમાં હાજર છે. હું પોતે અનેક વર્ષોથી એના વિશે વિચારતો રહ્યો છું પણ આજની શિક્ષણપ્રથા ઉઠલાવીને નવી શિક્ષણ વ્યવસ્થા કેવી લાવવી એના વિશે મારા વિચારોથી હું પૂર્ણપણે સંતુષ્ટ નહોતો. જ્યાં સુધી તમે ખોટી વસ્તુને દૂર કરીને બદલામાં શું સ્થાપવું છે એ નથી જાણતા ત્યાં સુધી તમને એ ખોટી વસ્તુને દૂર કરવાનો હક નથી હોતો. તમે એ કરી પણ નથી શકતા. પણ હવે હું કંઇક સંતોષકારક સંરચના સુધી પહોંચ્યો છું જે ખરા અર્થમાં શિક્ષણવ્યવસ્થામાં આમૂલ પરિવર્તન કરી શકે છે. આ લેખમાં એને રજૂ કરું છું.

એકરૂપતા અને મૂળભૂતતા :

સૌથી પહેલા દરેક ભારતીય માટે એક જ કોર્સ. આસામ અને કચ્છનો વિદ્યાર્થી દરેક વિષયમાં જે અભ્યાસક્રમ ભણતો હોય તે જ જમ્મુ કાશ્મીર અને કન્યાકુમારીનો વિદ્યાર્થી ભણતો હોવો જોઈએ. ગણિત, વિજ્ઞાન, ઇતિહાસ, ભૂગોળથી લઈને સાહિત્ય સુધી એક જ કોર્સ. બસ દરેક રાજ્યને તેની માતૃભાષામાં તે કોર્સ ભણાવવાની છૂટ હોય. આમ, આખા દેશમાં એક જ કોર્સ હોય જેને અલગ અલગ રાજ્યોમાં તેમની ભાષામાં ભાષાંતરીત કરેલો હોય. દરેક રાજ્યમાં દરેક ક્ષેત્રના સ્નાતક, અનુસ્નાતક અને પીએચડી સુધીના કોર્સને

તે રાજ્યની માતૃભાષામાં ભાષાંતારીત કરી દેવામાં આવે. મતલબ, ગુજરાતમાં ભણતો વિદ્યાર્થી MBBS, MD, MS, BE,ME બધું જ ગુજરાતીમાં આત્મસાત કરશે અને પોતાની સંશોધનાત્મક વૃત્તિને વેગ આપશે. તો ભારતમાં વિદ્યાની એકસૂત્રતા કેળવવા કઈ ભાષા આપવી..? દરેક રાજ્યના વિદ્યાર્થીને બે ભાષાઓ પહેલા ધોરણથી લઈને તેના પોસ્ટ ગ્રેજ્યુએટ સુધી ભણાવવામાં આવશે. અને એ બે ભાષાઓ છે અંગ્રેજી અને સંસ્કૃત. સ્નાતક અને અનુસ્નાતક અભ્યાસમાં પણ જે જાણ્યું એને અંગ્રેજીમાં કેવી રીતે કહેવું કે સમજાવવું તે વિદ્યાર્થીઓને સાથે સાથે જ ભણાવવામાં આવશે જેથી તે વિશ્વના કોઈપણ સ્થાને જઈને પોતાનું જ્ઞાન પેશ કરી શકે. કંઇક એવું જ જેવું ચીન, જાપાન અને રશિયામાં છે, કેટલાક અંશે ફ્રાન્સમાં પણ. સંસ્કૃતને રાષ્ટ્રભાષા તરીકે સ્થાપિત કરવાના પ્રચંડ પ્રયાસો શરૂ થશે, કારણ કે ભારતની દરેક ભાષાઓ સંસ્કૃતમાંથી જ આવી છે. અરે અંગ્રેજી અને લેટિન પણ સંસ્કૃતમાંથી આવી છે.

NASA માં આર્ટિફિશિયલ ઇન્ટેલિજન્સ માટે સો એ સો ટકા સંસ્કૃત ભાષાનો ઉપયોગ શરૂ થઈ ગયો છે. અમેરિકા અને યુરોપના અનેક દેશોની સ્કૂલોમાં સંસ્કૃતના સ્પેશિયલ કલાસીસ ચાલે છે. પશ્ચિમી લોકો ઝડપથી સમજી રહ્યા છે કે સંસ્કૃત ખાલી ભૂતકાળ નથી તે ભવિષ્ય પણ છે. પણ અંગ્રેજોની માનસિક ગુલામીમાં રહેલા આપણે લોકોને જ્યાં સુધી અમેરિકા અને યુરોપવાળા મજબુર ન કરે ત્યાં સુધી કોઈ કામ કરવાની જરૂર નથી લાગતી. તે ભવિષ્યનું વિચારે છે અને આપણે તેમનું અનુકરણ કરીએ છીએ. આ વખતે પણ આપણે અનુકરણ જ કરવાના છીએ પણ બસ આ વખતે એ અનુકરણને થોડું વહેલું ચાલુ કરી દઈએ અને સંસ્કૃતને પહેલા ધોરણથી દેશની મુખ્ય ભાષા તરીકે ભણાવવાની શરૂ કરીએ. આમ, પણ હિંદીને દેશની માતૃભાષા તરીકે માન્યતા મળે એમ નથી. દક્ષિણ ભારતીયો એના સખત વિરોધી છે. અને સાચું પણ છે. તેમની ભાષા હિન્દી જેટલી કે તેનાથી વધુ પ્રાચીન અને વિકસિત છે. આપણા ઘરમાં પણ છોકરું ગુજરાતીની જગ્યાએ હિન્દી બોલવા લાગે તો એ વાયડુ અને અછકલું જ દેખાય છે. દરેક રાજ્યના લોકો તેમની માતૃભાષા બચાવવા કોશિશ કરી રહ્યા છે ત્યારે તે તમામ માતૃભાષાઓને જન્મ આપનારી સંસ્કૃત જ આપણને એક કરી શકે છે. એ દિશામાં કાર્ય ઝડપથી અને પૂર્ણરૂપે શરૂ કરી દેવું જોઈએ.

અભ્યાસક્રમ :

તો હવે આખા દેશને એકસૂત્રતામાં બાંધતી આ શિક્ષણવ્યવસ્થાનો અભ્યાસક્રમ કેવો હોવો જોઈએ. શું ભણાવીશું આપણે તેમાં..? પહેલા એ સમજી લઈએ કે શિક્ષણવ્યવસ્થા કેમ હોય છે. કારણ કે બાળક રૂપે જન્મેલો એક મનુષ્ય જાણી શકે કે જે દુનિયામાં એ પેદા થયો છે એ દુનિયા શું છે, કેટલા સુધી ફેલાયેલી

છે અને તે પોતે એ દુનિયામાં કેમ પેદા થયો છે..? કોણ છે તે અને જ્યારે મરી જશે ત્યારે તે ક્યાં જશે, કયાંથી આવ્યો છે તે અને જન્મ અને મૃત્યુ શું છે..? આ બધા મૂળભૂત સવાલોના જવાબ આપીને મનુષ્યને એક સફળ જીવન જીવવા અને પોતાના આત્માને તેની યાત્રામાં સતત વિકસિત કરવા માટે આ દેશમાં શિક્ષણવ્યવસ્થા શરૂ થઈ હતી, જેથી દરેક મનુષ્ય મુક્તિના એ આખરી લક્ષ્ય સુધી પહોંચી શકે જેના માટે તેનો આત્મા અનેક પશુઓની યોનીઓમાંથી પસાર થઈને મનુષ્ય શરીરમાં આવ્યો છે. પણ પશ્ચિમી સંસ્કૃતિના લોકો આ સવાલોના જવાબ નહોતા જાણતા, એટલે તેમનું જીવન કોઈપણ ભોગે વધુમાં વધુ ભોગ અને સમૃદ્ધિ મેળવવાના લક્ષ્યમાં વીત્યું. તેમણે વિજ્ઞાન વિકસાવ્યું તો એનો ઉપયોગ પણ એ કાર્ય માટે જ કર્યો અને શિક્ષણ વ્યવસ્થા પણ એ લક્ષ્ય માટે જ ઉભી કરી. સત્તા અને ભોગ પાછળ લાગેલા એ લોકોએ આધુનિક હથિયારો વિકસાવીને જ્યારે દુનિયાના બીજા દેશો પર કબ્જા કર્યા ત્યારે તે દેશોમાં પણ તેમના વિચારો અને લક્ષ્યવાળી શિક્ષણવ્યવસ્થા ઉભી કરી. આપણે હવે એ શિક્ષણવ્યવસ્થાને ફરી ભારતીય ઉદેશ્ય તરફ લઈ જવાની છે અને સાથે સાથે પશ્ચિમના સત્તા જાળવવાના ઉદેશયને પણ સાથે રાખવાનો છે. જેથી આપણે તેમની ટેક્નોલોજીઓ સામે ટક્કર આપી શકીએ અને બીજી બાજુ મનુષ્ય જન્મ પાછળના સાચા કારણને પરિપૂર્ણ કરવાનો માર્ગ આપણા સાથે સાથે તેમને પણ આપી શકીએ.

તો એ માટે અભ્યાસક્રમને ચાર મૂળ હિસ્સાઓમાં વહેંચી દેવામાં આવે. એ જ ચાર માર્ગ જે મનુષ્યને તેની છેલ્લામાં છેલ્લી સંભાવના તરીકે સ્વયં ઈશ્વર બનાવી દે છે. એ ચાર માર્ગ છે ક્રિયાયોગ, જ્ઞાન, ભક્તિ અને કર્મયોગ. આ ચારેયમાં જે સિદ્ધ હોય તે આ સૃષ્ટિના તમામ રહસ્યોને જાણી જાય છે અને સૃષ્ટિની અંતિમ દિવ્યતા મેળવી લે છે.

1. ક્રિયાયોગ એટલે યોગ અને ધ્યાનની પદ્ધતિઓ જે આત્મસાક્ષાત્કાર અને કુંડલિની જાગ્રત કરવા માટે વપરાય છે. વિપાસના મેડિટેશન પણ એનો જ એક ભાગ છે. અત્યારે સદગુરુ જગદીશ વાસુદેવના ઈશા ફાઉન્ડેશનમાં અને પરમહંસ યોગનંદના યોગદા સત્સંગ સેન્ટર (રાંચી) માં એ પ્રાચીન ભારતીય ક્રિયાયોગ શીખવવામાં આવે છે. એમાં પાંચથી છ લેવલ હોય છે. જ્યારે પહેલા લેવલના યોગમાં તમે પારંગત થઈ જાઓ પછી જ આગળના લેવલમાં જઇ શકો છો. આ નવી શિક્ષણ વ્યવસ્થામાં એ ગુરુઓ પોતાની એ પધ્ધતિઓને સામાન્ય જનતા માટે જાહેરમાં ખુલ્લી મૂકી દે. પહેલા ધોરણથી જ સ્ટેપ બાય સ્ટેપ વિદ્યાર્થીઓને એ ક્રિયાયોગ શીખવવાની શરૂઆત થાય અને જેમ જેમ બાળકો આગળના ધોરણમાં જાય તેમ તેમ તેમને આગળના લેવલનો ક્રિયાયોગ

શીખવવામાં આવે. રોજ સવારે પ્રાર્થનાનો અડધો કલાક આ રીતે ક્રિયાયોગમાં જાય અને દરેક બાળકને રોજ રાત્રે સૂતા પહેલા અડધો કલાક તેનો અભ્યાસ કરવાનું સૂચન થાય. આ રીતે તૈયાર થયેલા બાળકો બારથી પંદર વર્ષની ઉંમરે પહોંચતા અંદરથી જ દિવ્ય અને જાગ્રત કુંડલિની ધરાવતાં બનશે.

2. જ્ઞાન, એટલે કે આધ્યાત્મિક જ્ઞાન. સવારે અડધો કલાક ક્રિયાયોગ કર્યા પછી એક કલાકનું સેશન એ આધ્યાત્મિક જ્ઞાનનું હોય જે તે ક્રિયાયોગ વડે પોતાનામાં જ આત્મસાત કરી શકાય છે. અહીં વેદાંત, રામાયણ, મહાભારત, શ્રીમદ ભાગવત, કુરાન અને બાઇબલમાં આપેલા વિવિધ વિષયો પરના તત્વજ્ઞાનને વિદ્યાર્થીઓ સામે સમજાવવામાં આવે. ક્રિષ્ન, રામ, બુદ્ધ, મહાવીર, જીસસ અને મોહમ્મદના વિચારો અને કર્મોની આધ્યાત્મિક સમીક્ષા કરવામાં આવે. દરેક ધર્મના તત્વજ્ઞાનને અપનાવી તેમના ધાર્મિક ક્રિયાકાંડોને શાળાના દરવાજાની બહાર રાખવામાં આવે. અહીં વિશ્વના અનેક તત્વજ્ઞાનીઓના ઉપદેશો પર ચર્ચા કરવામાં આવે અને તેમને સત્યની એરણ પર ચકાસવામાં આવે. સામ્યવાદ, સમાજવાદ અને મૂડીવાદની સમાજવ્યવસ્થાઓમાં આધ્યાત્મિક દ્રષ્ટિએ ક્યાં ખોટ છે અને ક્યાં સુધારા કરવાની જરૂર છે તેની ચર્ચા થાય. આગળના ધોરણોમાં સેક્સનું વિજ્ઞાન અને તેનાથી ઉપર ઉઠી જવાના પ્રેમ અને સંગીતના માર્ગની સમજ આપવામાં આવે. ભારતીય આધ્યાત્મ અને આધુનિક વિજ્ઞાનનો સુમેળ સમજાવવામાં આવે જે મેં મારા પુસ્તકમાં પણ વર્ણવ્યો છે. મેં મારા પુસ્તકમાં સત્યને આધુનિક વિજ્ઞાનની ભાષામાં વર્ણવ્યું એના પાછળનો મૂળ ઉદેશ્ય એજ હતો કે ભવિષ્યમાં આવી શિક્ષણ વ્યવસ્થા શરૂ થાય તો એના જ્ઞાનયોગના સેશનમાં પુસ્તક સીધા ઉપયોગમાં લઈ શકાય.

3. ભક્તિ. શાળાના સમયનો છેલ્લો અડધો કલાક ભક્તિના વિજ્ઞાનને જાણવા અને ભક્તિના માર્ગને અનુસરવા પર સમર્પિત હોય. અને ભક્તિનું મુખ્ય સાધન છે સંગીત. એટલે અસલમાં રોજ શાળાનો છેલ્લો પિરિયડ સંગીતનો પિરિયડ હોય. પહેલા ધોરણથી બારમા ધોરણ સુધી સંગીતને શાસ્ત્રીય સંગીતથી લઈને પોપ સંગીત સુધી ક્રમબદ્ધ રીતે શીખવવામાં આવે અને આજીવન પ્રેમ અને ભક્તિની અભિવ્યક્તિ સંગીતના માધ્યમથી કેવીરીતે કરવી તે શીખવવામાં આવે.

4. કર્મયોગ. સવારના દોડ કલાક અને આખરી અડધો કલાક છોડીને શાળાના જે ત્રણથી ચાર કલાક વધે તેમાં બાળકને એજ શિક્ષણ આપવાનું છે જે આજે આપણી શાળાઓમાં અપાય છે. એજ ગણિત, વિજ્ઞાન, સમાજવિદ્યા, ભાષાઓ, રમતગમત વગેરે. પણ આ દરેક વિષયનું જ્ઞાન બાળકને કર્મયોગના સિદ્ધાંત પર આપવાનું છે. લક્ષ્ય અહીં પણ એજ છે જે ક્રિયાયોગ, જ્ઞાનયોગ

અને ભક્તિયોગમાં છે. પોતાના અંદર રહેલા ઈશ્વરને, પોતાનામાં રહેલી સૃષ્ટિની મહત્તમ દિવ્યતાને નિષ્કામ કર્મના માર્ગે ધારણ કરવી. વિદ્યાર્થીઓને કહેવાય કે આ વ્યવહારિક જ્ઞાન એટલા માટે આત્મસાત કરવું કારણ કે આપણે આ સૃષ્ટિ ચક્ર પ્રત્યે પોતાની જવાબદારીઓ નિભાવી શકીએ. અને એ જવાબદારીઓ નિભાવવા પોતાના શરીરને જીવતું રાખી શકીએ. આ જ્ઞાન ડિગ્રીઓ લઈને અને નોકરીઓ કરીને ખાલી પૈસા કમાવવા માટે નથી લેવાનું. એ જ્ઞાન લેવાનું છે આ ચાર મૂળભૂત કર્મો માટે. અર્થ, ધર્મ, કામ અને મોક્ષ. આ જ્ઞાન વડે આર્થિક સ્થિરતા અને સમૃદ્ધિ મેળવવાની છે. એ પહેલું અને મૂળભૂત લક્ષ્ય છે. પણ આજના મોટાભાગના મૂઢ લોકોની જેમ ત્યાં સીમિત નથી થઈ જવાનું. આર્થિક શક્તિ એટલે મેળવવાની છે કે જેથી આપણે સંસારમાં સત્યની રક્ષા અને સત્યની સ્થાપના માટે જે કર્મ જરૂરી છે એ સક્ષમ રીતે કરી શકીએ. અને તે કર્મને જ ધર્મ કહે છે. એટલે પૈસાની તંગીના કારણે આપણે આપણો નિયત ધર્મ ન પાળી શકીએ એવું ન બને એટલે આર્થિક શક્તિ મેળવવાની છે, ભોગવિલાસો કરવા માટે નહીં. પૈસાની તંગીના કારણે આપણે કામના માર્ગે સંતતિ ઉત્પન્ન કરવાની અને તેનું યોગ્ય ઘડતર કરવાની જવાબદારી ન નિભાવી શકીએ એવુ ન થાય તે માટે આર્થિક સ્થિરતા મેળવવાની છે. અને જ્યારે અર્થ, ધર્મ અને કામ આ ત્રણેય કાર્ય આપણે સંસાર પ્રત્યેની જવાબદારી રૂપે નિસ્વાર્થ બનીને કરીશું, એટલે એ નિષ્કામ કર્મનો માર્ગ કર્મયોગ બની જશે અને આપણને મોક્ષ એટલે કે આપણી સાચી આધ્યાત્મિક દિવ્યતા સુધી લઈ જશે.

એટલે આવા કર્મયોગના ભાવથી વિદ્યાર્થી આ સેશનમાં વ્યવહારિક જ્ઞાન અર્જિત કરે અને એ ચકાશે કે પોતે આ દુનિયામાં કયા ક્ષેત્રે નિસ્વાર્થ પ્રદાન આપી શકે છે. કોઈ ડોક્ટર બની માનવશરીરને નવા નવા રોગોથી બચાવે તો કોઈ એન્જીનીઅર અને વૈજ્ઞાનિક બની વિવિધ ક્ષેત્રે નવી નવી ટેક્નોલોજીઓ શોધી દેશના વિકાસમાં અને દેશની સુરક્ષામાં ફાળો આપે. કોઈ અર્થશાસ્ત્રના નવા યુગ મુજબના સિદ્ધાંતો પેશ કરે તો કોઈ આધ્યાત્મિક જ્ઞાનને જીવી બતાવી આદર્શ રાજનેતા બનીને બહાર આવે. કોઈ આદર્શ શિક્ષક બને તો કોઈ ક્રિયાયોગ, સંગીત અને ભક્તિ શીખવી આ નવી વ્યવસ્થામાં શિક્ષકોની ઉણપ પુરે. આ ઉપરાંત, દેશમાં એક નવી શાખા ખોલવામાં આવે જે આત્મસાક્ષાત્કારો દ્વારા જણાતા સત્યોને આધુનિક વિજ્ઞાનની ભાષામાં વર્ણવવાના અને આધુનિક પ્રયોગો દ્વારા તેને સાબિત કરવાના કાર્યને સતત આગળ લઈ જાય. આ રીતે આપણે આપણા પ્રાચીન ઋષિઓને જીવવા સાથે તેમના જ્ઞાનને આધુનિક વિશ્વમાં વૈજ્ઞાનિક રીતે સાબિત કરતા થઈ જશું. આ રીતે આપણે આપણા ધર્મને એક સંપૂર્ણ, વૈજ્ઞાનિક અને શ્રેષ્ઠ જીવનપદ્ધતિ રૂપે દુનિયા સામે પેશ કરી શકીશું.

તો, આવી શિક્ષણવ્યવસ્થામાંથી નીકળેલા જાગ્રત કુંડલિનીવાળા, આત્મજ્ઞાની, પ્રેમી, ભક્ત અને છતાંય વ્યવહારિક જ્ઞાનમાં સ્કોલર ભારતીયો જ્યારે દુનિયામાં પોતાના કારનામા પેશ કરશે ત્યારે આ દુનિયા પાસે એક જ વિકલ્પ હશે, એકબાજુ બેસીને જોવું કે ભારતીયો શું કરે છે અને તેમને કેવી રીતે અનુસરી શકાય. આવી શિક્ષણવ્યવસ્થાથી જ ભારત ફરી વિશ્વગુરુ બનશે, ના કોઈ એક નેતાથી કે ના કોઈ એક-બે યોગગુરુઓથી કે ના ખાલી જીડીપીના વિકાસથી.

"૨૬ જુલાઈ, ૨૦૧૮, ફેસબુક."

77

નવા ભારતની અર્થનીતિ અને વિદેશનીતિનું પુનરગઠન

નવા ભારતના નિર્માણ વિશેના લેખોની શ્રેણીનો આ પાંચમો અને આખરી ભાગ છે. આ છે ભારતને એક ચોક્કસ વિચાર પાછળની અર્થનીતિ અને વિદેશનીતિ આપવા વિશે. આ દેશમાં સરકાર બદલાય એટલે એવું લાગે જાણે દેશ બદલાઈ ગયો. અર્થનીતિ બદલાઈ જાય, વિદેશનીતિ બદલાઈ જાય અને ધર્મનીતિ પણ બદલાઈ જાય. અસલમાં આ લેખ આ વિષય પર લખાયેલા આગળના ચાર લેખોનો સમન્વય છે જે આપણને એક મૂળભૂત ભારતીય વિચાર પાછળની અર્થનીતિ અને વિદેશનીતિ આપે છે જે ભારતીય સભ્યતાની ઓળખરુપે હમેશા શાશ્વત રહે.

અર્થનીતિ:

આપણે એક સમાજવાદી રાષ્ટ્રના લક્ષ્ય સાથે જીવી રહ્યા છીએ. પણ આજની સામાન્ય સમાજવાદી વિચારધારામાં એજ સામ્યવાદી દુષણો જોવા મળે છે. સામ્યવાદી સમાજવ્યવસ્થાની ઉણપો અનેઅર્ધજ્ઞાની વિચારો આપણે જાણીએ છીએ. આપણે તે અપનાવી શકીએ એમ નથી. મજૂર અને ગરીબ બની રહેવા તરફ માણસને ધકેલે, માણસની બૌદ્ધિક અને આધ્યાત્મિક ઉત્ક્રાંતિને અવરોધે તેવો માર્ક્સનો સામ્યવાદ છે. એમાં પણ એનું ભારતીય સ્વરૂપ તો પૂર્વગ્રહો અને ભ્રષ્ટતાથી ભરેલું છે. બીજી બાજુ, મૂડીવાદ દેશની સંપત્તિને દસ ટકા લોકો પાસે એકઠી કરી દે છે અને એ દસ ટકા લોકોના કે સરકારના ફેંકેલા ટુકડાઓ

પર બાકીની નેવું ટકા વસ્તી જીવનધોરણ ચલાવે છે. આ એક બદી સમાન છે. ઓગણીસમી સદીમાં વિનાશક બની રહેલી મૂડીવાદી વ્યવસ્થાની જગ્યા લેવા માટે જે બે નવા વિચારો પ્રગટ્યા એમાં એક સમાજવાદ અને બીજો સામ્યવાદ હતો. સામ્યવાદની ખરાબીઓને આપણે જોઈ, જે મૂડીવાદથી પણ વધુ છે. પણ એક આધ્યાત્મિક જાગ્રતતા સાથેનો સમાજવાદ ખરેખર બહુ મોટી આશાનું કિરણ છે.

સામ્યવાદ એટલે સમાજ પર સામ્યતાને, સરખાપણાને થોપવી. જ્યારે સમાજવાદ એટલે દરેક નાગરિકને વ્યક્તિગત સીમાઓમાંથી બહાર નીકાળી સમાજલક્ષી જીવન જીવવા પ્રેરવો અને તે રીતે સમાજને એક મૂળભૂત સમાનતાની સ્થિતિએ લાવવો. આ એક રીતે ઘણી આદર્શ અને વ્યવહારિકવ્યવસ્થા છે. અને સમાજવાદ જ આધ્યાત્મના સિદ્ધાંતો સાથે એટલે કે સૃષ્ટિના વિજ્ઞાન સાથે સુસંગતતા કેળવે એવી એકમાત્ર વ્યવસ્થા છે. એટલે જ હું જે સમાજવાદની વ્યવસ્થા સમજાવી રહ્યો છું તેને હું 'વેદાંતી સમાજવાદ' કહું છું. વેદાંત એટલે કે ઉપનિષદોના આધ્યાત્મિક સિદ્ધાંતો પર ઉભો કરાયેલો સમાજવાદ. સમાજવાદ આજની આપણી લોકતાંત્રિક વ્યવસ્થા જ છે જ્યાં સરકાર એવી નીતિઓ અમલમાં મૂકે છે જ્યાં માણસને પોતાની ક્ષમતા મુજબ આર્થિક વિકાસ કરવાનો અધિકાર હોય છે. પણ સરકાર તે દરેક વિકસિત માણસની સંપત્તિ પર ભારે ટેક્સ લગાવી એ લોકોને મૂળભૂત જીવનની જરૂરિયાતો પૂરી પાડે છે જે કમજોર છે, કે જે પોતાની મેળે સંપત્તિ મેળવવા શક્તિમાન નથી. આ રીતે શક્તિશાળી અને વિકસિત લોકોની વિકસિત થવાની શક્તિનો ઉપયોગ કરી પછાત રહી ગયેલા લોકોને ઉપર લાવવાની કોશિશ થાય છે. એટલે કે આખા સમાજના વિકાસ માટે તંત્ર ચાલે છે. પણ, આમાં બે પ્રકારના અસંતુલનો ઉત્પન્ન થાય છે. એક, જો સરકારો વિકસિત અને શક્તિશાળી લોકો પર વધુ પડતો ટેક્સ અને નિયંત્રણ લાદી દે તો સમાજવાદી વ્યવસ્થા સામ્યવાદી વ્યવસ્થાની જકડામણમાં ધસવા લાગે છે. બીજી બાજુ, જો સરકાર વિકસિત અને શક્તિશાળી લોકોને વધુ છૂટ આપી દે કે ભ્રષ્ટાચારના કારણે તેમને વધુ લાભ પહોંચે એવી યોજનાઓ બનાવવા લાગે તો આખી વ્યવસ્થા મુડીવાદી વ્યવસ્થા તરફ ધકેલાઈ જાય છે. એટલે જ્યાં સુધી પૈસા અને સંપત્તિ જ નાગરિકના જીવનનું મૂળ લક્ષ્ય છે, જ્યાં સુધી વિકાસનો મતલબ વધુ પૈસા છે ત્યાં સુધી સમાજવાદી વ્યવસ્થા સામ્યવાદ અને મૂડીવાદની આ બે બાજુ તરફ વારાફરતી ડોલતી જ રહે છે. આપણે ભારતમાં આજ જોઈ રહયા છીએ.

સમાજવાદને શાશ્વત, મજબૂત અને મહાન બનાવવા માટે આપણે મનુષ્યના વિકાસ અને સુખનું મૂલ્યાંકન તેના પૈસા કે સંપત્તિના વિકાસના સ્થાને તેના

આધ્યાત્મિક વિકાસ અને તેની માનસિક શાંતિ કે આત્સંમતોષના આધારે કરવું જરુરી છે. અને એવા જ સમાજવાદને 'વેદાંતી સમાજવાદ' કહે છે. એ માટે સૌથી મહત્વપૂર્ણ હથિયાર છે શિક્ષણ વ્યવસ્થા. આ શિક્ષણ વ્યવસ્થામાં દરેક માણસ અનુભવશે કે સાચું સુખ પૈસામાં, સંપત્તિમાં, કીર્તિમાં કે ભોગવિલાસમાં નથી. સાચું સુખ છે મનના નિરંતર વિકાસમાં અને વાસનાહીન પ્રેમમાં. યોગની સાધના મન અને ચેતનાનો ક્રમશ: વિસ્તાર કરે છે અને સંગીત અને મિત્પ્રેરતાથી તમામ સબંધોમાં પ્રેમ વ્યક્ત કરવાની શક્તિ આપે છે. તે પ્રેમને વાસનાથી મુક્ત કરે છે. મનુષ્ય જે સુખ કે જે આનંદ મેળવવા સંપત્તિ, ભોગવિલાસ અને સત્તા પાછળ ભાગે છે તે આનંદ તો આ બેમાં જ છે; ચેતનાનો વિકાસ કે વિસ્તરણ અને વાસ્નાહીન પ્રેમ. સંપત્તિ અને સત્તા પાછળની દૌડ તો એક મૃગજળ છે જે માણસથી તેની શાંતિ હણી લે છે. જીવનનો સાચો આનંદ તો જ છે જો માણસ નિરંતર વિકસિત થતો જાય અને દુનિયામાંથી બધું મેળવી લેવાની મૂર્ખ ઈચ્છા કરવાના સ્થાને પોતાના વિકાસની સાથે દુનિયાને કે રાષ્ટ્રને કંઈક આપીને જવા માટે જીવન વિતાવે. એવા માણસને જ જીવનના અંતે સાર્થક જીવન જીવ્યું હોવાનો સંતોષ મળે છે.

એટલે આ નવીન શિક્ષણવ્યવસ્થામાં આપણે નાગરીકને જીવનના બે મુખ્ય ઉદેશ્ય આપવાના છે. પહેલું, આર્થિક, બૌદ્ધિક, સામાજિક અને આધ્યાત્મિક રીતે સતત વિકસતા જવું અને બીજું, એ ચારેય ક્ષેત્રમાં આપણાથી પાછળ રહી ગયેલા દેશવાસીઓને જે તે ક્ષેત્રમાં પોતાની સ્થિતિએ વિકસાવવાના લક્ષ્ય માટે દરેક કામ કરવું. ઉંચી ડીગ્રી, મોટો વ્યવસાય કે વધુ પૈસા કમાવવાની ઈચ્છા પાછળ પણ મૂળરૂપે બસ આ બે જ ઉદેશ્ય કાર્ય કરતા હોવા જોઈએ. આમ, રાષ્ટ્રીય જીવનનો મુખ્ય ધ્વનિ એ હોય કે જીવન વ્યક્તિગત સ્વાર્થ માટે સત્તા અને સંપત્તિ મેળવવા માટે નથી. જીવન સમાજને, રાષ્ટ્રને કે દુનિયાને કંઈક આપીને જવા માટે છે. દુનિયાને કંઈક આપીને જવું એ વેદાંતી સમાજવાદમાં દરેક નાગરિકને મુખ્ય આહવાન છે. અને આપવા લાયક શ્રેષ્ઠ વસ્તુઓમાં ધન, શ્રમ, રક્ષણ અને જ્ઞાન છે. પણ સાથે સાથે આ આર્થિક વ્યવસ્થામાં સરકાર માટે ત્રણ મુખ્ય કાર્યો કરવા આવશ્યક છે. એક, દેશના ગરીબ અને નિમ્ન મધ્યમવર્ગના નાગરીકો માટે શ્રેષ્ઠમાં શ્રેષ્ટ સારવાર વિના મુલ્યે મળી રહેવી જોઈએ. બીજું, દેશના સૌથી ગરીબ વ્યક્તિના બાળકને અને સૌથી અમીર વ્યક્તિના માણસને એકસમાન ગુણવત્તાવાળું શિક્ષણ વિના મુલ્યે મળવું જોઈએ. શ્રેષ્ઠ સ્વાસ્થ્ય વ્યવસ્થા અને શ્રેષ્ઠ શિક્ષણ વ્યવસ્થા દેશના દરેક નાગરીકને એકસમાન રીતે વિના મુલ્યે ન મળી રહે ત્યાં સુધી કોઈપણ દેશે હજી પાયાનો વિકાસ નથી સાધ્યો એમ માનવું જોઈએ. આ બે કાર્ય કરવા કોઈપણ સમાજવાદી રાષ્ટ્રનું પહેલું કાર્ય છે. અને ત્રીજું

છે વસ્તીવધારા પર નિયંત્રણ.

વસ્તીવધારાનું મુખ્ય કારણ છે ભારતીયોનું પોતાના શરીરનો હિસ્સો હોય તેવા મનુષ્યોને જ પોતાના સમજવાનો એક સ્વાર્થી અને મૂઢ ઝુકાવ. એ પણ ભૌતિકતાનો જ એક હિસ્સો છે. કારણકે પોતાના બાળકનું પણ ખાલી શરીર જ આપણા તરફથી હોય છે. એના અંદરનો આત્મા તો કોઈ બીજો જ છે. અને આપણું તો પોતાનું શરીર પણ ભાડાનું છે, જેને આપણે અહીં છોડીને જતા રહીશું અને લોકો તેને સળગાવી દેશે. પછી એ શરીરથી જોડાયેલી કોઈ વસ્તુ કે વ્યક્તિથી તમારી ઓળખ નહીં રહે. મતલબ, ગયા જન્મમાં મેં કોઈ કાર્ય દ્વારા કરોડો રૂપિયા કમાયા અને મુંબઈના ચારેબાજુ અબજો રૂપિયાની પ્રોપર્ટી ઉભી કરીને મરતા પહેલા પોતાના છોકરાઓને આપી દીધી. આજે મારું શરીર બદલાઈ ગયા પછી મારે એ છોકરાઓને મળવા માટે પણ મહિનાઓ સુધી પ્રયાસો કરી એપોઇન્ટમેન્ટ લેવી પડશે. તેમની પ્રોપર્ટી કે બીજી વાત તો છોડી જ દેવી જોઈએ. તો આ સંપૂર્ણ સત્ય સામે જે અંધ જીવન આપણે મારા ચામડાનો અંશ હોય એજ મારું બાકીનું પારકું વિચારધારા સાથે જીવીએ છીએ તે આપણને એક સ્વાર્થી અને અસંવેદનશીલ સમાજ બનાવે છે. અને એક દિવસ આપણે એની જ કિંમત ચુકાવીશું.

આ મૂઢતાને યોગદીક્ષા ધરાવતી શિક્ષણવ્યવસ્થા સ્થાપી દૂર કરવાની છે. બીજી બાજુ, દેશમાં એક સુઆયોજિત અનાથ આશ્રમોનું માળખું તૈયાર કરવાનું છે. દેશના તમામ અનાથ અને રસ્તા પર ફરતાં અને અન્ય સ્થાનોનાં તમામ ગરીબ અનાથ બાળકોની દરેક જીલ્લામાં નોંધણી કરવામાં આવે અને સમાજમાં સંતાન દત્તક લેવાની પ્રથાને પ્રોત્સાહન આપવામાં આવે. આદર્શ રૂપે દેશમાં દરેક પુરુષ દીઠ બેજ બાળકો હોવા જોઈએ. ત્યારબાદ કોઈ સંતાન જોઈએ છે તો દત્તક જ લેવાનો નિયમ હોવો જોઈએ. નિયમ પુરુષ દીઠ એટલા માટે કારણકે બાળકોની ઓળખ પિતાના નામથી થાય છે. પણ એક કિસ્સામાં પુરુષને તેનું ત્રીજું સંતાન લાવવાની શરતી પરવાનગી અપાયેલી હોય. ત્રીજા સંતાનની છૂટ એટલા માટે કે એક પત્નીથી બે સંતાનો થઇ ગયા હોય અને બીજા લગ્ન થાય તો બીજી પત્નીને પણ તે પુરુષ સ્ત્રીની ઈચ્છા હોય તો એક સંતાનનું સુખ આપી શકે. પણ આ સાથે તે દંપતીને ફરજીયાતપણે એક ગરીબ બાળકને જીલ્લામાં નોંધણી કરાવેલ સ્થાનેથી દત્તક લેવું પડશે અને પોતાના સંતાનની જેમ તેનો ઉછેર કરવો પડશે એ અનિવાર્ય નિયમ હોય. આ સિવાય અન્ય લોકોમાં પણ દેશના ગરીબ બાળકોને દત્તક લેવાની અલગ અલગ પ્રોત્સાહન યોજનાઓ ચલાવવાની છે. આ રીતે વસ્તીવધારા પર અંકુશ લાવી શકાય છે અને ગરીબોની નવી પેઢી તરીકે જે બાળકો રોડ પર પેદા થાય છે તેમને

ત્યાંથી હટાવી સંપન્ન દેશવાસીઓના ઘરમાં સ્થાન આપી શકાય છે. આજ સાચો સમાજવાદ છે અને સમાજને એ તરફ ધકેલવો જ પડશે. આ સમાજને તેની હાલની બદીઓ અને ભ્રષ્ટતાઓ સાથે આગળ વધવાની ખુલી છૂટ આપી શકાય એમ નથી. તે વસ્તીવધારા અને સ્વકેન્દ્રીત જીવનસરણી રૂપે ભયાનક ભવિષ્યને આમંત્રણ આપી રહ્યો છે.

આ રીતે, વેદાંતી સમાજવાદમાં આર્થિક નીતિ નાગરિકોને ભોગવિલાસની વાસનાથી ઉપર ઉઠાવી પોતાના આધ્યાત્મિક વિકાસ સાધી શકવાની અને સમાજમાં હમેશા સત્યનું પાલન કરી શકવાની વ્યવહારિક શક્તિ પૂરી પાડવાના ધ્યેય સાથે ઘડવામાં આવે છે. આર્થિક કમજોરીના કારણે નાગરિક કે રાષ્ટ્રને અસત્ય ન આચરવું પડે અને શોષણના ભોગ ન બનવું પડે તે મુખ્ય લક્ષ્ય છે.

વિદેશનીતિ:

વિદેશનીતિ બદલાતા જતા વૈશ્વિક સબંધો પર આધારિત હોય છે. એટલે તેનો એક હિસ્સો તો બદલાતો રહે છે. પણ વિદેશનીતિમાં પણ કેટલીક વાતો આપણા દેશની સભ્યતા અને સિધ્ધાંતોનું પ્રતિનિધિત્વ કરતી હોવી જોઈએ અને તે ન બદલાવીજોઈએ. વેદાંતી સમાજવાદમાં ભારતની વિદેશનીતિનું પ્રતિનિધિત્વ કરશે ભારતની શિક્ષણ વ્યવસ્થા. આધુનિક જ્ઞાન સાથે ભારતીય યોગ,આધ્યાત્મ અને સંગીતનું પ્રેક્ટિકલ જ્ઞાન આપતી નવીન શિક્ષણ વ્યવસ્થા ધરાવતી સ્કૂલોને વિશ્વના અલગ અલગ દેશોમાં વધુને વધુ પ્રમાણમાં ખોલવી એ ભારતની વિદેશનીતિનું મૂળ લક્ષ્ય હશે. આ એજ હથિયાર છે જે લોર્ડ મેકોલેએ ભારતમાં અને અંગ્રેજોએ તેમનું રાજ હોય તેવા દરેક દેશમાં અજમાવ્યું હતું. પણ આપણે એજ હથિયારને સમગ્રમાનવજાતિની આધ્યાત્મિક એકતા જાળવી રાખવા વાપરવાનું છે. માણસને તેની સાચી ઓળખનો સ્પષ્ટ અનુભવ કરાવતી યોગ પદ્ધતિઓ ધરાવતી આ શિક્ષણવ્યવસ્થા એક સેક્યુલર અને વૈજ્ઞાનિક અપીલ ધરાવે છે. હું ભારત દેશનો અર્થ ખાલી ભારતનીજમીની સીમાઓ સુધી જ નથી કરતો. પ્રાચીન ભારત સેંકડો દેશોનો સમૂહ હતો, છતાં તેને એક રાષ્ટ્ર કહેવાયું. કારણકે માનવજાતિને એક કરતી છેલ્લી મૂળભૂત એકતાને તેમણે પોતાની રાષ્ટ્રીયતા બનાવી હતી. ફરી ક્યારેય ભારત તે અખંડ ભારત બની શક્યું તો એની રૂપરેખા ભૌતિક સીમાઓ રૂપે નહીં પણ આધ્યાત્મિક ચેતના રૂપે હશે. અને એ માટેનો માર્ગ હું આ નવીન શિક્ષણવ્યવસ્થાથી જ જોઉં છું.

બાંગ્લાદેશ, અફઘાનિસ્તાન, મ્યાનમાર, ઇન્ડોનેશિયા,થાઈલેન્ડ, નેપાળ, ભૂતાન, શ્રીલંકા અને ઈરાનમાં આ ભારતીય શિક્ષણવ્યવસ્થા મુજબની સ્કૂલો બહોળા પ્રમાણમાં ખોલી શકવાની શક્યતાઓ છે. એ કાર્યમાં વિવેકાનંદે શરૂ કરેલ રામકૃષ્ણ મિશન અને સદગુરૂ જગદીશ વાસુદેવની ઈશા ફાઉન્ડેશન જેવી

વૈશ્વિક ધોરણે બહોળી પહોંચ અને ઊંડું આધ્યાત્મિક જ્ઞાન ધરાવતી સંસ્થાઓ ઘણી મદદ કરી શકે છે. જે જે દેશની શિક્ષણવ્યવસ્થા આ શિક્ષણ વ્યવસ્થા રૂપે થઈ ગઈ તે દેશ બે પેઢી વીતતાં સુધીમાં ભારતની અખંડ આધ્યાત્મિક ચેતનાનો હિસ્સો દેખાવા લાગશે. આમ, વસ્તુઓના મેન્યુફેક્ચરિંગ માટે વિદેશી કંપનીઓને ભારતમાં બોલાવવી અને આ પ્રકરણના ભાગ ૩ માં વર્ણવેલી ભારતીય શિક્ષણવ્યવસ્થાને બહારના દેશોમાં મોકલવી એ નવા ભારતની વિદેશનીતિનું મુખ્ય અંગ હશે.

"૧૫ ઓક્ટોમ્બર, ૨૦૧૮, ફેસબુક."

78

નવા ભારતમાં કૌટુંબિક જીવનનું પુનર્ગઠન

માતા-પિતા અને સંતાનનો સબંધ

એક સમય હતો જયારે યુરોપ, અમેરિકા, આફ્રિકા અને ઉત્તર એશિયામાં રહેતા મનુષ્યો તેમના છોકરાઓને કહેતા 'આપણે ભારતમાં ભણવા જવાનું છે. સખત મહેનત કરવા લાગ, ત્યાં વર્ષે દસ હજાર વિદેશી વિદ્યાર્થીઓનું જ એડમિશન થાય છે.' સ્ત્રી એના પતિને કહેતી 'જુઓ આજે મેં ભારતીયો જેવા કપડાં પહેર્યા.' રાજાઓ તેમના મંત્રીઓને રાજ્યવ્યવસ્થા અને સમાજવ્યવસ્થાના રિસર્ચ માટે ભારત મોકલતા. તત્વચિંતકો અને વિચારશીલ બુદ્ધીકો આધ્યાત્મિક અને વૈજ્ઞાનિક શોધખોળોથી સતત વિકસતા જતા ભારતની વારંવાર મુલાકાતે આવતા. આ મહાન પ્રાચીન ભારતનું નિર્માણ કરનાર જે મુખ્ય સામાજિક રચના હતી તે હતી આશ્રમવ્યવથા.

દરેક મનુષ્ય જીવનના પહેલા ૨૫ વર્ષ જ્ઞાન મેળવતો કે આ સૃષ્ટિ શું છે, આ જીવન શું છે અને એનો ઉદેશ્ય શું છે..? પચીસથી સાહીઠ વર્ષ સુધી તે એ જ્ઞાન મુજબ એક સાંસારિક અને સામાજિક જીવન જીવતો, સમાજને પોતાની શક્તિઓથી કંઈક પ્રદાન આપતો અને પોતાના પાછળ કેટલાક નવા મનુષ્યોને તૈયાર કરી, પોતાના જીવનના અનુભવોનો નિષ્કર્ષ આપી સાહીઠ વર્ષે સમાજથી દૂર જંગલમાં જતો રહેતો. આ રીતે તેના પછીની પેઢીને નવા સમયના નવા વિચારો સાથે સમાજ અને રાષ્ટ્ર ચલાવવાનો અવકાશ આપી તે સંસારથી અલગ જતો રહેતો. આ સમયને વાનપ્રસ્થાશ્રમ કહેવાતો. અહીં તે વૃદ્ધ જંગલમાં રહીને

પોતાની સાંસારિક જરૂરિયાતોને ઓછી કરે જતો અને જે શરીર અહીંયા છૂટી જવાનું છે તેનાથી અલગ પોતાની આત્મારૂપી ઓળખ શું છે તેનો આત્માનુભવ કરવાની સાધના કરતો. આ સમય દરમિયાન તેના કુટુંબીજનોને તેના રહેઠાણની જાણ હોતી. તે કોઈપણ સમયે કોઈ સાંસારિક કે રાષ્ટ્રીય બાબતે માર્ગદર્શન લેવા આ વડીલ પાસે આવી શકતા. પણ એકવાર એ વૃદ્ધ પંચોતેર વર્ષનો થઇ જાય પછી તેને સાંસારિક બાબતમાં સલાહ કે માર્ગદર્શન આપવા પણ લાયક ન સમજાતો. કારણ કે સંસાર સતત પરિવર્તનશીલ છે અને નવા સમય મુજબ સંસાર કેવીરીતે ચલાવવો તેનો તેને અનુભવ નથી રહ્યો, તેનો અનુભવ તેના પછીની પેઢીને છે. આથી, પંચોતેર વર્ષ પછી તે વૃદ્ધને સંપૂર્ણ સન્યાસ લઇ લેવાનો રહેતો. તેના કોઈ સગા-સબંધી તેને શોધી ન શકતા અને તે હવે મૃત્યુ માટે કે આત્મારૂપે તે શરીર છોડવા તૈયાર થતો. આમ, મનુષ્ય એક જ જીવનમાં અર્થ, ધર્મ, કામ અને મોક્ષ-માનવજીવનના એ ચારેય મુખ્ય સ્તંભોને જીવી બતાવતો. બીજી બાજુ સમાજ અને રાષ્ટ્રને દર પાંત્રીસ વર્ષે નવા વિચારો અને નવી શક્તિઓ ધરાવતા નવયુવાનો મળી રહેતા જેમને પાંત્રીસ વર્ષ સુધી સામાજિક અને રાષ્ટ્રીય જીવનમાં દખલ કરનારા કોઈ વૃધ્ધો હાજર ન રહેતા. પણ તેમની જરૂર પડે જંગલમાં જઈને તેમનું માર્ગદર્શન લઇ શકાતું. આજ કારણે તે પ્રાચીન ભારત આધ્યાત્મિક અને વૈજ્ઞાનિક રીતે સતત વિકસતું રહ્યું. એક પેઢીએ વેદ રચ્યા તો તે પછીની પેઢીઓએ તે વેદોમાં ઉપનિષદોની રચના કરી આધ્યાત્મને વિજ્ઞાનના રૂપમાં લાવ્યું. તે પછી આવેલી પેઢીઓએ એ વિજ્ઞાનને ભૌતિક દુનિયામાં ઉપયોગી બનાવવા ગણિતશાસ્ત્ર, જ્યોતિષશાસ્ત્ર, ખગોળશાસ્ત્ર, તબીબીશાસ્ત્ર અને અન્ય વૈજ્ઞાનિક શાખાઓ શરૂ કરી. આ રીતે પ્રાચીન ભારત ગુરુત્વાકર્ષણ અને ટાઈમ ડાયલેશનના સિદ્ધાંતોથી લઈને વિમાન અને અણુશસ્ત્રો બનાવતો અને આંખોના ડોળા રિપ્લેસ કરવાથી લઈને પ્લાસ્ટિક સર્જરી કરતો વિશ્વનો સૌથી વૈજ્ઞાનિક અને વિકસિત દેશ બન્યો. બીજી બાજુ પુરાણો રચીને આજ વિજ્ઞાનને કથાઓ દ્વારા સામાન્ય લોકો સુધી પહોંચાડવામાં આવ્યું અને એ રીતે એક વૈજ્ઞાનિક સનાતન ધર્મનું સ્વરૂપ ભારતીય સભ્યતાએ ધારણ કર્યું.

પણ સમય સાથે ધર્મનો લોપ થયો. મનુષ્યમાં સત્યપ્રાપ્તિની ઝંખના ઘટી અને જીવે ત્યાં સુધી સાંસારિક વાસનાઓ ભોગવવાની વૃત્તિ વધી. આ કારણે આશ્રમવ્યવસ્થા લુપ્ત થઈ ગઈ. લોકો સાહિઠ વર્ષે સંસાર છોડતા બંધ થઈ ગયા અને એ ઘરડાઓની સાંસારિક વાસનાઓ તે જીવે ત્યાં સુધી નિભાવવાની જવાબદારી તે પછીની પેઢી પર આવી પડી. અને અહીંથી આખા સામાજિક સિદ્ધાંતો જ પલટાઈ ગયા. જે બાપ પોતાના છોકરાને 'ઈશ્વરે આપણને જે

શક્તિઓ આપી છે એનો શ્રેષ્ઠ ઉપયોગ કરીને સંસારને કંઈક આપીને જવું એજ જીવન છે' - એમ કહીને જંગલમાં જતા રહેતા હતા, તે હવે આજીવન સંસારમાં રહીને છોકરાઓને કહેવા લાગ્યા, 'માં-બાપ સંતાનને પેદા જ એટલા માટે કરે છે કે તે ઘડપણમાં માં-બાપની સેવા કરે અને પુણ્ય કમાઈને સ્વર્ગમાં જાય.' સૃષ્ટિમાં એક મનુષ્યને પેદા કરવાનું ઉદેશ્ય જ પલટાઈ ગયું. સત્યની પ્રાપ્તિથી સત્યની સ્થાપના સુધીના એ ઉદેશયો ખોવાઈ ગયા અને લોકોના અર્થહીન સાંસારિક જીવનના ઇન્શ્યોરન્સ તરીકે મનુષ્યો પેદા થવા લાગ્યા. અહીંથી પુત્રપ્રાપ્તિ સંસારી લોકોના જીવનની સૌથી મોટી ઝંખના બની. કરણ કે પુત્રી તો બીજા કોઈના ઘરે જઈને બીજા કોઈની સેવા કરવાની હતી. પુત્ર જન્મ વિના લોકોના જીવન જ અધૂરા કહેવાવા લાગ્યા. બીજી બાજુ પુત્ર જન્મે તો માં-બાપની સેવામા જીવન કાઢવું એજ મુખ્ય ધર્મ છે એમ કહીને વ્યવસાય અને કામની શ્રેષ્ઠ તકો મેળવવા પણ સંતાનોને ઘરથી દૂર મોકલવામાં ન આવ્યા. જે ભારતીયો એક સમયે દુનિયાના સૌથીમોટા સાગરખેડુઓ ગણાતા હતા, તેમના સમાજમાં સાગર ઓળંગવો પાપ બની ગયું. આ કારણે નવી પેઢી પાછળની પેઢીના આજુબાજુ આંટા મારવામાં રોકાઇ ગઈ અને ભરતીયોનું રાષ્ટ્રીય જીવન લુપ્ત થઈ ગયું. ભારતીય સમાજમાં થતી વૈજ્ઞાનિક શોધો, ભારતીયોનો આધ્યાત્મિક વિકાસ, બીજા દેશો અને પ્રજાતિઓ સાથે સ્થપાતા વ્યાપારિક સબંધો - આ બધું લુપ્ત થવા લાગ્યું અને વિશ્વની બીજી પ્રજાતિઓ ભરતીયોથી આગળ નીકળવા લાગી, જે છેલ્લે શક્તિશાળી બની ભારતીયોને જ ગુલામ બનાવવા આવી.

આમ, આશ્રમવ્યવસ્થા લુપ્ત થવી અને ઘરડાઓની સાંસારિક વાસનાઓ તૃપ્ત કરવામાં નવી પેઢીનું રોકાઈ જવું એ ભારતીય સામાજિક જીવનનું જાતિપ્રથાના ભ્રષ્ટ થયા પછીનું બીજું સૌથી મોટું પતન હતું. અમુક આત્મજ્ઞાની આધ્યાત્મિક પુરુષો સિવાય સત્યપ્રાપ્તિના એ ત્યાગ અને વૈરાગ્યના સિદ્ધાંતો સામાન્ય માનવો સુધી કોઈએ ન પહોંચાડ્યા કરણ કે સાંસારિક લોકો એ સાંભળવા નહોતા માંગતા. એમને તો એજ ધર્મગુરૂઓ અને કથાકારો જોઈતા હતા જે તેમની સાંસારિક વાસનાઓને અનુકૂળ ધાર્મિક સિદ્ધાંતો આપે. ધર્મનો અને ધર્મચાર્યોનો મુખ્ય સંદેશ જ એ થઈ ગયો કે માં-બાપની સેવા કરો અને પુણ્ય કમાઈને સ્વર્ગમાં જાઓ, જે આજેપણ ચાલુ છે. હવે તો આ મૂર્ખ કથાકારો આ ભ્રષ્ટતાને ભારતીય સંસ્કૃતિની મહાનતાનો દંભ ભરીને અને પશ્ચિમી સંસ્કૃતિની નિંદા કરીને પેશ કરે છે. એ મૂર્ખાઓને હજી સુધી એ સમજમાં નથી આવ્યું કે સંસારી વાસનાઓને છેલ્લા શ્વાસ સુધી ચાટતા આ વૃધ્ધો ભારતીય સંસ્કૃતિની ઓળખ ક્યારેય નથી રહ્યા. ભારતીય સંસ્કૃતિની ઓળખ એ વૃધ્ધો હતા

જે જંગલમાં હવનકુંડની અગ્નિ સામે તપસ્યા કરતા કરતા શરીર ત્યાગતા હતા. અને આજના પશ્ચિમી સમાજનું જીવન ઘણાખરા અંશે એવું જ છે જેવું આપણા મહાન પૂર્વજોનું હતું. ત્યાં વિસ વર્ષનો યુવાન પોતાના જીવનની ચાવી પોતાના હાથમાં લઈ લે છે અને પોતે આ દુનિયામાં શુ પ્રદાન આપી શકે છે તે શોધે છે. ત્યાં વૃદ્ધ થયેલો માણસ જ્યારે સમાજને પોતાના તરફથી કોઈ પ્રદાન આપી શકે તેમ ન હોય ત્યારે ઘરડાઘરમાં પોતાનો અલાયદો રૂમ અને સેવાઓ ખરીદી લે છે. એ બાકીનું જીવન પોતાના પુત્ર-પુત્રીઓથી અલગ ત્યાં વિતાવે છે. બાઇબલ વાંચે છે, ઝેન બુદ્ધિઝમ, ગીતા અને વિશ્વના અન્ય તત્વચિંતકોના વિચારોનો અભ્યાસ કરે છે અને યોગ કરે છે. તેમના પરિવારના વિખરાયેલા સભ્યો પોતાની અનુકૂળતાએ ત્યાં આવીને તેમની સાથે જીવનના પ્રશ્નો માટે ચર્ચાઓ કરે છે. એકરીતે તેઓ વનપ્રસ્થાશ્રમમાં છે, બસ એનું સ્વરૂપ એટલું પરફેક્ટ નથી જેટલું પ્રાચીન ભારતમાં હતું. પણ પરિણામ તેણે એવા જ આપ્યા છે. આજે એ દેશો આપણાથી જોજનો આગળ છે અને સતત નવીને નવી વૈજ્ઞાનિક શોધખોળો અને ટેકનોલોજી વિકસાવી રહ્યા છે. ભારત તેમના પાસે એ ટેક્નોલોજીની ભીખ માંગતું ફરે છે. આજે આપણે જે એલઈડી લાઈટ ચાલુ કરીએ છીએ, જે પંખા-એસી નીચે બેસીએ છીએ, જે ટીવી અને મોબાઈલમાં પિક્ચર જોઈએ છીએ, જે ગાડીઓમાં ફરીએ છીએ, અરે જે ઘડિયાળમાં સમય જોઈએ છીએ- એ બધું એ પશ્ચિમી સંસ્કૃતિના લોકોએ શોધ્યું છે જેમણે ક્યારેય 'માં-બાપને ભૂલશો નહીં' ના રાગડા ગાવામાં પોતાનો સમય નથી બગાડ્યો. તેમના માં-બાપની પેઢીએ દેશ અને વિજ્ઞાનને જેટલે લાવ્યો ત્યાંથી તે વિજ્ઞાન અને દેશને આગળ લઇ ગયા છે અને એ રીતે એ તેમની પાછલી પેઢી પ્રત્યે પોતાનું સમ્માન વ્યક્ત કરે છે. એ લોકો જે વસ્તુઓ શોધવામાં વિકાસ સમજે છે તેને ફક્ત વારંવાર ખરીદવામાં આપણે પોતાના જીવનનો વિકાસ સમજીએ છીએ. એટલે જ તો એ માલિક છે અને આપણે તેમના ઉપભોક્તા. આજે આપણે એટલા મૂઢ છીએ કે આપણા 25 થી 45 વર્ષ સુધીના યુવાનો પણ રોજ સવાર-સાંજ સોશિયલ મીડિયા પર માં-બાપની સેવા કરવાના મેસેજો ફેલાવતા રહે છે, જાણે એ કોઈ આવી પડેલી રાષ્ટ્રીય આપદા હોય. પોતાના ઘરમાં વડીલ માતા-પિતા બેઠા હોય અને સાથે જીવતા હોય એનું તો એટલું માહિમામંડન કરવામાં આવે છે જાણે માં-બાપને ઘરમાં રાખીને તો પોતે કોઈ ધર્માત્મા બની ગયા હોય. આ લોકો કયાંય ઘરડા માં-બાપ સાથે અન્યાય થયો હોય એવા સમાચાર મળી જાય તો એટલા ખુશ થઈ જાય છે જાણે એમને દિવાળીનું બોનસ મળી ગયું હોય. કરણ કે હવે જગ્યાએ જગ્યાએ એ વાત કરીને અને સોશિયલ મીડિયા પર ફેલાવીને પોતે એવું નથી કરતા એટલે મહાન છે એનો મનોમન દંભ તેઓ ભરી શકે છે. એકરીતે

એમના જીવનમાં પોતાની જાત પર ગર્વ કરવા લાયક બીજું કંઈ રહ્યું નથી એટલે પેઢીઓથી ચાલી આવતી આ મૂઢતા અને વિચારહીનતા પર ગર્વ કરી રહ્યા છે. અને હું આજે આ લેખમાં એમના જીવનનો એ એકમાત્ર વધ્યોઘટયો ગર્વ છીનવી લેવાની કોશિશ કરી રહ્યો છું એટલે તેમાંના કેટલાક મારા પર બેકફાયર કરશે એ નિશ્ચિત છે.

પણ એ લોકોને હું ફક્ત એટલું સમજાવવાની કોશિશ કરી રહ્યો છું કે શું તમે એવો ગર્વ કરી શકો છો કે 'હું રોજ સવારે ઉઠીને બ્રશ કરું છું એટલે મહાન છું.' કે 'હું રોજ સવારે સંડાશ અને સ્નાન કરું છું એટલે મહાન છું.' જો નહીં, તો યાદ રહે માં-બાપ સાથે રહેવું, તેમને પ્રેમ આપવો, તેમનું ધ્યાન રાખવું એ એટલું જ મૂળભૂત કાર્ય છે. એમાં કોઈ પાપ-પુણ્ય કે સ્વર્ગ-નર્કની વાત જ નથી. માં-બાપ આપણું ઉદ્દગમ છે. આપણે તેમનાથી ઉત્પન્ન થયા છીએ. તો એતો કોઈ મૂર્ખ જ હશે જે પોતાના ઉદગમને જ ભૂલી જાય કે તેને હેરાન કરે. એ મગજ વગરનો અને હીન જ હશે જે પોતાના તરફ વરસતા પ્રેમના સ્રોતને જ પોતાના હૃદયમાંથી નીકાળી દે. આપણે કોઈ પુણ્ય અને સ્વર્ગની લાલચ આપ્યા વિના બસ પ્રેમ અને સેવાના આદર્શને સ્થાપવાનો છે. માં-બાપ સાથે વૈચારિક મતભેદ ગમે તેટલા હોય પણ પ્રેમ જ એ મુખ્ય દોરી છે જેનાથી આપણે તેમનાથી જોડાયેલા હોઈએ. એમને જરૂર પડે ત્યારે તેમની સેવામાં દોડી જઈએ અને એ સેવાને 'સેવા' નું નામ ન આપીને પ્રેમનું નામ આપીએ. જે અર્જુન દિવસે ભીષ્મ પર બાણોની વર્ષા કરતો હતો તેજ અર્જુન રાતે ભીષ્મની શિવિરમાં તેમના પગ દબાવવા જતો હતો. કોઈ પુણ્ય કે સ્વર્ગ માટે નહીં, તેમની પ્રત્યેના પ્રેમ માટે. તો માતા-પિતાની વૃદ્ધાવસ્થામાં સંતાન તેમનું વાલી બની જાય અને પોતાના સંતાનની જેમ પ્રેમથી તેમનું જતન કરે, જેમ ક્યારેક માતા-પિતાએ તેનું કર્યું હતું. આજ માતા-પિતા અને સંતાન વચ્ચેના સંબંધની ગરિમા છે. એટલે પુણ્ય કમાવવા, સ્વર્ગ મેળવવા કે સમાજમાં સારા માણસની તરીકેની વાહવાહી મેળવવા માટે પણ તમારા માતા-પિતાનો ઉપયોગ કરવાનું પ્લીઝ બંધ કરી દો. એમાં એ વ્યક્તિનું હોય ન હોય પણ એ સંબંધનું અપમાન છે. પછી આવે છે સેવાનો આદર્શ. તે આપણે આપણા માતા-પિતા માટે નહીં પણ સમાજના કોઈપણ વૃદ્ધ વ્યક્તિ માટે સ્થાપવાનો છે. પોતાના ખાતા-પિતા અને મોજથી રહેતા માતા-પિતાની સેવા કરીને પુણ્ય કમાવવાની કોશિશ કરો પણ બાજુમાં જ કોઈ અસહાય વૃદ્ધ રહેતા હોય એમનું તમને ધ્યાન પણ ન હોય અને એ બસ તમારા માટે લોકોને તેમના કિસ્સા સંભળાવીને 'હું મારા માં-બાપ સાથે એવું નથી કરતો' એનો દંભ ભરવાનું સાધન હોય તો યાદ રહે તમારાથી મોટો અધર્મિ કોઈ નથી. જ્યાં પણ જેને મદદની કે સેવાની જરૂર છે ત્યાં સેવા કરવી એ ધર્મ છે. 'સેવા' શબ્દ એ

બહારના લોકો સાથે વાપરી શકાય, પોતાના માતા-પિતાની સાર-સંભાળ સેવા ન હોવી જોઈએ, એ તો બસ પ્રેમ છે. કંઈક એમ જ જેમ હું મારી આઠ મહિનાની દીકરીનું સંડાસ સાફ કરું છું તો એ મારી સેવા નથી, એ મારો પ્રેમ છે.

હવે વાત વૃદ્ધ માતા-પિતાના ધર્મની. મનુસ્મૃતિના બે શ્લોકમાં 'વડીલ' શબ્દની વ્યાખ્યા કરાઈ છે જે આ રીતે છે; 'ફક્ત મોંઢામાંના દાંત જતા રહેવાથી અને માથા પરના વાળ સફેદ થઈ જવાથી માણસ મોટો નથી થતો. એ રીતે તે ફક્ત ઘરડો થાય છે. માણસ મોટો બને છે તેની સત્યને જાણવાની અને સત્યને અનુસરવાની શક્તિથી. જેનામાં એ શક્તિ છે તે વડીલ છે. તે માણસ ચાહે સિત્તેર વર્ષનો વૃદ્ધ હોય કે પચીસ વર્ષનો નવયુવાન, સમાજે તે વ્યક્તિના પાછળ જ ચાલવું જોઈએ.'

એટલે ફક્ત પોતાની ઉંમર વધારે છે અને પોતે માં-બાપ છે એટલે પોતે જ સાચા અને સંતાનોને તેમનું જ કહ્યું કરવાનું આ વિચારમાત્ર પણ અધર્મ છે. જેટલા પણ ઘરમાં વૃદ્ધ માતા-પિતા અને સંતાન વચ્ચે ઘર્ષણ દેખાય છે તેમાંથી મોટાભાગના કિસ્સાઓમાં માં-બાપનું આ વર્તન ભાગ ભજવે છે. એટલે વનપ્રસ્થાશ્રમ સાહિઠ વર્ષ પછીના જીવનનો અનિવાર્ય ભાગ છે, ચાહે તે જંગલમાં જઈને કરવામાં આવે, વૃદ્ધાશ્રમમાં જઈને, સંતાનોના ઘરમાં કોઈ અલાયદા ઓરડામાં રહીને કે સંતાનોથી અલગ પોતાના અલાયદા ઘરમાં રહીને- પણ તેજ ભારતીય સંસ્કૃતિનો આદર્શ છે. સાહિઠ વર્ષ સુધી જીવન જો સાંસારિક અંધતામાં ગયું છે તો એ પછીનું જીવન એ શોધમાં જ નીકળવું જોઈએ કે આ શરીરમાંથી જે આત્મા હવે કોઈપણ સમયે નીકળી શકે છે તે આત્મા કોણ છે અને આ શરીરમાં કેમ આવ્યો હતો..? આદર્શ એ છે કે માણસનું જીવન શરૂ જ આ સવાલનો જવાબ મેળવીને થાય. પણ જો એવું નથી થઈ શક્યું તો સાહિઠ વર્ષ પછીના જીવનનું આ પક્ષીની આંખ જેવું એકમાત્ર લક્ષ્ય હોવું જોઈએ, જેથી હવે પછીના જન્મમાં શરૂઆતથી જ એ જ્ઞાત રહે કે આપણે આ શરીરમાં કેમ આવ્યા છીએ અને બીજા બધા અર્થહીન નાશવંત સાંસારિક કાર્યોને બાજુ પર રાખી એ મૂળ કાર્ય પહેલા કરી શકાય. એટલે સાહિઠ વર્ષ પછી જીવવા મળતી એક એક ક્ષણ આ લક્ષ્ય માટે એકધારી સાધના કરવામાં વીતે એજ ભારતીય આદર્શ છે અને એ જ આ ભારતીય સમાજને ફરી પ્રાચીન ભારત જેવી મહાનતાએ લઇ જશે. કારણ કે એટલું થતા જ સમાજનો આધ્યાત્મિક વિકાસ, સાંસારિક ત્યાગની ભાવના અને નવી પેઢીની સામાજિક સ્વતંત્રતા વધતી જશે જે સમાજ, વિજ્ઞાન અને રાષ્ટ્રને જડતાથી બચાવી નિરંતર વિકાસ તરફ ધકેલશે. આજના ભારતની સામાજિક, ધાર્મિક, રાજકીય અને વૈજ્ઞાનિક જડતા તથા દુષણો પાછળ ઘરોમાં મુખ્ય બની રહેલા એ જૂની પેઢીના વિચારો જ છે જે સમાજની ધારાને સમયના

સતત પરિવર્તનશીલ વહેણ સાથે વહેવા નથી દેતા. આજે એન્જીનીઅર અને ડોક્ટર બનેલી છોકરીઓ લગ્ન પછી પ્રેગ્નન્ટ થાય એટલે ગર્ભપરિક્ષણ કરાવે છે અને દીકરી હોય તો ગર્ભપાત. આ પાછળ જવાબદાર તેના ઘરમાં બેઠેલા એ સીત્તેર વર્ષના સાસુ-સસરા હોય છે જેમનું પ્રેશર તેમના દીકરા પર હોય છે અને દીકરાનું તેનું પત્ની પર. એ સિત્તેર વર્ષના વૃધ્ધો જો સો વર્ષ જીવી ગયા તો તેમની ભણેલી પુત્રવધુ પણ ગર્ભપરિક્ષણ કરાવશે. કારણકે માતા-પિતાને દુઃખી ન કરવાના આદર્શમાં તેમનો સાહિઠ વર્ષનો દીકરો તેના ત્રીસ વર્ષના દીકરા પર દબાણ કરશે અને એ દીકરો એની પત્ની પર. હરિયાણામાં કોઈ બીજી જ્ઞાતિમાં લગ્ન કરવાવાળી બહેનને જાનથી મારી નાંખવાવાળા પચીસ-ત્રીસ વર્ષના સગા ભાઈઓને એ હત્યા કરવાનો ઓર્ડર કોણ આપે છે..? ખાપ પંચાયતોમાં બેઠેલા સિત્તેર વર્ષના તેમના દાદાઓ. આ કોઈ પરંપરા નથી, આ અધર્મનું વહેણ છે જે ઘરડા થઈ ગયેલા ભ્રષ્ટ અને બુદ્ધિહીન માણસોથી સમાજમાં આગળ વધે છે. ઘરડા થયેલા, વડીલ થયેલા નહીં. વડીલ તો સત્યને વહેતી નદીના વહેણની જેમ ઓળખવાવાળો બને છે, ખાબોચિયામાં કેદ કરાયેલી જડતાની જેમ ઓળખવાવાળો નહીં.

"22 માર્ચ, ૨૦૧૮, ફેસબુક."

79

સ્ત્રી-પુરુષના સબંધોનું પુનર્ગઠન : મહારાસની વ્યવસ્થાનો ઉદય

નવા ભારતના નિર્માણ લક્ષી અત્યારસુધી જેટલા પણ પુનર્ગઠન સૂચવ્યા તે કોઈના કોઈ રીતે પ્રાચીન ભારતની લુપ્ત થયેલી મહાન વ્યવસ્થાઓને આધુનિક સમય મુજબ નવા રૂપમાં પુનર્જીવિત કરવાના હતા. પણ આ એવું પુનર્ગઠન છે જે સમયના વહેણ સાથે માનવજાતિના ઇતિહાસમાં પહેલીવાર પ્રક્ષેપિત થઈ રહ્યું છે. અસલમાં તેની જરૂર હંમેશાથી હતી, કૃષ્ણના જીવનમાં તેને સમજાવવાનો શ્રેષ્ઠ પ્રયાસ પણ થયો, પણ માનવજાતિ તેને પુરી રીતે સમજવા અને અપનાવવા અસમર્થ જ રહી. એ છે સંસારમાં સ્ત્રી-પુરુષ વચ્ચેના સંબંધો. આ સંપૂર્ણ વિષયને મેં મારા પુસ્તકના બે પ્રકરણોમાં તથા પ્રતિલિપિ પર મારી લઘુકથા શૃંખલા વિદેહી અને તેને સંલગ્ન લેખોમાં સમજાવ્યો છે. આ એક લેખમાં એ સમગ્ર વિષયનો આખરી નિષ્કર્ષ આપવામાં આવ્યો છે.

પહેલા મૂળ વૈજ્ઞાનિક વાત એ જાણી લઈએ કે આપણું આજનું બ્રહ્માંડ દસ પરિમાણોનું બનેલું છે જેમાંથી ત્રણ નિર્માણ પામ્યા છે અને બાકીના સાત સમય અને અવકાશની ઉર્જામાં વિખેરાઈ ગયા છે. પણ એ દસેય પરિમાણો માનવશરીરમાં એકઠા થઇ ચુક્યા છે અને માનવશરીરે એ દસ પરિમાણોની ઉર્જાને પોતાના અંદર સાત પરિમાણોમાં સંકોચી લીધી છે જેને આપણે સાત ચક્રો કહીએ છીએ. આમ, માનવમાં રહેલો આત્મા દસ પરિમાણોનો છે જ્યારે તેનું શરીર માત્ર ત્રણ પરિમાણોમાં જ બન્યું છે. એટલે સ્ત્રી-પુરુષ વચ્ચે થતું આકર્ષણ

અસલમાં દસ પરિમાણમાં હોય છે પણ જ્યારે તે એ આકર્ષણથી શરીરો દ્વારા મિલન કરવાની કોશિશ કરે છે ત્યારે તે મિલન શરીરોના ત્રણ પરિમાણો સુધી જ સીમિત રહે છે. આમ, સંભોગ પછી પણ સ્ત્રી અને પુરુષ બંનેના સાત પરિમાણો જેટલી ઉર્જા મિલન પામ્યા વગર જ રહે છે. જ્યારે નીચેના પ્રાણીઓમાં તેમનું શરીર તો ત્રણ પરિમાણમાં જ હોય છે, પણ તેમનો આત્મા દસ પરિમાણોથી ઘણા ઓછા પરિમાણોનો બનેલો હોય છે. એટલે તેમનો ત્રણ પરિમાણમાં થતો સંભોગ તેમના આત્માના ઓછા પરિમાણોને પણ વધુ સારી રીતે સંતૃપ્ત કરી શકે છે. આજ કારણ છે કે મનુષ્ય સિવાયના લગભગ દરેક પ્રાણી વર્ષમાં એક સમયગાળા દરમિયાન જ સંભોગ કરે છે અને આખું વર્ષ સંતૃપ્ત રહે છે, તો કેટલાક પ્રાણીઓ એવા પણ છે જે તેમના જીવનમાં માત્ર એક જ વાર સંભોગ કરે છે. કોઈ કીડા તો તેમના જીવનના પહેલા જ સંભોગથી એટલા સંતૃપ્ત થઈ જાય છે કે સંભોગ પૂરો થતાં જ મૃત્યુ પામે છે. પણ મનુષ્ય બારે માસ ચોવીસ કલાક અનેક પાર્ટનરો બદલીને આજીવન સંભોગ કરે તોપણ સંતૃપ્ત નથી થઈ શકતો. તે બળાત્કારો કરીને ફાંસીએ લટકી જવા તૈયાર થઈ જાય છે, તે અનેક પાત્રો સાથે વ્યભિચાર કરીને સમાજમાં અને અંતે તે પાત્રોમાં તિરસ્કાર પામી જાય છે, પણ સંતૃપ્ત નથી થતો. કારણકે દરેક વખતે તેના અંદર એ સાત પરિમાણો મિલન પામ્યા વગરના રહી જાય છે. આમ, મનુષ્યની સંતૃપ્તતા સંભોગમાં નહીં, આધ્યાત્મિક માર્ગે આત્મસાક્ષાત્કાર કરવામાં અને ત્યાંથી આગળ સમર્પિત દિવ્ય પ્રેમમાં ઓતપ્રોત થઈ જવામાં છે. એ નિર્મળ સમર્પિત પ્રેમ જેને આપણે ભક્તિ કહીએ છીએ તેજ મનુષ્યની સંતૃપ્તતા કે તેના મોક્ષનો માર્ગ છે.

હવે, સંભોગ દરમિયાન મિલન પામતા સ્ત્રી-પુરુષના ત્રણ પરિમાણો પણ કેટલા પ્રમાણમાં એકબીજામાં ભળશે તે એ સ્ત્રી-પુરુષના આત્માની સ્થિતિ પર આધાર રાખે છે. આત્માની સ્થિતિ એટલે પહેલા ભાગમાં આપણે જે સમજ્યા હતા તે કે મનુષ્યનો આત્મા કયા ચક્ર પર સ્થિત છે. જેમ મનુષ્યનો આત્મા ઉપરના ચક્ર પર સ્થિત છે તેમ એ સંપૂર્ણ સત્યથી વધુ નજીક છે, મતલબ વધુ વિકસિત છે. જે મનુષ્યનો આત્મા પહેલા કે બીજા ચક્ર પર છે તેનો પ્રાણ ઓછો છે અને જે ચોથા કે છઠ્ઠા ચક્ર પર છે તે આત્માનો પ્રાણ વધુ છે. પ્રાણ મતલબ આત્મા કેટલો જાગ્રત છે તેનું માપ. એટલે જો પહેલા કે બીજા ચક્ર પર રહેલો પુરુષ ચોથા ચક્ર પર રહેલી પોતાની પત્ની સાથે સંભોગ કરશે તો એમાં તે પુરુષનો સમગ્ર પ્રાણ સ્ત્રીના પ્રાણ સાથે એક થઈ જશે, પણ સ્ત્રીનો સમગ્ર પ્રાણ પુરુષના પ્રાણથી એક નહીં થઈ શકે. કારણકે તે પુરુષના પ્રાણ કરતા વધુ છે. એટલે આ કિસ્સામાં પુરુષનું શરીર સંતૃપ્ત થઈ જાય છે. મતલબ, તેને સંભોગનું આકર્ષણ હવે નથી રહેતું. પણ સ્ત્રીનો પ્રાણ તે પુરુષ કરતા વધુ હોવાથી તેના શરીરને

સંપૂર્ણ સંતૃપ્તતા નહીં મળે. તેનો બાકી વધતો અસંતૃપ્ત પ્રાણ તેને હજી બીજા પુરુષથી પ્રેમ અનુભવડાવશે અને તેનાથી મિલન કરવા પ્રેરશે. એવું જ વધુ પ્રાણ ધરાવતા પુરુષને ઓછો પ્રાણ ધરાવતી સ્ત્રી સાથેના મિલન પછી થશે. આવા અસમાન પ્રાણ ધરાવતા પતિ-પત્નીમાં જેમનો પ્રાણ ઓછો છે તે જો પોતાના જીવનસાથી પ્રત્યે નિસ્વાર્થ સમર્પિત પ્રેમમાં જીવન વિતાવે તો તેમનો આત્મા વધુ પ્રાણ ધરાવતા તેમના જીવનસાથીમાં થઈ જાય છે અને તે વધુ પ્રાણવાળા જીવનસાથીનો આત્મા હજી વધુ વિકસિત બની ઉપરના ચક્રો પર સ્થિર થાય છે. એ રીતે જો એકસમાન પ્રાણ ધરાવતા પતિ-પત્ની વચ્ચે સંભોગ થાય તો તે બંને એકબીજા પ્રત્યેના કે કોઈપણ સ્ત્રી-પુરુષ પ્રત્યેના શારીરિક આકર્ષણથી મુક્ત થાય છે. તેમના ત્રણ પરિમાણો પૂર્ણપણે એકબીજાથી એક થઈ જાય છે, જે સાંસારિક રીતે મહત્તમ મિલનની સ્થિતિ છે. પણ આવા સ્ત્રી-પુરુષોમાં પણ બાકીના સાત પરિમાણો અસંતૃપ્ત હોવાથી જીવનની યથાર્થતા અંગેના અને સંસારના સત્ય અંગેના સવાલો સતત પ્રબળ બનતા જાય છે. મેં લખેલી લઘુકથા શૃંખલા વિદેહીમાં દુર્ગાદાસ અને વિદેહી આવા જ એકસમાન પ્રાણ ધરાવતા પતિ-પત્ની છે, જેમાં લગ્નના નવ વર્ષ પછી દુર્ગાદાસ શારીરિક રીતે તો સંતૃપ્ત થઈ જાય છે પણ સંસારના સત્ય માટેની તેની શોધ પ્રબળ બની જાય છે અને તે સન્યાસ લઇ લે છે.

આમ, માનવજીવનના બે પહેલું છે. એક ભૌતિક જે તેના ત્રિપરીમાણીય શરીર સાથે જોડાયેલું છે અને બીજું આત્મીય જે તેના કુલ દસ પરીમાણીય આત્માની સંતૃપ્તતા સાથે જોડાયેલું છે. સંભોગ ભૌતિક પહેલું સાથે જોડાયેલી ક્રિયા છે, પ્રેમ આત્મીય પહેલું સાથે. પણ આપણે સ્ત્રી-પુરુષોના સંબંધથી રચાતો સમાજ મોટાપાયે પહેલા ભૌતિક પહેલું પર ઉભો કર્યો છે. આપણે હજી સ્ત્રી-પુરુષ વચ્ચેના પ્રેમને અનિષ્ટ સમજીએ છીએ અને લગ્ન જીવનમાં પ્રેમ કરતા વધુ સામાજિક પ્રતિષ્ઠા, જાતી અને પેઢી વધારવા છોકરો પેદા કરવાના એક સાધન તરીકે લગ્નો કરાવીએ છીએ. આ આખા કિસ્સામાં ભૌતિક પહેલું જ બહાર આવે છે. પ્રેમ હોય કે ન હોય શરીરની કેમેસ્ટ્રીના કારણે સંભોગ દરમિયાન આનંદ પણ અનુભવાય છે અને બાયોલોજીના કારણે સંભોગથી સંતાન પણ પેદા થઈ જાય છે. પણ સમય સાથે સાથે સંભોગનો આનંદ ઘટતો જાય છે કારણ કે મનુષ્ય સામેવાળા પાત્રના દસ પરિમાણોવાળા આત્માથી આકર્ષાઈને સંભોગ કરવા જાય છે ત્યારે તેના ત્રણ પરિમાણોમાં બનેલા ચામડાના શરીરને અથડાઈને પાછો ફરે છે. એ શરીરથી આગળ વધી નથી શકતો અને તેના આત્માના સાત પરિમાણો દરેક વખતે અધૂરા પાછા આવે છે. આ કારણે મનુષ્યને તે સામેવાળું પાત્ર હવે માત્ર એક ચામડાનો ભૌતિક પદાર્થ લાગે છે. આ રીતે તે સ્ત્રી-પુરુષ

એકબીજાના શરીરથી ઉબવા લાગે છે. આમ, હવે તેમને સાથે જોડી રાખવામાં સંભોગનું પરિબળ માઇનસ થઈ જાય છે. પ્રેમ થવા દેવાનો તો ક્યારેય અવસર તેમને અપાયો જ નહોતો. બાકી રહે છે બાળકો, સામાજિક રીતરિવાજ, પૈસા અને પ્રતિષ્ઠા માટેની દોડ અને તે મેળવ્યા પછીનો દંભ. એ બધું પણ ઓછું પડે તો વળી લોકો દેશભક્તિ અને ધર્મયુદ્ધમાં પોતાનું ઇન્વેસ્ટમેન્ટ કરી પોતાના મનને નવા મહત્વ આપતા વિષયો આપતા રહે છે. પણ કેટલાક વધારે પ્રાણ ધરાવતા લોકો આ બંધન, નિરસતા અને બનાવટ સહન નથી કરી શકતા. તે હજી એ આનંદ મેળવવાને પોતાનો અધિકાર સમજતા હોય છે. એટલે એ સામાજિક નિયમો અને સભ્યતાના ઢાંચા સામે જ બંડ પોકારી અન્ય સ્ત્રી કે પુરુષ સાથે મિલન કરવા જાય છે. એ આશાએ કે કદાચ અહીંયા સંતૃપ્તતા મળી જશે. પણ એ મિલન પણ શારીરિક સંભોગના માર્ગે જ કરવાનો પ્રયાસ થાય છે અને ત્યાં પણ એજ ચામડાનું શરીર વચ્ચે આવી જાય છે. ધીરે ધીરે તે એ બીજા સ્ત્રી કે પુરુષોથી પણ ઉબી જાય છે અને એટલો જ અસંતૃપ્ત રહે છે. આવા લોકો મોટાભાગે પાંચમા ચક્ર પર પહોંચેલા બુદ્ધિજીવીઓ હોય છે જે છઠ્ઠા ચક્ર પર પહોંચીને જણાતા દિવ્ય પ્રેમના સત્યથી અજાણ હોય છે. એટલે આવા લોકો નિયમોમાં જકડાયેલા રહીને બનાવટી અને દમનકારી જીવન જીવવું એના કરતાં મુક્ત સેક્સનું જીવન જીવવું એવી હિમાયત કરતા થઈ જાય છે. તેમની વાતો 'આંખો બંધ કરીને સમાજના નિયમો પાળવા એજ ધર્મ છે' એવું કહેનારા શરૂઆતી ચક્રો પરના મૂઢ વ્યક્તિઓની વાતોથી હંમેશા વધુ આકર્ષક અને શક્તિશાળી લાગે છે, પણ તે અર્ધ સત્ય હોય છે જે મુર્ખતાથી પણ વધુ ખતરનાક છે. અને જેમ જેમ આપણે વિકસી રહ્યા છીએ એમ વધુને વધુ લોકો આધુનિક શિક્ષણ મેળવી વિકસિત થઈ પાંચમા ચક્રની એ બુદ્ધિજીવીતા સુધી પહોંચશે અને તેમ તેમ સમાજ એવા મુક્ત સેક્સની હિમાયત કરનારા અને એ રીતે જીવતા લોકોથી ભરાતો જશે. આવા સમયે જરૂર હશે સંપૂર્ણ સત્ય જાણેલા કૃષ્ણ જેવા આત્મજ્ઞાની મનુષ્યોની જે સમાજને પ્રેમનું દમન કરી લગ્નની ગોઠવણો કરનારા જડ લોકોથી અને મુક્ત સેક્સની હિમાયત કરનારા અર્ધજ્ઞાનીઓથી (psuedo-intellectuals) બચાવી સત્યનો મધ્યમાર્ગ સ્થાપે. અને એ મધ્યમાર્ગ છે - મુક્ત પ્રેમનો.

પુનર્ગઠન:

દરેકને લવ એટ ફર્સ્ટ સાઈટ નથી થતા. મોટાભાગના કિસ્સામાં સમાન સ્થિતિના (યાદ રહે સમાન વિચારો કે સમાન સ્વભાવ જરૂરી નથી) આત્મા અમુક સમય સુધી એકબીજાના સાનિધ્યમાં રહે એટલે તેમના આત્મા એકબીજા તરફ વહેવાનું શરૂ કરી દે છે. આત્માના આ વહેવાના ગુણને જ પ્રેમ કહે છે.

એટલે એરેન્જ મેરેજ કરવામાં આવે તોપણ સ્ત્રી-પુરુષે પોતાને એકબીજા સાથે પ્રેમ ન થાય ત્યાં સુધી સંભોગ અને સ્પર્શ ટાળવો જોઈએ. જોધાબાઈને જ્યારે તેના પિતાએ રાજકીય કારણસર અકબરથી પરણાવી ત્યારે લગ્નની પહેલી રાતે જોધાએ અકબરને કહ્યું, 'હું કોઈ યુદ્ધમાં જીતાયેલ વસ્તુ કે કોઈ રાજકીય ભેટસોગાદ નથી. હું તમને જાણતી નથી. મારા હૃદયમાં તમારા માટે હજી કોઈ જગ્યા નથી. હું ચાહું છું તમે મને સ્પર્શ ત્યારે જ કરો જ્યારે મને તમારાથી પ્રેમ થાય.' કહેવાય છે કે અકબરે જીધાબાઈની વાત માન્ય રાખી અને તેમનું દિલ જીતવા અનેક પ્રયાસો કર્યા. એક મત પ્રમાણે અકબરના ધર્મસહિષ્ણુ નિર્ણયોમાં જોધાબાઈને ખુશ કરવાનું પરિબળ પણ મહત્વનું હતું. તો આજ શ્રેષ્ઠ છે. ભલે કોઈ સુંદર સ્ત્રી કે વ્યક્તિત્વશાળી પુરુષને તમારા જીવનસાથી તરીકે રાતોરાત તમારા બેડરૂમમાં તમને આપી દેવાયો, પણ તેને સ્પર્શ કરવાનો અધિકાર તમને લગ્ન નથી આપતું. તેને સ્પર્શ કરવાનો અધિકાર તમને પ્રેમ આપે છે. જો તમને તેનાથી પ્રેમ છે તોજ તમે તમારી પત્ની કે પતિને સ્પર્શ કરી શકો છો, ખાલી કારણ કે એક શરીર તમને સમાજની સ્વીકૃતિ સાથે રાતોરાત ભોગવવા આપી દીધું છે એટલે તમે એના સાથે કંઈ પણ કરી શકો આ જડ, વાસનાગ્રસ્ત અને તમોગુણી સમાજનું પ્રતિબિંબ છે. ટૂંકમાં, "કોઈપણ સ્ત્રી કે પુરુષથી શારીરિક મિલન કરવાનો અધિકાર તમને ત્યારે જ છે જ્યારે તેને જોવાથી તમારા જનીનઅંગો ઉત્તેજિત થતા બંધ થઈ જાય અને હૃદયમાં ચરેરાટ માચાવતી પીડા શરૂ થઈ જાય." એ પ્રેમની શરૂઆત છે. તમારા વિચારો અને આત્મા એકમેક સાથે એટલા જોડાઈ જાય કે જુદા રહેવામાં હૃદય દુખવા લાગે ત્યારે ઈશ્વર તમને સંભોગની મંજૂરી આપે છે. ત્યારે તે સંભોગ સાંસારિક વાસના ન બનતા, બે આત્માઓનું મિલન બને છે. આ આદર્શ તરફ કમસેકમ હવેની પેઢી જરૂર પ્રયાણ કરે.

હવે, લગ્ન પછી અન્ય વ્યક્તિથી થતા પ્રેમને નિભાવવાનો માર્ગ. આપણા સમાજની રૂઢિ મુજબ ઘણીવાર લોકોને તેમની પસંદ જાણ્યા વિના કોઈથી પરણાવી દેવામાં આવે છે. અને આવા સંજોગોમાં કેટલાક લોકો પોતાનાથી ઘણી નીચેની સ્થિતિના જીવનસાથીથી જોડાઈ જાય છે જ્યાં નૈસર્ગીક પ્રેમ થવો શકય નથી હોતો. આવા લોકોને ઘણીવાર લગ્ન બહાર તેમના સમકક્ષ કોઈ વ્યક્તિથી પ્રેમ થઈ જાય છે જે તેમના આત્માના શૂન્યવકાશને ભરે છે. તો કેટલાક સ્વતંત્ર લોકો પણ જીવનના ઘણા સમય સુધી પ્રેમની શોધમાં રહે છે. પણ લાંબા સમય સુધી તે ન મળતાં એકસમયે તે સ્વીકારી લે છે કે આ એક કલ્પના છે, વાસ્તવિક જીવનમાં જે સારી ચોઇસ મળે એ સ્વીકારી લેવી જોઈએ. ઘણીવાર એવું બને છે કે આવા લોકો પોતાની કલ્પનાથી કોમ્પરોમાઇઝ કરીને લગ્ન કરી લે પછી તેમને કોઈ અન્ય વ્યક્તિ રૂપે તે પ્રેમ મળે છે જેની તેમને

શોધ હતી. તો કોઈવાર આગળ આપણે વિજ્ઞાન જાણ્યું તેમ કોઈનો પ્રાણ તેના જીવનસાથીના પ્રાણથી ઘણો વધુ હોય તો તેને તેના જીવનસાથી સાથે સાથે બીજા કોઈથી પણ પ્રેમ થાય છે. આ ત્રણેય કિસ્સામાં તે વ્યક્તિને લગ્નજીવનના કાયદા બંધન લાગવા લાગે છે અને જે સભ્યતા કે સમાજ તેમને તેમના પ્રેમને મેળવતા અટકાવે છે તે તેના જ દુશ્મન બની જાય છે. એક રીતે જોવા જઈએ તો હિન્દૂ ધર્મમાં જેટલા પણ બુદ્ધિજીવીઓ ડાબેરી વિચારધારા તરફ ધકેલાઈ જાય છે એમાં બે જ કારણો મુખ્ય છે. એક જાતિપ્રથામાં દલિતો સાથે અન્યાય અને બીજું વ્યક્તિગત પ્રેમ સંબંધોનો ધાર્મિક રૂઢીઓના કારણે થતો સામાજિક વિરોધ. આજ કારણ છે કે મોટાભાગના હિન્દૂ ડાબેરી મુક્ત સેક્સના આગ્રહી છે. પણ ઇસ્લામ ધર્મના ડાબેરી એવા નથી. કારણ કે ત્યાં પુરુષને ચાર સ્ત્રીઓ સાથે લગ્ન કરવાની છૂટ છે. એટલે પુરુષોના મોટાભાગના પ્રેમસંબંધો એટલામાં આવી જાય છે. પણ એમાં મહિલાઓની સ્થિતિ કચડાયેલી બને છે. આ કારણે ઇસ્લામમાં ડાબેરીઓ મોટાભાગે મહિલાઓની હાલતના વિરોધમાં બને છે કાં તો આતંકવાદના વિરોધમાં. એટલે આપણે જે પણ માર્ગ શોધવાનો છે એ સ્ત્રી-પુરુષ માટે સમાન હોવો જરૂરી છે. અને એ માર્ગ છે કૃષ્ણનો મહારસ, જે મુક્ત પ્રેમનો ઉત્સવ છે.

મહારાસ મુજબ, મનુષ્ય દુનિયાના દરેક મનુષ્યને પ્રેમ કરી શકે છે, પણ એ પ્રેમનું કેન્દ્ર કે સ્ત્રોત કોઈ એક જ વ્યક્તિ હોય છે. મહારાસમાં રાધા કૃષ્ણના પ્રેમનું કેન્દ્ર છે જેના પ્રત્યેના પોતાના પ્રેમને કૃષ્ણ સમગ્ર માનવજગત તરફ વિસ્તારે છે. આ વાત કૃષ્ણના મહારાસમાં રાધાને કેન્દ્રમાં અને બાકી તમામ ગોપીઓને પરિઘ પર બતાવીને રજૂ કરાઈ છે. આજ એ મુખ્ય રચના છે જ્યાં સુધી આ માનવસમાજને પહોંચવાનું છે. પ્રેમ સૃષ્ટિનું સત્ય છે, જ્યારે લગ્ન સંસારનું માત્ર એક ક્રિયાકાંડ. પ્રેમ રૂપી સત્ય લગ્ન પહેલા ઘટે તો સાચું અને લગ્ન પછી ઘટે તો પાપ એવું નથી હોતું. પ્રેમ ક્યારેય કોઈપણ સાથે થઈ શકે છે. તે જ્યારે જેનાથી પણ થાય છે તે વ્યક્તિ તમારા પ્રેમનું કેન્દ્ર બની જાય છે. એ તમારા પ્રેમનો સ્ત્રોત બની જાય છે. જગતને આપવા માટે તમારામાં પ્રેમ એ સ્ત્રોતમાંથી આવે છે. જો એ વ્યક્તિ તમારા અસ્તિત્વમાંથી નીકળી જાય તો દુનિયામાં કોઈને પણ પ્રેમ આપવાની તમારી ક્ષમતા ક્ષીણ થઈ જાય. હવે તમે દુનિયામાં જેને પણ પ્રેમ આપો છો એ તે કેન્દ્રરૂપી વ્યક્તિ પ્રત્યેના પ્રેમને જ આગળ વિસ્તારીને આપો છો.

આમ,લગ્ન પછી અન્ય વ્યક્તિથી પ્રેમ થાય ત્યારે તે વ્યક્તિ મનુષ્યના પ્રેમનું કેન્દ્ર બની જાય છે અને તેનો જીવનસાથી તેના અસ્તિત્વનું કેન્દ્ર બની જાય છે. જીવનસાથી રૂપે તેના અસ્તિત્વનું કેન્દ્ર એ સ્થાન છે જ્યાં તેનો પ્રાણ ત્રીપરિમાણીય શરીર મારફતે જીવનસાથીના પ્રાણમાં જોડાયેલો છે. તે

મનુષ્યના ભૌતિક જીવનનું કેન્દ્ર છે, જ્યારે જે વ્યક્તિથી પ્રેમ થયો છે તે હવે તે મનુષ્યના આત્મીય જીવનનું કેન્દ્ર બને છે. આવા મનુષ્યે શરીરના પ્રાણથી જોડાયેલા પોતાનાથી ઓછો પ્રાણ ધરાવતા જીવનસાથીને પોતાના પ્રાણમાં સાચવી રાખવાનો છે, જેથી તે જીવનસાથીનો તેના આત્મામાં મોક્ષ થઈ શકે. અને બીજી બાજુ તેને જેનાથી પ્રેમ છે તેના પ્રત્યેના પ્રેમને શરીરની સીમાઓથી બહાર રહીને સતત ગાઢ બનાવે જવાનો છે, જેથી પોતાના એ પ્રેમના કેન્દ્રમાં તે પોતાનો મોક્ષ મેળવી શકે. આ રીતે મહારાસની આ વ્યવસ્થા એકસાથે ત્રણ, ચાર કે તેથી વધુ આત્માઓની એક આખી શૃંખલાને એક આત્મા બનાવી મોક્ષ આપી શકે છે. અને એજ સૃષ્ટિમાં ફેલાયેલા બ્રહ્મનું લક્ષ્ય છે. આત્મારૂપી પોતાના ટુકડાઓને સતત જોડતા રહી આખરી એક્ત્વ ધારણ કરવું. તો મહારાસના આ આખરી માર્ગમાં પ્રેમના કેન્દ્ર તરફ શરીરની સીમાઓથી ઉપર ઉઠીને પ્રેમ કેવીરીતે વ્યક્ત કરવો તે સમજીએ.

જીવનની કોઈપણ ક્ષણે જ્યારે પ્રેમ થાય ત્યારે પ્રેમને વ્યક્ત કરવાના બેજ સાચા માર્ગ છે. એક સંગીત, અભિનય અને નૃત્યનો કલાત્મક માર્ગ અને બીજો મિત્રતારૂપી વ્યવહારિક માર્ગ. જેમ બે મિત્રો વચ્ચે ઓછામાં ઓછા રહસ્યો, અહમ અને ભેદ હોય તેમ તેમની મિત્રતા ગાઢ હોય છે. મતલબ, તેમના આત્માની એકતા એટલી વધારે છે. આમ, મિત્રતા એ કોઈ સંબંધ નથી. તે પ્રેમ વડે આત્માઓનું મિલન કરાવવાનો એક વ્યવહારિક માર્ગ છે. એજ રીતે સંગીત પણ મનુષ્યના ચક્રોની ઉર્જાને એક સ્વર અને એક લયમાં જોડે છે. અને આપણે જાણ્યું કે ચક્રો જ મનુષ્યના આત્માના પરિમાણો છે. આમ, સંગીત અને તેના સાથે થતો અભિનય અને નૃત્ય બે આત્માઓને જોડવાનું કાર્ય કરે છે. મિત્રતા અને સંગીત આ બેજ એ માર્ગ છે જ્યાં પ્રેમીઓના મિલન વચ્ચે તેમનું ત્રણ પરિમાણોનું ચામડાનું શરીર નથી આવતું. એટલે એ જ માર્ગે પ્રેમીઓના આત્માના તમામ દસ પરિમાણો એકબીજા સાથે એક થઈ શકે છે. અને એજ માર્ગ રાધા અને કૃષ્ણએ પણ અપનાવ્યો હતો. કૃષ્ણની મુરલીનું સંગીત અને રાધા-કૃષ્ણના રાસનું નૃત્ય. આ રીતે શરીરની સીમાઓથી ઉપર વ્યક્ત થતો પ્રેમ જ બે આત્માઓનો એકબીજામાં મોક્ષ કરાવે છે. તો આ મહારાસના માર્ગમાં પ્રેમીઓના શરીરો કઈ સીમા સુધી એકબીજાને સ્પર્શી શકે છે..?

સંગીત અને મિત્રતાના માર્ગે પ્રેમ વ્યક્ત કરતા પ્રેમીઓ તેમના શરીરોનો ઉપયોગ બસ એકબીજાને પ્રેમથી ભેટી લેવા માટે અને એકબીજાને ભેટીને પ્રેમ સમાધિમાં લિન રહેવા માટે જ કરે છે. એ સ્થિતિમાં તેમના શરીર એકબીજા માટે ઇશ્વરની મૂર્તિ સમાન હોય છે, જેના અંગો-ઉપંગો વચ્ચેનો કોઈ ફરક પ્રેમીઓને નજરે નથી આવતો. એતો બસ બે ઈશ્વરની મૂર્તિઓની એકબીજા સાથે લાગેલી

સમાધિ છે. શરીરની સીમાઓથી ઉપર ઉઠીને વ્યક્ત થતો આ દિવ્ય પ્રેમ પ્રેમીઓને એકબીજા માટે ઈશ્વર બનાવી દે છે. આ સિવાય તિબેટીએટન બુદ્ધિઝમમાં વ્યક્તિને મળતી વખતે 'હાય' અને દૂર જતી વખતે 'બાય' કહેવાની એક આધ્યાત્મિક રીત છે. આ બંને પ્રસંગે તેઓ પોતાના લલાટ એકબીજા સાથે ટેકવી આંખો બંધ કરી પોતાનો પ્રેમ વ્યક્ત કરે છે. લલાટ મનુષ્યના છઠ્ઠા ચક્રના સ્થાને આવેલું છે જે બુદ્ધિ સાથે જોડાયેલું છે. જ્યારે નીચેના પાંચ ચક્રો શરીરની પાંચ ઇન્દ્રિયો સાથે જોડાયેલા હોય છે. બુદ્ધિ પાંચેય ઇન્દ્રિયોથી ઉપર રહીને તેમનું નિયમન કરે છે. આથી, કોઈપણ મનુષ્ય અન્ય વ્યક્તિ પ્રત્યે પોતાનો ઇન્દ્રીયાતીત પ્રેમ દર્શાવવા માટે બુદ્ધિ સાથે સંકળાયેલ છઠ્ઠા ચક્રના સ્થાને એટલે કે લલાટ પર ચુંબન કરે છે. લલાટથી નાકના ટેરવા સુધીનો ભાગ છઠ્ઠા ચક્રના વિસ્તારમાં આવે છે. હોઠના સ્થાનેથી પાંચમા ચક્રની સીમા શરૂ થાય છે. એટલે કે ત્યાંથી શરીરની ઇન્દ્રિયોની સીમા શરૂ થાય છે. આથી, હોઠ પરનું ચુંબન મનુષ્યને સામેવાળા વ્યક્તિના શરીરની સીમમાં લઇ જાય છે. મનુષ્ય આત્મસંયમ ન દર્શાવે તો તે સીધો સંભોગ તરફ ચાલ્યો જાય છે જે પ્રેમ માટે અનિષ્ટ છે. ઇન્દ્રીયાતીત પ્રેમના માર્ગમાં હોઠ પરનું ચુંબન એક જ સમિકરણમાં યોગ્ય મનાય છે. જો એક પરણિત વ્યક્તિ પોતાના જીવનસાથી સિવાય જે વ્યક્તિથી પ્રેમમાં હોય તે વ્યક્તિ જો ક્યારેય સેક્સ ન કરેલી હોય, મતલબ કે જો તેના પ્રાણમાં કોઈ બીજાના શરીરની સમાધિ ન લાગેલી હોય અને જો તે વ્યક્તિને પણ તે પરણિત વ્યક્તિથી પ્રેમ હોય તો તે બંને પોતાના પ્રેમના આખરી ચરણમાં એકબીજાના હોઠ પર એક અને માત્ર એક જ હળવું ચુંબન કરી શકે છે. ત્યારબાદ તેમને ફરી પોતાના પ્રેમને છઠા ચક્રના સ્થાને એટલે કે લલાટ પર કેન્દ્રિત કરીને સંગીત અને મિત્રતાના માર્ગે પ્રેમ નિભાવવાનો શરૂ કરી દેવાનો છે. આ એક જ કિસ્સામાં હોઠ પરનું એક અનન્ય હળવું ચુંબન યોગ્ય ગણાયું છે.

બેમાંથી એક વ્યક્તિ અપરણિત હોય ત્યારે આ છૂટ એટલા માટે અપાય છે કારણ કે મનુષ્યના શરીરની ઉર્જા પુરુષ અને સ્ત્રી એ બંને પ્રકૃતિઓમાં અભિવ્યક્ત થયેલી હોય છે. શરીરનું એક ચક્ર પુરુષ પ્રકૃતિ દર્શાવે છે તો તે પછીનું ચક્ર સ્ત્રી પ્રકૃતિ. પુરુષ અને સ્ત્રી શરીરોમાં તેમના ચક્રોની આ પ્રકૃતિ વિરોધી હોય છે. એટલે મનુષ્યનો ચહેરો બે ચકરોની અસર ધરાવે છે, પાંચમા અને છઠા. આ બંને ચક્રો શરીરમાં રહેલી ઉર્જાની બે વિરોધી પ્રકૃતિઓ ધરાવે છે. પરણિત વ્યક્તિ જેણે સેક્સ કરેલો છે તેના શરીરમાં બીજા કોઈના શરીરનો રેકોર્ડ હોવાથી તે શરીરની બંને પ્રકૃતિઓ સંતૃપ્ત થયેલી હોય છે. બસ તેનો પ્રાણ જ અસંતૃપ્ત હોઈ શકે છે. અને પ્રાણ પ્રેમથી સંતૃપ્ત થઈ જાય છે એટલે તેવા પરણિત વ્યક્તિ સાથે છઠા ચક્રના સ્થાન પરથી જ ઇન્દ્રીયાતીત પ્રેમ વ્યક્ત

કરાય છે. પણ જેના શરીરમાં કોઈ બીજા શરીરનો રેકોર્ડ નથી તે શરીરમાં પ્રાણ સાથે સાથે શરીરની આ બે વિરોધી પ્રકૃતિઓ પણ શાંત કરવાની જરૂર પડે છે. એટલે એવા વ્યક્તિ સામે સંગીત અને મિત્રતાના માર્ગે તથા છઠ્ઠા ચક્ર સુધીના સ્પર્શના માધ્યમે પ્રેમ દિવ્યતાની હદોમાં આવી જાય ત્યાર પછી તેના હોઠ પર એક હળવું ચુંબન કરી પાંચમા ચક્રની પ્રકૃતિને શાંત કરી દેવાય છે. શરીરની બીજી પ્રકૃતિ પહેલાથી જ છઠા ચક્ર એટલે કે લલાટ પરના સ્પર્શ અને ચુંબનથી સંતૃપ્ત થઈ ચૂકી હોય છે. ઇન્દ્રીયાતીત પ્રેમમાં શરીર સ્પર્શની બાબતમાં મળતી આ છેલ્લી છૂટ છે. તેનાથી આગળ વાસના શરૂ થાય છે. જો તે બંને પ્રેમી પણ એકવાર ચુંબન કર્યા પછી ફરી ચુંબન કરવા માંગે તો તે પ્રેમ વાસનાની સીમમાં પ્રવેશી ચુક્યો છે એવું મનાય છે.

હોઠ પરનું એ એકમાત્ર ચુંબન પ્રેમિ કે પ્રેમિકાના શરીરની બીજી રહી ગયેલી પ્રકૃતિને શાંત કરી તેના આત્માને શરીરની સીમામાંથી બહાર લાવવા કરવામાં આવે છે. કૃષ્ણએ ગોપીઓને અને રાધાને કરેલું ચુંબન આવું જ ચુંબન હતું. સન્યાસી જીવનની શરૂઆતમાં કૃષ્ણ અને ગોપીઓના મહારાસને ન સમજી શકનારા અને આજીવન બ્રહ્મચારી રહેલા સ્વામી વિવેકાનંદે પોતાના આખરી વર્ષોમાં 'ભક્તિ' વિશેના ભાષણમાં કહ્યું હતું કે 'જ્યારે હૃદયમાં આત્મા પ્રત્યેનો દિવ્ય પ્રેમ ન હોય અને આંખોમાં બસ ઇન્દ્રિયોથી ઉત્પન્ન થયેલી સાંસારિક વાસના હોય ત્યારે આજીવન શરીર સુખ માનીને પણ સ્ત્રી-પુરુષ એક આત્મા નથી બની શકતા. પણ જ્યારે હૃદયમાં એ ઇન્દ્રીયાતીત આત્મીય પ્રેમ હોય ત્યારે અધરો પરનું એક ચુંબન, માત્ર એક ચુંબન પણ બે આત્માઓને એકબીજામાં મોક્ષ આપી દે છે.' પણ અહીં એક ફરક સમજવાનો છે. જો બંને વ્યક્તિઓ એકબીજાના પ્રેમમાં હોય તોજ તે બંને વચ્ચે આ અનન્ય ચુંબન યોગ્ય ગણાય છે. જો બેમાંથી કોઈ એકને જ પ્રેમ હોય અને બીજી વ્યક્તિ ફક્ત તે પ્રેમની સ્વીકારક કે સમ્માન આપનાર હોય તો તે બંનેને હોઠ પરના પાંચમા ચક્રની સીમમાં પ્રવેશવાની પરવાનગી નથી. તેમના વચ્ચે પ્રેમની અભિવ્યક્તિ લલાટ પર ચુંબન કરીને, લલાટ ટેકવીને કે ભેટીને જ કરી શકાય છે. કારણકે એવી રીતે તો કોઈપણ સ્ત્રી કોઈ પરણિત પુરુષ સામે આવીને કે કોઈપણ પુરુષ કોઈ પરણિત સ્ત્રી સામે જઈને પ્રેમની કબૂલાત કરી તેને હોઠ પર ચુમવાની કોશિશ કરે. એ કિસ્સામાં પ્રેમ વ્યક્ત કરનારને સામેવાળા વ્યક્તિના ફક્ત લલાટ સુધી જ સ્પર્શ કરીને પ્રેમ વ્યક્ત કરવાની છૂટ છે. બાકીની પ્રેમની અભિવ્યક્તિ મિત્રતા અને સંગીતથી થવી જોઈએ. જ્યારે બંને વ્યક્તિઓને એકબીજાથી પ્રેમ હોય અને જ્યારે તે બંનેમાંથી કોઈ એક કે બંને સેક્સ કર્યા વિનાના હોય ત્યારે જ હોઠ પરનું તે અનન્ય હળવું ચુંબન સત્યનો માર્ગ ગણાય છે.

તો આ છે મહારાસનો એ દિવ્ય માર્ગ જે ના આજના સમાજની જેમ પ્રેમનું દમન અને તિરસ્કાર કરે છે ના તે એ અર્ધજ્ઞાની ડાબેરીઓની જેમ મુક્તસેક્સના વિનાશક મૃગજળ તરફ આગળ વધે છે. મહારાસ માનવસમાજનો એ મધ્યમાર્ગ છે જે પ્રેમરૂપી આખરી સત્યને દરેક મનુષ્યના જીવનમાં ધબકતું કરી દેશે. આજ એ સામાજિક વ્યવસ્થા છે જે માનવસમાજને ફરી સતયુગમાં લઇ જશે, જ્યાં પ્રેમ અને મોક્ષ સમાજજીવનનું કેન્દ્ર છે. જો ક્યારેય એ ડાબેરીઓ અને અન્ય કહેવાતા બુદ્ધિજીવીઓની મુક્ત સેક્સની અપીલ શક્તિશાળી બનતી લાગે અને તેમના વિરોધમાં આજના એજ જડ રૂઢિવાદીઓ ઉભેલા દેખાય તો સમજી લેજો મહારાસની આ વ્યવસ્થાને સ્થાપવાનો સમય આવી ચુક્યો છે. આ મધ્યમાર્ગ જ એ બંનેને શાંત કરી વાસના અને જડતાના સ્થાને પ્રેમથી ભરી શકશે.

"૨૪ માર્ચ, ૨૦૧૮, ફેસબુક."

ભારતનો ધર્મ

80

ધર્મમાં દોષ છે, ફક્ત એટલા માટે કે મનુષ્યમાં દોષ છે.

આ સમગ્ર જીવ સૃષ્ટિ બે જ મુખ્ય બીજ ઉપર વિકસી છે. એક માયા અને બીજુ સત્ય. માયા મનુષ્યને બાકીની સૃષ્ટિથી અલગ હોવાનો અનુભવ કરાવે છે. આથી મનુષ્યમાં અહમનો અંકૂર ફુટે છે. જ્યારે અદ્વૈત સત્યની અનુભૂતિથી પ્રેમનો અંકુર ફુટે છે. અહમ સ્વાર્થને જન્મ આપે છે અને પ્રેમ ધર્મને જન્મ આપે છે. આમ, અહમ અને પ્રેમ એ બે મુખ્ય અંકુરોમાંથી માનવસમાજનાં બે વિરોધાભાસી વટવૃક્ષો સ્વાર્થ અને ધર્મનું સર્જન થાય છે જે સતત એકબીજાને હરાવવા મથે છે.

ધર્મ શબ્દ સંસ્કૃત ધાતુ 'ધૃ' પરથી આવ્યો છે જેનો અર્થ થાય છે 'ધારણ કરવું' અથવા 'સાંધી દેવું'. મહાભારતમાં કહ્યું છે કે 'ધર્મનો અર્થ 'સંભાળી રાખવું' કે 'સાંધી દેવુ' તેવો છે. જો સત્યથી સર્વ લોકો એકમેકથી સંકળાયેલા રહે અને જેનાથી સર્વનું કલ્યાણ થાય તે સત્યને ધારણ કરવું કે સંભાળી રાખવું તે ધર્મ છે.' અરબી શબ્દ 'મજહબ'નો અર્થ છે 'માર્ગ'. કુરાનમાં કહ્યું છે કે 'લોકોએ પોતપોતાના વાડા બાંધ્યા છે પણ સૌએ એક જ પ્રભુ પાસે જવાનું છે.' મહંમદ સાહેબની એક ઉપદેશ કથામાં કહ્યું છે કે 'સકળ સૃષ્ટિ પ્રભુનું કુટુંબ છે. જે આખા કુટુંબનું ભલું કરે છે તે પ્રભુનો વહાલો છે.' અંગ્રેજી શબ્દ રીલીજન પણ જે ધાતુમાંથી લેવામાં આવ્યો છે તેનો અર્થ છે 'બાંધવું'. જે એકબીજાને સાંકળી રાખે છે તે ધર્મ. આમ, દરેક સંપ્રદાયમાં અલગ અલગ ભાષામાં ધર્મનોએક જ અર્થ કરવામાં આવ્યો છે. 'જે મનુષ્યને સ્વાર્થથી ઉપર ઉઠાવી બધા સાથે જોડે તે ધર્મ.

'પરંતુ જ્યાં સુધી સત્યનો સાક્ષાત્કાર ન થાય ત્યાં સુધી માયાના આવરણો તોડી શકાતા નથી. અને ત્યાં સુધી મનુષ્ય અહમને જ પોતાનું અસ્તિત્વ માની સ્વાર્થને જન્મ આપે છે. પ્રત્યેક મનુષ્યમાં પ્રગટતા સ્વાર્થને ઉઠલાવી જીવાત્માઓની છેલ્લી એકતામાં ભળી જવા મનુષ્યને સંદેશ આપતો હતો. પણ આ ધર્મો અલગ અલગ પ્રદેશો અને અલગ સંસ્કૃતિઓમાં રચાયા હોવાથી તેમના સંદેશોની ભાષા અલગ હતી. જેમ કે મુસ્લિમ શબ્દનો અર્થ થાય છે 'પોતાની ઇચ્છાઓ ઇશ્વરને સોંપી દઇ તેની મરજી મુજબ જીવવું' હવે, આ જ સંદેશ ગીતામાં શબ્દે શબ્દે આપવામાં આવ્યો છે કે 'તું હાર-જીત, લાભ-હાનિ, માન-અપમાનથી ઉપર ઉઠી મારામાં સ્થિત થઇ જા અને કર્મ કર. આને જ સ્થિતપ્રજ્ઞા મુનિ કહે છે અને એ જ મોક્ષનો માર્ગ છે.'

સ્થિતપ્રજ્ઞા બનવાનો જે આદેશ ક્રિષ્નએ ગીતામાં આપ્યો એ જ આદેશ મહંમદ સાહેબે કુરાનમાં મુસ્લિમ શબ્દ સાથે આપ્યો. અને કહ્યું કે જ્યારે આ સર્વ મનુષ્યો મુસ્લિમ (સ્થિતપ્રજ્ઞા) બનશે ત્યારે ધરતી પવિત્ર થઇ જશે. આ વાત બિલકુલ સાચીહતી કે જ્યારે મનુષ્યો ઇંદ્રિયોથી ઉપર ઉઠી સ્થિતપ્રજ્ઞા બનશે ત્યારે ધરતી પવિત્ર બની જશે. પરંતુ સત્યના સાક્ષાત્કારથી દૂર તેમના અનુયાયીઓએ મુસ્લિમ શબ્દને પોતાના અહમ સાથે જોડી દીધો. આવું જ ઇસાઈ ધર્મમાં થયું. ઇસુ ખ્રિસ્તના ઉપદેશોને પોતાની સત્તા માટે વાપરી રોમન કેથોલિક ચર્ચે સદીઓ સુધી વૈજ્ઞાનિકો પર અત્યાચાર કર્યા અને સત્તા માટે રાજાઓ સાથે સંઘર્ષ કર્યો. બાકી વધેલા હિંદુઓ પણ મોઘલો અને અંગ્રેજોના ભારતમાં આવ્યા પછી તેમની સાથે પોતાની સંસ્કૃતિ બચાવવાના સંઘર્ષમાં ઉતર્યા અને વખત જતાં તેમના જેવા જ થઇ ગયા. અને એક સમયે સમગ્ર બ્રહ્માંડને પોતાના આધ્યાત્મિક સંદેશોમાં સંકેલી લેતા હિંદુઓ આજે તેમના જ દેશના એ મનુષ્યોને પોતાના નથી કહી શક્તા જે તે જ સંદેશોને મુસ્લિમ અને ખ્રિસ્તી ધર્મની ભાષા સાથે અનુસરે છે. અને આવું જ સામેના પક્ષે પણ છે. આથી, આવા સમયે ઓશોના શબ્દો યાદ આવે છે કે 'માનવ સભ્યતાની આટલી સદીઓ વિત્યા પછી એક વાત સાબિત થઇ છે કે માણસનો અહમ અને સ્વાર્થ જીત્યો છે અને ધર્મો હાર્યા છે.'

આવું એટલા માટે થયું છે કારણ કે ધર્મોને આપણે આપણામાં અહમ તરીકે રોપ્યા છે. આજે જ્યારે કોઈ એમ કહે છે કે તારા અલ્લાહ કરતાં મારા રામ મોટા છે કે તારા રામ કરતા મારા અલ્લાહ મોટા છે ત્યારે અસલમાં એ એમ કહી રહ્યો છે કે હું તારા કરતા ચડિયાતો છું- બુધ્ધિશાળી છું. જો બીજાના પયગંબર કરતાં આપણો પયગંબર નીચો થઇ જાય તો આપણે બીજા કરતાં નીચા અને ખોટા ઠરીશું અને એ આપણા અહમ પર એક મોટો ઘા છે. અને આપણે એ અહમ માટે જ તો લોકોથી લડી લઇએ છીએ. બસ નામ આપણા ધર્મ અને પયગંબરોનું

આપીએ છીએ: બીજા કરતા ચડિયાતા બનવા માટે આપણે આપણા ધર્મો અને મહાન પયગંબરોનો ઉપયોગ કરીએ છીએ. આપણે બીજા સામે ધર્મોની વ્યાખ્યા એ રીતે જ કરીએ છીએ જે રીતે આપણો અહમ સંતોષાતો હોય અને આ રીતે જ આપણે બધાએ આપણા ધર્મોને ભ્રષ્ટ કર્યા છે.

આથી, અહમ અને સ્વાર્થ માટે પોતાના ધર્મોનો ઉપયોગ કરતા આવા મનુષ્યોને તેમના ધર્મના નામે ઓળખવા ઉચિત નથી. ફક્ત સાંસારીક સ્વાર્થ માટે જીવવાવાળી આ પ્રજા ભગવાન જેવી કોઈ વાતમાં માને પણ છે તો ખાલી લાલચ માટે. બાકી એને ભગવાનથી કોઈ લેવા દેવા નથી. તે સાંસારીક સુખોને શ્રેણીબધ્ધ માંગો પૂરી કરવા અંબાજી અને વૈષ્ણોદેવીના મંદિરે પગપાળા ચડે છે અને સ્વાર્થને શ્રધ્ધાનું મનોહર નામ આપે છે. પોતાને ઇશ્વર અને સત્ય સાથે સંપર્ક કેળવવાનો પુરુષાર્થ કરવો નથી. પણ જ્યાં પણ બાબાઓ દેખાય તેમના પગમાં પડી જઇ સાંસારીક સુખ ભોગવવા ભગવાનની કૃપા શોર્ટ કટમાં મેળવી લેવી છે. લોકોના આ જ સ્વાર્થે ધર્મને આજે વિશ્વનો સૌથી ધમધમતો ધંધો બનાવી ઢોંગ બાબાઓને ઉત્પન્ન કર્યા છે. કર્મયોગનો મહાન સંદેશ આપનારા આ દેશમાં આજે રોજ નવા કથાકારો પેદા થાય છે અને એ પણ પચ્ચીસ-ત્રીસની યુવાનવયના. કદાચ પૈસા, પ્રસિધ્ધિ અને જનમાનસ પર સત્તા મેળવવાનો આનાથી વધારે સરળ બીજો કોઈ રસ્તો તેમને દેખાયો નથી.

બીજી બાજુ ઇસ્લામ ધર્મમાં પેલી મુસ્લિમ બનાવવાની મૂર્ખ કટ્ટરતા એમની એમ છે. બસ તલવારોનું સ્થાન એ.કે. ૪૭ અને રોકેટ લોન્ચરોએ લઈ લીધું છે. ઇસુના અનુયાયીઓ સત્તા અને પ્રોફીટ માટે અડધી દુનિયાને ગુલામ બનાવી લૂંટી ચુક્યા છે. પ્રેમ અને કરુણાનો ઉપદેશ આપનારા બુધ્ધના અનુયાયીઓ આતંકવાદીઓને હથિયારો પૂરા પાડી રહ્યા છે અને બીજા દેશોની જમીનને પડાવી પાડવાના ષડયંત્રોમાં ડૂબેલ છે. સૂક્ષ્મ જંતુની પણ હિંસા ન કરવાનો સંદેશ આપતા જૈન ધર્મના અનુયાયીઓ સામંતશાહી યુગમાં ગરીબ અને ભોળા ખેડૂતોનું શોષણ કરી ચૂક્યા છે અને લોકોમાં જ્યારે શિક્ષણ અને જાગૃતિ આવી ત્યારે ગામડાં છોડી મોટા શહેરોમાં ઉદ્યોગોના માલિક બની ચૂક્યા છે જેમાં કતલખાનાઓ પણ સામેલ છે. સ્વાર્થ જ મૂળ હિંસા છે અને પ્રેમ જ મૂળ અહિંસા. એ મૂળ ઉપદેશ આજે પણ બહુ ઓછા જૈનો જાણે છે.

આમ, દુનિયાના સર્વ ધર્મો સમગ્રરુપે એક ધર્મ-તત્ત્વ છે જે સૃષ્ટિને અદ્વૈતમાં જોડી રાખવાનો સંદેશ આપે છે. પરંતુ મનુષ્ય સ્વાર્થના પ્રચંડ પ્રવાહમાં તણાઈ આ ધર્મ-તત્ત્વથી વિખૂટો પડી ચૂક્યો છે. તેણે ધર્મના નામે જ દુનિયાને ટૂકડાઓમાં વિભાજીત કરી છે. આથી આપણે મનુષ્યના દોષને કોઈ ધર્મના દોષ રુપે જોવાનું બંધ કરી દેવું જોઇએ. આ દુનિયા બે પ્રકારના લોકોમાં વર્ગીકૃત

થઈ ચૂકી છે. એક પોતાના અહમને ધર્મનું અને સ્વાર્થને શ્રધ્ધાનું નામ આપી માનવસમાજને ખંડિત કરનાર મનુષ્યો અને બીજા દુનિયાને અદ્વૈતમાં જોડનારા સાચા ધાર્મિક મનુષ્યો. આપણે પણ કોઈપણ મનુષ્યને આ બેમાંથી જ કોઈ એક રીતે ઓળખવાનો છે. કારણ કે આ રીતે જ આપણે ધર્મને માણસના સ્વાર્થ અને અહમથી છોડાવી સમાજમાં સ્થાપી શકીશું.

"૨૪ ઓક્ટોબર, ૨૦૧૫, ગુજરાત સમાચાર - રવિપૂર્તિ."

81

બ્રહ્મા, વિષ્ણુ અને મહેશ: સૃષ્ટિની શરૂઆતમાં ઉત્પન્ન થયેલી શક્તિની ત્રણ વિશિષ્ટ ડીઝાઈનો

ચાલુ વર્ષે જ ઉપનિષદોના વિજ્ઞાનને વિશ્વભરમાં આધુનિક ભાષામાં પુનઃઅવતરીત કરવામાં આવ્યું. તે પુસ્તક છે 'It's not a Creation, It's a Projection through Expression'. આ પુસ્તકમાં બ્રહ્માંડ અને માનવજીવનના દરેક ગૂઢ રહસ્યનું સ્પષ્ટ વૈજ્ઞાનિક સ્પષ્ટિકરણ આપવામાં આવ્યું છે. જેમાંથી આજે આપણે બ્રહ્માંડની ઉત્પત્તિ સમયે ઉભી થયેલી શક્તિની એ ત્રણ વિશિષ્ટ ડિઝાઈનોની વાત કરીશું જેમને આપણે ઇશ્વરની ઉપમા આપી છે અને તે સમજ્યા બાદ જ આવતા અંકમાં સેક્સ અને ભક્તિના ગૂઢ રહસ્યોને પ્રોજેક્ટ કરીશું.

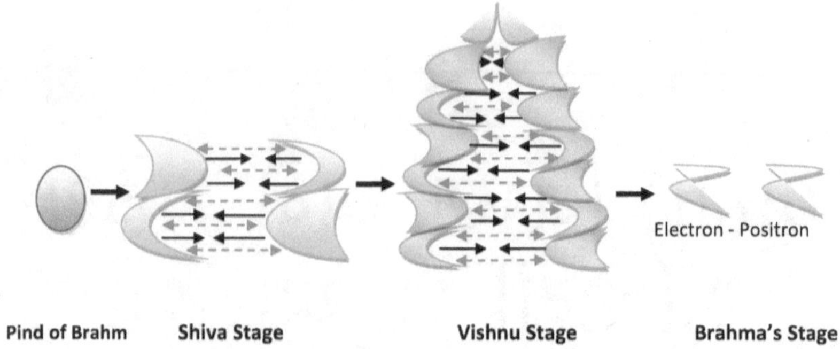

પુસ્તક મુજબ આ સૃષ્ટિ પહેલા શક્તિના એક નાના પિંડ સ્વરૂપે હતી. આ શક્તિને ઉપનિષદોમાં બ્રહ્મ કહેવામાં આવ્યું છે આથી તે પિંડને બ્રહ્મનો પિંડ કહે છે. ત્યારબાદ તે પિંડ વિસ્ફોટરૂપે ફૂટ્યો અને પિંડની તટસ્થ ઉર્જા પુરુષ શક્તિ અને સ્ત્રી શક્તિ એમ બે વિરુધ્ધ પ્રકૃતિઓમાં છૂટી પડી વિસ્તરવા લાગી. આ વિસ્ફોટકને વિજ્ઞાન આજે બિગ બેંગ કહે છે.

આધુનિક વિજ્ઞાન બિગ બેંગના વિસ્ફોટ પછી તરત જ વિસ્તરણ શરુ થયું તેને જ બ્રહ્માંડ કહે છે જ્યારે ઉપનિષદોએ તેમાં પણ સૂક્ષ્મ ભેદ રાખ્યો છે. વિસ્ફોટ બાદ શરુઆતમાં શક્તિ પ્રમાણમાં એકત્રિત હતી જે ધીરે ધીરે ખંડિત થતી ગઈ. આ શરુઆતની પ્રમાણમાં એકત્રિત શક્તિએ જે પહેલી ડિઝાઈન રચી તેને ઉપનિષદોમાં શિવ નામ આપવામાં આવ્યું. ચિત્રમાં બતાવ્યા પ્રમાણે શિવના સ્ટેજમાં પિંડની ઉર્જા બે વિભાગોમાં વહેંચાયેલી હતી. અને આ બંને વિભાગોમાં પુરુષ અને સ્ત્રી એ બંને પ્રકૃતિઓ હતી. પુરુષ પ્રકૃતિ બહારની તરફ જતી બહિર્ગામી અભિવ્યક્તિ ધરાવે છે (શિવ સ્ટેજના ચિત્રમાં ડાબી બાજુ ઉપર અને જમણી બાજુ નીચે). આથી તેને શિવના લીગનું પ્રતિક આપી 'શિવ પ્રકૃતિ' પણ કહેવામાં આવી છે. જ્યારે સ્ત્રી શક્તિ અંદરની તરફ ખેંચાણ ધરાવતી અંતર્ગામી અભિવ્યક્તિ ધરાવે છે. (શિવ સ્ટેજના ચિત્રમાં ડાબી બાજુ નીચે અને જમણી બાજુ ઉપર). આથી તેને સ્ત્રીની યોનીનું પ્રતિક આપી 'શક્તિ પ્રકૃતિ' પણ કહે છે.

આમ, શિવ સ્ટેજના બંને વિભાગોમાં શિવ અને શક્તિ એમ બંને પ્રકૃતિઓ સમાન માત્રામાં સામેલ હતી. આથી જ શિવને 'અર્ધ નારેશ્વર' કહેવામાં આવે છે. શિવ સ્ટેજમાંથી સ્ટેજમાંથી આગળ બ્રહ્મ જ્યારે વિસ્તર્યું ત્યારે તેની શક્તિ એવા બે

વિભાગોમાં વહેંચાઈ જે સાત પરીમાણોમાં વહેંચાયેલા હતા. આ સ્ટેજને વિષ્ણુ કહેવામાં આવ્યા. ચિત્રના વિષ્ણુ સ્ટેજમાં બતાવ્યા પ્રમાણે સૌથી નીચેનું પરીમાણ પહેલું પરીમાણ છે જે ડાબી બજુના વિભાગમાં અંતર્ગામી અને જમણી બાજુના વિભાગમાં બહિર્ગામી હતું. તેના ઉપરનું બીજુ પરીમાણ ડાબી બાજુના વિભાગમાં બહિર્ગામી અને જમણા વિભાગમાં અંતર્ગામી હતું. આમ, બાજુ બાજુના પરીમાણો વિરુધ્ધ પ્રકૃતિ ધરાવતા હતા તથા કોઈ એક પરીમાણના બંને વિભાગો પણ વિરુધ્ધ પ્રકૃતિ ધરાવતા હતા. અને જ્યારે વિષ્ણુથી આગળ બ્રહ્મ વિસ્તર્યું ત્યારે તેની શક્તિ એટલી ખંડિત થઇ ગઈ કે તે ફક્ત ત્રણ જ પરીમાણો બનાવી સકી અને બાકીના પરીમાણો નાના-નાના કણોની શક્તિમાં વિખેરાઈ ગયા. આ ત્રણ પરીમાણો ધરાવતી જે ડિઝાઈન અસ્તિત્ત્વમાં આવી તેને ઉપનિષદોએ બ્રહ્માંડ કીધું, બ્રહ્મનો અંડ. જેની રચના બ્રહ્માએ કરી હતી અને આજે પણ એ તેની સતત રચના કર્યા જ કરે છે.

તો સવાલ એ છે કે આ બ્રહ્મા કોણ છે ? ઉપનિષદોમાં ‘બ્રહ્મા’ શબ્દ હકીકતમાં શક્તિના એ સ્વરૂપ માટે વાપરવામાં આવ્યો છે જે આ બ્રહ્માંડમાં દળને ઉત્પત્તિ આપે છે અને ઉપનિષદોની મહાનતા સામે અહીં જ આપણને મસ્તક નમાવી દેવાનું મન થાય છે કારણ કે દળને ઉત્પન્ન કરતું શક્તિનું સ્વરૂપ બીજુ કોઈ નહી ૨૦૧૨માં શોધાયેલો અને વિશ્વભરમાં ચર્ચાયેલો ‘હિગ્સ બોઝોન’ છે. આધુનિક વિજ્ઞાનમાં પણ કેટલાક વિજ્ઞાનિકોએ જ્યારે હિગ્સ બોઝોનને ‘ગોડ પાર્ટીકલ’ કે ‘ઇશ્વરીય કણ’ કહેલો ત્યારે વિવાદ થયો હતો પરંતુ સત્ય એ છે કે લગભગ આઠ હજાર વર્ષ પહેલા ઉપનિષદોમાં પણ શક્તિના આ સ્વરૂપને ‘બ્રહ્મા’ નામ સાથે ઇશ્વર જ કહેવામાં આવ્યો હતો. આથી જ આજના બ્રહ્માંડને બ્રહ્માનું સ્ટેજ કહેવામાં આવ્યું. જે ત્રણ પરીમાણો બ્રહ્માના સ્ટેજમાં બન્યા એ આપણા અવકાશ અને સમયના પરીમાણો છે અને હિગ્સ બોઝોન કે બ્રહ્મા વડે જે નાના-નાના કણો તેમાં બન્યા તે ઇલેક્ટ્રોન અને પોઝીટ્રોન હતા. જેને આપણે સદીઓથી ‘બ્રહ્મા’ કહીએ છીએ એ બીજું કંઇ નહી વિજ્ઞાને હમણાં જ શોધેલો ‘હીગ્ઝ બોઝોન’ છે.

હવે બ્રહ્માંડનું ઝડપી વિસ્તરણ શરૂ થઇ ચૂક્યું હતું, પરંતુ બ્રહ્માંડ પોતાના આ વિસ્તરણને રોકીને ફરી પાછા પેલા પિંડ સ્વરૂપમાં ફેરવાઈ જવાની કોશિશ કરતું હતું. કારણ કે એ અદ્વૈત પિંડ જ બ્રહ્માંડની શક્તિનું મૂળ સ્વરૂપ હતું. આમ, પોતાના મૂળ અદ્વૈત સ્વરૂપને પાછું મેળવવા એ વિસ્તરણ રોકવું જરૂરી હતું જેની કોશિશોમાં બ્રહ્માંડે એ નાના નાના કણોને જોડીને પરમાણુ અને અણુ બનાવવાની શરુઆત કરી. અણુઓને જોડીને ભારે તત્ત્વો અને તે તત્ત્વોથી બનેલા મોટા મોટા તારાઓ અને આકાશગંગાઓ બનાવી. આમ છતાં, એ વિસ્તરણ બંધ ના

થયું. આથી બ્રહ્માંડની શક્તિએ એક ક્રાન્તિકારી વળાંક લીધો અને અપાર શક્તિને એક સૂક્ષ્મ પદાર્થમાં સમાવી તેની બહારની પ્રકૃતિ સાથે આપ લે શરુ કરી. આ પદાર્થ બેક્ટેરીઆ હતો અને તે જીવનની શરૂઆત હતી. આ જીવન આગળ વધીને માછલીઓ વાંદરાઓ અને આદિમાનવોથી થઇને મનુષ્ય રુપે વિકસ્યું. અને મનુષ્યની આ ઉત્પત્તિ બ્રહ્માંડ માટે એક બહુ મોટી ઉપલબ્ધિ હતી કારણ કે મનુષ્ય બીજું કંઇ નહી પણ બ્રહ્માંડની શરુઆતમાં ઉભી થયેલી વિષ્ણુના સ્ટેજની જ ડિઝાઈન હતી. વિષ્ણુ સ્ટેજના એ સાત પરીમાણો માનવના મસ્તિષ્કમાં કેદ થયેલા હતા અને એ પરીમાણોની શક્તિ માનવશરીરના સાત ચક્રોમાં સંચિત થયેલી હતી. આથી જ કહેવાયું છે કે 'નર(મનુષ્ય) એ જ નારાયણ' મનુષ્ય જ્યારે તેના આ સાતેય પરીમાણોને પૂર્ણ સ્વરૂપમાં અભિવ્યક્ત કરવા લાગે છે ત્યારે તે સમગ્ર બ્રહ્માંડની શક્તિને સાત અલગ પરીમાણોમાં અભિવ્યક્ત કરે છે. આવા લોકોને વિષ્ણુના અવતારો કહેવામાં આવ્યા છે અને તેમની અભિવ્યક્તિ સાત પરીમાણોમાં રહેલા અનેક ગુણોમાં થતી હોવાથી વિષ્ણુને 'પૂર્ણ પુરુષોત્તમ' કહે છે.

મનુષ્યના સાત ચક્રોમાના પહેલા પાંચ ચક્રો માનવશરીરની પાંચ ઇન્દ્રિયો સાથે જોડાયેલા છે. જ્યારે છઠ્ઠુ ચક્ર મનુષ્યની બુધ્ધિ સાથે જોડાયેલું છે જેનું સ્થાન ભ્રુકુટી વચ્ચે સ્થિત છે. બુધ્ધિ મનુષ્યની પાંચ ઇન્દ્રિયોનું નિયમન કરે છે અને આ કારણે બુધ્ધિ સાથે જોડાયેલું છઠ્ઠુ ચક્ર પાંચ ઇન્દ્રિયો સાથે જોડાયેલા પ્રથમ પાંચ ચક્રોની શક્તિને પોતાનામાં કેન્દ્રિત રાખે છે. આ કારણે મનુષ્યની સર્વ શક્તિ અને ચરિત્ર તેના લલાટ પર રહેલા છઠ્ઠા ચક્રથી અભિવ્યક્ત થાય છે. આ ઉપરાંત વિષ્ણુસ્ટેજના પરીમાણોની જેમ મનુષ્યમાં પણ પાંચમા અને છઠ્ઠા ચક્રની પ્રકૃતિ પુરુષ કે સ્ત્રી પ્રકૃતિ એમ એકબીજાથી વિરુધ્ધ હોય છે. આમ, મનુષ્યનો ચહેરો છઠ્ઠા ચક્ર રુપે સમગ્ર શરીરની પરીમાણી ઉર્જા અને પાંચમા અને છઠ્ઠા બંને ચક્રો રૂપે સૃષ્ટિની બંને વિરોધી પ્રકૃતિઓ અભિવ્યક્ત કરી દે છે. જે બ્રહ્માંડના શિવ સ્ટેજની રચના છે. આમ, મનુષ્યનું સમગ્ર શરીર વિષ્ણુ સ્ટેજમાં છે જ્યારે તેની મુખાકૃતિ શિવ સ્ટેજમાં છે. આ કારણે જ આપણે મનુષ્ય રુપમાં મૂર્તિ પુજા કરીએ છીએ. કારણ કે મનુષ્યની મુખાકૃતિ સમગ્ર બ્રહ્માંડને બે જ પરીમાણોમાં એકત્ર કરતી રચના છે. જ્યારે મનુષ્યનું શરીર સમગ્ર બ્રહ્માંડને સાત પરીમાણોમાં એકત્ર કરતી રચના છે. આ કારણે મૂર્તિ-પૂજા દ્વારા આપણે બ્રહ્માંડની સમગ્ર શક્તિને એક જ મૂર્તિમાં કેન્દ્રિત થયેલી જોઈ તેનાથી એકરૂપ થઇ શકીએ છીએ. આ જ છે મૂર્તિ-પૂજાનું રહસ્ય. આ ઉપરાંત મનુષ્ય જેમ જેમ આધ્યાત્મિક ઉત્ક્રાન્તિ કરતો જાય છે. તેમ તેમ તેની શક્તિ છઠ્ઠા ચક્રમાં કેન્દ્રિત થાય છે. એટલે કે તે શિવ સ્વરૂપમાં સ્થાયી થાય છે અને તેનાથી આગળ વધતાં, શક્તિ સાતમા ચક્રનું ભેદન કરી

બ્રહ્માંડ સાથે એકરુપ બને છે. આને જ મોક્ષ કહે છે.

આમ, મનુષ્ય વિષ્ણુમાંથી શિવ બની છેલ્લે મોક્ષ મેળવે છે. આથી, શિવને વિષ્ણુથી આગળ એવા મહાદેવ કહેવામાં આવ્યા છે. આમ, મનુષ્યની મોક્ષ તરફની યાત્રા બ્રહ્માંડના વિસ્તરણની વિરુધ્ધ દિશામાં હોવાથી તે બ્રહ્માંડના વિસ્તરણને અવરોધે છે. આથી બ્રહ્માંડના વિસ્તરણને રોકવા મોક્ષ મેળવવો એ જ મનુષ્યના અસ્તિત્વનું એકમાત્ર કારણ છે.

"૧ સપ્ટેમ્બર, ૨૦૧૫, ગુજરાત સમાચાર - રવિપૂર્તિ."

82

સેક્સ - એક અનંત મૃગજળ ભક્તિ - એક અનંત સેક્સ

"સની લીયોનીને બાળપણમાં ભજન- કીર્તનમાં રસ હતો, પણ મોટી થઈને તે દુનિયાભરમાં એક સિમ્બોલ બની. જે મહાત્મા ગાંધીએ ૧૬ વર્ષની ઉંમરે પત્ની સાથે સેક્સ માણવા પિતાને મરણ પથારીએ છોડી દીધેલા તે આગળ જઈને દુનિયાભરમાં આધ્યાત્મિક સિમ્બોલ બન્યા હતા. શું કનેક્શન છે આ બંનેમાં?"

ગયા અંકમાં આપણે જોયું કે, મનુષ્ય એ વિષ્ણુનું સ્ટેજ બ્રહ્માંડ છે અને વિષ્ણુના સ્ટેજના સાત પરિમાણો માનવ શરીરમાં સાત ચક્રો સાથે જોડાયેલા છે. હવે જે વાત ગયા અંકમાં બાકી રહી ગયેલી એ તે કે વિષ્ણુ સ્ટેજના બ્રહ્માંડમાં સાતેય પરિમાણો બે વિભાગમાં વહેંચાયેલા હતા પરંતુ, જીવનની ઉત્ક્રાંતિ મનુષ્ય સુધી પહોંચી ત્યાં સુધીમાં જીવન સ્ત્રી અને પુરુષ એમ બે શરીરોમાં વહેંચાઈ ગયેલું. આમ, વિષ્ણુના સ્ટેજના બે વિભાગોમાંથી માનવ શરીરમાં એક જ વિભાગ અભિવ્યક્ત થયો અને સામેનો બીજો વિભાગ તે શરીરમાં કામ કરતા અર્ધજાગ્રત મનની શક્તિમાં વિખેરાઈ ગયો. જો વિષ્ણુ સ્ટેજના ચિત્રમાં બતાવેલા વિભાગોમાં ડાબી બાજુનો અધો વિભાગ અભિવ્યક્ત થાય તો સ્ત્રીનું શરીર બને કારણ કે તેનું પહેલું પરિમાણ અંતર્ગામી છે જે સ્ત્રીની યોનિ રૂપે અભિવ્યક્ત થાય છે. તેનું ચોથુ પરિમાણ બહીર્ગામી છે જે સ્ત્રીના સ્તન તરીકે અને પાંચમુ ચક્ર અંતર્ગામી હોઈ સ્ત્રીના તીણા અવાજ સ્વરૂપે અભિવ્યક્ત થાય છે. આ સંબંધમાં ચિત્રમાંનો જમણો વિભાગ સ્ત્રી શરીરના અર્ધજાગ્રત મનની

શક્તિ તરીકે કામ કરે છે. આ રીતે ચિત્રમાંનો જમણી બાજુનો વિભાગ અભિવ્યક્ત થાય તો પુરુષનું શરીર બને છે અને ડાબી બાજુની વિભાગ પુરુષના અર્ધજાગ્રત મનની શક્તિ તરીકે કાર્ય કરે છે. આ પુરુષ શરીરમાં પહેલું પરિમાણ બહિર્ગામી હોઈ શિશ્નરુપે અભિવ્યક્ત થાય છે તથા ચોથુ ચક્ર અંતર્ગામી હોઈ પુરુષમાં સ્તન અલ્પ વિકસીત રહે છે. પાંચમા ચક્રની બહીર્ગામી પ્રકૃતિ પુરુષના ઘેરા અવાજ અને દાઢી- મૂછો માટે જવાબદાર હોય છે. આમ, સ્ત્રીનો અભિવ્યક્ત વિભાગ એ પુરુષના શરીરનો બિનઅભિવ્યક્ત વિભાગ છે અને પુરુષનો અભિવ્યક્ત વિભાગ સ્ત્રીના શરીરનો બિનઅભિવ્યક્ત વિભાગ છે. આમ, સ્ત્રી અને પુરુષના સાતેય ચક્રોની પ્રકૃતિ એકબીજાથી વિરુદ્ધ હોય છે જે વિષ્ણુના સ્ટેજના વિરુદ્ધ પ્રકૃતિ ધરાવતા વિભાગોના કારણે છે.

આ કારણે જ્યારે સ્ત્રી અને પુરુષ એકબીજાની સામે આવે છે ત્યારે તેમના સાતેય ચક્રોની વિરુદ્ધ પ્રકૃતિ એકબીજાથી આકર્ષાય છે. પરંતુ જે સૌથી મોટું રહસ્ય છે તે એ કે અસલમાં સ્ત્રી અને પુરુષ એકબીજાથી નથી આકર્ષાતા. તેઓ પોતાના જ શરીરના પેલા બિનઅભિવ્યક્ત વિભાગથી આકર્ષાય છે. હા, જ્યારે કોઈ સ્ત્રી પુરુષની સામે આવે છે ત્યારે તે સ્ત્રીના ચક્રોમાંથી નીકળતા તરંગોમાં પુરુષોના બિન અભિવ્યક્ત વિભાગોને સક્રિય કરી દે છે. કારણ કે સ્ત્રીના ચક્રોમાંથી નીકળતા તરંગો પુરુષના બિન અભિવ્યક્ત વિભાગોને સક્રિય કરી દે છે. કારણ કે સ્ત્રના ચક્રો એ પુરુષનો બિનઅભિવ્યક્ત વભાગ છે. આમ, પુરુષ શરીરમાં સક્રિય બનેલો એ બિનઅભિવ્યક્ત વિભાગ જ પુરુષના અભિવ્યક્ત વિભાગને એકબીજામાં ભળી તટસ્થ ઊર્જા બનવા આકર્ષે છેય આમ, સેક્સની આખી ક્રિયા પુરુષના જ શરીરમાં આ બે વિભાગો વચ્ચે થાય છે. આ જ રીતે સ્ત્રીના શરીરમાં પણ સેક્સની ક્રિયા તેના જ બે વિભાગો વચ્ચે થાય છે. આ જ કારણ છે કે એકાંતમાં પણ જ્યારે પુરુષ કોઈ સ્ત્રી કે સ્ત્રી પુરુષ વચ્ચે વિચારે છે ત્યારે તે વિચારમાત્રથી તેનો બિનઅભિવ્યક્ત વિભાગ સક્રિય થઈ જાય છે અને જનનેન્દ્રિયને ઉત્તેજન આપતા જ શરીરના બે વિભાગોની વિરુદ્ધ પ્રકૃતિઓનું મિલન શરુ થઈ જાય છે જેને આપણે હસ્તમૈથુન કહીએ છીએ. આ જ રીતે જ્યારે સ્ત્રી અને પુરુષ પરસ્પર સેક્સની ક્રિયા કરે ત્યારે સેક્સની ક્રિયા તે બંને શરીરોમાં સ્વતંત્ર રીતે જ થાય છે. શરીરો તો માત્ર જનીન અંગોને ઘસીને ઉત્તેજના આપવા માટેની એક સપાટી જ પૂરી પાડે છે. આમ જો આપણે સેક્સને બે આત્માઓનું મિલન ગણતા હોઈએ તો અસલમાં સેક્સ માટે વિરોધી લીંગના શરીરની કોઈ જરૂર નથી. ઉપરથી શરીર તો સેક્સની ક્રિયામાં એક અવરોધ છે અને એ કેવી રીતે સેક્સને અવરોધે છે તે જ સેક્સ વિશેનું બીજું સૌથી મોટું રહસ્ય છે.

પુરુષ અને સ્ત્રી જ્યારે એકબીજાથી આ સાત પરીમાણોમાં આકર્ષાય છે ત્યારે તેમને વિરોધી પ્રકૃતિઓનું મિલન કરી એક તટસ્થ ઊર્જા બની જવાનું મન થાય છે પરંતુ તેઓ આમ કરવા જાય છે ત્યારે તેમનું મિલન તો શરીરોની મારફતે જ શક્ય બને છે અને અહીં શરુ થાય છે સેક્સની સૌથી મોટી મર્યાદા. પુરુષ અને સ્ત્રીને થઈ રહેલું આકર્ષણ સાત પરીમાણોમાં છે જ્યારે તેમના મિલનનું એકમાત્ર સાધન એવું તેમનું શરીર ત્રણ પરીમાણોમાં છે. આથી સેક્સની ક્રિયા દરમિયાન તેમને એવો અહેસાસ થાય છે કે જાણે તેમનું શરીર તેમને તેમના પ્રિય પાત્રથી મળતા રોકી રહ્યું ચે. તેઓ ઘણી કોશિષ કરે છે તે શરીરનો અવરોધ હટાવીને સામે વાળી વ્યક્તિના સાથે સાતેય પરીમાણોમાં એક થઈ જવાની પરંતુ તેઓ શરીરના એ ત્રણ પરિમાણોથી આગળ નથી જઈ શકતા અને અંતે પોતાના જનનેન્દ્રિય અંગોને ઘસીને ચરમસીમાનો અનુભવ કરી લઈ શાંત થવા માગે છે. આવું જ્યારે વારંવાર બને છે ત્યારે મનુષ્ય તેના પ્રિય પાત્રથી છેતરાયો હોવાનું અનુભવે છે. સેક્સના આ સત્યની જાણ ન હોવાથી ઘણીવાર પુરુષો કે સ્ત્રીઓ લગ્નેત્તર સંબંધો તરફ વળે છે. કદાચ બીજી વ્યક્તિ સાથેના સેક્સમાં તેમને સંતૃપ્તતા મળશે પરંતુ આવો કોઈ પુરુષ દુનિયાની સુંદરમાં સુંદર હીરોઈન સાથે પણ સેક્સ માણવા જાય છે ત્યારે તેની મુલાકાત ફરીથી એ જ ચરબી, પ્રોટીન અને કાર્બોહાઇડ્રેટથી બનેલા ચામડાથી થાય છે અને તે ચામડાને અથડાઈને અતૃપ્ત જ પાછો ફરે છે. આમ, સેક્સ એ પૃથ્વી પરનું ક્યારેય ખતમ ન થવાવાળું મૃગજળ છે જે તમને સતત મિલન માટે લલચાવે છે પરંતુ ક્યારેય તે સંપૂર્ણ મિલનને પૂરું પાડતું નથી. તે આવા ક્યારેય સમાપ્ત ન થવાવાળા મિલન પાછળ દોડાવી દોડાવીને મનુષ્યને અંતે ખતમ કરી દે છે.

તો પછી સ્ત્રી અને પુરુષના સંપૂર્ણ મિલનનો રસ્તો કયો ? જવાબ છે સંગીત. સંગીત ભક્તિનું સાધન છે. સંગીતના સાત સૂરો શરીરના સાત ચક્રો સાથે જોડાયેલા છે. સ્વરોની વિવિધ ગોઠવણથી નીકળતું સંગીત વિવિધ ચક્રોને ઉત્તેજિત કરવાનું કાર્ય કરે છે. ભારતીય શાસ્ત્રીય સંગીતનો પાયો એના ઉપર જ ટકેલો છે. શાસ્ત્રીય સંગીત આધ્યાત્મની સાધના સાથે સંકળાયેલું હોવાથી બે ભ્રમરોની વચ્ચે આવેલા છઠ્ઠા ચક્રને જાગૃત કરવાનું લક્ષ્ય ધરાવે છે. જ્યારે પશ્ચિમી સંગીત મોટે ભાગે આવેગ અને કામુકતાને ઉત્તેજીત કરતા પ્રથમ ચક્રને જાગૃત કરે છે. ક્રિષ્નના રાધા સાથેના દિવ્ય પ્રેમનો અર્થ જે લોકો ન સમજ્યા હોય તે આજે સમજી લે તેમનો પ્રેમ એટલે દિવ્ય હતો કે તેમનું મિલન શરીર અને ઇન્દ્રિયોથી થતું અધૂરું મિલન નહોતું તેમનું મિલન સાતેય પરિમાણોમાં થતું અને તે મિલન માટેનું સાધન હતો ક્રિષ્નની મુરલીમાંથી નીકળતા મધુર સ્વરો જે બંનેના ચક્રોને એક પછી એક ઉત્તેજીત કરી અને સાતમા ચક્રમાં તેમનું સંપૂર્ણ

મિલન કરાવતા. આ કારણે રાધા અને ક્રિષ્ન વચ્ચેનો ભેદ ભૂલાઈ જતો. કારણ કે સ્ત્રી અને પુરુષના બંને વિભાગોના સંપૂર્ણ મિલનથી જ મનુષ્ય તટસ્થ પિંડ સ્વરૂપમાં રૂપાંતરિત થઈ શકે છે અને એ જ મોક્ષ છે. રાધાકૃષ્ણનો આ દિવ્ય પ્રેમ જ ભક્તિ છે અને આવી ભક્તિ દ્વારા મોક્ષ મેળવવા જ પતિ- પત્ની વચ્ચેનો લગ્ન સંબંધ અમલમાં મૂકાયો હતો. આ કારણે જ રુક્મણિ અને ક્રિષ્નના સ્થાને રાધા-ક્રિષ્નની મૂર્તિઓને એક આદર્શ તરીકે મંદિરોમાં સ્થાપવામાં આવી હતી. આમ, ભક્તિમાં થતું મિલન કે ભક્તિ દ્વારા થતા સેક્સ અનંત છે કારણ કે તેમાં શરીરનો અવરોધ નથી ભક્તિ જ મોક્ષનું સાધન છે.

આમ, વિરુદ્ધ પ્રકૃતિ ધરાવતા બે વિભાગો આપણા બધાના શરીરમાં છે અને સંસારમાં સ્ત્રી અને પુરુષો પણ ચારેય બાજુ છે. આથી તટસ્થ ઊર્જાનો એક પિંડ બની જવાની બ્રહ્માંડની નૈસર્ગિક ઇચ્છાના કારણે સ્ત્રી પુરુષનું પરસ્પર મિલન માટનું આકર્ષણ તો રહેવાનું જ. પરંતુ સવાલ એ છે કે તે મિલન આપણે ક્યા માર્ગથી કરીએ છીએ ? શરીરથી જ જે વારંવાર મિલન કરવા જાય છે તે સની લીઓનીના માર્ગે સરકી જાય છે અને જે સંગીત દ્વારા ભક્તિના માર્ગને પકડે છે તે સીધો ગાંધી તરફ જાય છે. એક નિરંતન અસંતૃપ્તા. બાકી જગત નિર્દોષ છે. જે આજે સની લીઓની છે તે ક્યારેક ગાંધી બનશે જ. કારણ કે જે આજે ગાંધી બન્યા છે તે પણ ક્યારેક સની લીઓની હતા.

“૨૦ સપ્ટેમ્બર, ૨૦૧૫, ગુજરાત સમાચાર - રવિપૂર્તિ.”

૪૩

જડભરત : એક એવો અવતાર જેણે માર્કેટિંગ ના કર્યું

"હજારો કૃષ્ણ ગુમનામીમાં ધકેલાઇ ગયા ત્યારે એક કૃષ્ણનું નામ થયું. હજારો બુધ્ધ નિર્વાણ પામી ગયા ત્યારે દુનિયાએ એક બુધ્ધને જાણ્યો."

ભુમાયુને શાસન સોંપ્યા બાદ રાજા ભરતે સંન્યાસ લઇ વનવાસ ગમન કર્યું ત્યાં સુધીની અને તે પછીની વાત મહાભારતના આદી પર્વમાં છે. વનવાસમાં સંન્યાસીની માફક જીવતા ભરતે એકવાર એક હરણના બચ્ચાને દોડતું જોયું જેની પાછળ વાઘ શિકાર માટે પડયો હતો. ભરત જંગલી પ્રાણીઓથી બચવા બનાવેલા કામ ચલાઉ ધનુષ્ય-બાણ લઇને વાઘની સામે ચાલ્યા ગયા. તેનાથી ડરીને વાઘે પોતાની દિશા બદલી અને ત્યાંથી ભાગી ગયો. ભરત એકબાજુ ડરીને ઉભા રહી ગયેલા બચ્ચા તરફ ગયા. તેમણે આસપાસ જોયું પણ તેની મા દેખાઇ નહી. ભરતને લાગ્યું કે જો તે એને છોડી દેશે તો કોઇ દીવસ જંગલી પ્રાણીનો શિકાર બની જશે. આથી, ભરતે તે હરણના બચ્ચાને ઉછેરવાનું શરૃ કર્યું. રોજ નિયમિત ભોજન પૂરુ પાડયું. જંગલી પ્રાણીઓથી બચાવ્યું અને ભરપૂર લાડ લડાવ્યા. ધીરે ધીરે રાજા ભરત ઘરડા થયા અને મૃત્યુશયા પર આવી ગયા. હવે તેમને હરણની ચિંતા થવા લાગી કે તેમના મૃત્યુ પછી તેનું શું થશે ? આ ચિંતા સાથે જ રાજા ભરતના પ્રાણ ગયા અને જીવનના અંતિમ વર્ષો અને ક્ષણો સતત હરણનું ચિંતન કર્યું હોવાથી તેમનો આગલો જન્મ હરણનો થયો.

પરંતુ, સંન્યાસના તપ અને એક ધર્મનિષ્ઠ જીવનના કારણે હરણના શરીર રૂપે

પણ તેમને તેમની પાછલો જન્મ યાદ હતો અને તેમને જ્ઞાન થઇ ચૂક્યું હતું કે તેમણે કેટલી મોટી મૂર્ખામી કરી હતી. જે રાજા આખા ભારતવર્ષનું રાજપાટ છોડીને આત્માનું ચિંતન કરવા વનમાં આવ્યો હતો તે એક હરણના બચ્ચાના મોહમાં પડયો અને તેના જ ચિંતનમાં મર્યો. આ બોધ થયો હોવાથી હરણના શરીરમાં રાજા ભરતે કોઇ જ ઇન્દ્રિય સુખમાં રસ ન લીધો અને મોક્ષ મેળવવા જરૂરી એવો મનુષ્ય અવતાર ફરી માંગવા ભગવાન વિષ્ણુના રટણ સાથે હરણનો દેહ છોડયો. આ કારણે ભરતને મનુષ્ય દેહ મળ્યો અને તે એક બ્રાહ્મણના ઘરે ફરી જન્મ્યા અને આ વખતે પણ તેમને બાળપણથી જ પાછલા બંને જન્મોનું જ્ઞાન હતું.

ભરત આ મનુષ્ય- જન્મમાં હવે કોઇપણ જાતની માયાથી દૂર રહ્યા. તે ભાગ્યે જ બોલતા અને માતા-પિતા, ભાઇ-બહેનો જેવા સંબંધોથી સંપૂર્ણ અનાસક્ત રહ્યા. તેમના માતા-પિતા અને ભાઇઓએ તેમને એક મુર્ખ અને કામ વગરનો માણસ માની વારંવાર અપમાન કર્યું પણ ભરતે પોતાના પૂર્વજન્મ કે આત્માના જ્ઞાન વિશે કોઇ શબ્દ ઉચ્ચાર્યો નહી. સાંસારીક વાતો પ્રત્યે જડ ઉદાસીનતા બતાવવાથી ભરતના આ જન્મને 'જડ-ભરત' નામ આપવામાં આવ્યું. માતા-પિતાના મૃત્યુ પછી ભાઇઓએ તેનો તિરસ્કાર કરતાં જડભરતે મુક્ત વિચરતું જીવન શરૂ કર્યું. જ્યાં ક્ષણિક નોકરી કરતો ત્યાં પણ તેનું મન બ્રહ્મના વિવિધ રૂપો પ્રત્યે પ્રેમ અને કરુણામાં જ રહેતું. તે નિરંતર અદ્વૈતની ભૂમિકાએ જ રહેતો અને કામમાં તેનું ધ્યાન ઓછું રહેતું. આ કારણે એકવાર તેના માલિકે તેને કાઢી મૂક્યો. નિરંતર તિરસ્કાર અને અપમાનથી થાકીને તે ગામથી દૂર એક વૃક્ષના નીચે બેઠો અને બ્રહ્મમાં લીન થયો. એવામાં ત્યાંથી સૌવીરના રાજા રાહુગણ એક પાલખીમાં બેસી કપિલ ઋષિના આશ્રમે આત્મજ્ઞાન લેવા જઇ રહ્યાં હતા. રાજાની નજર ઝાડ નીચે બેઠેલા જડભરત પર પડી. તેણે જડભરતને પણ પાલખી ઉપાડવામાં સાથ આપવા કહ્યું. જડભરત તરત પાલખી ઉપાડી ચાલવા લાગ્યો પરંતુ તેનું ધ્યાન રસ્તામાં આવતા કીડી-મકોડાઓ પર હતું. તે કોશિશ કરી રહ્યો હતો કે કોઇ કીડી-મકોડો તેના પગ નીચે આવીને મરી ન જાય કારણ કે તેમનામાં પણ જીવાત્મા છે એ વાત તે જાણતો હતો. તે ક્યારેક ધીમેથી પગલા ભરતો તો ક્યારેક કીડીને બચાવવા કૂદતો. આમ કરવાથી રાજાનું માથું પાલખીના ઉપરના ભાગે અથડાયું. રાજા ક્રોધિત થઇ ગયો અને પાલખી ઉભી રખાવી જડભરતને બોલવા લાગ્યો, "હૈ મૂર્ખ, તારાથી આ એક નાનું કામ પણ નથી થઇ શકતું ? તું આ ધરતી પર શું કામનો છે ? તને એટલી પણ ખબર નથી કે હું એક રાજા છું ?" રાજાના અભિમાનથી જડભરતનો વર્ષોથી દબેલો ગુસ્સો નીકળી પડયો. તે પહેલીવાર ઉંચા અવાજે બોલ્યો, 'તું કોણ છે અને હું કોણ છું એનો અર્થ જ ક્યાં છે જ્યારે તેની

ઓળખ ખાલી આ નાશવંત શરીરથી જ હોય. આ શરીર મૃત્યુ પામશે અને તેની સાથે એ રાજા પણ. તારાથી પણ મોટો કેટલાય સમ્રાટો આવ્યા અને નષ્ટ થઇ ગયા અને આગળ પણ નષ્ટ થશે. જે એકમાત્ર વસ્તુ નષ્ટ નથી થતી તે હું છું તે છે આત્મા. હું તેને ઓળખી ચૂક્યો છું અને તું હજી એનાથી અજાણ છે એટલે જ આ વ્યર્થ અભિમાનને ધારણ કરીને ફરી રહ્યો છે.'

આટલું સાંભળતા જ સ્તબ્ધ બનેલો રાજા જડભરતના પગમાં પડી ગયો અને બોલ્યો, "હે પ્રભુ ! મને માફ કરો. મેં જ્ઞાન તો ઘણા પાસે સાંભળ્યું છે પણ આટલા આત્મઅનુભવથી ભરેલા અને સૂતેલા આત્માને જગાડી દે તેવો નક્કર શબ્દો મેં આજ સુધી નથી સાંભળ્યાં. હે પ્રભુ, તમે કોઇ આદીઋષિ છો અને હું તમને જ મારા ગુરુ તરીકે સ્વીકારું છું. મને આત્મજ્ઞાન પ્રદાન કરો." અને આ રીતે રાજા રાહુગણ જડભરતનો પહેલો અને એકમાત્ર શિષ્ય બન્યો જેને આત્મસાક્ષાત્કાર કરાવી જડભરત વનમાં જતા રહ્યાં અને બ્રહ્મલીન થઇને દેહત્યાગ કર્યો.

જડભરતની આ કથા આપણને ઘણા નગ્ન સત્યોની ઝાંકી કરાવે છે. એક તો એ કે ભૌતિક અને નાશવંત સુખો પાછળ ભાગતી આ મુર્ખ દુનિયામાં જે સાચો જ્ઞાની હોય છે તેને જ દુનિયા મૂર્ખ ઘણે છે અને વારંવાર અપમાન કરે છે. કરોડો જુઠા માણસોની બહુમતી વચ્ચે તે સાચા માણસનો હંમેશા ઉપહાસ થાય છે.

બીજો સૌથી મોટો સંદેશ છે કીર્તિના મોહનો. આધ્યાત્મિક ઉન્નતિની યાત્રામાં છેલ્લો અને સૌથી મુશ્કેલ ત્યાગ કીર્તિનો મોહનો હોય છે અને જ્યાં સુધી આ મોહ ના છૂટે ત્યાં સુધી મનુષ્ય બ્રહ્મ સ્વરૂપને પામી શકતો નથી અને આ જ આજના મોટાભાગના સાધુસંતોની મૂળ સમસ્યા છે. 'હું સન્યાસી બની જાઉં. પણ મોટો સંન્યાસી. ચારે બાજુ જેની ચર્ચા હોય. નામ હોય.' આ કીર્તિની ઇચ્છા જ તેમને મોહમાયાના ચક્રવ્યૂહમાં એવા ફસાવે છે કે જે છેલ્લે તેમને એક પાખંડી બનાવીને બહાર પાડે છે. 'હું બાકીની સૃષ્ટિતી અલગ છું.' એવો ખયાલ હજી બાકી રહી ગયો હોય ત્યાં સુધી કીર્તિનો મોહ હાજર રહે છે. અદ્વૈતનું જ્ઞાન ફક્ત શબ્દો રૂપે હાજર હોય પરંતુ તેનો સાક્ષાત્કાર હજુ થવાનો બાકી હોય. આવા લોકો માટે જડભરત એક આદર્શ અવતાર છે. જેનામાં રામ,કૃષ્ણ અને બુધ્ધ જવા વિષ્ણુના અવતારો જેટલી જ દિવ્યતા છે પરંતુ તે દિવ્યતાને તેણે પોતાની અંદર શૂન્યતા રૂપે સમાવી લીધી છે. આ જ શિવત્વ છે. શિવને વિષ્ણુથી મોટા દેવ કહેવામાં આવ્યા છે કારણ કે તેમનામાં વિષ્ણુ જેટલી જ શક્તિ અને દિવ્યતા છે. પરંતુ તે શક્તિની અભિવ્યક્તિ કરવાની લાલસા નથી. સમગ્ર સૃષ્ટિની શક્તિને પોતાની અંદર શૂન્યતામાં સમાવીને પણ તે સ્થિર છે. આથી જ શિવ મહાદેવ છે અને જડભરતની કથા એ જ શિવતત્વનું સચોટ દર્શન છે.

આવા જડભરતો આજે પણ હરદ્વાર, ઋષિકેશ અને હિમાલયમાં જોવા મળે છે

જે એક સિધ્ધ આત્મજ્ઞાની હોવા છતાં જંગલોમાં એકાકી જીવન કાઢે છે અને બ્રહ્મરૂપમાં લીન રહે છે. તેઓ કોઇને ઉપદેશ આપવાના કે દાદ મેળવવાની લાલસાથી સંપૂર્ણ મુક્ત હોય છે. આ જડભરતો પાસેથી કીર્તિના મોહમાં સપડાયેલા અને પોતાને અવતાર કે ભગવાન કહેવડાવવાની લાલસામાં પડેલા આપણા મેટ્રો સીટીઓના બાપાઓને ઘણું શીખવાનું છે. હજારો કૃષ્ણ જડભરતની જેમ ગુમનામીમાં ધકેલાઇ ગયા ત્યારે એક કૃષ્ણનું નામ થયું છે. હજારો બુધ્ધ નિર્વાણ પામી ગયા ત્યારે દુનિયાએ એક બુધ્ધને જાણ્યો છે અને હજારોમાંથી તે એક કીર્તિ મેળવનારો કોણ હશે તે કુદરત પોતે નક્કી કરે છે. આપણે નહી. આપણું કામ તો બસ કીર્તિના મોહને છોડવાની એ છેલ્લી પરીક્ષા પાસ કરવાનું છે. આટલું કરતાં જ કુદરત આપણા માટે ઇતિહાસમાં કોઇને કોઇ સ્થાન શોધી લેશે.

"૦ નવેમ્બર, ૨૦૧૫, ગુજરાત સમાચાર - રવિપૂર્તિ."

84

યયાતિ-સિન્ડ્રોમ: પૃથ્વી અને માનવસમાજની બદહાલીનું મૂળ કારણ

મહાન રાજા ભરત જે ચંદ્રવંશના વંશજ હતા તે વંશના ત્રીજા પૂર્વજનું નામ હતું યયાતિ. યયાતિ પહેલા ચંદ્રવંશી હતા જેમણે ગંગા નદી કિનારે પોતાનું રાજ્ય સ્થાપી હસ્તિનાપુરને પોતાની રાજધાની બનાવી હતી જે આજ સુધી દિલ્લી નામે ચાલુ રહી છે. એકવાર રાજા યયાતિ એક ઉદ્યાનવાટીકા આગળથી પસાર થતા હતા ત્યારે તેમણે બે સુંદર સ્ત્રીઓને વાર્તાલાપ કરતા જોઈ.

તે બે સ્ત્રીઓમાં એક હતી અસુર રાજા વૃષપર્વની પુત્રી શર્મિષ્ઠા અને બીજી હતી અસુરોના ગુરુ શુકરાચાર્યની પુત્રી દેવયાની. આ બંને સહેલીઓ રાજા યયાતિના પરાક્રમો અને વ્યકિતત્વથી પ્રેમમાં હતી. યયાતિ રથ પરથી ઉતરી શર્મિષ્ઠા અને દેવયાની પાસે આવ્યા. બંનેની સુંદરતા મોહક હતી. પરંતુ દેવયાનીમાં પ્રથમદ્રષ્ટિએ સ્પર્શી જાય તેવી આકર્ષકતા હતી જયારે શર્મિષ્ઠામાં એક પરીપકવ સુંદરતાના દર્શન વધુ હતા.

યયાતિને સામે જોઈ દેવયાનીએ તેમના પ્રત્યે પોતાના પ્રેમને વ્યક્ત કરી દીધો અને પોતાની સાથે લગ્ન કરવા વિનંતી કરી. યયાતિએ દેવયાનીની વાતને સ્વીકારી પણ દેવયાની બ્રાહ્મણ હોવાથી ક્ષત્રિય અને બ્રાહ્મણના વિવાહ માટે શુકરાચાર્યની આજ્ઞા માંગવાની જરુર બતાવી. શુકરાચાર્યે આજ્ઞા આપતાં યયાતિ અને દેવયાનીના લગ્ન થયા.

તેમના લગ્નના કેટલા વર્ષો પછી શર્મિષ્ઠા દેવયાનીને મળવા હસ્તિનાપુર

આવી. આવા સમયે રાજા યયાતિ ઉદ્યાનમાં ટહેલતા હતા અને તેમનો ભેટો ત્યાં ઉદ્યાન જોવા આવેલી શર્મિષ્ઠા સાથે થયો. આ મુલાકાતમાં શર્મિષ્ઠાએ પણ યયાતિને કહી દીધું કે તે પણ તેમને પ્રેમ કરતી હતી પરંતુ કહી ન શકી. અને યયાતિ તેની સાથે લગ્ન કરી શકે છે કારણ કે તે ક્ષત્રિય છે.

સુંદર સ્ત્રીઓથી હંમેશા આસક્ત રહેલા યયાતિએ શર્મિષ્ઠાની માંગ પણ સ્વીકારી લીધી અને તેનાથી વિવાહ કરી લીધા. પરંતુ યયાતિ અને શર્મિષ્ઠાએ આ વિવાહ દેવયાનીથી છૂપા રાખ્યા. હવે, વર્ષો વિત્યા. દેવયાનીને બે પુત્રો યદુ અને યવન થયા અને બીજી બાજુ શર્મિષ્ઠા ત્રણ પુત્રો દ્રુહુ, અનુ અને પુરુની માતા બની. પરંતુ એક દિવસ દેવયાનીને યયાતિના શર્મિષ્ઠા સાથેના આ બીજા લગ્નની અને તેમના ત્રણ પુત્રોની જાણ થઈ ગઈ.

દગો અનુભવેલી દેવયાની પિતા શુકરાચાર્ય પાસે પહોંચી અને પોતાનું દુ:ખ જણાવ્યું. ગુસ્સે ભરાયેલા શુકરાચાર્યે રાજા યયાતિને બોલાવ્યા અને શ્રાપ આપી દીધો કે તે જ ક્ષણે તે એક વૃધ્ધ અને નપુસંક પુરૂષ બની જાય. તરત જ યયાતિ એક વૃધ્ધ પુરુષમાં ફેરવાઈ ગયા. યયાતિ શુકરાચાર્યના પગમાં પડી ગયા અને ભારે હ્રદયે માફી માંગવા લાગ્યા.

ગુસ્સો થોડો શાંત પડતાં શુકરાચાર્યને દયા આવી પરંતુ આપેલો શ્રાપ પાછો લઈ શકાતો નથી આથી શુકરાચાર્યે શ્રાપમાં થોડું કન્શેસન આપ્યું. તેમણે કહ્યું કે યયાતિ ચાહે તો તેના પાંચ પુત્રોમાંથી કોઈ એક પાસેથી પોતાનું યૌવન પાછું લઈ શકે છે અને બદલામાં તે પુત્રને બુઢાપો આપી શકે છે.

યયાતિ બધા પુત્રોને વારેવારે પાસે બોલાવે છે અને તેમના યૌવનને પોતાના બુઢાપા સાથે એક્સચેન્જ કરવાની ઓફર મૂકે છે. તેના પ્રથમ ચારેય પુત્ર આ ઓફર ઠુકરાવી દે છે. પરંતુ તેનો સૌથી નાનો પુત્ર પુરુ પિતા માટે આ બલીદાન આપવા તૈયાર થાય છે. આમ, યયાતિ ફરી યુવાન બને છે અને પુરુ યુવાનીમાંથી વૃધ્ધ. યુવાન યયાતિ વર્ષો સુધી પોતાના યૌવનને માણે છે અને દરેક પ્રકારના ઇન્દ્રિય સુખો ભોગવે છે. પરંતુ, આખરે ભોગવિલાસોથી અતૃપ્ત જ રહેતાં નિરાશ અને દુખી થઈને પુરુ પાસે પાછો ફરે છે અને જે વચનો ઉચ્ચારે છે તેને આજે પણ ભારતીય તત્વચિંતનનું મૂળ માનવામાં આવે છે.

અતૃપ્ત અને નિરાશ યયાતિ કહે છે, 'આ વાતને ચોક્કસપણે માની લે કે.... જેની ઇન્દ્રિયો પોતાના વશમાં નથી તેના માટે આ દુનિયાની બધી જ સ્ત્રીઓ. ધન અને ખાદ્યસામગ્રી પણ પૂરતી નથી. ભોગવિલાસ કરવાથી ઇન્દ્રિયોની તલપ ઘટતી નથી. ઉપરથી આગમાં ઘી નાખવામાં આવે તે રીતે ભભૂકી ઉઠે છે.

જે પણ મનુષ્ય જીવનમાં સુખ અને શાંતિ મેળવવા માગે છે તેને ઇન્દ્રિય સુખની આ ઇચ્છાથી પોતાની જાતને વહેલી તકે દૂર કરી દેવી જોઈએ અને તે

તત્વને પામવાની કોશિશ કરવી જોઈએ જે શરીર સાથે ના ઘરડું થાય છે ના મૃત્યુ પામે છે. તે તત્વની પ્રાપ્તિ જ સર્વ સુખો અને શાંતિનો એકમાત્ર સ્ત્રોત છે.' આટલું કહીને યયાતિએ પુરુને તેનું યૌવન પાછું આપ્યું અને પોતાની વૃધ્ધાવસ્થા પાછી મેળવી સંન્યાસ લઈ લીધો અને તપ કરી સ્વર્ગ મેળવ્યું.

પુરુએ પિતા માટે કરેલા ત્યાગને લીધે યયાતિએ તેને પોતાના મુખ્ય વારસ તરીકે હસ્તિનાપુરનું રાજ્ય સોંપ્યું. પુરુના વંશમાં પરાક્રમી ભરત રાજા પેદા થયા અને એ જ વંશ આગળ જતાં શાંતનુ, ભીષ્મ, ધૃતરાષ્ટ્ર, પાંડુ અને યુધિષ્ઠિર રુપે આગળ વધ્યો. આ ઉપરાંત શર્મિષ્ટાના પહેલા પુત્ર દ્રુહુને ત્વીપ્રા રાજ્ય આપવામાં આવ્યું જ્યાં તેનો વંશ ભોજવંશ કહેવાયો. શર્મિષ્ઠાના બીજા પુત્ર અનુએ મ્લેચ્છ જાતિને જન્મ આપ્યો અને તેને આજના પાકિસ્તાન અને અફઘાનિસ્તાન વાળો ઉત્તર-પશ્ચિમ વિસ્તાર મળ્યો.

દેવયાનીના પુત્ર યદુએ યાદવવંશને જન્મ આપ્યો જેમાં કૃષ્ણ પેદા થયા. આ દેવયાનીના બીજા પુત્ર યવને પશ્ચિમમાં જઈને યવન પ્રદેશ અને યવનવંશને જન્મ આપ્યો. આ યવન પ્રદેશ એટલે બીજુ કંઈ નહીં પણ આજનું ગ્રીસ અને યવનના વંશજો એટલે પ્રાચીન ગ્રીકો.

રાજા યયાતિને થયેલા બોધને વૈદિક સંસ્કૃતિમાં મૂળ બોધ માનવામાં આવે છે. યયાતિની જેમ સતત ઇન્દ્રિય સુખો ભોગવવાની અંતહીન તલપ થવાના રોગને 'યયાતિ સિન્ડ્રોમ' કહેવામાં આવે છે. યયાતિના હજારો વર્ષ બાદ આજે પણ 'યયાતિ-સિન્ડ્રોમ' માનવ સમાજનો મુખ્ય રોગ છે અને કદાચ છેલ્લો મનુષ્ય દુનિયા પર રહેશે ત્યાં સુધી યયાતિનો એ બોધ માનવજાતિને આ રોગથી સાવધાન કરવાનું કામ કરતો રહેવાનો છે.

યયાતિના આ જ બોધના લીધે વૈદિક સમાજમાં બાહ્ય ભૌતિક વસ્તુઓ પ્રત્યે ઉદાસીનતા અને માનવ-મસ્તિષ્કમાં જાંકીને જીવનના સનાતન સત્યને પામી લેવાની વૃત્તિને મહત્વ મળ્યું હતું. આજે આપણે જ્યારે પૃથ્વીના ઇતિહાસનું એક નવું વર્ષ શરુ કરી ચૂકયા છીએ ત્યારે યયાતિનો આ ઉપદેશ એટલા માટે જરુરી છે કારણ કે આજ સુધી આ ઉપદેશથી વિપરીત ચાલીને જ આપણે પૃથ્વીનું સંતુલન બગાડયું છે.

પશ્ચિમી સંસ્કૃતિને ક્યારેય આ ઉપદેશ મળ્યો નહોતો. યયાતિના પુત્ર યવનના પૂર્વજો ગ્રીકો કહેવાયા જેમણે દુનિયાને પોતાની ઇન્દ્રિયોથી જ જાણવાની કોશિશો કરી. અને જ્યારે તેઓ માનવજીવનના કોઈ નક્કર ઉદ્દેશ્યને ન જાણી શક્યા ત્યારે તેમણે નરી ભૌતિકતા તરફ દોટ મૂકી. અને આ કારણે આધુનિક વિજ્ઞાન જે ક્યારેક સૃષ્ટિના સત્ય શોધવાનો એક માર્ગ હતો તે આજે આપણા માટે નવી નવી ટેકનોલોજીઓ દ્વારા માનવસમાજને હજુ વધારે ભોગવિલાસ કરાવતા ઉપકરણ

શોધવાનો માર્ગ બની ચૂકયો છે. આ આખો ભૌતિકવાદ અને ઉદ્યોગીકરણ આપણને લાગુ પડેલા 'યયાતિ-સિન્ડ્રોમ'નું જ પરીણામ છે જે આપણને હજી વધુને વધુ ઇન્દ્રિય સુખ ભોગવવાની તલપમાં ફરવે રાખે છે.
અને જુઓ આપણી આ તલપે પૃથ્વીની શું હાલત કરી છે ? કાર્બનનું પ્રમાણ દરરોજ વધી રહ્યું છે અને ધ્રુવો પરનો બરફ પીગળવાથી આવતાં વિનાશક તોફાનો વધી રહ્યાં છે. ગ્લોબલ વોર્મિંગ ઘટાડવા યોજાતી યુનાઇટેડ નેશન્સની બધી સમિટો ફેલ જાય છે કારણ કે આપણે આપણા 'યયાતિ-સિન્ડ્રોમ' માંથી બહાર નીકળી શકીએ તેમ નથી.
સ્ટીફન હોકિંગે કહી દીધું છે કે એક હજાર વર્ષની અંદર અંદર માનવજાતિને વસવાટ માટે બીજો કોઈ ગ્રહ શોધી લેવો પડશે કારણ કે પૃથ્વી મનુષ્યને રહેવા લાયક નહીં બચી હોય. પણ રોજ માર્કેટમાં આવતા નવા નવા વાઇરસ, કેન્સરના વધતા કેસો અને ડાયાબીટીસ, અસ્થમા અને હૃદય રોગ સાથે જીવતા મોટાભાગના જનસમુદાયને જોઈએ છીએ તો લાગે છે જાણે આપણી લુપ્તતાની શરુઆત તો થઈ ચૂકી છે.

આજે હજારો વર્ષો પછી પણ માનવજાતિને લુપ્તતાથી બચાવવા એક જ આશાનું કિરણ સામે દેખાય છે અને તે છે યયાતિને થયેલું જ્ઞાન. તેને આપણે આપણી આવનારી પેઢીને ગળથુથીમાં શીખવવું પડશે. પણ ખબર હવે એ નથી પડતી કે જો યયાતિની આ કથા આપણી શાળાઓમાં ભણાવવામાં આવે તો એમાં આપણી બીનાસંપ્રદયીકતાના ફુગ્ગાને ક્યાંથી કેવડું કાણું પડે છે...? કોઈના પાસે જવાબ હોય તો મોકલવા વિનંતી છે.

"નવેમ્બર, ૨૦૧૫, ગુજરાત સમાચાર - રવિપૂર્તિ."

85

ગ્રેવીટેશનલ ટાઈમ ડાઈલેશન : શ્રીમદ ભાગવતથી ઇન્ટરસ્ટેલર સુધી

ન્યૂટને ગુરુત્વાકર્ષણની શોધ તો કરી દીધી, પણ જીવનના અંત સુધી એ ક્યારેય ન સમજી શક્યો કે આ પથ્થર, ધૂળ, અગ્નિ અને રાખના બનેલા ગ્રહો અને તારાઓ એકબીજાને કેવી રીતે આકર્ષી શકે છે ? તે ક્યાં ચુંબક છે ? એનો જવાબ એના અઢીસો વર્ષ પછી આલ્બર્ટ આઈન્સ્ટાઇને ૧૯૧૫માં તેમની સામાન્ય સાપેક્ષવાદની થીયરીમાં આપ્યો. આઈન્સ્ટાઇને પૃષ્ઠભૂમિ તૈયાર કરતાં કહ્યું કે 'સમય કોઈ અચળ રાશિ નથી. તે પદાર્થની ઝડપ પર આધાર રાખે છે. આ બ્રહ્માંડમાં પ્રકાશની ઝડપથી વધારે કોઈની ઝડપ નથી. અને તે ઝડપ છે 3,00,000 કીમી/સેકન્ડ. જો પ્રકાશની ઝડપે તમે ગતિ કરો તો તમારા માટે અવકાશ અને સમય શૂન્ય થઇ જાય છે.'

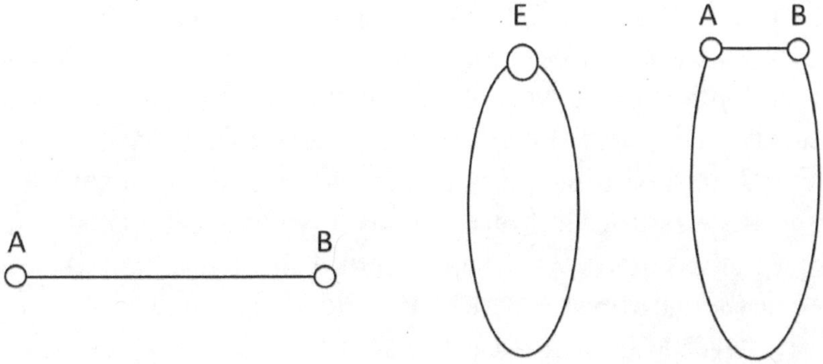

Figure I **Figure ii** **Figure iii**

ચાલો આ વાત એક ઉદાહરણથી સમજીએ. ધારો કે સ્થાન A અને સ્થાન B વચ્ચેનું અંતર ૩,00,000 કીમી છે. હવે જો કોઈ પદાર્થ પ્રકાશની ૩,00,000 કીમી/સેકન્ડની ઝડપે ગતિ કરે તો એનો અર્થ એ છે કે તે એક સમયે સ્થાન A પર હોય અને બીજી જ ક્ષણે સ્થાન B પર હોય, જ્યાં A અને B વચ્ચેનું અંતર ૩,00,000 કીમી છે.

હવે ૩,00,000 કિમી એટલે પૃથ્વીની આસપાસ સાત આંટા પૂરા કરો એટલું અંતર. અને આટલા મોટા અંતરની સાપેક્ષે તે એક સેકન્ડને અવગણો તો એનો અર્થ એ થાય કે એક પદાર્થ એક ક્ષણે સ્થળ A પર છે. તે જ ક્ષણે તે પદાર્થ ૩,00,000કીમી દૂર આવેલા સ્થળ B પર પણ છે. અને આવું ત્યારે જ થઇ શકે જ્યારે આપેલ આકૃતિમાં બતાવ્યા પ્રમાણે સ્થળ A અને સ્થળ B વચ્ચેનો અવકાશ વળી ગયો હોય અને A અને B એક જ સ્થાન E આગળ આવી ગયા હોય. આમ, પ્રકાશની ઝડપે ગતિ કરતાં અવકાશ અને સમયનો લય થઇ જાય છે.

હવે જો પદાર્થની ઝડપ ૩,00,000 કીમી/સેકન્ડથી ઘટીને ૧,00,000 કીમી/સેકન્ડ થઇ જાય તો પદાર્થને સ્થળ A થી સ્થળ B સુધી જવામાં ત્રણ સેકન્ડ લાગશે. અને આ કેસમાં બિંદુ E આગળ રહેલો અવકાશનો વળાંક ઓછો થશે અને આકૃતિ iii માં બતાવ્યા પ્રમાણે સ્થળ A અને સ્થળ B વચ્ચે થોડો અવકાશ અને ત્રણ સેકન્ડ જેટલો સમય ઉત્પન્ન થશે. આમ, જેમ જેમ આપણી ઝડપ પ્રકાશની ઝડપથી ઓછી થતી જાય છે તેમ તેમ આપણા માટે સમય અને અવકાશ એક સાથે વધતા જાય છે.

આમ, આઈન્સ્ટાઈને કહ્યું કે સમય એક ચોથું પરિમાણ છે જે અવકાશ સાથે જોડાયેલું છે. અવકાશ વળે છે એટલે સમય પણ વળે છે. એટલે કે ધીમો પડે છે. બંને એક સાથે ઉત્પન્ન થાય છે અને એકસાથે જ લય પામે છે. આમ, આપણું બ્રહ્માંડ અવકાશ-કાળની ચાદર છે અને આ ચાદરમાં જ્યારે કોઈ દળ ઉત્પન્ન થાય છે ત્યારે તે ચાદર તે દળની આસપાસ વળે છે. અને એ વળેલી ચાદરમાં જો કોઈ પદાર્થ આવી જાય તો એ સીધો સરકીને એ દળના કેન્દ્રમાં જઇને પડે. દળ તરફ સરકવાની એ ઘટનાને જ આપણે ગુરુત્વાકર્ષણ કહીએ છીએ. આમ, ગુરુત્વાકર્ષણ અવકાશ અને સમયના વળવાથી ઉત્પન્ન થતી અસર છે. અને આગળ આપણે સમજ્યા કે જ્યારે અવકાશ વળે છે ત્યારે સમય ધીમો પડે છે. આથી, ગુરૂત્વાકર્ષણ બળ સમયને ધીમો કરે છે.

જ્યાં ગુરુત્વાકર્ષણ વધારે હોય ત્યાં સમય ધીમો ચાલે છે અને જ્યાં ઓછું હોય ત્યાં સમય ઝડપી ચાલે છે. એવા પ્રયોગો સફળ થઇ ચૂક્યા છે કે અવકાશયાત્રીઓને બારીક સમય નોંધી શકે તેવી ઘડિયાળ સાથે અમુક વર્ષ અવકાશી પ્રયોગશાળામાં મોકલવામાં આવ્યા. તો જ્યારે તેઓ પાછા આવ્યા ત્યારે તેમની ઘડિયાળો આપણી પૃથ્વી પરની ઘડિયાળો કરતા આગળ હતી. ખાલી અવકાશ કરતા પૃથ્વી પરનું ગુરૂત્વાકર્ષણ વધુ હોવાથી અહીંયા ઘડિયાળો ધીમી ચાલી હતી. અવકાશ-કાળ વળવાથી સમયના સંકોચાવાની આ ઘટનાને ‘ગ્રેવીટેશનલ ટાઈમ ડાઈલેશન’ કહે છે.

ગયા વર્ષે રીલીઝ થયેલી ક્રિષ્ટોફર નોલનની ‘ઇન્ટરસ્ટેલર’ ફિલ્મ મોટા પાયે આજ સિધ્ધાંત પર આધારીત હતી, જ્યાં એક યુવાન પિતા તેની ૧૨ વર્ષની પુત્રીને પૃથ્વી પર મૂકી માનવ વસવાટ માટે નવા ગ્રહ શોધવા અવકાશની યાત્રાએ જાય છે. અવકાશમાં તે એવા ગ્રહ પર પહોંચી જાય છે કે જેનું ગુરુત્વાકર્ષણ બળ પૃથ્વી કરતા અનેકગણું વધારે હોય છે. આથી, ત્યાં સમય એટલો ધીમો ચાલતો હોય છે કે ત્યાં વિતાવેલા એક કલાક બરાબર પૃથ્વી પર સાત વર્ષ વીતતા હોય છે. અને જ્યારે તે પિતા પૃથ્વી પર પાછો આવે છે ત્યારે તે યુવાન જ હોય છે પરંતુ તેની પુત્રી વૃધ્ધાવસ્થાના છેલ્લા તબક્કામાં હોય છે.

પણ એવું નથી કે આ શોધ માનવજાતિમાં પહેલીવાર આઈન્સ્ટાઈને જ કરી. ‘ગ્રેવીટેશનલ ટાઈમ ડાઈલેશન’ વિશે પ્રાચીન ભારતીયો જાણતા હતા તેનો નક્કર પુરાવો શ્રીમદ્ ભાગવતમાં છે, જેમણે ભાગવત પુરાણ વાંચ્યું છે કે જેણે રામાનંદ સાગરની શ્રીકૃષ્ણા ટીવી સીરીયલ જોઈ છે એને આ પ્રસંગ યાદ હશે. એકવાર દેવતાઓ દાનવો સામેના યુધ્ધમાં પરાજીત થયા. તેમની પાસે સ્વર્ગ બચાવવા એક જ ઉપાય હતો કે પૃથ્વી પર આવી ઈક્ષ્વાકુ વંશના રામના પૂર્વજ એવા રાજા મુચુકુન્ડની મદદ માંગવી. તેઓ મુચુકુન્ડ પાસે આવ્યા અને રાજા

મુચુકુન્ડે તેમના સેનાપતિ તરીકે દાનવો સામે લડવાની સંમતિ આપી. મુચુકુન્ડ સ્વર્ગમાં ગયા અને કેટલાક વર્ષો સુધી અવકાશમાં દાનવો સામે લડયા. તેમણે ત્યાં સુધી દાનવોને પરાજીત કરી રાખ્યા જ્યાં સુધી દેવોને કાર્તિકેય રૂપે નવા સેનાપતિ ના મળ્યા.

જ્યારે કાર્તિકેયે સેનાનો ભાર ઉપાડયો ત્યારે દેવોએ રાજા મુચુકુન્ડને ધન્યવાદ કહેતા કહ્યું, ‘હે રાજા, અમે દેવતાઓ તમારા ઋણી છીએ કે તમે તમારા રાજ્ય અને પરીવારનું બલીદાન આપીને અમારી રક્ષા કરી. તમે સ્વર્ગમાં છો. સ્વર્ગના એક વર્ષ બરાબર પૃથ્વી પર ત્રણસો સાઠીઠ વર્ષ વીતે છે. તમે સ્વર્ગમાં વીતાવેલ વર્ષો સામે પૃથ્વી પર અનેક સદીઓ વીતી ગઇ છે. તમારું રાજ્ય અને પરીવાર હવે અસ્તિત્વમાં નથી. પણ અમે દેવતાઓ તમારા ઋણી છીએ એટલે તમને આગ્રહ કરીએ છીએ કે તમે અમારા પાસે મોક્ષ સિવાય કોઈપણ વરદાન માંગો. કારણ કે મોક્ષ આપવા માટે ફક્ત નારાયણ જ સમર્થ છે.’ આથી, રાજાએ કહ્યું, ‘હવે મોક્ષ જ મારી પીડાને શાંત કરી શકે છે.

મને વરદાન આપો કે મને પૃથ્વી પર નારાયણથી મોક્ષ મળે. અને તે સમય સુધી સ્વજનોના શોકથી બચવા હું ચીર નિંદ્રામાં રહું.’ દેવોએ કહ્યું ‘તમે ત્રેતાયુગમાં ભગવાન શ્રી કૃષ્ણના દર્શન કરશો.અને તે સમય સુધી ચીર નિંદ્રામાં રહેશો. પણ જ્યારે નિંદ્રામાંથી ઉઠશો ત્યારે જે પહેલા માણસ પર તમારી દ્રષ્ટિ પડશે તે બળીને ભસ્મ થઇ જશે.’ જ્યારે જરાસંઘે શ્રીકૃષ્ણને મારવા કાલયવનને મોકલ્યો ત્યારે શ્રીકૃષ્ણએ આ મુચુકુન્ડનો ઉપયોગ કરીને કાલયવનને ભસ્મ કર્યો હતો. કારણ કે કાલયવનને કોઈપણ અસ્ત્ર-શસ્ત્રથી મૃત્યુ ન પામવાનું વરદાન હતું.

આમ, પશ્ચિમી સમાજ આજે એકવીસમી સદીમાં જેમ ઇન્ટરસ્ટેલર જેવી કાલ્પનિક વાર્તાઓ રચી આધુનિક વિજ્ઞાનના સત્યોને સામાન્ય લોકો સુધી પહોંચાડે છે તેમ પ્રાચીન ભારતમાં પણ ભાગવત પુરાણની દંતકથાઓમાં ઉપનિષદોના વિજ્ઞાનને રજૂ કરી સામાન્ય લોકો સુધી પહોંચાડવામાં આવતું હતું. કેટલી સામ્યતા છે પ્રાચીન ભારતીયોમાં અને આજના પશ્ચિમી સમાજમાં !

“૨૧ ઓગસ્ટ, ૨૦૧૬, ગુજરાત સમાચાર - રવિપૂર્તિ.”

86

ભારતનો ધર્મ : એક અલ્લાહથી તેત્રીસ કોટી દેવો સુધી

તેર સદી પહેલાં અરબના લોકો રણપ્રદેશમાં કબીલાઓમાં રહેતા હતા. અનેક દેવી દેવતાઓમાં માનતા અને દારૂ, જુગાર, ભ્રષ્ટાચાર, વ્યભિચારથી દૂષિત થયેલા એ સમાજમાં એક પયગંબર ઉભા થયા જેમણે કહ્યું કે ઇશ્વર એક જ છે અને તે કોઈ આકાર કે રૂપ વિનાનો છે. તે એક ઇશ્વરને તેમણે ‘અલ્લાહ’ નામ આપ્યું. તે પયગંબર મોહમ્મદે આરબોને એકેશ્વરવાદનો સિદ્ધાંત આપી દૂષણોથી મુક્ત કર્યા. સારું- સ્વસ્થ જીવન જીવવાની રીતો સમજાવી તેને અલ્લાહની મરજી અથવા આદેશ માનીને અનુસરવા માટેના ચુસ્ત નિયમો ઘડયા. અને એ નિયમો પ્રમાણેની રાજ્ય વ્યવસ્થા શરુ કરવામાં આવી. પણ પયગંબરના અવસાન પછી તેમના અનુયાયીઓ દૂષિત આરબ સમાજને સ્વસ્થ બનાવવા માટે ઘડવામાં આવેલા એ નિયમોને આખી દુનિયામાં સ્થાપવા નીકળી પડ્યા, એવું કહીને કે આ એકમાત્ર એવા ઇશ્વર ‘અલ્લાહ’નો આદેશ છે.

હવે પયગંબર મોહમ્મદ સાહેબના જન્મના આશરે આઠ હજાર વર્ષ પહેલા ભારતીય ઉપખંડમાં વૈદિક ઋષિઓ રુપે વૈજ્ઞાનિકો રહેતા હતા. તેમણે પણ એ વાત જાણી હતી કે આ સૃષ્ટિને ઘડવાવાળો ઇશ્વર એક જ છે. તેને કોઈ આકાર કે સ્વરૂપ નથી. બસ તેમણે એને અલ્લાહના સ્થાને ‘બ્રહ્મ’ નામ આપ્યું હતું. પણ ચારે બાજુ સમુદ્ર અને હિંદુકુશની પર્વતમાળાઓથી ઘેરાયેલા ભારતના એ ઋષિઓને રાજ્ય વ્યવસ્થાની ચિંતા નહોતી. એ કામ રાજા કરતો. એટલે તેઓ

તેમના સંશોધનમાં આગળ વધ્યા અને એકેશ્વરવાદથી આગળ વધીને બીજો સવાલ ઉઠાવ્યો કે, જો ઇશ્વર એક જ છે તો તેના સ્વરૂપોમાં આટલી વિવિધતા કેમ? ધીરે ધીરે તેમને ખબર પડી કે મનુષ્યો જ આ બધું વિચારી શકે છે અને જાણી શકે છે એટલે આ દુનિયામાં જે પણ છે તે આપણી (મનુષ્યની) ભીતર પણ ક્યાંક હોવું જોઈએ. આ રીતે તેમને ખબર પડી કે, મનુષ્યનું મસ્તિષ્ક આ બ્રહ્માંડની પ્રતિકૃતિ છે. જેમ જેમ મસ્તિષ્કને જાણવામાં આવશે તેમ તેમ બ્રહ્માંડના રહસ્યો પણ ખૂલતા જશે. આથી તેમની શોધખોળ તેમના ભીતરમાં તેમના મસ્તિષ્ક મારફતે શરુ થઈ.

આ રીતે તેમણે જાણ્યું કે, આ બ્રહ્મ પહેલા એક નાના દડા જેવડા કદમાં સંકોચાઈને રહેલું હતું. એ દડામાં બ્રહ્મની કોઈ વિવિધતા નહોતી. તે ઊર્જાના એક જ સ્વરૂપે હતું. આથી તેમણે એ દડાને અદ્વૈત (જેનું બીજું કોઈ રૂપ નથી તેવો) પિંડ કહ્યો. અસિમિત ઉર્જાના ભયાનક દબાણને તે પિંડ લાંબા સમય સુધી જીરવી ન શક્યો અને વિસ્ફોટરૂપે ફૂટી પડયો.

આથી, હવે બ્રહ્મ ફેલાયું અને તેમાંથી બે ભિન્ન પ્રકૃતિઓ ઉદ્ભવી જે એક ખાસ ગોઠવણમાં ગોઠવાઈ. આ બે પ્રકૃતિઓ હતી પુરુષ પ્રકૃતિ અને સ્ત્રી પ્રકૃતિ. ઋષિઓએ પુરુષ પ્રકૃતિને 'શિવ' અને સ્ત્રી પ્રકૃતિને 'શક્તિ' કહી. વિસ્ફોટ પછીની પહેલી ગોઠવણમાં બ્રહ્મ બે પરિમાણોમાં વહેંચાઈ ગયું હતું. જે બંને પરીમાણમાં પુરુષ અને સ્ત્રીની પ્રકૃતિ સમાન માત્રામાં હતી. આ પહેલી ગોઠવણની ઉત્પત્તિને ઋષિઓએ અદ્વૈત પિંડમાંથી 'શિવ' ઉત્પન્ન થયા એમ કહ્યું. અને કારણ કે આ ગોઠવણમાં પુરુષ અને સ્ત્રીની પ્રકૃતિ સમાન હતી આથી શિવને 'અર્ધનારેશ્વર' કહેવામાં આવ્યા.

હવે, શિવ ગોઠવણથી આગળ બ્રહ્મ હજુ વધારે વિસ્તર્યું એટલે વધારે ખંડિત થયું. આથી, હવે બેના સ્થાને સાત પરીમાણોમાં વહેંચાયું. આ સાત પરીણામોવાળી ગોઠવણને વિષ્ણુ કહેવામાં આવ્યા અને વિષ્ણુથી આગળ જ્યારે બ્રહ્મ વિસ્તર્યું ત્યારે એટલું ખંડિત બની ચૂક્યું હતું કે હવે તેની અડધી ઊર્જા તો તરંગો રૂપે વિખેરાઈ ગઈ અને બાકીની અડધી ઊર્જામાંથી ત્રણ જ પરીમાણમાં હોય એવા ઊર્જાના ગોળ દડા બન્યા. આ ગોળ દડાઓને 'બ્રહ્મા' કહેવામાં આવ્યા. જ્યારે તરંગોમાં વહેંચાઈ ગયેલું અડધું બ્રહ્મ આ ગોળ દડાઓ વચ્ચેથી પસાર થયું ત્યારે તે તરંગોને આ બ્રહ્માની ઊર્જા મળી અને તરંગો ભારે બન્યા. આ ભારે તરંગો એકબીજા સાથે અથડાયા એટલે ત્રણ પરીમાણમાં હોય એવા દળદાર સૂક્ષ્મ કણો ઉત્પન્ન થયા.

આ દળદાર કણોને કે તેમના દળને ઋષિઓએ પ્રજાપતિ કીધા. આ ત્રિ-પરિમાણીય સૂક્ષ્મ કણોરૂપે રહેલા દળ કે પ્રજાપતિએ એકબીજા સાથે જોડાઈને

પરમાણુ, અણુ અને ભારે તત્ત્વો બનાવ્યા. અને આ અણુઓ અને ભારે તત્ત્વોમાંથી સૂર્ય જેવા તારાઓ, આકાશગંગાઓ, ગ્રહો અને ઉપગ્રહો બન્યા. આમ, બ્રહ્માએ પ્રજાપતિને ઉત્પન્ન કર્યા અને પ્રજાપતિએ પોતે જોડાઈને ત્રિ-પરિમાણીય બ્રહ્માંડનું સર્જન કર્યું. આ ઋષિઓને જેને બ્રહ્મા કહ્યા તે ગોળ દડાઓને આજનું વિજ્ઞાન 'હિગ્ઝ બોઝોન' કહે છે અને ઋષિઓએ જેને પ્રજાપતિ કીધા તેને આજનું વિજ્ઞાન 'દળ' કહે છે.

હવે ગ્રહો પર હવા, પાણી, અગ્નિ, ધરતી અને આકાશરૂપે પંચ મહાભૂતોનું નિર્માણ થયું અને એ પંચમહાભૂતોમાંથી સજીવ સૃષ્ટિ નિર્માણ પામી. પછી મનુષ્યો ઉત્પન્ન થયા. ઋષિમુનિઓને ખબર પડી કે અસલમાં મનુષ્ય શરીરના સાત ચક્રો એ વિષ્ણુ ગોઠવણના સાત પરીમાણો જ છે. અને મનુષ્ય તપ, સાધના અને કુંડલીની શક્તિથી એ સાત ચક્રોની ઊર્જાને પોતાનામાં ધારણ કરી શકે છે. આવું જે જે માણસોએ કરી બતાવ્યું એવા માણસોને વિષ્ણુના અવતારો કહેવામાં આવ્યા. પછી ઋષિઓએ જાણ્યું કે મનુષ્યનું છઠ્ઠું ચક્ર બુદ્ધિ સાથે સંકળાયેલું છે. એટલે જો છઠ્ઠા ચક્રને સક્રિય કરી દેવામાં આવે તો સમગ્ર શરીરની શક્તિ છઠ્ઠા ચક્ર પર સ્થિત થઈ જાય અને વિષ્ણુ ગોઠવણથી મનુષ્ય શિવની બે પરીમાણોવાળી ગોઠવણમાં આવી શકે. શિવના એ બે પરીમાણો માનવ ચહેરાના બે ચક્રોમાં (પાંચમું ગરદન પર અને છઠ્ઠું લલાટ પર) સક્રિય થાય. ત્યારબાદ ખબર પડી કે શિવત્વથી આગળ વધીને મનુષ્ય પોતાની શક્તિને સાતમા ચક્રમાં ભેળવી દે તો શરુઆતમાં હતો એવો બ્રહ્મનો અદ્વૈત પિંડ બનીને મોક્ષ પામી શકે. આમ, બ્રહ્માંડમાં મનુષ્યની ઉત્પત્તિ સાતમા ચક્રમાં મોક્ષ મેળવવા જ થઈ છે જેથી આ સમગ્ર બ્રહ્માંડને વળી પાછું પેલા અદ્વૈત પિંડ સ્વરૂપમાં લાવી શકાય. એ જ મનુષ્યની ઉત્પત્તિનું કારણ છે.

આમ, જ્યાં આરબોનો ધર્મ સમાજને દૂષણહીન કરવાની કોશિશમાં સત્તા તરફ વળ્યો, ત્યાં પ્રાચીન ભારતનો ધર્મ એકેશ્વરમાં રહેલી વિવિધતાના કારણને શોધવા વિજ્ઞાન તરફ વળ્યો અને આ વિજ્ઞાને તેમને સમજ આપી કે, 'ઇશ્વર એક જ છે એને જે નામથી બોલાવવો હોય તે બોલાવો.' પવન, અગ્નિ, જળ, ધરતી, ગાય જેવા પશુ, ધર્મનિષ્ઠ માનવ વગેરે જેવા બ્રહ્મના તેત્રીસ પ્રકારના વિવિધ રુપોને દેવો કહેવામાં આવ્યા. સંદેશ એ હતો કે, તે દરેક સ્વરૂપ બ્રહ્મમાંથી પેદા થયું છે. આથી તે દરેકને સમાન ભાવે જોઈને ઇશ્વરને આપીએ તેટલું સન્માન અને પ્રેમ આપવો. ઇશ્વરના કોઈ પણ રુપને હીન સમજવું એ સ્વયં ઇશ્વરને હીન સમજવા સમાન છે.

આમ, આ સ્વતંત્ર દિને એ જાણી લેવું જરૂરી છે કે, ભારતીયતાનો એક જ અર્થ છે કે જે પણ ધર્મ કે સંપ્રદાયને આપણે માનીએ છીએ તેનો ઉપયોગ સૃષ્ટિના

વિજ્ઞાનનો સાક્ષાત્કાર કરવા માટે કરવો, સત્તા માટે નહીં. જે લોકોએ ધર્મનો ઉપયોગ સત્તા માટે કર્યો તેમણે તેમના જ દેશોની શું હાલત કરી એ આપણે આપણા પાડોશી દેશથી લઈને મધ્ય-પૂર્વ એશિયાના છેલ્લા છેડા સુધી જોઈ શકીએ છીએ. ભારતનો ધર્મ કોઈ સંપ્રદાય નથી. સૃષ્ટિના વિજ્ઞાનની આધ્યાત્મિક ખોજ એ જ ભારતનો ધર્મ છે.

"૨૯ ઓગસ્ટ, ૨૦૧, ગુજરાત સમાચાર - રવિપૂર્તિ."

87

ગૌ-હત્યા કોઈ પ્રાણીની નહિ માનવતાની હત્યા છે

આધુનિક ભારતના એક ઋષિની જેમ ઉપસી આવેલા દક્ષિણ ભારતના સદગુરુ જગ્ગી વાસુદેવનું ઇન્ટરવ્યુ કેટલાક મહિના પહેલા હિન્દૂ વિરોધી અને ડાબેરી છબી ધરાવતી પત્રકાર બરખા દત્તે લીધું. તેણે સવાલ કર્યો, 'કટ્ટર હિંદુઓ ગૌ-માંસનો વિરોધ કરીને બીજા લોકોની સ્વતંત્રતા પર તરાપ મારે છે તેના વિષે તમારું શું કહેવું છે.' સદગુરૂએ જે લાંબો વૈજ્ઞાનિક જવાબ આપ્યો એના કેટલાક અંશો કંઈક આવા હતા:

'દેશના ૭૦ ટકા લોકો ગાય સાથે આત્મીયતાથી સંકળાયેલા છે અને ગાયનું દૂધ પીએ છે. અને તમે જેનું દૂધ પીઓ છો તેને સ્વાભાવિક રીતે જ માતા તરીકે જુઓ છો. અને કોઈ તમારી માતાને કાપીને ખાય તે તમે કેવી રીતે જોઈ શકો? એટલે એમનો ગુસ્સો બને ત્યાં સુધી તો તેમના શાંત હિન્દૂ સ્વભાવના લીધે દબાયેલો રહે છે પણ જયારે તેઓ સહનશક્તિ ગુમાવી બેસે છે એટલે આક્રમક બની જાય છે અને તમારા જેવા બુદ્ધિજીવીઓ વડે બદનામ થાય છે. તમે બધા જે દૂધ પીઓ છો, કોલ્ડ કોફી, ચા, આઈસ્ક્રીમ અને અન્ય દૂધની બનાવટો ખાઓ છો તે ગાય આપે છે અને પૌષ્ટિક અનાજ માટે છાણીયું ખાતર આપે છે. જે પ્રાણી તમને જીવવા માટે આટલું બધું આપે છે તેને જ તમે કાપીને ખાવા માંગો છો. અને એનો દોષ શું છે? એટલો જ કે તે તમારા જેમ બોલી નથી શકતી. મેં મારી આંખે જોયું છે કે ઘરમાં ખેડૂત મરી ગયો હોય તો તેના

ઘરે બાંધેલી ગાયના આંખમાંથી આંસુ નીકળતા હોય છે. મતલબ, એનામાં એટલી જ લાગણીઓ છે જેટલી આપણામાં છે. બસ એને તે શબ્દોમાં બોલી નથી શકતી. એના ડીએનએમાં એ ઉત્ક્રાંતિ નથી થઇ શકી. પણ તેની આ એક ઉણપના કારણે એને મારીને ખાવાનો અધિકાર આપણને કોણે આપ્યો? અને માનવજાતિને આટલું બધું આપનારી ગાયને કાપીને ખાવામાં કઈ વાંધો નથી તો પછી તને કાપીને તારા અંગોને રાંધીને ખાવામાં શું વાંધો હોઈ શકે? ગાયની ઉપયોગીતા સામે તો તારી ઉપયોગીતા કઈ નથી. તો હું પણ તને રાંધીને ખાવા માટે સ્વતંત્ર છું. કોઈએ મારાથી પણ મારી એ ખાવાની સ્વતંત્રતા ન છીનવવી જોઈએ. પણ નહિ. એ આપણા માટે અમાનવીય કાર્ય છે. ગુનો છે. પણ એક મૂંગા જીવને મારીને ખાવું એ ગુનો નથી. એમાં આપણી માનવતા પર કોઈ સવાલ ઉભો નથી થતો.'

એવું નથી કે ભારતીય સંસ્કૃતિમાં ગૌ-હત્યાનો વિરોધ શરૂઆતથી જ છે. વૈદિક સંસ્કૃતિની શરૂઆતમાં જયારે ભારતીય આધ્યાત્મ પૂરતું વિકસ્યું નહોતું ત્યારે પણ ગાય ખેતી પર નભતા દરેક માણસ માટે આજીવિકાનું સાધન હતી. તે સમયે ગાય જ માણસની આર્થિક સંપતિનું માપદંડ હતી. તે સમયે જો કોઈ ખેડૂતના ઘરે બ્રાહ્મણ આવી પધારે તો તે ખેડૂત તે બ્રાહ્મણના માનમાં સારામાં સારા વાછરડાની બલી ચઢાવી તે બ્રાહ્મણને ભોજન રૂપે આપતો. આ એ સમય હતો જયારે ગૌ-માંસ ખાવું એ બ્રાહ્મણોની અને દેવતાઓની (દૈવી પુરુષોની) શાન ગણાતી. ઋગ્વેદના શરૂઆતી અંશોમાં અને મનુસ્મૃતિના શરૂઆતી શ્લોકોમાં આ વાતનો ઉલ્લેખ છે (મનુસ્મૃતિ 5/50, ઋગ્વેદ 6/17). પણ ત્યારબાદ ભારતીય આધ્યાત્મ અદ્વૈતની સીમાએ વિકસ્યું જ્યાં ભારતીયોએ એ જ્ઞાન મેળવ્યું કે 'આ સંમગ્ર સૃષ્ટિને રચવાવાળો ઈશ્વર કોઇ એક જ ઉર્જા છે. અને તેના પોતાનામાંથી જ આ સમગ્ર સૃષ્ટિ અસ્તિત્વમાં આવી છે. એટલે કે સૃષ્ટિના દરેક રૂપમાં ઈશ્વર છે. આમ, સૃષ્ટિના કોઈપણ એક રૂપને પકડી તેની આરાધના દ્વારા એ મૂળ ઈશ્વર કે અલ્લાહ સુધી પહોંચી શકાય છે.આ રીતે તે પ્રાચીન ભારતીયોને એ વાત પણ સમજાઈ કે કેમ ઈશ્વરે આ બધા પ્રાણીઓને ઉત્પન્ન કર્યા પછી મનુષ્યને ઉત્પન્ન કયો. કારણ કે મનુષ્ય જ તેની બુદ્ધિશક્તિથી આ અદ્વૈતનો સિદ્ધાંત સમજી શકે એમ હતો અને નદી, પહાડ, વૃક્ષો અને પ્રાણીઓથી બનેલી આ પ્રકૃતિને પોતાનો અંશ માની તેનું સંવર્ધન કરી શકે તેમ હતો. આમ, ઈશ્વરે મનુષ્યને પ્રજાપતિ રૂપે પ્રકૃતિનું સંવર્ધન કરવાની જવાબદારી આપી છે અને પોતાની જરૂરિયાત મુજબ પ્રકૃતિનું દોહન કરવાની પરવાનગી આપી છે. ગાયનું દૂધ લેવું એ પ્રકૃતિનું દોહન છે જયારે ફક્ત સ્વાદ માટે તેને મારીને ખાવી એ પ્રકૃતિનું શોષણ છે.

આમ, અદ્વૈતનો વિચાર અમલમાં આવતા જ પ્રાચીન ભારતમાં જીવહત્યા પર સંપૂર્ણ રોક લાગી ગઈ. પરંતુ, મોટાભાગે બલિપ્રથામાં જીવહત્યા ગાયોની જ થતી હોવાથી ગૌ-હત્યા નિષેધ પર વધુ જોર આપવું પડ્યું. આ રીતે પ્રાચીન ભારતમાં ગૌ-હત્યા રોકવાની એક દેશવ્યાપી ઝુંબેશ ઉભી થઇ જે વેદો અને પુરાણોના મધ્યભાગના લખાણોથી જોઈ શકાય છે. આ રીતે ગૌહત્યા રોકવાની ઝુંબેશ રૂપે ગાયના દૂધથી લઈને તેના છાણ અને મૂત્રના ઔષધિ રૂપેનાં ઉપયોગો પર વધુ ધ્યાન આપવામાં આવ્યું અને ગાયને એક માતા તથા તેત્રીસ દેવોના સ્વરૂપ ધરાવતી એક કામધેનુના રૂપમાં સ્થાપવામાં આવી. આમ, ગૌ-હત્યા રોકવાનું કારણ ના પ્રાચીન ભારતમાં કોઈ ધાર્મિક અંધશ્રદ્ધા હતી, ના આજે છે. ગૌ-હત્યા નિષેધ પ્રતીક છે એ સમયનું જયારે માનવે આ ધરતી પર તેના અસ્તિત્વનું કારણ અને જવાબદારી સમજ્યા. તે પ્રતીક છે એ સમયનું જયારે માનવે એક પ્રાણીથી આગળ વધીને એક મનુષ્ય તરીકે ઉત્ક્રાંતિ સાધી. એ પ્રતીક છે એ સમયનું જયારે પૃથ્વી પર સાચા અર્થમાં માનવતાની શરૂઆત થઇ. આથી, ગૌ-હત્યા એ કોઈ પ્રાણીની નહિ પણ માનવતાની હત્યા છે.

આમ, ગૌ-હત્યા રોકવી એ કોઈ મુસ્લિમ વિરોધી અભિયાન નથી. ઇસ્લામની હદીસમાં પણ કહેવાયું છે કે 'ગાયનું દૂધ લાભકારી છે અને તેનું માંસ હાનિકારક છે.' આજે ગૌમાંસ ખાવાવાળાઓમાં મુસ્લિમો સાથે પોતાની માનવતાવાદી સંસ્કૃતિથી વિમુખ થઇ ચૂકેલા હિન્દુઓની સંખ્યા પણ ઘણી મોટી છે. આરટીઓ ચેકપોસ્ટ પર કતલખાનામાં જતી ગાયોને રિશ્વત લઈને જવા દેવાવાળા પણ હિંદુઓ જ હોય છે. ઓડિસા અને રાજસ્થાનના કેટલાક હિન્દૂ સમાજોમાં આજે પણ બલી પ્રથા થોડાઘણા અંશે ચાલુ છે. પિન્ક રિવોલ્યૂશનનો વિરોધ કરીને વોટ મેળવનારાઓના રાજમાં પણ ભારત ગૌમાંસની નિકાસ કરવાવાળો વિશ્વનો સૌથી મોટો દેશ છે. અને કતલખાના ચલાવનારી જૈન કંપનીઓ તરફથી તેમને ચૂંટણીમાં દાન પણ મળી રહ્યું છે. તો ગૌહત્યાનો વિરોધ કરતા પહેલા એ જાણી લેવું જરૂરી છે કે વિરોધ કોના સામે કરવાનો છે અને શાનો કરવાનો છે. ગૌહત્યા અને કતલખાના બંધ કરવાની માંગ એ લોકો સમક્ષ કરવાની છે જે સત્તામાં બેઠા છે અને જેમણે ગૌહત્યા રોકવાના મુદ્દે જ સત્તા મેળવી છે. અને બીજું એ કે માંગ ખાલી ગૌહત્યા નિષેધની નથી કરવાની. માંગ જીવહત્યા નિષેધની કરવાની છે. એટલે ત્યાગનો ઉત્સવ ગણાતા રમઝાન મહિનામાં આગલા દિવસે બકરી લાવીને બીજા દિવસે એને મારી નાખવામાં ત્યાગ સમજવામાં ન આવે. રમઝાનની મૂળ ભાવના પ્રમાણે મહિનાના પહેલા દિવસે બકરી લાવી એક મહિનો તેને સંતાનની જેમ ઉછેરી અંતે ત્યાગના પ્રતીક તરીકે મારી નાખવાના સ્થાને તેને જંગલમાં જઈને છોડી મુકવામાં આવે તો એ પણ આપણા માટે ત્યાગ

જ ગણાશે અને એ મૂંગા પ્રાણીને એનું મુક્ત પ્રાકૃતિક જીવન પાછું મળશે. આ રીતે જ મનુષ્યો અને પ્રાણીઓમાં એકસાથે વસેલો એ અલ્લાહ સાચા અર્થમાં આપણાથી ખુશ થશે અને આ રીતે જ આપણે એકવીસમી સદીમાં માનવ તરીકે એક જરૂરી ઉત્ક્રાંતિ સાધી ગણાશે.

"૨૬ ફેબ્રુઆરી, ૨૦૧, ગુજરાત સમાચાર - રવિપૂર્તિ."

૪૪
હિંદુ આત્મા, મુસ્લિમ શરીર અને ખ્રિસ્તી હૃદય એટલે સંપૂર્ણ ધર્મ

ગૌતમ બુધ્ધને તેમના અંતિમ દિવસોમાં તેમના શિષ્યોએ પૂછ્યું, 'તમે કોણ છો ?' તથાગતે જવાબ આપ્યો, 'હું એક જાગેલો મનુષ્ય છું. સૃષ્ટિની આ એ સર્વોચ્ચ સ્થિતિ છે જ્યાં મનુષ્ય અને ઈશ્વર વચ્ચેનો ભેદ સમાપ્ત થઇ જાય છે. દરેક માનવે આ સ્થિતિએ પહોંચીને જ પોતાની યાત્રા પૂરી કરવાની છે. આજે હું પહોંચ્યો છું, કાલે તમે પહોંચશો. એ જ નિયતિ છે. એટલે મારા શરીર છોડયા પછી મારી મૂર્તિઓ બનાવીને મંદિરો ઊભાં ન કરતા. મને તમારી અંદર મેળવવાની કોશિશ કરજો. હું એ જ છું જે તમે છો.' આ એ જ જ્ઞાન હતું જે સદીઓથી વેદો-ઉપનિષદો રચવાવાળા ઋષિઓથી લઇને રામ અને કૃષ્ણ જેવા આવા જાગેલા મહાપુરુષોએ વારંવાર આપ્યું હતું. પણ છતાંય બુધ્ધના દેહ છોડયાના પચાસ વર્ષોમાં જ રામ અને કૃષ્ણની જેમ તેમનાં પણ હજારો મંદિરો તેમના જ અનુયાયીઓએ ચારેબાજુ ઊભાં કરી દીધાં.

ભારતીય અધ્યાત્મમાં સમગ્ર સૃષ્ટિને એક નિરાકાર બ્રહ્મની વિવિધતા ધરાવતી અભિવ્યક્તિ કહેવામાં આવી છે. મતલબ, નદી, પહાડ, વૃક્ષોથી લઇને પ્રાણીઓ અને મનુષ્ય સુધી તમામ બ્રહ્મથી યુક્ત છે. પણ મનુષ્ય જ ખાલી એવું સ્વરૂપ છે જે પોતાના એ બ્રહ્મસ્વરૂપનો સાક્ષાત્કાર કરી શકે છે. આથી, ભારતમાં મનુષ્યને એ સાક્ષાત્કાર કરવા માટે બ્રહ્મના જે પણ સ્વરૂપથી શરૂઆત કરવી હોય તે સ્વરૂપને પસંદ કરવાની છૂટ આપવામાં આવી. દરેકમાં બ્રહ્મ જોતા આ

વિચારને હિંદુ સનાતન વિચાર કહેવામાં આવે છે. આ સનાતનવાદના કારણે એક ફાયદો થયો અને એક નુકસાન. ફાયદો એ થયો કે લોકોમાં અધ્યાત્મ પ્રત્યે કટ્ટરતા ન આવી અને પોતાના માર્ગને બીજાના કરતાં વધુ યોગ્ય કહેવાના માનવસહજ સ્વભાવ પર લગામ લાગી ગઇ. આ કારણે હજારો વર્ષોની ભારતીય સંસ્કૃતિમાં આજસુધી એક દિવસ એવો નથી વીત્યો જ્યાં બુધ્ધ અને કૃષ્ણ જેવા આત્મસાક્ષાત્કાર કરેલા મહાપુરુષો આ દેશના કોઇના કોઇ હિસ્સામાં હાજર ન રહ્યા હોય. પણ નુકશાન એ થયું કે સામાન્ય માણસોએ સાક્ષાત્કાર કરવા માટે બ્રહ્મનું જે સ્વરૂપ કે મૂર્તિ પકડી તે એના પર જ અટકી ગયા અને તે સ્વરૂપ મારફતે નિરાકાર બ્રહ્મનો આત્મસાક્ષાત્કાર કરવાનું મૂળ ધ્યેય વીસરાઇ ગયું. પરિણામે હજારોની સંખ્યામાં દેવી-દેવતાઓ અને તેમની આજુબાજુ થતા ક્રિયાકાંડો અસ્તિત્વમાં આવ્યા. આ બધુ કંઇક એવું હતું કે કૈલાસ પર્વત ચડવા માટે તમારો ભોમિયો તમને પર્વતની ચોટી બતાવતો રહે અને તમે એ ભોમિયાને અને તેની આંગળીને જોવામાં જ જીવન કાઢી નાખો. કંઇક એવું કે તમે તમારાં માતા-પિતાના ફોટાને તો સાફસુથરો રાખી પૂજા કરો અને આગળ શ્રેષ્ઠ મીથાઇ પીરસો પણ સાચુકલાં માતા-પિતા બીજા ઓરડામાં ભૂખે મરે. આમ, આ ભટકાવના કારણે ભારતીય સમાજમાં ધર્મનાં પાખંડો શરૂ થયાં અને એક રીતે હિંદુ ધર્મ એક શ્રેષ્ઠ આત્મા તો બન્યો પણ એટલું સ્વચ્છ અને સ્પષ્ટ શરીર ના ધારણ કરી શક્યો.

પણ આ ભટકાવની જાણે મોહમ્મદ પયગંબરને જાણ થઇ હતી. એટલે જ તેમણે સખત કાયદા તરીકે એ આદેશ આપી દીધો કે 'નિરાકાર બ્રહ્મ એટલે કે અલ્લાહ જ એકમાત્ર આખરી સત્તા છે. તેના સિવાય બીજા કોઇનો ફોટો પણ નહીં બનાવવાનો. મારો પણ નહીં. એટલે તમે બીજા કોઇ સ્વરૂપોમાં ભટકો નહીં અને નિરાકાર બ્રહ્મ તરફ તમારું ધ્યાન સતત જળવાઇ રહે.' આ જ કારણ છે કે મુસ્લિમ 'વંદે માતરમ' નથી બોલતા. કારણ કે નિરાકાર બ્રહ્મ સિવાય બીજા કોઇને પણ પૂજો તો ફરી પાછું બીજું સ્વરૂપ ઊભું થાય અને અદ્વૈતમાંથી દ્વૈતની સ્થિતિ ઊભી થાય. આ જ કટ્ટરતાના કારણે મુસ્લિમ સમાજ રૂપે એક એવી પ્રજાતિ અસ્તિત્વમાં આવી કે જે ચાહે ધરતી પરના કોઇપણ દેશમાં રહેતી હોય એના માટે એ નિરાકાર બ્રહ્મ સિવાય કોઇ વધારે મહત્ત્વપૂર્ણ નથી. મતલબ, એક રીતે આખી ધરતી પરની સમગ્ર માનવજાતિને એક જ મૂળ સત્તાની ભક્તિના માર્ગે એક કરવાનો લાજવાબ માર્ગ મોહમ્મદ પયગંબરે શોધી કાઢ્યો. આ એક સુંદર ધાર્મિક શરીરનું નિર્માણ હતું. પણ એ નિરાકાર ઈશ્વર આપણામાં પણ છે અને એને આપણા પોતાનામાં અનુભવી લેવો એ જ માનવજીવનનું મુખ્ય લક્ષ્ય છે એ મૂળ વિચાર ઇસ્લામમાં ન પ્રગટયો. આ કારણે એક ઈશ્વરના નામ સાથે એકઠા

થયેલા લોકોએ એ એક જ ઈશ્વરના નામ સાથે કઇ રીતે જીવવું તેના પોતાની અનુકૂળતા મુજબના અરબી નિયમો બનાવ્યા. અને આખા મુસ્લિમ ધર્મનો મૂળ નિષ્કર્ષ જ એ ઊપસી આવ્યો કે જે તે નિયમોને ચુસ્તતાથી પાળશે તે મૃત્યુ પછી સ્વર્ગમાં જશે અને સુખ ભોગવશે. અને જે નિયમો તોડશે તે નર્કમાં જશે. મતલબ માનવજીનનું મુખ્ય લક્ષ્ય સ્વર્ગમાં જવું છે. પણ સમસ્યા એ છે કે એના માટે પહેલાં તમારે મરવું પડશે. અને મર્યા પછી સ્વર્ગમાં કે નર્કમાં ગયો હોય તેવો કોઇ હજુ એ કહેવા પાછો આવ્યો નથી કે ખરેખર ત્યાં કોઇ સ્વર્ગ કે નર્ક છે કે નહીં. એટલે આ વિચાર હવે ખાલી આતંકવાદી સંગઠનોના એ આકાઓના જ કામ આવી રહ્યો છે, જે સોશિયલ મિડીયા પર "ગૈરમુસ્લિમોને મારીને મરી જવામાં જ જન્નત મળે છે' એ જ્ઞાન આપી વિશ્વભરમાં આતંકવાદીઓની ભરતી કરે છે. તો આમ, એક બહુ જ સુંદર શરૂઆત પછી ઈસ્લામ એ ઉદારતા, બુધ્ધિજીવિતા અને માનવતાને ના ધારણ કરી શક્યો જેની માનવજાતિને જરૂર હતી. આમ, ઈસ્લામનું સ્વરૂપ એક એવા સુંદર શરીરનું બન્યું જેમાં આત્મા ગાયબ હતો. અને જો ઈસ્લામના આ શરીરને અને આત્મસાક્ષાત્કારને ધ્યેય માનતા સનાતનવાદી હિંદુ આત્માને એક કરી દેવામાં આવે તો માનવજાતિને જેની સખત જરૂર છે એવો એક સાચો માનવધર્મ મળી શકે છે.

પણ આ માનવધર્મમાં જ્યાં સુધી ખ્રિસ્તી હૃદય નહીં મળે ત્યાં સુધી એ અધૂરો છે. ખ્રિસ્તી ધર્મમાં કોઇ મહાન તત્ત્વજ્ઞાન કે માનવજાતિને એક કરવાના વિચારો નથી. તે ધર્મ એક જ મૂળ વાત પર ટકેલો છે અને તે છે અનુકંપા. માનવ પ્રત્યેની કરુણા અને સેવા. જનસેવા એ જ પ્રભુસેવાનો આદર્શ હિંદુત્વમાં પણ છે પણ મોટાભાગે હિંદુઓ અદ્વૈતના તત્ત્વજ્ઞાનની ચર્ચાઓમાં જ પોતાની ધાર્મિકતા સમજે છે. જ્યારે ખ્રિસ્તી ધર્મમાં દુખીઓનાં દુખ દૂર કરવા એ જ સ્વર્ગનો માર્ગ છે. બેશક આ રીતે તેમણે ધર્માંતરણો પણ કરાવ્યાં છે પણ અનેક બીમાર અને દુખી લોકોની સેવામાં આખા ને આખાં જીવન પણ આપ્યાં છે. એટલે ઈસ્લામ જો માનવજાતિને એક નિરાકાર ઈશ્વરની ભક્તિ હેઠળ એક થવાનો વિચાર આપે છે અને હિંદુ જો એ નિરાકાર ઈશ્વરને પોતાનામાં અનુભવી લઇ મનુષ્ય અને ઈશ્વર વચ્ચેનો ભેદ દૂર કરી દેવાનું ધ્યેય આપે છે તો ખ્રિસ્તી ધર્મ આપણને સમજાવે છે કે દુખી અને પીડિત જીવોનાં દુખો દૂર કરવાનો પ્રયાસ કરવો એ જ તે એકમાત્ર નિરાકારી ઈશ્વરની આરાધના કરવાનો સૌથી શ્રેષ્ઠ માર્ગ છે. કારણ કે તે દરેકમાં વસેલો છે, આથી જ વિવેકાનંદે કહેલું : 'માનવજાતિને હિંદુ આત્મા, મુસ્લિમ શરીર અને ખ્રિસ્તી હૃદયની જરૂર છે.'

"૧૪ એપ્રિલ, ૨૦૧૭, ગુજરાત સમાચાર - રવિપૂર્તિ."

૪૧
ઉપનીષદોનો સનાતન ધર્મ અને આજનો હિંદુ ધર્મ

નોંધ: પ્રસ્તુત લેખ વેદાંતના નિરાકાર ઈશ્વરના આત્મસાક્ષાત્કાર વાળા ધ્યેયને પ્રબળતાથી રજુ કરવા માટે છે. એજ ધ્યેયનો એક માર્ગ ભક્તિ માર્ગ છે જે પુરાણોના સાકાર ઈશ્વરના માર્ગે સધાય છે. પરંતુ એ માર્ગમાં મનુષ્યની વાસના અને સ્વાર્થના કારણે સનાતની સમાજ અને હિંદુ સભ્યતામાં જે ભટકાવ અને શીથીલતા આવી છે તેને દુર કરવાની કોશિશમાં તીક્ષ્ણતા અર્થે આ લેખ અને આના પછીનો લેખ (શીર્ષક: 'હિંદુ' શબ્દ : આપની ગુલામીની માનસિકતાનું સજ્જડ પ્રતિક) લખાયો છે. આ બંને લેખોની બીજી બાજુ તરીકે પુરાણોમાં વાર્તાઓ સાથે આપેલું વેદાંતનું એ ગુઢ જ્ઞાન પણ છે, જે ઘણીખરી જગ્યાએ વેદાંતથી પણ વધુ અસરકારક રીતે પોતાનો અર્થ સમજાવે છે. લેખક ડૉ. કૌશિક ચૌધરીએ એ કાર્ય પણ વર્ષ ૨૦૨૪ માં વર્તમાનપત્ર લોકસત્તા - જનસત્તા માં લખેલા તેમના લેખોમાં કર્યું છે. એ લેખો સંપાદિત કરીને એક શ્રેષ્ઠ પુસ્તક તૈયાર કરાયું છે, જેનું નામ છે 'સનાતન : ધર્મ - તત્વ - સમાજ - જીવન'. એ એક જ પુસ્તકમાં સનાતન તત્વ અને સનાતન ધર્મને વેદોથી દર્શનો અને પુરાણો સુધી એકસુત્રતામાં બાંધી સમજાવાયો છે.

ઈ.સ. પૂર્વેના વર્ષોમાં ભારત દેશ એટલે પૂર્વમાં ઇન્ડોનેશિયાથી પશ્ચિમમાં આજના અફઘાનિસ્તાન સુધીનો પ્રદેશ. અફઘાનિસ્તાનની પશ્ચિમી સીમાથી શરૂ થતું ભારત જેટલું જ વિશાળ એવું પર્સિઆ. આ પર્સિઆ એટલે આજનું ઇરાન. અસલમાં પર્સિઆમાં વસવાટ કરનાર પર્સિઅનો ભારતની આર્ય સંસ્કૃતિના અસુર જાતિના લોકો હતા. આ અસુર જાતિના લોકોએ મહાભારત પછીના સમયમાં સંસ્કૃતિક અને ધાર્મિક વિખવાદના કારણે દક્ષિણ ભારતથી પશ્ચિમ તરફ કૂચ કરેલી અને પર્સિઆમાં પોતાનો વસવાટ કરી પર્સિઅન બનેલા. આ પર્સિઅનોની ભાષા હતી અવેસ્તા અને આ અવેસ્તાના વ્યાકરણમાં 'સ' શબ્દનું અસ્તિત્વ જ નહોતું. 'સ' ની જગ્યાએ તેઓ 'હ' બોલતા. જેમ કે તેમના દેવતા 'અસુર' ને તેઓ 'અહુર' કહેતા. અને ભારત જે તે સમયે 'સપ્ત-સિંધુ'નો પ્રદેશ (સાત નદીઓનો પ્રદેશ) કહેવાતો તેને તેઓ 'હપ્ત-હિંધુ'નો પ્રદેશ કહેતા. આ સપ્ત સિંધુના પ્રદેશમાં રહેતા લોકોને તેઓ 'હિંધુ' કહેતા જે સમય સાથે 'હિંદુ' બની ગયેલું. આમ, જે હિંદુ શબ્દ પર આંચ આવતાં જ આજે આપણે બધા લડવા માટે તૈયાર થઇ જઇએ છીએ તે શબ્દને ઇતિહાસની તે ક્ષણ સુધી ભારતમાં કોઈ નહોતું જાણતું. ભારતમાં રહેવાવાળા લોકો આર્યો કહેવાતા અને તેમનો ધર્મ હતો સનાતન ધર્મ જે સમગ્ર બ્રહ્માંડની એકતાનો સંદેશ આપતો. જેને અદ્વૈતનો સંદેશ કહે છે.

આઠમી સદીમાંદિલ્હીના તખ્તા પર ઇસ્લામ રાજ્ય સ્થપાયું. તેમણે ભારતીય પ્રજાને હિંદુ તરીકે જ બોલાવી જે નામથી ઇરાનીઓ બોલાવતા હતા. તેમણે ભારતીયોને કહ્યું 'અમે મુસ્લિમ છીએ અને તમે હિંદુ છો. અમારો ધર્મ મુસલમાન ધર્મ અને તમારો ધર્મ હિંદુ ધર્મ.' આ રીતે આપણે આર્યોમાંથી હિંદુ બન્યા અને આપણો ધર્મ ઉપનિષદોના સનાતન ધર્મમાંથી હિંદુ ધર્મ બન્યો. આમ, હિંદુ શબ્દ અસલમાં આપણી ગુલામીની માનસિકતાનો પ્રતિક છે. જ્યારે આપણે પહેલીવાર ગુલામી સ્વીકારી ત્યારે પહેલીવાર આપણે હિંદુ શબ્દને પણ સ્વીકાર્યો અને આપણા વાસ્તવિક ધર્મ અને તેના સનાતન મુલ્યોને ભૂલવા લાગ્યા.

આ નવો હિંદુ ધર્મ જગતના બીજા ધર્મોની જેમ જ એક સંપ્રદાય હતો. મોહમ્મદ પયગંબર. ઇસુ અને બુધ્ધથી હટીને તેના પોતાના ભગવાનો હતા. જેમ કે રામ, ક્રિષ્ન, શિવ, વિષ્ણુ અને બીજા ૩૩ કરોડ દેવતાઓ. આ ઉપરાંત અંબા, દુર્ગા, લક્ષ્મી, સરસ્વતી જેવી દેવીઓ તો ખરી જ. આમ, હિંદુ ધર્મ એ બીજુ કંઇ નહી પણ ઉપનિષદો કેન્દ્રિત તત્ત્વજ્ઞાનથી પુરાણો કેન્દ્રિત અને ક્રિયાકાંડ ધરાવતા સંપ્રદાયનો જન્મ હતો જે ઇસ્લામ અને ખ્રિસ્તી ધર્મ વડે લાલચ અને ષડયંત્રોના જોરે કરાવાતા ધર્માન્તરણ સામે સંઘર્ષ કરતો રહ્યો. જે મહંમદ અલી ઝીણાએ મુસલમાનોના નામે આખો એક દેશ ભારતમાંથી અલગ કરી દીધો

તે ઝીણાા પિતા હિંદુ હતા. અને ફારુક અબ્દુલ્લા જેમના કાશ્મીરના મુખ્યમંત્રી તરીકેના શાસન વખતે જ ચાર લાખ કાશ્મીરી પંડિતોને કાશ્મીરમાંથી કાઢી મૂકવામાં આવ્યા અને તેમના પિતા શેખ અબ્દુલ્લા જેમણે આઝાદી સમયે કાશ્મીરના ભારત સાથેના વિલીનીકરણનો વિરોધ કરી ૩૭૦ જેવી અલગાવવાદી કલમ નાખી દીધી (કે નહેરુ પાસે નંખાવડાવી) તે શેખ અબ્દુલ્લાના પિતા અને ફારુક અબ્દુલ્લાના દાદા કાશ્મીરી પંડિત જ હતા. આમ, જેમ વિવેકાનંદે કહ્યું છે તેમ. 'તમે જેનાવિશે સતત વિચારતા રહો છો અને લડતા રહો છો. સમય જતા તમે પણ તેના જેવા થઇ જાઓ છો.' આવા ધર્માંતરણના બદઈરાદાઓ સામેના સતત સંઘર્ષમાંથી ઉભા થયા કેટલાક હિંદુત્વના હિમાયતીઓ તો કેટલાક કટ્ટર હિંદુત્વવાદી વિચારધારાવાળા લોકો જેમણે ગાંધી જેવા મહામાનવને પણ ગોળી મારતાં વિચાર ન કર્યો. બીજી બાજુ કરોડો દેવીદેવતાઓને પૂજતોહિંદુ સમાજ ભક્તિ અને ક્રિયાકાંડના નામે ઢોંગી બાબાઓ અને ચરિત્રહીન આધ્યાત્મિક ગુરુઓના શિકંજામાં ફસાયો. આમ, ઉપનિષદોના સનાતન ધર્મમાંથી હિંદુ ધર્મનું એ રૂપાંતરણ ભારતીય આર્ય સંસ્કૃતિના ક્રમિક પતનની જેમ જ બની રહ્યું.અને જો આ સ્થાનેથી આપણે ભારતનું પુનઃઉત્થાન કરવું હોય તો એક જ માર્ગ છે અને તે એ કે આપણે જેમ બને એમ ઝડપથી આપણા વાસ્તવિક સનાતન ધર્મમાં પાછા ફરીએ.

તો ચાલો હવે એ જોઇએ કે આપણો એ ધર્મ અસલમાં શું હતો.

ઉપનિષદોના એ સનાતન ધર્મનું તત્ત્વજ્ઞાન અદ્વૈતના વિચાર સાથે સંકળાયેલું હતું. એ દુનિયાનો એકમાત્ર ધર્મ હતો જે આ સૃષ્ટિથી પર હોય એવી ઇશ્વર જેવી કોઈ વ્યક્તિ હોવાનું ખંડન કરતો હતો. તેમાં વાત હતી આકારહીન. રંગહિન, ગંધહીન શક્તિની જે સર્વત્ર ફેલાયેલી હતી. આ શક્તિને 'બ્રહ્મ' કહેવામાં આવી હતી. અને આ બ્રહ્મને જ ઇશ્વર માનવામાં આવતો. બ્રહ્મ જ્યારે વિસ્તરવા લાગ્યું ત્યારે તે પહેલા શિવ અને પછી વિષ્ણુ એમ શક્તિની બે ક્રમિક ગોઠવણોમાંથી પસાર થયું. અને તેનાથી આગળ જતા જડ અને ચેતન એવા શક્તિના બે અલગ સ્વરુપોથી રચાયેલું બ્રહ્માંડ અસ્તિત્વમાં આવ્યું. બ્રહ્માંડ એટલે બ્રહ્મનો અંડ. મનુષ્યને આ સનાતન ધર્મમાં બ્રહ્મનુ સૌથી વધુ ઉત્ક્રાન્તિ પામેલું સ્વરૂપ ગણવામાં આવતું કારણ કે મનુષ્ય જ એકમાત્ર એવું સર્જન હતો જે તેની ઉચ્ચ અવસ્થાએ બ્રહ્મ રુપ બની શક્તો. આવો બ્રહ્મરુપ મનુષ્ય સમગ્ર બ્રહ્માંડની એકતાને પામી લેતો અને આથી તેના ચરિત્રમાં જ બ્રહ્મના ગુણો અને શક્તિઓની અભિવ્યક્તિ થતી. બ્રહ્મ કે ઇશ્વર શું છે તે માનવ સમાજ આવા બ્રહ્મરુપ બનેલા મનુષ્યો મારફતે જ જાણી શક્તો. આથી એ મનુષ્યોને ઇશ્વરના અવતારો કહેવામાં આવતા. દરેક મનુષ્ય એની યાત્રાના છેલ્લા ચરણમાં આવો

બ્રહ્મરુપ અવતાર બનીને જ પ્રગટ થાય છે અને તેનાથી આગળ વધી એ જ સનાતન બ્રહ્મમાં ભળી જાય છે. આ ઘટનાને મોક્ષ કહે છે જે દરેક મનુષ્યની યાત્રાનો અંત છે. આમ, મર્યાદાઓ, પીડા, જન્મ-મરણ અને સીમીતતાઓથી મુક્તિ જ મનુષ્યનું અંતિમ લક્ષ્ય છે – આ વૈશ્વિક સંદેશ આપનાર ધર્મ એટલે ઉપનીષદોનો સનાતન ધર્મ.

પૃથ્વી જ નહીં, સમગ્ર બ્રહ્માંડમાં કોઈ મનુષ્ય કે અન્ય જીવ જયારે આ બ્રહ્મરૂપ અવસ્થાને ધારણ કરે ત્યારે પ્રાચીન ભારતના સનાતનધર્મી આર્યો માટે તે ઈશ્વરનો અવતાર જ હોતો. આમ, સમગ્ર બ્રહ્માંડની જીવસૃષ્ટિને આવરી લેનારા ઉપનિષદોના એ સનાતન ધર્મમાં જ સાચી ધર્મનિરપેક્ષતાનો સિધ્ધાંત મૂર્તિમંત થયેલો હતો. આજ કારણ હતું કે ભારતીયોએ લગભગ દુનિયાના સમગ્ર ધર્મોને પોતાની ધરતી પર ખુલ્લા હાથે સ્વીકારેલા. એમના માટે પોતાનો ધર્મ અને બીજાનો ધર્મ એવું કઈ નહોતું. એતો સૃષ્ટિને કાલાવનારા સનાતન સિધ્ધાંતો અને વિજ્ઞાનના પુજારી હતા. તેમનો કોઈ એક પયગંબર પણ નહોતો. દુનિયાના દરેક બ્રહ્મજ્ઞાની મનુષ્યને તે ઈશ્વરનો અવતાર જ માનતા.

આમ, સમગ્ર બ્રહ્માંડનો આ 'યુનિવર્સલ રીલીજ્ન' જ આપણો સાચો અને સ્વદેશી ધર્મ છે. તેની સાચી તાકાત તેની ઉદારતા અને વિસ્તૃતતા છે. આપણે એ સમજી લેવું જોઈએ કે ભારતના મુસલમાનો અને ખ્રિસ્તીઓ પણ આપણા જ ભાઇઓ છે અને આપણે તેમને પ્રેમ અને સ્વીકૃતિ આપી આપણા સનાતન ધર્મમાં સમાવી લેવાના છે. વિશ્વના બીજા કોઈ મુસલમાનો કે યુરોપિયન ખ્રિસ્તીઓ સાથે તેઓ સહવાસ નહિ કેળવી શકે કારણકે તેમનું dna હિન્દુઓનું છે. જો કોઈ દિવસ આખી દુનિયા મુસ્લિમ કે ખ્રિસ્તી થઇ જાય તો ભારતના મુસ્લિમ અને ખ્રિસ્તીઓને અપવિત્ર કે હીન મુસ્લિમ અને ખ્રિસ્તી ગણીને ટારગેટ કરવામાં જ આવશે. આ દેશના મુસ્લિમ અને ખ્રિસ્તીઓને આ વાત સમજી લેવાની જરૂર છે કે તેઓ આજે બસ એક હથિયાર છે. એટલે જ્યાં સુધી વાત છે ભારતમાં મુસ્લિમ અને ખ્રિસ્તીઓની હિન્દુઓના ધર્માંતરણ કરાવવાની પ્રવૃતિઓની, તો તેનું સંપૂર્ણ નિકંદન આક્રમક સરકારી નીતિઓ મારફતે લાવી દેવું જોઈએ, ભડકાઉ નિવેદનો આપીને વાણીવિલાસ કરવાના સ્થાને. ઘર વાપસીના કાર્યક્રમ ચલાવનારા અને સાંઈબાબાનો વિરોધ કરનારા એ સાધુઓ અને સાધ્વીઓને સમજી લેવાનું છે કે હિન્દુત્વની પડતીનું એક મહત્વપૂર્ણ કારણ તેઓ પોતે પણ છે. થોડા પૈસા અને નૌકારીની લાલચમાં જે લોકો પોતાની ધાર્મિક ઓળખ બદલવા તૈયાર થઇ ગયા તેમને તમે એ જાણવા જ નહોતું દીધું કે તેમનો ધર્મ શું છે. અને આવા તો હજુય ઘણા લોકો છે જેમને તમે અછૂત કહીને ધર્મથી દૂર રાખ્યા છે. તમે કોની કોની રખેવાળી કરવા જવાનો છો? જેટલો અસમર્થ

નીચલી કક્ષાનો માનસ ઉપરની કક્ષાએ હોય છે તેટલો જ અસમર્થ ઉપરની કક્ષાનો માનસ નીચલી કક્ષાએ હોય છે. આ ધર્માંતરણના કાર્યક્રમો એક સનાતન ધર્મીની પ્રકૃતિ બહારના કામ છે અને તેમાં તમે એ લોકો સામે નહિ ટકી શકો જે તેમના જન્મથી જ આ કરતા આવ્યા છે. આપણી શક્તિ છે પૃથ્વી પરના દરેક માણસને આપણા સિદ્ધાંતોમાં સમાવી લેતો આપણો વૈજ્ઞાનિક સનાતન ધર્મ. જો તમને ખરેખર તમારા ધર્મની પડી હોય તો એ સનાતન સિદ્ધાંતોને પોતાના જીવનમાં અંકિત કરો અને પછી નીકળી પડો ઉપનીશદો લઈને અને દેશના દરેક વ્યક્તિના મનમાં આપણા સનાતન વૈજ્ઞાનિક સિદ્ધાંતો અંકિત કરી દો. તેમને એટલા તૈયાર કરો કે ગામના એક દલિત કે જંગલમાં રહેતા એક આદિવાસીને પણ જો કોઈ એમ કહેવા જાય કે 'તારા ભગવાનો ખોટા છે અને એક અલ્લાહ જ સાચો છે. કુરાનમાં કહ્યું છે કે મુસ્લિમ જ આ દુનિયા પર સૌથી પવિત્ર છે અને છેલ્લે આ દુનિયા પર ફક્ત એજ રાજ કરશે.' – તો તમારો તૈયાર કરેલો સાચો સનાતન ધર્મી કંઈક આ પ્રમાણે જવાબ આપવો જોઈએ: 'પ્રિય! તું જેણે અલ્લાહ કહે છે તેને જ હું ઈશ્વર કહું છું. મુસ્લિમનો અર્થ છે 'જે પોતાની જાતને અલ્લાહની ઈચ્છાએ સોંપી દે છે તે'. અને આજ માણસને અમે સ્થિતપ્રજ્ઞ કહીએ છીએ. જે પોતાના દરેક કર્મોને ઈશ્વરના કાર્ય માટે સમર્પિત કરીને જીવે છે તે. એટલે તારી વાત તો સાચી જ છે કે આવો સ્થિતપ્રજ્ઞ માણસ જ પવિત્ર છે અને ઇન્દ્રિયોના ગુલામ લોકો જે સ્વાર્થ અને વાસનાઓ પાછળ ભાગવામાં જીવી રહ્યા છે તે કાફીરો જ છે. આજ તો કૃષ્ણનો સંદેશ છે ગીતામાં. એજ મહોમ્મદ પયગંબર સાહેબે કીધું છે. અમારા માટે મોહમ્મદ પયગંબર પણ સનાતન ધર્મના અવતાર જ છે. એજ રીતે ઇસુ ખ્રિસ્ત, અઓશો જરથુષ્ટ, અબ્રાહમ, મુસા, બુધ્ધ અને મહાવીર પણ અમારા સનાતન ધર્મના જ અવતારો છે. કાલે ઉઠીને આફ્રિકાના જંગલોમાં કોઈ માણસ બ્રહ્મજ્ઞાની બનીને સામે આવશે અને નવો ધર્મ સ્થાપશે તો એ પણ અમારા સનાતન ધર્મનો જ અવતાર ગણાશે. અરે! બ્રહ્માંડના બીજા કોઈ ગ્રહ પર પણ જો કોઈ આત્મજ્ઞાની થશે તો તે પૃથ્વી પરના અમારા સનાતન ધર્મનો પણ અવતાર ગણાશે. આમ તું જે કહે છે એજ હું પણ કહું છું. તું આપણા એ એક ઈશ્વરને પામવાની કોશિશ તારી રીતે કર અને મને એજ ઈશ્વરને પામવાની કોશિશ મારી રીતે કરવા દે. આપણા વચ્ચે ખાલી બે જ વસ્તુઓનું આદાનપ્રદાન થઇ શકે છે, અને તે છે પ્રેમ અને સમ્માન. તું મને મુસ્લિમ બનાવવાની જીદ છોડી દે. હું મુસ્લિમ જ છું, કારણકે હું સ્થિતપ્રજ્ઞ છું. બસ, તું હવે મુસ્લિમ બનવાની શરૂઆત કર અને એમાં કોઈ મદદની જરૂર પડે તો કહેજે, હું તારી ઓળખ બદલવાની જીદ કાર્ય વિના તારી મદદ કરીશ. સપ્તસીન્ધુના આ પ્રદેશમાં રહેનારા દરેક માણસને હિંદુ કહેવાયો હતો, ચાહે તે કોઈપણ ધર્મ કે જાતિ પાળતો

હોય. એ રીતે આપણે બન્ને હિંદુ જ છીએ. તારો માર્ગ ઇસ્લામનો છે, મારો મારો સનાતન ધર્મનો છે જેમાં જગતના દરેક બ્રહ્મરૂપ બનેલા મનુષ્યોને પૂજવામાં આવે છે. જો આ દુનિયાના એક પણ પયગમ્બરને સમાવવાનો રહી જાય તો અમારો સનાતન ધર્મ અધુરો રહી જાય. એટલે તું એક હિન્દુને બીજા હિન્દુમાં વતલાવવાની મુર્ખામી છોડી દે અને નક્કી કર કે આપણે હિંદુ અને મુસ્લિમ શબ્દના સાચા અર્થોને લઈને આગળ ચાલવું છે કે તેમના ભ્રષ્ટ થયેલા સાંપ્રદાયિક અર્થોને લઈને.'

આમ, જે દિવસે આ દેશનો દરેક દલિત અને આદિવાસી આ શબ્દો બોલતો થઇ જાય ત્યાં સુધી કોઈ હિન્દુવાદી કે સનાતન ધર્મી બીજાનો દોષ જોવામાં સમય ન વેડફે. આપણે જરૂર છે હિંદુ, મુસ્લિમ અને ખ્રિસ્તી નામના એ વાડાઓથી બહાર નીકળી સમગ્ર માનવજાતિ માટે આપવામાં આવેલા સનાતન ધર્મના વૈજ્ઞાનિક સિધ્ધાંતોને અપનાવવાની.

"૨૬ જુલાઈ, ૨૦૧૫, ગુજરાત સમાચાર - રવિપૂર્તિ."

૧૦

'હિંદુ' શબ્દ : આપણી ગુલામીની માનસિકતાનું સૌથી સજ્જડ પ્રતિક

નોંધ: પ્રસ્તુત લેખ વેદાંતના નિરાકાર ઈશ્વરના આત્મસાક્ષાત્કાર વાળા ધ્યેયને પ્રબળતાથી રજુ કરવા માટે છે. એજ ધ્યેયનો એક માર્ગ ભક્તિ માર્ગ છે જે પુરાણોના સાકાર ઈશ્વરના માર્ગે સધાય છે. પરંતુ એ માર્ગમાં મનુષ્યની વાસના અને સ્વાર્થના કારણે સનાતની સમાજ અને હિંદુ સભ્યતામાં જે ભટકાવ અને શીથીલતા આવી છે તેને દુર કરવાની કોશિશમાં તીક્ષ્ણતા અર્થે આ લેખ અને આના પહેલાનો લેખ (શીર્ષક: 'ઉપનીષદોનો સનાતન ધર્મ અને આજનો હિંદુ ધર્મ) લખાયો છે. આ બંને લેખોની બીજી બાજુ તરીકે પુરાણોમાં વાર્તાઓ સાથે આપેલું વેદાંતનું એ ગુઢ જ્ઞાન પણ છે, જે ઘણીખરી જગ્યાએ વેદાંતથી પણ વધુ અસરકારક રીતે પોતાનો અર્થ સમજાવે છે. લેખક ડૉ. કૌશિક ચૌધરીએ એ કાર્ય પણ વર્ષ ૨૦૨૪ માં વર્તમાનપત્ર લોકસત્તા - જનસત્તા માં લખેલા તેમના લેખોમાં કર્યું છે. એ લેખો સંપાદિત કરીને એક શ્રેષ્ઠ પુસ્તક તૈયાર કરાયું છે, જેનું નામ છે 'સનાતન : ધર્મ - તત્વ - સમાજ - જીવન'. એ એક જ પુસ્તકમાં સનાતન તત્વ અને સનાતન ધર્મને વેદોથી દર્શનો અને પુરાણો સુધી એકસુત્રતામાં બાંધી સમજાવાયો છે.

લેખનું શીર્ષક વાંચીને જો તમારો અહમ ઘવાઈ ગયો હોય અને તમારી લાગણીઓ દુભાઈ ગઈ હોય તો આ લેખ ખરેખર તમારા માટે એક ટેસ્ટ છે. આપણામાંથી કેટલા જાણે છે કે જે હિંદુ ધર્મની વાત આવતાં જ હવે આપણે ભાવુક અને ઝનૂની થવા લાગ્યા છીએ. તે 'હિંદુ' શબ્દને સાંભળ્યો હોય તેવો એકેય માનવ ઈસુ પછીની સાતમી સદી સુધી ભારતમાં જીવ્યો નહોતો. આ શબ્દના ચાર વેદોમાંથી એકેયમાં છે, ના કોઈ ઉપનિષદ, ના કોઈ પુરાણ, ના કોઈ સ્મૃતિ કે ના કોઈ અરણ્યકમા. વળી, આધ્યાત્મિક રીતે જોઈએ તો નવમી સદીની શરૂઆતમાં શંકરાચાર્ય જે ધાર્મિક સિદ્ધાંતો આપ્યા તે પણ અદ્વૈત વેદાન્ત નામે હતા, બારમી સદીની શરૂઆતમાં રામાનુજાચાર્યે જે સિદ્ધાંત આપ્યા તે વિશિષ્ટાદ્વૈત વેદાન્ત અને સોળમી સદીમાં ચૈતન્ય મહાપ્રભુએ જે શાખા વિકસાવી તેને પણ ભક્તિ વેદાન્તના નામે જ હતી. આમ, ભારતીય શાસ્ત્રોમાં કે આધ્યાત્મિક જ્ઞાનમાં તો 'હિંદુ' શબ્દ ક્યાંય છે જ નહીં. તો પછી આ શબ્દ આવ્યો ક્યાંથી ?

ઈસ પૂર્વે ૮૦૦૦ સુધીમાં ભારતીય ઉપખંડમાં જે લોકો રહેલા હતા તે પોતાની જાતને આર્યો કહેતા. તે આર્યોમાં ઋષિઓ નામે વૈજ્ઞાનિકો હતા જે બ્રહ્માંડના સત્યોની ખોજમાં તપસ્યા કરતા અને પોતે જાણેલી વિગતોને પુસ્તકોમાં લખતા. આ પુસ્તકો સંકલિત થઈને વેદો કહેવાયા. આવા ચાર વેદો તેમણે રચ્યા. દરેક વેદ બે ભાગમાં વહેંચાયેલો હતો. એક કર્મકાંડ અને બીજો જ્ઞાનકાંડ. કર્મકાંડમાં મનુષ્યને સમાજમાં કેવી રીતે વર્તવું, પ્રકૃતિ સાથે કેવી રીતે વર્તવું, સત્યની ખોજમાં અને જીવનના ધ્યેયને પૂર્ણ કરવામાં કેવી રીતે વર્તવું એની ફરજો હતી. જ્યારે બીજા ભાગ જ્ઞાનકાંડમાં ઋષિઓએ જાણેલું બ્રહ્માંડનું વિજ્ઞાન હતું.

આ વિજ્ઞાનમાં ખગોળશાસ્ત્ર, વનસ્પતિશાસ્ત્ર, શરીરશાસ્ત્ર, જ્યોતિષશાસ્ત્ર, ગણિતશાસ્ત્ર અને માનવ આત્માના રહસ્યો ઉકેલતું સાંખ્યશાસ્ત્ર હતું. પણ વેદોના એ જ્ઞાનકાંડમાં આ બધા વિજ્ઞાનો આજના વિજ્ઞાનની જેમ છૂટા છવાયા વિષયો નહોતા. તેઓ એકબીજા સાથે એક જ મૂળભૂત કારણથી શૃંખલાબદ્ધ જોડાયેલા હતા. આમ, જ્ઞાનકાંડનું વિજ્ઞાન ખંડિત નહીં પણ સળંગ હતું. આ જ્ઞાનકાંડને જ આગળ જતાં ઉપનિષદ કહેવામાં આવ્યા. ઉપનિષદોને જાણ્યા પછી વેદોમાં બીજું કંઈ જાણવાનું બાકી રહેતું નથી. આથી, ઉપનિષદોને વેદોનો અંત એટલે કે 'વેદાન્ત' પણ કહેવામાં આવ્યું.

આ વેદાન્તનું જ્ઞાન કોઈ એક સમુદાય, પ્રદેશ કે રાજ્ય માટે નહોતું, તે સમગ્ર બ્રહ્માંડને પોતાના સિદ્ધાંતોમાં આવરી લેતું હતું. આથી, તે જ્ઞાનને સનાતન જ્ઞાન અને તે જ્ઞાન અનુસાર જીવતા ધર્મને સનાતન ધર્મ કહેવામાં આવ્યો. વેદાન્તનો આ સનાતન ધર્મ જ પ્રાચીન ભારતમાં વસતા આર્યોનો એકમાત્ર ધર્મ હતો. પરંતુ, જેમ આજે દરેક માણસ એસ્ટ્રો-ફીઝીક્સ અને પાર્ટીકલ ફીઝીક્સ

નથી સમજી શકતો તેમ તે સમયે પણ બ્રહ્માંડના એ જટીલ સત્યોને સમજી શકે તેટલી શક્તિ દરેક માણસમાં નહોતી. આથી, તે સમયના ઋષિમુનિઓએ પુરાણો નામે બીજા ગ્રંથ રચ્યા અને તેમાં વેદાન્તના સત્યોને રોચક વાર્તાઓ અને દૈવી પુરુષોના જીવનચરિત્રો રૂપે રજૂ કરી. સામાન્યલોકો માટે વેદાન્તના વિજ્ઞાન સાથે જોડાયેલા કેટલાક નવા ક્રિયાકાંડો વેદોના કર્મકાંડવાળા પહેલા ભાગમાં ઉમેરવામાં આવ્યા. સામાન્ય લોકો તે પૌરાણિક ગાથાઓ અને ક્રિયાકાંડો સાથે વેદાન્તના સત્યોની નજીક તો આવ્યા પણ તેમની નજર છીછરી હતી.

ધીરે ધીરે તેઓ એ કથાઓ અને ક્રિયાકાંડો પૂરતા સિમિત થઈ ગયા અને વેદાન્તનું વિજ્ઞાન પાછળથી ગાયબ થઈ ગયું. આમ, વેદાન્ત કેન્દ્રી ભારતીય સમાજ ધીરે ધીરે પુરાણ કેન્દ્રી ભારતીય સમાજ થઈ ગયો. જાતિઓ કર્મના આધારથી ખસી જન્મના આધારે ગોઠવાઈ ગઈ. બ્રહ્મનો સાક્ષાત્કાર કરનારો બ્રાહ્મણ કહેવાતો હતો તેના સ્થાને હવે બ્રાહ્મણ પિતાના ઘરે જન્મવાવાળો જન્મજાત બ્રાહ્મણ કહેવાવા લાગ્યો. બીજી બાજુ શુદ્ર પિતાના ઘરે જન્મેલો કોઈ મનુષ્ય જો બ્રહ્મનો સાક્ષાત્કાર કરતો તો પણ તેને હવે બ્રાહ્મણ તરીકે ઓળખવામાં ન આવતો. તેને તેનું જીવન શુદ્ર તરીકે જીવવું પડતું, આમ, આર્યોના સમાજમાંથી સાચા બ્રાહ્મણો લુપ્ત થવા લાગ્યા. 'બ્રાહ્મણતત્વ' જતું રહ્યું અને 'બ્રહ્મણવાદ'નો જન્મ થયો. આમ, ઋષિઓના પુરાણો લખવાના નિર્ણયથી વેદાન્ત ધર્મ આખા આર્ય સમાજમાં ફેલાયો તો ખરો પણ આગળ જતાં તેણે મૂળ ધર્મનું સ્વરૂપ જ બદલી નાખ્યું.

શંકરાચાર્ય જેવા કોઈ સમયે સમયે પેદા થઈ જતા સાચા બ્રાહ્મણોના કારણે આઠમી સદી સુધી મૂળ સનાતન ધર્મ જીવતો થતો રહ્યો. પણ ભ્રષ્ટ બનેલી જાતિપ્રથાનું સાચું પરીણામ હવે આવ્યું. આઠમી સદીમાં મુસ્લિમ આક્રમણકારીઓ ભારતમાં ઘુસી આવ્યા અને ભારતની જાતિઓ વચ્ચેના વિખવાદોનો ફાયદો ઉઠાવી દીલ્લી જીતી લીધું. આ મુસ્લિમો પડોશી દેશ પર્સિઆ (ઈરાન)માંથી આવ્યા હતા. અને અહીંયા છુપાયેલું છે આપણા આ 'હિંદુ' શબ્દનું મૂળ.

મુસ્લિમોના ઈરાનમાં પ્રવેશ્યા પહેલા ત્યાં જરથુષ્ટ્ર ધર્મના ઈરાનીઓ રહેતા હતા. ઈરાનીઓની ભાષા હતી અવેસ્તા અને આ અવેસ્તાના વ્યાકરણમાં 'સ' શબ્દનું અસ્તિત્વ જ નહોતું. 'સ'ની જગ્યાએ તેઓ 'હ' બોલતા. એટલે ભારત જે તે સમયે 'સપ્ત-સિંધુ'નો પ્રદેશ (સાત નદીઓનો પ્રદેશ) કહેવાતો તેને તેઓ 'હપ્ત-હિંધુ'નો પ્રદેશ કહેતા. આ સપ્ત સિંધુના પ્રદેશમાં રહેતા લોકોને તેઓ 'હિંધુ' કહેતા જે સમય સાથે 'હિંદુ' બની ગયેલું. મહમ્મદ પયગંબરના મૃત્યુના થોડાક જ વર્ષોમાં મુસ્લિમોએ ઈરાન પર આક્રમણ કરી ઈરાન જીતી લીધું. ઈરાનીઓને ત્રણ વિકલ્પ આપવામાં આવ્યા. મુસ્લિમ ધર્મ સ્વીકારો કાં તો મુસલમાનોના

ગુલામ બનો કાં તો મરવા તૈયાર થાઓ. ચાર દશકમાં આખું ઈરાન મુસ્લીમધર્મી કરી દેવામાં આવ્યું. અને ત્યારબાદ તે મુસ્લિમો ભારતમાં પ્રવેશ્યા. તેઓ ભૂતકાળના ઈરાનીઓ જ હતા. તેમણે ભારતના લોકોને 'હિંદુ' અને તેમના ધર્મને 'હિંદુ-ધર્મ' કહ્યો. ભારતને પણ તેમણે 'હિંદુસ્તાન' કહ્યું.

આપણે ગુલામ બન્યા. શરૂઆતમાં આપણા લોકોએ સંઘર્ષ કર્યો કે અમે આર્યો છીએ અને અમારો ધર્મ સનાતન ધર્મ છે, પણ પાછળથી વિદેશીઓની ગુલામી સાથે આપણે તેમનો આપેલો 'હિંદુ' શબ્દ પણ સ્વીકારી લીધો. છતાંય આગળ વાત કરી તેમ આધ્યાત્મિક રીતે તો છેક સોળમી સદી સુધી સનાતન ધર્મના જે પણ શાસ્ત્રો લખાયા તે વેદાન્ત નામે જ હતા. પણ સામાજીક અને રાજકીય જીવનમાં આપણે હિંદુ શબ્દ સ્વીકારી ચૂક્યા હતા. એ હદે કે સત્તરમી સદીના મધ્યમાં જ્યારે શિવાજીએ મુઘલો સામે યુદ્ધ છેડયું ત્યારે તે ભારતમાં 'હિંદુઓના' સ્વરાજ્ય માટે હતું. આમ, જે સમયે આપણે વિદેશીઓ સામે સાંસ્કૃતિક ગુલામીથી મુક્તિ માટે તલવાર ઉઠાવી તે સમયે આપણે પોતાને હિંદુ અને પોતાના ધર્મને હિંદુધર્મ તરીકે સ્વીકારી તેમની માનસિક ગુલામી સ્વીકારી ચૂક્યા હતા. આ હિંદુ ધર્મ પેલો ભ્રષ્ટ બનેલો પુરાણોનો ધર્મ હતો.

અને આજે તો એ હાલત છે કે આપણે 'હિંદુ' શબ્દ વિરુદ્ધ કંઈ સાંભળવા માંગતા નથી. હદ તો ત્યાં છે કે પોતાને હિંદુધર્મના લડવૈયા ગણતા ધાર્મિક સંગઠનોના પ્રતિનિધિઓ પણ પોતાના અહમને સંતોષવા 'હિંદુ' શબ્દને વેદોમાં શોધે છે. આ જ આપણી ગુલામી છે. વિવેકાનંદના પુસ્તકો જેણે ધ્યાનથી વાંચ્યા હશે તે જાણતા હશે કે વિવેકાનંદે વારંવાર એ વાત પર જોર આપ્યું હતું કે 'આપણે હિંદુ નહીં વેદાન્તી છીએ.' આપણો ધર્મ વેદાન્ત ધર્મ છે. અને જ્યારે આપણે એ વેદાન્તના સનાતન ધર્મને આત્મસાત કરીશું ત્યારે જ વિદેશીઓની વૈચારીક ગુલામીમાંથી મુક્ત થઈ શકીશું.

તમે દરેક પણ પોતાની જાતને એ કહેવાની કોશિશ કરી જુઓ કે "આ 'હિંદુ' શબ્દ તો મારા દુશ્મનો અને વિદેશીઓએ આપેલો છે. હું હિંદુ નથી. હું તો વેદાન્તી છું. ચાલ, મને વેદાન્ત તરફ જવા દે. વેદાન્તને જાણવાની શરૂઆત કરવા દે." આટલું બોલતા જ તમારો અહમ તમને અવરોધશે. કેટલીક ભાવનાઓ, કોઈક મોહ, કોઈક માયાએ તમને જકડી રાખ્યા છે એવું લાગશે. તે કોઈ ભાવના કે મોહ નથી, તે ગુલામી છે. માનસિક ગુલામી. એ આપણા મન અને મસ્તિષ્ક પર થોપી દેવામાં આવી છે. ચાલો એનાથી બહાર નીકળીએ. આપણે એ મહાન ઋષિમુનિઓના વંશજ છીએ. પુરાણોથી ભ્રષ્ટ બનેલા આ હિંદુ ધર્મમાંથી આપણે એ મહાન પૂર્વજોના વેદાન્ત ધર્મ તરફ પ્રયાણ કરવાનું છે. એ જ આપણું મૂળ છે, એ જ આપણી મુક્તિનો માર્ગ છે અને એ જ આપણા પુર્નઉત્થાનની આખરી

ઉમ્મીદ છે.

"૦૮ મે, ૨૦૧૬, ગુજરાત સમાચાર - રવિપૂર્તિ."

91

શિવલિંગ : આપણી મૂળ સ્થિતિનું દર્શન

આજની સૃષ્ટિ ઊર્જાની બે વિરુદ્ધ પ્રકૃતિઓમાં વહેંચાયેલી છે. એ બે વિરોધી પ્રકૃતિઓને વિજ્ઞાન ધન અને ઋણ કહે છે. તો વેદાન્ત શિવ અને શક્તિ. વેદોમાં શિવ પુરુષ પ્રકૃતિનું પ્રતીક છે જ્યારે શક્તિ સ્ત્રી પ્રકૃતિનું પ્રતીક છે. પુરુષ પ્રકૃતિ 'લિંગમ'નું સ્વરૂપ ધરાવે છે. લિંગમ એટલે 'ઊર્જાનો સ્તંભ', એક એવી સ્થિતિ ઊર્જા જે પોતાની ઊર્જાને પોતાનાથી બહારની બાજુ ધક્કો મારે છે. આમ, તે બહિર્ગામી સ્વભાવ ધરાવે છે જે તેના લિંગ આકારનું કારણ છે. આ જ રીતે સ્ત્રી પ્રકૃતિનું પ્રતીક યોની છે. યોનીની અંદર શૂન્યાવકાશ હોય છે અને તે બહારની ઊર્જાને પોતાની અંદરના શૂન્યાવકાશમાં ભરવા ખેંચે છે. આમ, તે અંતર્ગામી સ્વભાવ ધરાવે છે.

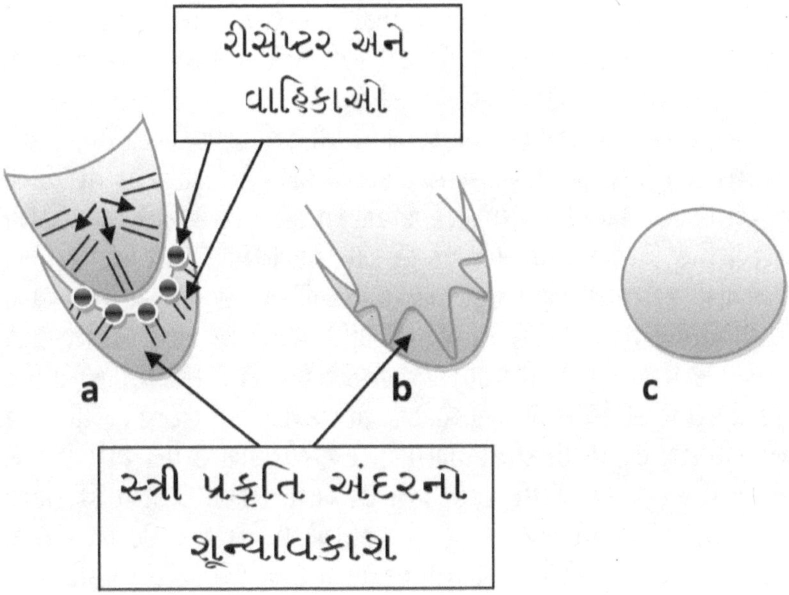

આથી, જ્યારે પુરુષની બહિર્ગામી પ્રકૃતિ સ્ત્રીની અંતર્ગામી પ્રકૃતિની નજીક આવે છે ત્યારે આકૃતિમાં બતાવ્યા પ્રમાણે સ્ત્રી પ્રકૃતિનો યોની આકાર પુરુષ પ્રકૃતિને પોતાના શૂન્યાવકાશમાં ખેંચી લે છે (આકૃતિ A અને B). અને પુરુષ પ્રકૃતિ પણ પોતાની સ્થિતિ ઊર્જાને બહિર્ગામી ધક્કો મારી કોઈ શૂન્યાવકાશને ભરવા આતુર રહેતી હોવાથી તે પણ પોતાની ઊર્જાને સ્ત્રી પ્રકૃતિના શૂન્યાવકાશમાં વહેવડાવી દે છે. આમ, બંને પ્રકૃતિઓ એક રીતે એક જ વસ્તુ ચાહે છે અને તે છે સ્ત્રી પ્રકૃતિનો શૂન્યાવકાશ ભરવો. આ જ કારણ છે કે આ બંને વિરોધી પ્રકૃતિઓ એકબીજા સામે આવતા એકબીજાથી આકર્ષાય છે.

હવે, જેમ જેમ પુરુષ પ્રકૃતિ સ્ત્રી પ્રકૃતિના શૂન્યાવકાશમાં ભળતી જાય છે તેમ તેમ બંને પ્રકૃતિઓ પોતાની સ્વતંત્ર સ્થિતિ ઊર્જા ગુમાવતી જાય છે. તેમની આ ગુમાવેલી સ્થિતિ-ઊર્જા પણ તેમના મિલનથી બનતા તટસ્થ ઊર્જાના દડામાં ભળે છે. (આકૃતિ C).આથી તેમના વ્યક્તિગત આકારો નષ્ટ પામે છે અને તેમના મિલનથી બનેલા તટસ્થ-ઉર્જાના દડાની ઊર્જા વધે છે પણ કદ સંકોચાય છે. પરિણામે તે દડાની ઊર્જા-ઘનતા અતિશય વધી જાય છે. આ સમયે તે પિંડની ઊર્જા બહારની ચારે દિશાઓથી અને અંદરની તરફથી સમાન હોય છે. મતલબ,

તે ઊર્જા હવે અદ્વૈત (જેનું બીજુ કોઈ રૂપ નથી તેવી) હોય છે. આ અદ્વૈત ઊર્જા ધરાવતા પિંડને અદ્વૈત પિંડ કહે છે. આપણી સૃષ્ટિની શરૂઆત પહેલાં બ્રહ્માંડની સમગ્ર ઊર્જા આવા એક અદ્વૈત પિંડ રૂપે હતી. જેને અંગ્રેજીમાં 'સિન્ગ્યુલારીટી (SINGULARITY)' એટલે કે એકત્વ કહે છે.

હવે, સમસ્યા એ થાય છે કે આ અદ્વૈત પિંડની ઉચી ઊર્જા-ઘનતા તેના કેન્દ્રને અસ્થિર કરી દે છે. આથી, આ અસ્થિર કેન્દ્રની ઊર્જા સ્થિરતા મેળવવા પિંડની સમગ્ર ઊર્જાને કેન્દ્રથી પરીધ તરફ જોરદાર ધક્કો મારે છે અને આ ધક્કાના કારણે પિંડ વિસ્ફોટ સાથે તૂટી પડે છે અને આ વિસ્ફોટ સાથે સ્ત્રી પ્રકૃતિના ગર્ભમાંથી ફરી પાછી પુરુષ પ્રકૃતિ બહાર નીકળી જાય છે અને ન્યૂનતમ ઊર્જા સાથે પોતાનું સ્વતંત્ર અસ્તિત્વ મેળવી શાંતિ મેળવે છે. આમ, તટસ્થ ઊર્જા બનતા જે પુરુષ પ્રકૃતિ સ્ત્રી પ્રકૃતિના ગર્ભમાં સમાય છે તે તટસ્થ ઊર્જાનો પિંડ ફૂટતાં ફરી પાછી સ્થિતિ-ઊર્જાનો મોટો જથ્થો લઇને લિંગમ્ સ્વરૂપ ત્યાંથી બહાર નીકળી જાય છે. આથી, સ્ત્રીના ગર્ભમાં ફરી શૂન્યાવકાશ ઉત્પન્ન થાય છે અને તે યોની સ્વરૂપે અંતર્ગામી પ્રકૃતિ બને છે. આમ, તટસ્થ ઊર્જાના વિસ્ફોટથી ફરી પાછી બહિર્ગામી અને અંતર્ગામી પ્રકૃતિઓ ઉત્પન્ન થાય છે. આ રીતે જ અદ્વૈત પિંડના ફૂટવાથી બિગ-બેંગનો વિસ્ફોટ થયો અને બે વિરોધી પ્રકૃતિઓમાં વહેંચાયેલી આપણી આ સૃષ્ટિ શરૂ થઈ.

આથી, સૃષ્ટિમાં પણ અલગ-અલગ સ્વરૂપે રહેલી આ બે વિરોધી પ્રકૃતિઓ એકબીજાની નજીક આવે એટલે પુરુષ પ્રકૃતિ સ્ત્રી પ્રકૃતિના શૂન્યાવકાશ ધરાવતા ગર્ભમાં સ્થિર થવા માગે છે અને સ્ત્રી પ્રકૃતિ પુરુષ પ્રકૃતિને પોતાના ગર્ભમાં સ્થાપી દેવા માગે છે. કારણ કે એ રીતે જ આ સમગ્ર સૃષ્ટિ જેમાંથી આવી છે તે મૂળ અદ્વૈત પિંડ સ્થિતિ પ્રાપ્ત થાય છે. એ અદ્વૈત પિંડ સ્થિતિ આપણા બધાની મૂળ સ્થિતિ છે. તે આ બ્રહ્માંડની ઊર્જા એવા બ્રહ્મની કે ઇશ્વરની મૂળ સ્થિતિ છે. એ જ આપણી સંપૂર્ણતા છે. એ સ્થિતિ જ આપણો મોક્ષ છે. અને એ સ્થિતી ત્યારે જ આવે છે જ્યારે પુરુષ સ્ત્રીના ગર્ભમાં સ્થિર થાય. આ જ કારણે આ સૃષ્ટિમાં પુરુષ પ્રકૃતિ રૂપે રહેલા એક સૂક્ષ્મ કણથી લઈને મનુષ્યરૂપી પુરુષ પણ સ્ત્રીના ગર્ભમાં સ્થિર થવાની કોશિશ કરે છે. આ જ પુરુષ અને સ્ત્રી વચ્ચે સંભોગના આકર્ષણનું કારણ છે. સંભોગમાં પણ પુરુષ સ્ત્રીના ગર્ભમાં સમાઈ જવાની કોશિશ કરે છે અને સ્ત્રી પુરુષને પોતાના ગર્ભમાં સ્થાપી દેવાની કોશિશ કરે છે. પણ કારણ કે બંનેનાં મોટાં શરીરો વચ્ચે હાજર છે એટલે આ થઈ નથી શકતું અને તેઓ આ કાર્ય તેમના નાના જનીન અંગોથી પૂરું કરે છે, જ્યાં પુરુષ પોતાની સમગ્ર ઊર્જાના પ્રતિનિધિ તરીકે વીર્યને સ્ત્રીના ગર્ભમાં છોડે છે અને સ્ત્રી તેનો પોતાના ગર્ભમાં સ્વીકાર કરે છે. અને સૃષ્ટિની આ મૂળ સ્થિતિએ કરેલા કાર્યથી જ એક નવા જીવનું

સર્જન થાય છે.

આપણાં મંદિરોમાં સ્થપાયેલાં શિવલિંગ આ જ મૂળ સ્થિતિની રચના ધરાવે છે. શિવલિંગની રચનામાં લિંગ જ્યાં ઊભુ છે તે સ્ત્રીનો ગર્ભ છે, જે જમણી બાજુ યોની સાથે જોડાયેલો છે. શિવલિંગની રચના આપણા બધાની મૂળ સ્થિતિ એવા અદ્વૈત પિંડની રચના છે. પ્રાચીન ભારતમાં જ્યારે હજુ રામ અને કૃષ્ણ જેવા ઇશ્વરના અવતારોનો જન્મ પણ નહોતો થયો ત્યારે ઋષિમુનિઓએ મનુષ્યોને પોતાના મૂળ સ્વરૂપનું સતત ભાન કરાવવા માટે શિવલિંગના આકારની રચના કરી હતી. તે સમયના ભારતીયો કોઈ બીજા ઈશ્વર કે પ્રતીકની પૂજા નહોતા કરતા. તેઓ માત્ર આ શિવલિંગની પૂજા કરતા અને આજીવન શિવલિંગનું ધ્યાન કરતા. પુરુષ ધ્યાનમાં પોતાને લિંગરૂપે સમગ્ર સ્ત્રીઓના ગર્ભમાં સ્થિર થયો હોવાની અનુભૂતિ કરતો અને સ્ત્રી ધ્યાનમાં તમામ પુરુષોને સંતાન તરીકે પોતાના ગર્ભમાં સ્થાપિત કર્યા હોવાની અનુભૂતિ કરતી. આ રીતે જ તેઓ ધીરે-ધીરે પોતાના પુરુષ કે સ્ત્રી હોવાના ભાવથી ઉપર ઊઠતા જતાં અને એક સમયે અદ્વૈત પિંડની મૂળ સ્થિતિની અનુભૂતિ કરી મોક્ષ મેળવતાં. તો આ છે શિવલિંગ. વિજ્ઞાન, અધ્યાત્મ અને ક્રિયાકાંડનો અદભુત સંગમ. આજે મંદિરોમાં શિવલિંગ તો રહી ગયાં છે પણ તેનીં સાથે મનુષ્યને તેના મોક્ષ સુધી લઇ જનારો આ વૈજ્ઞાનિક માર્ગ લુપ્ત થઇ ચૂક્યો છે. ચાલો, એને પુનર્જીવિત કરીએ.

એક્સ્ટ્રા બેનીફીટ : જો પુરુષ કોઈ સ્ત્રી પ્રત્યેના સતત આકર્ષણથી મુક્ત થવા ઇચ્છતો હોય તો તેણે આંખો બંધ કરીને એવું ધ્યાન કરી પોતાનો પ્રેમ વ્યક્ત

કરવો જોઈએ કે હું તે સ્ત્રીના ગર્ભમાં લિંગ રૂપે સ્થિર થયેલો છું. તે જ રીતે સ્ત્રી કોઈ પુરુષના આકર્ષણથી મુક્ત થવા એ રીતે ધ્યાનમાં પોતાનો પ્રેમ વ્યક્ત કરે કે તે પુરુષ તેણીના ગર્ભમાં સમાયેલો છે. પોતાના મનને શિવલિંગની આ સ્થિતિએ સતત સ્થિર રાખતાં સંભોગનું આકર્ષણ લુપ્ત થવા લાગે છે.

"૨૮ મે, ૨૦૧, ગુજરાત સમાચાર - રવિપૂર્તિ."

૧૨

આત્મન અને બ્રહ્મન વચ્ચેનો ફર્ક

આપણા શરીરની ઇન્દ્રિયો આજના બ્રહ્માંડમાં રહેલાં ત્રણ પરિમાણોથી જ બનેલી છે. વિજ્ઞાન કહે છે કે બ્રહ્માંડનાં આ ત્રણ પરિમાણો બ્રહ્માંડની કુલ ઉર્જાનો ત્રીસ ટકા ભાગ જ છે. જ્યારે બાકીની સિત્તેર ટકા ઉર્જા તો અદ્રશ્ય છે. હવે, જે ત્રીસ ટકા ઉર્જાથી આપણા બ્રહ્માંડના પદાર્થો બન્યા છે એમાં પણ ખાલી પાંચ ટકા પદાર્થો જ દ્રશ્ય છે. મતલબ, બ્રહ્માંડની સમગ્ર સો અબજ આકાશગંગાઓ અને દરેક આકાશગંગાના સો અબજ તારાઓને ભેગા કરીએ તો તે સમગ્ર બ્રહ્માંડની માત્ર પાંચ ટકા ઉર્જા જ છે. ત્રણ પરિમાણોમાં બનેલા બાકીના પચ્ચીસ ટકા અવકાશી પદાર્થો પણ અદ્રશ્ય છે. બસ, આ જ હકીકત સાથે જોડાયેલું છે આપણું મન.

શરીરની સો ટકા ઉર્જાથી બનેલું કુલ મન આકૃતિમાં બતાવેલા ત્રણ ભાગમાં વહેંચાય છે. જે ભાગ બ્રહ્માંડની સિત્તેર ટકા અદ્રશ્ય ઉર્જા સાથે સંલગ્ન છે તેને કહે છે સુષુપ્ત મન. જે ભાગ બ્રહ્માંડનાં ત્રણ પરિમાણોથી બન્યો છે તે બે વિભાગોમાં વહેંચાયેલો છે. દ્રશ્ય બ્રહ્માંડ પાંચ ટકા જ હોવાથી કોઈ મનુષ્ય બ્રહ્માંડના તમામ પદાર્થોને જોઈ લે તો પણ તે તેના કુલ મનની પાંચ ટકા ઉર્જા જ વાપરી શકશે. પણ આટલા વિશાળ બ્રહ્માંડના તમામ પદાર્થોને કોઈ જોઈ શક્તું નથી એટલે મોટા ભાગના મનુષ્યોમાં આ જાગ્રત ઉર્જા એક-બે ટકા સુધી જ સક્રિય હોય છે. એટલે મહત્તમ પાંચ ટકા ક્ષમતા ધરાવતા એ ભાગને કહે છે જાગ્રત મન- જે ઇન્દ્રિયો સાથે સીધું સંકળાયેલું છે. જ્યારે આ પાંચ ટકા સિવાયનો બાકીનો પચ્ચીસ ટકા ભાગ જે જાગ્રત હોવા છતાં બ્રહ્માંડમાં દ્રશ્ય પદાર્થોના અભાવે નિષ્ક્રિય રહે છે તે કહેવાય છે અર્ધજાગ્રત મન. આમ, અર્ધજાગ્રત મન એક એવું જાગ્રત મન છે જેના ભાગે કોઈ કામ નથી આવ્યું. આથી તે જાગ્રત અને સુષુપ્ત

મનની વચ્ચે રહીને બંને સાથે સબંધ સ્થાપે છે.

આપણે આંખ, કાન, નાક, ત્વચા જેવી જ્ઞાનેન્દ્રિયોથી જે સંવેદનાઓ ગ્રહણ કરીએ છીએ તે જાગ્રત મનમાં સંગ્રહાય છે. જ્યારે એ સંવેદનાઓનો આપણે કર્મેન્દ્રિયો દ્વારા જે જવાબ આપીએ છીએ જેમ કે બોલવું, દોડવું, પકડવું વગેરે- તે આપણા અર્ધજાગ્રત મનમાં સંગ્રહાય છે. આમ, આપણાં કર્મોનો રેકોર્ડ આપણા અર્ધજાગ્રત મનમાં સંગ્રહાય છે જે મૃત્યુ પછી એક શરીરમાંથી બીજા શરીરમાં પણ જાય છે અને આપણા બીજા જન્મની પરિસ્થિતિને નક્કી કરે છે. હવે, નિંદ્રા એ સમય છે જ્યારે મનુષ્ય તમામ ઇન્દ્રિયોનો સંપર્ક છોડી દે છે. આ કારણે નિંદ્રા દરમિયાન આ ત્રણેય મનની કુલ સો ટકા ઉર્જા એકબીજામાં ભળી જાય છે, જે મનુષ્યના મનમાં 'હું જ આ સમષ્ટિની સમગ્ર ઉર્જા છું'- એવો એકત્વનો ભાવ ઉત્પન્ન કરે છે. પણ જ્યારે મનુષ્યની ઊંઘ ઊડે છે ત્યારે તે ફરી ઇન્દ્રિયોના હાથમાં જતો રહે છે અને ફરી પેલા પાંચ ટકાથી ઓછા જાગ્રત મનને જ પોતાનું અસ્તિત્વ સમજવા લાગે છે. આ કારણે નિંદ્રા દરમિયાન ઉદ્ભવેલો પેલો એકત્વનો ભાવ અર્ધજાગ્રત મનમાં જતો રહે છે અને અર્ધજાગ્રત મન સતત જાગ્રત મનને એટલે કે મનુષ્યને એ અહેસાસ કરાવે છે કે તે અધૂરો છે. અને આ કારણે શરૂ થાય છે મનુષ્યના આધ્યાત્મિક વિકાસની યાત્રા.

આત્મા જ્યારે પ્રાણીઓમાંથી નવો નવો મનુષ્ય શરીર ધારણ કરે ત્યારે તે મનુષ્યશરીરનાં સાત ચક્રોમાંથી સૌથી નીચેના પહેલા ચક્ર પર હોય છે. આવા મનુષ્યનું ધ્યાન ફકત અસ્તિત્વ ટકાવી રાખવા માટે જરૂરી એવી ભોજન, રહેઠાણ અને કપડાની જરૂરિયાતો પર જ સીમિત હોય છે. આ સમયે તે તમસ ગુણમાં હોય છે. પરંતુ નિંદ્રા પછી ઉદ્ભવતી પેલી અધૂરાપણાની લાગણી તેને પૂર્ણતા મેળવવા ધકેલે છે. એટલે મનુષ્યની ઉર્જા ઉપર ચડી બીજા ચક્ર પર કેન્દ્રિત થઈ જાય છે. હવે, મનુષ્ય વધુ ધન કમાઈ ભોગવિલાસ કરી ઇન્દ્રિયોને સંતૃપ્ત કરવાની કોશિશ કરે છે. આમ, તે રજસ ગુણમાં આવે છે. પણ અહીં પણ પેલી અધૂરાપણાની લાગણી ત્યાં જ હોય છે. આથી, મનુષ્યની ઉર્જા ત્રીજા ચક્ર પર આવી જાય છે, જેથી મનુષ્યને પ્રસિધ્ધિ મેળવવાની ઇચ્છા થાય છે. જ્યારે પ્રસિધ્ધિ પણ અધૂરાપણાની લાગણીને ખતમ નથી કરી શકતી એટલે તેની ઊર્જા ચોથા (હૃદય) ચક્ર પર આવીને કેન્દ્રિત થાય છે. હવે, તે પ્રેમ અને લાગણીના સંબંધોથી પૂર્ણતા મેળવવા ચાહે છે. પણ નથી મળતી. ફરી ઉર્જા ઉપર ચડે છે અને પાંચમા ચક્ર પર કેન્દ્રિત થાય છે. હવે તે તત્ત્વજ્ઞાન અને ફિલોસોફીઓ પાછળ ભાગે છે. પણ એ વૈચારિક ભોગવિલાસ પછી પણ તેની અધૂરાપણાની લાગણી ત્યાં જ હોય છે. આથી, હવે તેની ઉર્જા છઠ્ઠા ચક્ર પર ચડે છે. અહીં આવતાં જ તે સત્ત્વ ગુણમાં પ્રવેશે છે. તેણે સંસારની દરેક વસ્તુને

ચકાસી જોઈ છે પણ છતાંય પૂર્ણતા નથી મળી. આથી, તે સંસાર છોડીને ફક્ત સત્યના સાક્ષાત્કાર માટે ભટકવાનું શરૂ કરે છે. સાચા સંન્યાસીઓ આ સ્થિતિએ હોય છે. અહીં, મનુષ્યના પોતાના માટે થતાં કર્મ બંધ થઈ જાય છે અને સત્યપ્રાપ્તિના માર્ગે યાતનાઓ શરૂ થાય છે. આથી, તેના જાગ્રત મનમાં નવો અહમ્ બનતો બંધ થઈ જાય છે અને યાતનાઓથી અહમના જૂના રેકોર્ડ તૂટે છે. અને જે સમયે જાગ્રત મનમાં બનેલા અહમના તમામ રેકોર્ડ તૂટી જાય છે તે જ ક્ષણે મનુષ્યના જાગ્રત મનની પાંચ ટકા ઉર્જા અને અર્ધજાગ્રત મનની પચ્ચીસ ટકા ઉર્જા એક થઈ જાય છે. આથી, અર્ધજગત મનમાં રહેલો સૃષ્ટિ સાથેના એકત્વનો રેકોર્ડ તેના કુલ ત્રીસ ટકા જાગ્રત મનનો હિસ્સો બને છે. આ આત્મસાક્ષાત્કારને 'આત્મજ્ઞાન થયું' એમ કહે છે. આ સ્થિતિનો માણસ 'આત્મન' કહેવાય છે.

હવેથી તે આત્મન પોતાનાં તમામ કર્મો સૃષ્ટિને એક જાણીને જ કરે છે. આથી, ધીરે ધીરે બીજી યાતનાઓ દ્વારા તેના અર્ધજાગ્રત મનમાં સંગ્રહાયેલાં કર્મોના રેકોર્ડ પણ નાશ પામે છે અને છેલ્લો કર્મ-રેકોર્ડ તૂટતાં મનુષ્યનું ત્રીસ ટકા જાગ્રત મન અને સિત્તેર ટકા સુષુપ્ત મન પણ એક થઈ જાય છે. આ ક્ષણે મનુષ્યની સમગ્ર ઉર્જા એક થઈ જવાથી તે સૃષ્ટિના સમગ્ર બ્રહ્મ સાથે એકાકાર થઈ જાય છે. તે બ્રહ્મને જાણી લે છે. હવે, તે શરીરમાં કોઈ મનુષ્ય નહી, સૃષ્ટિનું સમગ્ર બ્રહ્મ કાર્યરત થાય છે. આ બીજા સાક્ષાત્કારને 'બ્રહ્મજ્ઞાન થયું' એમ કહે છે. અને આવા બ્રહ્મ સાથે એક બનેલા મનુષ્યને 'બ્રહ્મન' કહે છે, જે એક સર્વોચ્ચ આધ્યાત્મિક સ્થિતિ છે ના કે કોઈ જાતિ. જ્યારે પ્રાણીમાંથી શરૂઆતી માનવશરીર ધારણ કરનાર તમસગુણી મનુષ્ય જેની ઉર્જા પહેલા ચક્ર પર જ સ્થિર હોય છે અને જે ખાલી ભોજન-રહેઠાણ મેળવી અસ્તિત્વ ટકાવી રાખવાના વિચારો પૂરતો જ સીમિત હોય છે તેવા મનુષ્યને ભારતીય શાસ્ત્રોમાં 'શુદ્ર' કહેવાયો છે. તે પણ એક આધ્યત્મિક સ્થિતિ છે, ના કે કોઈ જાતિ. બ્રહ્મન અને શુદ્ર કોઈના પણ ઘરમાં જન્મ લઈ શકે છે. બાળપણથી જ શાસ્ત્રો રટી લેવાથી કોઈ શુદ્ર સ્થિતિનો આત્મા બ્રહ્મન નથી બની શક્તો. અને આજીવન શાસ્ત્રોથી દૂર રાખીને કોઈ બ્રહ્મન સ્થિતિના આત્માને શુદ્ર નથી બનાવી શકાતો.

"૦૪ જૂન, ૨૦૧૭, ગુજરાત સમાચાર - રવિપૂર્તિ."

૧૩
વિષ્ણુ અને શિવ બનવાથી મોક્ષ સુધીનો માર્ગ

ગયા લેખમાં આપણે જાણ્યું કે નિંદ્રા દરમિયાન મનુષ્યના જાગ્રત, અર્ધજાગ્રત અને સુષુપ્ત મન એક થઇ જવાથી મનુષ્ય સમગ્ર અસ્તિત્વ સાથે એકત્વ અનુભવે છે. પણ નિંદ્રામાંથી બહાર આવતા મનુષ્ય પાંચ ટકા જાગ્રત મનને જ પોતાનું અસ્તિત્વ જાણે છે. એટલે તેના અર્ધજાગ્રત મનમાં પોતે અધૂરો અને અતૃપ્ત છે એવી અધૂરાપણાની લાગણી જન્મે છે જે આજીવન તેના મનમાં હાજર રહે છે અને પ્રબળ બનતી જાય છે. મનુષ્યના મનમાં સ્થાયી બનેલી આ અધૂરાપણાની લાગણી જ સમગ્ર માનવજગતને ચલાયમાન રાખે છે. તેના કારણે જ માનવ સતત સુખ મેળવવાની ઇચ્છા કરે છે. પણ એ સુખની કામના અસલમાં એ એકત્વ કે પૂર્ણતા મેળવવાની જ કામના છે, જે નિંદ્રા સમયે આપણા મનને પ્રાપ્ત થાય છે. પણ પહેલા ચક્ર પર જેની ઊર્જા સ્થિર છે તેવો માણસ આ સમજી શકતો નથી એટલે તે ભૌતિક ભોગવિલાસો મેળવીને સુખ મેળવવાનો પ્રયાસ કરે છે. આથી તેની ઊર્જા બીજા ચક્ર પર આવે છે. આ ભોગવિલાસો પણ જ્યારે તેને પૂર્ણતાનું સુખ નથી આપી શકતા ત્યારે પ્રસિધ્ધિ, પ્રેમ અને તત્ત્વજ્ઞાન પાછળ ભાગે છે. પણ દરેક વખતે તેનું સુખ અધૂરું હોય છે અને તેની ઊર્જા ક્રમશ: ઉપરનાં ચક્રો તરફ ચડતી જાય છે. અંતે જ્યારે છઠ્ઠા ચક્ર પર મનુષ્યના જાગ્રત, અર્ધજાગ્રત અને સુષુપ્ત મનની ઊર્જા એકબીજામાં ભળી જઇ બ્રાહ્મણત્વ પ્રગટે છે ત્યારે જ મનુષ્ય સંપૂર્ણતાનું આખરી સુખ પ્રાપ્ત કરે છે. તેને

જ બુધ્ધે નિર્વાણ કહ્યું છે.

હવે, આવો નિર્વાણ પામેલો બ્રાહ્મણ કે બુધ્ધ (બંનેના અર્થ એક જ છે) જો સંસારથી અલગ રહીને પોતાનું જીવન કાઢે તો તે એવો ચમત્કારી ઋષિ બને છે જેવા હિમાલયના જંગલોમાં જોવા મળે છે. આવા મનુષ્યોમાં બ્રહ્મ સતત સંચય પામતું રહે છે. આથી તેઓ એ દરેક ચમત્કાર કરી શકે છે જે સમગ્ર બ્રહ્માંડમાં ફેલાયેલું બ્રહ્મ કરી શકે છે. પણ જો આવો બ્રાહ્મણ મનુષ્ય બુધ્ધત્વ ધારણ કર્યા પછી સંસારમાં પ્રવેશે તો તે તેનામાં જાગ્રત બનેલા બ્રહ્મને પોતે જાણેલા સત્યને સંસારમાં સ્થાપવા માટે વાપરે છે.

આવા સંસારમાં પાછા ફરેલા બ્રાહ્મણને વિષ્ણુ કે વિષ્ણુનો અવતાર કહે છે. વિષ્ણુ બનેલો મનુષ્ય માનવશરીરનાં સાતેય ચક્રોની ઊર્જા અલગ અલગ વિષયોમાં વાપરી સમાજમાં સત્યની સ્થાપના કરવાનો પ્રયાસ કરે છે. આવા મનુષ્યોનું બ્રહ્મ તેમનાં સાંસારિક કાર્યોમાં વપરાતું રહેતું હોવાથી તેમનામાં ચમત્કારો કરવાની ક્ષમતા ઓછી હોય છે.

આવો વિષ્ણુ પહેલા ચક્રની સ્થિતિએ એક શૂદ્રની જેમ શ્રમ પણ કરે છે (રામનો વનવાસ), તો બીજા ચક્રની સ્થિતિએ વૈશ્ય બનીને વેપાર કરી ધન પણ કમાય છે (કૃષ્ણની વેપાર માટેની સમૃધ્ધ દ્વારાકા નગરી), તે ત્રીજા ચક્રની સ્થિતિએ ક્ષત્રિય બનીને રાજનીતિ અને શૌર્યનું દર્શન કરાવે છે અને પ્રસિધ્ધિ મેળવે છે (રામ અને કૃષ્ણનો ક્ષત્રિય અવતાર) તો ચોથા ચક્રની સ્થિતિએ પ્રેમલીલા પણ કરે છે (કૃષ્ણની રાસલીલા). તે પાંચમા ચક્રનું તત્વજ્ઞાન પણ પ્રગટ કરે છે (ભગવદ્ ગીતા) તો છઠા ચક્રનું વૈરાગ્ય પણ ધારણ કરે છે (બુધ્ધનો સંન્યાસ). આમ, વિષ્ણુ ચારેય વર્ણ ધારણ કરીને એક પૂર્ણપુરુષોત્તમ રૂપે સાચા સત્યને સમાજમાં સ્થાપે છે. આ કારણે વિષ્ણુને વિશ્વના પાલનહાર કહેવામાં આવે છે.

પણ આપણે અગાઉ જાણ્યું હતું કે બ્રહ્મની મૂળ સ્થિતિ તો અદ્વૈત પિંડ સ્થિતિ છે. એટલે બ્રહ્મ વિષ્ણુ સ્થિતિના મનુષ્યમાં થતી સાત ચક્રોની અભિવ્યક્તિને ધીમે ધીમે સંકોચવા લાગે છે અને તેને પાંચમા અને છઠ્ઠા ચક્ર પર સંકોચીને કેન્દ્રિત કરે છે. હવે તે મનુષ્યની અભિવ્યક્તિ પાંચમા અને છઠા ચક્રોના ગુણો પ્રમાણે જ થાય છે. એટલે કે જ્ઞાન અને વૈરાગ્ય. આવા મનુષ્યને શિવ કહે છે. આમ, બ્રહ્મ વિષ્ણુ તરીકેની પોતાની અભિવ્યક્તિ સંકોચી લઇને શિવ તરીકે અસ્તિત્વમાં આવે છે. આવો શિવ બનેલો મનુષ્ય રાજનીતિ, કૂટનીતિ અને પ્રેમલીલાઓ જેવા અભિનય માંગતા ગુણોથી વૈરાગ્ય અનુભવે છે. તે સતત ધ્યાનમાં રહીને સૃષ્ટિના સમગ્ર બ્રહ્મ સાથે એકત્વમાં સ્થિર રહે છે. આ રીતે તે સંદેશ આપે છે કે માનવજીવનમાં અનંત સુખ, શાંતિ અને આનંદ મેળવવાનો આ એક જ માર્ગ છે - પોતાનામાં પૂર્ણત્વ મેળવી તેમાં સ્થિર રહેવું. બહારની તરફ મેળવવામાં આવતું

કોઇપણ સુખ અધૂરું અને ક્ષણિક છે.

એટલે માનવજાતિ જે શાશ્વત સુખની લાલસામાં આંધળી બનીને ફરી રહી છે તે આ શિવત્વની સ્થિતિ પ્રાપ્ત કરીને જ મળી શકે છે, બીજે નહીં. એટલે શિવત્વ આપણું લક્ષ્ય છે. આ જ કારણ છે કે શિવને મહાદેવ કહેવામાં આવે છે, કારણ કે તેનામાં વિષ્ણુ જેટલી જ શક્તિ અને જ્ઞાન છે, પણ તેનામાં એ જ્ઞાન અને શક્તિની બાહ્ય અભિવ્યક્તિ કરવાની લાલસા નથી. જે આપણને કહે છે કે સુખનો માર્ગ અભિવ્યક્તિથી વિમુખ થઇ જવામાં છે. પણ આ વિમુખતામાં ધર્મ અને જવાબદારીથી વિમુખતા નથી. આવા શિવ સ્થિતિમાં રહેલા માણસને જ્યારે ખબર પડે છે કે તેની આસપાસ સત્યની હાનિ થઇ રહી છે અને અધર્મ પ્રબળ બની રહ્યો છે ત્યારે એ તે વૈરાગ્યની સ્થિતિમાંથી બહાર નીકળે છે અને પોતાની તમામ શક્તિ સાથે અધર્મી શક્તિઓ પર તૂટી પડે છે. આ ક્ષણ માટે કહેવામાં આવ્યું છે કે - 'શિવની ત્રીજી આંખ ખુલી જવી'.

આમ, શાશ્વત સુખ માટે ધ્યાનમાં લીન રહેવાવાળા શિવ પાસે સમાજમાં સત્ય અને ધર્મની સ્થાપના જળવાઇ રહે તે માટે ત્રીજા નેત્રની જાગૃકતા પણ છે જે જરૂર પડે ખૂલી જાય છે. આમ શિવત્વ એ કોઇ વ્યક્તિગત શાંતિ મેળવવાની બેજવાબદારીભરી સ્વાર્થી સ્થિતિ નથી. તે માનવજીવનની સૌથી આદર્શ સ્થિતિ છે. શિવત્વ દરેક માણસને શાશ્વત સુખ આપતા અને સત્યની રક્ષા કરવાની જવાબદારી શીખવતા સાચા જીવનનો માર્ગ શિખવાડે છે.

બસ, તો શિવ એ આખરી પડાવ છે મનુષ્યની ચેતનાનો, જ્યાંથી બ્રહ્મ પોતાની જાતને સંકોચીને સાતમા ચક્રમાં પ્રવેશે છે. સાતમુ ચક્ર એક ગળણી જેવું હોય છે જેનો ખુલ્લો છેડો નીચે છઠ્ઠા ચક્ર તરફ હોય છે અને અણીવાળો છેડો ઉપરની ખોપડી તરફ. એ અણીવાળા છેડાની ટોચે બ્રહ્મરંધ્ર છીદ્ર આવેલું હોય છે. શિવ સ્થિતિના મનુષ્યની સમગ્ર ઊર્જા આ સાતમા ચક્રની ટોચે પહોંચી એકત્વ ધારણ કરે છે ત્યારે બ્રહ્મરંધ્ર છિદ્ર ખૂલી જાય છે અને તે અદ્વૈત બનેલો શિવનો આત્મા બ્રહ્મરંધ્રને છેદી બ્રહ્માંડના એ કેન્દ્રમાં જતો રહે છે, જ્યાં એવા બીજા અનેક અદ્વૈત સ્થિતિના આત્માઓ એકઠા થયેલા હોય છે. આ અદ્વૈત સ્થિતિ બ્રહ્મની મૂળ સ્થિતિ હોવાથી તે આત્માઓ ક્યારેય જન્મ-મરણના ચક્રમાં પાછા ફરતા નથી. આથી, આત્માની આ અદ્વૈત સ્થિતિને જ મોક્ષ કહે છે, જેને બુધ્ધે 'મહાનિર્વાણ' કહ્યું છે. આવા મોક્ષ પામેલા બહુ બધા આત્માઓથી બ્રહ્માંડનું કેન્દ્ર જ્યારે ભરાય છે ત્યારે તે એટલું પ્રબળ બને છે કે તે બ્રહ્માંડને કેન્દ્ર તરફ સંકોચવાનું શરૂ કરી દે છે, અને અંતે બ્રહ્માંડ પણ સંકોચાઇને અદ્વૈત પિંડ બની જાય છે. આમ, મનુષ્યનો મોક્ષ સમગ્ર બ્રહ્માંડને અદ્વૈત પિંડની સ્થિતિએ લાવવા માટેનું ઉપયોગી કાર્ય છે, અને એ કાર્ય માટે જ મનુષ્યની ઉત્પત્તિ થઇ છે.

ડૉ. કૌશિક ચૌધરી

"૧૧ જૂન, ૨૦૧૭, ગુજરાત સમાચાર - રવિપૂર્તિ."

94

આત્માના જન્માંતરોનું વિજ્ઞાન : માતા-પિતા માટે એક રેડસિગ્નલ

માતાના ગર્ભમાં અંડકોષ અને શુક્રકોષનું મિલન થઇ ફલિત ઈંડુ બને છે. અંડકોષમાં માતાનું અને શુક્રકોષમાં પિતાનું dna હોય છે જે તેમના દેખાવ, કદ-કાંઠી અને સ્વભાવ તથા બુદ્ધિશક્તિનો રેકોર્ડ ધરાવે છે. આ સ્વભાવ અને બુદ્ધિશક્તિનો રેકોર્ડ ધરાવતા જિનને 'બુદ્ધિ જિન' (Intelect genes) કહે છે, જેને હજી સુધી વૈજ્ઞાનિકો dna માં શોધી શક્યા નથી, પણ તેની અસરને માને છે. હું આ બુદ્ધિ જિનના કોયડામાં એક નવી વાત એ લઇ આવ્યો છું કે અસલમાં dna માં બે ભાગ છે; એક 'જડ dna અને બીજું ચૈતન્ય dna જડ dna માણસના રંગ, રૂપ અને કદ-કાંઠીનો રેકોર્ડ રાખે છે. જયારે ચૈતન્ય dna માણસની બુદ્ધિ શક્તિના વિકાસનો રેકોર્ડ રાખે છે. કોઈ માણસનો આત્મા પહેલા ચક્ર પર સ્થિત છે તો તે સામાન્ય વિચારોવાળો, અસ્તિત્વ ટકાવવાની ઈચ્છાઓ પૂરતો માર્યાદિત હશે, જો તેનો આત્મા બીજા ચક્ર પર હશે તો તેને વધારે પૈસા કમાવવાની અને સંપત્તિ દેખાડવાની ભૂખ હશે. જો ત્રીજા ચક્ર પર હશે તો તેને ધનસંપત્તિ કરતા પણ પોતાની પ્રતિષ્ઠા અને આદર્શોની રક્ષા પસંદ હશે. આવા લોકો નેતૃત્વ પણ સામે ચાલીને પસંદ કરશે. ચોથા ચક્રવાળા લોકો પ્રેમી, સમર્પિત અને માનવતાવાદી હોય છે તો પાંચમા ચક્રવાળા તત્વજ્ઞાની હોય છે. છઠા ચક્ર પર આત્મા આવ્યો હોય તેવા લોકો સત્યની શોધમાં અને વૈરાગી હોય છે. અને જયારે છઠા ચક્ર પર આત્મા સંપૂર્ણ કેન્દ્રિત થઇ જઈ સંપૂર્ણ આત્મસાક્ષાત્કાર કરી લે છે ત્યારે માણસ

શરીરથી ઉપર ઉઠી જાય છે.

માણસ જે ચક્ર પર સ્થિત હોય તે ચક્રના બુદ્ધિ જિન તેના dna માં તેની જીવંત અવસ્થામાં સક્રિય હોય છે. જો તે ત્રીજા ચક્ર પર સ્થિત હોય તો તેના dna માં પહેલા ચક્રથી ત્રીજા ચક્ર સુધીના બુદ્ધિ જિન્નની એક આખી શૃંખલા જીવિત હોય છે. આને જ ચૈતન્ય dna કહે છે. જયારે માણસ મરી જાય એટલે તેમાં જડ dna તો મળી રહે છે પણ ચૈતન્ય dna નથી મળતું. કદાચ એટલે જ તે વૈજ્ઞાનિકોના હાથમાં નથી આવતું.
પુરુષનો શુક્રકોષ અને સ્ત્રીનો અંડકોષ જીવિત અવસ્થામાં જ શરીરમાં હોવાથી તે તેમના ચૈતન્ય dna ને પણ ધરાવે છે. મતલબ, ફલન સમયે માતા-પિતાની બુદ્ધિ-ક્ષમતા જેટલી અને જેવી છે તેનો રેકોર્ડ ચૈતન્ય dna માં હોય છે. તેના બે વર્ષ પછી જો તેમના શુક્રકોષ અને અંડકોષનું મિલન થાય તો બે વર્ષમાં તેમના સ્વભાવમાં અને બુધ્ધિક્ષમતામાં આવેલો બદલાવ તેમના ચૈતન્ય dna માં પણ મૌજુદ હોય છે. આથી, એક જ માતા-પિતાના અલગ અલગ સમયે પેદા થયેલા સંતાનોના સ્વભાવમાં વધુ પડતો ફર્ક હોય તો તેનું એક કારણ આ પણ છે.

હવે આત્મા શરીરમાં કયા ચક્ર પર છે અને મનુષ્યમાં કયા ચક્રનો સ્વભાવ સક્રિય છે તેનો રેકોર્ડ અર્ધજાગ્રત મનમાં હોય છે. આ સિવાય આપણે જે પણ કર્મ કરીએ છીએ તેનો અને તેના નિષ્કર્ષનો રેકોર્ડ પણ આપણા અર્ધજાગ્રત મનમાં સંગ્રહાય છે. એટલે માણસના કર્મથી ક્યાં કેવું ઋણ બંધાયું તે અર્ધજાગ્રત મનમાં કેદ હોય છે. માણસના મૃત્યુ સાથે તેનું જાગ્રત મન નાશ પામે છે પણ અર્ધજાગ્રત મનના રેકોર્ડ આત્મા સાથે શરીર છોડે છે. એટલે આત્મા પાછલા શરીરમાં કયા ચક્ર સુધી યાત્રા પહોંચી અને કયા ઋણ બનાવ્યા તેનો રેકોર્ડ લઈને શરીર છોડે છે અને અવકાશમાં નવા શરીરની શોધમાં ફરે છે. અને એ શરીર એ કેવીરીતે મેળવે છે તે સમજવા પાછા આવીએ માતાના ગર્ભમાં. અંડકોષ અને શુક્રકોષના મિલનથી બનતા ઈંડામાં માતા-પિતાના dna નું મિશ્રણ થાય છે. એટલે આ ઈંડામાં બાળકનું રૂપ, રંગ, કદ-કાંઠી, લિંગ, સ્વભાવ અને બુદ્ધિક્ષમતાની માહિતી નક્કી થાય છે, જે માતા-પિતા બંનેમાંથી કોઈ એકની વધુ કે બંનેના સંપૂર્ણ મિશ્રણવાળી હોય છે. પણ dna ધરાવતું આ ઈંડુ ફક્ત શરીરનું ખોખું તૈયાર કરે છે. તેનામાં માનવજીવન નથી હોતું. તે એક એવા મશીન સમાન હોય છે જે dna ના રેકોર્ડ મુજબ પોતાનું વિભાજન કરતા કરતા એકમાંથી બે અને બેમાંથી ચાર કોષો બનાવતું એક શરૂઆતી શરીર તૈયાર કરે છે. આ શરીર ગર્ભના પહેલા ૪૦ થી ૫૦ દિવસમાં તૈયાર થઇ જાય છે. અહીં પ્રાણી શરીરની એક શરૂઆતી આવૃત્તિ બની હોય છે જ્યાં મગજ, હૃદય અને કરોડરજ્જુના ભાગો નિર્માણ પામ્યા હોય છે. પણ અહીંથી આગળ વધવાની શક્તિ તે શરીરમાં કે તે ખોખામાં નથી હોતી. આ

સમયે જ તેને તે શરીરમાં ઉર્જાનો એક મોટો જથ્થો જોઈએ છે જે શરીર નિર્માણના કાર્યને આગળ ધપાવે. ટેસ્ટટ્યુબમાં તૈયાર કરવામાં આવેલું ઈંડુ પણ આટલા સુધી જ આવીને અટકી જાય છે.

અવકાશમાં ધુમતા આત્મા આ સ્થિતના શરીરોની જ શોધમાં હોય છે. મુક્ત આત્મા પોતે જ બ્રહ્મ હોવાથી તે સમગ્ર સૃષ્ટિમાં ફેલાયેલા બ્રહ્મના નેટવર્કથી સીધો જોડાયેલો હોય છે. એટલે તે એવું શરીર અને પરિસ્થિતિઓ શોધે છે જેનાથી તેની બે શરતો પૂર્ણ થાય. પહેલી એ કે તે શરીરમાં અને તે સંજોગોમાં પોતાના ઋણ ઉતારી શકાય. અને બીજી, તેની યાત્રા જે ચક્ર પર પહોંચી છે ત્યાંથી આગળ ધપાવવાની પરિસ્થિતિ અને સંજોગો મળી રહે. જયારે આત્માને લાગે કે આ બે શરતો પૂર્ણ થશે ત્યારે જ તે કોઈ ગર્ભમાં માતાની નાભિ દ્વારા પ્રવેશ કરે છે. અને જયારે તે ૪૦ થી ૫૦ દિવસના શરૂઆતી શરીરમાં આત્મા પ્રવેશે છે ત્યારે આપણો ગાયનેક ડોક્ટર આપણને કહે છે 'ધબકારા શરુ થઇ ચુક્યા છે.' પણ આ છેલ્લો નિર્ણય નથી હોતો. આત્મા ૮૦ થી ૯૦ મા દિવસ સુધી તે શરીરના dna અને તેના બુદ્ધિ જિનને ચકાસી જુએ છે કે શું ખરેખર આ શરીરમાં તે તેના ઋણ અને તેની જે તે ચક્ર પરની વાસના (ઈચ્છા) પુરી કરી શકશે..? જો તેને જવાબ 'ના' મળે તો ૮૦ થી ૯૦ મા દિવસ સુધીમાં એટલે કે ત્રણ મહિના સુધીમાં તે એ શરીર છોડી દે છે. અને આપણો ગાયનેક ડોક્ટર કહે છે કે 'બાળકનો વિકાસ નથી. ધબકારા બંધ થઇ ગયા છે.' એટલે માંસના એ લોચાને માતાના શરીરમાંથી બહાર કાઢવો પડે છે. પણ જો આત્માને વિશ્વાસ આવી જાય કે આ શરીરમાં તેને તેનું જીવનકાર્ય અને ઋણ નિભાવવાની પરિસ્થિતિઓ મળી રહેશે તો માનવશરીર બનવાનું કાર્ય આગળ વધે છે. આત્મા તે શરીરમાં પોતાના ગયા જન્મના કર્મોના, ઋણોના અને જે તે ચક્ર પરની સ્થિતિના રેકોર્ડ તે શરીરમાં અર્ધજાગ્રત મન તરીકે સ્થાપી દે છે. ગયા જન્મની તેની યાત્રા જે ચક્ર સુધીની હોય તેના બુદ્ધિજીન પણ હવે તે શરીરના dna માં સક્રિય થાય છે. ગયા જન્મના શરીરમાંથી આવેલા અર્ધજાગ્રત મનના રેકોર્ડને તે બાળકના 'પૂર્વજન્મના સંસ્કાર' કહે છે, જે માતા-પિતાના dna માંથી આવેલા બુદ્ધિજીન સાથે મળી તે બાળકના નિર્ણયો અને વિચારોને પ્રભાવિત કરે છે. બાળક જેમ જેમ મોટું થતું જાય તેમ તેનું પોતાનું પણ જાગ્રત મન વિકસતું જાય છે. અને તેના અનુભવો પણ અર્ધજાગ્રત મનમાં સંગ્રહાય છે. હવેથી પૂર્વજન્મ સંસ્કાર અને માતા-પિતાના dna માંથી આવેલા સંસ્કાર સાથે તેના પોતાના અનુભવોનું આ જ્ઞાન પણ તેના નિર્ણયોને પ્રભાવિત કરે છે.

આમ, માતા-પિતા જયારે પોતાના સંતાનને જુએ છે ત્યારે તે બહારથી તેમના જડ dna ની જ પ્રોડક્ટ હોય છે. અંદરથી પણ તેમનું ફલન સમયનું ચૈતન્ય

dna બાળકના સ્વભાવમાં કેટલોક ભાગ ભજવતું હોય છે. આ કારણે માતા-પિતા સંતાનને જુએ છે ત્યારે તેમને તે પોતાની જ પ્રતિકૃતિ દેખાય છે અને અનુભવાય છે. તેમને લાગે છે કે જાણે સામેના શરીરમાં પણ હું જ છું. પણ આ એક છલાવો હોય છે. કારણ કે એ શરીરને ચલાવનારો ડ્રાઇવર એવો આત્મા કોઈ બીજો જ હોય છે જે પોતાના જ ઋણ અને ચક્ર પ્રમાણેની ઈચ્છાઓ તથા જીવનકાર્ય લઈને આવ્યો છે. અહીં દુનિયાના દરેક માં-બાપ છેતરાય છે.

૨૦૧૩ ના જાન્યુઆરી મહિનામાં હું બેલુર મઠ છોડીને સાંસારિક જીવન જીવવાના નિશ્ચયથી ઘરે આવી રહ્યો હતો. પપ્પાએ મારા પાછા આવવાની ખુશીમાં ફ્લાઈટની ટિકિટ બુક કરાવી દીધી તો મારે ફ્લાઈટમાં આવવું પડ્યું. ફ્લાઈટમાં મારી બાજુમાં એક પંજાબી ભાઈ આવીને બેઠો જે તેની પત્ની અને બે ૮-૧૦ વર્ષના દીકરાઓ સાથે હતો. તેણે મને કહ્યું, 'શું યાર, મોદીને ગુજરાતમાંથી છોડો, દિલ્લી આવવા દો. એની જરૂર છે.' મેં કહ્યું, 'અમે પણ એજ ચાહીએ છીએ. એટલે જ તો ગયા મહિને ત્રીજીવાર એમને ગુજરાતના સીએમ બનાવ્યા.' તેણે ફરી પાછું કહ્યું, 'કમાલનો બંદો છે ભાઈ. છોકરા નથી ને એટલે. છોકરા આવે એટલે માણસ પોતાનું જીવન સ્ટોપ કરી દે છે અને છોકરાઓમાં જ પોતાનું જીવન જોતો થઇ જાય છે. એટલે પછીનું એનું જીવન છોકરાઓને જોઈ રહેવામાં જ જાય છે.'

એ ભાઈનું હું નામ પણ જાણતો નથી. ફરી કદાચ મળીશ તો ઓળખીશ પણ નહિ. પણ સાંસારિક જીવન શરુ કરવા જ પાછા આવી રહેલા એવા મને એણે તે દિવસે સમય પહેલા જે જ્ઞાન આપ્યું એ અદભુત હતું. જયારે પાછળથી મેં આ વિજ્ઞાન જાણ્યું ત્યારે સૌથી પહેલા મને તે જ યાદ આવ્યો કે તે કેટલો સાચો હતો. મોટાભાગના સામાન્ય માં-બાપ આ ભૂલ કરે છે. તે ત્રીસ વર્ષની ઉંમરે માં-બાપ બને છે અને ત્યાંથી પોતાના સંતાનમાં જ પોતાનું જીવન શોધતા અને જીવતા થઇ જાય છે. તેમનું પોતાનું જીવન એકરીતે તેઓ ખતમ કરી દે છે અને જે કરે છે તે બસ સંતાન માટે કરે છે. ત્રીસ વર્ષની ઉંમરે તેમને તેમના ચહેરામાંથી રસ ઉઠવા લાગે છે અને તે ફેસબુક અને વોટ્સએપના પ્રોફાઈલ પિકમાં પોતાના સ્થાને પોતાના સંતાનોના જ ફોટા મુકતા થઇ જાય છે. એક રીતે ત્રીસ વર્ષની ઉંમરે જ તે મરી જાય છે. તે આત્મા જે જીવનકાર્ય અને ઉત્ક્રાંતિની સંભાવનાઓ લઈને આવ્યો હતો તે ખતમ થઇ જાય છે. હવે તે એક નાના શરીરમાં પોતાનું ભવિષ્ય જોવાની કોશિશ કરે છે. પણ જેમ જેમ સંતાન મોટું થતું જાય છે તેમ તેમ તેના શરીર અને મન પર માતા-પિતાનો કાબુ ખતમ થતો જાય છે. હવે સંઘર્ષ ઉત્પન્ન થાય છે, જેને આપણે જનરેશન ગેપ કહીએ છીએ. પણ અસલમાં એ સંઘર્ષ એક જ શરીર પર બે માલિકોના અધિકારનો સંઘર્ષ છે. માતા-પિતા

એ સ્વીકારી નથી શકતા કે જે શરીરને તે આટલા વર્ષોથી પોતાની પ્રતિકૃતિ માનીને જીવી રહ્યા હતા, જેમાં તે પોતાને જોઈ રહ્યા હતા તે શરીરનો માલિક બીજો કોઈ છે. તે શરીરમાં એક બીજો આત્મા છે જે પોતાનું એક સ્વતંત્ર ભાગ્ય લઈને આવ્યો છે, જે પોતાનું એક અલગ જીવનકાર્ય લઈને આવ્યો છે. પણ આ સમજતા સમજતા માતા-પિતાનું શરીર વૃદ્ધાવસ્થાના દ્વારે આવી ચૂક્યું હોય છે. અસલમાં તે ત્યારે જ વૃદ્ધ થઇ ગયા હોય છે જયારે ત્રીસ વર્ષની ઉંમરે તેમણે તેમનું જીવન ખતમ કરી બીજાના શરીરમાં પોતાનું જીવન જીવવાની કોશિશ શરુ કરી હતી. તેમણે જીવનનો અમૂલ્ય સમય આ ભ્રમમાં વિતાવી દીધો કે 'મારા સંતાનમાં પણ હું જ છું.' જયારે અસલમાં તેમાં એક બીજો જ માલિક, બીજો જ ખિલાડી પોતાનું અલગ વિશ્વ ઘડી રહ્યો હતો. પણ હવે પોતાના સંતાનના શરીર અને વ્યક્તિત્વ પર માતા-પિતા પોતાનો અધિકાર જવા દે એ સ્થિતિમાં નથી હોતા. આ જ વસ્તુ બે પેઢીઓ વચ્ચેના સંઘર્ષને અને 'માં-બાપને ભૂલશો નહિ' વાળા આપણા એ ક્લાસિકલ રાગડાઓને જન્મ આપે છે.

તો એનો અર્થ એ નથી કે પોતાના સંતાનોને પ્રેમ ના કરીએ. કે પ્રોફાઈલ પિકમાંથી તેમના ફોટા કાઢી દઈએ. એ બધું જ કરીએ. એમને ભરપૂર પ્રેમ આપીએ, જીવન શું છે, વિશ્વ શું છે, સત્ય શું છે, અસત્ય શું છે એની શ્રેષ્ઠ તાલીમ આપીએ. પણ ત્યાં આપણા અધિકારોની અને સત્યની સીમા પુરી થાય છે. ત્યાં આપણે અટકી જવાનું છે. ત્યાંથી આપણે તેમને તેમના ઋણ ચૂકવવા તથા પોતાની ચક્રોની યાત્રાને આગળ ધપાવવા જવા દેવાના છે અને આપણે પોતાની યાત્રા જ્યાં છે ત્યાંથી આગળ લઇ જવાની છે. આપણે પોતે જે જીવનકાર્ય અને જે ઋણ લઈને આવ્યા છીએ તેને પુરા કરવાના છે. એમાં જ આપણા જીવનની સફળતા છે અને એમાં જ આપણા આત્માની મુક્તિ. ગાંધીજીથી લઈને સરદાર પટેલ, સુભાષચંદ્ર બોઝ, ધીરુભાઈ અંબાણી, અબ્રાહમ લિંકન અને પ્રાચીન સમયના રામ, કૃષ્ણ અને દ્રૌપદી સુધીના મહાન લોકોએ પોતાના સંતાનોના આવ્યા પછી સંતાનો પાછળ ક્યારેય પોતાની જાતને ખતમ નહોતી કરી દીધી. તેમણે આજીવન પોતાના વ્યક્તિગત જીવનકાર્ય અને ઋણોને નિભાવવા પર ધ્યાન આપ્યું અને પોતાની જીવનયાત્રા દ્વારા જ સંતાનોને માર્ગદર્શન અને તાલીમ આપતા રહ્યા. પોતાના જીવનને સંતાન આવતા જ ત્રીસ વર્ષે ખતમ ના કરી દેવાના કારણે જ તેઓ મહાન અને ઐતિહાસિક માનવો સાબિત થયા. એ રીતે જ તેમણે સમગ્ર વિશ્વ સાથે પોતાના સંતાનોની પણ અનેક પેઢીઓનું માર્ગદર્શન કર્યું.

પણ છોકરાઓને જ પોતાનું જીવન સમજી લઇ પોતાની ત્રીસીમાં જ ઘરડા થઇ જતા આપણે, સતત ઇન્ક્રીમેન્ટ, પગાર પંચ, ટેક્સ બચત અને વીમા

પોલિસીઓથી હજી કેટલા વધારે પૈસા મળશે એ ગણવામાં ઘરડા થઇ જતા આપણે આખરે આપણા સંતાનોને પણ શું બનાવીએ છીએ..? એજ પૈસા ગણતો, ત્રીસ વર્ષે છોકરા આવતા જ ઘરડો થઇ જતો એક કર્મચારી કે ધંધાદારી..? આ દુનિયાને જરૂર છે મહાપુરુષોની, મહાન સ્ત્રીઓની જે સૃષ્ટિના વિજ્ઞાન અનુરૂપ પોતાના જીવનને તેની આખરી ક્ષણ સુધી વિકસાવે અને પોતાના સંતાનોને પોતાનું મહાન જીવન વિરાસતમાં આપીને જાય. ત્રીસ વર્ષે ઘરડું થઇ જતું એક ગધેડાનું જીવન નહિ જે બસ સવારે પાંચ વાગ્યાથી રાતે નવ વાગ્યા સુધી જીવનનો ભાર ઊંચકવામાં ક્યારે ખતમ થઇ જાય છે તેની એને પોતાને પણ ખબર ન હોય.

“૦૫ ઓક્ટોબર, ૨૦૧, ગુજરાત સમાચાર - રવિપૂર્તિ.”

૯૫

હરમન હેસનો સિધ્ધાર્થ : રજસ પછી જ સત્વ આવે છે

એક લેખમાં આપણે વાત કરી હતી કે સંસાર પાર કરવાની આળસ ક્યારેય સત્વગુણ ન હોઈ શકે. એ તમસ ગુણ છે. જે સંસારમાં ગરીબીને જન્મ આપે છે. આજે વાત કરીએ એ જ વાતને સમર્થન આપતી એક મહાકથાની જે લખી છે નોબેલ વિજેતા જર્મન સાહિત્યકાર હર્મન હેસ. હર્મન હેસના દાદા અને તેમના પિતા બંને આજીવન ભારતીય તત્વજ્ઞાનના ગહન અભ્યાસુ રહેલા. ખુદ હર્મન હેસે ઘણો સમય ભારતમાં વિતાવ્યો હતો. અને આ ત્રણ ત્રણ પેઢીના ભારતીય તત્વજ્ઞાનના અભ્યાસનો નીચોડ એટલે હર્મન દ્વારા લખાયેલી માત્ર સો પાનાની જગવિખ્યાત નોવેલ 'સિધ્ધાર્થ.'

તથાગત બુદ્ધના સમયમાં જીવેલા સિધ્ધાર્થ નામના એક બ્રાહ્મણ પુત્રની આ વાત છે. સિધ્ધાર્થ બાળપણથી જ સંસારના મૂળ તત્વની શોધમાં હતો. ધ્યાન કરવું, ધર્મની ચર્ચાઓ કરવી એ બધી પ્રક્રિયા એના બાળપણથી જ શરૂ થઈ ગયેલી. તેના ઘણા મિત્રોમાંનો એક ગોવિંદ સિધ્ધાર્થને એક દિવ્ય આત્મા માનતો. એટલે ગોવિંદે જીવનમાં હંમેશા સિધ્ધાર્થ સાથે રહેવાનું નક્કી કરેલું જેથી સિધ્ધાર્થ સાથે સાથે પોતાને પણ મોક્ષ મળી શકે. કિશોર અવસ્થા પાર કરતાં કરતાં સિધ્ધાર્થને પિતાની બ્રાહ્મણ દિનચર્યા અને ક્રિયાકાંડોથી રસ ઉઠવા લાગ્યો. તેને ખબર પડી કે બધા વેદોને જાણીને પણ તેના પિતા જ્યારે પ્રવચન આપવા અને ધર્મની ચર્ચાઓમાં ભાગ લેવા જાય છે ત્યારે એ જ જ્ઞાની તરીકેનો

દંભ અને કીર્તિનો મોહ તેમનામાં હાજર હોય છે. મતલબ, પિતા હજી તેમના આત્મા રૂપી બ્રહ્મ સાથે એકાકાર થઈ શક્યા નથી.

એવામાં એક દિવસ તેના ઘર આગળથી શ્રમણો પસાર થાય છે. શ્રમણો એટલે નાગા બાવાઓ જેવા તપસ્વીઓની ટોળી જે પોતાના દેહનો નિગ્રહ કરી આત્મા સાથે એકરૂપ થવાની કોશિશો કરે છે. સિધ્ધાર્થ ગમે તેમ કરીને પિતાને મનાવી આત્મસાક્ષાત્કારના ધ્યેય સાથે ઘર છોડી શ્રમણો સાથે નીકળી પડે છે. ગોવિંદ પણ તેના સાથે જાય છે. બંને વર્ષો સુધી શ્રમણો સાથે રહે છે. ભૂખ-તરસને મારે છે. એક પગે ઉભા રહી તપસ્યા કરે છે, ચપ્પલ વગર કાંટાળા માર્ગે પ્રવાસ કરે છે. દ્રશ્ય સંસાર ભ્રમ છે. એનો સતત તિરસ્કાર કરવો અને તેના પાછળ રહેલા બ્રહ્મને જોવાની કોશિશ કરવી એ એમનું જીવન હતું. પણ કેટલાક વર્ષો વિતાયા પછી સિધ્ધાર્થને લાગ્યું કે તેના સૌથી મોટા શ્રમિક ગુરુ સાહીઠ વર્ષથી શ્રમિક છે. એનો અર્થ એ છે કે ત્રીસ વર્ષ પછી સાહીઠ વર્ષની ઉંમરે તે પોતે પણ શ્રમિક જ હશે. સાક્ષાત્કાર પ્રાપ્ત કરેલો યોગી નહીં. આથી, સિધ્ધાર્થ ગોવિંદને સાથે લઈને શ્રમિકોની ટોળીને છોડી દે છે. રસ્તામાં તેમને સમાચાર મળે છે કે ભગવાન ગૌતમ બુધ્ધ નજીકના કોઈ સ્થળે તેમના અનુયાયીઓ સાથે આવી પહોંચ્યા છે. આ બંનેએ તેમના વિશે ખુબ સાંભળ્યું હોય છે અને સિધ્ધાર્થ બુદ્ધની જેમ જ સાક્ષાત્કાર મેળવવા માંગતો હોય છે.

બંને જણ બુદ્ધને મળવા જાય છે. તેમનું પ્રવચન સાંભળે છે. પ્રવચન સાંભળી ગોવિંદને લાગે છે કે આખરે તેને તેનો માર્ગ મળી ગયો. પરંતુ, સિધ્ધાર્થ હજી સંતુષ્ટ નથી હોતો. તે બુધ્ધને મળે છે. બંને વચ્ચે ચર્ચા થાય છે જેનો સાર એ હોય છે કે સિધ્ધાર્થ કોઈ અનુયાયી નહીં પણ સ્વયં બુદ્ધ બનવા માંગતો હોય છે. અને તેનું માનવું હોય છે કે અભ્યાસથી કે પ્રવચનો સાંભળવાથી તે નહીં થઈ શકે. એટલે તે બુદ્ધને પણ છોડી દે છે અને આગળ વધે છે. પણ આ વખતે ગોવિંદ તેની સાથે નથી હોતો. ગોવિંદને તે બુદ્ધ પાસે રહેવાની સલાહ આપે છે.

સિધ્ધાર્થ અત્યાર સુધી શ્રમણોનો સંસારના તિરસ્કારનો માર્ગ અને બુદ્ધનો સંસારથી અનાસક્ત રહેવાનો મધ્ય માર્ગ પારખી જોયો હોય છે. પણ હવે તેનું મન આ ઈન્દ્રિય નિગ્રહથી ત્રાસી જાય છે. બ્રહ્મના એ દરેક રૂપો વૃક્ષ, નદીઓ, પહાડો, પશુ-પક્ષીઓ અને મનુષ્યો જેને આજ સુધી તેણે માયા ગણીને તિરસ્કાર્યા હોય છે તેને હવે તે પ્રેમ કરતો થાય છે. હવે તે જંગલ છોડી સંસારને જાણવા માગે છે. તે એક નગરમાં પ્રવેશ કરે છે. નગરમાં પ્રવેશતાં જ તેની નજર કમલા નામની એક રૂપસુંદરી પર પડે છે. તે કમલાથી આકર્ષાય છે. પણ કમલા કહે છે કે તેની પાસે આવતા પુરુષો તો સુંદર રીતે તૈયાર થયેલા અને ખૂબ ધન કમાયેલા હોય છે. એટલે કમલા માટે તે બજારમાં જઈ કામ કરવાનું શરૂ કરે છે. તેમાંથી

આગળ વધી એ વેપારી બની જાય છે અને ખૂબ ધન કમાય છે. તે કમલા પાસે પહોંચે છે અને કહે છે કે 'તું મને શીખવ કે તુ બધાને એક જેવો પ્રેમ કેવી રીતે કરી શકે છે ?' ધીરે ધીરે બંને નજીક આવે છે અને સાથે રહેવા લાગે છે. સિધ્ધાર્થ તેને તેના સંન્યાસ જીવનની વાતો કહે છે. વર્ષો સુધી સિધ્ધાર્થ ધનના નશામાં રહીને જુગાર રમે છે, મદિરાપાન કરે છે અને કમલા સાથે શરીર સુખ માણે છે. પણ એક દિવસ તેને કમલાના ચહેરા પર કરચલીઓ દેખાય છે. તે પોતાનો ચહેરો પણ ફીક્કો અને ઘરડો થઈ ગયેલો જુએ છે. તેને અહેસાસ થાય છે કે આ બધું હવે નષ્ટ થવા આવ્યું છે અને તે ત્યાંનો ત્યાં જ છે. એ બધા ભોગવિલાસથી એણે કંઈ મેળવ્યું નથી. એ રાત્રે એને સ્વપ્ન આવે છે કે કમલાના ઘરમાં પાંજરામાં જે ચકલી રાખેલી છે, તે ચકલી પાંજરામાં જ મરી જાય છે અને પાંજરામાં સન્નાટો વ્યાપી જાય છે. એ દ્રશ્ય જોતા જ સિધ્ધાર્થ નિંદ્રામાંથી જાગી જાય છે અને તેના શરીરમાં એક કંપારી છૂટી પડે છે.

તે સમજી જાય છે કે તેનો અંત પણ આ રીતે જ આ શરીર અને સંસારના પાંજરામાં થશે. એ તે જ ક્ષણે ઘર છોડી જંગલ તરફ ચાલતો થઈ જાય છે. અને હવે પછી જે ઘટનાઓ બને છે તે સિધ્ધાર્થને સાચા આત્મસાક્ષાત્કારનો ભેટો કરાવે છે. હવે પછી તેના સાથે જે થાય છે તે તેને સાચો બુદ્ધ બનાવે છે. બોધ તો સિધ્ધાર્થના ફરી જંગલમાં ગયા પછી પણ ઘણા મળે છે. પણ અત્યાર સુધીની વાતમાંથી જે બોધ મળે છે તે એ છે કે સૃષ્ટિના વિજ્ઞાનથી વિપરીત આધ્યાત્મ પણ નથી. જ્યાં સુધી રજસ ગુણના ટોચે પહોંચીને સંસારના નિસાર અને નાશવંત હોવાનો સ્વ-અનુભવ ન થાય ત્યાં સુધી સાચો સત્વગુણ પ્રગટ નથી થતો. તમસ, રજસ અને સત્વની આ આધ્યાત્મિક યાત્રામાં કોઈ શોર્ટકટ નથી. સિધ્ધાર્થ ગૌતમ પણ ગૌતમ બુદ્ધ એટલે બન્યા કારણ કે તેઓ રાજસ્વ, પત્ની અને સંતાન સાથેના છેલ્લા ભોગવિલાસો ભોગવી ચૂક્યા હતા. અને રજસની એ અંતિમ ચોટી પરથી જ તેમનામાં સત્વ ગુણની શરૂઆત થઈ હતી. રજસ ગુણ ભોગવ્યા પહેલા આધ્યાત્મિકતાની વાત એક આળસ અને કાયરતા છે. તે ગરીબી અને કમજોરીને જન્મ આપે છે. જ્યારે સત્વ ગુણ તો નિર્ભયતા અને શક્તિનો જન્મદાતા છે.

સિધ્ધાર્થના ઘર છોડીને ચાલ્યા ગયા પછી કમલા પેલી ચકલીને પાંજરામાંથી ઉડાડી દે છે અને પોતાનો વિહાર બૌદ્ધ ભિક્ષુઓને દાનમાં આપી દઈ સિધ્ધાર્થથી થયેલા તેના પુત્રને લઈ બુદ્ધને મળવા નીકળી પડે છે.

"૧૭ જુલાઈ, ૨૦૧૬, ગુજરાત સમાચાર - રવિપૂર્તિ."

૧6

સિધ્ધાર્થનો સાક્ષાત્કાર : બ્રાહ્મણ જન્મથી બ્રાહ્મણ સ્થિતિ સુધી

જેમ બહુ બધું જમી લીધા પછી માણસને ઈચ્છા થાય કે હાલ એક ઉલટી થઈને બધુ નીકળી જાય અને મને શાંતિ મળે, કંઈક એવી જ ઉલટીનો ઝટકો જંગલમાં આવેલો સિધ્ધાર્થ ચાહતો હતો. એ ઝટકો જે સંસારના અતિશય ભોગવિલાસથી ગંધાઈ ઉઠેલા એ શરીરથી અને ખરાબ રીતે ઉપયોગમાં લીધેલા એ આત્માથી મુક્ત કરી દે. તે હવે નદીમાં ઝંપલાવી દઈ પોતાના એ ભટકી ચૂકેલા જીવનથી છૂટકારો ચાહતો હતો. પણ જ્યારે તે નદી પાસે ગયો તો નદીની અવિરલ ધારા અને ખળખળ થતો એનો મધુર અવાજ સાંભળીને રોકાઈ ગયો. એને લાગ્યું જાણે નદી એના પર હસી રહી હતી. પ્રકૃતિના એ નિર્મળ અવાજમાં જાણે એને 'ઓમ' સંભળાયો. એ નિર્મળ અવાજ સાંભળતા જ એ પાછો પડયો અને ઝાડ નીચે બેસીને ઓમ-ઓમના જાપ સાથે થાકેલા મને સૂઈ ગયો.

બહુ લાંબી અને સ્વપ્ન રહીત નિંદ્રામાંથી તે જ્યારે ઉઠયો તો તે એ એક નવું જીવન હતું. એ શાંત હતો અને ભોગવિલાસો નીચે દબાઈ ગયેલી તેની દિવ્યતા ફરી ઉપસી આવી હતી. પાછલી જીંદગી હવે એટલી દૂર જણાતી હતી જાણે એ કોઈ ગયા જન્મની વાત હોય. હવે તેને ખબર પડી કે તેનું જીવન આ માર્ગે કેમ ગયું. એ સાંસારીક જીવને તેને બે વાતો શીખવી હતી. એક તો એણે તેને સ્વથી મુક્ત કરાવ્યો હતો. બાળપણના બ્રાહ્મણ તરીકેના દિવસોથી લઈને શ્રમણ તરીકેના જીવન સુધી દરેક નવી આધ્યાત્મિક સફળતા સાથે તેનો સ્વ

વધુ મજબૂત થતો જતો હતો. તેણે સૃષ્ટિ અદ્વૈત હોવાના સત્યને તો જાણી લીધું પણ તે જાણનારો સિધ્ધાર્થ છે એ ભાવ હંમેશા ત્યાં હતો. એ સિધ્ધાર્થ જ્યાં સુધી નષ્ટ ન થાય ત્યાં સુધી તેનો આત્મા બાકીના બ્રહ્મ સાથે એકત્વ અનુભવે તેમ નહોતો. અને જ્યારે તે કમલાની સુંદરતાથી લલચાઈને સાંસારીક જીવનમાં પ્રવેશ્યો ત્યારે તેનો એ સ્વ વધુને વધુ મજબૂત બનતો ગયો. ધનિક વેપારી તરીકે, દારુડિયા જુગારી તરીકે અને કમલાના પ્રેમી તરીકે તેનામાંનો સિધ્ધાર્થ વધુને વધુ ફૂલાતો ગયો. અને જેમ અતિશય ફૂલાતો ફુગ્ગો ફૂટે તેમ તેનો સ્વ જ્યારે ફૂટયો ત્યારે તેને તે જીવન વ્યર્થ લાગ્યું. તે મરવાની ઇચ્છા તેના એ જ સ્વના નષ્ટ થવાના કારણે હતી. અને જે ક્ષણે એ સ્વ નષ્ટ થયો બિલકુલ એ જ ક્ષણે તેને નદીનો એ નિર્મળ અવાજ સંભળાવા લાગ્યો.

બીજું, તે સાંસારીક જીવને તેને પ્રેમ કરતા શીખવ્યો. કમલાને ચાહતી વખતે તેણે અનુભવ્યું કે આનાથી સુંદર અનુભૂતિ તો શ્રમણ તરીકે જ્ઞાનના એ ઉચા શિખરો પર પણ ક્યારેય નહોતી મળી. મતલબ, જ્ઞાન ખાલી પ્રેમને નિઃસ્વાર્થ બનાવવાનું કામ કરે છે. એનાથી વધુ જ્ઞાનનું કોઈ મહત્વ નથી. નથી ઉંચા વિચારોનું કોઈ મહત્ત્વ. પ્રેમ જ મુખ્ય છે. સંસારના કણ કણથી પ્રેમ. બસ એ જ એકત્વની અનુભૂતિનો માર્ગ છે. આટલું સમજીને તે હવે જંગલમાં આગળ ચાલ્યો. તે જંગલમાં હોડી વડે લોકોને નદી પાર કરાવનારા એક માંજીને મળ્યો. વર્ષો પહેલાં કમલાના નગરમાં આવતી વખતે પણ એ માંજીએ જ તેને મફતમાં નદી પાર કરાવી આપેલી. તે વખતે તે માંજીએ તેને કહ્યું હતું કે હું અહીં આ નદી સાથે રહું છું અને નદી સાથે જ વાતો કરું છું. હવે સિધ્ધાર્થને સમજાયું હતું કે નદી સાથે વાતો કરી શકનાર માણસ કેવો હોય? સિધ્ધાર્થ તેને મળ્યો અને વીસ વર્ષ પહેલાનો પ્રસંગ યાદ કરાવ્યો. તેને પોતાના જીવનની કથા કહી. બંને હવે સાથે રહેવા લાગ્યા અને લોકોને નદી પાર કરાવવા સાથે નદીને સાંભળવાનો પ્રયાસ કરવા લાગ્યા. ધીરે ધીરે સિધ્ધાર્થનું આત્મજ્ઞાન વધતું ગયું અને હવે તેને લાગવા લાગ્યું કે તે સાચો જ હતો કે કોઈ ગુરુ જ્ઞાન અને સિધ્ધાંત તો આપી શકે, પણ મોક્ષ નહીં. એ તો દરેક માણસે પોતે જ પ્રાપ્ત કરવો પડે.

એવામાં સમાચાર આવ્યા કે તથાગત બુધ્ધ બહુ બિમાર છે અને અંતિમ શ્વાસ લઈ રહ્યા છે. કમલાએ જ્યારે આ સાંભળ્યું તો તે સિધ્ધાર્થ અને તેના પુત્રને લઈને બુધ્ધને મળવા નીકળી પડી. પણ માર્ગમાં જંગલમાં કમલાને સાપ કરડયો. તેનાથી થોડે દૂર માંજી અને સિધ્ધાર્થની ઝુંપડી હતી. માંજીએ તે જોયું અને તે મૂર્છીત કમલાને ઝૂંપડીમાં લઈ આવ્યો. સિધ્ધાર્થ તેને અને તેના પુત્રને જોતા જ ઓળખી ગયો. તેણે ઔષધી લગાવી કમલાને હોશમાં લાવી. કમલાએ સિધ્ધાર્થને તેનો પુત્ર સોંપ્યો અને સિધ્ધાર્થ સામે જોતા કહ્યું "તને શાંતિ મળી

ચૂકી છે સિધ્ધાર્થ. મને પણ હવે મળી જશે.'' સિધ્ધાર્થે કમલાની સામે ધ્યાનથી જોયું અને કહ્યું, 'જો, તને પણ મળી ગઈ છે.' કમલા વર્ષોથી બુધ્ધની શાંત અને કોમળ મુખમુદ્રા જોવા માગતી હતી. અને એટલે જ તેમના મૃત્ય પહેલાં તેમને એકવાર જોઈને શાંતિ મેળવવા માંગતી હતી. પણ હવે તેને અફસોસ નહોતો કારણ કે તેણે જોયું કે સિધ્ધાર્થનો ચહેરો હવે બુધ્ધ જેવો જ શાંત અને કોમળ બની ચૂક્યો હતો. આમ કમલાએ આખરે એક બુધ્ધના દર્શન કરીને જ પ્રાણ ત્યાગ્યા.

કમલાના મૃત્યુ પછી સિધ્ધાર્થ તેમના પુત્રને ઉછેરવા લાગ્યો. તેના પુત્ર પ્રત્યેનો તેનો પ્રેમ બધી હદો પાર કરી મોહ બની ગયો. પણ તેનો પુત્ર તેનાથી ધૃણા કરતો હતો. તે મહેલોમાં નોકર-ચાકર વચ્ચે ઉછરેલો હતો. અને સિદ્ધાર્થ એને જંગલમાં એક સન્યાસીની જેમ ઉછેરતો હતો. આખરે એકદિવસ કંટાળીને તેનો પુત્ર નાસી ગયો. સિદ્ધાર્થે તેને શોધવાની ઘણી કોશિશો કરી પણ તે ન મળ્યો. પુત્રવિયોગની વેદનાથી કણસતો સિધ્ધાર્થ નદી પાસે આવ્યો અને નદીમાં તેણે તેનો ચહેરો જોયો જે બિલકુલ તેના પિતા જેવો હતો. હવે તેની પીડામાં વધારો થયો. તેને અહેસાસ થયો કે તે પણ તેના પિતાને છોડીને આવતો રહ્યો હતો અને ક્યારેય પાછો ન ગયો. તેના પિતા પણ આખરી સમય સુધી આવી જ વેદના સાથે મૃત્યુ પામ્યા હશે. સિધ્ધાર્થ ફરી સંસારીઓની જેમ વિલાપ કરવા લાગ્યો. આખરે તેનો મિત્ર માંજી તેને નદી પાસે લઈ ગયો અને નદી શું કહે છે તે સાંભળવા કહ્યું. સિધ્ધાર્થે નદીથી આ છેલ્લું સત્ય જાણ્યું.

આ સંસાર નદીની જેમ વહેતો જાય છે, પણ નદીની જેમ ત્યાં જ છે. તેના અને તેના પિતાથી લઈને કમલા, ગોવિંદ અને તેના પુત્ર સુધીના બધા ચહેરા બ્રહ્મના સ્વરૂપો જ હતા જે નદીના વહેતા પાણીની જેમ વહેતા ગયા પણ તત્વરૂપે તે નદીની જેમ ત્યાં જ હતા. તેણે નદીના ખળખળ અવાજમાં પ્રેમ, નફરત, આનંદ, શોક, મિલન અને વિરહના અલગ અલગ સૂરોનું મિલન સાંભળ્યું. તે જાણી ગયો કે ખાલી સુખ, મિલન અને આનંદને જ અપનાવવામાં સત્ય નથી. સંસારનું અદ્વૈત સ્વરૂપ સુખ-દુખ, મિલન-વિરહ, આનંદ-શોક અને અંધકાર-પ્રકાશ એ બધાનું એકત્વ છે. એ બધાને સમાન સમજવાવાળો, એ બધાને સાથે લઈને નદીની જેમ વહેવાવાળો જ બ્રહ્મપુરુષ બુધ્ધ બની શકે છે. આ એ આખરી બાકી વધતું સત્ય હતું જે સિધ્ધાર્થે તેના જીવનમાં પુત્રવિયોગના નાટકથી જાણ્યું. હવે તે સંપૂર્ણ સ્થિર તથાગત બુધ્ધ હતો. આ રીતે 'જન્મથી બ્રાહ્મણ' સિધ્ધાર્થ આટલી લાંબી, અટપટી અને પુરુષાર્થથી ભરેલી યાત્રા પછી 'બ્રહ્મને જાણનાર' સાચો બ્રાહ્મણ બન્યો.

"૨૪ જુલાઈ, ૨૦૧૭, ગુજરાત સમાચાર - રવિપૂર્તિ."

97

મહાન દલાઈ લામાની ભારતીય યુવાનોને આજીજી

સાતમી એપ્રિલે એક અંગ્રેજી ન્યુઝ ચેનલ પર તિબેટના બૌધ્ધ ગુરુ શ્રી દલાઇ લામાનું ઇન્ટરવ્યુ પ્રસારીત થયું. તેમાં તિબેટના પ્રશ્નો, ચીન સાથેની વાટાઘાટો, વિશ્વની દિશા તથા નહેરુથી લઇને મોદી સુધીના ભારતીય પ્રધાનમંત્રીઓની વાતચીત થઇ. એ બધી રાજનીતિની વાતો પછી વિશ્વના આધ્યાત્મિક જીવન અંગે જે સવાલ જવાબ થયા તે એક દુર્લભ દ્રશ્ય હતું. કેટલીક એવી ક્ષણો જે જીવનમાં ભાગ્યે જ આવે છે. દલાઇ લામાના આજીવન આધ્યાત્મિક જીવનની એ દિવ્યતા હતી. તેમણે કહ્યું કે 'હું ચૌદ વર્ષે દલાઇ લામા બન્યો હતો. તે સમયે મને પવિત્ર દલાઇ લામા તરીકે બાકી બધા માનવોથી અલગ થઇ જવું પસંદ નહોતું અને તે આજે પણ નથી. એ મને એકલતા આપે છે. સાથે અહમ અને બિનજરુરી દંભ પણ. પરંતુ, જ્યારે હું એવું માની લઉં છું કે હું પૃથ્વી પરના એ સાતસો કરોડ મનુષ્યોમાંથી જ એક છું, ત્યારે એ મને બધા સાથે જોડે છે અને બધાની સેવા કરવા વધારે પ્રેરણા આપે છે.'

વર્તમાન દલાઇ લામા તિબેટના ચૌદમા દલાઇ લામા છે. તેમનો જન્મ ૧૯૩૫માં થયો હતો અને ૧૯૩૭માં જ તેમને તેરમા દલાઇ લામાના પુનર્જન્મ તરીકે સ્વીકારી લેવામાં આવ્યા હતા. ૧૯૩૯માં પાંચ વર્ષની ઉંમરે તેમને ચૌદમા દલાઇ લામા જાહેર કરવામાં આવ્યા અને ૧૯૫૦માં જ્યારે ચાઇનીઝ આમી તિબેટમાં ઘુસી આવી ત્યારે તેમણે તિબેટના રાજકીય વડા તરીકેની

જવાબદારી પણ લઇ લીધી. તે સમયે પંદર વર્ષના દલાઇ લામાએ ચીન સાથે કરાર કર્યા જેમાં તિબેટની ધાર્મિક અને સાંસ્કૃતિક સ્વતંત્રતાને સ્વીકારવામાં આવી. પરંતુ રાજકીય અને પ્રશાસનિક રીકે તિબેટ ચીનનો ભાગ બન્યું. પરંતુ, ચીને તરત જ કરારોનું ઉલ્લંઘન કર્યું અને તિબેટના ધર્મ અને સંસ્કૃતિનું નિકંદન કાઢવાની શરૂઆત કરી. આ કારણે ૧૯૫૯માં તિબેટના પાટનગર લ્હાસામાં બળવો ફાટી નીકળ્યો જેમાં ચીની સૈનિકોએ એંશી હજારથી વધારે તિબેટી બળવાખોરોની હત્યા કરી.

પરિસ્થિતિ એટલી વણસી કે દલાઇ લામા જે તિબેટીઅન ધર્મ અને સમાજનું સર્વોચ્ચ સ્થાન હતું તેમનો જીવ પણ જોખમમાં મૂકાયો અને તેમણે તિબેટ છોડી ભારતમાં શરણ લીધી. જવાહરલાલ નેહરુએ તેમને ધર્મશાળામાં એક આખો વિસ્તાર રીફ્યુજી તિબેટી સરકાર ચલાવવા માટે આપ્યો અને ત્યારની તેવીસ વર્ષની ઉંમરથી આજે એક્યાશી વર્ષની ઉંમર સુધી દલાઇ લામા ભારતમાં છે. તેઓ ગર્વથી કહે છે કે 'હું જન્મથી તિબેટી છું, પણ ઉછેરથી ભારતીય છું. પ્રાચીન ભારતીયો અમારા ગુરુઓ છે અને હું પ્રાચીન ભારતીય જ્ઞાનનો દૂત છું.'

દલાઇ લામા છેલ્લા પચાસ વર્ષોથી દુનિયાભરમાં ફરી રહ્યા છે અને તિબેટની સ્વતંત્રતા, અહિંસા, આધ્યાત્મિકતા અને સ્ત્રી સમ્માનના ભારતીય વિચારો તેમજ અર્થતંત્ર અને વૈશ્વિક રાજનીતિ પર પોતાના વિચારો રજૂ કરી રહ્યા છે. સાતમી એપ્રિલના ઇન્ટર્વ્યુમાં તેમણે સ્ત્રી શક્તિ અને અહિંસાના સિધ્ધાંતને ક્રાંતિકારી રીતે એકબીજા સાથે જોડયા. તેમણે કહ્યું, 'એક લાખ વર્ષ પહેલા જ્યારે માનવ સમાજ હજી આમતેમ ભટકી રહ્યો હતો અને સંખ્યામાં પણ ઓછો હતો ત્યારે તેમનો કોઇ નેતા નહોતો. તેઓ જે મળે એ બે સમયનું જમી લેતા અને ભ્રમણ કરતા રહેતા. આ જ તેમનું સમાજ જીવન હતું, પણ પછીથી માનવો નદી કીનારે વસવા લાગ્યા અને ખેતી કરતા થયા. આથી ઉત્પાદનો ઉત્પન્ન થયા અને તેમનામાં તે ઉત્પાદનો પર માલીકીનો ભાવ ઉત્પન્ન થયો. આમ, વ્યક્તિગત સ્વાર્થની શરુઆત થઇ. આથી, તેવા સમાજને નિયંત્રણમાં રાખવા માટે એક નેતા તરીકે કોઇ પુરુષને પસંદ કરવાની શરુઆત થઇ. આ પુરુષપ્રધાન સમાજની શરુઆત હતી.

એ પુરુષ નેતા દરેકના સ્વાર્થનું નિયંત્રણ કરતો. ન્યાય કરતો અને બીજા કબીલા સાથે સંપતિનો વિવાદ થતાં યુધ્ધમાં પોતાના કબીલાની આગેવાની પણ કરતો. આમ, માનવોમાં પરસ્પર હિંસાની પણ શરુઆત થઇ. જે અસલમાં સમાજનું નેતૃત્વ પુરુષોને આપવાનું પરીણામ હતું. જો તે વખતે સ્ત્રીઓને સમાજની નેતા બનાવવામાં આવી હોત તો માનવજાતિનો ઇતિહાસ આટલો હિંસક અને નિર્દયી ન હોત. આ ઇતિહાસ પ્રેમ અને જાળવણીનો હોત. પ્રાચીન

ભારતીય જ્ઞાન કહે છે કે સ્ત્રી પ્રકૃતિ છે, તેનું શારીરિક અને માનસિક બંધારણ જ બીજાની જાળવણી કરવાનું છે. એટલે જ કુદરતે તેને માતૃત્વની જવાબદારી આપી છે.

જે દિવસે આ દુનિયામાં સ્ત્રી નેતા હશે - જે દિવસે દરેક દેશમાં સ્ત્રી પ્રધાનમંત્રી અને પ્રેસીડેન્ટ હશે - તે દિવસે જ માનવસમાજમાંથી હિંસા નાબૂદ થશે. તે દિવસે માનવ એકબીજાને હણવાના સ્થાને એકબીજાની જાળવણી અને સંભાળ પર ધ્યાન આપશે. કારણ કે તેનું સ્ત્રી નેતૃત્વ તેને એવું કરવા માટે પ્રોત્સાહીત કરતું હશે. આજની દુનિયામાં જોવા મળતા આ ભીષણ યુધ્ધો અને સંઘર્ષ કોઇ પ્રજાની દેન નથી, તે તે પ્રજાનું નેતૃત્વ કરતા પુરુષોની દેન છે. એટલે સ્ત્રીને શક્તિશાળી અને પ્રમુખ બનાવવી એ જ એક અહિંસક અને પ્રકૃતિની જાળવણી કરતા માનવસમાજની માંગ છે.'

સાતમી એપ્રિલના આ ઇન્ટરવ્યુંમાં તેમનામાં અત્યંત દિવ્યતા, આધ્યાત્મિકતા અને ઘણાખરા અંશે ભાવુકતા નજરે પડી રહી હતી. નવા દલાઇ લામાની નિયુક્તિ વિશે તેમણે કહ્યું કે 'હોઇ શકે હું આખરી દલાઇ લામા સાબિત થાઉ. આ દુખદ છે કે સુખદ એ વિચારવા જેટલી સાંસારીકતા હવે મારામાં રહી નથી. પણ જો ખરેખર મારા પાછળ કોઇની જરુર છે જે તિબેટીઅન સમુદાયને માર્ગદર્શન આપી શકે તો હું ગંભીરપણે એવી દિવ્યતાની શોધમાં છું જે તિબેટના રીવાજ, સંસ્કૃતિ અને સમાજને માર્ગદર્શન આપે.' તિબેટમાં દરેક નવા દલાઇ લામા જૂના દલાઇ લામાનો પુર્નજન્મ ગણાય છે. એટલે જ્યારે એમને પૂછવામાં આવ્યું કે તમે તમારો નવો જન્મ કયા સ્વરુપમાં લેવા માંગો છો, ત્યારે તેમણે કહ્યું, 'હું ચાહું છું હું પહેલા દલાઇ લામા તરીકે જન્મું. હું તે સમયે ખીલેલી અમારી તિબેટીઅન સભ્યતાને જોવા માંગુ છું. પહેલા દલાઇ લામાએ કહ્યું હતું કે હું એવા સ્થાને જન્મ લેવા માંગુ છું જ્યાં સૌથી વધુ મુસીબતો હોય, દુખ હોય અને સમસ્યાઓ હોય. જેથી મને માનવસેવા કરવાનો તેમજ માનવના દુખો અને સમસ્યાઓને દૂર કરવા માટે સંઘર્ષ કરવાનો પૂરતો અવસર મળે. બસ હું પણ પહેલા દલાઇ લામાની જેમ એ જ માંગુ છું.' અહીં દલાઇ લામાનું ઇન્ટરવ્યું પૂરું થયું.

પરંતુ, ઇન્ટરવ્યુંના આખરની ઔપચારીકતા પૂરી થઇ ગયા પછી તેમણે ત્યાં બેઠેલા ભારતીય યુવાનો સામે આંગળી ચીંધી અને અત્યંત આત્મીયતાના સૂરમાં કહ્યું, 'તમે, તમે ભારતીય યુવાનો, તમારા પર ઘણો મોટો દારોમદાર છે. તમે દુનિયાના એ એકમાત્ર દેશમાં પેદા થયા છો જેની સંસ્કૃતિએ શરીર અંદરના આત્માને જાણીને બ્રહ્માંડના ગૂઢ રહસ્યોને ઉકેલ્યા છે. પ્રાચીન ભારતીયોના એ આધ્યાત્મ અને સાઇકોલોજી સામે આજનું વિજ્ઞાન અને આજની સાઇકોલોજી બાળક છે. તમારે દુનિયાના કલ્યાણ માટે એને ફરી જીવંત બનાવવી પડશે.

પ્રાચીન ભારતીયો અમારા ગુરુઓ હતા અને આજના ભારતીયો અમારા શિષ્ય સમાન પણ નથી.' તેમણે રીતસરના હાથ જોડયા અને આજીજી કરતા હોય એવા સૂરમાં કહ્યું, 'પ્લીઝ ! મહેરબાની કરીને તમારી સંસ્કૃતિને ભૂલો નહીં. એને જીવતી રાખો. એ આ ધરતી પર એકમાત્ર આશાનું કિરણ છે. પશ્ચિમના વૈજ્ઞાનિકો ઇન્દ્રિયગ્રસ્ત છે, તે ભૌતિકતાની છેલ્લી સીમાઓએ અટકી જશે. ત્યાંથી આગળના જે સત્યો છે તે પ્રાચીન ભારતીય જ્ઞાનમાં છે.

માનવ આત્માના ઉંડાણમાંથી નીકળતા એ જ્ઞાનને ફરી જીવંત કરો અને તેને આજના ભૌતિક વિજ્ઞાન સાથે જોડો. તે બંનેનું મિલન કરાવો. એ જ આ માનવજાતિનું સાચું કલ્યાણ કરશે અને તેને મુક્તિના માર્ગે માર્ગદર્શન આપશે. આ ભારતીયો સિવાય કોઇ નહીં કરી શકે. તમે મહાન ઋષિઓના વંશજો છો. તમારી સાચી વિરાસતને ફરી જીવંત કરો અને એ તમારે આજના યુવાનોને કરવાનું છે. મહેરબાની કરીને આ કરો." અને આટલું કહીને તેમણે હાથ જોડીને ઇન્ટર્વ્યું પૂરું કર્યું.

"૧૭ એપ્રિલ, ૨૦૧૬, ગુજરાત સમાચાર - રવિપૂર્તિ."

૧૪
ભારતીય 'મેરી ક્રિસ્મસ'

તો આજ એ દિવસ છે જે દિવસે પાંચ વર્ષ પહેલા હું બેલુર મઠ ગયો હતો. હોઈ શકે તો સન્યાસ લેવા નહીંતર જે પરિસ્થિતિમાં હતો ત્યાં આગળ કઈ રીતે જીવવું એનું માર્ગદર્શન મેળવવા. જયારે મઠ પહોંચ્યો તો સાંજે રામકૃષ્ણ દેવના મુખ્ય મંદિરમાં એકબાજુ ઇસુનો ફોટો મુકાયેલો હતો અને દેશ-વિદેશના અનેક સન્યાસીઓ ત્યાં ઈસુની આરતી ઉતારી રહ્યા હતા. આ વિવેકાનંદનું દર્શન હતું જેનું ત્યાં પાલન થઇ રહ્યું હતું. વિવેકાનંદે કહેલું 'જો ઈસુના સમયે હું હાજર હોત તો મેં મારા હૃદયના લોહીથી એમના પગ ધોયા હોત.' આ એ વિવેકાનંદના શબ્દો હતા જે આધુનિક ઇતિહાસમાં હિન્દૂ ધર્મના સૌથી મોટા સ્થાપક અને પ્રચારક હતા અને જેમણે ભારતની ભૂમિ પર ખ્રિસ્તી ધર્મને ઉગતો જ ડામી દીધો હતો.

ઈસુના ઘણા ઉપદેશો બુદ્ધના ઉપદેશોને મળતા આવે છે. પશ્ચિમમાં એક પ્રબળ મત એવો પણ છે કે ઈસુએ તે સમયે એલેક્ઝાન્ડ્રિયા અને ગ્રીસમાં ધમધોકાર કાર્ય કરી રહેલી બૌદ્ધ મિશનરીઓમાં શિક્ષણ લીધું હોઈ શકે. કારણ કે ઈસુની બાર વર્ષથી ત્રીસ વર્ષ સુધીની ઉંમરના એ અઢાર વર્ષ તેમણે ક્યાં વિતાવ્યા તેનો કોઈ રેકોર્ડ ઉપલબ્ધ નથી. બાઇબલમાં પણ આ સમય માટે એટલું જ લખાયું છે 'ઈસુએ આ વર્ષોમાં પરમપિતા ઈશ્વર સાથે પોતાનું સાનિધ્ય વધાર્યું અને આત્મજ્ઞાન મેળવ્યું.' કેટલાક ઇતિહાસકારો માને છે કે આ સમય દરમિયાન ઈસુ બૌદ્ધ મિશનરીઓ સાથે સંપર્કમાં આવ્યા હોવા જોઈએ જ્યાં બૌદ્ધ ધર્મના સિદ્ધાંતોએ તેમને આધ્યાત્મનું પ્રારંભિક જ્ઞાન આપ્યું
હોય. કારણ કે ઈસુના જન્મના અઢીસો વર્ષ પહેલા સમ્રાટ અશોકે બૌદ્ધ ધર્મના

ફેલાવા માટે ઇજિપ્ત અને ગ્રીસમાં મિશનરીઓ મોકલી હતી જે બે સદીમાં એ વિસ્તારમાં ખુબ ફળી-ફૂલી હતી. ચિત્રકાર લિઓનાર્દો-દ-વિન્સીએ પણ પોતાના કેટલાક ચિત્રોમાં ઈસુને જે પહેરવેશ સાથે બતાવ્યા છે તે એવો જ છે જેવો તે સમયના ઇજિપ્તના બૌદ્ધ
સાધુઓ પહેરતા હતા.

પણ છતાંય પ્રચંડ વૈરાગી અને બ્રહ્મલીન બુદ્ધથી ભિન્ન ઈસુનું જીવન પ્રેમ અને સેવાની ભાવનાઓથી તરબોળ હતું. એક રીતે તેમણે પ્રેમ અને કરુણાના બુદ્ધના મધ્યમાર્ગને જીવ્યો હતો. કૃષ્ણ અને ગોપીઓ વચ્ચેનો પ્રેમ તેમણે એ વિસ્તારના સામાન્ય માણસો સાથે જીવી બતાવ્યો હતો. જે રાજ્યમાં રાજા પોતાને જ ઈશ્વર માનતો હતો ત્યાં તેમણે પ્રજાને કંઈક આવો ઉપદેશ આપ્યો, 'સંસારને ચલાવનારી એ પરમશક્તિ જ આપણો ઈશ્વર છે. એજ આપણો પરમપિતા છે જેનાથી આપણે એક થવાનું છે. તેના સુધી પહોંચવાનો માર્ગ છે નિસ્વાર્થ પ્રેમ, દુખીયાઓની સેવા, બીજાના કુકર્મો પ્રત્યે ક્ષમા અને પોતાના કુકર્મો પ્રત્યે પશ્ચયાતાપ.' માત્ર બે વર્ષમાં જ આ ઉપદેશ રાજા સુધી પહોંચી ગયો અને રાજાએ પોતાની સત્તા બચાવવા તેમના વિરુદ્ધ ષડયંત્રો શરુ કર્યા. આખરે ૩૨ વર્ષની ઉંમરે તેમને મૃત્યુદંડ આપવામાં આવ્યો અને સામાન્ય પ્રજા પ્રત્યેના પોતાના અગાઢ પ્રેમને લીધે ઈશુએ સામે ચાલીને શૂળી પર ચઢવાનું સ્વીકાર્યું. મરતા મરતા પોતાના હત્યારાઓ માટે તે ઈશ્વર સમક્ષ પ્રાર્થના કરતા ગયા, 'હે ઇશ્વર, એમને ક્ષમા કરી દેજો. એ નથી જાણતા એ શું કરી રહ્યા છે.' માનવમાત્ર પ્રત્યે પ્રેમ ખાતર આપેલું આ બલિદાન અને પોતાના જ હત્યારાઓ માટે ક્ષમાની પ્રાર્થના વિવેકાનંદને સ્પર્શી ગયા હતા. વિવેકાનંદ જયારે એક પરિવ્રજક સન્યાસી તરીકે ભારતમાં ભ્રમણ કરી રહ્યા હતા ત્યારે તેમના પોટકામાં બે જ પુસ્તકો હતા. એક ભગવદ ગીતા અને બીજું ઈસુનું જીવનચરિત્ર. એક જ્ઞાનનો અગાઢ સ્ત્રોત તો બીજો પ્રેમ અને બલિદાનનો અગાઢ સ્ત્રોત. તો આજના દિવસે એ મહાન ઈસુ સામે હું પણ મારુ મસ્તક ઝુકાવું છું અને ઈસુને ચાહતા અને માનતા દરેક માનવને ક્રિસ્મસની શુભેચ્છા પાઠવું છું.

પણ સવાલ હવે એ છે કે શું ઈસુને ચાહવા અને માનવા મારે કૌશિક ચૌધરીમાંથી ક્રિસ ચાર્લ્સ બનવું જરૂરી છે..? શું વિવેકાનંદને સંત વેલ્સ કહેડાવવું જરૂરી છે..? નહી. તો પછી જયેશને જ્યોર્જ, જયને જોય, હરેશને હેરી અને પરેશને પીટર બનાવવાની વિકૃતિ ક્યાંથી શોધી લાવ્યા છો..? જો ઈસુનું જીવન આખી માનવજાતિ માટે હતું, જો ઈશુનો ઉપદેશ નિસ્વાર્થ પ્રેમ અને સેવા હતો, તો ઈસુના નામે માણસથી તેની ઓળખ શું કામ છીનવી રહ્યા છો. જો ઈસુએ માનવજાતિ માટે ત્યાગ કર્યા તો પોતાની શાળાઓના પાઠ્યપુસ્તકોમાં બાળકોને

કેમ શીખવો છો કે એક પરિવાર કૃષ્ણને માનતો હતો તો ગરીબ હતો અને ઈસુને માનવા લાગ્યો તો અમીર થઇ ગયો. ઈસુ તો આજીવન નિર્ધન રહ્યા હતા, તો તમે આટલું ધન ક્યાંથી લઇ આવ્યા છો..? તમારા ક્રોસ પહેરેલા લોકો પાંચસો વર્ષ પહેલા આ દેશમાં આવ્યા અને અહીંના રાજાને કહ્યું, 'અમે વેપાર કરવા અને અમારા ધર્મનો ફેલાવો કરવા આવ્યા છીએ.' તે જયારે આવ્યા ત્યારે ભારત દુનિયાનો સૌથી ધનવાન દેશ હતો. અહીં કોઈ ગરીબ કે ભિખારી નહોતા. પણ બસો વર્ષ રાજ કરીને જયારે તે લોકો ગયા તો આ દેશના એંશી ટકા લોકો બે વખતના દાણા માટે તરસી રહ્યા હતા. અને હવે તેમણે જ પેદા કરેલા ગરીબોને તેમણે મોકલેલા પૈસા વડે (જે અહીંથી જ લૂંટવામાં આવ્યા છે) તમે વટલાવી રહ્યા છો. અને જયારે કોઈ સરકાર આ ધંધા માટે વિદેશોમાંથી આવતા એ પૈસા રોકાવી દે છે એટલે ચૂંટણી સમયે તમે તેને જે તે બહાના કાઢીને હરાવવાની હાકલ કરો છો. શું આજ છે ઈશુનો ધર્મ..?

ઈસુના નામે મકવાણાને મેકવાન બનાવવા નીકળેલા આ લોકો એ રાજાઓ જેવા જ છે જેમણે સત્તા માટે ષડયંત્રો કરી ઈસુને શૂળી પર ચડાવી દીધા. માનવજાતિની ભૂખ અને દુ:ખનો તેઓ ઈસુના નામે પોતાની ધાર્મિક સત્તા ઉભી કરવા ઉપયોગ કરી રહ્યા છે. અને આ લોકોના વિરોધમાં કેટલાક એવા હિંદુઓ પણ અસ્તિત્વમાં આવ્યા છે જે વિવેકાનંદની મૂર્તિ નીચે ઉભા રહીને ક્રિસ્મસની શુભેચ્છાઓ ન આપવા આહવાન કરે છે. તે આજના દિવસે બનેલી અન્ય નાની-મોટી ઘટનાઓને વધુ પ્રમોટ કરી ક્રિસ્મસની મહત્તાને દબાવવાની કોશિશ કરે છે. આ બંને પ્રકારના લોકો ઈસુના વિરોધી છે, આ બંને વિવેકાનંદના વિરોધી છે, તે બંને સનાતન હિન્દૂ ધર્મના વિરોધી છે.

ઈસુ આપણા દુશ્મન નથી. આપણા દુશ્મન એ ષડયંત્રકારીઓ છે જે ઈસુના નામે હિન્દૂ સભ્યતાને કોરી ખાવાની કોશિશ કરી રહ્યા છે. અને એમને નિષ્ફળ બનાવી દેવાનો માર્ગ એક જ છે. ઈસુને અપનાવી લો. એટલી જ ભારતીયતાથી, એટલા જ પ્રેમ અને કૃતજ્ઞતાથી જેટલા વિવેકાનંદે રામકૃષ્ણ મિશન અને બેલુર મઠમાં અપનાવ્યા છે. ઘર-ઘરમાં રામ, કૃષ્ણ, ગાયત્રી અને ગણેશ સાથે ઈસુની પણ મૂર્તિ હોય અને આપણે એ મહાન આત્મા સામે પૂર્ણ ભક્તિભાવથી શીશ ઝુકાવતા હોઈએ. આ રીતે જ આપણે સાચા સનાતન ધર્મી કહેવાઈશું. ઈસુ આપણા અનેક અવતારોમાંના એક અવતાર હશે અને ખ્રિસ્તી ધર્મ હિન્દૂ ધર્મના અનેક પંથોમાંનો એક પંથ. અને આ રીતે આખું ભારત જાણે પોતાના સનાતન ધર્મની જયકાર કરતુ હોય તેમ એકસાથે બોલી ઉઠશે 'મેરી ક્રિસ્મસ.'

"૨૫ ડીસેમ્બર, ૨૦૧૭, ફેસબુક."

૧૧

યોગ અને ગ્રહણ - કોનું પલડું ભારે?

તો આજે એ સાંકેતિક સંયોગ છે જેનો સંઘર્ષ માનવજીવનમાં અને એક રીતે સમગ્ર સૃષ્ટિમાં સતત ચાલ્યા કરતો હોય છે. સંયોગ છે વિશ્વ યોગ દિવસ અને સૂર્યગ્રહણનો. અને એ સંઘર્ષ છે ચેતના અને ભૌતિકતાનો. યોગ ચેતનાથી જોડાવવાનો માર્ગ છે તો ગ્રહણ ભૌતિક અસ્તિત્વની ચક્રાકાર ગતિથી જોડાયેલી એક ઘટના છે. વિજ્ઞાન કહે છે ગ્રહણ એક ખગોળીય ઉત્સવ છે, જ્યોતિષ કહે છે તે ભૌતિક અસ્તિત્વમાં શુભ-અશુભ પરિણામો ઉત્પન્ન કરતી એક ગંભીર ઘટના છે. પણ યોગી..? યોગી શું કહે છે..? યોગી કહે છે કે શું ફર્ક પડે છે?

આપણું અસ્તિત્વ આ સૌરમંડળના સૂર્ય, ગ્રહો અને ચંદ્ર જેવા ઉપગ્રહો વચ્ચે ઉત્પન્ન થયું છે. દરેક ગ્રહોની ગતિ આ સૌરમંડળની ઉર્જાને સતત પરિવર્તન આપે છે અને એજ ઉર્જાથી આપણા શરીરોને ચલાવનારો પ્રાણ બન્યો છે અને એજ પ્રાણથી આપણા શ્વાસથી લઈને હૃદયના ધબકારા અને મનના વિચાર ઉત્પન્ન થાય છે. આથી, ગ્રહો, સૂર્ય અને ચંદ્રની ગતિની આપણા પ્રાણ પર અસર થાય છે અને પરિણામે આપણા શરીર અને મન પર અસર થાય છે. અને આપણો એ પ્રાણ એજ છે જે બીજાના શરીરને પણ ચલાવી રહ્યો છે. એટલે આપણી આજુબાજુ રહેલા કે આપણાથી જોડાયેલા તમામ લોકોના વિચાર અને ભાવનાઓની પણ આપણા મન અને ભાવનાઓ પર અસર થાય છે. પાણી, પૃથ્વી અને હવામાં પણ એજ પ્રાણ હોવાથી આપણે જે પાણી પીએ છીએ, જે પાણીથી નાહિએ છીએ, જે સ્થાન પર રહીએ છીએ અને જે સ્થાનની હવાથી શ્વાસ લઈએ છીએ તેની પણ આપણા પર અસર થાય છે. તો આપણું જીવન શું છે? આ બધા ભૌતિક પદાર્થો અને આપણાથી જોડાયેલા મનુષ્યોની ગતિ

અને કંપનની આપણા પર થયેલી અસર અને તેના પ્રત્યાઘાત રુપે આપણે કરેલા કર્મોનો સરવાળો. બસ, એક સામાન્ય માણસનું જીવન આજ હોય છે. એટલે આવા મનુષ્યો જ્યોતિષને ગંભીરતાથી લેવાની કોશિશ કરે છે. આજીવન જાતજાતની પુજાઓ અને વિધિઓ કરાવે છે. જાતજાતની વીંટીઓ પહેરે છે અને ગ્રહોની અસરને કાબૂમાં લેવાની કોશિશ કરતા કરતા મરી જાય છે. ફરી જન્મે છે, ફરી એમનું જીવન એજ હોય છે. ત્યાં સુધી જ્યાં સુધી તે યોગી નથી બનતા.

તો અહિં આવે છે યોગ. મનુષ્યના પ્રાણને સમગ્ર બ્રહ્માંડના પ્રાણ સાથે જોડતિ એક સાધના. એક જીવનપધ્ધતિ. યોગી મન અને શરીરથી પોતાની ઓળખ હટાવી લે છે. તે પોતાના પ્રાણને પોતાની સાચી ઓળખ તરીકે જાણી લે છે. અને એજ પ્રાણથી જ તો એ સૂર્ય, ચંદ્ર અને ગ્રહો બનેલા છે. એ પ્રાણની શક્તિથી જ તો એમની ગતિ થાય છે. આથી, યોગી સૌરમંડળની એ તમામ ગતિઓ અને ઘટનાઓની અસર તેના પ્રાણમાં જ અનુભવી લે છે. અને ત્યાંથી જ તે એનું નિયમન કરવા લાગે છે. તે ઇચ્છીત અસરોને પોતાના મન અને શરીર સુધી પહોંચવા દે છે અને અનિચ્છિત અસરો કરતી ઉર્જાને પોતાના પ્રાણમાં શક્તિ તરીકે શોષી લે છે અથવા બ્રહ્માંડની ઉર્જાના નેટવર્ક સાથે એકત્વમાં આવી જઈને તે નકારાત્મક ઉર્જાને ભેળવી દે છે અને હળવી બનાવી દે છે. આમ, યોગી એ જાગ્રત મનુષ્ય છે જે બ્રહ્માંડની તમામ ભૌતિક ઘટનાઓની અસરને પોતાની પ્રાણશક્તિ પર રિસિવ કરે છે અને ત્યાંથી જાતે તેનું નિયમન કરે છે. તે શનિ ગ્રહ, ચંદ્ર, સૂર્ય, મંગળ ગ્રહ અને ગ્રહણો સાથે પોતાના પ્રાણથી એક થઈને તેમને સમ્માન આપે છે અને પ્રેમથી તેમની અસરોનું નિયમન કરે છે. આ સમયે એ ગ્રહો, તારાઓ અને ચંદ્રનો પ્રાણ પણ એ યોગીના પ્રાણને પ્રેમથી નમસ્કાર કરી તેમના નિર્ણયને સમ્માન અને સંમતિ આપે છે. શાસ્ત્રોમાં ઋષિઓ અને ઇશ્વરના અવતારો પર દેવતાઓ અને ગ્રહો દ્વારા વંદન અને પુષ્પવર્ષા કરવાના પ્રસંગો આલેખેલા છે તે આજ છે. એક જ પ્રાણથી બંધાયેલ જાગ્રત આત્માઓનું (ત્યાં ગ્રહોને દેવતાઓરુપી જાગ્રત આત્મા તરીકે બતાવવામાં આવે છે) પરસ્પર સમ્માન. એટલે દરેક સામાન્ય મનુષ્યને એવા જાગ્રત યોગી બનવા માટે યોગ માર્ગે વળવાની પ્રેરણા આપતો આ દિવસ છે. અને સૂર્યગ્રહણનો સંયોગ આ યોગદિવસની મહત્તાને ઔર વધારે છે. આંતરરાષ્ટ્રીય યોગ દિવસની તમામ મિત્રોને શુભેચ્છા.

“૨૧ જૂન, ૨૦૨૦, ફેસબુક.”

સુવિચારો અને મંતવ્યો

100
સુવિચારો

દુનિયામાં બે પ્રકારના માણસો જ દુખી થાય છે. એક જે પોતાના ભાગે આવેલું સત્ય માટેનું કર્મ કરી નથી શકતા અને બીજા જે એ કર્મ કાર્ય પછી તેના ઇચ્છનીય પરિણામની રાહ જોવામાં બેસે છે. જો તમે દુખી છો તો તમે આ બંનેમાંથી કોઈ એક ભૂલ કરી રહ્યા છો.

- લઘુકથા પૃથુમાંથી

****

આનંદ સરકારી નોકરીમાં પણ નથી, આનંદ ધંધામાં પણ નથી. આનંદ ગરીબીમાં પણ નથી, આનંદ અમીરીમાં પણ નથી. આનંદ એકલતામાં પણ નથી, આનંદ પરિવારમાં પણ નથી. આનંદ વાંજીયાપણામાં પણ નથી, આનંદ સંતાનોમાં પણ નથી. આનંદ ભોગમાં નથી, આનંદ ત્યાગમાં પણ નથી. જ્યાં જેટલું સુખ છે, ત્યાંજ એટલું દુઃખ પણ છે. આનંદ છુપાયો છે આ બંનેથી જાગૃકતામાં. જ્યારે સુખ અને દુઃખ બંનેથી અલિપ્ત થઈ જવાય ત્યારે ઉત્પન્ન થાય છે પ્રેમ. બસ, આનંદ ત્યાં છે. ચાહે ઉપર બતાવેલી સુખ-દુઃખની પરિસ્થિતિમાંથી તમે જ્યાં પણ હોય ત્યાં. આખરે આજ સત્ય મળે છે.

****

રામ શબ્દનો અર્થ થાય છે 'સર્વોચ્ચ બ્રાહ્મણ', બ્રહ્મને જાણનારાઓમાં પણ જે સર્વોચ્ચ છે તે. આ દિવસે એક એવું જીવન જન્મ્યું જે આજીવન સત્ય પર સ્થિર રહ્યું. અને એ સમયના સત્યને સમાજમાં સ્થાપવા એ વસ્તુઓ ત્યાગી દીધી જે તેને સર્વપ્રિય હતી.

- રામનવમીના અવસરે

****

આ દુનિયામાં દરેક વસ્તુ અશક્ય દેખાય છે, ત્યાં સુધી જ્યાં સુધી એણે શક્ય કરનારો સામે નથી આવતો.

*****

જે વસ્તુમાં તમે વિશ્વાસ કરો છો તેમાં નિશ્ચિત અને સંદેહ્હીન રહો. એક દિવસ એ તમારી અઓલખ બની જશે અને તમે તમારા જીવનની શ્રેષ્ઠ વસ્તુઓં એના કરને મેળવશો.

****

શું સાચું છે અને શું ખોટું છે એની પરવા કાર્ય વિના પ્રેમ કરો. જો પ્રેમ સાચો છે તો પ્રેમ સાથે બધું સાચું છે અને પ્રેમ વિના બધું ખોટું.

હું પ્રેમ કરું છું, તેના પર કર્મ કરું છું અને રાહ જોઉં છું. બસ હું જીવનમાં આજ કરી રહ્યો છું.

****

જે લોકો વારંવાર દેશમાં 'આઝાદી.. આઝાદી..' ના નારા લગાવી રહ્યા છે, તેમને સરકારે તેમનાથી દેશનું નાગરિકત્વ છીનવીને આઝાદી આપી દેવી જોઈએ. એટલી દયા તો આપણે ભારતીયોએ દાખવવી જોઈએ એ ભારત વિરોધીઓ પર.

****

કોઈ માણસ કે સમૂહ સંપૂર્ણ રીતે સાચો નથી હોતો. એટલે મોદીની આંધળી ભક્તિ કરવાવાળા અને મોદીનો આંધળો વિરોધ કરવાવાળા બંને તરફના લોકો જનહિતમાં એ સમજી લે કે તે કોઈ જનચેતના ફેલાવવાનું કામ નથી કરી રહ્યા. તે બસ પોતાના અહમ અને સ્વાર્થને પોષણ આપી રહ્યા છે અને પોતાના ફ્સ્ટ્રેશનનું પ્રદર્શન કરી રહ્યા છે. સામાન્ય લોકો જેટલું સાચું છે તેટલું સ્વીકારી લે છે અને જેટલું ખોટું છે તેટલું સમજી લે છે. એમને તમારા એ દુષિત થયેલા દ્રષ્ટિકોણની જરૂર ક્યારેય નથી હોતી.

****

જે બોજ સાથે મરી શકાય એમ નથી, એ બોજ સાથે જીવવું પણ ન જોઈએ. એ બોજ છે અસત્યનો. એટલી શક્તિ તો મેળવી લેવી જોઈએ કે કહી શકાય, "આ મારુ સત્ય છે. જો હું છું તો એના સાથે છું. જો એ નથી તો હું પણ નથી. પછી મારા વિના દુનિયાને જે મેળવી લેવું હોય એ મેળવી લે. મારુ સત્ય મારા અસ્તિત્વની શરત છે. એનો પ્રાણ છે."

****

જ્યાં સુધી દુનિયાના દરેક માનવને ગુણવત્તા સભર આરોગ્યસેવા અને શિક્ષણસેવા મફત નથી મળતી ત્યાં સુધી આ દુનિયાનો મૂળભૂત વિકાસ જ

અધૂરો છે. ત્યાં સુધી માનવતાને ભુલાવી દઈને એકબીજાની હરીફાઈ કરવાની અને એકબીજા પર સત્તા ભોગવવાની વૃત્તિ જ મુખ્યધારામાં છે એવું સમજવું.

****

વિશ્વ પરિવાર દિવસનો અર્થ હિન્દુઅઓથી વધુ સારી રીતે કોઈ સમજાવી શકે એમ નથી.

આપણા શાસ્ત્રો કહે છે, 'વસુધૈવ કુટુમ્બકમ. સહનાવવતુ, સહનૌ ભુનક્તુ, સહ્વીર્યમ કર્વાવહે તેજસ્વીનાવ ધીત્માંસ્તુ માંવીદ્વિસવાહે.'

અર્થાત

વિશ્વ એક પરિવાર છે. સાથે જીવો, સાથે પ્રેમ કરો, એકબીજાની સંભાળ રાખો, સાથે જમો, સાથે કર્મ કરો, સાથે આનંદ માણો, એક બનો.

ધરતી પરના દરેક મનુષ્યને વિશ્વ પરિવાર દિવસની શુભકામના. તમે મારા પરિવારનો હિસ્સો છો.

****

મારી હારમાં જ મારો આનંદ છે, જો તે સત્યની હર છે તો. પણ જો સત્યની જીત મારી જીતમાં છે, તો હું આખરી શ્વાસ સુધી લડતો રહીશ. પરિણામ ચાહે જે પણ હોય.

મારું મન હવે આ રીતે જ કાર્ય કરે છે. તો મારા સાથે કોઇપણ રીતે વર્તતા પહેલા આ વાતને સમજી લેવી.

****

નિસ્વાર્થતા દુર્લભ વસ્તુ છે આ દુનિયા પર. છતાંય દુનિયા એને સહન નથી કરી શકતી. કારણ કે દુનિયા સ્વાર્થી છે અને સ્વાર્થ એની કમજોરી છે. સામેવાળાની નિસ્વાર્થતા દુનિયાને એની કમજોરીનું ભાન કરાવી દે છે.

****

'નિષ્પક્ષતા' જેવા કોઈ શબ્દને હું જાણતો નથી. મારા માટે એ શબ્દનું અસ્તિત્વ જ નથી. જે શબ્દનું મારા માટે અસ્તિત્વ છે તે છે 'સત્ય'. હું સત્યનો પક્ષધર છું.

આ સમગ્ર જીવ સૃષ્ટિ એક જ મૂળ તત્વની બનેલી રચના છે. અને એ એકત્વ જ સત્ય છે. દરેક મનુષ્યને પોતાના મનપસંદ માર્ગે એ એકત્વ તરફ જવાનો અધિકાર છે અને જે માનવજાતિના આ મૂળભૂત અધિકારને છીનવી લેવાની કોશિશમાં છે હું એનો અને એના મદદગારોનો વિરોધી છું.

****

કેટલાક વર્ષો પહેલા મેં વાંચ્યું હતું કે અમેરિકાના કોઈ એક સ્થાને હોળીના દિવસે લોકો એક કાગળમાં પોતાના નકારાત્મક ગુણો અને નફરતો લખે છે.

અને છેલ્લે તેઓ એ કાગળને હોળીની આગમાં નાખીને તે આગની આસપાસ આંટા મારે છે. આ રીતે હોળી તેમના માટે તેમની નકારાત્મકતાઓથી મુક્ત થવાનો ઉત્સવ છે. જયારે તમારા અંદરની હોલિકા બળશે ત્યારે જ તમારા અંદરનો પ્રહ્લાદ બહાર નીકળશે.

- હોળી નિમિત્તે

****

જેને તમે ફિઝિક્સનો હિગ્ઝ બોઝોન કહો છો એ બીજું કઈ નહિ પણ વેદોનો ચતુર્મુખ બ્રહ્મા છે. અને જેને તમે દળ કહી રહ્યા છો એ બીજું કઈ નહિ બ્રહ્માએ ઉત્પન્ન કરેલા પ્રજાપતિ છે. જેમ હિગ્ઝ બોઝોને દળ ઉત્પન્ન કર્યું તેમ બ્રહ્માએ પ્રજાપતિને ઉત્પન્ન કર્યા . જેમ પ્રજાપતિએ પોતાનામાંથી આ બ્રહ્માંડનું સર્જન કર્યું તેમ દળે પોતાનામાંથી આ દ્રશ્ય બ્રહ્માંડ સર્જ્યું. એટલે હવે જયારે તમે ઉપનિષદ વાંચતા હોય અને તેમાં બ્રહ્મા અને પ્રજાપતિની વાત આવે એટલે તેને અનુક્રમે હિગ્ઝ બોઝોન અને દળ જ સમજવા. ભૌતિક વિજ્ઞાનના ઘણા પ્રશ્નો તો આ રીતે જ ઉકેલાઈ જશે.

- પોતાના પુસ્તક 'સૃષ્ટિનું સત્ય અને મનુષ્યની ઉત્પત્તિનું કારણમાંથી'

****

શું ક્યારેય બે પથ્થર સાથે ટકરાઈને એક પથ્થર બનતા જોયો છે..? શું ક્યારેય સ્ટીલના બે પ્યાલા ટકરાઈને એક પ્યાલો બનતા જોયો છે..? તો પછી ચામડાના બે શરીરને ટકરાવીને એક કરવાની વ્યર્થ કોશિશ કેમ કરી રહ્યા છો..?

પ્યાલા એક નહિ થાય. પણ તે બે પ્યાલામાં રહેલા પાણીને એક ટેબલના સામસામા છેડાથી વહેવડાવશો તો વચ્ચે આવીને પાણી એક બની જશે.

પ્યાલા આપણા શરીર છે, પાણી આપણો આત્મા, વહેવાનો ગુણ પ્રેમ છે અને ટેબલ સંગીત અને મિત્રતાનું એ માધ્યમ છે જેના પર, જેના વડે આપણો પ્રેમ વહે છે.

એટલે મિલનનો એક જ માર્ગ છે. સંગીત અને મિત્રતા. એ માર્ગે તમારા આત્માને પ્રેમથી વહેવડાવતા શીખો.

****

મોહમ્મદ પયગમ્બરના બતાવેલ માર્ગે સત્યને પામવાની કોશિશ કરતા દરેક માનવોને ઈદ મુબારક. કહેવાય છે કે પયગંબર મોહમ્મદને રમઝાનના આ મહિનામાં જ આત્મજ્ઞાન થયું હતું. રમઝાન અલ્લાહના નામે સત્યને પોતાની અંદર ખોજ્વાનો મહિનો છે. આ આપની નકારાત્મકતા અને અજ્ઞાનને તપ વડે બાળી દેવાનો મહિનો છે, જેથી અલ્લાહ આપણામાં જ જાગ્રત થઇ જાય અને આપણને આપણું આત્મજ્ઞાન આપે. મહિનાના અંતે આવતો રમઝાન

ઈદનો આ દિવસ એ આત્મજ્ઞાનની ઉજવણીનો જ દિવસ છે. હું આપણા એ એક ઈશ્વરને પ્રાર્થના કરું છું કે તે મુસ્લિમ ભાઈઓને ઇસ્લામના આ આધ્યાત્મિક માર્ગે જવાની હિમ્મત અને સદબુધ્ધી આપે. આ માર્ગે જતાં જ દુનિયા પર શરીયાના કાયદા લાદી દેવાની તેમની સત્તાલોલુપ જીદ શાંત થશે, જે વિશ્વમાં ધાર્મિક આતંકવાદનું મૂળભૂત કારણ છે.

****

લોકો મને પૂછે છે કે હું કેમ વિવાદાશ્પદ અને સળગતા પ્રશ્નો ને જ હાથ અડાડું છું?

અને હું તેમને એક જ જવાબ આપી શકું છું કે બાઈબલમાં કહ્યું છે કે નરકની સૌથી ખરાબ જગ્યા એ લોકો માટે રીઝર્વ છે જે સત્ય અને અસત્ય ના યુદ્ધ સમયે તટસ્થ થઈને બેઠા હતા.

બસ હું એ રીઝર્વેશનમાં આવવાનું ટાળી રહ્યો છું.

****

સ્વાર્થ હિંસા છે, પ્રેમ અહિંસા. સ્વાર્થ પાપ છે, પ્રેમ પુણ્ય.
સ્વાર્થ નર્ક છે, પ્રેમ સ્વર્ગ. સ્વાર્થ દુખ છે, પ્રેમ સુખ.
સ્વાર્થ પીડા છે, પ્રેમ આનંદ. સ્વાર્થ બંધન છે, પ્રેમ મોક્ષ.
આ જ આખરી સત્ય છે.

જે સત્ય ને આટલી સ્પષ્ટ અને સરળ રીતે સમજ્યો છે તેણે જ સત્યનો સાક્ષાત્કાર કર્યો છે.

જે મોટી મોટી અને લાંબી લાંબી ફીલોસોફીઓમાં રોકાયેલો છે તે હજુ શબ્દો દ્વારા ઇન્દ્રીઓને પોષણ આપી રહ્યો છે.

તે ફક્ત શારીરિક ભોગવિલાસથી વૈચારિક ભોગવિલાસ તરફ વળ્યો છે. આજે પણ સત્યથી તો એ જોજનો દુર છે. કારણ કે સત્ય શબ્દોની પહોંચથી ઉપર છે.

સત્યને જાણવાવાળો શાંત અને મૌન બને છે, બકબકીઓ નહી.

****

મૂંગા બની રહેવાથી અને બધું અંદર દબાવી દેવાથી એકવાર સબંધો સચવાઈ જાય છે, સત્ય નથી સચવાતું. અને સંબંધોમાં સત્ય ના રહે ત્યારે તે સબંધો જ નર્ક બની જાય છે. જે સબંધો સત્યના આધારે સચવાય એજ જીવન તરફ લઇ જાય છે, જે મજબૂરી અને બાહ્ય બનાવટના આધારે સચવાય એ ગુલામી અને અર્થહીન મૃત્યુ તરફ. મૂર્ખ અને કમજોર લોકો જ એવું જીવન જીવે છે.

****

સત્યની પરીક્ષા કરવી અહંકાર છે, સત્યની પ્રતીક્ષા કરવી તપસ્યા છે. અહંકાર આખરે તૂટે છે અને દુઃખ આપે છે. તપસ્યા પણ આખરે તૂટે છે અને ઈશ્વર આપે છે.

****

કોઈપણ સમયે કોઈપણ ક્ષેત્રમાં જીવન જીવવાના ત્રણ જ રસ્તા છે. સ્થાપિત વ્યવસ્થામાં ગોઠવાઈ જાઓ, એક નવી વ્યવસ્થા ઉભી કરો અથવા સન્યાસ લઇ લો. જીવન જીવવાનો ચૌથો કોઈ માર્ગ નથી. આ ત્રણમાંથી કોઈપણ માર્ગ જો પોતાના આત્માના અવાજને સાંભળીને નિડરતાથી પસંદ કરાયો છે તો એ ઈશ્વરનો માર્ગ છે, મુક્તિ અને આનંદનો માર્ગ છે. પણ જો આમાંથી કોઈપણ માર્ગ કાયરતા કે અભિમાનથી લેવાયો છે, તો એ યાતનાઓથી ભરેલી ગુલામી અને અપકીર્તિ આપનારા વિનાશનો માર્ગ છે.

****

કેટલીક મુલાકાતો નિશ્ચિત સમય, નિશ્ચિત સબંધ અને નિશ્ચિત જન્મમાં થાય એ જ યોગ્ય હોય છે.

****

101
મંતવ્યો

સ્વતંત્રતા અને સ્વચ્છંદીતા વચ્ચેનો ફર્ક

સ્વતંત્રતા અને સ્વછંદિતા વચ્ચે શું ફર્ક છે તે હંમેશા ડિબેટનો સવાલ રહ્યો છે. હું એમાં આટલું સમજ્યો છું. સ્વતંત્ર માણસ પોતે જે સાચું માને છે તેના માટેના તર્કો વિકસાવે છે અને લોકોને કન્વિન્સ કરે છે કે તે જે કરે છે તે સાચું છે અને બીજા પણ તે પરિસ્થિતિમાં એ કરી શકે છે, એમાં કઈ ખોટું નથી. જેટલા વિચારોમાં એ સત્ય સમજાઈ શકે છે તેટલા વિચારો જ તે અમલમાં મૂકે છે.

જયારે સ્વચ્છંદી માણસ શું સાચું છે અને શું ખોટું એની પરવા કર્યા વગર પોતાને જે ઈચ્છા થઇ તે સાચું એમ કહીને ધાર્યું કરવા જાય છે. આથી, તે સમાજથી અને પોતાની જવાબદારીઓથી કપાઈ જાય છે. સમાજ તેનાથી વિપરીત થઇ જાય છે અને લોકોમાં તેની સ્વીકાર્યતા ખતમ થઇ જાય છે. એટલે તે ક્ષણિક આનંદ મેળવી આજીવન દુઃખી રહે છે. જયારે સ્વતંત્ર માણસ પોતાની બધી જવાબદારીઓ નિભાવીને પણ એ જવાબદારીઓના નામે કોઈનો ગુલામ બનવા તૈયાર થતો નથી. તે આજીવન તેનો વ્યક્તિગત આનંદ જાળવી રાખે છે અને તેની આ સફળતા જોઈને લોકોમાં તેના જેવા બનવાની ચાહના વધતી જાય છે. પરિણામે તે પોતે જે ચાહે છે તે કરીને પણ સમાજનો ચહેતો બની રહે છે. કારણ કે તેણે જે પણ ચાહ્યું તે તેણે સત્યની સીમાઓમાં રહીને ભોગવ્યું. અને કારણ કે આ સૃષ્ટિમાં સત્ય જ શાસ્વત છે, એટલે સત્યની છેલ્લી સીમાઓ સુધી મેળવેલો આનંદ જ શાસ્વત રહે છે. સત્યની સીમાઓ ઓળંગતા જ દુઃખો અને પીડાઓનું રાજ્ય શરુ થઇ જાય છે.

****

રોહીન્ગ્યા અને ઇસ્લામ મુદ્દે

ભારતમાં પ્રવેશતા રોહિંગ્યાઓને કહી દો કે 'ભારતમાં હંમેશા માટે આશ્રય જોઈતું હોય તો હિન્દૂ ઓળખ અને હિન્દૂ જીવનપદ્ધતિ સ્વીકારવી પડશે. ૧૯૪૭ ના ઇસ્લામના નામે વિભાજન પછી ભારત મુસલમાનોનું આશ્રયસ્થાન બની શકે તેમ નથી. એના માટે અમે અમારી ૩૨ ટકા જમીન આપીને પાકિસ્તાન,બાંગ્લાદેશ બનાવી આપ્યા છે. ત્યાં જાઓ. ભારત દરેક સંસ્કૃતિનો દેશ છે પણ આશ્રયસ્થાન એ ખાલી હિન્દુઓનું છે.'

જો સરદાર પટેલ અને આંબેડકરની બુદ્ધિથી દેશ ચલાવવો હોય તો હવે આ કહી દો. બાકી નેહરુની બુદ્ધિથી જ દેશ ચલાવવો હોય તો બીજા કાશ્મીર ઉભા કરતા રહો.

ઉપરના મંતવ્ય બાદ આખરે કાલે એક મુસ્લિમ ભાઈએ મને પૂછી લીધું, 'સાહેબ ઇસ્લામ વિષે તમારા સ્પષ્ટ વિચારો શું છે..?'

મેં જવાબ આપ્યો, "મારા વિચારો સબ્જેકટીવ હોય છે, ઓબ્જેક્ટિવ નહિ. પોતાના પર સત્તા મેળવી લેવી ધર્મ છે અને કોઈ બીજા પર સત્તા મેળવવી સરમુખત્યારશાહી. મારા જીવનનું એક જ લક્ષ્ય છે. જે પોતાના પર સત્તા મેળવવા માંગે છે તેમને મદદ કરવી અને જે બીજા પર સત્તા મેળવવા માંગે છે તેમને રોકવાની કોશિશ કરવી. ઇસ્લામ કે બીજી કોઈપણ વસ્તુ મારા સામે આમાંથી જયારે જે સ્વરૂપે આવે છે તે મુજબ હું મારો નિર્ણય કરું છું."

****

અઝાન મુદ્દા વિશે

સોનુ નિગમની અઝાનવાળી કોમેન્ટે વિવાદ જગાવ્યો. આ વિષય પર લખવાનું હું ઘણા દિવસથી વિચારી રહ્યો હતો. પહેલા તો એ કહી દઉં કે મારા ૯૮ વર્ષના દાદી અભણ છે અને સમય જાણી નથી સકતા. એટલે તેમણે અલગ અલગ ભગવાનોની માળા કરવાનો સમય અઝાન સાથે જોડી દીધો છે. સવારે પાંચ વાગે જયારે અઝાન બોલે ત્યારે એ માળા પકડી લે છે અને રામની માળા કરે છે. અને સાંજે પણ. છતાંય એકવાત જેને સુધારવી બહુ જ જરૂરી છે તે એ છે કે અઝાનમાં કહેવામાં આવે છે કે 'અલ્લાહ જ એકમાત્ર ઈશ્વર છે અને મહોમ્મદ જ તેના એકમાત્ર પયગંબર છે. બીજું કોઈ નહિ.' ભારત જેવા દેશમાં જ્યાં ૧૦૦ કરોડ લોકો રામ, કૃષ્ણ, શિવ અને બીજા અનેક ઈશ્વરીય રૂપોને માનતા હોય, જ્યાં ખ્રિસ્તી, પારસી, શીખ અને બૌદ્ધ લોકોના પોતપોતાના ભગવાન હોય ત્યાં દિવસમાં પાંચવાર લાઉડસ્પીકર પર કહેવું કે 'અલ્લાહ જ એકમાત્ર ઈશ્વર છે અને મહોમ્મદ જ તેના એકમાત્ર પયગંબર છે' - એ ધર્મનિર્પેક્ષતાની સીમાઓનું ઉલ્લંગન છે.

તો મસ્જિદોમાં અઝાન બોલાય પણ દરેક વખતે એ જે રાજ્યમાં બોલાતી હોય તે રાજ્યની પ્રાદેશિક ભાષામાં પહેલા એ સૂચના આપે કે - 'આ પ્રાર્થના ખાલી એ લોકો માટે જ છે જે ઇસ્લામના માર્ગે ભગવાનને પૂજે છે. આપણા બીજા ભાઈઓ જે પણ માર્ગે ઈશ્વરને પૂજતા હોય તે માર્ગે તે ઈશ્વરની પ્રાર્થના કરી શકે છે.' બસ, પોતાના દેશવાસીઓ પ્રત્યે અને જગતના અન્ય ધર્મો પ્રત્યે આ સમ્માન એ દરેક અઝાન પહેલા દિવસમાં પાંચેય વખત પ્રગટવું જોઈએ. આખરે ધર્મનિરપેક્ષતા કોઈ કાયદો નથી. એ એક મન:સ્થિતિ છે, દરેક મનુષ્યના ઈશ્વરપ્રાપ્તિના માર્ગ પ્રત્યે સમ્માન ધરાવતી મન:સ્થિતિ.

****

રાજકીય જાતિવાદ

છેલ્લા કેટલાક સમયથી મને પુછાઈ રહ્યું છે કે કેમ મેં પોલિટિક્સ વિષે લખવાનું બંધ કરી દીધું છે, જયારે ગુજરાતમાં એકરીતે રાજકીય જાતિવાદનો દાવાનળ ફાટી નીકળ્યો છે.

હું બસ કહી રહ્યો છું કે હું જોઈ રહ્યો છું. હું જોઈ રહ્યો છું કે જે મહાન આર્યો અને વૈજ્ઞાનિક ઋષિમુનિઓના આપણે વંશજો છીએ એ વંશજો છેલ્લામાં છેલ્લી કઈ હદે પતિત બન્યા છે. હું જોઈ રહ્યો છું કે વેદાન્તનું વિજ્ઞાન સમજાવ્યા વગર ખાલી કોઈનાથી ડરાવી ડરાવીને હિંદુઓને એક કરવાની કોશિશ થાય છે ત્યારે કેવીરીતે એક્સમય પછી તેઓ એ ડરથી ઉબી જાય છે અને પોતાની વિભાજનવાદી અસલિયત પર પાછા ફરે છે. હું જોઈ રહ્યો છું દેશદ્રોહીઓની તાર્કિક બુદ્ધિશક્તિને અને દેશને બચાવવાની વાતો કરતા બડબડીયા દેશભક્તોની બુદ્ધીહીનતાને. આ બધું મને સમજાવી રહ્યું છે કે મારે મારુ આગળનું જીવનકાર્ય કઈ રીતે પાર પાડવાનું છે.

અબ્રાહમ લિંકનને એકવાર પૂછવામાં આવ્યું કે તમને એક કુહાડી આપીને સાત કલાક માટે જંગલમાં ઝાડ કાપવા મોકલવામાં આવે તો તમે શું કરો..? લિંકને કહ્યું, 'હું સાતમાંથી છ કલાક કુહાડીને અણીદાર બનાવવામાં કાઢું અને બાકીનો એક કલાક ઝાડ કાપવામાં કાઢું.' લિંકનની આ વાતનો અર્થ હું હંમેશાથી સમજતો હતો, પણ આજે સૌથી વધુ સમજુ છું.

****

સાચું સ્થાન – સાચું કર્મ

જેમ જેમ સમજ વધતી ગઈ એકવાત સ્પષ્ટરૂપે સમજાતી ગઈ. દુનિયામાં કેટલાક લોકોએ પોતાની જાતને પોતે છે એના કરતા ઘણી વધારે માની લીધી છે અને કેટલાક લોકોએ પોતાની જાતને પોતે છે એના કરતા ઘણી ઓછી માની લીધી છે. પરિણામે જેને સમર્પિત થઈને જીવવાનું છે તે મુખ્ય થઈને બેઠા

છે અને જેમને મુખ્ય બનીને જવાબદારી લેવાની છે તેમણે સમર્પિત બનીને પરિસ્થિતિઓ પોતાના પર હાવી કરી દીધી છે. આજ દુનિયા અસંતુલિત હોવાનું મુખ્ય કારણ છે.

અહીંથી, સંતુલન લાવવાનો એક જ માર્ગ છે. શક્તિશાળી અને ઊંડી સમજવાળો માણસ પોતાની જવાબદારી સમજીને પોતાનું સાચું સ્થાન લઇ લે. ઓછી સમજવાળા માણસો અમુક સમય પછી આપોઆપ સમર્પણની ભૂમિકાએ આવી જશે. જયારે જયારે સમાજના કુંઠિત વિચારો સાથે મારો સંઘર્ષ થયો છે, મેં આજ કર્યું છે. પરિણામે સમાજના ઘણા વડીલો જે ક્યારેક મારા વિરોધીઓ હતા, તે આજે મારા પ્રસંશકો છે. તમારી શક્તિઓ અને અનુભૂતિઓ તમને ઈશ્વર તરફથી સોંપાયેલું કાર્ય છે. તમે જયારે એનાથી પીછેહઠ કરો છો ત્યારે ઈશ્વર સાથે દ્રોહ કરો છો. તમે ઈશ્વર માટે દુનિયા પરની એક નકામી વસ્તુ બની જાઓ છો અને તે તમારામાંથી પોતાની અભિવ્યક્તિ સંકોચવા લાગે છે.

****

સત્ય જાણવાનો સ્ત્રોત

કાલે એક સિત્તેર વર્ષના સમ્માનીય વડીલ મારા એક લેક્ચર પછી મને મળ્યા. એમણે કહ્યું ‘હું છેલ્લા ઓગણતીસ વર્ષથી સત્યની શોધમાં આમતેમ ફરી રહ્યો છું. લગભગ સેંકડો જાણીતા કે ન જાણીતા આધ્યાત્મિક પુસ્તકો વાંચી ચુક્યો છું અને તેટલા જ વક્તાઓને પણ સાંભળી ચુક્યો છું. પણ આજે તમને સાંભળીને કહું છું કે હું તમારા જેવા માણસને પહેલીવાર મળ્યો છું. હું તમારા સામે શરણાગતિ સ્વીકારું છું. તમે મને કહો હું શું કરું..?’

મેં જવાબ આપ્યો, "હવે એ બધા પુસ્તકો વાંચવાના અને આવા પ્રવચનો સાંભળવાના બંધ કરી દો. બહુ વાંચી લીધું, બહુ સાંભળી લીધું. હવે જે નથી જાણતા એ પોતાના મસ્તિસ્કને પૂછવાનું શરુ કરો. આજુબાજુ જોવાનું બંધ કરી દો. બસ પોતાના મસ્તિસ્કને પૂછે રાખો. એક મહિનો થાય, બે મહિના થાય, ત્રણ મહિના થાય કે છ મહિના થાય, તમારા મસ્તિસ્ક પર તમને જવાબ આપવાનું દબાણ વધારતા જાઓ. એક દિવસ આવશે જયારે તમારા મસ્તિસ્કમાં એનો જવાબ ખુલી જશે. પણ જો પંદર દિવસ મસ્તિષ્ક પર દબાણ કરીને સોળમા દિવસે ચોપડી વાંચવા બેસી જશો તો એ કંઈક એવું જ છે કે ગણિતનો કોઈ દાખલો ગણવા બેઠા અને બે સ્ટેપ ગણ્યા પછી કંટાળીને ગાઇડમાં જોઈ લીધું. એ એક ચોરી છે. દાખલો તો ગણાઈ ગયો પણ એનો સિદ્ધાંત તમને આત્મસાત નથી થયો. એજ સિદ્ધાંતનો બીજો દાખલો સામે આવશે એટલે તમે નહિ ગણી શકો.

સત્યને ફક્ત પોતાના મસ્તિસ્કમાં જ શોધી શકાય છે. જે દિવસે તમને કોઈ સત્ય મળે તે દિવસે એ કેટલું સાચું છે એની ફક્ત ચકાસણી કરવા તમને

ચોપડીઓ અને પ્રવચનો ઉથલાવવાની છૂટ છે. પણ એ ચકાસી લીધા પછી આગળનું સત્ય જાણવા એ ચોપડીઓ બંધ કરી ફરી પોતાના મસ્તિસ્ક પર આવવું પડશે.

દુનિયાની બધી શોધો આ રીતે જ થઇ છે. ન્યુટને ગુરુત્વાકર્ષણની શોધ કરી એના પહેલા પણ પૃથ્વી સૂર્ય આસપાસ ફરતી જ હતી. ન્યુટને ગુરુત્વાકર્ષણ ઉત્પન્ન નથી કર્યું. તેણે બસ ગુરુત્વાકર્ષણને પોતાના મસ્તિષ્કમાં અનલોક કર્યું. આપણે પણ જે જાણવા માંગીએ છીએ તેના માટે આ જ કરવાનું છે."

સત્યને ચોપડીઓ અને પ્રવચનોમાં શોધતા માણસો માટે જનહિતમાં જારી.

****

નગ્ન સત્ય બોલવા વિશે

આખરે હમણાં એક જગ્યાએ મને એ સવાલ પૂછી લેવાયો જેને સાંભળવા માટે હું ઘણા સમયથી તૈયાર બેઠો હતો.

સવાલ: આટલા આધ્યાત્મિક પુરુષ હોવા છતાં અને સૃષ્ટિના ગૂઢ સત્યને આટલી વૈજ્ઞાનિક ભાષામાં કહેતા હોવા છતાં રાજનીતિ અને સાંપ્રદાયિક મુદ્દાઓમાં તમે કોઈ એક તરફનું સ્ટેન્ડ કેમ લઇ લો છો?

જવાબ: મારા જીવનના શરૂઆતી તેવીસ વર્ષમાં રાજનીતિ મારા માટે એક અજાણ્યો વિષય હતી. મને ખાલી લોકસભાનું નવું નવું ટેલિકાસ્ટ શરુ થયું ત્યારે વાજપેયીએ આપેલા ભાષણોના દ્રશ્યો યાદ છે અને કારગિલ યુદ્ધ. મને યાદ નથી કે કોંગ્રેસ પાછી ક્યારે આવી. મને યાદ નથી કે ક્યારે તે સમયના ગૃહ મંત્રીએ અને રાહુલ ગાંધીએ હિન્દૂ આતંકવાદ ભારત માટે સૌથી મોટો ખતરો છે એવું કહ્યું કે ક્યારે દિગ્વિજયસિંહ અને મહેશ ભટ્ટ જેવા લોકોએ ૨૬/૧૧ નો મુંબઈ હુમલો આરએસએસનું ષડયંત્ર છે એવું પુસ્તક બહાર પડ્યું.

મને યાદ છે ત્યાં સુધી મેં ૧૯ વર્ષની ઉંમરે મારો પહેલો વોટ ૨૦૦૭ ની ચૂંટણીમાં નરેન્દ્ર મોદીને આપ્યો હતો અને ૨૦૦૯ ની લોકસભા ચૂંટણીમાં કોંગ્રેસને. મારી દુનિયા અલગ હતી. પણ ૨૦૧૧ માં તેવીસ વર્ષની ઉંમરે જયારે આધ્યાત્મિક સાક્ષાત્કારોમાંથી પસાર થયો એ પછી મારી દુનિયાને જોવાની દ્રષ્ટિ બદલાઈ ગઈ. હું ખાલી સત્ય જાણતો નથી, હું સતત એનું દર્શન કરું છું. ભૂત, ભવિષ્ય અને વર્તમાન એ ત્રણે કાળોને મારી સામે ભજવાતા જોઉં છું. એટલે ધર્મ અને આધ્યાત્મની મીઠી મીઠી વાતો કરીને વાહવાહી મેળવવાની વાસનામાં હું અનિષ્ટને સમાજમાં સ્થપાતા જોઈ શકું એમ નથી. મેં સંસ્કૃતિથી ભ્રષ્ટ અને માતૃભૂમિના હિતથી વિમુખ બનેલા કોંગ્રેસીઓ અને ડાબેરીઓ પર હુમલા કર્યા છે તો હિન્દૂ ધર્મને બચાવવાના ચક્કરમાં જાણે-અજાણે હિન્દૂ ધર્મનું ઇસ્લામીકરણ કરી રહેલા બ્રાહ્મણવાદીઓ અને મૂર્ખ હિન્દુવાદીઓને પણ નિશાન પર લીધા છે.

કોઈપણ માણસ જયારે સત્યનું દર્શન કરતો થઇ જાય છે ત્યારે હંમેશા તે સત્યને સમાજમાં સ્થાપવાની કોશિશો કરતો થઇ જાય છે. એજ એનો ધર્મ છે. અને માનવસમાજમાં સત્યની સ્થાપના બે જ માર્ગે થઇ શકે છે. એક રાજનીતિ અને બીજી શિક્ષણવ્યવસ્થા. એટલે સ્વાભાવિક રીતે જ એ બંને ક્ષેત્રો મારા માટે આધ્યાત્મના પૂરક બની ચુક્યા છે. આ બંને ક્ષેત્રોમાં આધ્યાત્મની સ્થાપના થયા વિના સમાજમાં સત્યની સ્થાપના થવી અશક્ય છે. એટલે જ આવનારા બે વર્ષમાં 'વેદાંતી સત્યવાદ' નામની એક રાજ્યવ્યવસ્થા અને સમાજવ્યવસ્થાની રૂપરેખા આપી રહ્યો છું જ્યાં દુનિયાની રાજનીતિ અને શિક્ષણપ્રથામાં આધ્યાત્મ મુખ્ય ધારા હોય. આગળ ઘણું છે, પણ સમય અત્યારે આટલું કહેવાનો જ આવ્યો છે.

****

વેલેન્ટાઈન ડે નિમિત્તે

તો આજે મેં ફરી એ અભિનય કર્યો.

લગ્ન પહેલા મેં મારી પત્નીને કહેલું, 'સત્યની અનુભૂતિ કરી લીધા પછી માણસ એક સારો અભિનેતા બની જાય છે. એટલે હું જીવનમાં જે પણ કરી રહ્યો છું તે અભિનય જ છે.'

તેણે કહ્યું, 'તો શું તમે મારા સાથે પણ એક્ટિંગ જ કરો છો?'

મેં કહ્યું, 'હું તને પ્રેમ કરું છું એ સત્ય છે. એ એક સ્થિતિ છે જેને હું જીવું છું. પણ જયારે હું તને 'આઈ લવ યુ' કહું છું ત્યારે હું એ સ્થિતિથી નીચે ઉતરું છું અને અભિનય કરું છું. એટલે તું નક્કી કર કે તારે સત્ય જોઈએ છે કે અભિનય.'

એણે કહ્યું 'બંને.'

તો બસ આજનો દિવસ એ અભિનય કરવાનો દિવસ છે. અને એને કોઈ સંસ્કૃતિ સાથે જોડ્યા વગર આ અભિનયનો આનંદ ઉઠાવવો જોઈએ. બસ શરત એટલી છે કે એ અભિનય પાછળ પ્રેમનું સત્ય હાજર હોય, વાસનાનો ભટકાવ નહિ.

Happy Valentine's day.

****

દીકરી કૃષ્ણાના જન્મ નિમિત્તે

હું જયારે કોલેજમાં હતો ત્યારે સંકલ્પ કરેલો - "જ્યાં સુધી હું નહિ જાણી લઉ કે હું આ દુનિયા પર કેમ છું ત્યાં સુધી કોઈ સંતાન પેદા નહિ કરું. કારણ કે જ્યાં સુધી હું જ નથી જાણતો કે માનવજીવન શાના માટે છે ત્યાં સુધી એક નવા મનુષ્યને આ અંધકારમાં લાવવાનો મને હક નથી." પણ આજે મેં એ જવાબ જાણી લીધો છે અને એને દુનિયાને પણ વૈજ્ઞાનિક રીતે સમજાવ્યો છે. એટલે હવે એ સંકલ્પ

પૂરો થઇ રહ્યો છે. હું મારા પહેલા સંતાન તરીકે એક નવા મનુષ્યને દુનિયા પર લાવી ચુક્યો છું અને એને આપવા માટે મારી પાસે લગભગ બધા જવાબો હાજર છે.

મારી પુત્રી 'કૃષ્ણા'.

પ્લીઝ મને કોઈ ધન-સંપત્તિની લાલચ આપતી પેલી સાંત્વના ના આપે કે 'લક્ષ્મી આવી.' એ જમાનો, એ પેઢી હવે વીતી ચુકી છે. સ્ત્રીનો લક્ષ્મી બનવાનો યુગ પૂરો થઇ રહ્યો છે અને યુગ આવી રહ્યો છે સ્ત્રીનો 'શક્તિ' બનવાનો. શક્તિ એટલે શિવ સ્થિતિની સ્ત્રી અને કૃષ્ણા એટલે વિષ્ણુ સ્થિતિની સ્ત્રી. 'કૃષ્ણા' લક્ષ્મી અને શક્તિ વચ્ચેનો પુલ છે.

****

કાશ્મીર મુદ્દે સૈનિકોના જુસ્સા વિશે

આપણે સીમા પર શહિદ થતા જવાનોને એકાદ દિવસ શ્રદ્ધાંજલિ આપીને ભૂલી જઈએ છીએ. પણ ખબર એ પત્નીઓને પડે છે જે આખું જીવન દુનિયા સાથે એકલી જજુમવામાં કાઢે છે. ખબર જવાનોના એ સંતાનોને પડે છે જેમનું બાળપણ અને જવાની પિતાની છાયા વિના જાય છે. અને જયારે તેઓ જુએ છે કે તેમના પિતાએ જે કારણ માટે જીવ આપ્યો એતો એમનું એમ છે અને રોજ બીજા અનેક સંતાનોના પિતા એ કારણ માટે મૃત્યુ પામી રહ્યા છે, જેમને 'શહિદ' કહી તેમના પરિવારને ફોસલાવવામાં આવે છે, ત્યારે એ સંતાનોનો દેશભક્તિથી મોહભંગ થાય છે. જો કાશ્મીરનો પ્રશ્ન હલ કરવામાં હવે મોડું થયું તો શહિદ સૈનિકોના પરિવારોનો દેશથી આ રીતે જ મોહભંગ થયા કરશે અને લોકો સેનામાં જોડાવવું એને મુર્ખામી ગણવા લાગશે.

તો, કારગિલના શહિદ જવાનની દીકરી ગુરમેહરે જે કીધું એ આજ છે. બસ હવે સવાલ એ છે કે શું કાશ્મીરનો હલ એ ડાબેરીઓની ઈચ્છા મુજબ લાવવો જે કાશ્મીર જ નહિ બીજા ચૌદ પંદર રાજ્યોને ભારતથી અલગ કરી ભારતના ટુકડા કરી દેવા માંગે છે. અને એ રીતે કાશ્મીરને છોડી દેવાથી શું ગુરમેહરના પિતાની અને બીજા હજારો જવાનોની શહાદત સફળ થશે? શું એમ નહિ કહેવાય કે જે મકસદ માટે પિતાએ જીવ આપ્યો એ જ મક્સદને તેની પુત્રીએ નષ્ટ કરી દીધું? તો આ આખી ઘટનાનો સારાંશ એક જ છે. હવે કોઈ સરકારો કાશ્મીરના પ્રશ્નને પોતાની ઈચ્છાશક્તિના અભાવે આ રીતે લટકતો નહિ રાખી શકે કારણ કે સેનાના પરિવારોને આશ્વાશન આપવા માટે એમની પાસે કઈ વધ્યું નથી. તો જેમ બને તેમ એ કરી દેવામાં આવે જે ૧૯૮૪ માં પંજાબમાં કરવામાં આવ્યું હતું. જે કાશ્મીરીઓ ભારતના વિરુદ્ધ છે તે કાંતો ભારત છોડી દે કાંતો મરવા તૈયાર રહે. જો એમને ભારત છોડવું હોય તો ભારત સરકાર તેમને ભારતમાં

છોડેલી સ્થાવર સંપત્તિનો ચાર ઘણો મુઆવજો આપી વિદાય આપે જેથી એ પૈસાથી તેઓ પાકિસ્તાનમાં પોતાનું ઘર બાંધી શકે. બાકી કાશ્મીરમાં રહીને ભારત વિરોધી વાત કરવાવાળા સામે હવે કોઈ શબ્દો નહિ સીધી ગોળી જવી જોઈએ. કારણ કે કાશ્મીર જ ભારત છે.

જે કાશ્મીર છોડી દઈને શાંતિ મેળવી લેવાની વાત કરે છે એ નપુંસકો જરા યાદ કરી લે કે શું પાકિસ્તાન અને બાંગ્લાદેશ છોડી દેવાથી તેમને શાંતિ મળી..?

****

સ્વતંત્ર દિન નિમિત્તે

આપણી આઝાદી એ લોકોની દેન છે જે લોકોએ પોતાના વ્યક્તિગત સ્વાર્થ અને ઈચ્છાઓથી ઉપર ઉઠીને રાષ્ટ્ર માટે પોતાના જીવન ખપાવી દીધા. તેમના જીવનની એક જ સમસ્યા હતી - ગુલામી.

સુરજા સેન જેવા કેટલાક યુવાન ક્રાંતિકારીઓને ફાંસી આપતા પહેલા તેમના હાથ પગ અને મોઢા પર હથોડા મારવામાં આવ્યા હતા. છતાં જયારે તેમને ફાંસી આપવા માટે ગસેડીને લાવવામાં આવ્યા ત્યારે તેમણે પોતાની આંખો બંધ કરી લીધી જેથી મરતા પહેલા તેમના મનમાં તિરંગો લહેરાતા જ જોવે. જે લોકો માટે તેમણે બલિદાન આપ્યું તે આપણે છીએ. પણ આજે આપણી સમસ્યાઓ શું છે? હજુ વધારે પૈસા, હજુ વધારે પ્રોપર્ટી, મારો ધંધો, મારો ફાયદો, મારી પત્ની, મારા બાળકો અને તેમની મોટી ડીગ્રીઓ. હું અને મારું ઘર.

ચાલો, આ સ્વતંત્ર દિને એ મહાપુરુષોને યાદ કરીને એ વાતને સમજી લઈએ કે તેમણે આપેલા આઝાદ દેશનું સતત રક્ષણ અને સિંચન કરવા આપણે પણ આપણા વ્યક્તિગત સ્વાર્થો અને ઈચ્છાઓથી ઉપર ઉઠીને દરેક કર્મને ફક્ત અને ફક્ત રાષ્ટ્ર હિત માટે જ સમર્પિત કરવું પડશે. રાષ્ટ્રની ઉન્નતી જ આપણા બધાનું મુખ્ય ધ્યેય હોય અને એ જ આપણા દરેક કર્મનું મુખ્ય કારણ હોય. આ જ એકમાત્ર રીત છે એ હજારો સ્વતન્ત્રસેનાનીઓને સાચી શ્રધાંજલિ આપવાની. જય હિન્દ...

****

સરદાર પટેલના નામનો જાતિવાદ માટે ઉપયોગ કરવા વિશે

આજે સરદાર વલ્લભભાઈનો જન્મદિવસ છે. એક એવો લોકનાયક જેણે સેંકડો રજવાડાઓ માં વહેંચાયેલા એક પ્રદેશ ને એક રાષ્ટ્ર બનાવ્યું.

અલગ અલગ પ્રદેશોને એક કહીને આપણે રાષ્ટ્ર તો કહી દીધું પણ આજેપણ આપણો સમાજ અનેક જાતિઓમાં વહેંચાયેલો છે જે એક જ રાષ્ટ્રમાં રહીને પણ એકબીજાથી ચડિયાતી થઇ જવા માંગે છે.

આપણો સમાજ ભારતીય સમાજ ન હોઈને અનેક જાતિગત સમાજોનો ખીચડો છે. આપણા હીરો પણ એ લોકો છે જેમણે આપણી જાતિને કોઈ અનામત અપાવ્યું છે કે જે હજી કોઈ અનામત અપાવવા મથી રહ્યા છે. તેમણે જે કર્યું તેના માટે તેમનો આભાર માની આપણે બધાએ આપણા એ નેતાઓ અને સમાજસેવકો સાથે એ વાત સમજી લેવાની છે કે આપણે બધા આપણી જાતિગત પહેચાનમાં રાષ્ટ્રથી અલગ પડી ચુક્યા છીએ. જો ખરેખર સરદારને શ્રદ્ધાંજલિ આપવી હોય તો એક બ્રાહ્મણ, એક રાજપૂત, એક ચૌધરી, એક પટેલ કે એક દલિત કે આદિવાસીથી ઉપર ઉઠવું પડશે.

જો વારસામાં મળતી વિરાસત પણ સંકુચિત હોય તો નવી પેઢીને તેનાથી વિપરીત ચાલી વિસ્તૃતતા તરફ પ્રયાણ કરવું જોઈએ એ જ સરદાર પટેલ નો જીવન ઉપદેશ છે જેને આપણે પાળવાનો છે.

કમનસીબે, આઝાદી પછી આ પહેલું વર્ષ હતું જયારે સરદાર પટેલ ના નામને એક સંકુચિત ઉદેશ્ય માટે વાપરી તેમનું ઘોર અપમાન કરવામાં આવ્યું. આજે તેમના જન્મદિને એનું પ્રાયશ્ચિત કરવાનું છે અને એ સમજી લેવાનું છે કે સરદાર કોઈ એકના બાપનો નથી. એ આ રાષ્ટ્રનો મહાન પૂર્વજ છે જેના પર સમગ્ર રાષ્ટ્રને ગર્વ છે.

જય સરદાર... જય ભારત...

આ નારાનું રટણ આખા જીવનપર્યંત કરતા રહીએ તો પણ સરદાર પટેલનું આપણા પ્રત્યેનું ઋણ ચૂકવી શકીએ તેમ નથી. રાષ્ટ્રના એ મહાન નાયકને શત શત નમન...

****

ક્ષમતાને શોખ કહેવાનો વિરોધ

તાજેતરમાં એક સ્થાને મને પૂછવામાં આવ્યું કે "લખવાનો શોખ તમને ક્યાંથી લાગ્યો?"

તો મૈં જવાબ આપ્યો "મારા લખાણ પરથી તમને લાગે છે કે એમાં ક્યાંય શોખપુતી થઇ રહી છે? મારા લેખનને જયારે કોઈ શોખ કહે છે ત્યારે મને લાગે છે જાણે કોઈએ મને ગાળ આપી દીધી.

કુદરતે મારા મનમાં કેટલીક સ્પષ્ટ સમજ અને સમાધાનો ઉભા કર્યા છે. અને એ જાણ્યા પછી મારી જવાબદારી છે કે મૃત્યુ પહેલા હું એ સમજ દુનિયાને આપી દઉં. અને આજે લેખન એ માધ્યમ છે જેના દ્વારા હું એ જવાબદારી નિભાવી રહ્યો છું. કાલે લેખન કરતા વધુ શક્તિશાળી માધ્યમ મળશે તો હું એ અપનાવી લઈશ. મારા શોખ પુરા કરવાનો તો મને સમય જ નથી મળ્યો. મારો સૌથી મોટો શોખ અભિનય કરવાનો છે, પણ હું લોકોના દાંત ઠીક કરી રહ્યો છું. મારો સૌથી પ્રિય

શોખ લાંબી કારો ખરીદી તેને જેમ્સ બોન્ડની જેમ કાળા શૂટ પહેરી ચલાવવાનો છે. પણ હું એકટીવા પર ફરું છું અને ત્રણ જોડી કપડા જ રાખું છું. કારણ કે મારી બધી કમાણી મારા પુસ્તકોના પ્રકાશનમાં, દુનિયાભરમાં તેમના પ્રચારમાં અને સંશોધન માટે બીજા પુસ્તકો ખરીદવામાં જાય છે. મારું લેખન મારી મનુષ્ય તરીકેની જવાબદારીનું વહન છે. તે એક યજ્ઞ છે. શોખ નથી."

****

'સ્વયંભૂ' હોવું

એક સમય હોય છે જ્યારે ડીએનએના ગુણો આત્માના ગુણો પર હાવી હોય છે. આ એ સમય હોય છે જ્યારે મનુષ્ય પોતાના અહમને પોતાની મૂડી માને છે. 'હું સાચો છું' એ સાબિત કરવા હંમેશા એ કામ કરે છે જે તેના આત્માના અવાજથી વિપરીત છે. સમયે સમયે આત્મા તેને ખોટો સાબિત કરીને ચેતવતો રહે છે. પણ જો સુધરવાની શક્તિ એ ડીએનએમાં ન જ હોય, તો છેલ્લે કંટાયેલો આત્મા 'તું આજીવન ખોટો હતો' એવો આખરી નિષ્કર્ષ સાબિત કરીને શરીર છોડી દે છે. સત-અસતની લડાઈ આત્મા અને અહમ વચ્ચેની લડાઈ જ તો છે.

ડીએનએના ગુણોથી સર્વરૂપે મુક્ત થઈ જવું અને પોતાના આત્માના ગુણોથી ચાલવા લાગવું એને જ કહેવાય છે 'સ્વયંભૂ' થઈ જવું. એટલે જ શિવને 'સ્વયંભૂ' કહેવાય છે. જે શિવ બની જાય છે તેની ઓળખ તેના માતા-પિતા નથી રહેતા, તેની ઓળખ તેનો આત્મા હોય છે. આત્મા જ બ્રહ્મ છે.

****

અસીફા રેપ કેસ વિશે

કેટલાકે પૂછ્યું કેમ અસીફા રેપ વિશે તમે હજી કંઈ બોલ્યા નથી..?

મેં કહ્યું, 'અત્યારે એ લોકો ખુશી ખુશી બોલી રહયા છે જે કાશ્મીર, બંગાળ અને અસમમાં અસંખ્ય સ્ત્રીઓના બળાત્કાર પર ચૂપ હતા. તો આ વખતે આપણે એમને સાંભળીયે. બાકી મારા માટે અસીફા કોઈ નવી વસ્તુ નથી, કે ના કોઈ એમાં મારો એજેન્ડા છે. આ દેશમાં રોજ પચાસ છોકરીઓના રેપ થાય છે અને અસીફા એમાંની જ એક કમનસીબ છે.

અફસોસ અને શરમ જરૂર છે કે એમાં મંદિર જેવું સ્થાન ઉપયોગમાં લેવાયું છે અને ડર પણ છે કે કાશ્મીરમાં કોઈ એને અસંખ્ય હિન્દૂ સ્ત્રીઓના બળાત્કારના બદલા તરીકે ના લઈ લે. કારણકે એ માર્ગે જો કોઈ હિન્દૂ નીકળ્યો તો એ હિન્દૂ તો શું માનવ કહેવાવવાના લાયક નહીં રહે. બળાત્કાર મુક્ત સમાજ બનાવવા શુ આમૂલ પરિવર્તન કરવાનું છે એના પર હું ઘણા બધા લેખ લખી ચુક્યો છું. જ્યા સુધી આપણે મુક્ત પ્રેમને સેક્સ અને જડ સામાજિક નિયમોથી ઉપર નથી સમજતા આ બદી ચાલતી રહેવાની છે. એક માણસ અડધો કલાક માટે બીજા

માણસના ચામડાને ચૂંથવા ફાંસી પર ચડવા તૈયાર છે. કારણકે આખો સમાજ એ ચામડાનું જ મહત્વ ઉભું કરે છે અને પછી એને ન સ્પર્શવાના નિયમો બનાવે છે. આ બનાવ માનવતા, રાજનીતિ અને સામાજિક બુદ્ધિમતાના પતનનું કોકટેલ છે.'

****

આત્મસમ્માન અને અહમ વચ્ચેનો ફર્ક

પ્રશ્ન: આત્મસમ્માન અને અહમ વચ્ચે ફરક કેવી રીતે કરવો..? ખબર શું પડે કે આપણે આત્મસમ્માનની રક્ષા કરી રહયા છીએ કે અહમની..?

જવાબ: આત્મ સમ્માન એટલે પોતાના આત્માનું સમ્માન. આત્મા સ્વયં બ્રહ્મ છે. તેનો અવાજ જ સત્ય છે. જો એ આત્માના અવાજ વિરુદ્ધ તમે કંઈ સહન કરવા તૈયાર નથી, તો એ તમારું આત્મસમ્માન છે.

અહમ અજ્ઞાન છે. તમને કોઈ વસ્તુની પુરી જાણકારી નથી કે તમે ખોટા માર્ગે છો, છતાં તમે એને જડતાથી પકડી રાખો છો તે અહમ છે. તમારા અજ્ઞાનને દૂર કરવા કે તમને સાચો માર્ગ દેખાડવા કોઈ પ્રયાસ કરે અને તમે એ સહન ન કરી શકો તો એ તમારા અહમની રક્ષા છે. તે હંમેશા વિનાશ તરફ લઈ જાય છે.

****

ઈશ્વરની ઈચ્છા અને આપણું કર્મ

સવાલ : કૌશિકભાઈ, કહેવાય છે કે આપણે ઈશ્વરની ઈચ્છાને અનુસરીને જીવન જીવવું જોઈએ અને આપણી ઈચ્છાઓને ત્યાગવી જોઈએ. એજ કર્મયોગ છે, સ્થિતપ્રજ્ઞતા છે. પણ સવાલ એ છે કે ખબર કેવીરીતે પડે કે ઈશ્વરની ઈચ્છા શું છે? આપણે કેવીરીતે જીવવું?

જવાબ : દરેક સમયે, દરેક પડાવે બિલકુલ એજ કરો જે તમારું હૃદય કહે છે, અને કર્મ કરી દીધા પછી જે પણ પરિણામ આવે તેને ઈશ્વરની ઈચ્છા સમજી છો. આજીવન બસ આ કરતા રહો. તમે કર્મ યોગી છો. પણ હ્દયનો કે આત્માનો સાચો અવાજ ત્યારે સંભળાય છે જયારે મન વ્યક્તિગત અને સંકુચિત સ્વાર્થથી મુક્ત થઈને વિચારી શકે. એટલી ક્ષમતા તો તમારે મેળવવી પડશે.

****

પહેલું ડગલું

પહેલું ડગલું ભરવું એ જીવનની સફળતાનો સૌથી મોટો મંત્ર છે. જીવનમાં કેટલીકવાર આપણા ભાગ્યમાં અશક્ય લાગતા કાર્યો કરવાના આવી પડે છે. કંઈક એ રીતે કે જો એ કાર્ય કરી દીધુ તો આપણા જીવનને અર્થ અને સફળતા મળી જશે અને જો એ કાર્ય ન કર્યું તો જીવન અર્થહીન અને નિષ્ફળ સાબિત થશે. આવા સમયે સૌથી મહત્વપૂર્ણ કાર્ય હોય છે પહેલું ડગલું. જ્યારે તમને ખબર પડી

જાય કે આ કાર્ય મારે કરવાનું જ છે અને કરવું જ છે ત્યારે ભલે એ આખું કાર્ય કઈ રીતે કરવું એની જાણ ન હોય તોપણ બસ પહેલું ડગલું ભરી દેવું જોઈએ. પહેલું ડગલું ભરતાં જ તમે જાણી જાઓ છો કે બીજું ડગલું કેવીરીતે ભરવાનું છે. અને બીજું ડગલું ભરતાં જ એ આખું કાર્ય કેવીરીતે થશે એનો પથ તમને દેખાવા લાગે છે. અને જ્યારે તમે દસ-પંદર ડગલાં એ પથ પર ભરી દો એટલે તમને લાગવા લાગે છે કે જે કાર્યને તમે એક સમયે અશક્ય માનતા હતા તે તો શક્ય છે અને થવા લાગ્યું છે. અહીંથી આગળની સફરમાં નાની-મોટી અડચણો પણ આવે છે પણ એ અડચણોમાંથી નીકળવાનો માર્ગ કુદરત સ્વયં આપણને દેખાડતી જાય છે. આ રીતે એકસમયે આપણે એ કાર્યને પૂર્ણ કરી દઈએ છીએ. કાર્ય પૂર્ણ થાય એટલે આપણે જાણીએ છીએ કે આપણે ઘણાખરા અંશે બદલાઈ ચુક્યા છીએ. એ કાર્યએ આપણને વિકસિત કરી દીધા છે, આપણી અનેક શક્તિઓ ખુલી ગઈ છે જે આપણા આગળના કાર્યને કરવા આપણને લાયક બનાવે છે.

આ રીતે જ સામાન્ય જીવનમાં રહેલા માણસો મહાન કાર્યો કરી દે છે અને મહાન દેખાય છે, જ્યારે અસલમાં એ મહાનતા પાછળનું મૂળ સિક્રેટ હોય છે તેમનું એ 'પહેલું ડગલું' ભરી દેવાની ક્ષમતા. એનાથી વિપરીત બીજી બાજુ કેટલાક લોકો એવા હોય છે જે અનેક મહાન કાર્યોને વિચારે છે, એ કાર્યો કરવા તેમના માટે જરૂરી પણ હોય છે અને તે એ કાર્યો કરવાની સ્થિતિમાં પણ આવી ચુક્યા હોય છે. પણ તે આ 'પહેલું ડગલું' નથી ભરી શકતા અને આજીવન અનેક કાર્યો અને વિચારો તેમના મનમાં ને મનમાં પુરા થઈ જાય છે. આ રીતે તેઓ એક સામાન્ય જીવનમાં ગૂંગળાતા ગૂંગળાતા મોતની રાહ જોવામાં બાકીનું જીવન કાઢે છે. તો, જે પણ કરવાનું છે એ જો ખરેખર કરવું છે તો એનું 'પહેલું ડગલું' આજે જ ભરી દો. શરૂઆત તમે કરી દો, અંત તરફ તમને ઈશ્વર લઇ જશે.

****

દરેક જીવન એવો જ અંત માંગે છે જેવું એ જીવાયું છે

2012 ના ડિસેમ્બરમાં જ્યારે હું સન્યાસી જીવનને ચકાસવા બેલુર મઠમાં હતો, ત્યારે ત્યાંના એક સન્યાસી સ્વામી આત્મપ્રિયાનંદજીએ સારાંશ રુપે મને આ વાત કહેલી, 'આત્મજ્ઞાન થયા પછી તો શું સંસાર અને શું સન્યાસ? જો મન સ્થિતપ્રજ્ઞ રહી શકે છે તો સંસાર શું બગાડી લેવાનો? અને જો મન સ્થિતપ્રજ્ઞ નથી રહી શકતું તો સન્યાસ પણ શું આપી દેવાનો?' એમની આ વાતથી જ મને પાછા આવવાની હિમત મળેલી. જાન્યુઆરી 2013માં હું બેલુરથી પાછો આવ્યો અને એંગેજમેન્ટ કરી ત્યારથી મેં મારા ફોનમાં આ એક ચિત્ર સ્ટોર કરી રાખ્યું છે, જે અહિં પોસ્ટ કર્યું છે. આ ચિત્ર જોઈને હું સમયે સમયે પોતાની જાતને એ રાહત આપતો રહેતો કે એક દિવસ જ્યારે બધા સાંસારિક કાર્યો પૂરા થઈ જશે એટલે

બધું છોડીને હું આવા જ એક સ્થાન પર જતો રહીશ અને ધ્યાનમાં જીવનનો સમય કાઢીશ અને ત્યાંજ સ્વેચ્છાએ શરીર છોડીશ. પણ હવે ધીરે ધીરે સ્વામી આત્મપ્રિયાનંદજીએ કહેલી વાત સ્વઅનુભવમાં આવી રહી છે.

એજ કે જો સંસારના વર્ષો સ્થિતપ્રજ્ઞતા સાથે ન વીતે તો અંતે ગમે તેટલા સુંદર અને શાંત સ્થાને જતા રહો, અંદર શાંતિ નથી રહેતી. જો આજે જીવન આ ચિત્ર સામે જોતાં એટલું જ શાંત અને ધ્યાનસ્થ લાગે છે તોજ તે એ અંતિમ સમયમાં પણ એવું લાગશે. જો સાંસારિક કાર્ય રામ અને કૃષ્ણ જેવી સ્થિતપ્રજ્ઞતા સાથે ન કર્યું હોય જ્યાં દરેક સફળતા-નિષ્ફળતાને એક ખેલ માની તમે સંસાર વચ્ચે જ ધ્યાનસ્થ થઈ શક્યા હોય, તો આવી શાંત જગ્યાએ આવીને પણ મન ભૂતકાળની બેચેન છાયાઓમાં જ ફરે છે. એટલે એક આત્મજ્ઞાની માટે સન્યાસ કરતાં સંસાર વધુ મોટી સ્કૂલ છે. સંસારમાં આવતી સતત પરીક્ષાઓ અને એકલતા એક સન્યાસી ઋષિને વિષ્ણુ બનાવે છે. અને એવો વિષ્ણુ જ અંતે એક ઋષિની જેમ સંસાર છોડી દૂર એકાંતમાં પ્રબુધ્ધ મને શરીર છોડી શકે છે.

એટલે તમે જેવું જીવન જીવો તેવું જ મૌત પણ મેળવો છો. જે ભૌતિકવાદી બનીને જીવે છે તે અંતે ભૌતિકવાદિની બેચેની અને ઝટપટાહટ સાથે મરે છે. જે કર્મઠ બનીને જિવે છે તે અંતે પણ એક કર્મઠ વ્યક્તિ તરીકે જ કામ કરતાં કરતાં મરે છે. જે ગુલામ બનીને જીવે છે તે ગુલામ તરીકે જ મરે છે. જે બનાવટી બનીને જીવે છે તે બનાવટ કરતો કરતો જ મરે છે. જ્ઞાની જ્ઞાન સાથે મરે છે, ભક્ત ભક્તિ સાથે મરે છે. સ્થિતપ્રજ્ઞ આત્મામાં ધ્યાનસ્થ થઇને દેહ છોડે છે. એમાં સ્થાનનું કોઇ મહત્વ નથી હોતું. મહત્વ આપણા અંદરની સ્થિતિનું જ હોય છે. દરેક જીવન એવો જ અંત માંગે છે જેવું એ જીવાયું છે. આખરી સમયમાં તમે કંઇ બદલી નથી શકતા. બસ તમે બાહ્ય વાતાવરણ બદલી શકો છો, વ્યક્તિનું આંતરીક વાતાવરણ એજ રહે છે જે આજીવન તેના અંદર રહ્યું હોય છે. એટલે તમારા મર્યા પછી તમારી અંતિમ યાત્રામાં, બેસણામાં અને બારમામાં કેટલા માણસો આવ્યા એ તમારા જીવનનું મૂલ્ય નક્કી નથી કરતું. જે લોકો આજીવન તમારા સામે ખોટું ખોટું હસ્યા હોય છે તે તમારા મર્યા પછી ખોટું ખોટું રડવા આવે છે. એટલા માટે કે જેથી તે મરી જાય ત્યારે તેમના પાછળ પણ રડવા બીજા આવે. એ સમાજના ટોળામાં રહેવાનો એક ઇન્સ્યોરન્સ છે, જ્યાં લોકો બેસણાઓમાં હાજરી આપી આપીને પોતાના પ્રિમિયમ ભરે છે. તો કોઇ વેપારીઓ અને નેતાઓ ‘હું આવ્યો હતો’ એ બતાવી વેપાર અને વોટ સિક્યોર કરવા આવ્યા હોય છે. એટલે આ સર્કસ જો કોરોનાના લીધે બંધ થઈ રહ્યું છે, તો આગળ પણ એને બંધ રાખવામાં જ મજા છે.

વાત ફરી એજ મૂળ કેન્દ્રએ પહોંચે છે કે તમે કેવી રીતે મરો છો એ જરા પણ મહત્વનું નથી. તમે કેવી રીતે જીવ્યા એ મહત્વનું છે; સત્યના યોધ્ધા બનીને કે અસત્યના ગુલામ બનીને? એજ તમારા જીવન અને મૃત્યુ બંનેના અર્થને નક્કી કરે છે.

****

આત્મજ્ઞાની માણસની સંસાર વચ્ચે ઉપયોગિતા

સવાલ: આત્મસાક્ષાત્કાર થયા પછી આ બનાવટી દુનિયામાં રહેવું કેવી રીતે શક્ય છે? જ્યારે માણસ જાણી જાય કે આ બધું બનાવટી છે, ત્યારે ફરી તે એ માણસો વચ્ચે અજ્ઞાની બનીને જીવવું શું એના માટે મુસીબતો ભર્યું નથી?

– ડૉ. વેણુ શાહ

જવાબઃ અસલિયત એનાથી ઉલટી છે. જો તમે સત્યનિષ્ઠ અને નૈસર્ગીક છો, પણ આત્મસાક્ષાત્કાર થયેલો નથી, તો આ બનાવટી દુનિયા વચ્ચે રહેવું બહુ મુશ્કેલ છે. તમે પળે પળે ઠગ્યા જાઓ છો અને ભયંકર રીતે આહત થાઓ છો. પણ જો તમે સંસારની અને તમારી પાછળની યાત્રાનું સંપૂર્ણ સત્ય જાણો છો, તો એ બનાવટી દુનિયા તમારા માટે બનાવટી રહેતી નથી. હવે, તમે જાણો છો એ શું છે અને શું કરશે? હજી પણ સમય આવ્યે એ લોકો તમને ઠગશે, પણ તમે એનાથી આહત નહીં થાઓ, કારણકે તમે જાણતા હશો કે તે એજ કરવાના છે. જ્યાં સુધી એ લોકો સંપૂર્ણ પવિત્ર બનીને સત્ય માટે જ કર્મ કરવા કટિબદ્ધ નહીં થઈ જાય, ત્યાં સુધી તમે એમના બધા ભટકાવ (જેને 'સ્ખલનો' કહેવાય છે) માટે તૈયાર હશો. તે લોકો તમને ઠગીને પણ તમને આહત નહીં કરી શકે, ત્યારે પોતે આહત થશે. ત્યારે એ પોતે ઠગાયેલા મહેસુસ કરશે. ત્યારે તેમના પોતાના જ મનમાં તેમને પોતાનો આત્મા પતિત થયેલો જણાવા લાગશે. તમે એમના માટે એક અરીસા, એક દર્પણનું કાર્ય કરશો. બસ એક આત્મજ્ઞાની માણસની સંસાર વચ્ચે આ જ ઉપયોગીતા છે. આ આખી વાતમાં આત્મસાક્ષાત્કાર થયેલ માણસ રૂપે તમારા માટે મુસીબતો કે દુઃખ ત્યારે જ છે, જ્યારે તમે એ પતિત અને બનાવટી લોકોથી સત્યનિષ્ઠ કમી કરવાની અપેક્ષા કરી બેસો છો.

સાંસારિક વ્યવહાર એટલે કે ટ્રાન્જેક્શન એટીએમના ટ્રાંજેકશન જેવા હોય છે. બેલેન્સ અંદર હોય, પણ ટ્રાન્જેક્શન તમે જેટલી જરૂર હોય અને જ્યારે જરૂર હોય ત્યારે જ કરો છો. એમ આત્મજ્ઞાની માણસ સંસાર વચ્ચે સત્ય જાણીને રહે છે અને જ્યારે જેટલી અને જેવી જરૂર છે તેટલો અને તેવો જ વ્યવહાર કરે છે. તે અંતિમ સત્ય નથી ભૂલતો કે આ બધા એક જ બ્રહ્મના ટુકડાઓ છે, ઇન્દ્રિયગ્રસ્થ સ્વાર્થ અને અહંકારના કારણે પતિત બનેલા છે. તે અંદરથી કોઈથી નફરત નથી કરતો, પણ વ્યવહાર સત્ય તરફી અડગ રાખે છે. કૃષ્ણએ શિશુપાલનું માથું વાઢી નાખ્યું,

પછી શિશુપાલના આત્મા રૂપે એ જયનો આત્મા નીકળ્યો જે વૈકુંઠમાં વિષ્ણુનો દ્વારપાળ હતો. કૃષ્ણના ચહેરાની આભા પ્રેમમય થઈ ગઈ. જયે તેમને પ્રેમ અને ભક્તિભાવે પ્રણામ કર્યા. કૃષ્ણએ પોતાના સંતાનને કહેતા હોય એમ કહ્યું, 'શ્રાપ પૂરો થઈ ગયો. પાછો વૈકુંઠ જા. દ્વાર પર પહેરો આપ. હું કાર્ય પૂરું કરીને આવું છું.' જયે પ્રેમમય આંસુ સાથે મસ્તક નમાવ્યું અને વૈકુંઠ તરફ નીકળી પડ્યો. એજ જય જે કેટલીક ક્ષણો પહેલા શિશુપાલ રૂપે કૃષ્ણને નફરત કરી રહ્યો હતો. અને જય સામે પિતારૂપે પ્રેમથી આશીર્વાદ આપતા એજ કૃષ્ણ હતા જેમણે તેની શિશુપાલવાળી ઓળખનું માથું વાઢી નાખ્યું હતું. બસ આજ છે સંસાર. અને આજ છે આત્મજ્ઞાની અને અજ્ઞાનીઓ વચ્ચેનો વ્યવહાર.

****

દેશભક્તિ નહીં, ભારત-ભક્તિ

જેમ જેમ સમય જાય છે, તેમ તેમ તમે પોતાને પણ વધુ સમજતા જાઓ છો. હમણાં એક સ્થાને મારો પરિચય આપતી વખતે વખાણ કરવાની ભાવના સાથે કહેવાયું 'આપણે જાણીએ છીએ, કૌશિકભાઈ એક બહુ જ દેશભક્ત વ્યક્તિ છે.' પણ આ સાંભળીને મને ખુશી થવાના સ્થાને એક બેચેની થઈ. લાગ્યું જાણે કંઇક જૂઠ છે, કે અડધું સત્ય છે. ફટાફટ મારું મન એનું કારણ શોધવા લાગ્યું અને બહુ કડક આત્મમંથન કરવા લાગ્યું જેના માટે તે ટેવાયેલું છે. માઇક મારા હાથમાં આવતાં સુધીમાં એણે એ બેચેનીનું કારણ શોધી લીધું હતું. મેં કહ્યું, 'જ્યાં સુધી દેશભક્તિની વાત છે, એ ખોટું છે કે હું દેશભક્ત છું. હું દેશભક્ત નથી. એ જમાત તો દરેક દેશમાં મળી આવે છે. હું ભારત ભક્ત છું.'

હું કોઈ બીજા દેશમાં જન્મ્યો હોત તો પણ કોઈના કોઈ સમયે ભારતને ચાહવાની સ્થિતિમાં આવી ગયો હોત. આ માનવતાને એના અસ્તિત્વનું કારણ કહેતી અને એનો અનુભવ કરાવતી સભ્યતા છે. જો તમે આ પૃથ્વી પર માનવ તરીકે જન્મ્યા છો, અને પોતાના અસ્તિત્વના કારણ અને તેની સાર્થકતા વિશે વિચાર કર્યો છે તો એ વિચારનું અનુસરણ તમને આખરે ભારતના પ્રેમી બનવાની સ્થિતિમાં જ લાવીને મૂકી દેશે. પૃથ્વી પરના કોઈ પણ દેશમાં જન્મેલો આ વિચારને અનુસરતો માનવ અંતે ભારત-ભક્ત જ બને છે. જે માનવ આ વિચારને નથી અનુસરતા તે બધા દેશભક્ત બને છે. દેશભક્તિ સ્વાર્થ અને અહંકારની ઉપજ છે. કોઈ દેશ 'મારો' છે એટલે એ મહાન છે, એના માટે હું કોઈને મારવા અને મરવા પણ તૈયાર થઈ જઈશ. આ સ્થિતિએ એક ભારતીય, એક પાકિસ્તાની, એક રશિયન, એક અમેરિકન, એક ચાઈનીઝ, એક જર્મન, એક યુક્રેનિયન કે એક કોરિયન બધા સરખા થઈ જાય છે. છેલ્લા સવા સો વર્ષનો દુનિયાનો ઇતિહાસ આ બધા દેશભક્તો વચ્ચેના યુદ્ધોનો ઇતિહાસ છે. હું દેશભક્ત

નથી, હું ભારત ભક્ત છું. હું ભારતની એ આધ્યાત્મ અને માનવતાની એ સનાતન વિરાસત માટે લડું છું. મને કોઈ ડર નથી, હું ફરી જન્મ કયાં લઈશ. કારણકે હું જાણું છું, જ્યારે પણ હું સત્યની ખોજમાં નિકલીશ, ભારતની ભક્તિ કરવાની સ્થિતિમાં આવી જ જઈશ.

****

લઘુકથાઓ

102
દ્રૌપદી વસ્ત્રાહરણ: આધુનિક સમજ સાથે

"'કૃષ્ણએ આવીને દ્રૌપદીના ચીર પૂર્યા' આ ચમત્કારિક પ્રસંગને તાર્કિક રીતે સમજવાની અને સમજાવવાની લાંબા સમયથી મારી ઈચ્છા હતી, જે આજે પુરી કરી રહ્યો છું. જે લોકો તાર્કિકતા સિવાય કોઇ વાત ન સમજતા હોય તેમને આ આધુનિક આવૃત્તિ કામ આવશે."

હસ્તિનાપુરમાં ધૃતરાષ્ટ્ર તરફથી કૌરવો સાથે જુગાર રમવાની આજ્ઞાને ધર્મરાજ યુધિષ્ઠિર ઠુકરાવી ના શક્યા અને તેમણે પોતાની સ્વીકૃતિ મોકલાવી દીધી. બે દિવસ પછી હસ્તિનાપુરની રાજસભામાં પાંડવો-કૌરવો વચ્ચે ચોસઠનો જુગાર રમાવાનું નક્કી થયું.

દ્વારિકા, તે જ દિવસે:

દ્વારિકાધીશ કૃષ્ણ પોતાના ધ્યાન કક્ષમાં ધ્યાનમાં બેઠેલા હતા. રુક્મણિ તે જ ખંડમાં એક તરફ બનાવેલા નાના વિષ્ણુમંદિરમાં નારાયણની પૂજા કરી રહ્યા હતા. એવામાં અચાનક કૃષ્ણનું ધ્યાન તૂટ્યું. તેમણે આંખો ખોલી તો તેમના ચહેરા પર બેચેની હતી. રુકમણી આ જોઈ ગયા. તે કૃષ્ણ પાસે આવ્યા અને કહ્યું, 'શું થયું..?'

કૃષ્ણએ રુક્મણિ સામે જોયા વિના એવી જ બેચેની ભરેલી આંખે કહ્યું, 'દ્રૌપદી. લાગી રહ્યું છે જાણે દ્રૌપદી પર કોઈ ભયાનક સંકટ આવી રહ્યું છે.'

કૃષ્ણ અને દ્રૌપદીનો પ્રેમ એટલો ગાઢ હતો અને તેમના આત્મા એટલા જોડાયેલા હતા કે દ્રૌપદી પર આવનારા સંકટની કૃષ્ણને સમય પહેલા જાણ

થઇ જતી. કૃષ્ણએ રુક્મણીને કહ્યું, 'સાત્યકીને કહે કે રથ તૈયાર કરે. હસ્તિનાપુર જવાનું છે.'

'આજે જ જવું છે..?' રૂક્મણિએ પૂછ્યું.

'અત્યારે જ.' કૃષ્ણએ પોતાના આસાન પરથી ઉભા થતા કહ્યું.

'હું સાથે આવું..?' રુક્મણિએ ચિંતા સાથે પૂછ્યું.

રુકમણીના ગાલને પ્રેમથી હાથ અડાડી અને પોતાના છાતી સરસું આલિંગન આપી કૃષ્ણએ ઉદાસીનભાવે કહ્યું, 'નહીં રુક્મણિ. ત્યાં જે પણ થવાનું છે એ તારા જોવાલાયક નથી.'

કૃષ્ણ પોતાના સુરક્ષા કવચનો કાફલો લઈને હસ્તિનાપુર જવા નીકળી પડ્યા. રસ્તામાં સમય સમય પર તે પોતાના સારથી સાત્યકીને કહેતા રહ્યા, 'શક્ય તેટલું ઝડપી સાત્યકી. હસ્તિનાપુર માટેનો ટૂંકામાં ટૂંકો માર્ગ પસંદ કરતો રહે.'

હસ્તિનાપુર, બે દિવસ પછી :

પાંડવો જુગાર હારી ચુક્યા છે. તેમણે રાજપાટ સાથે પોતાની જાતને અને દ્રૌપદીને પણ દાવ પર મૂકી દીધી અને હારી ગયા. દ્રૌપદી તેની સુંદરતા અને તેની વિષ્ણુ સ્થિતિના કારણે પુરુષો માટે હંમેશા આકર્ષણનું કેન્દ્ર રહી હતી. દુર્યોધન, કર્ણ, દુશાશન અને કૌરવોના બનેવી જયદ્રથ જેવા અનેક લોકો વર્ષોથી પાંડવોને ઠેકાણે કરી દ્રૌપદીને મેળવવા માંગતા હતા. અને આજે તેમને એ અવસર મળી ગયો હતો. દુશાશન જુગારમાં જીતાયેલી દ્રૌપદીને તેના કેશ પકડી રાજસભામાં લાવ્યો અને દુર્યોધને તેની વાસનાને ખુલ્લી મૂકી દીધી. તેણે દુશાશનને દ્રૌપદીના વસ્ત્ર કાઢી તેને નગ્ન કરી દેવાનો આદેશ આપ્યો. પાંડવોથી લઈને ભીષ્મ, દ્રોણાચાર્ય, વિદુર અને કુંતી સુધીના લોકો ક્રોધથી સમસમી ઉઠ્યા. પણ કોઈ કંઈ ન કરી શક્યું. તે બધા પોતપોતાની મજબૂરીઓના ભારથી દબાયેલા હતા. દુશાશને દ્રૌપદીની સાડી ખેંચવાની શરુ કરી તો તે આક્રોશ સાથે પિતામહ ભીષ્મ અને ધૃતરાષ્ટ્ર સામે આ અધર્મને રોકવા સમજાવા લાગી. પણ બધાએ મજબૂરી અને શરમથી પોતાનું મસ્તક ઝુકાવી દીધું અને આંખો બંધ કરી દીધી. તે પાંડવો તરફ વળી અને તેમના શૂરાતનને લલકાર્યું. પણ ગુલામ બનેલા પાંડવો શરમ અને આંસુ ભરેલી આંખોથી નીચું જ જોઈ રહ્યા. તેણે કુંતી અને ગાંધારીને આજીજી કરી પણ જવાબમાં એ જ શરમ અને લાચારી મળી. ક્યાંયથી દ્રૌપદીને સહાય ન મળતા દુશાશનની હિમ્મત વધી અને તેણે તેની સાડી ખેંચવાનું શરુ કરી દીધું. દ્રૌપદી બેસહાય થઈને પોતાનાથી થતી બધી શક્તિ વડે તેનો વિરોધ કરતી રહી પણ તે સાડીને પોતાના શરીર

પર ટકાવી નહોતી શકતી. આખરે જયારે સાડીનો છેલ્લો છેડો તેના શરીરથી છૂટવાની તૈયારીમાં આવ્યો ત્યારે તેણે સાડીના તેની તરફના ભાગને પોતાના દાંતો વચ્ચે દબાવી દીધો. પણ દુશાશને હજી જોરથી સાડી ખેંચતા એ છેડો પણ તેના દાંતમાંથી છૂટી ગયો. અને આ થતાં જ દ્રૌપદીએ જોરથી પોકાર લગાવી દીધી, 'હે કૃષ્ણ. હે કૃષ્ણ મને બચાવી લો. તમારી દ્રૌપદી સંકટમાં છે. હે કૃષ્ણ, મારી રક્ષા કરો.' તેની પોકાર અને તેના આંસુઓ પર દુર્યોધન સહિતના કૌરવો અટહાસ્ય કરી રહ્યા હતા. પણ તેણે હવે સભામાંથી પોતાનું ધ્યાન હટાવી લીધું અને આંખો બંધ કરી 'કૃષ્ણ, કૃષ્ણ' ના જાપ કરવા લાગી.

એવામાં દૂરથી પહેલા દ્વાર આગળના દ્વારપાળનો ધીમો ધીમો અવાજ સભામાં ગુંજ્યો. એ કોઈના રાજસભા તરફ આવવાની ઘોષણા હતી. સભામાં બેઠેલા લોકોને બે જ શબ્દ સ્પષ્ટ સંભળાયા, 'વાસુદેવ શ્રી કૃષ્ણ'. આ શબ્દ કાને પડતા જ ભીષ્મ, વિદુર, દ્રોણાચાર્ય, કુંતી, ગાંધારી અને પાંડવોના મનમાં એક ગજબની ઉર્જાનો અને આશાનો સંચાર થયો. તો સામે દુર્યોધન, શકુની, કર્ણ અને દુશાશનના શરીરમાં એક ભયાનક ગભરાહટ સળવળી ઉઠી. દુશાશન સાડી ખેંચતો અટકી ગયો. તેણે ગભરાયેલા ચહેરે દુર્યોધન સામે જોયું. સામે દ્રૌપદી પર એની કોઈ જ અસર નહોતી. એતો બંધ આંખે બસ કૃષ્ણનું નામ લઇ રહી હતી. એવામાં બીજા દ્વાર પરના દ્વારપાળનો અવાજ સંભળાયો જે બહુ સ્પષ્ટ હતો, 'દ્વારિકાદિશ, સુદર્શન ચક્રધારી મહારાજ વાસુદેવ શ્રીકૃષ્ણ પધારી રહ્યા છે....' હવે દુશાશનના હાથ ધ્રુજવા લાગ્યા હતા. દુર્યોધન તેની સામે જોઈને ગુસ્સાથી બોલ્યો, 'દુશાશન, વસ્ત્ર ખીંચ.' પણ એવામાં ત્રીજા અને મુખ્ય દ્વારના દ્વારપાળે એજ ઘોષણા ફરી કરી. અને એ સાંભળી દુશાશન સાથે દુર્યોધન, શકુની અને ધૃતરાષ્ટ્ર સહીત સમગ્ર કૌરવોની જમાતના આખા શરીરમાં ધ્રુજારી છૂટી ગઈ. બધાની નજર દ્રૌપદીથી હટીને મુખ્યદ્વાર પર મંડાઈ ગઈ અને તે કૃષ્ણની ત્યાં પહોંચવાની રાહ જોવા લાગ્યા. એવામાં કૃષ્ણ મુખ્ય પ્રવેશદ્વારના ઉમરા આગળ આવી પહોંચ્યા. હાથ પાછળ તરફ જોડી ક્રોધ અને તિરસ્કારથી ભરેલી આંખે તે ત્યાંજ ઉભા રહી ગયા. તેમના પાછળ સાત્યકી ઉભો હતો.

કૃષ્ણને જોતા જ સભામાં ચારે તરફ સન્નાટો છવાઈ ગયો. એ સન્નાટાથી અંધ ધૃતરાષ્ટ્રને પણ અંદાજ આવી ગયો કે કૃષ્ણ આવી પહોંચ્યા છે. તેના શરીરમાંથી પરસેવો છૂટવા લાગ્યો. દુશાશન કૃષ્ણને જોતા જ તેના સ્થાન પર ફસળી પડ્યો. કૃષ્ણએ એજ ગંભીર ક્રોધમય મુદ્રા સાથે સભાખંડ તરફ ડગલાં ભરવાનું શરુ કર્યું. તે દ્રૌપદી તરફ જઈ રહ્યા હતા, જે હજી હાથ જોડીને બંધ આંખે 'કૃષ્ણ' નામનો જાપ કરી રહી હતી. તેના ચહેરા તરફ જોતા જોતા કૃષ્ણ એ સ્થાનેથી ગુજર્યા જ્યાં પાંડવો અને કૌરવો જુગાર રમવા બેઠા હતા. કૃષ્ણ નજીક આવ્યા

એટલે પાંડવોએ તેમની સામે જોયું, પણ કૃષ્ણ તેમની સામે નજર મિલાવ્યા વિના આગળ નીકળી ગયા. આખી સભા ડઘાઈ ગયેલી નજરે ચીર સન્નાટા સાથે કૃષ્ણને જોઈ રહી હતી. જેમ અંધકારથી ભરેલા ઓરડામાં સૂર્યનો પ્રકાશ પ્રવેશતાં જ માણસની આંખો અંજાઈ જાય, કંઈક એવી જ રીતે એ અધમી સભા વચ્ચેથી સાક્ષાત સૃષ્ટિનું સનાતન સત્ય પસાર થઇ રહ્યું હતું જેણે ત્યાં હાજર દરેકના મનને આંજી દીધું હતું. કૃષ્ણના દ્રૌપદી સુધી પહોંચતા પહેલા માર્ગમાં ઘૂંટણે પડેલો, ઘભરાયેલો અને શક્તિહીન બનેલો દુશાશન આવ્યો. કૃષ્ણએ વાંકા વળી તેના સામે ક્રોધથી જોતા જોતા તેના હાથમાં રહેલો દ્રૌપદીની સાડીનો છેડો લઇ લીધો. તે બે હાથે તેની સાડીને વીંટતા વીંટતા દ્રૌપદી પાસે આવ્યા અને સાડીથી તેના ધડને ઢાંક્યું. તેમણે સાડીનો એક છેડો ઉપર લાવી દ્રૌપદીના માથા પર ઓઢાળ્યો અને તેના જોડેલા હાથ પકડી પ્રેમથી કહ્યું, 'કૃષ્ણે'. કૃષ્ણના સ્પર્શ અને અવાજથી દ્રૌપદીએ આંખો ખોલી અને તેમને જોતા જ તેનામાં રુદન ભરાઈ આવ્યું. તે જોરથી કૃષ્ણને ભેટી પડી અને રડવા લાગી. કૃષ્ણએ પ્રેમથી તેને બાથ ભરી લીધી અને તેના માથા પર હાથ મુકતા કહ્યું, 'બસ. કૃષ્ણે. શાંત થા. હું આવી ગયો છું. તું એક સતી છે અને આવનારી અનેક પેઢીઓ તારું નામ સમ્માનથી લેશે. જેમ હવા, પાણી, અગ્નિ, ધરતી અને આકાશનું અપમાન શક્ય નથી, એમ તારું પણ અપમાન શક્ય નથી. અપમાન તો થયું સત્યનું. અપમાન થયું માનવતાનું. અને એ દરેકની માં-પત્નીઓ તેમના શબો પર વિલાપ કરશે જેમણે આ કર્યું છે. શાંત થઇ જા.' કૃષ્ણના શબ્દોથી દ્રૌપદીએ શાંત થઇ કૃષ્ણ સામે કૃતજ્ઞ ભાવે જોયું. કૃષ્ણએ તેની સામે જોઈને કહ્યું, 'મેં કહ્યું હતું હું આજીવન તારી સાથે જ છું.' દ્રૌપદીએ પ્રેમભાવે હકારમાં માથું હલાવ્યું. પણ પોતાનો સહારો અને શાંતિ મળી જતા જ તેના અંદરનો આક્રોશ ભભૂકી ઉઠ્યો. તેણે કૃષ્ણ સામે ઉભા ઉભા જ આખી સભા સામે પ્રતિજ્ઞા લઇ લીધી કે તે દુશાશનના છાતીના લોહીથી જ્યાં સુધી તેના કેશ નહિ ધુવે ત્યાં સુધી પોતાના કેશ નહિ બાંધે. કૃષ્ણ પણ જાણે તેને સમર્થન આપતા હોય તેમ દુશાશન સામે આક્રોશભરી નજરે જોતા રહ્યા. પછી તેમણે દ્રૌપદીની પીઠ પર પ્રેમથી હાથ મૂકી દૂર બેઠેલા કુંતી સામે જોયું અને દ્રૌપદીને તેના કક્ષમાં લઇ જવાનો ઈશારો કર્યો. કુંતી તેમની પાસે આવ્યા અને દ્રૌપદીને બાથમાં ભરી ત્યાંથી લઇ ગયા.

દ્રૌપદીના ગયા પછી એ શાંત સભામાં ડરેલા અવાજે ધૃતરાષ્ટ્રે આ પાખંડી શબ્દો છોડ્યા, 'હે વાસુદેવ શ્રી કૃષ્ણ. અમે તમારા આભારી છીએ. તમે આ સભાને અનર્થથી બચાવી લીધી. વિદુર! વાસુદેવનું ભવ્યથી ભવ્ય સ્વાગત કરો. આસન ગ્રહણ કરી આ સભાને ધન્ય કરો વાસુદેવ.'વિદુર જાણતા હતા કે આ પાખંડી શબ્દોનો જવાબ કૃષ્ણ જ આપશે. એટલે તેમણે પોતાના સ્થાનેથી હાલ્યા વિના જ

કૃષ્ણ સામે જોયું. કૃષ્ણએ મિત્ર વિદુર સામે ત્રાંસી નજર નાખી હાથના ઇશારાથી થોભવા કહ્યું અને ત્યારબાદ ધૃતરાષ્ટ્ર સામે જોઈને બોલ્યા, 'જે સભામાં એક સ્ત્રીને નગ્ન કરવાની કોશિશ થતી હોય, એક સતીને, તેને રાજસભા નહિ નર્કલોક કહે છે મહારાજ. અને નર્કલોક તમારા લોકોનું સ્થાન છે, મારુ નહિ. હું અહીંયા ફક્ત દ્રૌપદી માટે આવ્યો હતો. અને અહીંથી જતા જતા એ કહેતો જાઉં છું કે આજપછી દ્રૌપદીના શરીર, વસ્ત્ર કે કેશને તો દૂર તેના પડછાયાને પણ તેની ઈચ્છા વગર કોઈએ સ્પર્શવાની કોશિશ કરી તો તે આ વાસુદેવ કૃષ્ણ માટે સંસારનો સૌથી મોટો દુશ્મન હશે. તેને સમજી લેવું જોઈએ કે તે એના જીવનની આખરી ક્ષણ છે.' કૃષ્ણના આક્રોશથી બોલાયેલા આ શબ્દોથી આખી સભામાં એક સનસની વ્યાપી ગઈ. એ દરેક માણસો જે આજીવન પાંડવોને ઠેકાણે પાડીને દ્રૌપદીને પામવા માંગતા હતા તે જાણી ગયા કે દ્રૌપદીનો અસલી રખવાળો કોઈ બીજો છે. એ જેને સંસારની કોઈ શક્તિ પહોંચી શકે તેમ નથી. તે દિવસથી દ્રૌપદી તેમના ધ્યેયમાંથી હંમેશા માટે નીકળી ગઈ. કૃષ્ણએ આ શબ્દો છોડ્યા પછી એ જ આક્રોશ સાથે ધૃતરાષ્ટ્ર સામેથી નજર હટાવી પાછળ ફરીને સભાથી બહાર જવા ચાલવાનું શરુ કરી દીધું. પણ હવે અર્જુનથી ન રહેવાયું. જેવા કૃષ્ણ વળતા તે સ્થાને આવ્યા, અર્જુન ઉભો થયો અને આંસુ ભરેલી આંખે હાથ જોડીને તેમના સામે ઉભો રહ્યો. બાકીના ચાર પાંડવો પણ આવ્યા અને કૃષ્ણના માર્ગમાં આવીને હાથ જોડી ઉભા રહ્યા. કૃષ્ણએ પાંચેય પાંડવો પર ફરિયાદ અને ક્રોધથી ભરેલી નજર નાખી અને પછી અર્જુન સામે જોઈને કહ્યું, 'પત્ની સંપત્તિ નથી હોતી પાર્થ. જો યુધિષ્ઠિર જેવો ધર્મરાજ પણ પત્નીને જુગારમાં દાવ પર મૂકી શકતો હોય તો એ દર્શાવે છે કે સમાજના શ્રેષ્ઠ પુરુષો પણ સ્ત્રીને કઈ નજરે જુએ છે. સૃષ્ટિનું સૌથી ભયંકર પાપ કર્યું છે તમે લોકોએ. પ્રાયશ્ચિત કરવાનું છે તમારે, બસ પ્રાયશ્ચિત. બીજું બધું ભૂલી જાઓ. હવે આપણે વનમાં જ મળીશું.'

આટલું કહીને કૃષ્ણ તેમનાથી આગળ નીકળી ગયા અને મુખ્ય દ્વાર આગળ ઉભેલા સાત્યકીને લઈને ત્યાંથી ચાલ્યા ગયા. કૃષ્ણના ગયા પછી સન્નાટામાં વ્યાપ્ત એ સભાને ભીમે ક્રોધ સાથે દુશાશનની છાતીનું લોહી પીવાની અને દુર્યોધનની જાંઘ તોડવાની પ્રતિજ્ઞા લઈને હચમચાવી મૂકી.તો, આ રીતે સંકટ સમયે આવીને કૃષ્ણએ તેમની પ્રિય સખીના ચીર પૂર્યા.

તત્વસાર: વેદવ્યાસ કૃત મહાભારત મુજબ પાંચ પાંડવો અને દ્રૌપદી મૂળ રૂપે એક જ આત્મા હતા જે કૃષ્ણના આત્મામાંથી નીકળ્યા હતા, અને અંતે તેમાં સમાઈ જવાના હતા. એટલે કે કૃષ્ણ, દ્રૌપદી અને પાંડવો આત્મા રૂપે એક જ હતા, એટલે જ તેમના અલગ શરીરો હૃદયના પ્રેમ મારફતે એક આત્મા તરીકે જોડાઈ રહ્યા.

"૨૨ સપ્ટેમ્બર, ૨૦૧૭, ફેસબુક."

103
સિધ્ધાર્થનું બુધ્ધત્વ અને યશોધરા

સિધ્ધાર્થ અને યશોધરા તેમના ગ્રીષ્મઋતુ માટે બનાવેલા મહેલના પ્રાંગણમાં બેઠા છે. યશોધરા આઠ માસે ગર્ભવતી છે. સિદ્ધાર્થ આંખો બંધ કરીને તકિયાના ટેકે બેઠેલો છે અને તેના હાથ-પગ પર સુંદર દાસીઓના કોમળ હાથ વડે કરાઈ રહેલી ઘીની માલિશથી એક હળવી ગલીપચી અને ઉર્જા મેળવી રહ્યો છે. માલિશની સંવેદના સાથે એ સ્ત્રીનું મધુર સંગીત પણ તેના આનંદને હજી વધારી રહ્યું છે જેને ગર્ભવતી યશોધરાને સંગીત સંભળાવવા ત્યાં રખાઈ છે. ઓગણત્રીસ વર્ષની સિદ્ધાર્થ અને યશોધરાની ઉંમરમાં હજી સુધી એવો એક દિવસ નથી ગયો જયારે તેમના જીવનમાંથી આનંદ અને ભોગ ઓછા થયા હોય. યશોધરાએ આઠ માસનો ગર્ભ હોવા છતાં તેમણે એકબીજાના શરીરસુખને ભોગવવાનું બંધ નથી કર્યું. સિદ્ધાર્થ તેને આપવામાં આવેલ સુખ અને ભોગવિલાસની દુનિયાને દરેકે દરેક ક્ષણ નીચોવી રહ્યો છે પણ એ દુનિયાનું સુખ ક્યારેય પૂરું થાય એવી સંભાવના નથી. હવે તો એ સુખમાં તેના સંતાન રૂપે અતુલનીય વધારો થવાનો છે. પણ સુખના આ સર્વોચ્ચ ઉન્માદે વર્ષોથી પોતાના સમયની રાહ જોઈ રહેલી નિયતિ આખરે પોતાની પહેલી કરવટ બદલે છે. અચાનક તે સ્ત્રીના સંગીતનો રાગ આનંદ અને મધુરતામાંથી થોડી નિરાશા અને પીડાનો બની ગયો. અને રાગમાં આવેલા આ પરિવર્તને સિદ્ધાર્થની વર્ષોથી લાગેલી ભોગ સમાધિને તોડી દીધી. તેણે આંખો ખોલી અને દાસીઓ પાસેથી પોતાના હાથ પગ છુટા કરાવી પ્રાંગણમાં થોડે દૂર સ્થાપેલા સંગીત મંચ તરફ જોઈને વિસ્મયભરી આંખે ઉભો રહી ગયો.

સિદ્ધાર્થના પિતા શુધ્ધોદન એ સન્યાસીની ભવિષ્યવાણી ક્યારેય ભૂલી નહોતા શક્યા જેણે સિદ્ધાર્થના જન્મ સમયે આવીને કહી દીધેલું કે કાંતો સિદ્ધાર્થ કોઈ મહાન ચક્રવર્તી સમ્રાટ બનશે કાં તો એક મહાન સન્યાસી. બંનેમાંથી કોઈ એક માર્ગે તે વિશ્વવિજય કરશે. જયારે સન્યાસીને પૂછવામાં આવ્યું કે એવું શું થશે કે જેથી તે સન્યાસી બની જશે..? તો સન્યાસીએ કહ્યું માણસની વૃદ્ધાવસ્થા, રોગ, દુઃખ અને મૃત્યુ આ ચાર હકીકતો તે સહન નહિ કરી શકે. બસ આ સાંભળતા જ પિતા શુધ્ધોદને નિયતિને પલટી નાખવાની કોશિશો શરુ કરી દીધેલી. તેમણે સિદ્ધાર્થ માટે અલગ અલગ ઋતુ માટે અલગ અલગ મહેલ બનાવ્યા. તેના મહેલોમાં ફક્ત સુંદર અને યુવાન દાસ-દાસીઓને જ રાખવામાં આવી. બીમાર અને વૃદ્ધ માણસોને સિદ્ધાર્થના મહેલોમાં પ્રવેશ નહોતો. જીવનના કોઈપણ દુઃખથી સિદ્ધાર્થને દૂર રખાયો હતો, ત્યાં સુધી કે તેને સંગીત સંભળાવનાર ગાયકો અને સંગીતકારોને પણ કોઈ દુઃખભર્યું સંગીત ન વગાડવાની સ્પષ્ટ ચેતવણી હતી. ઓગણત્રીસ વર્ષ સુધી રાજા શુધ્ધોદનની આ કોશિશો સફળ રહી હતી. પણ આજે નિયતિએ બાજી પોતાની હાથમાં લેવાનું નક્કી કરી દીધું હતું.

સ્ત્રીના રાગમાં આવેલા દર્દે સિદ્ધાર્થના હૃદયમાં કંઈક નવી જ ભાવનાઓને ઉત્પન્ન કરી. એવી ભાવનાઓ જેને આજસુધી તેણે અનુભવી નહોતી. તે સ્તબ્ધ હતો. તેના સમજમાં નહોતું આવતું કે તેના અંદર ઉત્પન્ન થયેલી આ લાગણી છે શું..? તે દુઃખ હતું જેનાથી તેનો સામનો થવા દેવામાં નહોતો આવ્યો. તે ઘી ચોપડેલા ઉઘાડા પગે જ તે સ્ત્રી તરફ ચાલવા લાગ્યો. પત્ની યશોધરા પણ તેના પાછળ પાછળ ગઈ. તે સ્ત્રીના નજીક જઈ સુન્ન થયેલી આંખે તેના સંગીતને આશ્ચર્યથી સાંભળતો રહ્યો. ત્યાં ઉભેલો તેનો સારથી અને મિત્ર ચના વાત સમજી ગયો. તેણે સ્ત્રીનું સંગીત બંધ કરાવ્યું અને પૂછ્યું કે રાગમાં આ દર્દ કેવી રીતે આવી ગયું. સ્ત્રીએ કહ્યું, 'માફ કરજો નામદાર. આ મહેલની સુંદરતા જોઈને મને પર્વતો પર રહેલું મારુ સુંદર ગામ યાદ આવી ગયું જ્યાં હું મોટી થઇ છું પણ અનેક વર્ષોથી મારા લોકોને મળવા જઈ નથી શકી.'

સિદ્ધાર્થે તેણીને પૂછ્યું, 'શું આ મહેલ બહાર પણ દુનિયા આટલી જ સુંદર છે..?'

'આ મહેલ બહારની દુનિયા બહુ વિશાળ છે, સિદ્ધાર્થ. ત્યાં સુંદરતા પણ છે અને કુરૂપતા પણ. આ મહેલ જ દુનિયાની સૌથી સુંદર જગ્યા છે.' પાછળ તરફથી આવીને યશોધરા બોલી. તે સિદ્ધાર્થને આ મહેલોમાં જકડી રાખવા પાછળનું કારણ જાણતી હતી.

'તો આ શું હતું જે આ સંગીત સાંભળવાથી મારા અંદર ઉત્પન્ન થયું..? શું છે આ લાગણી જે ક્યારેય મારામાં થઇ નથી અને હવે અંદરથી જઈ નથી રહી..? મારે દુનિયાનો એ હિસ્સો જોવો છે જ્યાંથી આ લાગણી જન્મે છે. એ મને મારા

કોઈ મહેલમાં તો નથી મળ્યો. પહેલા હું એને મારા નગરમાં શોધીશ. ચના મારા નગરદર્શનની તૈયારી કરો, હવે મારે બહારની દુનિયા જોવી છે.'

સિદ્ધાર્થના શબ્દોથી યશોધરાની આંખો ભરાઈ આવી. તેના મનમાં ભય ઉમટી આવ્યો. જાણે એજ થવાની કોશિશમાં હતું જેને તેમણે આજસુધી દબાવી રાખ્યું હતું. યશોધરાએ ચના સામે જોઈને ઈશારો કર્યો કે રાજા શુધ્ધોદનને વાત કરો.

શુધ્ધોદનના ઘણું સમજાવ્યા છતાં સિદ્ધાર્થ હવે માને તેમ નહોતો. તેના અંદર પેલો દુઃખનો રાગ અને તે લાગણી નીકળવાનું નામ નહોતી લઇ રહી. શુધ્ધોદને આખરે એમ કહીને સમય માંગી લીધો કે 'ઠીક છે. પણ એક મહિના પછી. રાજકુમાર પહેલીવાર નગર જોવા નીકળી રહ્યા છે. તો નગરને એમના માટે તૈયાર કરવું પડશે.' સિદ્ધાર્થ તેમની વાત માની ગયો. શુધ્ધોદને એક મહિનામાં એ પુરી તૈયારી કરી લીધી કે સિદ્ધાર્થનો રથ જ્યાં જ્યાંથી નીકળે ત્યાં યુવાન લોકો જ એકઠા થવા જોઈએ. નગરના તમામ વૃદ્ધ અને બીમાર લોકો માટે શુધ્ધોદને એક અલાયદી વસાહત તૈયાર કરાવી અને જ્યાં સુધી સિદ્ધાર્થ પાછો મહેલમાં ન આવે ત્યાં સુધી તેમના તે સ્થાનેથી બહાર નીકળવાની મનાઈ ફરમાવી દીધી. સિદ્ધાર્થની યાત્રાના રૂટને સ્મશાનના રૂટથી ઘણો દૂર રાખવામાં આવ્યો.

નગરયાત્રા:

જ્યાં જ્યાંથી સિદ્ધાર્થનો રથ નીકળવાનો હતો ત્યાં બંને બાજુ ઊંચી ઊંચી દીવાલો ચણવામાં આવી હતી જે બાકીના નગરને સિદ્ધાર્થના રૂટથી અલગ કરતી હતી. દર બસો મીટરે બંને બાજુની દીવાલોમાં ખુલ્લા દરવાજા હતા જે નગરની પ્રજાને સિદ્ધાર્થને જોવા માટે તેના રૂટમાં પ્રવેશવા માટે રાખ્યા હતા. બંને બાજુની દીવાલો પર અસંખ્ય યુવાન અને આધેડ લોકો પોતાના રાજકુમારના પ્રથમ દર્શન કરવા ઉભા હતા. તે બધા એકી સાથે 'સિદ્ધાર્થ.. સિદ્ધાર્થ..' ની બૂમો પાડીને તેના પર પુષ્પો નાખી રહ્યા હતા અને વૈભવની આ પરાકાષ્ટાથી ઉન્માદે ચડેલો સિદ્ધાર્થ તેમના પર સોનાના સિક્કા ઉછાળી રહ્યો હતો. એવામાં સિદ્ધાર્થનો રથ લોકોના આ અભિવાદનને ભરપૂર રીતે માણવા માટે ઉભો રહ્યો. તે સ્થાનના બિલકુલ બાજુમાં જ દીવાલનો એક ખુલ્લો દરવાજો હતો જ્યાં બે સૈનિકો ઉભા હતા. લોકોના અભિવાદનને ઉત્તેજનાપૂર્ણ આનંદથી ઝીલતા સિદ્ધાર્થની નજર દીવાલના દરવાજામાંથી અંદર પ્રવેશતા એક વૃદ્ધ જોડકા પર પડી. એક વૃદ્ધ દંપતી તેમના રાજકુમારને જોવા માટે ગમેતેમ કરીને તેમની વસાહતના સ્થાનથી છટકી આવ્યા હતા. તેમના ચહેરા પર ભારે કરચલીઓ હતી અને મોંઢામાના દાંત પડી ગયેલા હતા. વૃદ્ધ સ્ત્રીના મોંઢામાં ઉપર-નીચે બે દાંત હતા જે તેના હસવાથી બહાર આવતા હતા. સિદ્ધાર્થની નજર આ કદરૂપા વૃદ્ધ દંપતી

પર પડી અને તે અવાચક રહી ગયો. તેણે સારથી ચનાને પૂછ્યું, 'ચના, આ વિચિત્ર પ્રાણી કોણ છે..?' ચનાના ચહેરાનો રંગ ફીકો પડી ગયો. તેણે કહ્યું, 'તે વૃદ્ધ માણસો છે રાજકુમાર. મૃત્યુ પહેલા માણસ આ રીતે ઘરડો થઇ જાય છે. ઘડપણ માણસથી તેની સુંદરતા, શક્તિ અને શાણપણ છીનવી લે છે.'

'પણ આ ઘડપણ શાનાથી આવે છે..? શું આપણે તેને રોકવાનો કોઈ ઉપાય નથી કર્યો..?' સિદ્ધાર્થે બેબાકળા બનીને પૂછ્યું.

'ઘડપણ કુદરતનો નિયમ છે રાજકુમાર. દરેક શરીર અમુક વર્ષો પછી આવું થઇ જ જાય છે. એને કોઈ ટાળી નથી શકતું.'

સિદ્ધાર્થની આંખો પહોળી થઇ ગઈ. તેનો બધો આનંદ વિસરાઈ ગયો. તેણે ગંભીર અવાજે ચનાને પૂછ્યું, 'તો શું હું પણ એકદિવસ...?'

ચનાએ દુઃખી હૃદયે હકારમાં માથું હલાવ્યું અને નીચે જોઈ લીધું. સિદ્ધાર્થ સુન્ન હતો. આસપાસ જનમેદનીની તેના નામની બૂમો તેને સંભળાતી બંધ થઇ ગઈ. તેના અંદર ફરી પેલું દુઃખનું સંગીત પ્રબળતાથી વાગવા લાગ્યું. એવામાં તેણે જોયું કે ત્યાં ઉભેલા સૈનિકો તે વૃદ્ધ દંપતીને ઉપાડીને દિવાલના બહારના ભાગે લઇ જવા લાગ્યા. સિદ્ધાર્થ તેના રથમાંથી ઉતરીને તેમના પાછળ ભાગ્યો. ચનાએ તેના નામની બૂમ પાડી, પણ સિદ્ધાર્થ ન રોકાતા ચના પણ રથ છોડી તેના પાછળ દોડી ગયો.

સિદ્ધાર્થ અને ચના તે વૃદ્ધ દંપતીનો પીછો કરતા કરતા એ સ્થાને આવી પહોંચ્યા જ્યાં નગરના તમામ વૃદ્ધ અને બીમાર માણસોને એકઠા કરવામાં આવ્યા હતા. સિદ્ધાર્થ સ્તબ્ધ હતો. લાકડીના ટેકે આમતેમ ફરતા અનેક વૃદ્ધ માણસો વચ્ચે તે ઉભો હતો. તેણે કુતુહલતાથી પહેલા પોતાના શરીર તરફ જોયું અને પછી તે વૃદ્ધ માણસોના શરીર સામે. એક બાળક જેવી નિર્દોષતાથી તેણે ચના સામે હાથ ફેલાવીને કહ્યું, 'ચના..?!'

એવામાં ત્યાં એક બીમાર માણસના કણસવાનો અવાજ સંભળાયો. સિદ્ધાર્થ તે ઓરડા તરફ ગયો તો જોયું અનેક ઘરડા અને બીમાર માણસો ત્યાં ખાંસી રહ્યા હતા. કોઈ રડી રહ્યા હતા તો કોઈના શરીર કુષ્ઠરોગ જેવી વ્યાધિઓથી કુરૂપ અને બેડોળ બની ગયેલા હતા. સિદ્ધાર્થે ભારે હૃદયે પૂછ્યું, 'ચના, આ લોકો કોણ છે..?'

'તે બીમાર છે સ્વામી. દરેક માણસ મૃત્યુ પહેલા એકવાર તો બીમાર પડે જ છે.'

'શું રાજાઓ પણ..?'

'હા, સ્વામી.' ચનાએ કહ્યું.

'અને આ મૃત્યુ શું છે ચના..? મને મૃત્યુ બતાવ.' વ્યાકુળતાથી સમસમી ઉઠેલા સિદ્ધાર્થે કહ્યું.

ચના સિદ્ધાર્થને એજ વસાહતના પાછળના ભાગે લઇ આવ્યો જ્યાં વસાહતમાં રોજ મૃત્યુ પામનારાઓની અંતિમ વિધિ થતી હતી અને ત્યાંથી તેમને અગ્નિદાહ માટે સ્મશાન લઇ જવામાં આવતા હતા. સિદ્ધાર્થ અને ચના ત્યાં આવ્યા એટલે એક વિસ વર્ષના છોકરાના શબને પાલખી સાથે બંધાઈ રહ્યું હતું અને તેના હોઠો પર ગંગાજળ રેડવામાં આવી રહ્યું હતું.

'આ યુવાન છોકરાને આટલી નિષ્ઠુરતાથી કેમ બાંધી રહ્યા છે ચના..?' સિદ્ધાર્થે કહ્યું.

'હવે એ ફક્ત એક હાડ-માંસનો પદાર્થ છે સ્વામી. એ છોકરો હવે એ શરીરમાં નથી. તે મૃત્યુ પામી ચુક્યો છે.'

ચનાના શબ્દો સાંભળી સ્થિર થઇ ચુકેલી આંખે સિદ્ધાર્થ ઘૂંટણીએ પડ્યો અને તે શબના હાથ-પગ તથા મોંઢાને સ્પર્શવા લાગ્યો. તેને લાગ્યું જાણે કોઈ નિર્જીવ લાકડાને તે સ્પર્શી રહ્યો છે. તેણે પાછળ ચના તરફ જોયું અને ડઘાઈ ગયેલી આંખે કહ્યું 'શું આ....?'

'હા, સ્વામી.' સિદ્ધાર્થની વાત વચમાંથી કાપતા ચના બોલ્યો, 'જન્મ લેનાર દરેક પ્રાણી અંતે આ રીતે જ પોતાનું શબ છોડી જાય છે. એ જ મૃત્યુ છે. એજ આપણા બધાનો અંતિમ પડાવ છે.'

સિદ્ધાર્થની આંખોમાં પાણી ભરાઈ આવ્યું. તે નિસાસો નાખીને બોલ્યો, 'પણ આ વીસ વર્ષનો બાળક છે, ચના.'

'મૃત્યુને આયું સાથે કોઈ સબંધ નથી સ્વામી. તે ક્યારે કયા સ્થાને કઈ રીતે આવશે તે કોઈ નથી જાણી શકતું. આપણે જે પણ ક્ષણો જીવીએ છીએ તે એક અંધારી રાહ પર હોય છે.'

આ સાંભળતા જ સિદ્ધાર્થના શરીરમાં ધ્રુજારી છૂટી ગઈ. તેણે પોતાની જાતને ભયાનક રીતે છેતરાયેલી મહેસુસ કરી. તેને લાગ્યું કે તેણે તેના જીવનનો કેટલો બધો સમય ભોગો પાછળ વેડફી નાખ્યો જયારે અસલમાં તે આ ઓગણત્રીસ વર્ષની ઉંમર સુધી પહોંચ્યો તે એક ભાગ્ય હતું.

એવામાં ત્યાંના લોકો એ શબને ઉઠાવીને 'રામનામ સત્ય હે' ના માતમભર્યાં અવાજ સાથે ઝડપી ઝડપી ચાલવા લાગ્યા. સિદ્ધાર્થ પણ તેમના પાછળ પાછળ ખુલ્લા પગે ચાલવા લાગ્યો અને તેના પાછળ 'સ્વામી.. સ્વામી..' ની બૂમો પાડતો ચના પણ ભાગવા લાગ્યો. સિદ્ધાર્થ એ લોકો સાથે સ્મશાનમાં આવ્યો અને તે શબને અગ્નિદાહ અપાતા જોવા લાગ્યો. જેવી તે લાશ સળગી તેની આંખોમાંથી આંસુઓ સરી પડ્યાં અને તે ઘૂંટણીએ પડીને ધ્રુસકે ધ્રુસકે રોવા લાગ્યો. ચના તેના પાછળ દોડી આવ્યો અને તેના ખભા પર હાથ મુકતા બોલ્યો, 'સ્વામી..'

'શું મને પણ આ રીતે સળગાવી દેવામાં આવશે ચના..?'

દુઃખભરી ખચકાટ સાથે ચનાએ કહ્યું, 'હા, સ્વામી. પણ હજી એ દિવસ આવ્યો નથી.'

'એ દિવસ આવી ચુક્યો છે ચના. જો હું કાલે મૃત્યુ પામી શકું છું તો મતલબ છે કે આજે હું જે કરી રહ્યો છું તેનો કોઈ અર્થ નથી. હું આજે પણ મરેલો જ છું.' સિદ્ધાર્થે રડમસ અવાજે કહ્યું.

'હવે આપણે પાછા જવું જોઈએ, રાજકુમાર.' ચના ચિંતા સાથે બોલ્યો.

'હા. હવે પાછા જ ફરવાનું છે ચના. ખરેખર, હું બહુ આગળ નીકળી આવ્યો છું. પણ મારે આ ચિતાને ઓલવાતી જોવી છે. હું જોવા માંગુ છું કે હું જે શરીર લઈને ફરી રહ્યો છું તેનો અંત શું છે.' આંખોમાંથી આંસુ લૂછતાં સિદ્ધાર્થ બોલ્યો. ચિતા શાંત થઇ ત્યાં સુધીમાં તેની આંખો સુજી ચુકી હતી, તેના આંસુ સુકાઈ ચુક્યા હતા અને તેનો ચહેરો ભાવહીન બની ચુક્યો હતો. તેના અંદરનું એક રાજકુમારનું અભિમાન ઓગળી ચૂક્યું હતું. તેણે શુષ્ક ચહેરે ચિતાના આખરે વધેલી રાખ હાથમાં લીધી અને ટગર ટગર આંખે તેને જોઈ રહ્યો. તેને થયું કે 'આ મારો અંત છે.' તેના અંદર જાણે ક્રાંતિ ભડકી ઉઠી. તે આ અંત સ્વીકારવા તૈયાર નહોતો. તે રાખ સામે જોતા જોતા જ ઉભો થયો અને સુન્ન પ્રાણહીન ડગલે પાછા મહેલ તરફ ચાલવાનું શરુ કરી દીધું.

સત્યનું આલિંગન:

'તમે મારાથી જીવનના આટલા મુખ્ય સત્યો કેમ છુપાવ્યા પિતાહ..? કેમ મને છેતર્યો પિતાહ..?'

સાંજ પડતા સુધીમાં સિદ્ધાર્થ ચના સાથે મહેલ પાછો ફરી ચુક્યો હતો. રાજા શુધ્ધોદનને એ સમાચાર મળી ચુક્યા હતા કે સિદ્ધાર્થ એક વૃદ્ધ દંપતીને જોઈને યાત્રા અર્ધમાં છોડી ભાગી ગયો હતો. શુધ્ધોદન જાણતા હતા કે સિદ્ધાર્થના પાછા ફરતા જ તેમને એ ચુનૌતીઓનો સામનો કરવો પડશે જેમને અત્યાર સુધી તેમણે દબાવી રાખી હતી. મોડી સાંજે મંદિરમાં પુજારીઓ સાથે પૂજા કરતા શુધ્ધોદન પાસે આવીને ભાવહીન દુઃખી હ્રદયે સિદ્ધાર્થે આ કહ્યું.

'આપણે પૂજા પત્યા પછી વાત કરીએ સિદ્ધાર્થ.' શુધ્ધોદન બોલ્યા.

'શું આ પૂજા એ માંગવા છે કે તમે હજી મને કેવી રીતે છેતરી શકો એમ છો..? તો એનો જવાબ હું જ આપીશ પિતાહ. હું હવે જીવનની એક ક્ષણ પણ વ્યર્થ કાઢી શકું એમ નથી. મને કેમ છેતરવામાં આવ્યો..?' સિદ્ધાર્થે નક્કર અવાજમાં કહ્યું.

'કારણ કે હું તને પ્રેમ કરતો હતો. તને ખોવા નહોતો માંગતો.' શુધ્ધોદને ભાવનાઓને આગળ ધરી.

'જે પ્રેમમાં સત્ય ન હોય પિતાહ, તે પ્રેમ નહિ મોહ હોય છે. જે પ્રેમ પોતાના પ્રેમીને એક કેદી બનાવી દે તે પ્રેમ નહિ એક સત્તા છે જે પ્રેમના નામે મેળવવામાં

આવે છે. આટલું તો મને એ ગુરુજીએ પણ શીખવ્યું હતું જેમને આપે મારા મહેલોમાં જ્ઞાન આપવા મોકલ્યા હતા.' સિદ્ધાર્થના શબ્દો સાંભળતા જ શુધ્ધોદન સમજી ગયા કે તેમની ઈમોશનલ બ્લેકમેઈલિંગ આજે નિષ્ફળ જશે. પણ છતાંય તેમણે હજી એક પ્રયાસ કરી જોયો.

'તું એ મને કહી શકે છે પણ હવે તારા પુત્રને નહિ કહી શકે. તું બંધાઈ ચુક્યો છે સિદ્ધાર્થ. હવે તું છટકી શકે એમ નથી.'

'શું..? મારો પુત્ર જન્મી ચુક્યો છે..?'

'હા, આજે સંધ્યા પહેલા જયારે તું બહાર હતો. તેનું નામ રાહુલ રખાયું છે. હવે તારી તેના અને યશોધરા પ્રત્યે જવાબદારી છે.' શુધ્ધોદને કહ્યું.

'બિલકુલ છે. અને એ જવાબદારી છે તેમને સત્ય આપવાની. મેં યશોધરા સાથે ફક્ત ભોગ ભોગવ્યા છે. પણ હવે હું જાણું છું કે તે ગમે ત્યારે બીમાર થઈને મૃત્યુ પામી શકે છે. તે એક દિવસ કુરૂપ અને અશક્ત વૃદ્ધ બની મૃત્યુ પામી શકે છે. મારે તે પહેલા એને સત્ય કહેવાનું છે. તે પહેલા આ નાશવંત જીવનના છલાવાથી તેને બહાર કાઢવાની છે. અને રાહુલ. રાહુલ પ્રત્યે તો હવે હું બસ અપરાધભાવ જ અનુભવું છું. જીવન શું છે એ વિષે જો હું પોતે જ એક બાળકની જેમ અજ્ઞાની હતો તો મને એક બીજા જીવને આ દુનિયા પર લાવવાનો અધિકાર જ નહોતો. મારે તેના પ્રત્યેના આ અપરાધમાંથી બહાર નીકળવાનું છે. મેં એ માનવોને જોયા છે પિતાહ જે રોગ, પીડા અને ભૂખથી કણસી રહ્યા હતા. એ બસ ભાગ્યની મહેરબાની જ છે કે મારુ જીવન એવું નથી. અને ભાગ્યની મહેરબાનીથી મળેલું આ જીવન મેં ભોગોમાં વેડફ્યું છે. આ અપરાધ છે એ માનવજાતિ માટે જે આ મહેલોની બહાર દુઃખોમાં સબડી રહી છે. મેં આજીવન અપરાધ જ કર્યો છે પિતાહ, બસ અપરાધ. પણ હવે મારે માનવજાતિ પ્રત્યેનું ઋણ ચૂકવવાનું છે. મારે સત્ય શોધવાનું છે. મારા માટે, તમારા માટે, આપણા બધા માટે. આજ મારુ જીવનકાર્ય છે. અને મને એ કરતા કોઈ રોકી નહિ શકે.'

આટલું કહી સિદ્ધાર્થ તેના હાથમાં પકડી રાખેલી રાખ પિતા શુધ્ધોદનના હાથમાં આપતા બોલ્યો, 'હું મારો અંત આ રાખ સ્વરૂપે નથી ચાહતો પિતાહ. હું એના પહેલા મૃત્યુને જીતી લઈશ.'

આટલું બોલી તે ત્યાંથી ચાલ્યો ગયો.

તેના જતા જ શુધ્ધોદને આદેશ આપ્યો, 'જો રાજકુમાર મહેલ છોડવાની કોશિશ કરે તો તેમને બંધી બનાવી દેવામાં આવે.'

રાતે યશોધરા અને પોતાના પુત્રને જોવા સિદ્ધાર્થ પોતાના કક્ષમાં પહોંચ્યો તો બંને સુતા હતા. તે બંનેના નજીક ગયો. તેણે તેના પુત્રનો ચહેરો જોયો, પણ બંનેમાંથી કોઈને સ્પર્શ ન કર્યો. એક પળ માટે તેને તેના પુત્રને ઉપાડી લેવાની

ઈચ્છા થઇ પણ તેણે પોતાની જાતને રોકી દીધી, એ વિચારે કે જો તેના પુત્રના મોહે તેને રોકી લીધો તો તે જઈ નહિ શકે. તેના હૃદયમાં પીડા હતી પણ આંખોમાં આંસુ નહોતા. કારણ કે જે કાર્ય કરવા તે જઈ રહ્યો હતો તે એ દરેક માનવ માટે જરૂરી હતું જેને તે ચાહતો હતો. તે એક વિષ્ણુ હતો જેણે ફરી સત્ય સામે આવતા જ સત્યથી આલિંગન કરી દીધું હતું અને સત્ય માટે પોતાનું બધું જ છોડવાની તૈયારી કરી લીધી હતી. તેણે પોતાના પુત્ર અને પત્ની પરથી આખરીવાર નજર હટાવી અને પહેરેલા કપડે મહેલના મુખ્ય દ્વાર તરફ ચાલવા લાગ્યો. તેની ચાલમાં એટલી મક્કમતા અને આંખોમાં એટલું વૈરાગ્ય હતું કે માર્ગમાં આવતા કોઈ સૈનિકો તેને રોકી ન શક્યા. ઉપરથી તેઓ તેના માટે દ્વાર ઉગાડતા ગયા. સિદ્ધાર્થના દરેક ડગલા સાથે રાજા શુધ્ધોદનની ઓગણત્રીસ વર્ષની મહેનત હારી રહી હતી અને નિયતિ જીતી રહી હતી. શુદ્ધોદનના પ્રયાસોએ સિદ્ધાર્થને સત્યથી એટલો દૂર કરી દીધો હતો કે જીવનનું સામાન્ય સત્ય સામે આવતા પણ તે તેની પ્રિય પત્ની અને તાજા જન્મેલા પુત્રને મળવા નહોતો રહ્યો. ઈશ્વર જાણે માનવજાતિને એ સમજાવી રહ્યા હતા કે નિયતિને કોઈ ટાળી શકતું નથી. જે તેને બદલવાની કોશિશ કરે છે તે પોતે જ તેના ઘટવાનું કારણ બની જાય છે. આખરે જયારે સિદ્ધાર્થ મહેલના મુખ્ય દ્વારે આવ્યો ત્યારે ત્યાંના મુખ્ય દ્વારપાલે તેને રોકવાની કોશિશમાં નીચી નજરે ખાલી આટલું કહ્યું, 'સ્વામી. આપને જવા દીધા તો સમ્રાટ મને ફાંસી આપી દેશે.'

સિદ્ધાર્થે પ્રેમભરી નજરે તેની સામે જોયું અને બોલ્યો, 'શું મને રોકી દઈને ખાતરી આપી શકે છે કે મૃત્યુ નહિ જ આવે..? જો આપી શકતો હોય તો તારામાં ખરેખર હિમ્મત છે મને રોકી દેવાની.' દ્વારપાલ ભક્તિભરી નજરે સિદ્ધાર્થ સામે જોઈ રહ્યો. સિદ્ધાર્થે આગળ કહ્યું, 'દ્વાર ખોલ દ્વારપાલ. હું આપણા બધા માટે જઈ રહ્યો છું. જે દિવસે સત્ય શોધીને આવીશ તારા અને તારા સંતાનો માટે મૃત્યુથી જ નહિ આ સમ્રાટોથી પણ મુક્તિ લઈને આવીશ.'

સિદ્ધાર્થના શબ્દો સાંભળીને દ્વારપાલના આંખોમાં પાણી ભરાઈ આવ્યું અને તેણે મુખ્ય દ્વાર ખોલી દીધું.

સત્યનો સાક્ષાત્કાર:

રાજકુમારના કપડામાં જ જંગલ તરફ જતા સિદ્ધાર્થને રસ્તામાં પહેલો જ એક ભિખારી મળ્યો. તેણે સિદ્ધાર્થના રાજવી કપડાં જોઈ તેના પાસે ભીખ માંગવા લાગી. સિદ્ધાર્થે તેને પોતાના કપડાં આપી દીધા અને બદલામાં તેના ફાટેલા ગંદા કપડાં પહેરી લીધા. એવામાં તેની નજર કેટલાક સન્યાસીઓ પર પડી જે શરીરનિગ્રહના માર્ગે તપ કરી રહ્યા હતા. સિદ્ધાર્થ તેમની સાથે જોડાઈ ગયો અને સામે ચાલીને શરીરને દુઃખ કે પીડા આપવાના માર્ગે સાધના કરવા લાગ્યો. તેણે

ખાવા પીવાનું છોડી દીધું, એક પગે ઉભા રહીને ધ્યાન કરવા માંડ્યું, જાણી જોઈને કાંટા અને અંગારા હોય ત્યાં ચાલવાનું શરુ કર્યું. સત્ય જાણવા શરીરને કોઈપણ ભોગે પીડા આપવાનું તેનું ઝનૂન એટલું પ્રભાવક હતું કે બીજા ઘરડા સન્યાસીઓ તેને આ કામમાં ગુરુ તરીકે જોવા લાગ્યા. પણ આ રીતે વર્ષો વીતતાં સિદ્ધાર્થનું શરીર સાવ સુકાઈ ગયું અને તાવમાં તપવા લાગ્યું. હવે તેને લાગ્યું કે તે મૃત્યુ પામશે, પણ હજી તેને સત્ય મળ્યું નહોતું. તે મનથી અતિશય દુઃખી હતો અને શરીરથી બીમાર. નિરાશાનો એ અંધકાર તેના અંદર સતત વધી રહ્યો હતો કે તેણે જે કાર્ય માટે ત્યાગ કર્યા તે તેને મળ્યું નહિ અને તે હવે મરી રહ્યો છે. તેનું જીવનકાર્ય અધૂરૂં રહી ગયું, તેનો જન્મ અધૂરો રહી ગયો.

પણ આજસુધી કોઈ વિષ્ણુનો જન્મ અધૂરો રહ્યો નહતો. સિદ્ધાર્થ માટે પણ એક ઓચિંતી મદદ આવી પહોંચી. એક રાતે સુજાતા નામની એક ધનાઢ્ય સ્ત્રી પોતાની સેવિકાઓ સાથે જંગલમાંથી પસાર થઇ રહી હતી. એવામાં તેની નજર સન્યાસી સિદ્ધાર્થ પર પડી જે એક ઝાડ નીચે અર્ધ મરેલી અવસ્થામાં પડેલો હતો. સુજાતા તેની પાસે દોડતી આવી અને તેના પર પાણી છાંટી તેને ખીર ખવડાવી. સિદ્ધાર્થમાં ખીર ખાઈને એક નવી ચેતના આવી. તેને લાગ્યું જાણે તે મૃત્યુના મુખમાંથી પાછો ફર્યો છે. તેણે સુજાતા સામે હાથ જોડીને કહ્યું, 'માતા, તમે મને જીવનદાન આપ્યું છે. અને એક નવી સમજ. જો હું સત્ય શોધી શક્યો તો માનવજાતિ હંમેશા તમારી આભારી રહેશે.'

તે દિવસથી સિદ્ધાર્થ જરૂર પૂરતું ફળફળાદી અને ભિક્ષા માંગીને ખાવા લાગ્યો. તેના અન્ય સન્યાસી સાથીઓને જયારે આ ખબર પડી તો તેમણે સિદ્ધાર્થને માર્ગમાંથી ભટકેલો એક કાયર માણસ ઘોષિત કરી તેનો બહિષ્કાર કરી દીધો. સિદ્ધાર્થ હસતા મુખે તેમને નમસ્કાર કરી આગળ ચાલતો થયો. આખરે એકદિવસ ચાલતો ચાલતો છ વર્ષના નિષ્ફળ સન્યાસી જીવનથી થાકીને તે એક વડના વૃક્ષ નીચે બેઠો. અહીં તેને પરમ શાંતિની અનુભૂતિ થવા લાગી. તેણે પલાંટી વાળીને આંખો બંધ કરી દીધી. આંખો બંધ કરતા જ તે એવા ધ્યાનમાં જતો રહ્યો જેણે તેના મનમાં પડેલા માયાના દરેક પડદાને ખોલી દીધો. સન્યાસી જીવનની તપસ્યાથી તેના અહમના બધા પડ નષ્ટ પામ્યા હતા. હવે તેને પોતાની એક જ ઓળખ દેખાતી હતી. એક શાંતિમય દિવ્ય પ્રકાશ, જે સમગ્ર બ્રહ્માંડમાં એકસમાન ફેલાયેલો હતો. એ પ્રકાશના આસપાસ વિવિધ આવરણો લગાવીને જ બ્રહ્માંડની બધી સજીવ-નિર્જીવ વસ્તુઓ બની હતી. તેને પોતાના અંદર રહેલી એ ઊર્જાએ પહેલા કયા કયા શરીર લીધા છે તે પણ દેખાયું. આ રીતે તેને પોતાના પાછલા ૫૦૦ જન્મ જ્ઞાત થયા.

દિવસો પર દિવસો વીત્યા પણ સિદ્ધાર્થ ધ્યાનમાંથી બહાર ન આવ્યો. ત્યાંથી આવતા જતા વટેમાર્ગુમાંથી કેટલાક લોકોએ તેને ભિન્ન ભિન્ન પ્રકારે હેરાન કરીને ઉઠાડવાની કોશિશ કરી. કોઈએ તેને કાંટા ભોંક્યા તો કોઈએ તેના પર ધૂળ, પાંદડા અને પાણી વરસાવ્યા. કોઈએ તેને થપાટો મારી તો કોઈ રૂપસુંદરીઓએ વાસનાથી તેના શરીરને સહેલાવ્યું. પણ સિદ્ધાર્થ પર તેની કોઈ અસર થઇ નહિ. તે અંદરથી સમગ્ર સૃષ્ટિ સાથે એક થઇ ચુક્યો હતો. બાહ્ય ભિન્નતા તેના માટે બેઅસર બની ચુકી હતી. તેની એકત્વની અનુભૂતિ એટલી ગજબ હતી કે તે તેના આત્માથી એ વડના વૃક્ષમાં ફેલાઈ અને તે વૃક્ષથી જંગલના દરેક વૃક્ષમાં. વૃક્ષોમાંથી તે એકત્વની અનુભૂતિ પ્રાણીઓમાં અનુભવાઈ. પરિણામે જંગલના વિવિધ પ્રાણીઓ તે સ્થાન પર એકઠા થવા લાગ્યા. વરસાદ આવ્યો તો એક સાપ આવી સિદ્ધાર્થના માથા પર ફેણ ફેલાવી ઉભો રહી ગયો. જયારે વરસાદ પૂરો થયો ત્યારે આખરે સાત દિવસ બાદ સિદ્ધાર્થની આંખો ખુલી. તેના સામે હાથી, સિંહ, વાઘ, ચિત્તા, હરણ અને રીંછ જેવા પ્રાણીઓ જે અસલમાં એકબીજાનું ભોજન હતા તે સિદ્ધાર્થ સામે જોઈને શાંત ચિત્તે બેઠા હતા. તેના મસ્તક પર હજી સાપ ઉભેલો હતો. આંખો ખોલતા જ સિદ્ધાર્થે તે બધા સામે જોઈ શાંત ચિત્તે કહ્યું, 'આપણું આ ભિન્ન અસ્તિત્વ એક સંપૂર્ણ ભ્રમ છે અને આપણી એકતા જ સંપૂર્ણ સત્ય.'

સિદ્ધાર્થ ઉભો થયો અને તેના એ સન્યાસી સાથીઓ તરફ જવાનું શરુ કર્યું જેમણે તેનો બહિષ્કાર કર્યો હતો. અમુક દિવસ પછી તે એ વૃદ્ધ સન્યાસીઓ સામે આવીને ઉભો રહ્યો. તેના ચહેરા પર એક ગજબનો પ્રકાશ અને ચીર શાંતિ હતી. જયારે તેના પાછળ જંગલના અનેક હિંસક પ્રાણીઓ શાંત ચિત્તે ઉભા હતા. આ વિરલ દ્રશ્ય જોઈને તે પાંચેય સન્યાસીઓ સમજી ગયા કે તેમનો સાથી બુધ્ધત્વને પ્રાપ્ત થઇ ચુક્યો છે. તે બધા હાથ જોડી સાષ્ટાંગ પ્રણામ કરવા સિદ્ધાર્થ સામે ઝૂકી ગયા અને 'બુદ્ધ.. બુદ્ધ..' ની બૂમો પાડવા લાગ્યા. આ રીતે રાજકુમાર સિદ્ધાર્થ હવે 'તથાગત બુદ્ધ' બન્યા.

એ પાંચ સન્યાસીઓ બુદ્ધના પહેલા શિષ્યો બન્યા જેમને બુદ્ધે આ સંદેશ આપ્યો, 'સત્ય ના અતિ દુઃખમાં છે, ના અતિ ભોગમાં. સત્ય આ આઠ અંગોવાળા મધ્યમાર્ગમાં છે. સમ્યક દ્રષ્ટિ, સમ્યક ઉકેલ, સમ્યક વાણી, સમ્યક વ્યવહાર, સમ્યક જીવન, સમ્યક પ્રયત્ન, સમ્યક વિચાર અને સમ્યક સમાધિ.'

શિષ્યોએ કહ્યું, 'આ સમ્યક્તા શું છે પ્રભુ..?'

બુદ્ધે કહ્યું, 'પ્રેમ અને કરુણા સમ્યક્તા છે. કોઈને ન તિરસ્કારથી જુઓ, ના તેને મોહ કે વાસનાથી જુઓ. તેને પ્રેમથી જુઓ. કોઈ વિચાર, વ્યવહાર કે જીવન ન તિરસ્કારથી ભરેલું હોવું જોઈએ, ન મોહ અને વાસનાથી ભરેલું હોવું જોઈએ. તે

ફક્ત પ્રેમ અને કરુણાથી ભરેલું હોવું જોઈએ. આ સમગ્ર સંસાર એક જ તત્વનું સ્પંદન છે. અને તે તત્વ પ્રેમથી જોડાયેલું છે. પ્રેમ જ સત્ય છે.'

આ સંદેશ સાથે બુદ્ધે આખા ભારતવર્ષમાં ભ્રમણ શરુ કર્યું. બુદ્ધ જ્યાં પણ ગયા તેમના શિષ્યોની સંખ્યા વધતી ગઈ. ઈશ્વરના અવતારો સામે ક્ષણિક સાંસારિક સુખો માટે ક્રિયાકાંડો કરતા માનવોને તેમણે પોતાના અંદર બેઠેલા ઈશ્વરને જગાડવાનો માર્ગ શીખવ્યો. આ રીતે વેદો અને ઉપનિષદોના જ્ઞાનને ફક્ત ચોપડાઓ અને બ્રાહ્મણોના તકીમાંથી હટાવી આત્મસાક્ષાત્કારો દ્વારા માનવના અનુભવમાં સ્થાપ્યું. ભારતની ભૂમિ પર થયેલી આ અત્યાર સુધીની સૌથી મોટી ક્રાંતિ હતી. મોટા મોટા રાજાઓ અને રાજકુમારો મહેલો ત્યાગી બુદ્ધે સ્થાપેલા સંઘમાં રહેવા લાગ્યા. જયારે રાજા શુધ્ધોદને બુદ્ધની આ અસરો વિષે જાણ્યું ત્યારે તેમણે બુદ્ધને તેમના રાજમહેલમાં આવવાનું આમંત્રણ આપ્યું. આ રીતે ઘર ત્યાગ્યાના નવ વર્ષ બાદ બુદ્ધ બનેલો સિદ્ધાર્થ પોતાના શિષ્યોના સંઘ સાથે ઘરે પાછો ફર્યો. બુદ્ધ આવ્યા તો રાજા શુધ્ધોદને ઈશ્વર સમાન બની ચૂકેલા પુત્રના ચરણસ્પર્શ કર્યા અને કહ્યું, 'હવે તો સિંહાસન સંભાળી લે સિદ્ધાર્થ.'

બુદ્ધે કહ્યું, 'હવે સત્ય જ મારુ સિંહાસન છે પિતાહ અને જ્યાં સુધી માનવજાતિ છે ત્યાં સુધી મારુ શાષન.'

જયારે યશોધરાને બુદ્ધના આવવાના સમાચાર મળ્યા ત્યારે તેણે પુત્ર રાહુલને કહ્યું, 'તું પૂછતો રહે છે ને કે તારો વારસો શું છે..? જા, તારા પિતાને પૂછી આવ.'

'તમે નહિ આવો માતા..?' નવ વર્ષના રાહુલે પૂછ્યું.

'નહિ. એમણે મને ત્યાગી છે. હવે તેમના જીવનમાં મારુ મહત્વ હશે તો તે સામેથી મને મળવા આવશે.'

રાહુલ મહેલમાં બુદ્ધને મળવા આવ્યો અને પહેલીવાર જોયેલા પિતા સામે ભાવુકતાથી જોતો રહ્યો. તેણે બુદ્ધ પાસે આવીને કહ્યું, 'પિતાહ, દાદાજી મને એક સમ્રાટ બનવાનું પ્રશિક્ષણ આપે છે અને આપ એક સન્યાસી છો. આપ મને કહો મારે કયો વારસો પસંદ કરવો.'

'એ નિર્ણય તારે કરવાનો છે રાહુલ. એક તરફ સમ્રાટના ભોગવિલાસ છે અને હિંસાના ભોગે મેળવેલી સત્તાઓ છે. આ બધું ક્ષણિક છે. અમુક જ વર્ષોમાં સમય પલટાઈ જશે, તું કુરૂપ અને અશક્ત વૃદ્ધ બની જઈશ અને મૃત્યુ સામે આવતા જ ડઘાઈ ગયેલી આંખે લુપ્ત થઇ જઈશ. બીજી તરફ મારો માર્ગ છે જ્યાં ભોગ નહિ હોય પણ ક્યારેય ન ખતમ થવાવાળી શાંતિ અને પ્રેમનો આનંદ હશે. અહીં મૃત્યુ અંત નહિ હોય. તે એક પડાવ હશે અને તું એજ આનંદ સાથે આ શરીર છોડી નવું શરીર ધારણ કરીને આગળ ચાલ્યો જઈશ.'

રાહુલે દાદા શુધ્ધોદન સામે જોયું અને પછી પિતા બુદ્ધના ચરણોમાં બેસીને કહ્યું, 'મને આપના માર્ગે લઇ જાઓ પિતાહ.'

શુધ્ધોદન ગુસ્સા સાથે બોલ્યા, 'મારા સામ્રાજ્ય અને વંશનું શું સિદ્ધાર્થ..?'

'આવા અસંખ્ય સામ્રાજ્યો અને વંશો આ પૃથ્વી પર પાણીના પરપોટાની જેમ ઉભા થયા અને નષ્ટ થઇ ગયા, પિતાહ. મોટાભાગના નામ પણ ભુલાઈ ગયા, જાણે તે ક્યારેય આવ્યા જ નહોતા. પણ તમારું, તમારા સામ્રાજ્યનું અને તમારા વંશનું નામ હંમેશા યાદ રખાશે. મારા કારણે. હવે સત્યની શરણમાં આવી જાઓ પિતાહ.'

બુદ્ધના શબ્દો સાંભળી શુધ્ધોદનનું અભિમાન ઓગળી ગયું અને તેમનો ચહેરો એક બાળક જેવો થઇ ગયો. બુદ્ધ રાહુલ તરફ ફર્યા અને કહ્યું, 'માતા ક્યાં છે રાહુલ..?'

રાહુલે યશોધરાએ તેને કહેલા શબ્દો બુદ્ધને કહી સંભળાવ્યા. બુદ્ધે એક ઊંડો શ્વાસ લીધો અને યશોધરાના કક્ષ તરફ ચાલવા લાગ્યા.

નવ વર્ષ બાદ પતિને બુદ્ધ સ્વરૂપે જોતા જ ભાગવા રંગની સન્યાસિનીઓ પહેરે તેવી સાડીમાં ઉભેલી યશોધરાની આંખો ભરાઈ આવી. તેણે બુદ્ધના ચરણસ્પર્શ કર્યા અને તેમના સામે હાથ જોડીને ઉભી રહી ગઈ. તેણે બુદ્ધની આંખોમાં જોયું. તેમાં તેણી માટે ફક્ત પ્રેમ હતો. ના કોઈ મોહ, ના કોઈ તિરસ્કાર. બસ અપાર પ્રેમ. બુદ્ધે કહ્યું, 'તું છેલ્લા ત્રણ જન્મથી મારી પત્ની છે યશોધરા. અને તેં દરેક વખતે સત્યની શોધમાં મારી મદદ કરી છે. તને ફરી મળ્યા વિના મારી મુક્તિ શક્ય નહોતી. મારો મોક્ષ તારી સાથે છે અને તારો મોક્ષ મારી સાથે. આ મહત્વ છે તારું મારા જીવનમાં.'

આ સાંભળતા જ યશોધરામાં ધન્યતા અને બુદ્ધ પ્રત્યેની એકાત્મતાનો ભાવ ઉપસી આવ્યો. બુદ્ધે આગળ કહ્યું, 'રાહુલ મારી સાથે આવી રહ્યો છે. શું તું આવીશ..?'

'શું પિતાહ આવી રહયા છે..?' યશોધરાએ પૂછ્યું.

'નહીં.'

'તો હું અને માતા તેમની પાસે રહીશું. અને હું મહેલમાં રહીને સન્યાસી જીવન જીવીશ. જેમ પાછલા નવ વર્ષમાં જીવવાની કોશિશ કરી છે.'

'હું જાણું છું.' બુદ્ધે પ્રેમ અને એકત્વના ભાવ સાથે કહ્યું.

આ સાથે બુદ્ધ રાહુલને પોતાના સાથે સંઘમાં લઇ ગયા અને યશોધરા બુદ્ધની પાલક-માતા તથા માસી પજાપતી સાથે શુધ્ધોદનની સેવામાં રહી. કેટલાક વર્ષ પછી શુધ્ધોદનનું અવસાન થયું અને તે સાથે જ યશોધરા તથા પજાપતી સન્યાસ લઈને બુદ્ધના સંઘમાં શામેલ થઇ ગયા. આ રીતે યશોધરા અને

પજાપતી બુદ્ધની પહેલી સ્ત્રી શિષ્ય બની જેને સંઘમાં 'ભિખ્ખુની' કહેવામાં આવી. બુદ્ધના શરણમાં આવીને આગળ જતા યશોધરાને પણ આત્મસાક્ષાત્કાર થયો અને તે પણ આત્મજ્ઞાની બુદ્ધ બની. આ રીતે યશોધરાના નેતૃત્વ હેઠળ સંઘમાં ૫૦૦ ભિખ્ખુણીઓથી બનેલી એક આખી 'ભિખ્ખુની' શાખા અસ્તિત્વમાં આવી. આખરે ૭૮ વર્ષે યશોધરાએ દેહ છોડી દીધો અને તેનો આત્મા બુદ્ધના આત્મામાં ભળી ગયો. તેના બે વર્ષ પછી સતત બીમાર રહેતા બુદ્ધે પણ પોતાનો દેહ છોડી દીધો અને દેહ છોડતા પહેલા કહ્યું, 'આ મારો મહાનિર્વાણ (મોક્ષ) છે. મારો હવે કોઈ જન્મ નહિ થાય. હવે આ બ્રહ્માંડ સર્જન અને વિનાશના ચાહે ગમે તેટલા ચક્કર લગાવે પણ તેમાં હું નહિ હોય.'

"૦૬ ડીસેમ્બર, ૨૦૧૭, ફેસબુક."

104

પૃથુ

"ધર્મ અનુકરણમાં નથી, ચેતનામાં છે."

ઉત્તરપ્રદેશનું દેવનગરી રજવાડું. 1947 માં દેવનગરીના રાજા મહેન્દ્રસિંહે જ્યારે ભારતમાં વિલીનીકરણ માટે સરદાર પટેલ સામે સહી કરી ત્યારે કહેલું, 'આ ફક્ત ભારતીય તરીકેની ઓળખ જાળવી રાખવા માટે છે. એનાથી દેવનગરીની પ્રજા પ્રત્યે મારી ફરજ પુરી થઈ જતી નથી. જ્યારે જ્યારે સરકાર આ રાજ્યની પ્રજાને ન્યાય અને સુખ સમૃદ્ધિ આપવામાં ચુકી, આ મહેલના પ્રતિનિધિઓ એ જવાબદારી ઉપાડી લેશે અને સરકારને જવાબ આપવા મજબુર કરશે.' ત્યારથી આજે સિત્તેર વર્ષ વીતી ગયા. હવે જ્યારે રાજા મહેન્દ્રસિંહના પુત્ર ભગીરથ રાજા તરીકે છે અને તેમના બે દીકરા પરામર અને પૃથુમાંથી કોઈ એકને ભાવિ રાજા નક્કી કરવા મથી રહ્યા છે ત્યારે પણ મહેન્દ્રસિંહે સરદાર પટેલને આપેલી ચેતવણી આ મહેલની દીવાલોમાં વારસા તરીકે કેદ થયેલી છે. રાજા ભગીરથ અત્યારે 65 વર્ષના થઈ ચૂક્યા છે. તેમનો મોટો પુત્ર પરામર 35 નો અને નાનો પૃથુ 30 વર્ષનો થઈ ચૂક્યો છે, બંને પરણિત છે અને સંતાનોના પિતા છે. પણ ભગીરથ હજી ગાદી તેમના મોટા પુત્રને સોંપી શક્યા નથી. કારણ કે સદીઓથી તેમના વંશમાં મોટા પુત્રને ગાદી સોંપવાનો નિયમ છે અને ભગીરથની પસંદ નાનો પુત્ર પૃથુ છે.

એક રીતે આખા દેવનગરીની પ્રજાની હાલત રાજા ભગીરથ જેવી જ છે. પ્રજા પરામરથી ખુશ છે પણ પૃથુને ચાહે છે. તે પરામરને સાંભળે,જુએ છે પણ પૃથુને પૂજે છે. પ્રજા પાસે અને ખુદ રાજા ભગીરથ પાસે પરામરને મોટો પુત્ર હોવા છતાં ગાદી ન આપવાનું કોઈ દેખીતું કારણ મળતું નથી. છતાંય દરેક જાણે છે કે તે

ફક્ત શાસ્ત્રોનું અને પુરાણોના નાયકોનું બેઠું અનુકરણ કરવાવાળો એક પોપટ છે. એની પોતાની કોઈ કોઠાસૂઝ નથી. તે રામની જેમ મર્યાદાપુરુષોત્તમ દેખાવાનો પ્રયાસ કરે છે, દરેકને વારેવારે દરેક સ્થાને પગે પડે છે, શ્રવણની જેમ માતાને ઠેરઠેર યાત્રા કરાવવા લઈ જાય છે, મહેલમાં વિવિધ યજ્ઞો અને પૂજાઓ કરાવે છે, રાજપરિવારના સાગા સંબંધી રહેલા બીજા રાજ પરિવારો સાથે મીઠી મીઠી વાતો કરીને અને વાર તહેવારે તેમના પ્રસંગોમાં હાજરી આપીને સબંધો સાચવી રાખે છે, અને ઉત્સવોમાં પ્રજાને ખુશ રાખવા દાન કરે છે. એનો કોઈ દોષ નીકળે એમ નથી પણ છતાંય પ્રજાથી લઈને તેના પિતા સુધીના બુદ્ધિશાળી લોકોને તેનો વ્યવહાર એટલો જ બેઅસર લાગે છે જેટલું એક સુંદર સ્ત્રીનું મૃત શરીર.

બીજી બાજુ પૃથુ એક આત્મજ્ઞાની વિચારક છે. દરેક કાર્ય તે એ માટે જ કરે છે જે માટે તે થવું જોઈએ. તેના કોઈ કર્મમાં બિનજરૂરી દેખાવ નથી કે બિનજરૂરી મીઠાશ પણ નથી. તેના દરેક કર્મમાં સત્ય છે. તે પણ વડીલોને પ્રેમ અને શ્રદ્ધાથી પગે પડે છે, અને જ્યાં પડવા જેવું ન લાગે ત્યાં નથી પણ પડતો. જ્યારે કૌટુંબિક મેળાવડામાં પરામર પહેલા બધા વડીલોને પગે પડવા દૌડી જાય અને તેના એ કાર્યમાં પ્રેમ અને સમ્માન કરતા 'હું કેવો સારો અને સભ્ય છું' એનો દંભ વધુ દેખાય ત્યારે પૃથુ એ તમામ વડીલોને પગે પડવાનું રહેવા દઈ બસ બધાને પ્રેમથી સ્મિત આપી હાથ જોડી પ્રણામ કરી લે છે. કોઈ પૂછે કે 'પૃથુ આજે કેમ પગે ના પડ્યો..?' તો ચોખ્ખું બોલી દે છે 'આજે પરામર તમને એ રીતે પગે પડ્યો છે કે હવે જો હું પડીશ તો હું ફક્ત એનું અનુકરણ કરતો હોઉં એવું દેખાશે. અને અનુકરણ તો હું ભગવાન રામ અને કૃષ્ણનું પણ નથી કરતો. હું બસ પ્રેરણા લઉં છું, જ્યાંથી લેવા જેવી લાગે.' આ રીતે તે પરામરને સાચા ધર્મનો પાઠ પણ ભણાવતો રહેતો પણ પરામરને હંમેશા લાગતું કે પૃથુ તેને પહોંચી નથી શકતો એટલે ઇર્ષામાં આવું બોલે છે. પૃથુ યજ્ઞો અને પૂજાઓમાં ભાગ્યે જ હાજર રહેતો પણ દિવસનો ચોક્કસ સમય પોતે બનાવેલા ધ્યાન મહલમાં ધ્યાન કરવામાં અચૂક કાઢતો. તે સગા સંબંધીઓને મળવા જવામાં ઉદાસીન રહેતો પણ એ દરેક સબંધીના સ્વાસ્થ્ય અને સામાજિક હાલત પર તેની નજર રહેતી. એમાંથી કોઈને પણ તકલીફ હોય તો એ વિના બોલાયે ત્યાં પહોંચી જતો અને જરૂરી મદદ કરતો. તે માતાને ચારધામની યાત્રા કરવા ન લઈ જતો પણ શાંતિથી તેમની પાસે બેસીને કહેતો, 'યાત્રાઓ જો ખાલી ઇન્દ્રિયને સુખ અને આનંદ આપવા માટે કરાય તો તે મોક્ષ નથી આપતી, ઉપરથી અહંકાર વધારે છે. મોક્ષ મળે છે વૈરાગ્યથી અને નીસ્વાર્થ ભક્તિથી, જે એક નાની ઓરડીમાં બેસીને પણ કરી શકાય છે.' તે પ્રજાને કોઈ દાન ન આપતો પણ ગરીબ અને કમજોર લોકોના મોહલ્લાઓમાં જઈને તેમને હિંમતવાન બનીને કર્મ કરવાના

અને પોતાની લડાઈ પોતે લડવાની પ્રેરણા આપતો. તે કહેતો, 'શક્તિશાળી પ્રજા જ રાજ્ય અને રાજાને શક્તિશાળી બનાવે છે. પોતે શક્તિશાળી બનીને રાજાને શક્તિશાળી બનાવવો એ પ્રજાની ફરજ છે અને પ્રજાની શક્તિની રક્ષા કરવી તથા તેનો દુરુપયોગ ન થવા દેવો એ રાજાની ફરજ છે.' પૃથુ ના ખાલી તેની પ્રજામાં પરંતુ દેશના મોટા બુદ્ધિજીવીઓ, તત્વચિંતકો અને રાજકારણીઓ વચ્ચે પણ સમ્માનીય સ્થાન ધરાવતો.

આ દ્વંદ્વ વચ્ચે એકવાર રાજા ભગીરથ પૃથુને મળવા તેના ધ્યાન મહેલમાં આવ્યા. પૃથુ મહેલના ઉપરના માળે બનેલી બગીચાવાળી બાલ્કનીમાં ઉભો ઉભો સૂર્યાસ્ત જોઈ રહ્યો હતો. એવામાં પિતા ભગીરથ તેની પાસે આવ્યા.

'શું આપણા ભાગ્યમાં સૂર્ય અસ્ત થતો જ જોવાનું લખ્યું છે..?' પિતાએ પાછળથી આવીને તેની પાસે ઉભા રહેતાં કહ્યું.

પૃથુએ વિચારશીલ ભાવે અને ઉદવિઘ્ન મને આવેલા પિતા પર એક નજર નાખી. તેણે આ સમયે પરામરની જેમ તેમના પગે પડવાની ઔપચારિકતા બજાવવાની જરૂર ન સમજી. તે જાણતો હતો કે પિતાને સાચી જરૂર કેટલાક તત્વજ્ઞાની વિચારોની છે. તેણે ફરી સૂર્યાસ્ત સામે જોતાં કહ્યું, 'આપણા હાથમાં આપણું કર્મ જ હોય છે પિતાજી. પ્રકૃતિને એના મેળે ચાલવા દેવી જોઈએ. આ દુનિયામાં બે પ્રકારના માણસો જ દુ:ખી થાય છે. એક એ જે પોતાને ભાગે આવેલું સત્ય માટેનું કર્મ કરી નથી શકતા અને બીજા એ જે કર્મ કર્યા પછી તેના ઇચ્છનીય પરિણામની રાહ જોઇને બેસે છે. જો તમે દુ:ખી છો તો તમે આ બંનેમાંથી કોઈ એક ભૂલ કરી રહયા છો.'

'હું સ્વાર્થમાં છું. અને મારો સ્વાર્થ એ છે કે મારા પછી આ મહાન સિંહાસન પર તારા જેવો માણસ બેસવો જોઈએ, ના કે એક કોપી-પેસ્ટ જીવન જીવવાવાળો અલ્પવિકસીત માણસ.' પિતાએ કહ્યું.

'નિયમો એના પક્ષમાં છે. માતા પણ. ત્યારે તમે મારાથી શું ચાહો છો..?' પૃથુએ કહ્યું.

'એજ કે તું દાવેદારી પેશ કરી દે. હું પ્રજામાં જનમત સંગ્રહ કરાવી દઈશ.' પિતાએ કહ્યું.

'એ એના દરેક સારા કાર્યો પોતાના અહમને પોષણ આપવા માટે કરે છે કે તે સારો છે, શ્રેષ્ઠ છે. જો પ્રજાનો મત એનાથી વિપરીત આવ્યો તો એનો અહમ ઘવાશે. એ એટલો જ સારો બની રહીને આજીવન મારો દુશ્મન બની જશે. રાજ્ય એકબાજુ રહી જશે અને હું એને સંભાળવામાં થાકી જઈશ. ઘરના અનેક સબંધો તૂટશે. ઘર, રાજય અને આપણા સગા સંબંધી રાજ પરિવારો બે ભાગમાં વહેંચાઈ જશે.' પૃથુએ પોતાનું દુરંદેશીપણું પ્રસ્તુત કર્યું.

'તો તુજ બોલ શુ કરવું..?' ભગીરથે બેચેનીપૂર્વક કહ્યું.

'ઈશ્વરની ઈચ્છા પર છોડી દો. પોતાના ભાગે આવતું કર્મ કરતા જાઓ અને સમય જવા દો. પરામરને ગાદી જોઈએ છે તેને આપી દો. મારે સન્યાસ જોઈએ છે, મને એ આપો. હું ઉત્તરમાં હિમાલય બાજુ એક આશ્રમ ખોલવા માંગુ છું. મને આશ્રમની જગ્યાની શોધમાં જવા દો.' પૃથુએ પિતાની આંખોમાં જોઈને કહ્યું.

પિતા મૌન રહ્યા પણ પૃથુના વૈરાગી વિચારોએ તેમને પણ શાંતિ આપી દીધી હતી. બીજા જ સપ્તાહે પૃથુ હિમાલયની પર્વતમાળામાં આશ્રમની જગ્યા શોધવા નીકળી પડ્યો. પર્વતો વચ્ચે આવેલા એક નાના મેદાનમાં તે પ્રવેશ્યો અને તે સ્થાન જોઈને મંત્રમુગ્ધ થઈ ગયો. તેણે ત્યાં પડેલા એક પથ્થર પર પગ મૂકીને પર્વતો વચ્ચેથી દેખાતા સૂર્ય સામે જોયું અને તરત એ એકાંતમાં તેના અંદર એક અવાજ સંભળાયો, 'તે છેલ્લામાં છેલ્લી પરીક્ષાઓ પાસ કરી દીધી છે પૃથુ. હવે પાછો જઈને આ પૃથ્વીની જવાબદારી સંભાળી લે. યુગો પહેલા પણ એક પૃથુ આવ્યો હતો જેણે આ ધરતીને મનુષ્યોના સ્વાર્થ અને લોભથી બચાવી હતી. પોતાને એની જ પુત્રી માની ધરતીએ પોતાનું નામ પૃથ્વી રાખ્યું. તું એ જ પૃથુનો અવતાર છે. પાછો જા. રાજ્ય સંભાળી લે.'

'રાજ્ય મારા મોટાભાઇ પરામરનું છે.' પૃથુએ જવાબ આપ્યો.

'એનું તો આયુષ્ય જ હવે બે દિવસનું છે. તું એને જેટલો સમજાવી શકતો હતો સમજાવી દીધો. એ પોતે પણ જાણે છે કે સત્ય શું છે, પણ તેના આડંબર નીચે છુપાવે છે. એણે સત્યના પ્રવાહને પોતાના સ્વાર્થ અને અહંકાર માટે રોક્યો છે. હવે સત્યને એનો દાવ ખેલવાનો છે. મહાન કાર્યો એવા અહંકારી બાળકો માટે નથી હોતા. એ ત્યાગી યોદ્ધાઓ માટે હોય છે.' અંદરથી જવાબ આવ્યો.

પૃથુએ થોડા ડર અને નિરાશા સાથે કહ્યું, 'શું એને બચાવવાનો કોઈ માર્ગ નથી..?'

'નહીં, હવે જેમ એને બચાવવા તું કંઇ કહીશ એમ તેનો અહમ વધુ ઘવાશે. એ મરતાં મરતાં પણ પોતાની જીત માટે જ પ્રયાસ કરશે, સત્યની સ્થાપના માટે નહીં.' અંદરથી જવાબ આવ્યો.

'પણ બે અઠવાડિયા પછી મારી માતાનો જન્મોત્સવ છે. એણે જ આયોજન કર્યું છે. એના પહેલા જો એ મરી ગયો તો માતા સહન નહીં કરી શકે. અને હું પણ ચાહું છું કે પરામર એ જોઈને જાય. ફક્ત બે અઠવાડિયા એના મૃત્યુને પાછું ધકેલી દો.'

'એના માટે તારે પોતાના જીવનમાંથી બે અઠવાડિયાનું આયુષ્ય એને આપવું પડશે.'

'હું તૈયાર છું.' પૃથુએ કહ્યું.

પૃથુ બીજા દિવસે ઘરે પાછો ફર્યો. પણ તેણે કોઈને આ વિશે વાત ન કરી. તેણે પરામરની સામે આવવાનું પણ ટાળ્યું. તે જાણતો હતો કે પરામર તેના અહંકાર અને સાંસારિક શો ઓફમાં કંઈક એવું કરી બેસશે કે પૃથુને કંઈક બોલવું પડશે. અને તે હવે તેને કંઈ વાદવિવાદ વગર જવા દેવા માંગતો હતો. આખરે માતાનો જન્મોત્સવ ઉજવાઈ ગયો અને એના ત્રીજા દિવસે પરામરને હાર્ટ એટેકનો સ્ટ્રોક આવ્યો. હોસ્પિટલ લઇ જતાં પહેલાં જ તે મૃત્યુ પામ્યો. રાજ પરિવાર અને પ્રજામાં દુઃખ થયું પણ એ દુઃખ પણ એટલું જ સુપરફીશિયલ હતું જેટલો સુપરફિશિયલ પરામરનો વ્યવહાર હતો. અંદરથી દરેક જણ ખુશ હતું કે હવે પૃથુ રાજગાદી પર બેસશે. બે મહિના પછી પૃથુનો રાજ્યાભિષેક થયો, જેમાં રાજ્યના મુખ્યમંત્રી સહિત અનેક મોટા લોકો ઉપસ્થિત રહયા. પૃથુએ રાજ્યનો વહીવટ સંભાળી લીધો. પૃથુના રાજ્ય વહીવટના અને શિક્ષણ વ્યવસ્થા વિશેના વિચારો એટલા સફળ નીવડ્યા કે તેને રાજકીય પાર્ટીઓએ રાજનીતિમાં જોડાઈને રાજ્યના મુખ્યમંત્રી બનવાની ઓફર આપી. પણ પૃથુએ રાજનીતિમાં આવવાની ના પાડી દીધી. આખરે દેશના પ્રધાનમંત્રીએ પૃથુ સાથે મિત્રતા કેળવી અને તેને પોતાના રાજકીય સલાહકાર તરીકે રહેવા વિનંતી કરી. પૃથુએ એ સ્વીકારી લીધી. પૃથુના પ્રજાલક્ષી અને રાષ્ટ્રહિતના વિચારો પ્રમાણે હવે આખા દેશની નિતિઓ બનવા લાગી અને દેશની વ્યવસ્થાઓમાં કાયાપલટ થવા લાગી. જે પૃથુ હિમાલયમાં આશ્રમ સ્થાપી સન્યાસી બનવા તૈયાર હતો તેણે આખા દેશની રાજનીતિને એક આદર્શવાદી પુનર્જીવન આપ્યું.

આ બધું જોઈને એક દિવસ દેવનગરીના રાજગુરુ રાજા પૃથુને તેમના ધ્યાન મહેલમાં એકાંતમાં મળવા આવ્યા. તેમણે રાજાને કહ્યું, ‘આપમાં અને યુવરાજ પરામરમાં કેટલો ફરક હતો એ હવે આખું જગત સમજી ચૂક્યું છે. પણ મહારાજ, કારણકે તમે એક આત્મજ્ઞાની દાર્શનિક છો એટલે ધર્મશાસ્ત્રના આ એક સવાલનો જવાબ મેળવવા આવ્યો છું. યુવરાજ પરામર ભલે લાયક નહોતા પણ તેમણે કોઈ ખોટા કર્મ તો કર્યા નહોતા તો એમની સાથે એવું કેમ થયું..?’

રાજા પૃથુએ રાજગુરુને ધ્યાનથી સાંભળ્યા પછી સ્મિત સાથે કહ્યું, ‘શ્રવણે કાવડ પર પોતાના માતા-પિતાને યાત્રા કોઈ જશ કે પુણ્ય કમાવવા માટે નહોતી કરાવી. જો રાજા દશરથનું તિર તેને ન વાગ્યું હોત તો આ દુનિયા જાણત પણ નહીં કે શ્રવણ કોણ હતો અને તેણે શુ કર્યું હતું. પણ જ્યારે લોકો શ્રવણનું અનુકરણ કરી પોતાના માતા-પિતાને જાત્રા કરાવે છે ત્યારે તે પુણ્ય મેળવવા કે એથીય વધુ સમાજમાં એવો મૌન દંભ ભરવા માટે કરે છે કે ’જુઓ, હું કેટલો સારો

પુત્ર છું. હું કેટલો મહાન છું.' રામે આજીવન જે નિર્ણયો લીધા તે એ સમયે ધર્મ સ્થાપના માટે જરૂરી હતા. પણ રામના જીવનની કોપી મારીને આજે જ્યારે કોઈ પિતાની કે માતાની આંધળી આજ્ઞા માનીને રામ હોવાનો વહેમ મારે છે ત્યારે અસલમાં તે બીજા અનેક સ્થાને સાચો ધર્મ નિભાવતો નથી હોતો. ધર્મ કોઈ રસ્તા પર પડેલો પથ્થર નથી ધર્મગુરુ. ના શાસ્ત્રોના શબ્દ ધર્મ છે. ધર્મ એક ચેતના છે. સવાર સુધી જે સાચું હતું તે ઘણીવાર સાંજે ખોટું બની ચૂક્યું હોય છે. ત્યાં હજારો વર્ષ પહેલા જીવાયેલા જીવનના અનુકરણનું તો શું કહેવું..? વિચારહીન અને અવિકસિત લોકો આવા અનુકરણયુક્ત જીવનને ધર્મ માની લે છે અને પોતાને ધર્મરાજ. એ બધા કર્મો ફક્ત તેમના અહંકારને મજબૂત બનાવવા માટે હોય છે કે 'જુઓ, હું એક આદર્શ વ્યક્તિ છું.' જ્યારે અસલમાં આદર્શ વ્યક્તિ ધર્મ બજાવતી વખતે કીર્તિને ક્યારેય ધ્યેય નથી માનતા. તે સત્યને ધ્યેય માને છે. તે સત્યને પાળવા અનેકવાર પોતાની કીર્તિને જ હાનિ પહોંચાડી દે છે. એટલે ધર્મગુરુ, પરામરે જે પણ સારું સારું કર્યું એ ફક્ત પોતાના અહંકારને પોષણ આપવા માટે કર્યું. જેમ જેમ તેનો અહંકાર વધતો ગયો તેમ તેમ તે સત્યના માર્ગમાં અવરોધ બનતો ગયો.

તે સત્ય જાણતો હતો. તે જાણતો હતો કે રાજા બનવા માટે તેના કરતા તેનો નાનો ભાઈ વધુ યોગ્ય છે. તે એ પણ જાણતો હતો કે પ્રજાથી લઈને પિતા અને રાજ્યના સલાહકારો પણ મને જ રાજા જોવા માગે છે. છતાંય તે એવીરીતે જીવ્યો જાણે તે જાણતો જ નથી અને પોતાના પર કોઈ આંગળી ન ઉઠાવી શકે તે રીતે તેના સાંસારિક આડમ્બરને વધારતો ગયો. જ્યારે અસલમાં તેનો ધર્મ એ હતો કે તે પોતાનો અહંકાર અને સ્વાર્થ છોડે અને સમાજ અને દેશ માટે સામે ચાલીને પોતાના નાના ભાઈને ગાદી પર બેસાડે. તેણે પોતાના અહંકારમાં એ ધર્મ ન બજાવ્યો. તે રાજા અને પ્રજા પર પોતાના આડંબરોથી દબાણ બનાવતો ગયો અને સત્યને અવરોધતો રહ્યો. આખરે, સત્યને તે અહંકારને પોતાના માર્ગમાંથી હટાવવો પડ્યો. પરામર ખાલી અહંકારનું નામ હતું રાજગુરુ, તેનો આત્મા તો હજી પણ યાત્રામાં છે.'

રાજા પૃથુના અગાધ જ્ઞાનથી ચકિત થયેલા બ્રાહ્મણ રાજગુરુએ હાથ જોડી પૂછ્યું, 'તો હે પ્રભુ, મને કહેવાની કૃપા કરો કે યુવરાજના આત્માની કેવી ગતિ થઈ હશે..? અહંકારના પોષણ માટે કરેલા તેમના કર્મોનું શું ફળ મળ્યું..?'

'પરામરના શરીર સાથે જ તેણે ઉભો કરેલો અહંકાર ખતમ થઈ ગયો અને સત્યનો માર્ગ મોકળો થઈ ગયો. બસ એજ એની સજા હતી. બાકી અહંકાર માટે જ ભલે પણ એના કર્મો તો સારા જ હતા. એટલે એને સ્વર્ગ મળ્યું. તેને એક આત્મજ્ઞાની રાજાના પુત્ર તરીકે જન્મ મળ્યો અને તે આજે પણ યુવરાજ જ છે.'

બાજુમાં ઉભેલા પોતાના પાંચ વર્ષના પુત્રને બતાવતા રાજા પૃથુએ કહ્યું, એ પુત્ર જે પરામરના મૃત્યુના બે વર્ષ પછી જન્મ્યો હતો. રાજગુરુ સત્યના અદભુત વિજ્ઞાનને જાણીને એટલા ચકિત થયા કે વારેવારે રાજા પૃથુ અને તેમના પુત્રને જોતા જ રહ્યા.

બોધ: જે માણસ બધું ત્યાગીને સત્ય પકડી લે છે તે બધું પકડી લે છે. જે માણસ સત્ય ત્યાગીને બધું પકડી લેવા જાય છે તે બધું ગુમાવે છે. કથામાં રાજગાદીના સ્થાને કોઈ વ્યક્તિ પણ હોઈ શકે છે. જે જેનું છે તેના સુધી પહોંચી જ જાય છે.

"૦૬ જુલાઈ, ૨૦૧૮, ફેસબુક."

105
વિદેહી

ઇસ ૧૮૨૬, કલકત્તા.

દુર્ગાદાસની મનોવ્યથા બહુ વિરોધાભાસી ચાલી રહી છે. સોળ વર્ષનો આ છોકરો એકબાજુ ફારસી જાણે છે, સંસ્કૃતનો વિદ્વાન છે, બેરિસ્ટર બનવાની તૈયારી કરી રહ્યો છે અને બીજી બાજુ સંસારના અર્થ વિષે શંકાશીલ છે. તેનું માનસ કંઈક એવું ચાલી રહ્યું છે કે કાં તો સંસાર તેને જલ્દી પોતાનું કોઈ શ્રેષ્ઠ સ્વરૂપ દેખાડી દે નહીંતર છેલ્લી સ્થિતિનો તિરસ્કાર સહેવા તૈયાર થઇ જાય. આ આખી મનોવ્યથામાં દુર્ગાદાસની સૌથી વધુ આશા ટકેલી છે વિદેહી પર. પોતાના ઉદ્યોગપતિ પિતાના બેરિસ્ટર મિત્રની એ સુંદર દીકરી જેની કિશોર અવસ્થા આવતા જ દુર્ગાદાસ એની સુંદરતામાં સંસારનો સાર શોધતો થઇ ગયો હતો. તેણે માતાને વિદેહી સાથે લગ્ન કરવા પિતાજીને મનાવવાની વાત કહી અને પિતાજી માટે આ તેમના સૌથી હોંશિયાર દીકરા તરફથી મળેલું સુંદર આશ્ચર્ય સાબિત થયું. દુર્ગાદાસ અને વિદેહીના વિવાહ થયા અને અમુક વર્ષોમાં તેમનું સાંસારિક જીવન પણ શરુ થઇ ગયું. દુર્ગાદાસ બેરિસ્ટર બનીને પિતાના વ્યવસાયમાં જોડાઈ ચુક્યા હતા. તેમનું અને વિદેહીનું દામ્પત્ય જીવન દુર્ગાદાસની આક્રમક કામુકતા અને વિદેહીના સમર્પણથી દીપી ઉઠ્યું હતું.

દુર્ગાદાસ વિદેહીને એ રીતે પ્રેમ કરતો જાણે આખા બ્રહ્માંડમાં વિદેહી સિવાય કોઈનું અસ્તિત્વ જ ન હોય. વકીલાત કરવી અને સબંધો સાચવવા એ તો બસ જીવનની ઔપચારિકતા હતી, તેનું અસલી કામ તો બસ વિદેહીને પ્રેમ કરવાનું હતું. વિદેહીને પણ લાગતું જાણે આખી સૃષ્ટિને ચલાવનારો ખુદ પોતે બધા કામ છોડીને તેને ચાહવામાં લાગેલો છે. તે દુર્ગાદાસના પ્રેમને પોતાનામાં સમેટી રહી હતી. પણ જેમ જેમ સમય જઈ રહ્યો હતો તેમ તેમ બંને એકબીજાના શરીરથી ધરાઈ રહ્યા હતા. તેમનો એકસમાન પ્રાણ, તેમનો આત્મા એક થઈ ચુક્યો હતો.

હવે તેમને એકબીજાથી થતું શારીરિક આકર્ષણ ખતમ થઈ ચૂક્યું હતું. વિદેહી આ કારણે દુર્ગાદાસ પ્રત્યે વધુ સમર્પિત બની હતી પણ દુર્ગાદાસનો આ કારણે સંસાર પ્રત્યેનો તિરસ્કાર શરુ થઇ રહ્યો હતો. દુર્ગાદાસ વિદેહીના જીવનનું કેન્દ્ર હતું અને તે પોતાની જાતને ભાગ્યશાળી સમજી રહી હતી કે તેને દુર્ગાદાસ જેવો પતિ મળ્યો હતો.

એક દિવસ દુર્ગાદાસ પ્રાંગણમાં બેઠા બેઠા ઢળતા સૂરજને નીરખી રહ્યો હતો. એવામાં વિદેહી તેની પાસે આવીને બેઠી. વિદેહીએ કહ્યું, 'છેલ્લા ઘણા સમયથી તમે બેચેન લાગો છો.'

દુર્ગાદાસે કહ્યું, 'મારા એક બેરિસ્ટર મિત્રનું મહિના પહેલા અવસાન થઈ ગયું. તે 25 વર્ષનો જ હતો. અમે ઘણીવાર સામસામે કેસ લડતા. પણ હવે તેની જગ્યાએ કોઈ બીજો બેસે છે. તેના મૃત્યુને દસ દિવસ પણ નહોતા થયા ને આ દુનિયામાં તેની જગ્યા ભરાઈ ગઈ. શું નિષ્કર્ષ નીકળ્યો એના જીવનનો..? અને શું નિષ્કર્ષ નીકળશે આપણા જીવનનો..?'

તેને એકીધારે સાંભળી રહેલી વિદેહીએ કહ્યું, 'એ જ કે આપણે બંનેએ એકબીજાને આજીવન મન ભરીને પ્રેમ કર્યો. આપણો પ્રેમ જ આપણો મોક્ષ છે.'

'અને જો હું કાલે મરી ગયો તો..? શુ તું જીવી શકીશ મારા વિના..? અને જો તું મરી ગઈ તો હું જીવી શકીશ..? આપણે ખાલી કઠપૂતળી છીએ વિદેહી, કોઈના હાથની કઠપૂતળી. એ આપણને નચાવે છે, હસાવે છે, રોવડાવે છે, મારે છે, જન્મ આપે છે, ફરી મારે છે. આપણે એના ગુલામ છીએ. મારે એના હાથમાંથી આપણા બંનેની મુક્તિ જોઈએ છે. એવી મુક્તિ જે મૃત્યુ પછી પણ આપણને હંમેશા એકબીજા સાથે રાખે.'

વિદેહી તેને ડર અને સંદેહથી દેખી રહી. તેણે ધીમા આવાજે કહ્યું, 'હું માં બનવાની છું.'

આ સાંભળતા જ દુર્ગાદાસે વિદેહી તરફ જોયું. તેને ના કોઈ હરખ હતો ના શોક. તેણે ફરી ઢળતા સુરજ સામે જોયું અને બોલ્યો, 'એક બીજું બંધન, એક બીજા ગુલામના રૂપમાં.'

કેટલાક મહિનાઓમાં તેમના દીકરાનો જન્મ થયો. દુર્ગાદાસની સત્યપ્રાપ્તિની ઝંખના સતત વધતી જતી હતી, પણ તેણે કોઈ રીતે પોતાની જાતને રોકી રાખી હતી. આખરે જ્યારે તેમનો દીકરો છ મહિનાનો થયો ત્યારે ખાટલા પર પોતાના પુત્રને છાતી સરસો રાખી ધવડાવતી વિદેહી સામે દુર્ગાદાસ આવીને ઉભો રહ્યો અને કહ્યું, 'હું જાઉં છું વિદેહી. પાછો તે દિવસે જ ફરીશ જે દિવસે આપના બન્નેની મુક્તિ માટે આ સૃષ્ટિનું આખરી સત્ય જાણી ચુક્યો હોઈશ. ત્યાં સુધી આ બધું ફક્ત માયા છે. ફક્ત માયા.. માયા.. માયા..' આમ બોલતા

બોલતા તેણે વિદેહીથી છેલ્લીવાર નજર હટાવી અને પાછળ ફરીને ઘરની બહાર તરફ ચાલતો થયો. દુર્ગાદાસની આંખોમાં અને શબ્દોમાં એટલું વૈરાગ્ય હતું કે વિદેહી તેની વાતના જવાબમાં કંઈ ન બોલી શકી. તેના હૃદય પર એટલી અસહ્ય પીડા અનુભવાઈ રહી હતી કે તેની આંખોમાંથી આંસુ પણ ન નીકળી શક્યું. તે બસ શૂન્યમનસ્ક થઈને એકીટસે દુર્ગાદાસને જતા જોઈ રહી.

વર્ષો સુધી દુર્ગાદાસ એક સન્યાસી તરીકે હિમાલયના જંગલોમાં ફર્યો. ઝાડના પાંદડા ખાઈને પેટ ભર્યું અને ઉઘાડા શરીરે વર્ષો સુધી તડકો, ઠંડી અને વરસાદ સહન કર્યા. આખરે વીસ વર્ષની તપસ્યા પછી હિમાલયની તળેટીમાં તેને આત્મસાક્ષાત્કાર થયો. હવે તેના માટે સમસ્ત સૃષ્ટિ સમાન હતી. બધું બ્રહ્મમય હતું. આથી આત્મસાક્ષાત્કાર પછી એ સમાન સૃષ્ટિમાં સૌથી પહેલા તેને વિદેહી યાદ આવી. તેનો પુત્ર પણ યાદ આવ્યો. તે પોતે જાણેલું સત્ય વિદેહીને કહેવા માટે અધીરો બન્યો. તેણે ઘર તરફ પાછા ફરવા પ્રયાણ કર્યું. એકદિવસ તે જંગલથી બહાર નીકળવા તરફ જઇ રહ્યો હતો. તેના માર્ગમાં આગળ એક વૃક્ષની ઝુકેલી ડાળી પર એક સાપ હતો જે દુર્ગાદાસને પોતાની તરફ આવતા જોઈ રહ્યો હતો. જેવો દુર્ગાદાસ તે ઝુકેલી ડાળી નીચેથી નીકળ્યો, તે સાપે તેને ગરદન પર ડંખ માર્યો. દુર્ગાદાસ બે કદમ ચાલ્યો ત્યાં તો તેના શરીરમાં અસહ્ય વેદના શરૂ થવા લાગી. તેણે પાછળ જોયું. તેને ડાળી પર તે સાપ દેખાયો. સ્થિર બુદ્ધિવાળા યોગીઓને સાપ નથી કરડતો. તે મનુષ્યની મનઃસ્થિતિને ઓળખે છે. એટલે જ શિવના ગળામાં સાપ વીંટાયેલો દેખાય છે. દુર્ગાદાસ જ્યારે તપસ્યા કરતો હતો ત્યારે અનેક સાપ તેના ઉપર અને આસપાસ ફર્યા કરતા. પણ વિદેહીની યાદમાં દુર્ગાદાસે એ યોગીઓવાળી સ્થિરબુદ્ધિ ધુમાવી અને તેને આ સાપ કરડ્યો. દુર્ગાદાસે પાછળ ફરીને જ્યારે સાપને જોયો ત્યારે તે આ વાત સમજી ગયો. પણ તેને કોઈ અફસોસ નહોતો. તેણે એક હલકું સ્મિત આપ્યું અને વિદેહીને પ્રેમથી યાદ કરતો કરતો ઢળી પડયો. તેનું શરીર અકડાવા લાગ્યું અને આંખોમાં અંધારા છાવવા લાગ્યા. તેણે પોતાનો એક હાથ આકાશ તરફ ઉઠાવ્યો અને છેલ્લો શ્વાસ લેતાં બોલ્યો 'વિદેહીહીહી....'.

***

છેલ્લા સમયે વિદેહીમાં જીવ હોવાથી કેટલાક વર્ષો પછી દુર્ગાદાસનો પોતાના જ પુત્રના પુત્ર તરીકે ફરીથી જન્મ થયો. નામ હતું સુભાષ. પણ પાછલો જન્મ સન્યાસી તરીકે રહ્યો હોવાથી સન્યાસ અને ધ્યાનનું આકર્ષણ સુભાષને બાળપણથી જ રહ્યું. તે ભણવામાં ખુબ હોંશિયાર હતો. પણ પોતાના મિત્રોને કહેતો, 'જોજો, એક દિવસ હું સન્યાસી બનીશ. મારા દાદા પણ સન્યાસી હતા.'

ખરેખર એવું જ થયું. કોલેજમાં આવતા જ તેને ઈશ્વરને શોધવાની લગની લાગી અને લગ્નની વાતનો ખુલ્લો વિરોધ શરુ કરી દીધો. આખરે, કલકત્તાના એક ગુરુના શરણમાં જઈને તેણે સન્યાસ લઇ લીધો અને આત્મજ્ઞાન મેળવ્યું. તેની સત્યને કહેવાની રીત બહુ તાર્કિક અને વૈજ્ઞાનિક હતી. એટલે લોકો તેને વિજ્ઞાનાનંદ કહેવા લાગ્યા. તાર્કિક અને વૈજ્ઞાનિક ઢબે સત્ય કહેવાની તેની રીતે દુનિયામાં તેને ખુબ નામ અને શિષ્ય કમાવી આપ્યા. તેમાંથી એક શિષ્ય હતી લક્ષ્મી. લક્ષ્મી અને વિજ્ઞાનાનંદ વચ્ચે સારી એવી મૈત્રી હતી. તેઓ લક્ષ્મી સાથે વિહાર કરતા કરતા હિમાલયની તળેટીમાં એ સ્થાને પહોંચ્યા જ્યાં દુર્ગાદાસને આત્મજ્ઞાન થયું હતું. તેમણે લક્ષ્મીને કહ્યું, 'આ સ્થાને મને ગયા જન્મમાં આત્મજ્ઞાન થયું હતું.' આખરે પોતાની ચાલીસીના અંતે વિજ્ઞાનાનંદે દેહ છોડી દીધો અને દેહ છોડતા પહેલા બ્રહ્મ-ઈચ્છાથી ફરી જન્મ લઇ સાંસારિક જીવનમાં રહીને સત્યની સ્થાપના કરવાનો સંકલ્પ કર્યો. પણ વિજ્ઞાનાનંદના અતિવિકસિત આત્માને ધારણ કરી શકે તેવું કોઈ શરીર અનેક વર્ષો સુધી ન મળ્યું. આથી, અમુક વર્ષો પછી એ અતિવિકસિત આત્માએ પોતાને ત્રણ ભાગમાં વહેંચી દીધો અને ત્રણ અલગ અલગ સ્થાને ત્રણ અલગ શરીરોમાં જન્મ લીધો.

આ ત્રણમાંથી બે જન્મ બે સામાન્ય ખેડૂતોના ઘરમાં થયા જયારે એક જન્મ શહેરમાં રંગમંચની દુનિયાના સૌથી સમ્માનીય માણસના ઘરે થયો. શહેરમાં જન્મેલો આ છોકરો રંગમંચની દુનિયાનો સૌથી મોટો કલાકાર અને રચનાકાર બન્યો. તેની રચનાઓમાં ઊંડું આધ્યાત્મ અને તેના અભિનયમાં આંખે ઉડીને વળગે તેવી માનવતા હતી. આ કલાકાર પોતાના લગ્નજીવન દરમિયાન એક બીજી અભિનેત્રીના પ્રેમમાં પડ્યો. બંનેનો પ્રેમ એટલો ગાઢ હતો કે તેમના પ્રણયની વાતોએ દુનિયાભરમાં ચર્ચા જગાવી. કલાકારને તેની પત્ની અને બાળકો સાથે અનહદ પ્રેમ હતો. પણ આ અભિનેત્રી સાથેનું તેનું જોડાણ અતિશય ગાઢ હતું. અમુક વર્ષોના પ્રણય પ્રકરણ પછી જયારે અભિનેત્રીએ તેને પોતાની સાથે લગ્ન કરવા કહ્યું તો તે કલાકાર પોતાની પત્નીને છોડવાનો નિર્ણય ન કરી શક્યો. આખરે તેઓ છુટા પડ્યા. કલાકાર મહિનાઓ સુધી ઘરની બહાર ન નીકળ્યો. તે બાથરૂમમાં જઈને અભિનેત્રીની યાદમાં ધ્રુસકે ધ્રુસકે રડતો. તો બીજી બાજુ અભિનેત્રીએ તેના વિયોગમાં આત્મહત્યાનો પ્રયાસ કર્યો, પણ તે બચી ગઈ. અમુક વર્ષો પછી તેણે પણ એક બીજા અભિનેતા સાથે લગ્ન કરી દીધા જે તેના અભિનય સાથે એક ભલા માણસ તરીકે પણ પ્રસિદ્ધ હતો. આમ, તે કલાકાર અને અભિનેત્રીની પ્રેમકથા અધૂરી રહી ગઈ.

બીજી બાજુ પેલા બે ખેડૂત પરિવારોમાં જન્મેલ બે છોકરાઓમાંથી એક આગળ જતા શક્તિશાળી પણ સેવાભાવી નેતા બન્યો. જયારે બીજો છોકરો

સામાન્ય ખેડૂત બનીને જ રહ્યો પણ તેનામાં વિજ્ઞાનાનંદની આધ્યાત્મિક અને વૈરાગી વૃત્તિનો પ્રભાવ વધુ રહ્યો. તેણે જીવનના છેલ્લા પંદર વર્ષો સંતો મહંતો સાથે સન્યાસી જીવન રૂપે વિતાવ્યા. આ વૈરાગી જીવનના અંતે તેણે શરીર છોડી દીધું અને તેના આત્માએ તેના જ એક દીકરાના પુત્ર તરીકે ફરી જન્મ લીધો. બાળકનું નામ રાખવામાં આવ્યું કેદાર. કેદાર છ મહિનાનો થયો એટલે પેલા પ્રખ્યાત કલાકારે દેહ છોડી દીધો. આથી તેનો આત્મા હવે કેદારના આત્મામાં ભળ્યો. કેદાર એક બહુ જ હોંશિયાર પણ સંવેદનશીલ બાળક તરીકે મોટો થવા લાગ્યો. તે સોળ વર્ષનો થયો ત્યારે પેલા શક્તિશાળી નેતાએ પણ પોતાનો દેહ છોડયો અને તે ભાગ પણ કેદારના આત્મામાં આવીને ભળ્યો. આમ, દુર્ગાદાસ અને વિજ્ઞાનાનંદનો સંપૂર્ણ આત્મા સોળ વર્ષના કેદારમાં એક થઇ ગયો. અને અહીંથી કેદારની જીવનને જોવાની દ્રષ્ટિ બદલાઈ ગઈ. તે હવે બ્રહ્માંડના અસ્તિત્વના વૈજ્ઞાનિક કારણની શોધમાં રહેવા લાગ્યો. તેણે અનેક શક્તિઓ હોવા છતાં બીજા બધા ક્ષેત્રોમાંથી પોતાના હાથ પાછા ખેંચી દીધા. અને ખાલી સત્યની વૈજ્ઞાનિક શોધ કરી શકે તેવા વિષયોમાં જ પોતાનું મન પરોવ્યું. આખરે પચીસ વર્ષની ઉંમરે કેદારને પણ આત્મસાક્ષાત્કાર થઇ ગયો અને દુર્ગાદાસથી વિજ્ઞાનાનંદ અને તે પછીના ત્રણ સંસારી જીવનોની યાત્રા તેના સામે ખુલ્લી થઇ ગઈ.

કેદારની સત્યને વર્ણવવાની રીત વિજ્ઞાનાનંદથી પણ અનેકઘણી વૈજ્ઞાનિક અને તાર્કિક હતી. તેની પણ નામના થવા લાગી. તે વિજ્ઞાન અને આધ્યાત્મને જોડતી એક અદભુત કડી બનીને ઉપસ્યો. તેની આધાત્મિક ક્ષમતા એટલી વધી ચુકી હતી કે જો પાછળના જન્મોમાં તેની સાથે જીવેલા કોઈ આત્માને તે આ જન્મમાં જોતો તો તરત તેને ઓળખી જતો. આ વખતે તેણે વિજ્ઞાનાનંદના સંકલ્પ મુજબ સંસાર વચ્ચે રહીને જ સત્યને રજુ કરવાનું નક્કી કર્યું. પાછળના ત્રણ સાંસારિક જીવનોએ તેને પોતાની આધ્યાત્મિક શક્તિઓને સાંસારિક કૌશલ્યોમાં ઉપયોગ કરવાની ક્ષમતા આપી દીધી હતી. તે એક વૈજ્ઞાનિક બન્યો અને એક રિસર્ચ સેન્ટરમાં સંશોધક તરીકે જોડાયો. એકદિવસ ત્યાં એની મુલાકાત એક બીજી સંશોધક યુવતી સાથે થઇ. કેદાર તેને જોતા જ ઓળખી ગયો. તે વિજ્ઞાનાનંદની શિષ્ય અને મિત્ર રહેલી લક્ષ્મી હતી. આ વખતે તેનું નામ અદિતિ હતું. અદિતિની સુંદરતા અને શરીરના ઉભારો અત્યંત આકર્ષક હતા. રિસર્ચ સેન્ટરમાં રહેલી તે એકમાત્ર સુંદર છતાં અપરણિત વૈજ્ઞાનિક હતી. બંને જણ એકબીજાને જોતા જ પ્રેમમાં પડ્યા. કેદાર સમજી ગયો કે આ જન્મ પતિ પત્ની બનવા માટેનો છે. અદિતિને તેનાથી પ્રેમ છે એવું જાણતા જ કેદારે તેનાથી નિકટતા કેળવી દીધી. એકદિવસ તેણે એક બાગમાં વાતો કરતા કરતા

જ અદિતિને પ્રેમભર્યું ચુંબન કરી દીધું અને અદિતિ તેનો વિરોધ પણ ન કરી શકી. કેદારે કહ્યું, 'આ કોઈ વાસના નથી. આ ચુંબન સાથે મેં તને મારી પત્ની માની લીધી છે. હવે આગળ તારે જે કરવું હોય તે કર.' અદિતિ થોડીવાર તેની સામે જોઈ રહી અને પછી તેણે પણ કેદારને ખેંચી પોતાના તરફથી સખત ચુંબન કરી દીધું. પોતાના હોઠ થોડા પાછા કરી તે બોલી, 'આ કોઈ વાસના નથી. આનો અર્થ છે કે મારે હવે તને કૌશિકીથી મળાવવાનો છે.'

'કૌશિકી..?' કેદારે પૂછ્યું. 'હા, એ મારી બાળપણથી અત્યાર સુધીની એકમાત્ર બેસ્ટ ફ્રેન્ડ છે. મારા મમ્મી-પપ્પા તેની ઊંડી અને મેચ્યોર સમજથી બહુ અંજાયેલા છે. એટલે હું કોઈ છોકરો શોધું તેને ચેક કરવાની પહેલી જવાબદારી એને આપી રાખી છે. શી ઇઝ એ ડર્મેટોલોજિસ્ટ.'

બીજા દિવસે કેદાર અને અદિતિ એક રેસ્ટોરેન્ટમાં કૌશિકીની રાહ જોતા હતા. એવામાં કેદારની નજર રેસ્ટોરન્ટમાં પ્રવેશતી એક સ્ત્રી પર પડી. તેને જોઈને જ કેદારને એક ગજબની આત્મીયતા અનુભવાઈ. જાણે તે કોઈ જાણીતી હોય. એવામાં તે સ્ત્રી કેદાર અને અદિતિ પાસે આવી. અદિતિ ઉભી થઇ અને તેને ભેટી. 'કેદાર. કૌશિકી. કૌશિકી. કેદાર.' અદિતિએ ઓળખાણ આપી. કેદાર ઉભો થયો અને 'હેલો' કહીને તેને સામે બેસવા કહ્યું. ધીરે ધીરે કૌશિકીની ઓળખ તેની સામે સ્પષ્ટ થઇ રહી હતી. પણ મનમાંથી રહસ્ય પરનો છેલ્લો પડદો ઉઠી જતા જ તે અવાચક રહી ગયો. તે એ અભિનેત્રી જ હતી જે પેલા પ્રખ્યાત કલાકારના જન્મમાં તેની પ્રેમિકા હતી. ગયા જન્મના પ્રણય અને વિરહના દ્રશ્યો તેની નજર સામેથી ફાસ્ટ ફોરવર્ડની જેમ ગુજરી ગયા. તે સુન્ન થઇ ગયો હતો. એવામાં તેના કાને અદિતીનો અવાજ પડ્યો, 'શું કરે છે રોહિત?'

'બસ રમે છે. આવતા વર્ષે સ્કૂલમાં મુકવો છે.' કૌશિકીએ જવાબ આપ્યો.

'રોહિત..?' કેદારે પૂછ્યું.

'કૌશિકીનો સન છે ત્રણ વર્ષનો. બહુ ક્યૂટ છે.'

કેદારના વિચારો આ સાંભળી હજી વધારે વમળે ચડ્યા, 'હે બ્રહ્મ, શું ધાર્યું છે તેં. ગઈ વખતે તેં એના લગ્ન સાથે આ સ્ટોરી પુરી કરી હતી. આ વખતે શરુ જ તેના લગ્ન થયા પછી કરી..?'

કેદારે પોતાના આ વિચારોમાંથી બહાર નીકળીને હવે વર્તમાન પર ફોકસ કર્યું. તેણે કહ્યું, 'સો મેમ, મેં સાંભળ્યું તમારે મારી એક્ઝામ લેવાની છે.'

'હા. લાંબા સમયથી આ કામ મને સોંપાયું છે. હવે સમય આવ્યો છે.' કૌશિકીએ હસતા હસતા જવાબ આપ્યો.

લંચ કરતા કરતા ત્રણેય જણાએ ત્યાં ઘણી વાતો કરી અને પછી કૌશિકીએ ઉભી થઇને કહ્યું, 'મારે વહેલા નીકળવું પડશે. હું જાઉં.'

'પણ મારુ રિઝલ્ટ..?' કેદાર તેને રોકવાના ઈરાદાથી બોલ્યો.

'એ હું અદિતિને રાતે ફોન પર કહીશ.' કૌશિકી પરીક્ષકના અભિનય સાથે હસતા હસતા બોલી.

'ઓહ, ગોડ. કોલેજમાં જયારે જયારે રાતે રિઝલ્ટ આવ્યા, હું ફેલ હતો.' કેદારની આ મજાક પર કૌશિકી ખડખડાટ હસતી હસતી ત્યાંથી 'બાય' કહીને નીકળી ગઈ.

અદિતિએ કેદારને મજાક કરી, 'જો તેણે ના પાડી તો..?'

કેદાર બોલ્યો, 'અરે અબોધ બાળક, ના પાડવાની વાત તો દૂર છે. તારી કૌશિકી જો પરણેલી ના હોત તો તને સાઈડમાં કરી પોતાના માટે હા પાડી દેત.'

'બસ હવે.' અદિતિએ તેને ચૂપ કરાવ્યો.

બીજા દિવસે અદિતીનો કેદાર પર ફોન આવ્યો. તેણે કહ્યું, 'કૌશિકીને તું બહુ પોતીકો લાગ્યો છે. કાલે આપણે મમ્મી-પપ્પાને મળવાનું છે.'

'એ જ તો હું કહી રહ્યો હતો.' કેદારે અદિતિને તેનો કોન્ફિડન્સ યાદ કરાવ્યો.

કેદારે અદિતિના મમ્મી-પપ્પાને તો પહેલી જ મુલાકાતમાં એવા જીતી લીધા કે તે જ દિવસે લગ્નની તારીખ નક્કી થઇ ગઈ. કૌશિકી પરણિત છે અને એક સંતાનની માતા છે તે જાણીને તેણે કૌશિકી પરથી પોતાનું સંપૂર્ણ ધ્યાન હટાવી લીધું. અને પુરુષના સહવાસથી હજી દૂર છે તેવી આકર્ષક અને માદક લાગતી અદિતિ પર પોતાનું સઘળું ધ્યાન વાળી દીધું. કેદારે તેના માતા-પિતાને લગ્નની ફોર્માલિટી પતાવવા અદિતિના માતા-પિતાના ઘરે મોકલી દીધા અને અદિતિને લઇ પીકનીક પર જતો રહ્યો. તેણે અદિતિને વિજ્ઞાનની વાતોથી હટાવીને કામુક વાતોમાં તૈયાર કરી. લગ્ન પછી તેમનું દામ્પત્ય જીવન શરુ થયું. કેદાર કંઈક એવો જ કામુક હતો જેવો ક્યારેક દુર્ગાદાસ હતો. મનુષ્યની સઘળી શક્તિ વિરોધી પ્રકૃતિઓ વચ્ચેના કામની જ શક્તિ છે. એટલે માણસ જેટલો વધુ બુદ્ધિશાળી અને શક્તિશાળી હશે તેટલો વધારે તે કામુક હશે તે એક દેખીતું વિજ્ઞાન છે.

પણ છતાંય દુર્ગાદાસ અને કેદારના દામ્પત્ય જીવનમાં ફર્ક હતો. દુર્ગાદાસ સંસારના સત્યને ખોજવા દામ્પત્ય જીવનમાં આવેલો, જયારે કેદાર એ કામ પૂર્ણ કરીને લગ્નજીવનમાં આવ્યો હતો. કેદાર માટે સાંસારિક જીવનનું દરેક કાર્ય એક લીલા હતી જેમાં તે છેલ્લી સીમાઓ સુધી જતો. પણ સીમાઓ ક્યારેય ન ઓળંગતો. તેણે અદિતિને ભોગવી લીધી પણ વિદેહીની જેમ સમર્પણ કરાવીને નહિ. તેણે અદિતિને પણ કામુકતા શીખવી. સંભોગથી સમાધિ અને ધ્યાન જેવા દરેક કાર્યોમાં તેણે અદિતિને સમાન ભૂમિકા આપી. દુર્ગાદાસ વિદેહીના શરીરમાંથી હજી કંઈક મળી જાય એ કોશિશમાં સંસારથી વિપરીત થઇ ગયેલો. જયારે કેદાર અદિતિના શરીરને ભોગવી જ એ માટે રહ્યો હતો કે ક્યારે તેમના

વચ્ચેનું એ શારીરિક આકર્ષણ બંધ થઇ જાય અને તેઓ શરીરથી ઉપર ઉઠીને એકબીજાના મિત્ર બની રહે, જેથી તેઓ સાથે ધારેલા મહાન જીવનકાર્યોમાં ઓતપ્રોત થઇ શકે..

પણ કેદારની ગણતરી ઉંધી પડી. જેમ જેમ તે અદિતિના શરીરથી સંતૃપ્ત થતો ગયો તેમ તેમ તે કૌશિકીની શાંત અને ઊંડી આંખોમાં ઉતરતો ગયો. કૌશિકી હવે તેને આકર્ષવા લાગી હતી. પણ એ આકર્ષણ શરીર સુખ કરતા તેને પ્રેમથી ભેટી લેવાનું અને તેના ચહેરા સાથે પોતાનો ચહેરો ટેકવી તેને પ્રેમ કરવાનું વધુ હતું. કેદારનું કૌશિકી પ્રત્યે આકર્ષણ શરુ થતાં જ કેદારે અનુભવ્યું કે કૌશિકીને પણ હવે તેનાથી આકર્ષણ થઇ રહ્યું છે અને તે પહેલા જેટલી સહજ નથી રહી શકતી. કેદારને લાગ્યું જાણે તેમના વચ્ચે કોઈ જોડાણ છે જેણે એકને થઇ રહેલી પ્રેમની ચેતનાને બીજાના શરીરમાં પહોંચાડી દીધી. આજ રહસ્યમય જોડાણના કારણે તેઓની એકબીજા પ્રત્યેની તડપ એકસાથે સમાન રીતે વધી રહી હતી. હવે તેઓ પોતાના મિત્રો વચ્ચે બેઠા હોય તો પણ તેમનું ધ્યાન વારંવાર એકબીજાના વિચારોમાં જતું રહેતું. કેદાર તેના પ્રત્યેના આ આકર્ષણથી બચવા તેની સામે આવવાનું ટાળતો રહેતો તો કૌશિકી કેદારના વિચારોથી બચવા પોતાના પુત્ર પર ધ્યાન કેન્દ્રિત કરવાની કોશિશ કરતી. કેદારને હતું કે કદાચ ગયા જન્મની અધૂરી સ્ટોરીના લીધે અમુક સમય સુધી આવું થશે પણ સમય વીતશે તેમ બંધ થઇ જશે. પણ જેમ જેમ સમય વીતતો ગયો

તેમ તેમના અંદર રહેલું કંઈક વધુને વધુ જાગતું ગયું. હવે તો તેઓ એકબીજાનો અવાજ સાંભળીને કે એકબીજાનું નામ સાંભળીને પણ વિહવળ થઇ ઉઠતા. કેદાર માટે આ બધું તેના દરેક સિદ્ધાંતથી વિપરીત હતું. સત્યની રક્ષાના ઉદેશ્ય સિવાય ક્યારેય કોઈનો વિશ્વાસ ન તોડવો, ક્યારેય પોતાની શક્તિઓનો દુરોપયોગ ન કરવો, ક્યારેય કોઈ અનુભૂતિનું દમન ન કરવું અને એ જ કાર્ય કરવા જે કોઈને પણ જાહેરમાં કહી શકાય- આ બધા સિદ્ધાંતો કેદારના જીવનનો આધાર હતા. અને કૌશિકી પ્રત્યેના પ્રેમને લીધે જયારે તે સિદ્ધાંતો જ ડામાડોલ થવા લાગ્યા ત્યારે તેણે બહારથી પોતાની નજર હટાવી લીધી. તેણે દિવસો સુધી ઓફિસમાં રાજાઓ મૂકી દીધી અને પોતાનો રૂમ બંધ કરી ધ્યાનમાં જતો રહ્યો. તેને હવે શંકા થવા લાગી હતી કે કૌશિકી સાથેના તેના સંબંધનું મૂળ તે ધારે છે તેના કરતા ઘણું ઊંડું છે. તેણે અનેક જન્મોથી એકઠી કરેલી પોતાની આધ્યાત્મિક શક્તિને કૌશિકીના તે અભિનેત્રીથી પાછળના જન્મની પૃષ્ઠભૂમિ જાણવામાં ઝીંકી દીધી. તે અનેક દિવસો સુધી ધ્યાનમાં કૌશિકી સાથેના જોડાણને શોધતો રહ્યો. આખરે, એક દિવસ આવ્યો જયારે કૌશિકીનો ચહેરો તે અભિનેત્રીના ચહેરાથી આગળ વધી બીજા એક ચહેરામાં ફેરવાઈ ગયો. અને એ ચહેરો જોતા જ કેદારની

આંખો આઘાત સાથે ખુલી ગઈ. એ વિદેહી હતી. કેદાર ડઘાઈ ચુક્યો હતો. કૌશિકી તેની પત્ની હતી. તેમના આત્મા, તેમનો પ્રાણ એક સમયે એક થઇ ચુક્યા હતા. આજ તેમનું જોડાણ હતું. હવે તેને સમજાયું કે કૌશિકી તેને કેમ એટલી પોતાની લાગતી હતી.

કેમ તેના આકર્ષણને તે રોકી નહોતો શકતો..? કેમ તે કલાકાર અને તે અભિનેત્રીનો સબંધ એટલો ગાઢ રહ્યો હતો.

તે એના પોતાના જ આત્માનો હિસ્સો છે જે એનાથી વિખૂટો પડી ચુક્યો છે. પણ હવે એને જાણવું હતું કે કેમ તે તેની પત્ની નથી બની શકતી..? કેમ તે બંને છેલ્લા બે જન્મથી એકબીજા માટે એટલા તડપતા રહે છે..?

આજ સુધીના તેના સાક્ષાતકારોમાં કેદારે ફક્ત દુર્ગાદાસના ત્યાગને જ બિરદાવ્યો હતો. તેણે ક્યારેય વિદેહી પર ધ્યાન નહોતું આપ્યું. પણ હવે તેને ફક્ત વિદેહીને જોવી હતી. તે ફરી ધ્યાનમાં ગયો. તેને ફક્ત વિદેહી દેખાઈ. પોતાના છ મહિનાના સંતાનને ધવડાવતી એ વિદેહી જે યુવાનવયે પોતાનો પતિ તેને છોડીને હંમેશા માટે જઈ રહ્યો છે તે દ્રશ્યને કાળજું ચીરી નાખતી વેદના સાથે એકીટસે જોઈ રહી છે. દુર્ગાદાસના ગયા પછી તે કેવીરીતે પોતાના સાસુ-સસરાની મદદથી પોતાના સંતાનને ઉછેરે છે. કેવી રીતે તે પોતાના દુઃખને એ ગર્વ પાછળ છુપાવે છે કે તેના પતિએ સત્યની શોધ માટે તેને છોડી છે, કોઈ ભોગવિલાસો માટે નહિ. તે એક મહાન સત્પુરુષની પત્ની છે. તે પોતાના પુત્રને પણ એજ ગર્વ આપીને ઉછેરે છે. આ ગર્વ જ સંસારના દુઃખોનો સામનો કરવાની તેને શક્તિ આપે છે. તે અનેક કષ્ટીઓ વેઠે છે અને બસ દુર્ગાદાસને ચાહે જાય છે. તે ઈશ્વર તરીકે કોઈ ભગવાનની મૂર્તિની નહિ પણ આજીવન ફક્ત દુર્ગાદાસની જ ભક્તિ કરે છે. તે પોતાના પુત્રને ભણાવીને મેજિસ્ટ્રેટ બનાવે છે અને ઊંચા ખાનદાનમાં પરણાવે છે. પણ પૌત્ર તરીકે દુર્ગાદાસને ફરી જોયા પહેલા જ શરીર છોડી દે છે. ત્યારબાદ તે દુર્ગાદાસના આત્માને સીધી તે પ્રખ્યાત કલાકાર રૂપે મળે છે અને ત્યારબાદ કેદારની પત્નીની મિત્ર તરીકે. આખરમાં તેને વિદેહીએ દુર્ગાદાસને કહેલા શબ્દો યાદ આવ્યા જ્યારે દુર્ગાદાસે તેને પૂછ્યુ કે 'શું નિષ્કર્ષ હશે આપણા જીવનનો..?' વિદેહીએ કહ્યું હતું,

'આપણા જીવનનો નિષ્કર્ષ એજ હશે કે આપણે બંનેએ એકબીજાને આજીવન મન ભરીને પ્રેમ કર્યો. આપણો પ્રેમ જ આપણો મોક્ષ છે.'

આ દ્રશ્ય યાદ આવતા અને વિદેહીની પીડા અને તપસ્યા જોઈને ધ્યાનમાં બેઠેલા કેદારની આંખોમાંથી ચોધાર આંસુઓ વહી પડ્યા. તેણે પીડા સાથે આંખો ખોલી અને અપરાધભાવથી ધ્રુસકે ધ્રુસકે રડી પડ્યો. વિદેહીના દુઃખો જોઈને તેનો કૌશિકી પ્રત્યેનો પ્રેમ અને ઋણ-ભાવ બધી સીમાઓ વટાવી ગયો. આ પળને

કાઢવી તેના માટે અસહ્ય થઇ રહી હતી.

'એ મારી પત્ની છે. એ મારી પત્ની છે. મેં કેટલો અન્યાય કર્યો તેના સાથે. હે ભગવાન..! શક્તિ આપ મને. હું આ વિયોગ સહન નથી કરી શકતો. મારે એને છાતી સરસી દબાવીને માફી માગવી છે. મારે એને પ્રેમ આપવો છે, એટલો કે આ સૃષ્ટિ ઓછી પડી જાય એના માટે. પણ હું એ કરી શકું એમ નથી. મને શક્તિ આપ. મેં મોટું પાપ કરી દીધું.' કેદાર ભારે હૃદયે રોતા રોતા બોલ્યો.

આત્મજ્ઞાની બન્યા પછી જયારે કેદાર પર આ રીતે માયા હાવી થઇ જતી ત્યારે હંમેશા તેના મનમાં બે અલગ ઓળખો ઉભી થતી. એક તે પોતે અને બીજું તેનાથી એક બનેલું બાકીનું બ્રહ્મ. આ અવસ્થામાં ફરી તે થયું અને તે બ્રહ્મ તેના અંદર જ તેને જવાબ આપવા લાગ્યું.

બ્રહ્મે જવાબ આપ્યો, 'જો તેં પાપ કર્યું હોત તો તું નષ્ટ થઇ ગયો હોત. પણ જો, તું દુર્ગાદાસના આત્માને સાક્ષાત નારાયણ વિષ્ણુની સ્થિતિએ લઇ આવ્યો છે. તે એ કર્યું જે પૃથ્વી પર વસતા દરેક માનવની પહેલી ફરજ છે. સત્યને શોધવું. પણ કર્મથી છુટકારો નથી, કેદાર. સ્વયઁ નારાયણને પણ ઋણ ચૂકવવા પાછો જન્મ લેવો પડે છે. કર્મોના ફળ ચૂકવ્યા વિના તો નારાયણની મુક્તિ પણ નથી. વિજ્ઞાનાનંદે નવો જન્મ સંસારમાં વિતાવવાનો જે સંકલ્પ કર્યો તે બ્રહ્મે જ કરાવ્યો હતો, જેથી વિદેહીના ઋણ ઉતારી શકાય.'

'તો એને મારી પત્ની કેમ ના બનાવી..? એને મારી પત્ની કેમ ના બનવા દીધી..?' કેદારે ગુસ્સા સાથે રોતા રોતા પૂછ્યું.

બ્રહ્મે જવાબ આપ્યો, 'પત્ની તો એ તારી બની ચુકી હતી. તારા સંતાનની માતા પણ. શું તે એને એટલો પ્રેમ આપ્યો..? જાતીય સુખ પતિ-પત્નીને એક પ્રાણ બનાવી દે છે. એ એકત્વ છે. જ્યાં એક જ તત્વ હોય ત્યાં પ્રેમ કે ભક્તિ નથી હોતા, ત્યાં ફક્ત સમાધિ હોય છે. પ્રેમ અને ભક્તિ કોઈ બીજા સાથે હોય છે. તું અને વિદેહી સમાધિમાં એક થઇ ચુક્યા હતા. પણ જયારે તે સત્યની શોધમાં વિદેહીને છોડી ત્યારે તેં એની સમાધિ ભંગ કરી દીધી. તેના આત્માનો એક મોટો હિસ્સો તેનાથી વિખૂટો પડી દૂર ચાલ્યો ગયો. ત્યારથી તે તારા આત્મા રૂપી એ ટુકડા સાથે એક થઇ જવા તારી ભક્તિ કરી રહી છે. તને ચાહી રહી છે. તારા માટે તપસ્યા કરી રહી છે. પત્ની તો એ તારી બની ચુકી છે. બાકી રહી ગયો છે એ પ્રેમ જે એણે તને કર્યો પણ તું તારી સત્યની ખોજમાં તેને ના કરી શક્યો. બાકી રહી ગઈ છે એ ભક્તિ અને તપસ્યા જે એણે તારી કરી પણ તું એની ના કરી શક્યો.'

'તો હવે હું શું કરું..? હું અદિતિને લઈને અહીંથી દૂર જતો રહું છું. તેનો એક પતિ છે, એક સંતાન છે. હું એની સામે રહ્યો તો એનું જીવન બગાડી દઈશ. હું આજીવન તેનાથી દૂર રહીને તેને ચાહતો રહીશ. તેની એ રીતે જ તપસ્યા કરતો

રહીશ જેમ તેણે

મારી કરી હતી.'

'અને એમાં કૌશિકીનો શું ફાયદો થશે..?' બ્રહ્મે પ્રતિ-પ્રશ્ન કર્યો.

'એ એના પરિવાર સાથે સુખેથી જીવન વિતાવશે, જેમ એ મારા આવ્યા પહેલા વિતાવતી હતી. હું જે જાણી ચુક્યો છું તે એને ક્યારેય નહિ કહું.'

'પતિ અને પરિવાર તો એને ગયા જન્મમાં પણ મળી ગયા હતા. તો પછી તે આ જન્મમાં ફરી તારા જીવનમાં કેમ આવી..?' બ્રહ્મના આ સવાલ પર કેદાર કંઈ ન બોલી શક્યો.

બ્રહ્મનો અવાજ આગળ વધ્યો, 'એ વિદેહી છે, કેદાર. એનો કોઈ દેહ નથી. તેનો બસ એક આત્મા છે જે તારા આત્મામાં મોક્ષ લેવા માટે તડપી રહ્યો છે અને જન્મ પર જન્મ ધારણ કરી રહ્યો છે. તેણે તને જે રીતે ચાહ્યો, જે રીતે તારી ભક્તિ કરી એ તું પતિરૂપે એના સાથે રહીને કરી શકે એમ નથી. એટલે એને દર વખતે બીજા કોઈની પત્ની બનીને તારી સામે આવવું પડે છે અને તારા પ્રેમ માટે તડપવું પડે છે. દરેક વખતે તે પોતાનાથી ઓછો પ્રાણ ધરાવતા કોઈ વ્યક્તિની પત્ની બને છે અને જીવનના અંતે તે વ્યક્તિના આત્માને પોતાના આત્મામાં મોક્ષ આપી દે છે. આ રીતે તેનો આત્મા પણ દરેક નવા જન્મ સાથે વિકસતો જાય છે. તે હવે કૃષ્ણા છે. બસ તેની શક્તિઓ મૂઢ સંસારી લોકો વચ્ચે રહીને દબાઈ ગઈ છે.

જે શક્તિઓ તું મેળવી ચુક્યો છે તેના પછી એને છોડીને તું જ્યાં પણ જઈશ, દુનિયાના કેન્દ્રમાં રહીશ. જેમ જેમ તારી શક્તિઓ ખીલતી જશે તેમ તેમ તેની તારા પ્રત્યેની તડપ વધતી જશે. તે તને મળી નહિ શકે, મેળવી નહિ શકે, બસ તડપતા તડપતા ગમે તે રીતે જીવન પૂરું કરશે. શું એ બરબાદ જીવન નહિ હોય..? એને ફરી એક જન્મ લેવો પડશે. ફરી બીજા કોઈની પત્ની બની તારી પાસે આવવું પડશે અને તારા માટે તડપવું પડશે. નહિ કેદાર. તારા આ જાણ્યા પછી તેની તડપની એક નવી ક્ષણ પણ આ સમગ્ર સૃષ્ટિની હાર છે. તેની તપસ્યાનું આ સમગ્ર બ્રહ્મ ઋણી છે. બધા કામ એક બાજુ પર રાખી પહેલા એની તડપ શાંત કર. ત્યારે જ આ સૃષ્ટિમાં ન્યાય અને સત્યની રક્ષા થશે.'

'પણ કેવી રીતે..? એ પરણિત છે.' કેદાર અકળામણ સાથે ધીમેથી બોલ્યો.

'રામની મર્યાદા અને કૃષ્ણની ચેતનાનું મિશ્રણ છે તારામાં. એ બંને વચ્ચેનો જ કોઈ મધ્યમાર્ગ શોધ. સમય આવી ચુક્યો છે માનવસમાજને એ મધ્યમાર્ગી વ્યવસ્થા તરફ લઇ જવાનો. વિદેહી તો બસ એની નિમિત્ત છે.'

'શું દુનિયા તૈયાર છે એના માટે..?' કેદારે અવિશ્વાસથી પૂછ્યું.

'મહાપુરુષો તૈયાર દુનિયામાં નથી આવતા. તે દુનિયાને ભવિષ્ય માટે તૈયાર કરવા આવે છે. જેને સમ્માનની લાલચ નથી અને અપમાનનો ભય નથી એ જ સત્યની સ્થાપના કરી શકે છે. તારે વિદેહી માટે એ મધ્યમાર્ગ જીવી બતાવવો પડશે. એમાં જ તમારા બંનેની મુક્તિ છે.'

આ છેલ્લો જવાબ આપી કેદારના અંદરથી આવતો એ બ્રહ્મનો અવાજ તેના અંદર જ શાંત થઇ ગયો. તેને સમજાઈ ગયું કે તેને એક ભગીરથ કાર્ય પાર પાડવાનું છે. પણ હાલ તેની પ્રાથમિકતા કૌશિકી હતી. તેણે તેને ફોન કર્યો અને એ બગીચામાં મળવા બોલાવી જ્યાં કેદાર, અદિતિ અને કૌશિકી ઘણીવાર મળતાં હતાં.

કેદાર બગીચામાં એક વૃક્ષની નીચે રાખેલી પાટલી પર બેઠો હતો. થોડીકવારમાં તેણે કૌશિકીને સામેથી આવતા જોઈ. તે નજીક આવતા કેદાર ઉભો થયો. બંનેની આંખો એકબીજા માટેનો લગાવ ભારે મથામણથી છુપાવી રહી હતી. કૌશિકી કેદારને જોઈને ખુશ થઇ પણ અંદરથી ગભરાવા લાગી. કેદારના સામે આવવાથી તેને પોતાના ભાવાવેશ પર કાબુ રાખવો મુશ્કેલ પડતો. આથી કેદારના સામે આવવાથી તે હંમેશા

બેચેની અનુભવતી અને તેના ગયા પછી પીડા અનુભવતી. બંને પાટલી પર બેઠા અને કૌશિકીએ હળવેથી પૂછ્યું, 'કંઈ કામ હતું..?'

'હા. પહેલા હું થોડીવાર બોલીશ અને હું બોલી રહુ પછી તું જે કહીશ તે સાંભળી લઈશ. ઓકે..?'

'ઓકે..' કૌશિકીએ ગભરાયેલા સ્મિત સાથે જવાબ આપ્યો.

'હું તને પ્રેમ કરું છું કૌશિકી. બહુ જ. એની કોઈ સીમા નથી. હું નથી જાણતો મારા આ કહેવાનું પરિણામ શું આવશે. હું નથી જાણતો તું મારા વિષે શું વિચારીશ. મને હવે મારી પરવાહ નથી. મારા માટે તને આ કહેવું શ્વાસ લેવા કરતા પણ વધારે જરૂરી છે. મારે તારા પાસેથી કંઈ નથી જોઈતું. કોઈ જવાબ પણ નહિ. બસ હું ચાહું છું કે તને ખબર હોય કે હું તને બહુ જ પ્રેમ કરું છું. હું કાલે ચાહે ગમે ત્યાં હોય, દુનિયા મને ગમે તે નામે, ગમે તે રીતે બોલાવતી હોય, પણ યાદ રહે તારા માટે હું બસ તારો પ્રેમી છું. તારો ગુલામ છું જે તારી એક પુકાર સાંભળીને બધું છોડીને ચાલ્યો આવશે.'

કૌશિકી કેદારને એજ રીતે એકીટસે સાંભળી રહી જે રીતે બે સદી પહેલા વિદેહી સન્યાસ લેવા જઈ રહેલા દુર્ગાદાસને સાંભળી રહી હતી. બે સદીમાં સમયનું આખું ચક્ર ફરી ચૂક્યું હતું. તે સમયે વિદેહીના મનમાં અસહ્ય પીડા હતી, જયારે કૌશિકીનાં મનમાં અસહ્ય ભાવ અને પ્રેમ ઉભરાઈ રહ્યો હતો. ત્યારે દુર્ગાદાસ તેને છોડીને બીજું કંઈક મેળવવા જવાની વાત કરતો હતો. આજે કેદાર

તેના માટે બધું છોડીને આવવાની વાત કરતો હતો. દુર્ગાદાસને વિદેહી માયા લાગી હતી અને તે એ માયાની ગુલામીમાંથી છૂટવા માંગતો હતો. જયારે કેદાર સામે ચાલીને તેનો ગુલામ બનવા આવ્યો હતો. આ એક સ્ત્રીની જન્મો જન્મ સુધી કરેલી એકધારી તપસ્યાનું પરિણામ હતું જેણે સ્વયઁ નારાયણ સ્થિતિના મનુષ્યને તેના માટે તડપતો અને ઝૂકતો કરી દીધો હતો.

કેદારના નક્કર સત્યથી ગુંજતા શબ્દો સાંભળી કૌશિકીનો તેના ભાવાવેશ પર કાબુ જતો રહ્યો. તેની આંખો ભરાઈ આવી. એ જોઈને કેદાર સમજી ગયો કે તેની હાલત શું છે. તે પાટલી પર તેના તરફ સરક્યો અને પોતાના બે હાથ વડે પ્રેમપૂર્વક કૌશિકીને તેના બે ગાલ પર સ્પર્શ કર્યો. કૌશિકીએ આંખોમાં આંસુ સાથે તેની સામે જોયું. કેદારે આંખો બંધ કરી તેના નાકને કૌશિકીના નાક સાથે લગાવ્યું અને પછી પોતાના લલાટને તેણીના લલાટ સાથે. કૌશિકીએ પણ પોતાની આંખો બંધ કરી દીધી અને જાણે બંને એકબીજાના પ્રેમને સ્વીકારવા સમાધિમાં જતા રહ્યા. થોડીવાર પછી કેદારે પોતાનું લલાટ સીધું કરી કૌશિકીના લલાટને પ્રેમથી ચુંબન કર્યું અને તેની આંખોમાં આંખો નાખીને કહ્યું, 'આઈ લવ યુ'. આ સાથે કૌશિકીએ પોતાના પ્રેમ પરનું દમન હટાવી દીધું અને 'આઈ લવ યુ ટૂ..' કહીને કેદારને જોરથી ભેટી પડી. તે પોતાના પરનો કાબુ ગુમાવીને રડી રહી હતી. તેને તેના પાછલા જન્મોની જાણ નહોતી પણ એ રુદન તેના આત્મામાંથી નીકળી રહ્યું હતું. જાણે સદીઓથી ચાલી આવતી તપસ્યાનો તે થાક ઉતારી રહી હતી. કેદારે તેનો એક હાથ કૌશિકીના માથા પર ટેકવી દઈ તેને રડવા દીધી. થોડીવાર પછી જયારે તે શાંત થઇ ત્યારે કેદારે તેના આંસુ લૂછ્યાં અને વૈદેહી-દુર્ગાદાસથી ચાલી આવતી તેમની વાર્તા કહી. તેણે કૌશિકીને સમજાવ્યું કે તેમને એકબીજા સાથે તો એક થવાનું જ છે પણ એ વાતનું ધ્યાન રાખવાનું છે કે તેમના જીવનસાથીઓ સાથે એ ન થાય જે વિદેહી સાથે થયું. કેદારે તેને સંગીત અને યોગના એ માર્ગ શીખવ્યા જેનાથી તેઓ પોતાનો એકબીજા પ્રત્યેનો પ્રેમ અભિવ્યક્ત કરી શકે. તેણે કહ્યું, 'આપણો પ્રાણ જોડાયેલો છે કૌશિકી. જેમ જેમ આપણો પ્રેમ અભિવ્યક્ત થતો જશે તેમ આપણું જોડાણ પણ વધતું જશે. આપણા શરીરો વચ્ચેના અંતરનો કોઈ અર્થ નહિ રહે. આપણે આંખો બંધ કરીને જયારે ચાહીએ ત્યારે એકબીજાને જોઈ શકીશું, એકબીજાને ચાહી શકીશું અને એકબીજાથી વાત પણ કરી શકીશું. જયારે જયારે તારી આસપાસ ક્યાંય પણ કોઈ મિલન જુએ ત્યારે સમજજે કે પુરુષ -પ્રકૃતિ રૂપે આપણે બે મળ્યા.'

તે દિવસથી કૌશિકીની તપસ્યા અને પીડા શાંત થઇ ગઈ અને કેદારના આત્મા સાથે એક થઇ જવાનો પ્રેમયજ્ઞ શરુ થયો. પ્રેમ પરનું દમન હટી જતા જન્મોની તપસ્યાથી વિકસિત બનેલો તેનો આત્મા ખુલવા લાગ્યો. હવે તે કૃષ્ણા

હતી, સ્ત્રી વિષ્ણુ. હવે તેનો અને કેદારનો પ્રેમ વધુને વધુ ગાઢ તથા દિવ્ય થવા લાગ્યો. તેમનો પ્રાણ વધુને વધુ જોડાતો ગયો અને તેમની ચેતના એકબીજામાં પ્રસરતી ગઈ. હવે તેમનું તેમના પ્રેમ પરનું દમન હટી જતા તેઓ પોતાના જીવનસાથીને પણ એ પ્રેમ આપવા સક્ષમ બન્યા જે પતિ-પત્નીના એક બનેલા પ્રાણને સમાધિમાં ટકાવી રાખે. અદિતિ હવે કેદારની એ મિત્ર બની જેવી તે બનાવવા માંગતો હતો. પણ જેમ જેમ કેદારનું જીવનકાર્ય આગળ વધતું ગયું અને તેની શક્તિઓ ખીલતી ગઈ તેમ તેમ અદિતિ તેની મિત્રમાંથી ભક્ત બનતી ગઈ અને કૌશિકી ભક્તમાંથી મિત્ર. કેદારે અદિતિને એ બધું આપ્યું જે દુર્ગાદાસ વિદેહીને નહોતો આપી શક્યો. તે હંમેશા અદિતિ સાથે રહ્યો અને પોતાના પ્રેમ અને શરીરથી અદિતિની તેનાથી લાગેલી સમાધિ તૂટવા ન દીધી. તેણે તેમના સંતાનો કરતા પણ પહેલા અદિતિને પોતાના પ્રાણમાં સાચવી રાખી. બીજી બાજુ કૌશિકીએ પણ તેના જીવનસાથીને એક માતા બાળકને સાચવી રાખે તેમ પોતાના પ્રાણમાં સાચવી રાખ્યો. પણ સૃષ્ટિના કણ કણ વચ્ચે થતો પુરુષ પ્રકૃતિનો સનાતન પ્રેમ કેદાર અને કૌશિકી વચ્ચે ધબકતો રહ્યો.

પોતાના જીવનસાથીના શરીરથી સમાધિમાં રહ્યા પછી તેમનો જે પ્રાણ અતૃપ્ત રહેતો તે તેમની એકબીજા સાથેની પ્રેમમય સમાધિથી જોડાતો. રાતે પોતાના પરિવારને આલિંગન આપીને સૂતી વખતે જયારે તે આંખો બંધ કરતા ત્યારે એકબીજા સાથે મનમાં વાત કરતા અને એકબીજાના આત્મા સાથે પ્રેમમય સમાધિ લગાવીને સુઈ જતા. આમ તેમની સંપૂર્ણ સંતૃપ્તતા એકબીજાથી આવતી. આ રીતે, તેમનો સામાજિક સબંધ કૃષ્ણ અને દ્રૌપદીની જેમ મિત્રતાભર્યો બન્યો જ્યાં એકબીજાની સામાજિક અને અંગત મુશ્કેલીઓમાં મદદ માટે સૌથી પહેલા તે એકબીજાને યાદ કરતા. જયારે તેમનો અંગત સબંધ રાધા-કૃષ્ણની જેમ દિવ્ય પ્રેમીઓનો બન્યો.

આ રીતે વર્ષો વીતતા ગયા. અદિતીનો કેદારમાં અને કૌશિકીના પતિનો કૌશિકીના આત્મામાં મોક્ષ થયો. આ કારણે તેમના આત્મા પણ વિકસ્યા. કેદાર હવે તેના નામ મુજબ વિષ્ણુમાંથી શિવ બન્યો અને કૌશિકી પણ તેના નામ મુજબ કૃષ્ણામાંથી કૌશિકી એટલે કે દુર્ગા-શક્તિ બની. સંસારના વચ્ચે રહીને સૃષ્ટિના પ્રત્યેક કંપન સાથે, પવનના દરેક સુસવાટા સાથે અને પશુ-પક્ષીઓના પ્રત્યેક ગુંજન સાથે તેમણે એકબીજા પ્રત્યે પ્રેમને અભિવ્યક્ત કર્યો. સૃષ્ટિના એ સનાતન સંગીતથી તેમના આત્મા એક થતા ગયા. અને જયારે તે એકત્વ માટે શરીર બાધા બન્યું ત્યારે કૌશિકીના આત્માએ તેનું શરીર છોડી દીધું અને પોતે કેદારના આત્મામાં ભળી ગયો. આ ઘટના સાથે જ કેદારે સંસારમાંથી પોતાની તમામ લીલાઓને સમેટી લીધી અને હિમાલય તરફ પ્રયાણ કર્યું.

આખરી યાત્રા:

કેદાર હિમાલયની તળેટીના એ સ્થાને આવ્યો જ્યાં દુર્ગાદાસે આત્મજ્ઞાન પ્રાપ્ત કર્યું હતું. તેણે તે તળેટીથી હિમાલયની ટોચ તરફ ચાલવાનું શરુ કર્યું. તેના દરેક ડગલા સાથે તે એ સંસારને હંમેશા માટે પાછળ છોડી રહ્યો હતો જ્યાં કેટલાક લોકો તેને ઈશ્વર કક્ષાનો અવતારી પુરુષ માનતા હતા તો કેટલાક તેને પાખંડી અને ચાલબાજ માનતા હતા. કેટલાક તેના ભક્ત હતા તો કેટલાક તેના દુશ્મન હતા. પણ તેના માટે તે બંને હંમેશા સમાન રહ્યા હતા. કારણ કે સમ્માનનો મોહ અને અપમાનનો ભય ત્યાગીને જ તો તેણે એ બધા ધર્મસંસ્થાપનના કર્યો કર્યા હતા. તેણે માનવજીવન, સમાજજીવન, વિજ્ઞાન અને રાજનીતિના અનેક સાંપ્રત પ્રવાહોને એક નવી દિશા તરફ વાળ્યા હતા. પણ સંસારને પોતાના સંદેશ તરીકે એક જ મૂળ વાત કહી હતી, 'સૃષ્ટિને ચલાવનારું વિજ્ઞાન જ આપણો ઈશ્વર છે. તે વિજ્ઞાનને જાણવું આધ્યાત્મ છે, તેને અનુસરવું ધર્મ છે અને સ્વયઁ તે વિજ્ઞાનના સ્રોત બની જવું એ મોક્ષ છે.'

પણ આ બધા મહાન કાર્યો ક્યારેય તેના જીવનનો મુખ્ય સંતોષ નહોતા રહ્યા. તેના જીવનનો મુખ્ય સંતોષ એ હતો કે તેણે વિદેહીને કૌશિકી રૂપે પોતાના આત્મામાં પાછી મેળવી લીધી. તેના જીવનનો મુખ્ય સંતોષ એ હતો કે તેણે અદિતિને વિદેહી ન બનવા દીધી. આજે જયારે તે જીવનની છેલ્લી યાત્રા પર નીકળ્યો હતો ત્યારે પણ તે બંને તેના આત્મામાં હાજર હતી. તેમની સાથે તેના આત્મામાં કૌશિકીના બે જન્મના બે જીવનસાથી હતા જેમને કૌશિકીએ પોતાના આત્મામાં મોક્ષ આપ્યો હતો. તો એ આત્મામાં કેદારના માતા-પિતા પણ હતા જેમણે સમગ્ર જીવન કેદાર પ્રત્યેના પ્રેમ અને પરિશ્રમમાં વિતાવ્યું હતું. આજે તે બધા કેદારના આત્મામાં એક સાથે હિમાલયની ટોચ તરફ દરેક ડગલું ભરી રહ્યા હતા. મોટાભાગના જીવન દરમિયાન કેદાર એ જ માનતો રહ્યો હતો કે મનુષ્ય મોક્ષ આત્મજ્ઞાન મેળવીને જ મેળવી શકે છે. પણ હવે તે સમજ્યો હતો કે જયારે વિષ્ણુ અને શિવ સ્થિતિના મનુષ્યો ધરતી પર આવે છે ત્યારે તેમનો આત્મા એક મોટા જહાજ જેવો હોય છે. જે પણ સત્યની ચેતના સાથે તેમનામાં પૂર્ણ પ્રેમ અને સમર્પણ દર્શાવે છે તે તેમના એ આત્મારૂપી જહાજમાં બેસી જાય છે.

આ વિચારો સાથે જેમ જેમ કેદાર હિમાલયની એ બરફથી આચ્છાદિત ટેકરીઓ ચડતો ગયો તેમ તેમ અતિશય ઠંડીથી તેનું શરીર બહારથી થીજવા લાગ્યું અને અંદરથી પ્રચંડ અગ્નિ ભભૂકવા લાગ્યો. હવે એ અગ્નિ જ કેદાર હતો. પરિસ્થિતિઓ વિસમ થતી ગઈ પણ તેણે ચાલવાનું ન છોડ્યું. એક સમય આવ્યો જયારે શરીર બરફથી થીજીને પાછળ રહી ગયું અને કેદાર અગ્નિના ગોળા રૂપે આગળ નીકળી ગયો. તેણે એક ક્ષણ માટે પણ પાછળ ન જોયું. તેણે

હવે હિમાલય જ નહિ, પૃથ્વીનું વાતાવરણ પણ ઓળંગી દીધું. તેણે અસંખ્ય બ્રહ્માંડો ઓળંગ્યા અને આખરે સૃષ્ટિના કેન્દ્રમાં આવેલા પરમધામમાં પોતાની એ ઉર્જાને ભેળવી દીધી. આમ, તેનો એ વિશાળ આત્મા બ્રહ્મ સાથે એક થઇ સમગ્ર સૃષ્ટિમાં એકસાથે એક સ્પંદનથી ધબકવા લાગ્યો. તે આત્મામાં સમાયેલા ભિન્ન ભિન્ન જીવનો અને તે જીવનો વચ્ચે જીવાયેલી સુખ-દુ:ખની અસંખ્ય પળો ફક્ત રંગમંચ પરનો અભિનય સાબિત થઇ. અને તેમનું આ એકત્વ તેમના જીવનનું આખરી સત્ય સાબિત થયું. આ એકત્વ મેળવવામાં બે કાર્યોનો મુખ્ય ફાળો હતો. એક દુર્ગાદાસની સત્યની ખોજ અને બીજું વિદેહીનો સમર્પિત પ્રેમ. કેદાર અને કૌશિકીના જીવનમાં જયારે આ બે કાર્યોનું મિલન થયું ત્યારે તે આત્માઓ એક બની સ્વયઁ સંસારનું આખરી સત્ય બની ગયા.

લગ્ન પહેલા કેદારને પહેલું ચુંબન કરીને અદિતિ જે બોલી હતી તે જ નિયતિ સાબિત થઇ, ‘આ કોઈ વાસના નથી. આનો અર્થ છે કે મારે હવે તને કૌશિકીથી મળાવવાનો છે.’ અદિતિ આ એકત્વનો મુખ્ય પુલ હતી.

ઉપસંહાર:

સ્વર્ગનો ગેટ

પ્રાચીન ઇજિપ્તમાં એક માન્યતા હતી. જયારે માણસ મર્યા પછી સ્વર્ગમાં જાય છે, ત્યારે સ્વર્ગના મુખ્યદ્વાર આગળ તેને બે સવાલ પુછાય છે. જો તે એ બે સવાલોના જવાબ આત્મવિશ્વાસભર્યા ‘હકાર’ માં આપી શકે તો જ તેને સ્વર્ગમાં એન્ટ્રી મળે. તે બે સવાલ છે;

૧. શું તમે જીવનમાં ક્યારેય નિરંતર આનંદનો અનુભવ કર્યો..?

૨. શું તમે ક્યારેય કોઈને નિરંતર આનંદનો અનુભવ કરાવ્યો..?

એકવાર જયારે ઇજિપ્તીયન ઈશ્વરના અવતાર મર્યા પછી સ્વર્ગ તરફ ગયા તો તેમને પણ આ બે સવાલ પુછાયા.

‘શું તમે ક્યારેય નિરંતર આનંદનો અનુભવ કર્યો..?’

અવતારે જવાબ આપ્યો, ‘હા. જયારે મને કોઈથી પ્રેમ થયો ત્યારે મને નિરંતર બસ આનંદ જ અનુભવાયો.’

બીજો સવાલ આવ્યો, ‘શું તમે ક્યારેય કોઈને નિરંતર આનંદનો અનુભવ કરાવ્યો..?’

અવતારે જવાબ આપ્યો, ‘હા. જયારે મેં કોઈને કહ્યું કે - ’હું તને પ્રેમ કરું છું. તારી ખુશીમાં જ મારી ખુશી છે અને તારા દુ:ખમાં જ મારુ દુ:ખ. તને જેમાં ખુશી મળતી હોય એ મને કહેજે, હું આજીવન એ તારા માટે કરતો રહીશ.‘ - ત્યારે મેં એ

વ્યક્તિને નિરંતર આનંદ જ આપ્યો.'

સ્વર્ગના દ્વારપાલે હાથ જોડીને નમન કર્યા અને કહ્યું, 'તમારા માટે પૃથ્વી જ સ્વર્ગ છે પ્રભુ. તમે જે કર્યું એ કરવાથી કોઈપણ સ્થાન સ્વર્ગ બની જાય છે. તમારે આ અલાયદા સ્વર્ગની કોઈ જરૂર નથી.'

દ્વારપાલના શબ્દો સાંભળી ઈશ્વરે સામું નમન કર્યું અને પોતાના ધામ તરફ ચાલતા થયા. ત્યારે દ્વારપાલે તેમને રોકતા પૂછ્યું, 'આજ્ઞા હોય તો એ જાણી શકું કે જે વ્યક્તિને તમે પ્રેમ કર્યો તેણે પોતાની ખુશી માટે તમારા પાસે શું માગ્યું..?'

ઈશ્વરે પોતાના ડગલાં થોભાવી પાછળ જોયું અને બોલ્યા, 'પહેલા થોડું ભૌતિક સુખ માગ્યું. પણ પછી તેને અનુભવાયું કે એ ભૌતિક સુખ ભોગવવા જતા એ નિરંતર આનંદ નષ્ટ થઇ જતો હતો જે તેને મારા પ્રેમથી મળતો હતો. એટલે તેણે બધું છોડી બસ એજ કર્યું જે હું એના માટે કરતો હતો. મને પ્રેમ કરવો. તે પાછળ આવી રહી છે. એ પણ તમને આવા જ જવાબ આપશે. એને કહેજો હું ધામમાં રાહ જોઈ રહ્યો છું.'

આટલું કહી ઈશ્વર પોતાના ધામ તરફ ચાલતા થયા.

સ્વર્ગના દ્વારે પુછાતા એ બે પ્રશ્નોનો આજ સરળ અર્થ હતો.

'શું તમે કોઈને પ્રેમ કર્યો..?'

'શું તમે કોઈને પ્રેમ આપ્યો..?'

પ્રેમ જ નિરંતર આનંદનો એકમાત્ર માર્ગ છે.

"૦૬ સપ્ટેમ્બર, ૨૦૧૭, પ્રતીલીપી."

www.ingramcontent.com/pod-product-compliance
Lightning Source LLC
LaVergne TN
LVHW060312051026
849517LV00004B/1085

* 9 7 9 8 8 9 5 4 4 3 2 2 4 *